NEW UPDATED EDITION
WITH ENGLISH CONVERSATIONS

సరళంగా ఇంగ్లీషు మాట్లాడటానికి
ఒకే ఒక సాటిలేని కోర్స్

"రేపిడెక్స్®" ఇంగ్లీష్ స్పీకింగ్ కోర్స్

కర్త

కొత్త విషయాలు

కొత్త విషయాలు

ఒక ట్యుటోరియల్ Audio Tutorial

Now on YouTube

Audio Tutorial లోని ప్రత్యేకతలు

1. మామూలు సంభాషణ మాదిరి: సంబోధన, దుఃఖాన్ని వ్యక్తపరచడం, పద్ధతులు, ఆజ్ఞ, ప్రార్థన మరియు శుభాకాంక్షల వంటి సందర్భాలలో ఉపయోగించే పదాలను మరియు వాక్యాలను సరిగా ఉచ్ఛరించడం మరియు మాట్లాడడంలోని సరైన పద్ధతులు
2. వివిధ సందర్భాలలో సంభాషణ (conversation) లో ఉపయోగించే పదాలు మరియు వాక్యాలను చెప్పడంలో సరైన ఉచ్చారణ, వాటి పద్ధతులు నేర్చుకుని ఇంగ్లీషు ధారాళంగా మాట్లాడే నైపుణ్యం.
3. Audio Tutorial యొక్కపూర్తి స్క్రిప్టు పుస్తకం చివరలో గులాబీ రంగు పేజీలలో ఇవ్వబడింది.

Published by:

Head Office
F-2/16, Ansari Road, Daryaganj,
New Delhi-110002 ☎ 23240026, 27
info@vspublishers.com
www.vspublishers.com

Regional Office
5-1-707/1, Brij Bhawan (Beside Central Bank of India Lane) Bank Street, Koti,
Hyderabad - 500 095 ☎ 040-24737290
vspublishershyd@gmail.com

Online Brandstore: amazon.in/vspublishers

Buy Books Online: amazon • Flipkart | **Follow us on:**

This Book has been published in arrangement with Pustak Mahal

ISBN 978-93-814489-0-8

New Edition

Cataloging in Publication Data--DK
Courtesy: D.K. Agencies (P) Ltd. <docinfo@dkagencies.com>

"Rēpiḍeks" Iṅglīṣ spīkiṅg kōrs : saraḷaṅgā Iṅglīṣu māṭlāḍaṭāniki okē oka sāṭilēni kōrs / karta, Kotta viṣayālu. -- New edition.
pages cm
Telugu and English (English in roman and Telugu script).
Manual for learning English language through Telugu.
ISBN 9789381448908

1. English language--Self-instruction. 2. English language--Conversation and phrase books--Telugu.

LCC PE1131.R47 2023 | DDC 428.3494827 23

RAPIDEX ENGLISH SPEAKING COURSE
A book published in 13 Indian Regional Languages and Three International Languages.

Printed at : Param Offsetters, Okhla, New Delhi–110020

ర్యాపిడెక్స్ ఇంగ్లీష్ స్పీకింగ్ కోర్స్ ర్యాపిడెక్స్ ఇంగ్లీష్ స్పీకింగ్ కోర్స్

పాఠకుల కోరికపై 'ర్యాపిడెక్స్ ఇంగ్లీష్ స్పీకింగ్ కోర్స్' ఇప్పుడు కొత్త రూపంలో మీ చేతిలో ఉంది, 7-వ సారి పూర్తిగా సంశోధించి, మార్పు-చేర్పులు చేయబడింది. ఈ ర్యాపిడెక్స్ ఇంగ్లీష్ స్పీకింగ్ కోర్స్‌ను తయారు చేయడానికి మేము వేలమంది పాఠకులతో సంప్రదింపులు జరిపాము. వారి సమస్యలను గుర్తించాము అక్కడే అనుభవజ్ఞులైన బోధకుల సలహాలను తీసుకుని ఈ కోర్సును ప్రస్తుతం మరియు రానున్న కొత్త తరాలకు సమానంగా ఉపయోగకరం చేయడానికి ప్రయత్నించాము. పాత కోర్సులోని ముఖ్యాంశాలన్నిటితోపాటు ఇందులో ఇప్పుడు భాష, పాఠ్యాంశాలు దాదాపు మొత్తం కొత్త రూపంలో తీర్చిదిద్దాము. దీన్ని చదివిన తర్వాత ఆ కొత్తదనం మీకే తెలుస్తుంది.

ఈ కోర్సులో ఇంగ్లీషు నేర్పించే మామూలు 'ర్యాపిడెక్స్' పద్ధతినే అనుసరించాము (ఎందుకంటే ఈ పద్ధతి ఈ రోజు కూడా పూర్తిగా ప్రయోజనకరంగా ఉంది), కాని సమయానుసారంగా అన్ని విధాలా మెరుగుపరిచి.

ఇప్పుడు ఇంకా రాబోవు కాలంలో మీకు ఎలాంటి వెనుకబాటుతనం అనిపించకూడదనే ఈ కొత్త కోర్సు లోని 'కన్వర్సేషన్' సెక్షన్‌లో భాషా దృష్టితో ఇంగ్లీషు భాషలో కొత్తగా స్వీకరించిన మరియు స్వీకరిస్తున్న పదాలను చేర్చడానికి ప్రయత్నించాము. ఈ విధంగా తక్కువ పదాలతో పూర్తి భావాన్ని చెప్పే సామర్థ్యాన్ని పొందగలరు.

సంభాషణను ఇంకా అధిక ఉపయోగకరం చేయడానికి పదాలను ఎంచుకొనేటప్పుడు ముఖ్యంగా పాఠకులకు కావలసిన మాటను అధికాధికంగా తీసుకొనేందుకు వ్యక్తిగతంగా మరియు సామాజిక విషయాలను అత్యధికంగా స్పృశించడంతోపాటు కెరియర్‌కి సంబంధించిన విషయాలనుకూడా జోడించాలని ప్రత్యేక శ్రద్ధ చూపించడం జరిగింది. ఈ విధంగా ఒక సామాన్య గృహిణి లేదా ఆధునిక మహిళ అయినా, స్కూలు-కాలేజ్ విద్యార్థి లేదా కెరియర్ అన్వేషించే యువకులు అయినా, స్టెనో లేక ఆఫీసర్, సరుకులమ్మే దుకాణదారు, గ్రాహకులకైనా ఈ కోర్సు అందరికీ సమానంగా ఉపయోగకరం.

మధ్య మధ్యలో కొన్ని వాక్యాలను బోల్డు టైపులో ఇవ్వటం జరిగింది. వాటిని నేర్చుకుని కనీసం పని జరిగేటంత ఇంగ్లీషు మీరు మాట్లాడగలుగుతారు. కాని ఇలా చెయ్యమని మేము సలహా ఇవ్వము, మీరు పుస్తకం అంతా చదివి దానిని నేర్చుకోవాలని మరియు సరైన మంచి ఇంగ్లీషు మాట్లాడాలని మేము కోరుకుంటాము.

ఈ క్రొత్త సంకలనంలో కోర్సుతోపాటు **"An interactive Self-learning Audio Tutorial"** అందుబాటులోకి తీసుకురాబడింది, దీని ద్వారా మీరు మామూలు సంభాషణ మరియు వివిధ సందర్భాలలో ఉపయోగించే పదాలు మరియు వాక్యాలు చక్కగా ఉచ్చరించగలుగుతారు మరియు పద్ధతులన్నీ నేర్చుకుని ధారాపాతంగా ఇంగ్లీషు మాటాడడం నేర్చుకోగలుగుతారు.

పుస్తకం చదివిన తర్వాత, ఇవ్వబడిన సూచనలకు అనుగుణంగా మీరు Audio Toturial తో నేర్చుకుంటే, ఇంగ్లీషు మాట్లాడడానికి మీరు పడే మొహమాటం పూర్తిగా పోతుందని మా నమ్మకం. ఈ విధంగా ఈ Audio Toturial మీకు ఇంగ్లీషు సరిగ్గా ఉచ్చరించడం నేర్పుతుంది, మాట్లాడడంలో ఇబ్బంది మరియు మొహమాటం పూర్తిగా పోగొట్టడంలో సహాయపడుతుంది.

ఈ క్రొత్త ర్యాపిడెక్స్ ఇంగ్లీష్ కోర్స్ తన అపారమైన ప్రత్యేకతల కారణంగా భవిష్యత్తులో పరిపూర్ణ జీవితానికి ఒక ఆవస్యకమైన కోర్సు అవుతుందని అంటే అది అతిశయోక్తి కాబోదు. ఎందుకంటే ఇప్పుడు ఈ కోర్సు మీకు ఇంగ్లీషు మాట్లాడడం రాయడం నేర్పడమే కాకుండా, మీ వ్యక్తిత్వాన్ని కూడా అభివృద్ధి పరుస్తుంది.

మీ సాఫల్యమైన భవిష్యత్తు కోసం మా శుభాకాంక్షలు.

\- సంపాదకుడు

విషయ సూచిక (Contents)

ప్రారంభిద్దాం రండి

మిత్రులారా! ఈ కోర్సులో మీ అందరికీ హృదయపూర్వక స్వాగతం.

ఈ కోర్సు సామాన్య కోర్స్ కాదు. ఎందుకంటే, ఇది, వేలమంది మధ్యలో చేసిన పరిశోధన మరియు కొందరు ఇంగ్లీషు భాషా కోవిదుల సంవత్సరాల కొద్దీ అనుభవ సారం. దానితోపాటు పాఠకుల అభిప్రాయాలను మరియు వారి సలహాలను అనుసరించి ఇందులో చాలా కొత్త విషయాలను చేర్చాము. మీరు కేవలం దీన్ని చదివి, మరియు ఇవ్వబడిన సూచనలను అనుసరిస్తూ నేర్చుకుంటే మాత్రమే అనుభవపూర్వకంగా తెలుసుకుంటారు.

60 రోజుల ఈ కోర్సును రూపొందిస్తున్నప్పుడు ముఖ్యంగా రెండు విషయాలను దృష్టిలో ఉంచుకున్నాము. 1.ఒకవైపు ఇంగ్లీషును ధారాళంగా మాట్లాడటం 2. ఆంగ్లభాషలో మీకు వ్యాకరణం, వాక్యాలను రూపొందించడం, స్పెల్లింగ్, విరామ చిహ్నాలు, వ్రాయటం మొదలైన వివిధ సమస్యలను గురించి క్రమంగా తెలియటం. ఈ విధంగా ఈ కోర్సు మీకు ఇంగ్లీషు మాట్లాడడంగ్ మరియు వ్రాయడం రెండూ నేర్పుతుంది.

ఈ కోర్స్ మూలంగా 60 రోజుల యాత్రను మీరు నిర్ణయించుకుంటారు, ఇందులో 6 దశలుంటాయి. ప్రతి రోజు ఒక పాఠం (యూనిట్) ఉంది. ఈ విధంగా ఇందులో ఆరు పాఠాలు లేదా యూనిట్‌లు ఉన్నాయి. ప్రతి యూనిట్ ఆఖరి రోజు అంటే 10వ, 20వ, 30వ అభ్యాస దినాలున్నాయి. ఈ రోజుల్లోనే మీకు కొత్త విషయాలు లేదా అదనపు పరిజ్ఞానం అందుతుంది. మీరు అంతవరకు ఎంత నేర్చుకున్నారో తెలుసుకోవడానికి ఇందులో ఇవ్వబడిన [illegible] మరియు [illegible]ల సహాయంతో మీరు మీ పరీక్షను కూడా స్వయంగా రాయవచ్చు.

ఈ కోర్స్‌లో వాడబడిన అన్ని వాక్యాలు చాలా ముఖ్యమైనవి మరియు ఉపయుక్తమైనవి. అయితే కొన్ని వాక్యాలు దైనందిన జీవనంలో పదే పదే వాడబడతాయి, కొన్ని అధిక వాడుకలో ఉండే వాక్యాలు బోల్డు అక్షరాలలోఇవ్వబడ్డాయి. ఈ వాక్యాల సంఖ్య తక్కువగా ఉన్నందువల్ల వాటిని మీరు త్వరగా మరియు సులభంగా జ్ఞాపకం ఉంచుకోవచ్చు. మీరు వాటిని మామూలు సంభాషణలలో ఉపయోగించి ప్రజలలో మీ ఆధిక్యాన్ని పెంచుకోగలుగుతాలు.

ఏ భాషనైనా నేర్చినవారు ఆ భాషలో అనర్గళంగా మాట్లాడగలరని చెప్పలేము. మీ భాష గురించి "ఇతరులేమంటారో" అనే భయం మీ మనసు లో ఉన్నంతవరకు మీరు సంభాషణలో ఆగిపోతారు. ఇదేవిధంగా మీ ఉచ్చారణ స్పష్టంగా లేకుంటే "ఎదుటివాళ్ళు ఏమన్నా హేళన చేస్తారేమో" అనే భయంతో మాట్లాడడంలో

మొహమాటపడతారు లేదా అవసరమైన సమయంలో సరైన మాటను అనలేకపోతారు. సంభాషణలో ఏర్పడే ఈ ఇబ్బందులనుండి మిమ్మల్ని రక్షించడానికి మీ కోసం ఈ పుస్తకంతోపాటు ఇవ్వబడిన ఈఈ, దాని 16 పేజీల స్క్రిప్టు ఆఖర్లో ఇవ్వబడింది. అందులో ప్రారంభంలో ఇవ్వబడిన సూచనలను మీరు చదవండి మరియు ఈఈ లో ఇవ్వబడిన విషయాలతోపాటు సరైన ఉచ్చారణను కూడా నేర్చుకోండి. కొంతసమయం అభ్యసించిన తర్వాత మీలో మీకు ఆత్మవిశ్వాసం అనుభూతి ఖచ్చితంగా కలుగుతుంది మరియు ఇంగ్లీషు మాట్లాడడం ఎంత సహజంగా అనిపిస్తుందంటే, మీరు మీ మాతృభాషలో మాట్లాడుతున్నంతగా అనిపిస్తుంది.

ఈ కోర్సును తయారుచేసే సమయంలో మానసిక శాస్త్రజ్ఞుల ఆలోచనలు పూర్తిగా ప్రస్తావించబడ్డాయి కాబట్టి, 60 రోజుల తర్వాత ఇంగ్లీషు మాట్లాడడం ఇంకా రాయడం ఒక సమస్యే కాదు అని అనిపించడంతో మీకే ఆశ్చర్యం కలుగుతుంది. కాని ఈ అనుభూతి 60 రోజుల తర్వాతది. ఇక్కడివరకు చేరడానికి ముందు మీరు ఈ షరతులకు ఒప్పుకోవాలి

1. అన్నిటికంటే ముందు దృఢసంకల్పం కావాలి.
2. ఆ సంకల్పాన్ని సఫలీకృతం చేసుకునేందుకు ప్రయత్నం చేయాలి. ఆ తర్వాత
3. మీ లక్ష్యం పూర్తిగా నెరవేరేందుకు ఆ ప్రయత్నాన్ని నిరంతరం కొనసాగించాలి.

మరియు, ఈ మూడు షరతులను ఒప్పుకునే స్థితులలోనుండి వెళ్లడానికి మీరు పూర్తిగా సిద్ధంగా ఉంటారని మాకు పూర్తి నమ్మకం. అంతే, మీరు ఇంగ్లీషు మాట్లాడే కళలో నైపుణ్యం సంపాదించినట్లే అనుకోండి. ఇంగ్లీషులో ఒక సామెత ఉంది - Well begun is half done - అంటే ఏదైనా పనిని సరైన పద్ధతిలో ప్రారంభించినట్లైతే, సగం పని పూర్తయినట్లే అని అనుకోవాలి.

ఐతే రండి, మాతో మొదటి ప్రచారానికి పదండి, ఇందులో మీ పరిచయం ఇంగ్లీషులో సంబోధన, పద్ధతులు, అర్థాలను చెప్పే పదాలు, సులభమైన సంక్షిప్త వాక్యాలు, క్రియలోని మూడు కాలాల (tenses) రూపాలలో ఇంగ్లీషు యొక్క కొన్ని సహాయక మరియు వ్యతిరేక క్రియలు, వ్యాకరణంతో తలపట్టుకోకుండా కలుగుతుంది. దీంతోపాటు కొన్ని ప్రత్యేక రోజులలో మాట్లాడడానికి, కొంత నేర్చుకోవడానికి మరియు కొన్ని పటిష్ఠం చెయ్యడానికి దాంతోపాటు మీకు అర్థం అయ్యేలా చెప్పటానికి ఉంటాయి

మీ ఈ యాత్ర శుభంగా జరగాలని మా శుభాకాంక్షలు

- సంపాదకుడు

Dear Readers,

We congratulate you for buying Rapidex English Speaking Course. By doing this, you have taken the most important step forward in speaking fluent English.

This edition has been created for those of you who have the urge to speak good English with ease, comfort and fluency.

Next few pages contain a brief summary and important tips for conversing in English alongside six sample conversations. These represent discussions that take place between people on topics of day-to-day interest in the 21st Century.

To begin with, you should practise the conversational ideas before a mirror. The mirror will reflect the way you pronounce a word, voice stability and facial expressions. This is step 1.

Make notes for self assessment later and proceed with reading the rest of the book. Read all the chapters and try to catch the theme, the substance, the gist of discussions. In all these chapters, vernacular language has been used alongside English to help you understand latter. While trying to master how to speak English properly, do not lose sight of English Grammar, Pronunciation, and Vocabulary as given in Sections 1, 2 and 4 of the book. Section 3, around which the book revolves, comprises Conversations through 77 dedicated chapters.

Once you are through with all the chapters set out in the book, come back to these pages again to assess your improvement the 2nd time. You will notice a stark difference and a substantial improvement in your English speaking skills.

These newly added 8 pages act as a Self-Assessment Tool for this Rapidex English Speaking Course and further improve English fluency.

We wish you the very Best of Luck!

CONVERSATIONS

"The art of conversation like any art is a skill of elegance, nuance and creative execution."

When it comes to the art of conversation we've all met people who seem to have knack for it. They can talk to anybody about anything and they seem to do it with complete ease. And while it's true that there are those who are born with the gift of gab, luckily for the rest of us, conversation skills can be developed and mastered.

Conversation is a form of communication. It can vary from intellectual conversations and information exchanges to friendly debate and witty banter.

To engage spontaseously you should develop the ability to listen attentively, ask fitting questions, and pay attention to the answers - all qualities essential to the art of conversation.

Tips on How to Improve Your Conversational Skills

People who are genuinely interested in others are usually interesting themselves. Why? Because they are more open to learning about and understanding new things. Showing interest also encourages the other person to be relaxed and share information more freely.

Ensure there is a balance of give and take. A conversation can get boring quickly if one person is doing all the talking while the other is trying to get a word.

There can be many reasons for a lack of give and take. Sometimes nervousness freezes you. If you find yourself freezing up, take a deep breath and smile, and then reflect on what you want to say. If the other person is the rambler and you've tried several times to interject but haven't been able to, then excuse yourself politely and move on.

A good rule of thumb is after you make a point, pause for either agreement or an alternative point of view. Observe body language for cues whether to stop or continue. Are they looking towards you to speak or are they looking elsewhere?

Be interesting and have something to say. If you are not well informed, tend not to read much, or have very few interests, you will have very little to talk about except yourself. Unfortunately, no one wants to hear about your latest troubles or daily routine.

To avoid being that person, become knowledgeable about world events, people in the news, latest music, new technological discoveries, or recent best sellers.

Of course, not all conversations are knowledge sharing. Many, especially at social functions, consist of light-hearted and cheerful banter. In such cases, be aware of the tone of the conversation and go with the flow: You can always listen, smile and enjoy the humour.

To start a conversation, go up to someone and introduce yourself. It is both polite and necessary. You can offer a handshake and then smile and make eye contact. Being friendly puts the other person at ease and opens the door for them to introduce themselves.

Quick-Tips for the Art of Conversation

- ❑ Do not dominate a conversation or make it all about you. A monologue is not conversation.
- ❑ Show interest and curiosity in others.
- ❑ Strive for a balance of give and take.
- ❑ Be an active listener by maintaining good eye contact and asking pertinent questions.
- ❑ Do not interrupt and cut in with your own ideas before the other person is finished speaking.
- ❑ Be prepared by staying on top of the latest news, developments and world events.
- ❑ Be approachable by staying relaxed, smiling and maintaining a friendly attitude.

Why You Need To Directly Practise Your Social Skills

To improve your social skills you have to practice them. That sentence is probably one of the most important ones to improve communication.

If your interpersonal skills are a little shabby, you've likely spent much less time socializing compared to most people. You need to get out there as much as you can and put in the hours to catch up.

Some Important Points to Remember

- ❑ Don't selfishly hijack.
- ❑ Answer questions at the appropriate level of detail.
- ❑ In groups, avoid topics that not all can follow.
- ❑ Don't try too long to remember something.
- ❑ Fidelity to an objective isn't always necessary.
- ❑ Be self-aware about self-interruptions.
- ❑ Feel free to shift gears quickly.
- ❑ Recognize "just need to be heard" conversations.
- ❑ The Traffic Light ' rule' of communication.
- ❑ Be okay with silence.
- ❑ Don't deploy conversation-stopping phrases.
- ❑ Listen well.
- ❑ Recognize when the conversation is over.

The need for good communication is imperative since we have to pass on the message that we want others to understand and respond.

Talk on Metro Platform

When we meet people who are strangers and yet need to hit a conversation with them then the ability to communicate comes to the forefront and here we need to be polite courteous and distant at the same time. Two people are standing on platform waiting for the train. One passenger talks to another standing nearby). Will the train to Karol Bagh arrive at this platform?

Second: Yes.

First: How much time will it take? Will it arrive shortly?

Second: in three minutes, you can see it on the display board over there.

First: I hope it wait be late.

Second: That is rare. Are you travelling for the first time?

First: Yes I'm rather nervous. It all looks so complicated. I had to ask for everything. At the ticket window it was a long queue and there was problem of change also.

Second: Initially even I had problems but one gets the hang of it over a period of time. Well. The train is coming. Get ready. Be careful, don't go too near the track, and stand behind the yellow line.

First: Thanks, by the way where are you going?

Second: Same destination, Karol Bagh.

First: Fine then we can be together.

Second: There now. The train is stopping. Watch your step. Ah! Lucy we are there are two seats vacant

First: I have travelled in Mumbai local also, but they are not even a match for Delhi metro. It is almost the same in Kolkata. Delhi metro is by far the best.

First: I'm going to like it. It is so cool, calm and clean here. It is a noiseless train. Besides, they are clearly announcing all the coming stations and also which side the doors will open.

Second: Yes, if you find a seat vacant, you can really relax. I wish they add more coaches on busy routes. They have already added an extra coach for ladies only.

First: I'm glad about the ladies extra coach. My wife becomes nervous in a crowd. Karol bagh is approaching. I have found the journey delightful. Well. Thanks for your help and company.

Second: You are welcome.

An Interview Scene

A good conversation demands a certain strength — the strength to feel comfortable with someone else; the strength to remain in and of oneself even while being so intent on another; the strength to enter strange, new realms without getting lost. It demands that peculiar posture of poise, leaning neither too far in nor too far back but standing strong while always ready for what may come next.

Candidate: (to clerk) my name is R.K Gupta. I have been called here for interview.

Clerk: (checks in the list) Yes, your name is there. Please sit down. I'll call you as soon as your turn comes.

R.K Gupta: Thanks.

Clerk: (after sometime) You can go in now Mr. Gupta.

R.K Gupta: (enters after knocking) Good morning gentleman.

One member of the interview board: Good morning please have a seat. Your name is R.K Gupta?

R.K Gupta: Yes sir, my name is R.K Gupta. Thank you very much for calling me to interview.

Second member: That's alright, what is your educational qualifications?

R.K Gupta: Sir I am M.A, B.ed.

Third member: Where did you study?

R.K Gupta: Sir, I did my graduation and post graduation in English from K.M college, Delhi university. I did my B.ed from the same university, central institute of education.

Fourth member: Good, what are you technical subjects?

R.K Gupta: English and Political science in B.A.

Third member: Why did you choose this profession?

R.K Gupta: Sir I think that teaching is a very noble profession. Here you have a great opportunity of shaping the career and character of youngsters who are going to be builder of our nation.

Second member: What are your hobbies?

R.K Gupta: Reading, writing, travelling and teaching of course. I want to make it my career as well.

First member: Thanks, Mr. Gupta. You can go now we'll let you know about the result.

A Salesman Visits a Home

In this type of conversation, a person who is a salesman of a particular company represents his or her company. He/She has to be brief, very clear, confident and fluent in the language he/she speaks so that he/she can convince his/her customers to buy the products of his/her company.

Housewife : (opening the door after hearing a knock)

Salesman : Good morning, ma'm, can I have a minute of your time please?

Housewife : What is it?

Salesman : Ma'm Phillips is offering 500Watt mixer and grinder only for Rs. 2,299 there are three jars of best quality stainless steel let me tell you about its functions, this grinding Jar....

Housewife : It's very costly, we can get such appliances from any other company between Rs. 1500/- and 1900 even for Rs. 1000

Salesman : Please don't go for local ones or cheap brands, it wouldn't pay in the long run. Philips is a world renowned company; please allow me to come in for a moment.

Housewife : O.K.

Salesman : (enters and takes a seat. He unpacks his wares) These are three jars of stainless steel for *chutney*, dry and wet grinding, this mixer can be used for blending, mincing, pureeing and as a juicer. This model offers superior kind of grinding, mixing and whipping protected by drip-safe technology. Also, it has 3 levels of speed.

Housewife : What about the motor, they usually burn out?

Salesman : That doesn't happen with Philips. It has a 550W heavy duty motor with and drip-safe technology and detachable blades which can be easily cleaned.

Housewife : It looks impressive, what discount you're offering.

Salesman : 11% that means you pay Rs. 296 less.

Housewife : That's not much, still, what about the warranty?

Salesman : 24 months besides you'll be given Rs. 500 worth gift vouchers don't worry ma'm, it is an excellent offer if you can buy right now. Shall I book it for you?

Housewife : O.k. actually I was in need of a good mixer my old one is worn out can I pay you cash?

Salesman : Of course ma'm, and thank you.

Principal Interviewing Child's Parents

This type of conversation demands great patience. On the one hand, it demands the patience of listening, and perhaps not just of listening but of assuming that the other person is saying something of value, something worth listening to.

Principal : (to parents) So this is your child. What is your name, son?

Child : My name is Amandeep.

Principal : (smiles) Good. (to parents) You are seeking admission in the Ist grade?

Father : Yes, sir.

Principal : Let me see how he has done in his nursery and K.G. (sees the reports) well! Not bad, there must be other schools in your vicinity. Did you try there?

Mother : There are, sir but please, we would like our child to be admitted here.

Principal : What is your qualifications madam, and are you doing any job?

Mother : I'm an M.A. in English and no, I don't do any job, for me, house job and care of my children comes first.

Principal : I'm glad to hear that, and you sir, what profession you're in?

Father : I work as a Computer Accountant in an MNC.

Principal : I see your salary, please?

Father : Right now, it is Rs. 40,000/- p.m. and increments and other perks are also there.

Principal : That is good. Any other children, you have?

Mother : Her younger sister, Deepa.

Principal : Where is she studying?

Mother : We're still waiting.

Father : Sir, if our son is selected for admission, will she get admission as well.

Principal : (smiles) Will you people have time enough to devote to your child's completion of homework, and regular pursuing of studies which are a must for our school?

Mother : I have all the time apart from my housework. My husband also likes teaching kids.

Principal : Thank you for the interview. You'll hear from us.

Conversation Between a Couple During Courtship

This type of conversation demands the generosity of your own lively intellect, your willingness not just to listen to this other person, but to take what they give, you and move it into a new territory. It's not just a matter of listening, but of giving — and giving wholly of yourself.

Rahul : (who is waiting in the park, stands up to greet his girl friend Alka) Hello! How are you, please be seated.

Alka : Late as ever. What is that proverb you quote, 'Better…?

Rahul : Late than never.

Alka : (smiles) Tell me, how you are.

Rahul : Everything fine at this end. My loving, doting parents are worried still about my marriage since the time I told them that I have selected a girl for myself and that they needn't worry.

Alka : Have you? And who is that lucky girl?

Rahul : She's sitting right beside me.

Alka : (blushes) How are you so sure?

Rahul : Love is the most powerful and most silent of emotions.

Alka : Please don't grow philosophical.

Rahul : Shall I grow physical?

Alka : That kind of talk is downright cheap.

Rahul : You never let me stay anywhere. Ok, come on, let me take you to a nice place Café Coffee Day, there we can drink, eat and talk a lot. [Inside the cafe]

Rahul : (to the waiter) Two Cappuccino coffees and noodles. (Looks at Alka, who declines) Ok then a vegetable cutlet a grilled veg-sandwich. Alka, have you seen that film, 'Zindagi Na Milegi Dobara?'

Alka : Yes, a nice film.

Rahul : Why don't we see it together and how about seeing it now?

Alka : Now? Oh! What a nice coffee and what nice cutlets.

Rahul : My pleasure.

Alka : I remember that dialogue between Hrithik and Katrina where Hrithik says, "I'm busy today so that I can retire at 40." Katrina says, "How are you sure, you'll live up to 40?" *Today is yours, live it to the full.*

Congratulating Someone for Doing Well in the Examination

In this kind of conversation, one should be very spontaneous, encouraging and lively. One must also know to use the right words that fit the occasion.

Latika : Hai Charu! Congrats, you have passed with flying colors.

Charu : (smiles) Thanks.

Latika : Tell me your aggregate and how much you have scored in your favorite subject.

Charu : Aggregate is 96 p.c. and in English it is 98 p.c.

Latika : I have never heard about such high score in a subject like English.

Charu : There have been cent percent results also.

Latika : I knew you were a brilliant student, still such achievement is stupendous, brilliant, great.

Charu : Hold it, Latika, enough of adjectives.

Latika : Tell me the secret of your success.

Charu : Oh nothing yaar. God has been kind to me and given me the power to focus with a sharp memory. I once read and don't forget. I hope I'm not blowing my own trumpet. May be lady luck was smiling on me.

Latika : Anyway, please accept my heartiest congratulation again. What rare your future plans? Why not aim for IAS exams?

Charu : You know my favorite subject. I'll prefer to be a lecturer in English and that too god willing, in Delhi University.

Latika : You know you'll need some connections for that.

Charu : My English lecturer sir Ganpati has been very kind and co-operative with me so far. He has encouraged me to do B.A. English humors. There a, if my result is good, he has promised to help me.

Latika : That is great drop home some time, mom has specially invited you.

Charu : I'll be glad to come.

1 మొదటి రోజు
1st Day

మొదటి అధ్యాయము (1st Expedition)

రండి, ఇది మొదటి రోజు! అభివందనంతో ప్రారంభిద్దాం. మనం ఒకరినొకరు కలిసినప్పుడు నమస్కారం చేస్తాము. ముస్లిం సోదరులయితే, 'సలామ్ వ అలేకుం' అంటారు. శిఖులయితే 'సత్ శ్రీ అకాల్' అంటారు. అయితే ఆంగ్లంలో అలా కాదు. ఆంగ్లంలో ఏ సమయానికి ఆ సమయంలో విభిన్న పదాలతో అభివాదనం చేయడం పరిపాటి. దీనిని ముందు నేర్చుకుందాం.

సంభాషణలో అభివందన వాక్యాలు

మనకంటే పెద్దలు, బంధువులు, ఉన్నత స్థానంలో ఉన్న అధికారులతో ఉదయం మొదలు మధ్యాహ్నం పన్నెండు గంటల వరకు

1. నమస్కారమండీ, తాతగారూ! — **Good morning,** Grandpa! గుడ్ మార్నింగ్, గ్రాండ్‌పా!
2. నమస్కారమండీ, నాన్నగారూ! — Good morning, Dad! గుడ్ మార్నింగ్, డాడ్!
3. నమస్కారం అయ్యా! — Good morning, Sir! గుడ్ మార్నింగ్, సర్!

మధ్యాహ్నం పన్నెండు గంటల నుండి సాయంత్రం ఐదు గంటల వరకు

4. నమస్కారమండీ, మామ్మగారూ! — **Good afternoon,** Grandma! గుడ్ ఆఫ్టర్‌నూన్, గ్రాండ్‌మా!
5. నమస్కారం, అమ్మా! — Good afternoon, Mummy! గుడ్ ఆఫ్టర్‌నూన్, మమ్మీ!
6. నమస్కారం అమ్మాయి! — Good afternoon, dear! గుడ్ ఆఫ్టర్‌నూన్, డియర్.

సాయంత్రం ఐదు గంటలు దాటాక

7. నమస్కారం, మామయ్యగారూ! — **Good evening,** Uncle! గుడ్ ఈవినింగ్, అంకుల్!
8. నమస్కారం, అత్తయ్యగారూ! — Good evening, Auntie! గుడ్ ఈవినింగ్, ఆంటీ!
9. నమస్కారం, బాబూ! — Good evening, dear! గుడ్ ఈవినింగ్, డియర్!

రాత్రి పడుకోబోయే ముందు

10. శుభరాత్రి! — **Good night!** గుడ్ నైట్!
    Sweet dreams, darling! స్వీట్ డ్రీమ్స్, డార్లింగ్!

పగలు ఏ సమయంలోనైనా

11. మంచిది వెళ్ళొస్తానండి! — Good day to you, Sir! గుడ్ డే టు యు, సర్!

ఎవరినైనా కలిసినప్పుడు

12. మిమ్మల్ని కలిసినందుకు చాలా సంతోషంగా ఉంది! — Pleased to meet you! ప్లీజ్డ్ టు మీట్ యు!

ఏ సమయంలోనైనా (Informal greetings) మీ మిత్రులు లేక సమాన హోదా గల వారితో

1. హాయ్ సిమి! — **Hi** Simi! హాయ్ సిమి!
2. హాయ్ అంకుర్! — Hi Ankur! హాయ్ అంకుర్!
3. హలో అంకుల్! — **Hello** Uncle! హలో అంకుల్!
4. హలో నిషా! — Hello Nisha! హలో నిషా!
5. హలో కుష్! — Hello Kush! హలో కుష్!
6. హలో శ్రీమతి మెహ్రా! — Hello Mrs. Mehra! హలో మిసెస్ మెహ్రా!

Note: మర్యాదలతో పని లేని పెద్దలను 'హలో' లేక 'హాయ్' అని కూడా పలుకరించవచ్చు.

సెలవు తీసుకునేటప్పుడు

1. పిల్లల్లారా, వెళ్ళొస్తాను! — Good bye, children! గుడ్ బై, ఛిల్డ్రన్!
2. మంచిది, వెళ్ళి రండి! — **Bye, bye!** బై, బై!
3. వెళ్ళొస్తాను, ప్రియతమా! — Farewell, dear! ఫేర్‌వెల్, డియర్!
4. సరే, మళ్ళీ కలుద్దాం! — Bye, see you/so long! బై, సీ యు/సో లాంగ్!

గుర్తుంచుకోండి (Remember)

తెలుగు - ఇంగ్లీషు సంబోధనలో తేడా

A

ఆంగ్లంలో :

1. Grandfather ను సంక్షిప్తంగా Grandpa అంటారు.
2. Father ను Dad లేక Daddy అని కూడా పిలుస్తారు.
3. Grandmother ను సంక్షిప్తంగా Grandma అంటారు.
4. Mother ను Mom లేక Mummy అని కూడా పిలుస్తారు.

B

ఆంగ్లంలో :

1. మేనమామ, బాబాయి, పెదనాన్న వీరందరినీ ఆంగ్లంలో Uncle (అంకుల్) అంటారు.
2. పిన్నిని, అత్తను ఆంగ్లంలో (Aunt, Aunty or Auntie ఆంట్, ఆంటి లేక ఆంటీ) అంటారు.
3. పురుషులను ఎవరినయినా సరే గౌరవ సూచకంగా (Sir సర్) అంటారు.
4. మహిళలను గౌరవ సూచకంగా (Madam మేడమ్) అంటారు.
5. బాబాయి, పిన్నమ్మ, పెదనాన్న, పెద్దమ్మ, వీరి కొడుకులు, కూతుళ్ళను (Cousin కజిన్) అంటారు. (Cousin Brother/Cousin Sister కజిన్ బ్రదర్/కజిన్ సిస్టర్) అనకూడదు.
6. వివాహిత మహిళ పేరుకు ముందు శ్రీమతి (Mrs) అని పిలవాలి. అదే విధంగా పెళ్ళి కాని మహిళలను కుమారి (Miss) అని పిలవాలి. వివాహిత లేక అవివాహిత స్త్రీల పేరు ముందు (Ms) మిస్ అన్న పదాన్ని చేర్చి పిలవవచ్చు.

2 రెండవ రోజు

2nd Day

ఇంగ్లీషులో ఆచార వ్యవహారాలు (Good Manners in English)

ఆంగ్లేయులు సంభాషణలో వ్యవహారంలో మర్యాదను పాటిస్తారు. మాటి మాటికి వినయసూచకములయిన కొన్ని పదాలను వారు సంభాషణలో ప్రయోగిస్తారు. ప్రతి విషయాన్ని అభివ్యక్తీకరించడానికి విశిష్టమైన పద్ధతి ఉంది. ఏ మాటను ఏ విధంగా పలకాలి, ఎటువంటి పదాలను వాడాలి మొదలైన కొన్ని ముఖ్య విషయాలను గురించి ఈ పాఠంలో వివరించాము.

A

తెలుగులో లాగా ఆంగ్లంలో ప్రతి పేరుకు 'గారు' చేర్చే అలవాటు లేదు. 'మీరు' అనే మర్యాదా సూచక పదం కూడా లేదు. అలాగే 'నేను' అనే పదం బదులు 'మేము' వాడకూడదు. ఇంగ్లీషు విచిత్రమయిన భాష. తండ్రితో మాట్లాడేటప్పుడు కూడా 'నీవు' (You యు) అని ప్రయోగం చేయవచ్చు.

అలాగని ఆంగ్ల భాషలో మర్యాదా సూచక పదాలు లేవని కాదు. గారు అని వారు అని బహువచనం ఆంగ్లంలో వాడకపో వచ్చు కానీ ఇంగ్లీషులో మాటి మాటికీ మర్యాదాసూచక పదాలను వాడటం పరిపాటి. సహజమైన ఆంగ్లం నేర్చుకునేందుకు ఈ విషయం గుర్తుంచుకోవాలి.

ఆంగ్లంలో ఈ పదాలను గుర్తుంచుకోండి. ఈ పదాలలో ఇంగ్లీషువారి శిష్టాచారం నిండి వుంది. ఆంగ్లంలో వీటికి మహత్వ పూర్వకమైన పదాలు ఉన్నాయి :-

1. Please ప్లీజ్
2. Thanks థేంక్స్
3. Welcome వెల్‌కమ్
4. Kindly కైండ్లీ
5. Allow me అలవ్ మి
6. After you ఆఫ్టర్ యు
7. Sorry సారీ
8. Excuse me ఎక్స్‌క్యూజ్ మి
9. Pardon పార్డన్
10. That is alright దట్ ఈస్ ఆల్‌రైట్.
11. It's my pleasure ఇట్స్ మై ప్లెషర్.

1. ఎవరి దగ్గరయినా మీరు పెన్ తీసుకోవాలని అనుకున్నా, ఒక గ్లాసు మంచి నీళ్ళు అడగాలని అనుకున్నా, టైమ్ ఎంతయిందని అడగవలసివచ్చినా లేదా ఎవరికయినా 'సరే' అని సమాధానం చెప్పవలసి వచ్చినా **Please** అనే పదాన్ని వాడాలి. మీరు కేవలం **Please** లేక **Kindly** -అని అన్నా సరిపోతుంది. Please వంటి అర్థం వచ్చే ఏ పదాన్నయినా మీరు ఉపయోగించకపోవటం 'అసభ్యత' అవుతుంది. తెలుగులో 'మీరు' ఉపయోగిస్తాం:

1. కాస్త మీ పెన్ ఇవ్వండి. 2. ఒక గ్లాసు మంచినీళ్ళు కావాలి. 3. టైము ఎంతయింది? 4. అలాగే, తాగేస్తాను.

తెలుగులో అడిగినట్లు ఇంగ్లీషులో కూడా దిగువ తెలిపిన విధంగా మాట్లాడితే ఇంగ్లీషు బాగా తెలిసినవారు, ఈ మాటలను వింటే ఎవరో సభ్యత తెలియనివారు, శిష్టాచారం తెలియనివారు విదేశీయులని అనుకుంటారు.

1. Give me your pen. గివ్ మి యువర్ పెన్.
2. Give me a glass of water. గివ్ మి ఎ గ్లాస్ ఆఫ్ వాటర్.
3. What is the time? వాట్ ఈజ్ ద టైమ్?
4. Yes, I will drink it. ఎస్, ఐ విల్ డ్రింక్ ఇట్.

మీరు ఈ విధంగా మాట్లాడితే :-

1. May I have your pen, please? మే ఐ హావ్ యువర్ పెన్, ప్లీజ్?
2. A glass of water, please. ఎ గ్లాస్ ఆఫ్ వాటర్, ప్లీజ్?
3. Time please? టైమ్ ప్లీజ్?
4. Yes, please. ఎస్, ప్లీజ్.

లేక దిగువ తెలిపిన విధంగా వాక్యాలు పలికినా మీకు సభ్యత తెలుసనుకుంటారు :-

1. May I borrow your pen, please? మే ఐ బారో యువర్ పెన్, ప్లీజ్?
2. Give me a glass of water, please. గివ్ మి ఎ గ్లాస్ ఆఫ్ వాటర్, ప్లీజ్?
3. What is the time, please? వాట్ ఈజ్ ద టైమ్, ప్లీజ్?

2. (a) ఎవరయినా మీకొక చిన్న పని చేసిపెట్టారనుకోండి. ఉదాహరణకు మీరు ఎవరినయినా టైము అడిగినా, ఇంటి అడ్రసు అడిగినా, వారు జవాబు చెప్పినప్పుడు, లేక ఇంక దేనికయినా సహాయం చేసినప్పుడు వారితో Thank you (థేంక్ యు) అనటం మరిచిపోవద్దు. మీరు Thanks (థేంక్స్) అని కూడా అనవచ్చు. మీరు ఎక్కువ కృతజ్ఞత ప్రకటించ దలిస్తే, ఇలా అనండి :-

Many many thanks to you. మెనీ మెనీ థేంక్స్ టు యు. లేదా

Thank you very much. థేంక్ యు వెరి మచ్.

(b) ఎవరయినా మిమ్ములను మరికొంత తీసుకోవలసిందిగా కోరినప్పుడు మీరు వద్దనుకుంటే తెలుగులో అన్నట్టు 'ఇక నాకు వద్దు' I don't want to take more. (ఐ డోంట్ వాంట్ టు టేక్ మోర్) అనవద్దు. క్లుప్తంగా **No, thanks** నో, థేంక్స్ అనండి.

3. ఎవరికయినా మీరు చిన్న సహాయం చేసి ఉంటే, వారు మీతో 'Thank you' అంటారు. ఆంగ్లంలో అంతటితో మాట పూర్తయిపోదు. 'Thanks' అన్న మాట వినేసి మాట్లాడకుండా ఉండిపోతే మీకు సభ్యత తెలియదని అనుకుంటారు. దానికి మీరు బదులు చెప్పాలి.

It's* all right. ఇట్స్ ఆల్ రైట్, (దానికేముందిలెండి).

లేక 1. No mention. నో మెన్షన్, (అదేమంత పెద్ద పనండి).

లేక 2. It's fine. ఇట్స్ ఫైన్. (బాగుంది).

లేక 3. My pleasure. మై ప్లెషర్. (నా సంతోషము).

లేక 4. Welcome/you're welcome. వెల్‌కమ్/యుఆర్ వెల్‌కమ్ (సుస్వాగతం/మరో అవకాశం ఇవ్వండి).

పై ఐదింటిలో ఆఖరుది మిక్కిలి మర్యాద సూచకము. అయినా, నాలుగు వాక్యాలు కూడా బాగా వాడుకలో ఉన్నాయి.

4. ఎవరయినా మిమ్ములను ఏదయినా వస్తువు అడిగినప్పుడు దాన్ని ఇవ్వాలని మీరనుకుంటే 'తీసుకోండి, దానికేమిటి?' అంటారు. అయితే అంగ్లంలో 'Take it' (టేక్ ఇట్) అంటే మీకు శిష్టాచారాలు తెలియవని అనుకుంటారు. అందువలన మీరు- **Yes, you are welcome.** (ఎస్, యు ఆర్ వెల్‌కమ్) లేక **With great pleasure.** (విత్ గ్రేట్ ప్లెజర్.) అనాలి.

5. మీరు ఎవరికయినా ఏదయినా చిన్న సహాయం చేయాలని అనుకుంటే అంగ్లంలో దానికి ఒక మాట వాడాతారు. ఒక మహిళ దగ్గర వున్న బరువును మీరు తీసుకోవాలనుకున్నా, ఎవరయినా పెద్దవారి వద్ద ఏదయినా బరువు ఉంటే మీరంటారు - **Allow me.** (ఎలవ్ మీ) **May I help you?** (మే ఐ హెల్ప్ యు). నాకు అవకాశమివ్వండి. లేక నన్నా పని చేయనివ్వండి అని. లేకపోతే ఏ షోరూములోనయినా, ప్రదర్శనశాలలోనయినా పనిచేస్తున్నప్పుడు సందర్శకుల దృష్టినాకర్షించడానికి **May I help you** (మే ఐ హేల్ప్ యు) అనవచ్చును.

6. ఎవరయినా మహిళకు, వయసు మళ్ళిన వారికి దారి వదలి 'మీరు వెళ్ళండి' అంటాము. ఆంగ్లంలో **'First you'** (ఫస్ట్ యు) అంటే బాగుండదు. ఆంగ్లంలో, **'After you'** (ఆఫ్టర్ యు) అనాలి.

7. ఆంగ్లంలో చీటికి మాటికి విచారం వ్యక్తపరుస్తారు. మనం కూడా తెలుగులో క్షమించాలి అంటాము. అయితే, ఎప్పుడు? ఏదయినా పెద్ద పొరపాటు జరిగితే, ఒక సమయానికి వస్తామని ఆలస్యం చేసినా లేదా వస్తామని రాకపోయినా మీరు క్షమాపణ కోరుతారు. అయితే ఆంగ్లంలో ప్రతి చిన్న సందర్భంలో **Sorry** (సారీ), **Excuse me** (ఎక్స్‌క్యూజ్ మీ), **Pardon** (పార్డన్) వంటి పదాలు వాడుతారు.

(a) ఎవరికన్నా మీ చేయి తగిలినా, పొరపాటున ఢీకొన్నా, మీరు వెంటనే - **Sorry** (సారీ) అనాలి.

(b) దారిలో ఇద్దరు నిలబడి మాట్లాడుతున్నప్పుడు మీరు వారి మధ్య నుండి వెళ్ళవలసి వస్తే, అప్పుడు మీరు **-'Excuse me'** (ఎక్స్‌క్యూస్ మీ) అనాలి. నలుగురిలో నుండి లేచి వేరే పని మీద వెళ్ళవలసివస్తే మీరు నిశ్శబ్దంగా లేచి వెళ్ళిపోకుండా **'Excuse me'.** అనాలి. ఎవరి దృష్టినైనా ఆకర్షించదలిస్తే **Excuse me** చెప్పిన తర్వాత మీరు చెప్పవలసిన మాట చెప్పవచ్చు.

---

*ఇంగ్లీషు శబ్దాలలో సంక్షిప్తరూపం short forms (షార్ట్ ఫార్మ్స్) It is ఇట్ ఈస్ It's ఇట్స్ You are ఆర్ యు you're యువార్ అని పలికే సంక్షిప్తాక్షరాలు చాలా వాడుకలో ఉన్నాయి. వాటి మూల శబ్దాలను కూడా తెలుసుకోవాలి. అలాంటి కొన్ని పదాలు క్రింద ఉన్నాయి :-

I am — I'm	He is — He's
I have — I've	She is — She's
We are — We're	Is not/are not — Isn't/aren't.

ఈ వాక్యాల ప్రయోగంతో సంభాషణలో వేగం, సహజత ఏర్పడతాయి.

(c) మీరు టెలిఫోనులోనో, ఎదురుగానో ఎవరితోనయినా మాట్లాడుతున్నా మీకు మాట సరిగా వినబడకపోతే మీరు గట్టిగా మాట్లాడండి. వినిపించటంలేదు. Speak loudly! I cannot hear anything. అనేకంటే ఆంగ్లంలో ఒక్క మాట అనండి **'Pardon'** (పార్డన్) లేదా **I beg your pardon** (ఐ బెగ్ యువర్ పార్డన్). దీనితో ఎదుటి వ్యక్తికి, అర్థమవుతుంది, మీకు వారి మాట వినబడటం లేదని.

(d) ఎవరినయినా కలవడానికి వెళితే, గదిలో ఎవరయినా కూర్చొని ఉంటే, ఏదయినా సంకేతం చేసిన తర్వాత లోపలికి వెళ్ళాలి. తెలుగులో - లోపలికి రావచ్చాండి? లేక ఆంగ్లంలో **May I come in, please?** (మే ఐ కమ్ ఇన్, ప్లీజ్?) అంటారు. ఎదుటి వారు జవాబుగా Yes, please come in (ఎస్, ప్లీజ్ కమ్ ఇన్) లేదా With great pleasure (విత్ గ్రేట్ ప్లెజర్) లేదా Of course (అఫ్ కోర్స్) అని ఆమోదం తెలుపుతారు.

ఆంగ్లంలో ఆచారవ్యవహారాలు ఇలా వుంటాయి. ఇలాంటి నమ్రతాసూచక వాక్యాలతో ఆంగ్లాన్ని మీరు మెరుగుపరచుకోవాలి.

B

నమ్రతా సూచక వాక్యాలు (Some Polite Phrases)

1.	ఆ రోజు మీతో కలుసుకుంటానని చెప్పాను. కాని రాలేకపోయాను, నన్ను క్షమించండి.	I'm sorry, I couldn't make it that day. ఐ యామ్ సారీ, ఐ కుడెంట్ మేక్ ఇట్ దట్ డే.
2.	సమయానికి రాలేకపోయినందుకు నన్ను క్షమించండి.	I'm sorry, I couldn't make it in time. ఐయామ్ సారీ, ఐ కుడెంట్ మేక్ ఇట్ ఇన్ టైమ్.
3.	ఆలస్యంగా వచ్చినందుకు క్షమించాలి.	**I'm sorry, I got a little late.** ఐయామ్ సారీ, ఐ గాట్ ఎ లిటిల్ లేట్.
4.	నా తరఫున క్షమాపణ చెప్పండి.	Please convey my apologies. ప్లీజ్ కన్వే మై అపాలజీస్.
5.	అలా పొరపాటయిపోయింది, క్షమించండి.	It was all by mistake. Please excuse me. ఇట్ వాస్ ఆల్ బై మిస్టేక్, ప్లీజ్ ఎక్స్‌క్యూజ్ మీ.
6.	పొరపాటుకు చింతిస్తున్నాను.	I'm very sorry. ఐ యామ్ వెరీ సారీ.
7.	మీ పనికి అంతరాయం కలిగించినందుకు క్షమించాలి.	Sorry to have disturbed you. సారీ టు హావ్ డిస్టర్బ్డ్ యు.
8.	మన్నించాలి.	**I beg your pardon.** ఐ బెగ్ యువర్ పార్డన్.
9.	అనుమతిస్తే మీతో చెబుతాను.	Allow me to say. అలవ్ మీ టు సే.
10.	దయచేసి సావధానంగా వినండి.	**May I have your attention, please?** మే ఐ హావ్ యువర్ అటెన్షన్, ప్లీజ్?
11.	ఇది మీదే అనుకోండి.	It's all yours. ఇట్స్ ఆల్ యువర్స్.
12.	నన్ను మాట్లాడటానికి అనుమతిస్తారా?	Will you please permit me to speak? విల్ యు ప్లీజ్ పర్మిట్ మి టు స్పీక్?
13.	మీకు సహాయపడనివ్వండి.	Let me also help you. లెట్ మి ఆల్సో హెల్ప్ యు.
14.	దయచేసి కొంచెం సర్దుకుంటారా?	Will you please move a bit? విల్ యు ప్లీజ్ మూవ్ ఎ బిట్?
15.	దయచేసి కొంచెం నెమ్మదిగా మాట్లాడుతారా?	Will you please speak slowly? విల్ యు ప్లీజ్ స్పీక్ స్లోలీ?
16.	దయతో కాస్త నెమ్మదిగా మాట్లాడుతారా?	Will you mind speaking a bit softly, please? విల్ యు మైండ్ స్పీకింగ్ ఎ బిట్ సాఫ్ట్‌లీ, ప్లీజ్?
17.	దయచేసి నన్ను కూర్చోనిస్తారా?	Will you please let me sit? విల్ యు ప్లీజ్ లెట్ మి సిట్?
18.	మీరు నా కోసం కాస్త సమయాన్ని ఖర్చు చేస్తారా?	Could you spare a few moments for me? కుడ్ యు స్పేర్ ఎ ఫ్యూ మూమెంట్స్ ఫర్ మి?
19.	మీ ఇష్టం.	As you please. యాస్ యు ప్లీజ్.
20.	దయతో మీరు విశ్రాంతిగా కూర్చోండి.	Please make yourself comfortable. ప్లీజ్ మేక్ యువర్‌సెల్ఫ్ కంఫర్టబుల్.
21.	అసౌకర్యానికి క్షమించండి.	Sorry for the inconvenience. సారీ ఫార్ ది ఇన్‌కన్వీనియన్స్.

22. మీరు చాలా దయగలవారు.	That's very/so kind of you. దట్స్ వెరి/సో కైండ్ ఆఫ్ యు.
23. దయచేసి మీరే స్వయంగా పుచ్చుకోండి.	Please help yourself. ప్లీజ్, హెల్ప్ యువర్‌సెల్ఫ్.
24. మిమ్మల్ని కలుసుకున్నందుకు చాలా సంతోషంగా ఉంది.	Glad to meet you. గ్లాడ్ టు మీట్ యు.
25. మీరిచ్చిన మంచి సలహాకు చాలా ధన్యవాదాలు.	Thanks for your kind/valuable advice. థ్యాంక్స్ ఫార్ యువర్ కైండ్/వాల్యుబుల్ అడ్వైస్.
26. నా సాయశక్తులా ప్రయత్నిస్తాను.	I will try my level best. ఐ విల్ ట్రై మై లెవల్ బెస్ట్.
27. మీరు సంతోషంగా ఉంటారని ఆశిస్తున్నాను.	Hope you are enjoying yourself/yourselves. హోప్ యు ఆర్ ఎంజాయింగ్ యువర్‌సెల్ఫ్/యువర్‌సెల్వ్స్.

గుర్తుంచుకోండి (Remember)

A

1. ఆయా దేశాలలో ఆచార వ్యవహారాలు వేర్వేరుగా ఉంటాయి. మనం తెలుగులో పేరుకు చివర్న 'గారు' అని చేరుస్తాము. హిందీలో 'జీ' అంటారు. మర్యాదా సూచకంగా బహువచనాన్ని కూడా వాడుతుంటారు. కాని, ఇంగ్లీషులో గౌరవసూచకంగా కూడా ఏకవచనాన్నే (Singular సింగ్యులర్) ప్రయోగిస్తారు. ఉదాహరణకు :-

   శ్రీ కేదార్‌నాథ్ వచ్చారు. - Mr. Kedarnath has come. (మిస్టర్ కెదార్‌నాథ్ హేజ్ కమ్).

2. తెలుగులో మధ్యమపురుషలో 'నీవు'కు బదులు మర్యాదసూచకంగా 'మీరు' అంటారు. కాని, ఆంగ్లంలో You (నీవు) మాత్రమే వాడుకలో వుంది. ఉదా :-

   మీకు ఏమి కావాలి? What do you want? (వాట్ డు యు వాంట్?)

3. ఇదే విధంగా ప్రథమపురుషలో తెలుగులో 'వాడు', 'ఆమె'కు బహువచనంలో 'వారు' అంటాము. కాని, ఆంగ్లంలో ఏకవచనమే వాడబడుతుంది. ఉదా :-

   ఆయన రాత్రికి వస్తారేమో - He may come at night. (హి మే కమ్ ఎట్ నైట్).

B

క్షమాపణ అడగటానికి ఆంగ్లంలో ఎన్నో పదాలున్నాయి. మాటలాడేటప్పుడు. వ్యవహారాల్లో ఇవి తరచు వస్తాయి. యథాతథంగా వాటి అర్థం ఇలా ఉంటుంది :-

1. Excuse (V*.) — క్షమించాలి, ఇది మామూలు అర్థంలో వాడటం (Please excuse me). నన్ను క్షమించండి.
2. Forgive (V.) — తప్పును చేయటం-మనఃస్ఫూర్తిగా క్షమించటం. తప్పు చేయటం మానవ నైజం. క్షమించటం దేవుని గుణం (To err is human, to forgive is divine).
3. Pardon (V.) — అపరాధికి విధించిన దండనను తొలగించటం (Please pardon me for my mistake).
4. Mistake (V.) — పొరపాటు లేని విధంగా భావించాలి (Don't mistake me for a doctor).
5. Sorry (Adj.) — ఆలస్యంగా వచ్చినందుకు క్షమించాలి (I am sorry for being late.)

ఈ రోజుల్లో సామాన్య మాటల సందర్భంలో శిష్టాచారాన్ని ప్రయోగిస్తూ I beg your pardon చెప్పాలి. టెలిఫోన్‌లో మాట్లాడేటప్పుడు అటువైపు వారి మాట మీకు సరిగా వినపడనప్పుడు 'I beg your pardon' లేదా 'Pardon' అంటే మీరు బాగానే మాట్లాడుతున్నట్లే. కాని, నాకు సరిగా వినబడటంలేదు మళ్ళీ చెప్పండి - 'Please repeat it' అన్నా సరిపోతుంది. అయితే దీని మూలార్థం కూడా తెలియాలి.

* V యొక్క అర్థం 'క్రియ' లేక 'Verb' అని అర్థం.

3 మూడవ రోజు
3rd Day

ఆశ్చర్యార్థక పదాలు (Exclamation)

ఆంగ్ల భాష చాలా భావపూరితమైన భాష. ఈ భాషలో చిన్న మాటలు కూడా ఎంతో అర్థవంతంగా ఉంటాయి. మాటల్లో ఆశ్చర్యాన్ని, సంతోషాన్ని, దుఃఖాన్ని, మరి కొన్ని భావనలను చిన్న చిన్న మాటలలో వాడటం అలవాటు. వీటిని అభ్యసించి, సందర్భాన్నిబట్టి ఆ పదాలను వాడండి. వీటి వలన మీ ఆంగ్ల భాష స్వాభావికంగా ఉంటుంది.

1. వహ్వా!	Marvellous! మార్వలస్!
2. శభాష్!	**Well done!** వెల్ డన్!
3. అతి సుందరం!	Beautiful! బ్యూటిఫుల్!
4. అరె!	Hey! హే!
5. అయ్యో!	**Wow!** వావ్!
6. ఓరి దేవుడా!	My/Oh God! మై/ఓ గాడ్!
7. అద్భుతమైన పని!	Wonderful! వండర్‌ఫుల్!
8. నిస్సంకోచంగా!	**Of course!** అఫ్ కోర్స్!
9. దేవునికి కృతజ్ఞతలు!	**Thank God!** థ్యాంక్ గాడ్!
10. దేవుని దయ!	By God's grace! బై గాడ్స్ గ్రేస్!
11. దేవుడు నిన్ను ఆశీర్వదించుగాక!	May God bless you! మే గాడ్ బ్లెస్ యు!
12. మీకు కూడా!	**Same to you!** సేమ్ టు యు!
13. చాలా బాగుంది!	**Excellent!** ఎక్సెలెంట్!
14. చాలా విచారించవలసిన విషయం!	**How sad!** హౌ శాడ్!
15. చాలా సంతోషమైన విషయం!	That is a good news! దట్ ఈజ్ ఎ గుడ్ న్యూస్!
16. ఎంత ఘన విజయం!	What a great victory! వాట్ ఎ గ్రేట్ విక్టరీ!
17. అయ్యో, అదృష్టమా!	Good heavens! గుడ్ హెవన్స్!
18. దయచేసి, కాస్త వినండి!	Hello! Listen! హలో, లిసన్!
19. త్వరగా కానివ్వండి!	**Hurry up, please!** హర్రి అప్, ప్లీజ్!
20. ఎంత భయంకరం!	How terrible! హౌ టెరిబుల్!
21. ఎంత అవమానకరం!	How disgraceful! హౌ డిస్‌గ్రేస్‌ఫుల్!
22. ఎంత అసంగతం!	How absurd! హౌ అబ్సర్డ్!
23. ఎంత సాహసం అతనికి!	**How dare he!** హౌ డేర్ హి!
24. ఎంత బాగుంది!	How sweet! హౌ స్వీట్!
25. ఎంత అందమయింది!	How lovely! హౌ లవ్లీ!
26. అలా చెప్పటానికి మీకెంత సాహసం!	How dare you say that! హౌ డేర్ యు సే దట్!
27. ప్రియతమా!	Oh dear! ఓ డియర్!

28. త్వరగా నడువు! Hurry up! హరి అప్!

29. నిశ్శబ్దంగా ఉండండి! **Quiet, please!/Please keep quiet!** క్వయిట్, ప్లీజ్!/ప్లీజ్ కీప్ క్వయిట్!

30. అవును అదే! Yes, it is! యస్, ఇట్ ఈస్!

31. నిజంగా! **Really!** రియలీ!

32. అవునా! Is it! ఈస్ ఇట్!

33. ధన్యవాదాలు! Thanks! థ్యాంక్స్!

34. మీకు ధన్యవాదాలు! **Thank you!** థ్యాంక్ యు!

35. భగవంతుని దయ! Thank God! థ్యాంక్ గాడ్!

36. ఇలాంటి శుభదినాలు అనేకం రావాలి! **Many happy returns of the day!** మెనీ హాపీ రిటర్న్స్ ఆఫ్ ద డే!

37. హుర్రా! నేను గెలిచాను! **Hurrah! I have won!** హుర్రా! ఐ హావ్ వన్!

38. మీ ఆరోగ్యం బాగుండాలి! For your good health! ఫర్ యువర్ గుడ్ హెల్త్!

39. అభినందనలు! **Congratulations!** కంగ్రాచ్యులేషన్స్!

40. ఎంత అర్థరహితము!/పిచ్చి వాగుడు! **What nonsense!** వాట్ నాన్‌సెన్స్!

41. సిగ్గు చేటు! What a shame! వాట్ ఎ షేమ్!

42. ఎంత దుస్సంఘటన! How tragic! హౌ ట్రాజిక్!

43. ఎంత ఆశ్చర్యకరము! **What a pleasant surprise!** వాట్ ఎ ప్లెసంట్ సర్‌ప్రైజ్!

44. ఆశ్చర్యకరము! Wonderful! వండర్‌ఫుల్!

45. ఛీ! ఛీ! How disgusting! హౌ డిస్‌గస్టింగ్!

46. జాగ్రత్త! Beware! బివేర్!

47. అయ్యో పాపం! What a pity! వాట్ ఎ పిటీ!

48. ఎంత గొప్ప ఆలోచన! **What an idea!** వాట్ యాన్ ఐడియా!

49. మీకు స్వాగతం! **Welcome sir!** వెల్‌కమ్ సర్!

50. మీ స్వాగతం కోసం! Cheers! ఛియర్స్!

51. ఎంత ముప్పు! What a bother! వాట్ ఎ బాదర్!

52. జాగ్రత్త! Watch out! వాచ్ ఔట్!

53. సత్యమైన విషయం! Touch wood! టచ్ వుడ్!

54. ఏదైనా కానివ్వనీ! Come what may! కమ్ వాట్ మే!

గుర్తుంచుకోండి (Remember)

1. సామాన్య వాక్యాల్లో ఎక్కడయితే అర్ధ విరామం (,) పూర్ణ విరామం (.) (ఫుల్‌స్టాప్) ఉండే చోట ఆశ్చర్యార్థకము Exclamatory sign (!) ఉదాహరణకు - Really! Wonderful! లాంటివి.
2. బిడియం, దుఃఖం, ఆశ్చర్యం, దర్పము, కోపము లాంటి మనోభావాలను ప్రకటించడానికి What, How లాంటి పదాలను వాడాలి. ఉదా.: What a shame ! How wonderful! మొదలైనవి.
3. ఆశ్చర్యార్థక పదాలను వాడేటప్పుడు (Exclamatory sentence) ఆశ్చర్యాన్ని స్వరంలో కూడా వెలిబుచ్చాలి.

4 నాలుగవ రోజు
4th Day

చిన్న చిన్న సంభాషణలు (Phrases)

ఇంగ్లీషులో వాక్యాలకు బదులు వాక్యాంశాలలో లేదా ఒకటి రెండు పదాలతోనే పూర్తి అర్థం వచ్చేలా వాడటం పరిపాటి. ఉదాహరణకు : **Yes, sir!** (ఎస్, సర్!), **No, sir !** (నో, సర్!) **Very good, sir!** (వెరి గుడ్, సర్!) మొ॥నవి. ఈ వాక్యాంశాలు చాలా వాడుకలో ఉన్నాయి. అందువల్ల ఆంగ్లము మాట్లాడాలని, అర్థం చేసుకోవాలని కోరుకునే ప్రతివ్యక్తికి వీటి వాడుకను గురించి తెలుసుకోవటం తప్పనిసరి. ఇవి చాల సులభమయిన వాక్యాలు. ఎందుకంటే వ్యాకరణ నియమాలు వీటికి అవసరం లేదు.

A

1. ఇప్పుడే వస్తున్నాను.	**Just coming.** జస్ట్ కమింగ్.
2. చాలా బాగుంది.	**Very well.** వెరి వెల్.
3. మంచిది/అలాగే.	**Fine.**/Very good. ఫైన్./వెరి గుడ్.
4. మీ ఇష్టం/మీ సంతోషం.	As you like./**As you please.** యాస్ యు లైక్./యాస్ యు ప్లీజ్.
5. ఇంతేనా?	**Anything else?** ఎనిథింగ్ ఎల్స్?
6. ఇక చాలు.	**That's enough.** దట్స్ ఇనఫ్.
7. ఈ సన్మానానికి ధన్యవాదాలు.	Thanks for this honour. థ్యాంక్స్ ఫార్ దిస్ హానర్.
8. సరిగా ఉంది.	**O.K.** ఓ.కె.
9. ఎందుకు కాదు?	Why not? వై నాట్?
10. ఇసుమంత కూడా కాదు.	Not a bit. నాట్ ఎ బిట్.
11. జాగ్రత్త.	**Take care.** టేక్ కేర్.
12. రేపు కలుద్దాం.	**See you tomorrow.** సీ యు టుమారో.
13. హా! తప్పకుండా.	Yes, by all means! ఎస్, బై ఆల్ మీన్స్!
14. చాలా ఎక్కువయింది.	That is too much. దట్ ఈజ్ టూ మచ్.
15. అలాగేనండి.	**Yes, sir !** ఎస్, సార్!
16. కాదు, కానే కాదు.	No, not at all. నో, నాట్ ఎట్ ఆల్.
17. ఫరవాలేదు.	**Never mind./Doesn't matter.** నెవర్ మైండ్./డసన్ట్ మేటర్.
18. ఇంతే సంగతులు.	**Nothing else.** నథింగ్ ఎల్స్.
19. ఏమంత చెప్పుకోదగిన విషయం కాదు.	Nothing special. నథింగ్ స్పెషల్.
20. సుస్వాగతం!	**Welcome!** వెల్‌కమ్!
21. నమ్మకం/విశ్వాసం ఉంచండి.	**Rest assured.** రెస్ట్ అష్యూర్డ్.
22. చాలా రోజులనుంచి చూడలేదు.	Not seen since a long time. నాట్ సీన్ సిన్స్ ఎ లాంగ్ టైమ్.
23. సరె, వెళ్ళొస్తా!	Good bye! గుడ్ బై!
24. సరే వెళ్ళి రండి!	Bye bye! బై బై!
25. ఇసుమంత కూడా లేదు.	Not the least! నాట్ ది లీస్ట్!

ఇవి చాలావరకు వాక్యాంశాలే గాని సంపూర్ణ వాక్యాలు కావు. కాని వీటిని సంపూర్ణ వాక్యాలకు బదులుగా ఉపయోగిస్తారు.

B

ఆజ్ఞా సూచక వాక్యాలు (Sentences of Command/Order)

1. నా మాట విని ఆగు.	**I say stop.** ఐ సే స్టాప్.
2. చెప్పు.	**Speak.** స్పీక్.
3. విను.	**Listen.** లిసన్.
4. ఇక్కడ వేచి వుండు.	**Wait here.** వెయిట్ హియర్.
5. ఇక్కడకు రా.	**Come here.** కమ్ హియర్.
6. ఇక్కడ చూడు.	**Look here.** లుక్ హియర్.
7. ఇది తీసుకో.	**Take it.** టేక్ ఇట్.
8. దగ్గరకు రా.	**Come near.** కమ్ నియర్.
9. బయట వేచి వుండు.	**Wait outside.** వెయిట్ ఔట్సైడ్.
10. పైకి వెళ్ళు.	**Go up.** గో అప్.
11. క్రిందకు వెళ్ళు.	**Go down.** గో డౌన్.
12. క్రిందకు దిగు.	**Get off.** గెట్ ఆఫ్.
13. తయారవు.	**Be ready./Get ready.** బి రెడీ./గెట్ రెడీ.
14. అల్లరి చేయకు.	**Keep quiet.** కీప్ క్వయిట్.
15. జాగ్రత్తగా వుండు.	**Be careful./Be cautious.** బి కేర్‌ఫుల్./బి కాషియస్.
16. మెల్లగా వెళ్ళు.	**Go slowly./Walk slowly.** గో స్లోలీ./వాక్ స్లోలీ.
17. వెంటనే వెళ్ళు.	**Go at once.** గో ఎట్ ఒన్స్.
18. ఇక్కడ ఆగు.	**Stop here.** స్టాప్ హియర్.
19. నేరుగా వెళ్ళు.	**Go straight.** గో స్ట్రైట్.
20. వెళ్ళిపో.	**Go away./Get out.** గో అవే./గెట్ ఔట్.

కర్త లేకపోయినప్పటికీ ఇవి సంపూర్ణ వాక్యాలే. ఎందుకంటే ఇందులో క్రియలు తమ స్థానంలో ఉన్నాయి. ఇవి ఆజ్ఞాసూచక (Command) వాక్యాలు. ఇందులో You (నీవు) అంటే అర్థమును బట్టి కర్తను మనమే ఊహించుకోవాలి. అంటే - 'You' అనే పదంలో understood అవుతుంది.

గుర్తుంచుకోండి (Remember)

1. పైన B భాగంలోనివన్నీ ఆజ్ఞ లేక ఆదేశ సూచక వాక్యాలు. ప్రయత్నిస్తే, ఈ వాక్యాలను కొద్దిపాటి మార్పుతో వాటిని అభ్యర్థనా సూచక పదాలుగా మార్చవచ్చు. ఎలాగో తెలుసా?

   పై వాక్యాలకు ముందు 'Please' జతపరిచి చూడండి. 'Please' చేర్చినప్పుడు మొదటి వాక్యం ఎలా ఉంటుంది? - Please stop (దయచేసి ఆగండి) అలాగే అన్ని వాక్యాలు ఆదరసూచకాలుగా మార్చవచ్చు. ఈ వాక్యాలలోని క్రియా పదాల అర్థం ఆదరసూచకాలవుతాయి.
2. మీరు మీ అధికారివద్ద సెలవు తీసుకోదలచినప్పుడు లేదా అటువంటి విన్నపం చేయదలచినప్పుడు Please కు బదులు Kindly అనే పదం వాడాలి. ఉదా.: (i) దయచేసి ఒక రోజు సెలవిప్పించండి - Kindly grant me leave for one day. (ii) దయచేసి ఈ విషయం కాస్త పరిశీలించండి - Kindly look into the matter. ఈ రెండు చోట్ల Please అనే పదం సరిగా ఇమడదు. కాబట్టి Kindly అని వాడాలి.
3. Don't అనేది Do not శబ్దానికి సంక్షిప్త రూపము. అదేలాగ can't — cannot.
4. ఆజ్ఞలు, అభ్యర్థన వాక్యాలను 9వ రోజు పాఠంలో చూడండి.

5 అయిదవ రోజు
th Day

వర్తమానకాలము (Present Tense)

ఆంగ్ల భాషలో వర్తమానకాలంలో క్రియను నాలుగు విధాలుగా విభజించారు : **Present Tense** (ప్రెసంట్ టెన్స్) **1. Ram studies.** (రామ్ స్టడీస్). **2. Ram is studying** (రామ్ ఈస్ స్టడీయింగ్). **3. Ram has studied.** (రామ్ హాస్ స్టడీడ్). **4. Ram has been studying since morning.** (రామ్ హాస్ బీన్ స్టడీయింగ్ సిన్స్ మార్నింగ్). రామ్ ఉదయం నుండి చదువుతున్నాడు. మొదటి వాక్యంలో క్రియ వర్తమానకాలానిదే అయినా కాల నిర్ధారణ లేదు. **Ram studies.** రామ్ చదువుతున్నాడు. **Ram is studying.** రెండవ వాక్యంలో వర్తమానకాలంలో "రామ్ చదువుతున్నాడు". **Ram has studied.** రామ్ చదివాడు - అంటే క్రియ జరిగిపోయింది. అయితే అధిక సమయం కాలేదు. నాలుగవ వాక్యంలో **Ram has been studying since morning** - అంటే క్రియ నిశ్చయంగా జరిగింది. వీటిని క్రమంగా **Present Indefinite, Present Continuous, Present Perfect** మరియు **Present Perfect Continuous** అంటారు.

A

— Does/Do —

మనీష్ : నీవు ఇంగ్లీషు చదువుతావా?	**Manish :** *Do* you study English? డూ యు స్టడీ ఇంగ్లీష్?
శ్యామ్ : అవును, నేను ఇంగ్లీషు చదువుతాను.	**Shyam :** Yes, I *do.* ఎస్, ఐ డూ.
మనీష్ : లతా, మీ ఇంటికి వస్తుందా?	**Manish :** *Does* Lata come to your house? డస్ లతా కమ్ టు యువర్ హౌస్?
శ్యామ్ : అవును, అప్పుడప్పుడు వస్తుంది.	**Shyam :** Yes, she comes sometimes. ఎస్, షి కమ్స్ సమ్‌టైమ్స్.
మనీష్ : ఇతర స్నేహితులు కూడా మీ దగ్గరకు వస్తారా?	**Manish :** *Do* other friends also come to you? డూ అదర్ ఫ్రెండ్స్ ఆల్సో కమ్ టు యు?
శ్యామ్ : అవును, ఇతరులు కూడా వస్తారు.	**Shyam :** Yes, they *do.* ఎస్, దె డూ.
మనీష్ : మీరు బొంబాయిలో వుంటున్నారా?	**Manish :** *Do* you stay in Mumbai? డూ యు స్టే ఇన్ ముంబై?
శ్యామ్ : కాదు, నేను కలకత్తాలో ఉన్నాను.	**Shyam :** No, I stay in Kolkata. నో, ఐ స్టే ఇన్ కోల్‌కటా.

B

— Is/Are/Am —

బాల : ఇదేనా నీకు కావలసిన పుస్తకం?	**Bala :** *Is* this the book you are looking for? ఈస్ దిస్ ది బుక్ యు ఆర్ లుకింగ్ ఫార్?
మధు : అవును, నాకు కావలసింది ఈ పుస్తకమే.	**Madhu :** Yes, this *is* it. ఎస్, దిస్ ఈస్ ఇట్.
బాల : రీటా సినిమా చూస్తున్నదా?	**Bala :** *Is* Rita watching a movie? ఈస్ రీటా వాచింగ్ ఎ మూవీ?
మధు : లేదు, ఆమె వీడియో గేమ్ ఆడుతోంది.	**Madhu :** No, she *is* playing a video game. నో, షి ఈస్ ప్లేయింగ్ ఎ వీడియో గేమ్.

బాల : ఇప్పుడు నీవు బజారుకు వెళ్ళటం లేదా?

Bala : *Are* you not going to market now? ఆర్ యు నాట్ గోయింగ్ టు మార్కెట్ నౌ?

మధు : లేదు, నేను వెళ్ళటం లేదు.

Madhu : No, I *am* not. నో, ఐ యామ్ నాట్.

బాల : మీ నాన్నగారు ప్రభుత్వోద్యోగా?

Bala : *Is* your father in government service? ఈస్ యువర్ ఫాదర్ ఇన్ గవర్నమెంట్ సర్వీస్?

మధు : కాదు, మా నాన్నగారు ఒక వ్యాపారి.

Madhu : No, he *is* a businessman. నో, హి ఈస్ ఎ బిజినస్‌మేన్.

బాల : మీ సోదరుడు ఏదయినా పరీక్షకు తయారవుతున్నాడా?

Bala : *Is* your brother preparing for some examination? ఈస్ యువర్ బ్రదర్ ప్రిపేరింగ్ ఫార్ సమ్ ఎగ్జామినేషన్?

మధు : అవును, ఐ.ఎ.ఎస్. పరీక్షకు తయారవుతున్నాడు.

Madhu : Yes, he *is* preparing for the I.A.S. examination. ఎస్, హి ఈస్ ప్రిపేరింగ్ ఫార్ ది ఐ.ఎ.ఎస్. ఎగ్జామినేషన్.

— Has/Have —

మోహన్: మీరు రాధకు ఏదయినా ఉత్తరం రాశారా?

Mohan : *Have* you written any letter to Radha? హావ్ యు రిటెన్ ఎని లెటర్ టు రాధా?

భాను : అవును, నేను రాశాను.

Bhanu : Yes, I *have*. ఎస్, ఐ హావ్.

మోహన్: ఆమె నీ ఉత్తరానికి జవాబు ఇచ్చిందా?

Mohan : *Has* she replied to your letter? హాస్ షి రిప్లైడ్ టు యువర్ లెటర్?

భాను : లేదు, ఆమె రాయలేదు.

Bhanu : No, she *hasn't*. నో, షి హాసన్ట్.

మోహన్: మీరు భోజనం చేశారా?

Mohan : *Have* you taken your meals? హావ్ యు టేకెన్ యువర్ మీల్స్?

భాను : లేదు, ఉదయం అల్పాహారం బాగా తీసుకున్నాను.

Bhanu : No, I had a heavy breakfast in the morning. నో, ఐ హాడ్ ఎ హెవీ బ్రేక్‌ఫాస్ట్ ఇన్ ది మార్నింగ్.

మోహన్: మీరు వాళ్ళింటికి వెళ్ళారా?

Mohan : Did you go to his place? డిడ్ యు గో టు హిస్ ప్లేస్?

భాను : లేదు, ఇకమీదే వెళ్ళాలి.

Bhanu : No, I *have* yet to go. నో, ఐ హావ్ యట్ టు గో.

— Has been/Have been —

శ్యామ్: నీవు ఉదయంనుండి ఏమి చేస్తున్నావు?

Shyam : What have you been doing since morning? వాట్ హావ్ యు బీన్ డూయింగ్ సిన్స్ మార్నింగ్?

గోపాల్: నేను ఉదయం నుండి ఈ పుస్తకం చదువుతున్నాను.

Gopal : *I have been* reading this book. ఐ హావ్ బీన్ రీడింగ్ దిస్ బుక్.

శ్యామ్: నిన్నటి నుండి ఇక్కడ కూడా వర్షం కురుస్తోందా?

Shyam : *Has* it *been* raining here also since yesterday? హాస్ ఇట్ బీన్ రెయినింగ్ హియర్ ఆల్సో సిన్స్ యస్టర్‌డే?

గోపాల్: కురుస్తోంది, కాని మధ్య మధ్యలో తెరపిస్తోంది.

Gopal : Yes, it *has been*, but not continuously. ఎస్, ఇట్ హాస్ బీన్, బట్ నాట్ కంటిన్యూయస్‌లీ.

శ్యామ్: నీళ్ళు ఎక్కువ సేపటి నుండి కాగుతున్నాయా?

Shyam : *Has* the water been boiling for long? హాస్ ది వాటర్ బీన్ బాయిలింగ్ ఫార్ లాంగ్?

గోపాల్:	లేదు, కొంచెం సేపటినుండే కాగుతున్నాయి.	**Gopal :** No, it *has been* boiling only for a little time. నో, ఇట్ హాస్ బీన్ బాయిలింగ్ ఓన్లీ ఫార్ ఎ లిటిల్ టైమ్.
శ్యామ్:	మేము ఈ ఇంటిలో పది సంవత్స రాలుగా ఉంటున్నాము.	**Syam :** We *have been* living in this house for ten years. వి హావ్ బీన్ లివింగ్ ఇన్ దిస్ హౌస్ ఫార్ టెన్ ఇయర్స్.
గోపాల్:	అతను గత జనవరి నుండి ఒక కొత్త ప్రాజెక్టులో పని చేస్తున్నాడు.	**Gopal :** He *has been* working on a new project since January. హి హాస్ బీన్ వర్కింగ్ ఆన్ ఎ న్యూ ప్రాజెక్ట్ సిన్స్ జనవరి.

గుర్తుంచుకోండి (Remember)

ఈ వాక్యాలను కొంచెం జాగ్రత్తగా పరిశీలించండి

1. You are writing a letter (యు ఆర్ రైటింగ్ ఎ లెటర్) మీరు ఉత్తరం వ్రాస్తున్నారు.
2. You have written a letter (యు హావ్ రిటన్ ఎ లెటర్) మీరు ఉత్తరం వ్రాశారు.

ఈ రెండూ భావార్థక (Affirmative) వాక్యాలు. వీటిని వ్యతిరేకార్థకాలు (Negative) గాను ప్రశ్నార్థకాలు (Interrogative) గాను క్రింది విధంగా మార్పు చేయవచ్చు :

వ్యతిరేకార్థకాలు (Negative)	ప్రశ్నార్థకాలు (Interrogative)
1. You are **not** writing a letter.	1. **Are** you writing a letter?
2. You have **not** written a letter.	2. **Have** you written a letter?

భావార్థకాలను వ్యతిరేకార్థకాలుగా మార్చటానికి సహాయక క్రియలు are, have తర్వాత not కలపాలి. ఇదే విధంగా సహాయక క్రియలయిన are, have ప్రశ్నార్థక వాక్యాల ఆరంభంలో వస్తాయి. Present Continuous Tense మరియు Present Perfect Tense లో భావార్థక వాక్యాలతో వ్యతిరేకార్థక వాక్యాలను, ప్రశ్నార్థక వాక్యాలను తయారు చేయటం సులభం.

ఇప్పుడు Present Indefinite Tense ఉదాహరణకు తీసుకుందాం :

1. You write a letter (యు రైట్ ఎ లెటర్) మీరు ఉత్తరం రాస్తారు.
2. I read English (ఐ రీడ్ ఇంగ్లీష్) నేను ఇంగ్లీషు చదువుతాను.

ఇప్పుడు వీటి వ్యతిరేకార్థక, ప్రశ్నార్థక రూపాలు చూడండి :

వ్యతిరేకార్థము (Negative)	ప్రశ్నార్థకము (Interrogative)
1. You **do not** write a letter.	1. **Do** you write a letter?
2. I **do not** read English.	2. **Do** I read English?

ఈ వాక్యాల్లో Do అదనంగా చేర్చారు. ఈ Tense లో Do లేదా Does చేర్చినప్పుడు వ్యతిరేకార్థము లేదా ప్రశ్నార్థక వాక్యము ఏర్పడుతుంది. Do ను బహువచన వాచక కర్తతోను, Does ను ఏకవచన కర్తతోను ప్రయోగిస్తారు. అయితే I లేదా You ఈ రెండిటితోను Do ను ప్రయోగించాలి. Does ను ఎప్పుడూ వాడరాదు.

6 ఆరవ రోజు
6th Day

భూతకాలము (Past Tense)

ఆంగ్ల భాషలో భూతకాలాన్ని తెలిపే క్రియను కూడా వర్తమానకాలములో వలె నాలుగు విధాలుగా విభజించారు : **1. Ram studied.** (రామ్ స్టడీడ్), **2. Ram was studying.** (రామ్ వాస్ స్టడీయింగ్). **3. Ram had studied.** (రామ్ హాడ్ స్టడీడ్). **4. Ram had been studying since morning.** (రామ్ హాడ్ బీన్ సిటడీయింగ్ సిన్స్ మార్నింగ్). అంటే వరుసగా రామ్ చదివాడు, రామ్ అప్పుడు చదువుతున్నాడు, రామ్ చదివేసాడు, రామ్ ప్రొద్దుటినుండి చదువుతున్నాడు. **Ram studied —** రామ్ చదివాడు అంటే క్రియ పూర్తయిందని, అయితే అది ఎప్పుడు జరిగింది కచ్చితంగా తెలియదని అర్థం. **(Past Indefinite); Ram was studying —** రామ్ అప్పుడు చదువుతున్నాడు. అంటే, క్రియ కొనసాగింది కాని సమాప్తం కాలేదు. **(Past continuous); Ram had studied —** రామ్ చదివేశాడు. అంటే క్రియ చాలా ముందే పూర్తయింది. **(Past Perfect); Ram had been studying since morning —** (రామ్ ప్రొద్దుటి నుంచి చదువుతున్నాడు, అంటే ఇక్కడ క్రియ ఒక నిశ్చిత కాలంలో నడుస్తోంది **(Past Perfect Continuous)**.

E

— Did —

అధ్యాపకురాలు : నిన్న నీవు త్వరగా నిద్ర లేచావా?	**Teacher :** *Did* you get up early yesterday? డిడ్ యు గెట్ అప్ ఎర్లీ యస్టర్‌డే?
ఉమ : అవును మేడం, నిన్న నేను త్వరగా లేచాను.	**Uma :** Yes madam, I *did.* ఎస్ మేడం, ఐ డిడ్.
అధ్యాపకురాలు : నీవు నిన్న రొట్టె, వెన్న తిన్నావా?	**Teacher :** *Did* you have bread and butter? డిడ్ యు హావ్ బ్రెడ్ అండ్ బటర్?
ఉమ : అవును మేడం, తిన్నాను.	**Uma :** Yes madam, I *did* have. ఎస్ మేడం, ఐ డిడ్ హావ్.
అధ్యాపకురాలు : రజని మధ్యాహ్నం మీ ఇంటికి వచ్చిందా?	**Teacher :** *Did* Rajni come to you at noon? డిడ్ రజని కమ్ టు యు ఎట్ నూన్?
ఉమ : లేదండి, ఆమె రాలేదు.	**Uma :** No, she *didn't.* నో, షి డిడెన్ట్.
అధ్యాపకురాలు : ఈ వ్యాసం రాత్రి రాశావా?	**Teacher :** *Did* you write this essay at night? డిడ్ యు రైట్ దిస్ ఎస్సే ఎట్ నైట్?
ఉమ : నేను రాయలేదు, నా సోదరుడు రాశాడు.	**Uma :** No, I *didn't,* my brother did. నో, ఐ డిడెన్ట్, మై బ్రదర్ డిడ్.
అధ్యాపకురాలు : నువ్వు పాఠశాలకు వచ్చే ముందు నీ పడకను సరి చేసావా?	**Teacher :** *Did* you make your bed before coming to school? డిడ్ యు మేక్ యువర్ బెడ్ బిఫోర్ కమింగ్ టు స్కూల్?
ఉమ : అవును మేడమ్, నేను చేసాను.	**Uma :** Yes madam, I *did.* ఎస్ మేడమ్, ఐ డిడ్.
అధ్యాపకురాలు : నిన్న నీ పాఠాన్ని గుర్తు చేసుకున్నావా?	**Teacher :** *Did* you learn your lesson yesterday? డిడ్ యు లెర్న్ యువర్ లెసన్ యస్టర్‌డే?
ఉమ : లేదు, నేను చేయలేదు.	**Uma :** No, I *didn't.* నో, ఐ డిడెన్ట్.

F

— Was/Were —

అధ్యాపకుడు: నిన్న నువ్వు మార్కెట్‌కు వెళ్ళావా?	**Teacher :** *Were* you out shopping yesterday? వర్ యు ఔట్ షాపింగ్ యస్టర్‌డే?
రమేష్ : అవునండి, నేను మార్కెట్‌కు వెళ్ళాను.	**Ramesh :** Yes sir, I *was.* ఎస్ సర్, ఐ వాస్.
అధ్యాపకుడు: నువ్వు నడుస్తూ పుస్తకాన్ని చదవటంలేదూ?	**Teacher :** *Were* you not reading a book while walking? వర్ యు నాట్ రీడింగ్ ఎ బుక్ వైల్ వాకింగ్?
రమేష్ : అవునండి, చదువుతున్నాను.	**Ramesh :** Yes sir, I *was.* ఎస్ సర్, ఐ వాస్.
అధ్యాపకుడు: రమా కూడా నడుస్తూ పుస్తకం చదివిందా?	**Teacher :** *Was* Rama also reading while walking? వాస్ రమా ఆల్సో రీడింగ్ వైల్ వాకింగ్?
రమేష్ : లేదు, ఆమె వింటూ వచ్చింది.	**Ramesh :** No, she *was* just listening. నో, షి వాస్ జస్ట్ లిసనింగ్.
అధ్యాపకుడు: మీ ఇంట్లో మీ అత్తగారు పాటలు పాడుతుంటారా?	**Teacher :** *Was* your aunt singing at your house? వాస్ యువర్ ఆంట్ సింగింగ్ ఎట్ యువర్ హౌస్?
రమేష్ : కాదండి, పాట పాడింది మా చెల్లెలు.	**Ramesh :** No, it *was* my sister. నో, ఇట్ వాస్ మై సిస్టర్.
అధ్యాపకుడు: నువ్వు పేపరు చదువుతున్నావా?	**Radha :** *Were* you reading the newspaper? వర్ యు రీడింగ్ ది న్యూస్‌పేపర్?
రమేష్ : అవును, చదువుతున్నాను.	**Sudha :** Yes, I *was.* ఎస్, ఐ వాస్.

— Had —

కమల : నిన్న నువ్వు సినిమాకు వెళ్ళలేదా?	**Kamal :** *Had* you not gone to the cinema? హాడ్ యు నాట్ గాన్ టు ద సినిమా?
విమల : లేదు, నేను వెళ్ళలేదు.	**Vimal :** No, I *had* not. నో, ఐ హాడ్ నాట్.
రాము : ఏమిటి కొట్టు మూసేసాడా?	**Rama :** *Had* he closed the shop? హాడ్ హి క్లోస్డ్ ది షాప్?
రాధ : అవును, అతను కొట్టు మూసేసాడు.	**Radha :** Yes, he *had.* ఎస్, హి హాడ్.
రాము : నిన్నటిదాకా అతను నిన్ను కలుసుకోలేదా?	**Ram :** *Had* he not met you till yesterday? హాడ్ హి నాట్ మెట్ యు టిల్ యస్టర్‌డే?
శ్యాము : లేదు, కలుసుకోలేదు.	**Shyam :** No, he *hadn't.* నో, హి హడన్ట్.
రామన్ : నీవు నిన్న ఆటకు వెళ్ళలేదా?	**Raman :** *Had* you not gone to play yesterday? హాడ్ యు నాట్ గాన్ టు ప్లే యస్టర్‌డే?
సుధీర్ : లేదు, నిన్న నేను ఆటలకు వెళ్ళలేదు.	**Sudhir :** No, I *had* not. నో, ఐ హాడ్ నాట్.
సచిన్ : ఇంతకు ముందు రోహిత్‌ను ఎక్కడైనా కలిశావా?	**Sachin :** *Had* you met Rohit anywhere before? హాడ్ యు మెట్ రోహిత్ ఎనివేర్ బిఫోర్?
అనుజ్ : చూసాను, నేను రెండు సంవత్సరాల క్రితం సిమ్లాలో కలిశాను.	**Anuj :** Yes, I *had* met him in Shimla two years ago. ఎస్, ఐ హాడ్ మెట్ హిమ్ ఇన్ సిమ్లా టూ ఇయర్స్ ఎగో.
నీరజ్ : నువ్వు రైలు స్టేషన్‌కు వెళ్ళక ముందే రైలు వెళ్ళిపోయిందా?	**Neeraj :** *Had* the train left before you reached the station? హాడ్ ది ట్రైన్ లెఫ్ట్ బిఫోర్ యు రీచ్డ్ ది స్టేషన్?
సౌరభ్ : అవును, వెళ్ళి పోయింది.	**Saurabh :** Yes, it *had.* ఎస్, ఇట్ హాడ్.

సీమ : నువ్వు ఇంటికి వెళ్ళేసరికే మీ అమ్మగారు బజారుకు వెళ్ళిపోయారా?	**Seema :** *Had* your mother gone to market before you reached home? హాడ్ యువర్ మదర్ గాన్ టు మార్కెట్ బిఫోర్ యు రీచ్డ్ హోమ్?
మీరా : లేదు, ఆమె వెళ్ళలేదు.	**Meera :** No, she *hadn't.* నో, షి హాడన్ట్.

H

— Had been —

నరేష్ : నిన్న నువ్వు రెండు గంటల నుండి చదువుతున్నావా?	**Naresh :** *Had* you *been* studying for last two hours yesterday? హాడ్ యు బీన్ స్టడీయింగ్ ఫార్ లాస్ట్ టూ అవర్స్ యస్టర్‌డే?
రమేశ్ : అవును, ఎందుకంటే నేను నా పని పూర్తి చేసుకొని సినిమా వెళ్ళటానికి పథకం వేస్తున్నాను.	**Ramesh :** Yes, because I *had been* planning to see a film after finishing my work. ఎస్, బికాస్ ఐ హాడ్ బీన్ ప్లానింగ్ టు సీ ఎ ఫిల్మ్ ఆఫ్టర్ ఫినిషింగ్ మై వర్క్.
నరేష్ : కాని, నీతోపాటు రామ్ కూడా ఎందుకు చదువుతున్నాడు?	**Naresh :** But, why *had* Ram also *been* studying with you? బట్, వై హాడ్ రామ్ ఆల్సో బీన్ స్టడీయింగ్ విత్ యు?
రమేశ్ : ఎందుకంటే అతను కూడా నాతో పాటు సినిమాకు రావాలని అనుకున్నాడు.	**Ramesh :** Because, he *had* also *been* insisting on going with me for the film. బికాస్, హి హాడ్ ఆల్సో బీన్ ఇన్‌సిస్టింగ్ ఆన్ గోయింగ్ విత్ మి ఫార్ ది ఫిల్మ్.
నరేష్ : కానీ, నీ స్నేహితులతో పాటు ఎక్కడికో వెళుతున్నావని మీ అమ్మగారు అన్నారు?	**Naresh :** But, your mother was saying that you *had been* planning to go out with some friends. బట్, యువర్ మదర్ వాస్ సేయింగ్ వాట్ యు హాడ్ బీన్ ప్లానింగ్ టు గో ఔట్ విత్ సమ్ ఫ్రెండ్స్?
రమేశ్ : అవును, మొదట అలాగే అనుకున్నాము. తర్వాత కార్యక్రమాన్ని మార్చుకున్నాము.	**Ramesh :** Yes, previously we *had been* planning something of the sort, but later we changed our programme. ఎస్, ప్రీవియస్‌లీ వి హాడ్ బీన్ ప్లానింగ్ సమ్‌థింగ్ ఆఫ్ ది సార్ట్, బట్ లేటర్ వి ఛేంజ్డ్ అవర్ ప్రోగ్రాం.

గుర్తుంచుకోండి (Remember)

ఇప్పుడు మనం Past Tense లో భావార్థక (Affirmative) వాక్యాలను వ్యతిరేకార్థక (Negative), ప్రశ్నార్థక (Interrogative) వాక్యాలుగా మార్చవచ్చు. నియమం ఏమిటంటే, Past Indefinite Tense లో సహాయక క్రియ did ను చేర్చుతారు. Past Continuous Tense లో was, were. అదే విధంగా Past Perfect Tense లో వ్యతిరేకార్థక వాక్యాలలో had తర్వాత not చేర్చుతారు. ఇదే రీతిని ప్రశ్నార్థక (Interrogative) వాక్యాలలో ఇదే సహాయక క్రియలు did, was, were మరియు had వాక్యాల మొదట్లో వాడుతారు.

Affir: I ate bread and butter. (ఐ ఏట్ బ్రెడ్ అండ్ బటర్) నేను వెన్న, రొట్టె తిన్నాను.
Neg: I did not eat bread and butter. **Int:** Did I eat bread and butter?
Affir: You were reading a book. (యు వర్ రీడింగ్ ఎ బుక్) నీవు పుస్తకం చదువుతున్నావు.
Neg: You were not reading a book. **Int:** Were you reading a book?
Affir: You had read a book. (యు హాడ్ రెడ్ ఎ బుక్) నీవు పుస్తకం చదివావు.
Neg: You had not read a book. **Int:** Had you read a book?

7 ఏడవ రోజు
th Day

భవిష్యత్కాలము (Future Tense)

భవిష్యత్కాలంలోని క్రియలు కూడా ఆంగ్లంలో నాలుగు రకాలుగా ఉంటాయి. **1. Ram will study.** (రామ్ విల్ స్టడీ). **2. Ram will be studying.** (రామ్ విల్ బి స్టడీయింగ్). **3. Ram will have studied.** (రామ్ విల్ హావ్ స్టడీడ్). **4. Ram will have been studying since morning.** (రామ్ విల్ హావ్ బీన్ స్టడీయింగ్ సిన్స్ మార్నింగ్). వర్తమానకాలం, భూతకాలం, భవిష్యత్‌కాలం లాగే వీటిని క్రమంగా : **Future Indefinite, Future Continuous, Future Perfect** మరియు **Future Perfect Continuous** అని అంటారు.

I

— Will/Shall —

గోవింద్ :	నీవు ఆట ఆడతావా?	**Govind :** *Will* you play? విల్ యు ప్లే?
రామ్ :	లేదు, నేను ఆడను.	**Ram :** No, I *won't.* నో, ఐ వోన్ట్.
గోవింద్ :	నువ్వు రేపు వస్తావా?	**Govind :** *Will* you come tomorrow? విల్ యు కమ్ టుమారో?
రామ్ :	అవును, వస్తాను.	**Ram :** Yes, I *will.* ఎస్, ఐ విల్.
గోవింద్ :	రాత్రికి నువ్వు ఇక్కడే ఉంటావా?	**Govind :** *Will* you stay here tonight? విల్ యు స్టే హియర్ టునైట్?
రామ్ :	లేదు, నేను తిరిగి వెళ్ళిపోతాను.	**Ram :** No, *I'll* go back. నో, ఐ'ల్ గో బాక్.
గోవింద్ :	నువ్వు శుక్రవారం రాజాను కలుస్తావా?	**Govind :** *Will* you see Raja on Friday? విల్ యు సీ రాజా ఆన్ ఫ్రైడే?
రామ్ :	లేదు, నేను ఇంటిదగ్గర నీ కోసం ఎదురు చూస్తుంటాను.	**Ram :** No, *I'll* wait for you at home. నో, ఐ'ల్ వెయిట్ ఫర్ యు ఎట్ హోమ్.

J

— Will be/Shall be —

అమితాబ్ :	రేపు ఈ సమయానికి నీవు రైల్లో ఉంటావా?	**Amitabh :** *Will* you *be* in the train at this time tomorrow? విల్ యు బి ఇన్ ది ట్రైన్ ఎట్ దిస్ టైమ్ టుమారో?
రాకేశ్ :	అవును, ఈ సమయానికి నేను కాన్పూరుకు దగ్గరవుతుంటాను.	**Rakesh :** Yes, *I'll be* about to reach Kanpur at this time tomorrow. ఎస్, ఐ'ల్ బి అబౌట్ టు రీచ్ కాన్పూర్ ఎట్ దిస్ టైమ్ టుమారో.
అమితాబ్ :	రేపు ఈ సమయానికి మనం మాచ్ ఆడుతూ ఉంటామా?	**Amitabh :** *Shall* we not *be* playing a match at this time tomorrow? షల్ వుయ్ నాట్ బి ప్లేయింగ్ ఎ మాచ్ ఎట్ దిస్ టైమ్ టుమారో?
రాకేశ్ :	అవును, ఆడుతుంటాము.	**Rakesh :** Yes, we *will be.* ఎస్, వుయ్ విల్ బి.
అమితాబ్ :	మనం తరచూ సిమ్లాకు వస్తూ ఉండలేమా?	**Amitabh :** *Shall* we *be* coming to Shimla again and again? షల్ వుయ్ బి కమింగ్ టు సిమ్లా ఎగైన్ అండ్ ఎగైన్?
రాకేశ్ :	లేదు, రాము.	**Rakesh :** No, we *won't be.* నో, వుయ్ వోన్ట్ బి.

K

— Will have/Shall have —

మీనాక్షి : ఆమె వెళ్ళి ఉంటుందా?
Meenakshi : *Will* she *have* gone? విల్ షి హావ్ గాన్?

రజని : లేదు, ఆమె వెళ్ళి ఉండదు.
Rajni : No, she *won't have*. నో, షి వోన్ట్ హావ్.

మీనాక్షి : నువ్వు వచ్చే నెల లోగా కాల్కా నుండి తిరిగి రాగలవా?
Meenakshi : *Will* you *have* come back from Kalka by next month? విల్ యు హావ్ కమ్ బాక్ ఫ్రమ్ కాల్కా బై నెక్స్ట్ మన్త్?

రజని : అవును, అప్పటికి నేను అక్కడి నుండి తిరిగి వచ్చి ఉంటాను.
Rajni : Yes, *I'll have* come back by then. ఎస్, ఐ'ల్ హావ్ కమ్ బాక్ బై దెన్.

మీనాక్షి : రేపు ఈ సమయానికి నీ పరీక్ష అయిపోయి ఉంటుందా?
Meenakshi : *Will* you *have* taken your test by this time tomorrow? విల్ యు హ్యావ్ టేకెన్ యువర్ టెస్ట్ బై దిస్ టైమ్ టుమారో?

రజని : అవును, నేను నా జీవితంలో ఒక ముఖ్య అధ్యాయాన్ని ముగించి వుంటాను.
Rajni : Yes, I *will have* finished an important chapter of my life. ఎస్, ఐ విల్ హావ్ ఫినిష్డ్ ఆన్ ఇంపార్టెంట్ ఛాప్టర్ ఆఫ్ మై లైఫ్.

మీనాక్షి : మీ అన్నగారు కెనడా నుంచి తిరిగి వచ్చారా?
Meenakshi : *Will* your brother *have* returned from Canada? విల్ యువర్ బ్రదర్ హావ్ రిటర్న్డ్ ఫ్రమ్ కెనడా?

రజని : లేదు. ఆయన వచ్చి వుండరు.
Rajni : No, he *won't have.* నో, హి వోన్ట్ హావ్.

L

— Will have been/Shall have been —

ప్రభాత్ : నీవు రేపు ఈ వేళకు నిద్రపోతూ ఉంటావా?
Prabhat : *Will* you *have been* sleeping at this time tomorrow? విల్ యు హావ్ బీన్ స్లీపింగ్ అట్ దిస్ టైమ్ టుమారో?

సుధీర్ : లేదు, ఈ వేళకు చదువుతూ వుంటాను.
Sudhir : No, probably I *shall have been* studying at this time. నో, ప్రాబబ్లీ ఐ షల్ హావ్ బీన్ స్టడీయింగ్ ఎట్ దిస్ టైమ్.

ప్రభాత్ : మరి, నీ తమ్ముడు రాజీవ్ ఏమి చేస్తూ ఉంటాడు?
Prabhat : And, what *will* your brother, Rajiv *have been* doing? అండ్, వాట్ విల్ యువర్ బ్రదర్, రాజీవ్ హావ్ బీన్ డూయింగ్?

సుధీర్ : అతను సిమ్లాకు బయలుదేరడానికి తయారవుతూంటాడు.
Sudhir : He *will have been* preparing to leave for Shimla. హి విల్ హావ్ బీన్ ప్రిపేరింగ్ టు లీవ్ ఫార్ సిమ్లా.

గుర్తుంచుకోండి (Remember)

ఈ వాక్యాలను గమనించండి : (A) I shall not play. ఐ షల్ నాట్ ప్లే. (B) He will not play. హి విల్ నాట్ ప్లే. మొదటి వాక్యంలో 'I' తో పాటు shall వచ్చింది. రెండవ వాక్యంలో 'He' తో పాటు will వచ్చింది. ఇవి సాధారణంగా ప్రథమ పురుష భవిష్యత్కాలాన్ని సూచిస్తాయి. He, She, They, It, Ram మొ॥న మధ్యమ పురుషలో you తో పాటు will ప్రయోగిస్తారు. కాని, ఉత్తమపురుషలో I, We వాక్యాలతో పాటు Shall ప్రయోగిస్తారు. అయితే, I, We తో పాటు will మరియు He, She, It, They, You మొదలైన వాటితోపాటు shall ను ఉపయోగిస్తే దృఢనిశ్చయం ఉన్నట్టు అర్థమవుతుంది. ఉదా: (1) I will not play tomorrow. (2) You shall not return. వీటి అర్థం : 1. రేపు నేను ఆడదలచుకోలేదు. అంటే రేపు నేను బొత్తిగా ఆడను. 2. నీవు తిరిగి రానక్కరలేదు.

8 ఎనిమిదవ రోజు
8th Day

కొన్ని ముఖ్యమైన సహాయక క్రియలు (Some Important Helping Verbs)
Can, Could, May, Might, Must/Ought (to), Should/Would

ఇప్పటివరకు మూడు కాలాల (**Tenses**) క్రియలను అభ్యాసం చేశారు. అందులో కూడా సహాయక క్రియల (**Special Verbs** అంటే **Helping Verbs**) తోడ్పాటు పొందారు. పదండి, ఇప్పుడు మరి కొన్ని సహాయక క్రియలను అభ్యసిద్దాము. **Can** (కెన్) మరియు **May** (మే) కూడా సహాయక క్రియలే. అంటే, 'చేయగలగటం'లో అర్థ భేదాలున్నాయి. ఈ క్రింది వాక్యాలను మీరు శ్రద్ధగా పరిశీలిస్తే దీనిని స్వయంగా గ్రహించగలుగుతారు. **'Could'**, **Might** అన్నవి **Can, May** అనే పదాలకు, **Should, Would** అనే పదాలు క్రమంగా భూతకాలం రూపాలు. వీటి ప్రయోగాలను చూచి వీటిలోని భేదాన్ని గుర్తించి అభ్యసించండి.

— Can —

రజని : నీవు సితార్ వాయించగలవా? — **Rajni :** *Can* you play sitar? కెన్ యు ప్లే సితార్?

శశి : అవును, నేను పిల్లనగ్రోవి కూడా వాయించగలను. — **Shashi :** Yes, I *can* play the flute as well. ఎస్, ఐ కెన్ ప్లే ది ఫ్లూట్ యాస్ వెల్.

రజని : నువ్వు నా పుస్తకాలు తిరిగి ఇస్తావా? — **Rajni :** *Can* you return my books? కెన్ యు రిటర్న్ మై బుక్స్?

శశి : లేదు, వాటిని ఇప్పుడే తిరిగి ఇవ్వలేను. — **Shashi :** No, I *can't* return them yet. నో, ఐ కాన్ట్ రిటర్న్ దెమ్ యెట్.

రజని : నీవు సంస్కృతం చదవగలవా? — **Rajni :** *Can* you read Sanskrit? కెన్ యు రీడ్ సంస్కృత్?

శశి : అవును, చదవగలను. — **Shashi :** Yes, I *can.* ఎస్, ఐ కెన్.

— May —

విద్యార్థి : నేను లోపలికి రావచ్చా? — **Student :** *May* I come in, sir? మే ఐ కమ్ ఇన్ సర్?

అధ్యాపకుడు : ఆఁ, రావచ్చు. — **Teacher :** Yes, you *may.* ఎస్, యు మే.

విద్యార్థి : నేను బాలల సభకు పోవచ్చునాండి? — **Student :** *May* I attend Bal Sabha, sir? మే ఐ అటెండ్ బాల్ సభా, సర్?

అధ్యాపకుడు : అవశ్యం/సంతోషంగా. — **Teacher :** Yes, with great pleasure/of course. ఎస్, విత్ గ్రేట్ ప్లెజర్/ఆఫ్ కోర్స్.

విద్యార్థి : నేను సురేష్ వెంట వెళ్ళచ్చాండి? — **Student :** Sir, *may* I accompany Suresh? సర్, మే ఐ ఎకంపెనీ సురేష్?

అధ్యాపకుడు : వీల్లేదు, ముందు నీ పని పూర్తి చేస్తే మంచిది. — **Teacher :** No. You better finish your work first. నో, యు బెటర్ ఫినిష్ యువర్ వర్క్ ఫస్ట్.

— Could —

రాజు : ఈ పని నీవు ఒకడివే చేయగలవా? — **Raju :** *Could* you do this work alone? కుడ్ యు డూ దిస్ వర్క్ అలోన్?

సురేష్ : లేదు, దాన్ని ఒంటిగా చేయలేను. — **Suresh :** No, I *couldn't.* నో, ఐ కుడన్ట్.

రాజు : సమయానికి ఆమె నీకు సహాయం చేయగలిగిందా?	**Raju :** *Could* she help you in time? కుడ్ షి హెల్ప్ యు ఇన్ టైమ్?
సురేష్ : అవును, ఆమె చేసింది.	**Suresh :** Yes, she *could.* ఎస్, షి కుడ్.
రాజు : నా కోసం ఒక గ్లాసు మంచినీళ్ళు తెస్తావా?	**Raju :** *Could* you bring me a glass of water? కుడ్ యు బ్రింగ్ మి ఎ గ్లాస్ ఆఫ్ వాటర్?
సురేష్ : సంతోషంగా తెస్తాను.	**Suresh :** With pleasure. విత్ ప్లెషర్.

— Might/Must/Ought (to)/Would/Should —

సోహన్ అతనికి సహాయం చేసి ఉండవచ్చు.	Sohan *might* have helped him. సోహన్ మైట్ హావ్ హెల్ప్డ్ హిమ్.
బహుశాః అతను ఇక్కడికి వచ్చి ఉండవచ్చు.	He *might* have come here. హి మైట్ హావ్ కమ్ హియర్.
అతని పెళ్ళికి నేను తప్పక వెళ్ళాలి.	I *must* attend his marriage. ఐ మస్ట్ అటెండ్ హిస్ మేరేజ్.
10 గంటలలోగా ఇంటికి తప్పక వెళ్ళాలి.	I *must* reach home by 10 o'clock. ఐ మస్ట్ రీచ్ హోమ్ బై 10 ఓ'క్లాక్.
మనకన్నా చిన్నవారిని మనం ప్రేమతో చూడాలి.	We *ought* to love our youngsters. వుయ్ ఎట్ టు లవ్ అవర్ యంగర్స్.
దయచేసి ఈ ఉత్తరాన్ని పోస్ట్ చేసిపెట్టారా?	*Would* you post this letter, please? వుడ్ యు పోస్ట్ దిస్ లెటర్ ప్లీస్?
నువ్వు క్రమం తప్పకుండా తరగతులకు హాజరు కావాలి.	You *should* attend the class more regularly. యు షుడ్ అటెండ్ ది క్లాస్ మోర్ రెగులర్లీ.

గుర్తుంచుకోండి (Remember)

1. (a) Can I walk? — (a) May I walk?
   (b) Can you do this job? — (b) May I do this job?
   (c) Can you sing a song? — (c) May I sing a song?

   పైన Can ను ఉపయోగింపబడిన వాక్యాలలో శక్తి, సామర్థ్యం వంటి భావాలున్నాయి. May ఉపయోగించిన వాక్యాలలో అనుమతి, ఆజ్ఞ లేక కోరిక మొదలైన భావాలు ప్రకటితమౌతాయి. Can I walk? అంటే, నడవగలనా? May I walk? అంటే అనుమతి పొందటమన్నమాట.

   అక్కడక్కడా May అనే అర్థంలో Can కూడా కొందరు వాడతారు. మామూలుగా మాటలాడటంలో చెల్లిపోయినా, ఇది సరయిన వాడుక కాదు.

2. ముందు చెప్పినట్లు could, might అనే పదాలు can, may ల భూతకాల రూపాలు. ఇదే రీతిగా ought మరియు should వాక్యాలు కూడా కర్తవ్య భావనను వ్యక్తం చేస్తాయి. ఈ పదాల అర్థాన్ని, వాక్యాలలో తగిన అర్థం స్ఫురించేట్టు వాడటం నేర్చుకోవాలి.

9 తొమ్మిదవ రోజు th Day

ఆజ్ఞా వాచక మరియు ప్రార్థనా వాక్యాలు (Sentences of Order and Request)

క్రింద కొన్ని ఆజ్ఞలు, ప్రార్థనా వాచక వాక్యాలు ఉన్నాయి. వీటిని ఆజ్ఞావాచక వాక్యాలు అంటే **imperative mood** లోని వాక్యాలు అని అంటారు. సరయిన 'మూడ్' **(Mood)** లో ఏ 'టెన్స్' **(Tense)** అక్కరలేదు. క్రియా **(Verb)** పదాల రూపముతోనే వాక్యము రూపొందుతుంది. వీటిని చాలా సులభంగా అభ్యాసం చేయవచ్చు.

ఆజ్ఞా వాచక క్రియలు (Imperative Mood)

A

1.	ముందు చూడండి.	Look ahead. లుక్ ఎహెడ్.
2.	ముందుకు సాగండి.	Go ahead. గో ఎహెడ్.
3.	నిదానంగా తోలండి.	Drive slowly. డ్రైవ్ స్లోలీ.
4.	నీ పని నీవు చూసుకో.	Mind your own business. మైండ్ యువర్ ఓన్ బిజినెస్.
5.	వెనక్కు వెళ్ళు.	Go back. గో బాక్.
6.	అతన్ని/ఆమెను జాగ్రత్తగా చూసుకో.	Take care of him/her. టేక్ కేర్ ఆఫ్ హిమ్/హర్.
7.	కాస్త విను.	Just listen. జస్ట్ లిసన్.
8.	త్వరగా రా.	Come soon. కమ్ సూన్.
9.	నన్ను చూడనీ.	Let me see. లెట్ మీ సీ.
10.	తయారవు.	Be ready. బి రెడీ.
11.	ఒక ప్రక్కకు వెళ్ళు.	Move aside. మూవ్ ఎసైడ్.
12.	ఆలోచించి మాట్లాడు.	Think before you speak. థింక్ బిఫోర్ యు స్పీక్.
13.	తప్పకుండా రా.	Do come. డూ కమ్.

B

14.	అతని/ఆమె గురించి నాకు తెలియజేయి.	Inform me about her/him. ఇన్‌ఫామ్ మి అబౌట్ హర్/హిమ్.
15.	పరాచకాలాడవద్దు.	Don't cut jokes. డోన్ట్ కట్ జోక్స్.
16.	అసంగతంగా మాట్లాడవద్దు.	Don't talk nonsense. డోన్ట్ టాక్ నాన్‌సెన్స్.
17.	ఏమనుకోవద్దు.	**Never mind.** నెవర్ మైండ్.
18.	నన్ను ఒంటరిగా విడిచిపెట్టు.	**Leave me alone.** లీవ్ మి ఎలోన్.
19.	వెళ్ళనీ.	**Let it be.** లెట్ ఇట్ బి.
20.	కాస్త గమనించు.	Have a heart. హావ్ ఎ హార్ట్.
21.	కాస్త ఆగు/నిలువు.	**Hold on.** హోల్డ్ ఆన్.

22. ఎప్పుడూ మరువవద్దు. Never forget. నెవర్ ఫర్గెట్.

23. విచారించకండి. **Don't worry.** డోన్ట్ వర్రీ.

C

24. మరలా ప్రయత్నించండి. Please try again. ప్లీస్ ట్రై ఎగైన్.

25. దయచేసి కాసేపు ఆగండి. Please wait a bit. ప్లీస్ వెయిట్ ఎ బిట్.

26. దయచేసి లోపలికి రండి. **Please come in.** ప్లీస్ కమ్ ఇన్.

27. దయచేసి కూర్చోండి. **Please be seated.** ప్లీస్ బి సీటెడ్.

28. దయచేసి జవాబివ్వండి. Please reply. ప్లీస్ రిప్లై.

29. దయసేసి కాసేపు ఆగండి. Please stay a little longer. ప్లీస్ స్టే ఎ లిటిల్ లాంగర్.

30. దయచేసి నన్ను కంగారు పెట్టకండి. **Please don't embarrass me.** ప్లీస్ డోన్ట్ ఎంబారస్ మీ.

31. మీ ఇష్ట ప్రకారమే. As you like./As you please. యాస్ యు లైక్./యాస్ యు ప్లీస్.

32. మళ్ళీ రండి. **Do come again.** డూ కమ్ ఎగైన్.

D

33. అసలు సంగతికి రండి/డొంక తిరుగుడు మాటలు కట్టిపెట్టండి. Come to the point, don't beat about the bush./Stop rambling and come to the point. కమ్ టు ది పాయింట్, డోన్ట్ బీట్ అబౌట్ ది బుష్./స్టాప్ రాంబ్లింగ్ అండ్ కమ్ టు ది పాయింవ్.

34. పిచ్చిగా మాట్లాడకు. **Don't be silly.** డోన్ట్ బి సిల్లీ.

35. ఈ మోతాదు తీసుకో. Take this dose. టేక్ దిస్ డోస్.

36. నా వెంట రా. Follow me./Come with me. ఫాలో మి./కమ్ విత్ మి.

37. పని వేళలో పని, ఆట వేళలో ఆట. Work while you work, and play while you play. వర్క్ వైల్ యు వర్క్ అండ్ ప్లే వైల్ యు ప్లే.

38. అదను చూసి పని చేయి/ఇనుము వేడిగా ఉన్నప్పుడే సాగదీయి. Strike the iron when it is hot. స్ట్రైక్ ది ఐరన్ వెన్ ఇట్ ఈస్ హాట్.

39. ఇక్కడి నుంచి వెళ్ళు. Vacate the place. వెకేట్ ది ప్లేస్.

40. తప్పుగా భావించకు. Never mind. నెవర్ మైండ్.

41. మీ మాటలను అదుపులో పెట్టండి. Hold your tongue./Mind your words. హోల్డ్ యువర్ టంగ్./మైండ్ యువర్ వర్డ్స్.

42. దానిని ఫ్యాక్స్ చేయి. **Fax it.** ఫ్యాక్స్ ఇట్.

E

43. దయచేసి అప్పుడప్పుడు కలుస్తుండండి. Please keep in touch. ప్లీస్ కీప్ ఇన్ టచ్.

44. మీరు ఆత్మవిశ్వాసం పెంచుకోవాలి. Have faith in yourself. హ్యావ్ ఫెయిత్ ఇన్ యువర్‌సెల్ఫ్.

45. నీ పని నువ్వు చూసుకో. Mind your own business. మైండ్ యువర్ ఓన్ బిజినెస్.

46. మీ మనసులోని మాట చెప్పండి. Speak your mind. స్పీక్ యువర్ మైండ్.

47. దయచేసి జంకు పడవద్దు. Please don't be formal. ప్లీస్ డోన్ట్ బి ఫార్మల్.

48. ఈ పాకెట్టును కొరియర్‌లో పంపండి. Send this packet by courier. సెండ్ దిస్ పాకెట్ బై కొరియర్.

49. నిండు మనసుతో దానం చేయండి. Donate generously. డొనేట్ జనరస్‌లి.

50. దయతో నాకు సహాయం చేయండి. Please help me. ప్లీస్ హెల్ప్ మి.

51. జాగ్రత్తగా ఉండండి. Be careful. బి కేర్‌ఫుల్.

52. కాస్త చెయ్యి అందించండి. Lend me a hand please. లెండ్ మి ఎ హాండ్ ప్లీస్.

53. అర్థం చేసుకోవడానికి ప్రయత్నించండి. Try to understand. ట్రై టు అండర్‌స్టాండ్.

గుర్తుంచుకోండి (Remember)

1. is, are, am, was, were, has, had, will, would, shall, should, can, could, may, do, did, might మొదలైనవి వాక్యం మొదట్లో వస్తే, అవి ప్రశ్నార్థకాలవుతాయి. మధ్యలో (Subject తర్వాత) వస్తే, సామాన్య వాక్యాలవుతాయి. ఉదాహరణకు :

A	B
(1) Am I a fool?	I am not a fool.
(2) Were those your books?	Those were your books.
(3) Can I walk for a while?	You can walk for a while.
(4) May I come in?	You may come in.

2. Do, Did స్వాభావికంగా సహాయక క్రియలు కావు. ఈ క్రింది సామాన్య వాక్యాలను జాగ్రత్తగా గమనించండి :-

(1) నేను ఉదయం త్వరగా నిద్ర లేస్తాను. I get up early in the morning.

(2) నేను ఉదయం త్వరగా నిద్ర లేచాను. I got up early in the morning.

ఇప్పుడు వీనిని వ్యతిరేకార్థాలుగా (Negative) మార్చండి :

(3) నేను ఉదయం త్వరగా నిద్ర లేవను. I do not get up early in the morning.

(4) నేను ఉదయం త్వరగా నిద్ర లేవలేదు. I did not get up early in the morning.

వ్యతిరేకార్థక వాక్యాలను చేసేందుకు do not లేదా did not అనే పదం చేర్చవలసి ఉంటుంది. ప్రశ్నార్థక వాక్యం చేసేందుకు do లేదా did అనే పదంతో వాక్యాన్ని ప్రారంభించాలి. ఉదా. :-

(5) నేను ఉదయం త్వరగా నిద్ర లేస్తానా? Do I get up early in the morning?

(6) నేను ఉదయం త్వరగా నిద్ర లేచానా? Did I get up early in the morning?

10 పదవ రోజు th Day

మీరు అనర్గళంగా, నిస్సంకోచంగా, శుద్ధమైన, స్పష్టమైన ఇంగ్లీష్ మాట్లాడటానికి ఆశిస్తారు. అదే ఆశయమే రాపిడెక్స్ ఇంగ్లీష్ స్పీకింగ్ కోర్సుది కూడా. అందుకోసం ఈ క్రింద కొన్ని సలహాలను సూచిస్తున్నాము. వాటిని అభ్యసించి మీరు త్వరగా చాలా సులభంగా ఇంగ్లీష్ భాషను నేర్చుకోవచ్చు. మీలో ఆత్మ విశ్వాసం పెరుగుతుంది.

1. సంభాషణకు ఒక స్నేహితుడిని పిలుచుకోండి. శ్రద్ధతో రాపిడెక్స్‌లో ఇవ్వబడిన వాక్యాలను చదవండి. ఇవ్వబడిన నిబంధనలను జాగ్రత్తగా గమనించండి. ఇప్పుడు స్నేహితులతోపాటు మాట్లాడటానికి ప్రయత్నించండి. మాటలను ప్రశ్నలు -జవాబుల రూపంలో మొదలుపెట్టండి. తప్పులు దొర్లవచ్చు. కాని, నిరాశ పడవద్దు. ఒకరి తప్పులు మరొకరు తెలుపుకొని సరి దిద్దుకోవడానికి ప్రయత్నించండి. క్రమేపీ తప్పులు దొర్లటం తగ్గి, సంభాషణలో వృద్ధి చేకూరుతుంది.

2. అద్దం ముందు నిలబడి వాక్యాలను చదవండి. స్పష్టమైన భావంతో పదే పదే మాట్లాడండి. స్పష్టమైన ఉచ్చారణతో మరల మరల పలకండి. ఈ విధంగా మీలో సంభాషణ మెరుగుపడటమే కాకుండా మీకు ధైర్యం కూడా కలుగుతుంది.

ఈ పదవ రోజు పాఠంలో కొన్ని పరీక్షలు (Tests) లు మరియు కొన్ని అభ్యాసాలు (Exercies) లను ఇచ్చాము. వీటిని మీరు బాగా అభ్యసిస్తే మీకే తెలుస్తుంది, మీలో కలిగిన ప్రగతి.

అభ్యాస పట్టికలు (Drill Tables)

పట్టిక [Table]—1

1	2	3
He She	is	ready. hungry.
I	am	thirsty.
They You We	are	tired.

పట్టిక [Table]—2

1	2	3
He She I	was	rich. poor.
They You We	were	pleased. sorry.

(i) పట్టిక 1, పట్టిక 2 చూచి 24 వాక్యాలు పలకండి. ఇంకొకసారి వాక్యాలు పలికి, వాటి అర్థం ఏమిటో మరొకరికి చెప్పండి.

(ii) పై రెండు పట్టికలలో 48 భావాత్మక వాక్యాలున్నాయి (Affirmative). వీటిని వ్యతిరేకార్థకాలుగా చేయడానికి మీరేమి చేయాలి? - is, am, are, was, were క్రియల తర్వాత not చేర్చాలి. ఉదాహరణకు : She is not ready, ఈ విధంగా రెండు పట్టికల నుండి మీరు వ్యతిరేకాత్మక వాక్యాలు తయారు చేయండి.

(iii) పట్టిక 2 లోని భావాత్మక (Affirmative), ప్రశ్నార్థక (Interrogative) వాక్యాలను తయారు చేయండి.

పట్టిక [Table]—3

1	2	3
The boy His friends	did not can may must not ought to should will cannot	use this train. do as I say. go for hunting. enter the cave.

ఎగువ కనబరచిన పట్టిక-3 లో 64 వాక్యాలున్నాయి. ఈ వాక్యాలను మీ మిత్రులకు చదివి వినిపించండి.

పట్టిక [Table]—4

1	2
(i) Be	day after tomorrow?
(ii) Go	Sanskrit?
(iii) Have you written	Ramesh, sir?
(iv) Did you wake up	this problem?
(v) Will you come	at once.
(vi) Can you read	to Radha?
(vii) May I accompany	early yesterday?
(viii) Could Rama solve	your own business.
(ix) Mind	ready.
(x) Don't	befool me.

పట్టిక-4 లో వాక్యాలను రెండుగా విడగొట్టి 1వ, 2వ వరుసలలో ఇచ్చారు. ఈ వాక్యాలు మీ ఇదివరకటి పాఠాలలోనివే. సరయిన అర్థం వచ్చేట్టు వాటిని జతపరచండి. ఆ తర్వాత వాటిని తెలుగులోకి అనువదించండి.

అభ్యాసము (Practice)

మొదటి రోజు

1. ఈ వాక్యాలలోని తప్పులను సవరించండి, వాక్యాలను అభ్యసించండి :
   1. Good night uncle, how are you? (సాయంత్రం 6 గంటలకు)
   2. Is he your cousin brother?
   3. She is not my cousin sister.
   4. Good afternoon, my son. (ఉదయం 9 గంటలకు)
   5. Good morning, mother. (మధ్యాహ్నం 2 గంటలకు)

2. ఈ వాక్యాల ఆంగ్లము, తెలుగు రూపాలను జాగ్రత్తగా గమనించి, ఆంగ్లము, తెలుగు వాక్యాల వచనములో (Number) తేడా ఏమిటో కనిపెట్టండి :-

1. నాన్నగారు వచ్చారు.	Father **has** come.
2. శర్మగారు ఇప్పుడిప్పుడే వెళ్ళారు.	Mr. Sharma **has** just left.
3. వారు మిమ్ములను మళ్ళీ పిలిచారు.	**He** has called **you** again.

తేడా ఏమిటో మీరు గమనించారా? తెలుగులో 'నాన్నగారు వచ్చారు' అనే దానికి ఆంగ్లంలో 'Father has come' (నాన్న వచ్చాడు) అని అనువాదం వస్తుంది. ఇదే రీతిని రెండవ, మూడవ వాక్యాలలో కూడా 'గారు', 'వెళ్ళారు', 'వారు', 'మిమ్ములను'

- ఇవన్నీ ఒక వ్యక్తికి (నాన్న, నీవు) సంబంధించినవి. ఇవి బహువచనాలు కావు. అందువలన తెలుగు నుండి ఆంగ్లములోనికి వాక్యాలను మార్చినప్పుడు మర్యాద సూచక వాక్యాలను మనసులోనే మార్చండి. శ్రీ శర్మ ఇప్పుడిప్పుడే వెళ్ళాడు. ఆయన నిన్ను పిలిచారు. ఆ తర్వాత ఈ వాక్యాన్ని ఆంగ్లంలోకి మార్చటంలో ఇబ్బంది ఉండదు. చూడండి (Tail Box).

రెండవ రోజు

3. మర్యాద సూచకమైన కొన్ని మాటలు నేర్చుకోండి :
   (a) మీరెవరి ఇంటికయినా వెళ్ళినప్పుడు వారు మిమ్ములను చాలా ఆదరించినప్పుడు మీరు ఈ మాటలు అంటారు - Thanks for your hospitality. (మీ ఆదరణకు ధన్యవాదాలు).

   (b) I **am** very grateful to you. I **shall be** very grateful to you. You **have been** a great help. ఈ మూడు వాక్యాలను చదివి చూడండి. వీటిలో తేడా ఏమిటి? ఈ మాటలు ఎవరు అనవలసినవి?

   మీరు కోరిన తర్వాత ఎవరయినా మీకు ఏదో ఒక పని చేసిపెట్టినట్టయితే మీరు మనసారా ధన్యవాదాలు చెప్పదలిస్తే 'I am very grateful to you' (నేను మీకు సదా కృతజ్ఞుడను) అనాలి. You have been a great help (మీరు నాకు చాలా సహాయపడ్డారు).

   ఎవరయినా మీకు ఏదయినా పని చేసిపెట్టారనుకోండి అప్పుడు 'I shall be very grateful to you' (నేను మీకు చాలా కృతజ్ఞుడను) ఇని చెప్పాలి.

   (c) ఎవరయినా మిమ్ములను ముఖస్తుతి చేయడం ప్రారంభిస్తే, మీరు ఈ విధంగా అనాలి - Oh, I don't deserve this praise. (ఇంతటి ప్రశంసకు నేను తగను).

మూడవ రోజు

4. ఈ మాటలను శ్రద్ధగా గమనించండి - (a) God, gods; (b) good, goods, ఇవి రెండు జతలు. God (గాడ్) అంటే భగవంతుడు. Gods (గాడ్స్) అంటే దేవతలు. Good అంటే (మంచిది). goods అంటే (సామాను లేక సరుకు).

5. ఈ పదాలను నిఘంటువులో చూడండి. అర్థం తెలుసుకోండి - Marvellous, Splendid, Disgraceful, Absurd, Excellent, Nonsense.

6. ఈ పదాల అర్థాన్ని గ్రహించండి. అంటే ఇవి ఏయే భావాన్ని ప్రకటిస్తాయో చూడండి - Nasty, Woe, Hello, Hurrah.

నాలుగవ రోజు

7. ఈ వాక్యాలను గమనించండి - (a) Well begun, half done. (b) To err is human, to forgive divine. (c) Thank you. (d) Just coming. ఈ వాక్యాలు సంక్షిప్తంగా ఉన్నాయి. a, b వాక్యాలలో is క్రియాపదం లేదు. c, d వాక్యాలలో కర్త లేదు. వాడుకలో ఈ వాక్యాలు అలాగే చెల్లుబడి అవుతాయి. ఇవి సంక్షిప్త రూపంలోనివయినా సంపూర్ణ వాక్యాలలాగే పని చేస్తాయి. ఇంగ్లీషులో ఇలాంటి పదాలను elliptical sentences అని అంటారు. ఇలాంటి పదాలు ఇంగ్లీషులో చాలా వాడుకలో ఉన్నాయి.

8. Just coming. నాలుగవ రోజు పాఠంలో మొదటి వాక్యంలో ఈ అర్థం ఉంది. 'నేను ఇప్పుడిప్పుడే వస్తున్నాను' ఈ వాక్యానికి 'అతను ఇప్పుడే వస్తున్నాడు' అని అర్థం చెప్పకూడదా? అని మీరు అంటారేమో. సరే ఇది చూడండి. ఎవరయినా మీ ఇంటికి వచ్చి మీ సోదరుని గురించి అడిగారనుకోండి. మీరు లోపల మీ సోదరుడికి చెప్పి వచ్చి, 'Just coming' అని అంటారు. దీని సంపూర్ణ వాక్యం ఈ విధంగా ఉంటుంది - 'He is just coming'.

ఐదవ రోజు

9. ఈ వాక్యాలను జాగ్రత్తగా గమనించండి - (i) You speak English. (ii) Do you speak English? మొదటిది భావాత్మక (Positive) వాక్యం. రెండవది ప్రశ్నార్థకము (Interrogative).

   మొదటి వాక్యంలో 'do' అనే క్రియ (special verb) (సహాయక) క్రియను మొదట కలిపినట్టయితే ఇది ప్రశ్నార్థక వాక్యమయింది. ఇదే రీతి do, does క్రియలు (special verb) లను చేర్చి, ప్రశ్నార్థక వాక్యాలుగా మార్చండి. వాటి అర్థాన్ని తెలుగులో కూడా వ్రాయండి.

   (1) You go to school. (2) You play hockey. (3) She is back from office at 6 p.m. (4) Mother takes care of her children. (5) They go for a morning walk. (6) I always work hard.

10. 11వ ప్రశ్నలో ముద్రించిన భావాత్మక వాక్యాలను తెలుగులోకి అనువదించండి.

11. వర్తమానకాలంలో ఇతర Special verbs (సహాయక) is, am, are, has, have. ఈ క్రింది వాక్యాలలో వీటిని ప్రయోగించటం జరిగింది :

(i)	The moon *is* shining.	*Is* the moon shining?
(ii)	We *are* listening to you.	*Are* we listening to you?
(iii)	*My* father *has* gone out.	*Has* my father gone out?
(iv)	I *have* seen it.	*Have* I seen it?

ఎదురుబదురుగా ఉన్న వాక్యాలను చూడండి. భావాత్మకము Positive నుండి ప్రశ్నార్థకంగా (Interrogative) ఇవి ఎలా మారాయో చూడండి. ఎందుకంటే is, are, am, has, have - ఇవన్నీ special verbs. వాక్యాలలో అన్నిటికన్నా ముందు ప్రత్యేకంగా వాడుతూ రాసేటప్పుడు ఆఖరున ప్రశ్నార్థకాన్ని జత చేస్తారు. మాటలాడేటప్పుడు స్వరం ప్రశ్నార్థకంగా ఉంటుంది.

ఇప్పుడు పై ఎనిమిది వాక్యాలను తెలుగులోకి అనువదించి చదవండి.

12. క్రింది వాక్యాలను ప్రశ్నార్థకంగా మార్చండి. ఆ తర్వాత వాటిని తెలుగులోకి అనువదించండి :

(1) Someone *is* knocking at the door. (2) Your friends *are* enjoying themselves. (3) I *am* reading a comic. (4) It *is* Friday today. (5) Your hands *are* clean. (6) The train *has* just arrived. (7) We *have* studied English. (8) It *has* rained for two hours. (9) They *have* gone to bed. (10) You *have* already finished your dinner.

ఆరవ రోజు నుండి తొమ్మిదవ రోజు వరకు

13. ఆంగ్లంలో 24 సహాయక క్రియలు (Helping Verbs) ఉన్నాయి :

(i) do, does, did, is, are, am, was, were, has, have, had, will, shall; (ii) would, should, can, could, may, might, must, ought (to); (iii) need, dare, used (to)

(i) మొదటి 13 క్రియలు ఎప్పుడూ Tenses లో పనికి వస్తాయి. వీటి ప్రయోగాన్ని మీరు అయిదవ, ఆరవ, ఏడవ రోజుల పాఠాల్లో చూడవచ్చు.

(ii) would, should, could మరియు might మొదలైన వాక్యాల పరిచయం ఎనిమిదవ రోజులో ఇవ్వబడ్డాయి.

ఈ క్రియలన్నీ ప్రధాన క్రియలకు సహాయం చేస్తాయని మీరు క్రితమే తెలుసుకున్నారు. ఉదాహరణకు — I may go. ప్రశ్నార్థక (Interrogative) వాక్యాలుగా చేయాలని అనుకుంటే ఇవి వాక్యం మొదట్లో వస్తాయి. ఎలాగంటే — May I go? అవుతుంది. వ్యతిరేకార్థక (Negative) వాక్యాలుగా చేయాలనుకుంటే ఈ సహాయక క్రియల తర్వాత, ప్రధాన క్రియలకు ముందు not చేర్చవలసి ఉంటుంది. ఇలా— I may not go.

14 ఈ క్రింద చూపిన ప్రశ్నార్థకాలను తెలుగులోకి అనువదించండి :-

(1) Must I tell you again? (2) Must she write first? (3) Can't you find your book? (4) Could they repair it for me? (5) Could you show me the way? (6) Won't she be able to get the cinema tickets? (7) Won't you be able to come to see us? (8) Should he go to bed early? (9) Should not the rich help the poor? (10) Dare I do it? (11) Need you be told to be careful? (12) May I leave the room? (13) May I accompany you? (14) Should I ask him first? (15) Would you wait for a few minutes? (16) Did he give you money often?

15. Must, ought, need, dare, used (to) ఈ సహాయక క్రియలు (special verbs) ఇతర క్రియలతో సమానంగానే ఉపయోగపడతాయని మీరు తెలుసుకున్నారు.

ఈ దిగువ చూపిన భావాత్మక (Positive), వ్యతిరేకార్థక (Negative) వాక్యాలను అనువదించటంతో పాటు ఈ క్రియలను ఉపయోగించటమెలాగో జాగ్రత్తగా గమనించండి :

(1) I need a towel. (2) She needn't go to the bank. (3) You needed rest, didn't you? (4) I might go to Qutub Minar? (5) You needn't worry. (6) I ought to sleep now. (7) You needn't go there. (8) I must save money. (9) There isn't any need to discuss this. (10) He won't attend the meeting, will he?

16. ఈ క్రింద కొన్ని ప్రశ్నలను, వాటికి సంక్షిప్తంగా జవాబులను ఇచ్చాము. వీటిని అభ్యాసం చేయండి. దీనితో మీకు తెలియని కొన్ని ప్రశ్నలకు జవాబులు ఇవ్వగలుగుతారు :

	ప్రశ్న (Question)	సంక్షిప్త సమాధానం (Short Answer)
(1)	Can you speak correct English?	No, I can't.
(2)	Will you speak to her?	No, I won't.

(3) Could they have gone there alone? — Yes, they could have.
(4) Should I wait for you at the station? — No, you shouldn't.
(5) Does she tell a lie? — No, she doesn't.
(6) Do you speak the truth? — Yes, I do.
(7) May we go now? — Yes, you may.
(8) Weren't you off to the market? — Yes, I was.
(9) Hadn't she finished her work? — Yes, she had.
(10) Must they work hard? — No, they mustn't.

17. ఈ ప్రశ్నలకు జవాబు రెండు విధాలుగా ఇవ్వవచ్చు-1. సంపూర్ణ (Complete) రూపము. 2. సంక్షిప్త (Short) రూపము :

Q. Do you read English? (Question)

A. Yes, I read English. (Complete Answer)

A. Yes, I do. (Short Answer).

మామూలుగా అంటే మరీ పని తొందరలో లేకపోతే, సంపూర్ణ వాక్యాలలో (Complete answer) సమాధానాలిస్తాము. పని తొందరలో ఉన్నప్పుడు ఫోన్‌లో మాట్లాడుతున్నప్పుడుగానీ, దుకాణంలో కొనటానికి వచ్చిన వారికి గానీ క్లుప్తంగా (Short answers) సమాధానాలిస్తాము. మామూలుగా మాటలాడేటప్పుడు క్లుప్తంగా ఇచ్చే సమాధాలు (Short answers) చాల శక్తిమంతంగా పని చేస్తాయి. పైగా సంభాషణలో ఈ ప్రయోగాలే బాగుంటాయి. అందువలన ఈ రెండు తరహాల జవాబులను మనం బాగా తెలుసుకోవాలి.

ఈ క్రింది జవాబులను సంక్షిప్త జవాబులుగా మార్చండి :-

(1) No, I am not going there.
(2) Yes, I have written to her.
(3) No, she has not replied to my letter.
(4) Yes, madam, I woke up early.
(5) Yes, I ate chat.
(6) Yes sir, I was reading a book while walking.
(7) No, I had not gone to cinema.
(8) No, I shall not play.
(9) No, we shall not be coming again and again.
(10) No, she will not have gone.

18. ఈ క్రింది తెలుగు వాక్యాలను ఇంగ్లీషులోకి అనువదించండి. తర్వాత, క్రింద ఇవ్వబడిన ఇంగ్లీషు జవాబులతో వాటిని సరి చూడండి :-

1. నీకు తెలుసా? 2. అతడు మీకు తెలుసునేమిటి? 3. మీకు అతని చిరునామా తెలుసునా? 4. దెబ్బ తగలలేదు కదా? 5. ఇంకా ఏమయినా చెప్పాలా? 6. ఏమిటి, మీకు కోపంగా ఉందా? 7. మీరు బజారుకు వెళుతున్నారా? 8. టమాటాలు తాజాగా ఉన్నాయా? 9. అతను మీ ఇల్లు చూశాడా? 10. అతని దగ్గర నుంచి జవాబేమయినా వచ్చిందా? 11. అతనికి మీరు తెలుసా? 12. మీరు మందు తీసుకున్నారా? 13. మీకు ఏమయినా దొరికిందా? 14. ఒక మాట చెప్పనా? 15. అంతా బాగున్నారా? 16. ఏమిటి ఇది నిజమేనా? 17. ఆమెకు మీరు తెలుసా? 18. ఇక నేను ఇంటికి వెళ్ళనా? 19. మీ కోసం పత్రికను తెప్పించమంటారా? 20. దయచేసి మీరు ఒక సహాయం చేస్తారా? 21. అలా తిరిగొద్దాం వస్తారా? 22. ఈ బస్సు మద్రాసు హోటల్ వద్ద ఆగుతుందా? 23. ఆమెను పిలవనా? 24. ఆమెను కలుసుకోవడానికి వెళ్ళనా? 25. మీరు ఒక రోజు ఆగలేరా? 26. మీ పుస్తకాన్ని వారం రోజుల కోసం ఇవ్వకూడదూ? 27. శ్రీ ప్రకాశ్‌గారిని కలుసుకోవచ్చా?

(1) Do you know? (2) Do you know him? (3) Do you know his address? (4) You haven't got hurt, have you? (5) Have you anything else to say? (6) Are you annoyed? (7) Are you going to the market?/Are you going out for shopping? (8) Are the tomatoes fresh? (9) Has he seen your house? (10) Has he written to you? (11) Did he know you? (12) Have you taken the medicine? (13) Did you get something? (14) May I make a request? (15) Is everything fine? (16) Is it true? (17) Does she know you? (18) May I go home now? (19) Shall we get this magazine for you? (20) Will you do me a favour? (21) Will you go for a walk? (22) Will this bus stop at Madras Hotel? (23) Should I call him/her? (24) Should I visit him/her? (25) Can't you stay for a day? (26) Can't you lend me your book for a week? (27) Can I see Mr. Prakash?

గమనిక : ఈ విధంగా ఆంగ్లంలో అనేక వాక్యాలను కూర్చండి. మీ మిత్రులతోను, పరిచయస్థులతోను మాటలాడేటప్పుడు వాటిని ఉపయోగించండి.

11 పదకొండవ రోజు
th Day

రెండవ అధ్యాయము (2nd Expedition)

గత పది రోజులలో మీరు ఒక అధ్యాయం పూర్తి చేశారు. ఇప్పుడు ఇంకొంచెం ముందుకు సాగుదాం. ఇంతవరకు మేము మీకు ఇంగ్లీషు మాట్లాడటానికి ముందుగా అవసరమైన విషయాలను గురించి తెలిపాము. మీరు ఈ భాషను నిబంధనల ప్రకారం నేర్చుకోవాలి. అంటే మేము మీకు యివన్నీ పరిచయం చేయాలని అనుకున్నాము. భాష తెలుసుకుంటేనే దాని స్వభావాన్ని తెలుసుకోగలుగుతారు. రాబోయే అయిదు రోజులలో ఆంగ్ల లిపి, అక్షరాలు రాయటం, రోమన్ లిపిలో తెలుగు రాయటం, ఆంగ్ల అచ్చులు, హల్లుల విశిష్ఠ ఉచ్చారణ, అనుచ్చారిత అక్షరాలు **(Silent Letters)** మొదలగు వాటిని గురించిన ముఖ్య విషయాలు తెలుసుకోండి. దీనితోపాటు **16** నుంచి **19** వ రోజు పాఠం వరకు మీరు ప్రశ్నవాచక వాక్యాలను రాయడం మరియు సకారాత్మక వాక్యాలకు సంబంధించిన విషయాలను కూడా తెలుసుకోగలరు. ఇక రెండవ అభ్యాసాన్ని ప్రారంభిద్దాం.

రోమన్ లిపిలో అక్షరమాల

ఇంగ్లీషు లిపి రోమన్ లిపి.

ఇంగ్లీషులో A నుంచి Z వరకు 26 అక్షరాలున్నప్పటికీ తెలుగులో 'అ' నుండి 'క్ష' వరకు దానికి రెట్టింపు అంటే 52 అక్షరాలున్నాయి.

ఇంగ్లీషు వర్ణమాలలో అక్షరాలు (Letters) రెండు తరహాలున్నాయి - పెద్ద అక్షరాలు (Capital) ఉదాహరణకు : A లాంటివి. చిన్నక్షరాలు (Small) అంటే a మాదిరి. ఇవి ముద్రణలో వివిధ రూపాలు ధరిస్తాయి. ఈ విధంగా చూస్తే ఆంగ్ల అక్షరాలు నాలుగు తరహాలయ్యాయి.

(1) అచ్చులో పెద్ద అక్షరాలు (Capital)
(2) అచ్చులో చిన్న అక్షరాలు (Small)
(3) దస్తూరిలో పెద్ద అక్షరాలు (Capital)
(4) దస్తూరిలో చిన్న అక్షరాలు (Small)

అక్షరమాల (Alphabet)

రోమన్ పద్ధతి

అచ్చులలో పెద్ద అక్షరాలు (Capital Letters)

A	B	C	D	E	F	G	H
ఎ	బి	సి	డి	ఇ	ఎఫ్	జి	హెచ్
I	J	K	L	M	N	O	P
ఐ	జె	కె	ఎల్	ఎమ్	ఎన్	ఓ	పి
Q	R	S	T	U	V	W	X
క్యు	ఆర్	ఎస్	టి	యు	వి	డబ్ల్యు	ఎక్స్
			Y	Z			
			వై	జడ్			

అచ్చులలో చిన్న అక్షరాలు (Small Letters)

a	b	c	d	e	f	g	h
ఎ	బి	సి	డి	ఇ	ఎఫ్	జి	హెచ్
i	j	k	l	m	n	o	p
ఐ	జె	కె	ఎల్	ఎమ్	ఎన్	ఓ	పి
q	r	s	t	u	v	w	x
క్యు	ఆర్	ఎస్	టి	యు	వి	డబ్ల్యు	ఎక్స్
			y	z			
			వై	జడ్			

ఇంగ్లీషు దస్తూరి మెరుగుపరచుకొనేందుకు కాపీపుస్తకం (Copy book) ఉంటుంది. అందులో -

1. రెండు గీతల మధ్య యిమిడే వర్ణములు - a, c, e, i, m, n, o, r, s, u, v, w, x, z = 14 అక్షరాలు.
2. పై మూడు గీతల మధ్య యిమిడే వర్ణములు - b, d, h, k, l, t = 6 అక్షరాలు.
3. నాలుగు గీతల మధ్య యిమిడే వర్ణము - f = 1 అక్షరము.
4. క్రింది మూడు గీతల మధ్య యిమిడే వర్ణములు - g, j, p, q, y = 5 అక్షరాలు.

చాలామంది ఆంగ్లం రాయటానికి ఎంతో యిబ్బంది పడతారు. తమ దస్తూరి యిక బాగుపడబోదేమోనని బాధపడుతుంటారు. అయినా కొంతమంది ఆశావాదులు తమ దస్తూరిని బాగుపరచుకునేందుకు ప్రయత్నం చేస్తారు. అందులో విజయం కూడా సాధిస్తారు. ఇటువంటి వారు ఎందరో ఉన్నారు. అయితే మంచి దస్తూరి రాయటానికి రహస్యమేమిటో మీకు తెలుసా?

ఆంగ్లాన్ని రోమన్ లిపిలో రాస్తారు. రోమన్ చాలా స్టయిలిష్ (Stylish) భాష. దీనిని రాయడంలో కూడా నియమాలు ఉన్నాయి. ఈ అక్షరాలు పరిమాణంలో ఎక్కువ తక్కువగా ఉంటాయి. దీనిని మీరు సరిగా అభ్యసించినట్టయితే యే యే అక్షరాలను 2, 3, 4 వరుసల మధ్య రాయాలో తెలుసుకుంటారు. మీరు నాలుగు గీతలున్న చూచివ్రాత కాపీ పుస్తకంలో మొదట అభ్యాసం చేయండి.

అభ్యాసం చేస్తే దస్తూరి బాగుపడుతుందని మీకే తెలుస్తుంది. ఈ పదకొండవ రోజు పాఠాన్ని నేర్చుకుని నాలుగు గీతలున్న కాపీ పుస్తకంలో ఒక పేజి ప్రతి రోజూ రాయండి. మీరు హైస్కూలు పాసై లేదా గ్రాడ్యుయేట్ అయినా సరే, కాకపోయినా సరే, మంచి దస్తూరి నేర్చుకోవడానికి ఏ వయస్సయినా ఫరవాలేదు. పనిలో చిత్తశుద్ధి కావాలి. దస్తూరిని బాగుపరచుకునేందుకు అభ్యాసాన్ని ప్రారంభించండి. మా శుభాకాంక్షలు మీకు తోడుగా ఉంటాయి.

ఇంగ్లీషులో వ్రాత అక్షరాలు (Cursive)

a b c d e f g h i j k l

m n o p q r s t u v w

x y z

గుర్తుంచుకోండి (Remember)

1. ఇంగ్లీషులో పెద్ద అక్షరాలు (Capital) చిన్న అక్షరాలు (Small) అని రెండు తరహాలు వున్నాయి. పెద్ద అక్షరాలను వాక్యారంభంలోను, పేర్ల ప్రారంభంలోను ఉదా. :- (Delhi). పేర్ల సంక్షిప్త రూపంలోను అంటే : Doctor బదులు Dr., నెలల పేర్లు, వారంలో దినముల పేర్లు - March, Saturday) వంటి వాటికి వాడతారు. పెద్ద (Capital) అక్షరాలు ఉంటే చూడటానికి లిపి అందంగా కనబడుతుంది. (పన్నెండవ రోజు పాఠం చూడండి).

   ఆంగ్లంలో పెద్ద అక్షరాలు Capital లేకపోతే ఆంగ్లంలో 'నేను' అనేందుకు I బదులు i రాయవలసి వస్తుంది. ఇది సరికాదు.

2. తెలుగు లిపిలో అక్షరాలన్నీ ఒకే పరిమాణంలో సమానంగా ఉంటాయి. గుణింతాలు మాత్రం పైన, క్రింద ఉంటాయి. ఆంగ్లం (రోమన్ లిపిలో) గీత మీద అక్షరాలు రాస్తారు.

12 పన్నెండవ రోజు
th Day

ఇంగ్లీషులో అచ్చులు, హల్లులు

ఇంగ్లీషులో అచ్చులు **(Vowels)**, హల్లులు **(Consonants)** అని తెలుగులో లాగే రెండు తరహాల అక్షరాలున్నాయి - పెద్ద అక్షరాలు **(Capital)** చిన్న అక్షరాలు **(Small)**. **11**వ రోజు పాఠంలో వీటిని గురించి సూచించాము. అచ్చులు (స్వరాలు), హల్లులలో భిన్న భిన్న ఉచ్చారణల గురించి ఇందులో తెలిపాము. దీనితోపాటు తెలుగు లిపిలో రోమన్ అక్షరమాల కూడా తెలుసుకోండి.

ఆంగ్లంలో అచ్చులు (vowels వోవెల్స్) అయిదు, హల్లులు (Consonants కాన్‌సొనెంట్స్) ఇరవై ఒకటి ఉన్నాయి.

Vowels: A. E. I. O. U.   Consonants: B. C. D. F. G. H. J. K. L. M. N. P. Q. R. S. T. V. W. X. Y. Z.

ఆంగ్లంలో అనేక Vowels మరియు Consonants కు విడి విడి ఉచ్చారణ ఉంటుంది. అయితే, శబ్దాల మధ్య వాడినప్పుడు వాటి ఉచ్చారణ మారుతూ ఉంటుంది — G, H, L, M, N, P వంటివి విడి విడిగా కూడా జి, హెచ్, ఎల్, ఎమ్, ఎన్,పి అని పలుకుతారు. అయితే పదాల్లో ఉపయోగించినప్పుడు వీటి ఉచ్చారణ క్రమంగా ఇలా ఉంటుంది : గ, హ, ల, మ, న, ప.

ఇంగ్లీషు అక్షరాల ఉచ్చారణ

ఆంగ్లంలో ఉచ్చారణా విధానాలకు కొన్ని ఉదాహరణలు :-

ఆంగ్ల అక్షరములు	ఉచ్చారణ
A (ఎ)	అ (Car కార్); ఎ (Way వే)
	ఏ (Man మాన్)
B (బి)	(Book బుక్స్)
C (సి)	క (Cat క్యాట్); స (Cent సెన్ట్)
D (డి)	డ (Did డిడ్)
E (ఇ)	ఇ (She షి); ఏ (Men మెన్)
F (ఎఫ్)	ఫ (Foot ఫుట్)
G (జి)	గ (Good గుడ్); జి (George జార్జి)
H (హెచ్)	హ (Hen హెన్)
I (ఐ)	ఇ (India ఇండియా)
	ఐ (Kind కైండ్)
J (జె)	జ (Joke జోక్)
K (కె)	క (Kick కిక్)
L (ఎల్)	ల (Letter లెటర్)
M (ఎమ్)	మ (Man మేన్)

ఆంగ్ల అక్షరములు	ఉచ్చారణ
N (ఎన్)	న (Nose నోస్)
O (ఓ)	ఓ (Our అవర్)
	ఓ (Open ఓపెన్)
P (పి)	ప (Post పోస్ట్)
Q (క్యూ)*	క (Quick క్విక్)
R (ఆర్)	ర (Remind రిమైండ్)
S (ఎస్)	స (Sand సేండ్)
T (టి)	ట (Teacher టీచర్)
U (యు)	అ (Up అప్, Cup కప్)
	ఊ (Salute సెల్యూట్)
V (వి)	వ (Value వేల్యూ)
W (డబ్ల్యు)	వ (Walk వాక్)
X (ఎక్స్)	(X-ray ఎక్స్-రే)
Y (వై)	య (Young యంగ్); ఐ (My మై)
Z (జెడ్)	జ (Zebra జీబ్రా)

ఇంగ్లీషులో సంయుక్తాక్షరాలు - Ch ఛ, th థ; ph ఫ; sh శ; gh ఘ gh ముందు దీర్ఘ స్వరమున్నట్టయితే (Vowel) gh ఉచ్చారణ లేనిదవుతుంది (Silent). ఉదాహరణకు - Right (రైట్) ఇతరత్రా దాని ఉచ్చారణ 'గ' అవుతుంది. ghost (ఘోస్ట్) - దయ్యము. అప్పుడప్పుడు ఘ (gh) నుంచి ఫ ఉచ్చారణ కూడా వస్తుంది. ఉదా. : rough (రఫ్).

---

* q వెంట ఎప్పుడూ u వస్తుంది. ఉదా. : quick, cheque మొ॥నవి.

పెద్ద మరియు చిన్న అక్షరముల ప్రయోగం

ఇంగ్లీషు రాసేటప్పుడు చిన్న (Small), పెద్ద అక్షరాలు (Capital) అక్షరాలు కూడా వాడుతారు. పెద్ద అక్షరాలను (Capital) దిగువ తెలిపిన సందర్భాలలో వ్రాస్తారు :

1. ప్రతి వాక్యంలోని మొదటి అక్షరం.	This is a box. When did you come? etc. etc.
2. నామవాచకాలలో (Proper noun) మొదటి అక్షరం.	The Ganges, The Taj, Mathura, Ram Nath, etc.
3. ఆంగ్ల కవిత ప్రతి చరణంలో ప్రథమాక్షరం.	His coat is ragged, And blown away. He drops his head, And he knows not why?
4. సంక్షిప్త శబ్ద ప్రయోగాలు.	P.T.O., N.B.
5. మాసములు, వారముల పేర్లలో మొదటి అక్షరాలు.	January, March, Sunday, Monday, etc.
6. విద్యార్హతల మొదటి అక్షరాలు.	B.A., LL.B., M.Com. etc.
7. భగవంతుడు, భగవంతుని సర్వనామముల ప్రథమాక్షరములు.	God, Lord, He, His.
8. ఇంగ్లీషులో 'నేను' అన్నప్పుడు.	How can I ever forget what you have done for me?
9. ఉత్తరం మొదలుపెట్టేటప్పుడు సంబోధన (Salutation) మరియు ముగింపు (Complementary clause) కు మొదటి అక్షరం.	Dear Kavita/Aunt/Sir, Yours sincerely./Affectionately yours,
10. Quotation mark లో, వాక్యం మొదలుపెట్టేటప్పుడు మొదటి అక్షరం.	He said, "Don't forget to inform me the date of your interview."

గుర్తుంచుకోండి (Remember)

(i) 'క్' కోసం ఇంగ్లీషు (రోమన్) వర్ణమాలలో c, k, q అక్షరాలు వాడుతారు. అక్కడక్కడా 'క్' కోసం ck (block బ్లాక్) వాడుతారు. c ని 'స్' ఉచ్చరిస్తారు - (Cease సీజ్).

(ii) 'గ్' కోసం g వాడుతారు. (good), 'జ్' కోసం j వాడుతారు. (jam), అయితే అనేక చోట్ల 'జ' కు g కూడా వాడుతారు. (germ జర్మ్, generation జనరేషన్).

(iii) 'వ్' కోసం ఆంగ్లంలో v, w వాడుతారు. (very వెరి, wall వాల్).

(iv) 'ఫ్' అనేందుకు f ఉపయోగించబడుతుంది. ఇంగ్లీషులో ph కూడ 'ఫ' కోసం ఉపయోగిస్తారు. ఉదా. : (fruit ఫ్రూట్), (Philosophy ఫిలాసఫి) వీటిని గుర్తుంచుకోవాలి.

13 పదమూడవ రోజు
th Day

ఇంగ్లీషు ఉచ్చారణ (English Pronunciation)

ఇంగ్లీషు అచ్చుల (**Vowels**) ఉచ్చారణను తెలుసుకోవటం చాల ప్రధానం. ఆంగ్ల అక్షరాల ఉచ్చారణలో చాల వైవిధ్యము ఉంది. ఉదా. :- **A** అక్షరం ఉచ్చారణ ఏ, అ, ఎ, ఐ, ఆ అని పలుకుతుంది. **E** అక్షర ఉచ్చారణ ఇ, ఈ, ఏ (దీర్ఘ ఉచ్చారణ ఏ, ఈ); **I** అక్షరాన్ని ఈ, ఐ, అ, ఐ; **O** యొక్క ఉచ్చారణ ఆ, ఒ, ఉ, ఊ, అ; **U** అక్షర ఉచ్చారణ ఉ, ఊ, అ అవుతుంది. ఈ విషయాలన్నిటినీ దిగువ ఉదాహరణలను బట్టి తెలుసుకోవచ్చు.

సాధారణంగా ఇంగ్లీషును ఉచ్చరించేటప్పుడు మనం శ్రద్ధ తీసుకోము. ఆంగ్ల భాష ఉచ్చారణకు విశేష నియమాలు ఉన్నాయి. వాటిని తెలుసుకోవటంలో ప్రత్యేక శ్రద్ధ తీసుకోవాలి. మొదట అచ్చుల (Vowels) ఉచ్చారణా నియమాలు తెలుసుకోండి.

ఇంగ్లీషులో అచ్చుల ఉచ్చారణ

A ఉచ్చారణ నియమాలు

A (a) చాలవరకు-ఏ, ఆ, ఎ లా ఉంటుంది.

A = ఏ

An (ఏన్) ఒకటి	At (ఎట్) వద్ద
Lad (లేడ్) బాలుడు	Rat (రేట్) ఎలుక
Man (మేన్) మనిషి	Stand (స్టేండ్) నిలబడు
Mad (మేడ్) పిచ్చి	Ban (బేన్) నిషిద్ధం

A = ఆ

All (ఆల్) అందరు	Wall (వాల్) గోడ
Fall (ఫాల్) క్రిందపడు	War (వార్) యుద్ధము
Call (కాల్) పిలుపు	Small (స్మాల్) చిన్న

A = ఆ

Far (ఫార్) దూరం	Star (స్టార్) నక్షత్రం

A = ఐ

Ware (వేర్) పాత్రలు	Spare (స్పేర్) అదనము, మిగిలియున్నది
Fare (ఫేర్) బాడుగ	
Dare (డేర్) సాహసించు	Care (కేర్) శ్రద్ధ తీసుకోవడం
There (దేర్) అక్కడ	
Share (షేర్) పాలు, భాగము	

A = ఎ

A తర్వాత Y లేదా I ఉంటే దాని ఉచ్చారణ 'ఏ' తో సమానమయి 'ఏ' ఉచ్చారణను మరింత పొడిగించటమవుతుంది. ఉచ్చారణలో 'ఏ' శబ్దానికి 'హ' వస్తుంది. అప్పుడు 'ఏ' దీర్ఘ స్వరం అవుతుంది.

Pay (పే) వేతనము	Way (వే) మార్గము
Stay (స్టే) ఉండుట	Gay (గే) సంతోషము
Brain (బ్రేన్) మెదడు	Main (మేన్) ప్రధానం

E ఉచ్చారణ నియమాలు

E (e) లకు చాలా ఉచ్చారణలున్నాయి. ఏ, ఇ, ఈ మొ॥నవి.

E = (c) (ఎ)

Net (నెట్) వల	Men (మెన్) మనుష్యులు (బహు వ.)
Sell (సెల్) అమ్ముట	Well (వెల్) నుయ్యి, సరే
Leg (లెగ్) కాలు	Then (దెన్) తర్వాత
Wet (వెట్) తడి	When (వెన్) అప్పుడు, ఎప్పుడు

E (e) = ఇ

Be (బి) ఉండు	We (వుయ్) మేము (బహువచనం)
He (హి) వాడు, అతడు	She (షి) ఆమె, బాలిక, స్త్రీ

EE (ee) = ఈ (దీర్ఘ ఉచ్చారణ)

See (సీ) చూచుట	Weep (వీప్) ఏడ్చుట
Bee (బీ) తేనెటీగ	Sleep (స్లీప్) నిద్రించు

EA (ea) = ఈ

Clean (క్లీన్) శుభ్రము	Sea (సీ) సముద్రము
Heat (హీట్) వేడి	Meat (మీట్) మాంసము

E (e) = ఒక ధ్వని అంటూ లేనిది

ఒక పదంలో చివరన E ఉంటే దానికి స్వతహాగా ఉచ్చారణ అంటూ ఉండదు. ప్రక్కనున్న హల్లును వదలిపెట్టి (Consonants) మిగిలిన అచ్చు (Vowel) ఉచ్చారణను పొడిగించటమవుతుంది. A, I, O, U తో పాటు ఉచ్చారణలో E కలిసినప్పటి ఉచ్చారణ ఈ క్రింద ఇవ్వబడింది :

(a) మొదటి అచ్చు **'A'** అయితే దాని ఉచ్చారణ 'ఏ' అవుతుంది. అప్పుడు **E** కి తనదంటూ ఉచ్చారణ ఉండదు.

Shame (షేమ్) సిగ్గు Name (నేమ్) పేరు
Lame (లేమ్) కుంటి Same (సేమ్) అదే

(b) మొదటి అచ్చు **'I'** అయితే దాని ఉచ్చరింపు 'ఐ' అవుతుంది. ఆఖరున వచ్చే **'E'** కి స్వతహాగా ఉచ్చరింపు ఉండదు.

Wife (వైఫ్) భార్య Nine (నైన్) తొమ్మిది (సంఖ్య)
White (వైట్) తెలుపు Line (లైన్) గీత

(c) మొదటి అచ్చు **'O'** దాని ఉచ్చరింపు 'ఓ' అవుతుంది. ఆఖరున వచ్చే **E** కి ఉచ్చరింపు ఉండదు.

Nose (నోస్) ముక్కు Hope (హోప్) ఆశ
Smoke (స్మోక్) పొగ Joke (జోక్) హాస్యం

(d) మొదటి అచ్చు **'U'** అయినట్టయితే దాని ఉచ్చారణ 'ఉ' లేదా 'యూ' అవుతుంది. ఆఖరున వచ్చిన **E** కి ఉచ్చరింపు ఉండదు.

Rule (రూల్) నియమము Tune (ట్యూన్) స్వరము
June (జూన్) నెల పేరు Tube (ట్యూబ్) గొట్టము

EW (ew) = య్యు, య్యూ

Few (ఫ్యూ) కొంచెము Mew (మ్యూ) మ్యూ
New (న్యూ) కొత్తది Dew (డ్యూ) మంచు

I ఉచ్చారణ నియమాలు -

I (i) కి చాల ఉచ్చారణలున్నాయి. 'ఇ', 'ఐ' అప్పుడప్పుడు 'అ' లాగ కూడా పలుకుతుంది.

I = ఇ (హ్రస్వ ఉచ్చారణ)

Ill (ఇల్) జబ్బుపడు Kill (కిల్) చంపు
Big (బిగ్) పెద్దది With (విత్) తోడుగా
Ink (ఇంక్) సిరా Ship (షిప్) నౌక

I = ఐ

Kind (కైండ్) దయాళువు Mild (మైల్డ్) మెతక
Behind (బిహైండ్) వెనుక Mike (మైక్) మైక్రోఫోను
Bind (బైండ్) బంధించు Mile (మైల్) మైలు

I = ఐ

I తర్వాత GH వస్తే I ఉచ్చారణ 'ఐ' అవుతుంది.

Right (రైట్) సరే Sight (సైట్) దృష్టి
Light (లైట్) వెలుతురు High (హైట్) ఎత్తు

I = అ

Firm (ఫర్మ్) సంస్థ First (ఫస్ట్) మొదట

I = ఐ

Fire (ఫైర్) అగ్ని
Admire (అడ్మైర్) ప్రశంస, మెచ్చుకోలు

IE = ఈ / EI = ఈ (దీర్ఘం)

Brief (బ్రీఫ్) క్లుప్తము Siege (సీజ్) ముట్టడి
Achieve (అఛీవ్) పొందుట
Receive (రిసీవ్) స్వీకరించు, తీసుకొను
Deceive (డిసీవ్) మోసం చెయ్యడం

O ఉచ్చారణ నియమాలు

O (o) కు చాలా ఉచ్చారణలున్నాయి - అ, ఓ, ఉ, ఊ, అ అని ఉచ్చరించబడుతుంది.

O = అ (హ్రస్వ ఉచ్చారణ)

Ox (ఆక్స్) ఎద్దు
On (ఆన్) మీద/పైన Fox (ఫాక్స్) నక్క
Hot (హాట్) వేడి Pot (పాట్) కుండ/పాత్ర
Spot (స్పాట్) గుర్తు, ఎల్ల Top (టాప్) పైన
Drop (డ్రాప్) విడుచు, పడు Dot (డాట్) చుక్క
Soft (సాఫ్ట్) మృదువు Not (నాట్) కాదు
God (గాడ్) దేముడు Got (గాట్) తీసుకొను (క్రియ)

O = ఓ (దీర్ఘ ఉచ్చారణ)

Open (ఓపెన్) తెరుచు So (సో) అన్నట్టు
Hope (హోప్) నమ్మకం No (నో) లేదు
Old (ఓల్డ్) పాత Gold (గోల్డ్) బంగారము
Home (హోమ్) ఇల్లు Most (మోస్ట్) అధికం
Joke (జోక్) హాస్యం
Post (పోస్ట్) తపాల

OW = ఓ (దీర్ఘ ఉచ్చారణ)

ఆఖరున W వచ్చినప్పుడు దీర్ఘ ఉచ్చారణ పలుకుతుంది.

Low (లో) క్రింద
Show (షో) ప్రదర్శన
Row (రో) పంక్తి
Crow (క్రో) కాకి
Sow (సో) నాటుట

OO = ఉ (హ్రస్వ ఉచ్చారణ)

Look (లుక్) చూడు
Book (బుక్) పుస్తకము
Took (టుక్) ఎత్తు
Good (గుడ్) మంచిది

OO = ఊ (దీర్ఘ ఉచ్చారణ)

Room (రూమ్) గది
Moon (మూన్) చంద్రుడు
Boot (బూట్) పాదరక్ష
Noon (నూన్) మధ్యాహ్నం
Do (డూ) చేయు
Root (రూట్) వేరు

O = అ (హ్రస్వ ఉచ్చారణ)

Son (సన్) పుత్రుడు
Come (కమ్) వచ్చుట

OW = ఔ

How (హౌ) ఎలా
Now (నౌ) ఇప్పుడు
Cow (కౌ) ఆవు

OY = అయ్

Joy (జాయ్) సంతసము
Boy (బోయ్) బాలుడు
Toy (టాయ్) బొమ్మ

OU = అవ్, అవ్

Our (అవర్) మాయొక్క
Sour (సోర్) పులుపు
Hour (అవర్) గంట

U ఉచ్చారణ నియమాలు

U (u) ఉచ్చారణ అ, ఉ, యూ, యొ లాగా ఉంటుంది.

U = అ (హ్రస్వ ఉచ్చారణ)

Up (అప్) పైన
Cup (కప్) కప్పు
Hut (హట్) గుడిసె
Fun (ఫన్) వేడుక
Mud (మడ్) బురద
Sun (సన్) సూర్యుడు

U = ఉ

Put (పుట్) పెట్టు
Pull (పుల్) లాగు
Push (పుష్) నెట్టు
Puss (పుస్) పిల్లి

U = య్యూ

Duty (డ్యూటీ) కర్తవ్యం
Sure (ష్యూర్) నిజము
Durable (డ్యూరబుల్) మన్నికయిన
Pure (ప్యూర్) శుద్ధము

Y ఉచ్చారణ నియమాలు

ఒక్కొక్కప్పుడు హల్లులు కూడా అచ్చులుగా ఉచ్చరించబడతాయి. అసలు పాతకాలపు ఆంగ్లంలో ఈ అక్షరం అచ్చులలో ఉపయోగించబడేది. అయితే ఇప్పుడు మెల్ల మెల్లగా Y స్థానం I ఆక్రమించుకుంది. అయినా ఇప్పటికీ అక్కడక్కడా ఇది స్వర రూపంలో క్రింద తెలిపిన విధంగా ఉచ్చరింపబడుతుంది :-

Y = ఈ

Polygamy (పోలిగామి) బహు భార్యాత్వం/బహు భర్తృత్వం
Felony (ఫెలోని) పెద్ద అపరాధము
Policy (పాలిసీ) నీతి

Y = ఐ

Tyre (టైర్) టైరు (చక్రము)
Typhoid (టైఫాయిడ్) విషజ్వరము

Y = ఐ

Dyke (డైక్) మిట్ట
Dynasty (డైనాస్టి) వంశము

ఈ విధంగా అచ్చుల విభిన్న రకాల ఉచ్చారణను మీరు తెలుసుకున్నారు. అభ్యాసం చేస్తూంటే మీకే బాగా తెలిసి వస్తుంది. ముందు ముందు హల్లుల ఉచ్చారణ గురించి మీకు తెలియజేయబడుతుంది.

మూకాక్షరాలు (Silent letters)

ఇంగ్లీషులో చాలా పదాలలో పలుకబడని అక్షరాలు ఉన్నాయి. అచ్చు లేక హల్లు ఏదయినా Silent Letter కావచ్చు. వీటి గురించి 15వ రోజు పాఠంలో తెలుపబడింది. మీ అభ్యాసం కోసం క్రింద కొన్ని అనుచ్చారిత అక్షరాలను ఇస్తున్నాము.

A Silent

Caesar (సీజర్) రోమన్ చక్రవర్తి
Haemoglobin (హేమోగ్లోబిన్) ఎర్ర రక్తకణములు

B Silent

Crumbs (క్రమ్స్) భోజనం, రొట్టె లాంటి చిన్న ముక్కలు
Indebted (ఇండెటెడ్) ఋణగ్రస్తుడు
Plumber (ప్లమర్) కొళాయి రిపేరుచేయువాడు
Succumb (సకమ్) ఓడిపోవు, మరణించు

C Silent

Sceptre (సెప్టర్) రాజదండన
Scissors (సిజర్స్) కత్తెర

D Silent

Budget (బజెట్) బడ్జెట్టు
Bridge (బ్రిజ్) వంతెన
Midget (మిజెట్) గూనివాడు

G Silent

Benign (బినైన్) దయాళువు, ఉపకారి

Design (డిజైన్) నమూనా

Malign (మాలైన్) అప్రతిష్ఠ పాలు చేయుట

H Silent

Honorary (ఆనరరి) గౌరవనీయులు

Honorarium (ఆనరోరియమ్) గౌరవసూచకంగా ఇచ్చిన వేతనము.

K Silent

Knife (నైఫ్) చాకు

Knock (నాక్) తట్టుట, చప్పుడు చేయు

Knuckle (నకల్) వ్రేలి జోడణ

L Silent

Alms (ఆమ్స్) భిక్ష, దానము

Balm (బామ్) నొప్పి తొలగించే, లేపనము

P Silent

Psyche (సైకీ) ఆత్మ, మనస్సు

Psychiatrist (సైకియాట్రిస్ట్) మనోరోగ వైద్యుడు

T Silent

Tsar (జార్) రష్యా నాయకుడు

Fasten (ఫాసెన్) బిగించి కట్టుట

Nestle (నెస్లే) ప్రేమతో అతికించుట

R Silent

Iron (అయన్) ఇనుము, ఇస్త్రిపెట్టె

World (వర్ల్డ్) ప్రపంచము

W Silent

Wrath (రాథ్) క్రోధము

Wrap (రాప్) చుట్టబెట్టు

Wreck (రెక్) విరగగొట్టు, విరిగిపోయిన

గుర్తుంచుకోండి (Remember)

1. Fan, Fall, Fail, Far — ఈ శబ్దాలలో ఉచ్చారణ క్రమంగా A ఉచ్చారణ ఫేన్‌లో a ఉచ్చారణ, ఫాల్ లోని a, ఫార్ లోని a ఉచ్చారణ లాగ ఉంటుంది. ఇప్పుడు ఇలాంటివి మరి కొన్ని పదాలను వెదికి, వాటి సామాన్య నియమాలను కనుగొనటానికి ప్రయత్నించండి.
2. Wet, Be, See — ఈ శబ్దాలలో E - వెట్, బి, సీ అంటే ఎ, ఇ, ఈ అని ఉచ్చరించబడుతుంది. Shame, Line, Hope పదాలలో e (ఇ) యొక్క ఉచ్చారణ పలుకదు. a, i, o ఇలా మొదటి అచ్చు దీర్ఘంగా ఉచ్చరించబడుతుంది.
3. I 'అ' వలె ఉచ్చరింపబడుతుంది. ఉదాహరణకి - Firm (ఫర్మ్), Fire (ఫైర్) ల i కి 'ఐ' ఉచ్చారణ పలుకుతుంది.
4. OO దీని ఉచ్చారణ 'ఊ' గా పలుకుతుంది. ఉదా. : (Room రూమ్), కొన్ని పదాలకు 'ఉ' కూడా పలుకుతుంది - (Book బుక్), look (లుక్).
5. O ఉచ్చారణ 'ఓ', U కి 'ఉ' అని పలుకుతాము. కాని O లేక U లు రెండూ 'అ' వలె కూడా ఉచ్చరింపబడతాయి. Son - పుత్తుడు, Sun - సూర్యుడు.

ఈ పాఠాన్ని ఆధారంగా తీసుకొని ఇంకా కొన్ని కొత్త ఉచ్చారణలు గల పదాలను పుస్తకాలలో వెదికే అలవాటు నేర్చుకోండి. మూకాక్షరాలున్న పదాలను కూడా గుర్తుంచుకోండి.

14 పధ్నాలుగవ రోజు th Day

ఇంగ్లీషు హల్లుల ఉచ్చారణ

ఇంగ్లీషు భాషలో అచ్చుల ఉచ్చారణలాగే, హల్లుల (Consonants) ఉచ్చారణలో కూడా తేడా ఉంటుంది. ఉదాహరణకు - C అన్నది 'స' కావచ్చు. G అన్నది 'గ', 'జ', S 'శ', 'ష', 'స' కావచ్చు. T 'శ', 'చ', 'ద' 'థ' మొ॥వి. ఈ పాఠంలో ఇవ్వబడినట్లు ఇంగ్లీషు హల్లుల ఉచ్చారణను మీకు తెలిపిన విధంగా కాస్త శ్రద్ధ తీసుకుంటే, మీకు ఇంగ్లీషు ఉచ్చారణలో ఏ మాత్రం సమస్య రాదు.

ఇంగ్లీషులోని హల్లులు

B	C	D	F	G	H	J	K	L	M	N
బ	స	డ	ఫ	గ	హ	జ	క	ల	మ	న

P	Q	R	S	T	V	W	X	Y	Z
ప	క	ర	స	ట	వ	వ	క్స	య	జే

ఆంగ్లంలో ఈ అక్షరాల ఉచ్చారణ వాటి క్రింద కనబరచిన తెలుగు ఉచ్చారణ మాదిరిగా వుంటుంది. కాని ఆంగ్ల హల్లుల సరయిన ఉచ్చారణ మీరు తెలుసుకొనగోరితే, మీరు స్వల్పధ్వనిని కూడా అర్థం చేసుకోవాలి. ఇక మీరు ఈ హల్లుల ఉచ్చారణలో తేడాలను గమనించండి.

ఆంగ్లం మాతృభాషగా గలవారు ఈ హల్లులను ఉచ్చరించడం వింటే మీరొక నిర్ణయానికి వస్తారు. K, P, T సరిగ్గా క, ప, ట అక్షరాల ఉచ్చారణకు సమానం కాదు. క-ఖ, ప-ఫ, త-ట వీటి మధ్యన ఉచ్చారణ వుంటుంది. ఇదే రీతిని J జ వలె గాక కొంచెము 'డూజ్' (Job జోబ్) వలె వుంటుంది. అయితే ఈ తేడా చాలా తక్కువగా వున్నందున దీనిని నేర్చుకోవాలంటే చాలా శ్రద్ధగా గమనించాలి. ఆకాశవాణి/దూరదర్శన్ వార్తలు వినండి. ఇతర ఆంగ్ల ప్రసారాలు వినండి. ఈ రీతిగా మీ ఉచ్చారణను మెరుగుపరచుకోవచ్చు. ఈ రీతిగా భారతీయ ఇంగ్లీషు ఉచ్చారణకు ఒక స్థానం ఉంది. కాని మనము పూర్తిగా ఇంగ్లీషు ఉచ్చారణను నకలు చేయనవసరం లేదు.

ఇప్పుడు R అచ్చు యొక్క ఉచ్చారణను తీసుకోండి, మనం 'ఆర్ర్' ఉచ్చరించేటప్పుడు నాలుకలో కంపనానుభవం ఏర్పడుతుంది. మనం 'ధర్మం' అనే వాక్యం చెప్పేటప్పుడు కూడా నాలుకలో కంపనం ఏర్పడుతుంది. ఇంగ్లీషులోని R కి కూడా అలాంటి శబ్దమే ఉంటుంది. Round, Real, Roll, Run వీటి వ్యత్యాసాన్ని కూడా మీరు పదే పదే ఉచ్చరించి బాగా నేర్చుకోవచ్చు.

R ముందు అచ్చు (Vowel) వచ్చి, R తర్వాత హల్లు (Consonant) వున్నా, R ఇంచుమించు సైలెంట్. (Silent letter) అవుతుంది. దాని ముందరి అక్షరానికి దీర్ఘ ఉచ్చారణ ఉంటుంది. Form (ఫామ్), Arm (ఆమ్), Art (ఆట్).

S ఉచ్చారణ 'స' వలె వుంటుంది. అయినప్పటికీ ఈల వేసినప్పుడు వెలువడే ధ్వనిలా దీనిని పలుకుతారు-ఉదాహరణకు: Sweet (స్వీట్).

C	F	H	L	M	N	Q	V	W	X	Y	Z
స, క	ఫ	హ	ల	మ	న	క	వ	వ	క్స	య	జే

హల్లుల ఉచ్చారణ దాదాపు తెలుగు అక్షరాల మోస్తరుగానే వుంటుంది.

F మరియు Ph ఈ రెండు అచ్చుల 'ఫ' అని ఉచ్చరించబడుతుంది. ఉదా.:- Fall (ఫాల్) Philosophy (ఫిలాసఫి) ఇత్యాది.

అక్షరాల క్రమం మారటంతో ఉచ్చారణలో మార్పు

తెలుగులో 'స' అనే శబ్దం గల ఏ పదంలోనయినా ఆ శబ్దాన్ని 'స' గానే ఉచ్చరిస్తారు. అయితే ఆంగ్లంలో అలా కాదు. Cent ఉచ్చారణ 'సెంట్' అయితే Cant ను 'కాంట్' అంటారు. ఇటువంటి పదాల గురించిన కొన్ని నియమాల ఉదాహరణలను ఈ దిగువ ఇచ్చాము.

'C' ఉచ్చారణ

'C' కి రెండు ఉచ్చారణలున్నాయి. 'స' మరియు 'క'.

1. C తర్వాత E, I, Y వచ్చినట్టయితే C ని 'స' గా ఉచ్చరిస్తారు. ఉదాహరణకు -

Receive (రిసీవ్) పొందుట | Rice (రైస్) బియ్యము, అన్నము | Cinema (సినిమా) చలనచిత్రము
Cyclone (సైక్లోన్) తుఫాను | Niece (నీస్) అన్న/తమ్ముని కూతురు | Piece (పీస్) ముక్క
Icy (ఐసీ) గడ్డమంచుతో నిండిన | Celebrate (సెలిబ్రేట్) ఉత్సవం జరుపు | Century (సెంచురీ) శతాబ్దము
Certificate (సర్టిఫికేట్) యోగ్యతా పత్రం | Circle (సర్కిల్) గుండు సున్న | Citizenship (సిటిజన్‌షిప్) పౌరత్వము
Force (ఫోర్స్) శక్తి | Source (సోర్స్) నమ్మకము

2. C తర్వాత A, O, U, K, R, T మొ॥న అక్షరాలున్నట్టయితే C ఉచ్చారణ 'క' అవుతుంది. ఉదాహరణకు -

Cot (కాట్) మంచము | Cap (కేప్) టోపీ | Cow (కౌ) ఆవు
Cat (కేట్) పిల్లి | Candidate (కేండిడేట్) అభ్యర్థి | Cattle (కేటిల్) పశువులు
Back (బాక్) వెనుకవైపు | Cock (కాక్) పుంజు | Lock (లాక్) తాళము
Dock (డాక్) ఓడరేవు | Cutting (కటింగ్) కోయుట | Curse (కర్స్) శాపము
Custom (కస్టమ్) ఆనవాయితి | Cruel (క్రూయల్) క్రూరమైన

3. అప్పుడప్పుడు C తర్వాత IA లేదా EA వున్నట్టయితే C 'ష' మాదిరిగా ఉచ్చరింపబడుతుంది.

Social (సోషల్) సామాజిక | Ocean (ఓషన్) మహాసముద్రము | Musician (మ్యూజిషియన్) సంగీతకారుడు

'G' ఉచ్చారణ

'G' కి రెండు ఉచ్చారణలున్నాయి జ, గ

1. ఏదయినా పదానికి చివరన 'GE' వున్నట్టయితే దాని ఉచ్చారణ 'జ' అవుతుంది. ఉదాహరణకు -

Age (ఏజ్) వయస్సు | Page (పేజ్) పుట | Rage (రేజ్) కోపము
Cage (కేజ్) పంజరము | Sage (సేజ్) ఋషి | Gauge (గేజ్) కొలబద్ద

ఇలాగే క్రింది వాటిని కూడా 'జ' ఉచ్చారణతో పలుకవచ్చు. ఉదాహరణకు -

Ginger (జింజర్) అల్లము | Imagine (ఇమాజిన్) ఊహించు | Germ (జర్మ్) క్రిమి
Pigeon (పిజన్) పావురము | Gist (జిస్ట్) సారాంశము | Gem (జెమ్) మణి, వజ్రము

2. తక్కిన చోట్ల సాధారణంగా G కి 'గ' అనే ఉచ్చారణ పలుకుతుంది.

Big (బిగ్) పెద్ద | Bag (బేగ్) సంచి | Hang (హేంగ్) వ్రేలాడు
Go (గో) వెళ్ళు | Gold (గోల్డ్) బంగారు | Hunger (హంగర్) ఆకలి
Give (గివ్) ఇచ్చు | Finger (ఫింగర్) వ్రేలు | Forget (ఫర్గెట్) మరచిపోవు

'S' ఉచ్చారణ

'S' కు ముఖ్యమయిన మూడు ఉచ్చారణలున్నాయి. జ, స, శ -

1. పదం చివర BE, G, GG, GE, IE, EF, Y మొదలయిన అక్షరాలు వచ్చినట్టయితే S ఉచ్చారణ 'స' గా మారుతుంది.

Tribes (ట్రైబ్స్) జాతులు | Bags (బేగ్స్) సంచులు | Eggs (ఎగ్స్) గ్రుడ్లు

Ages (ఏజెస్) యుగాలు Heroes (హీరోస్) నాయకులు Stories (స్టోరీస్) కథలు
Rupees (రుపీస్) రూపాయలు Toys (టాయ్స్) బొమ్మలు Rays (రేస్) కిరణాలు

2. ఏదయినా పదానికి చివర **F, P, KE, GHT, PE, TE** మొ॥న అక్షరాలు వచ్చినట్టయితే దాని తర్వాత వచ్చే **S** ఉచ్చారణ 'స్' అవుతుంది. ఉదాహరణకు -

Roofs (రూఫ్స్) పైకప్పు Chips (చిప్స్) ముక్కలు Hopes (హోప్స్) ఆశలు
Lips (లిప్స్) పెదవులు Kites (కైట్స్) గాలిపటాలు Ships (షిప్స్) ఓడలు
Jokes (జోక్స్) హాస్యాలు Nights (నైట్స్) రాత్రులు

3. పదాలలో **S** లేదా **SS** తర్వాత **IA, ION** వున్నట్టయితే బహుశా **S** శబ్దము 'ష' అవుతుంది. ఉదాహరణకు -

Asia (ఏషియా) ఆసియా ఖండము Pension (పెన్షన్) పింఛను Session (సెషన్) కార్యకాలము
Aggression (అగ్రెషన్) దాడి Mansion (మాన్షన్) మహలు Russia (రష్యా) రష్యా దేశము

'T' ఉచ్చారణ

'T' ఉచ్చారణ దాని స్థానాన్ని బట్టి ష, చ, థ, ద లాగ ఉంటుంది.

1. పదాలలో **T** తర్వాత **IA, IE, IO** మొదలైన అక్షరాలు వస్తే **T** ని 'ష' గా పలుకుతారు. ఉదాహరణకు -

Initial (ఇనిషియల్) తొలుతటి Patient (పేషంట్) రోగి Illustration (ఇల్లస్ట్రేషన్) చిత్రము
Portion (పోర్షన్) భాగము Promotion (ప్రమోషన్) పై పదవి Ratio (రేషియో) నిష్పత్తి

2. ఒక పదంలో **S** తర్వాత **TION** వచ్చినా లేక **T** తర్వాత **URE** వచ్చినా **T** ని 'చ' గా ఉచ్ఛరిస్తారు. ఉదా. -

Question (క్వశ్చన్) ప్రశ్న Culture (కల్చర్) సంస్కృతి Nature (నేచర్) ప్రకృతి
Future (ఫ్యూచర్) భవిష్యత్తు Capture (కేప్చర్) పట్టుకొను Picture (పిక్చర్) చిత్రము
Creature (క్రీచర్) జంతువు, ప్రాణి

3. పదంలో **T** తర్వాత **H** వచ్చినట్టయితే అప్పుడప్పుడు 'థ' ఉచ్చారణ వస్తుంది. కొన్ని సార్లు 'ద' ధ్వని కూడా వస్తుంది.

th - థ

Thick (థిక్) చిక్కటి Thin (థిన్) పలుచటి
Three (థ్రీ) మూడు Thread (థ్రెడ్) దారము

th - ద

This (దిస్) ఇది That (దట్) అది
Then (దెన్) అప్పుడు There (దేర్) అక్కడ

4. కొన్ని సార్లు **TH** తెలుగులో ట **T** ఉచ్చారణతో ఉంటుంది. ఉదాహరణకు -

Thames (టేమ్స్) టేమ్స్ నది Thomas (టామస్) వ్యక్తి పేరు

గుర్తుంచుకోండి (Remember)

The ని కొందరు 'ది' అంటే కొందరు 'ద' అంటారు. సాధారణంగా అచ్చు మొదట గల పదాలకు ముందు వచ్చినప్పుడు 'ది' అని అంటారు. ఉదా. :-(ది ఎగ్, ది ఆన్సర్) మొదలైనవి. హల్లుతో ప్రారంభించే పదాలకు ముందు వచ్చినప్పుడు 'ద' అని అంటారు. ఉదా. :- (ద కైట్, ద ర్యాట్) మొదలైనవి. రెండూ తప్పు కాదు.

15 పదిహేనవ రోజు th Day

పదాలలో అనుచ్చారిత అక్షరాలు (Silent Letters in Words)

ఆంగ్లంలో కొన్ని అక్షరాలు పలకవు. వాటిని **(Silent)** అంటారు. ఆంగ్లం విదేశ భాష అయినందున భారతీయులకు ఇది ఒక సమస్య అవుతుంది. అటువంటి పదాలను ఇక్కడ వివరించడమయినది. మీరు అధ్యయనము, అభ్యాసము ద్వారా ఇటువంటి పదాలను బాగా నేర్చుకొంటే ఉచ్చారణలో నైపుణ్యం **(mastery)** పొందవచ్చు.

1

పదాలలో మొదటి అక్షరం కూడా 'సైలెంట్' గా ఉంటుందా?

అవును. కొన్ని పదాలలో మొదటి అక్షరమే సైలెంట్ Silent గా ఉంటుంది. అంటే వాటికి ఉచ్చారణ ఉండదు. ఈ దిగువ ఇవ్వబడిన పదాలను చదివి, వాటి ఉచ్చారణను గుర్తుంచుకోండి -

*G*nat (నెట్) యుద్ధ విమానము
*H*onour (ఆనర్) సన్మానము
*H*our (అవర్) గంట
*P*neumonia (న్యుమోనియా) శ్వాసకోశ వ్యాధి
*P*sychology (సైకాలజి) మనోవిజ్ఞాశాస్త్రము
*W*rite (రైట్) రాయు
*K*nowledge (నాలెజ్) జ్ఞానము

పై పదాలలో మొదటి అక్షరం పలకడం లేదు. ఇప్పుడు ఈ క్రింది పదాలను ఉచ్చరించండి -

Wrong, Know, Knitting, Honest, Psalm క్రమంగా (రాంగ్, నో, నిటింగ్, ఆనెస్ట్, సామ్)

ఈ పదాలను చూడండి - Knitting లో మొదటి K అక్షరం రెండవది T ఉచ్చరింపబడలేదు. పలుకుతున్నప్పుడు 'నిటింగ్' అనే శబ్దం వచ్చింది. అలాగే Psalm లో P, L ఈ రెండు అక్షరాలకు ఉచ్చారణ లేదు.

2

High ని 'హై' అని Right ని 'రైట్' అనీ పలుకుతాము. ఈ క్రింది పదాలను ఉచ్చరించండి -

Sigh (నిట్టూర్పు)	Fight (జగడము)	Might (బలము)	Fight (ఎగురుట)
Thigh (తొడ)	Light (వెలుతురు)	Night (రాత్రి)	Delight (సంతోషము)
Though (అయినప్పటికీ)	Bright (ప్రకాశము)	Tight (గట్టిగా)	Knight (వీరుడు)
Through (ద్వారా)	Slight (ఇసుమంత)	Fright (జంకు)	Sight (దృశ్యము)

ఈ పదాలు మీకు బహుశా పరిచితం కావచ్చు. వీటిలో ఏ రెండు అక్షరాలు ఏ పదంలో పలకటం లేదో చెప్పండి. అవును, అన్ని పదాలలో Silent గా ఉండే రెండు అక్షరాలేవంటే gh. కాని Knight లోని K కూడా silent అవుతుంది.

ఈ క్రింద కనబరచిన పట్టికలోని పదాలలో ఏ అక్షరాలు అనుచ్చారితమో చూడండి. వీటి స్పెల్లింగ్‌ను గుర్తుంచుకొని, వాటిని అభ్యాసం చేయండి :-

B Silent	**C Silent**	**G Silent**
Comb (కోమ్) దువ్వెన	Scent (సెంట్) అత్తరు	Sign (సైన్) చిహ్నము
Lamb (లామ్) గొఱ్ఱెపిల్ల	Science (సైన్స్) విజ్ఞానము	Design (డిజైన్) రూపకల్పన
Thumb (థమ్) బొటన వ్రేలు	Scene (సీన్) దృశ్యము	Resign ((రిసైన్) రాజీనామా

H Silent
Honour (ఆనర్) గౌరవము
Hour (అవర్) గంట
Thomas (టామస్) టామస్ (పేరు)

N Silent
Autumn (ఆటమ్) ఆకురాలు కాలము
Condemn (కండెమ్) నిందించు
Hymn (హిమ్) స్తోత్రము
Column (కాలమ్) ఒక భాగము
Damn (డేమ్) శపించు

U Silent
Guard (గార్డ్) కాపలాదారు
Guess (గెస్) ఊహ
Guest (గెస్ట్) అతిథి

K Silent
Knock (నాక్) చప్పుడు చేయు
Knife (నైఫ్) చాకు
Knot (నాట్) ముడి

T Silent
Hasten (హేసన్) త్వరపడు
Listen (లిసన్) విను
Often (ఆఫెన్) తరచు
Soften (సాఫన్) మెత్తబడు

W Silent
Wrong (రాంగ్) తప్పు
Answer (ఆన్సర్) జవాబు
Sword (స్వోర్డ్) కత్తి

L Silent
Palm (పామ్) అరచేయి
Calm (కామ్) శాంతి
Half (హాఫ్) సగము
Walk (వాక్) నడచు
Folk (ఫోక్) జనసమూహము
Talk (టాక్) మాట్లాడు
Should (షుడ్) చేయాలి
Would (వుడ్) చేయబడు
Could (కుడ్) చేయగలుగు

ఈ క్రింద ఇచ్చిన పదాలను ఉచ్చరించి ఆనందించండి. వీటిలో ఏ అక్షరము అనుచ్చారితమో (silent) గుర్తించండి - Asthma, Heir, Island, Doubt, Reign, Wrapper, Wednesday

వీటి ఉచ్చారణ వరుసగా - ఆస్థమా, హేయర్, ఐస్‌లాండ్, డౌబ్‌ట్, రీగన్, వ్రాపర్, వెడ్నస్‌డే కాదు. వీటి సరయిన ఉచ్చారణ ఇలా వుటుంది - ఆస్మా (శ్వాస రోగము), ఏర్ (వారసుడు), ఐలెండ్ (ద్వీపము), డౌట్ (అనుమానము), రెయిన్ (పాలన), రాపర్ (అట్ట), వెన్స్‌డే (బుధవారము).

ఇలాంటి ఇంకా అనేక పదాలను ఎంచుకొని వాటి ఉచ్చారణను అభ్యాసం చేస్తూ ప్రగతిపథంలో ఒక్కొక్క మెట్టు ఎక్కుతూ ముందుకు పయనించండి.

16 పదహారవ రోజు
th Day

ప్రశ్నార్థక వాక్య రచనలో What, Who, How ప్రయోగ పదాలు

రోమన్ లిపిలో వ్రాయటం, అక్షరాల ఉచ్చారణ తెలుసుకున్నాం. ఇప్పుడు మళ్ళీ కాస్త వెనుకకు వెళ్ళాలి. ఆరు నుండి ఎనిమిదవ రోజు వరకూ చదివిన పాఠాల్లో మూడు కాలాల్లోని వాక్యాలలో సహాయక క్రియలను ప్రశ్నార్థక వాక్యాలలో వాడటం గురించి తెలుసుకున్నాం. ఉదా .:- **Does he know? Was Gopal reading? Will you play?** ఈ ప్రశ్నార్థక వాక్యాల మొదట్లో **What, Who, How, Which, When, Where, Why** పదాలను వాడవచ్చును. ఇప్పుడు ఒక్కొక్కటిగా ఈ వాక్యాల రచనను చూద్దాం. ఆ తర్వాత వీటిని మీరు **16** నుంచి **18** రోజుల పాఠాల్లో నేర్చుకుంటారు. రండి, వీటిని అభ్యసించండి.

What | **A**

1. ప్ర: నీకేం కావాలి? — **Q.** ***What* do you want?** వాట్ డు యు వాంట్?
   జ: నాకొక గ్లాసు పాలు కావాలి. — A. *A* glass of milk. ఎ గ్లాస్ ఆఫ్ మిల్క్.
2. ప్ర: నీవేమి రాస్తున్నావు? — **Q.** ***What* are you writing?** వాట్ ఆర్ యు రైటింగ్?
   జ: ఒక ఉత్తరం రాస్తున్నాను. — A. *A* letter. ఎ లెటర్.
3. ప్ర: నీవు ఏమి చెప్పాలనుకున్నావు? — **Q.** ***What* do you want to say?** వాట్ డూ యు వాంట్ టు సే?
   జ: ఏం లేదు. — A. Nothing. నథింగ్.
4. ప్ర: నీ పేరేమి? — **Q.** ******What's* your name?** వాట్స్ యువర్ నేమ్?
   జ: నా పేరు అమితాబ్. — A. *Amitabh.* అమితాబ్.
5. ప్ర: మీ నాన్నగారు ఏం పని చేస్తున్నారు? — **Q.** ***What's* your father?** వాట్స్ యువర్ ఫాదర్?
   జ: మా నాన్నగారు సంపాదకులు. — A. *He's an editor.* హి'స్ ఏన్ ఎడిటర్.
6. ప్ర: మీ అమ్మగారు ఏం చేస్తున్నారు? — Q. *What's* your mother? వాట్స్ యువర్ మదర్?
   జ: మా అమ్మగారు ఇంట్లోనే వుంటారు. — A. *She* is a housewife. షి ఈస్ ఎ హౌస్‌వైఫ్.
7. ప్ర: ఇప్పుడు మీరేం చేస్తున్నారు? — **Q.** ***What* are you doing these days?** వాట్ ఆర్ యు డూయింగ్ దీస్ డేస్?
   జ: చదువుతున్నాను. — A. *Studying.* స్టడీయింగ్.
8. ప్ర: ఆగ్రాలో నీవు ఏం చూశావు? — Q. *What* have you seen in Agra? వాట్ హావ్ యు సీన్ ఇన్ ఆగ్రా?
   జ: తాజ్ మహల్‌ను చూశాను. — A. *The* Taj Mahal. ద తాజ్ మహల్.
9. ప్ర: మీ నాన్నగారికి ఏం రాశావు? — Q. *What* did you write to your father? వాట్ డిడ్ యు రైట్ టు యువర్ ఫాదర్?
   జ: నా పరీక్షా ఫలితం గురించి రాశాను. — A. About my result. అబౌట్ మై రిజల్ట్.

---

* 'What is' (వాట్ ఈస్) కు సంక్షిప్త రూపం what's (వాట్స్) 'Shortened forms'. రెండూ సరయినవే. రెండింటికీ అర్థం ఒకటే - 'ఏమిటి?' మొదటిది లిఖిత రూపంలో వాడుతారు. రెండవది మాటలాడేటప్పుడు వాడుతారు. అదేలాగే - It is యొక్క సంక్షిప్త రూపం - It's, you are యొక్క సంక్షిప్త రూపం - You're, I have సంక్షిప్త రూపం - I've మొదలైనవి.

10. ప్ర: ఆమె బొంబాయిలో ఏం చేస్తోంది? Q. *What* was she doing in Mumbai?
వాట్ వాస్ షి డూయింగ్ ఇన్ ముంబై?

జ: ప్రాథమిక పాఠశాలలో ఆమె ఉపాధ్యాయిని. A. *She* was teaching in a primary school.
షి వాస్ టీచింగ్ ఇన్ ఎ ప్రైమరీ స్కూల్.

11. ప్ర: హైస్కూలు పాసయ్యాక ఏం చేస్తావు? Q. *What* do you intend doing after passing High School?
వాట్ డూ యు ఇంటెన్డ్ డూయింగ్ ఆఫ్టర్ పాసింగ్ హై స్కూల్?

జ: నేను పై చదువులు చదువుతాను. A. *I'll* study further. ఐ'ల్ స్టడీ ఫర్దర్.

Who — B

12. ప్ర: నీవెవరు? Q. *Who* are you? హూ ఆర్ యు?
జ: నేను ఒక వ్యాపారిని. A. *I* am a businessman. ఐ యామ్ ఎ బిజినెస్‌మెన్.

13. ప్ర: వారెవరు? Q. *Who* are they? హూ ఆర్ దే?
జ: వారు మా బంధువులు. A. *They* are my relatives. దే ఆర్ మై రిలేటివ్స్.

14. ప్ర: పాట ఎవరు పాడారు? Q. *Who* sang the song? హూ సాంగ్ ది సాంగ్?
జ: లత పాడింది. A. Lata did. లతా డిడ్.

15. ప్ర: మార్కెట్టుకు ఎవరు వెళ్తారు? Q. *Who* will go to the market? హూ విల్ గో టు ద మార్కెట్?
జ: నేను వెడతాను. A. *I* will. ఐ విల్.

16. ప్ర: ఈ పని ఎవరు చేయగలరు? Q. *Who* can do this work? హూ కెన్ డూ దిస్ వర్క్?
జ: రాధ చేయగలదు. A. *Radha* can. రాధా కెన్.

17. ప్ర: ఆమెకు ఎవరు కావాలట? Q. *Whom* does she want to meet? హూమ్ డస్ షి వాన్ట్ టు మీట్?
జ: తన తల్లి. A. *Her* mother. హర్ మదర్.

18. ప్ర: ఈ ఇంటి యజమాని ఎవరు? Q. *Who* is the owner of this house?
హూ ఈస్ ది ఓనర్ ఆఫ్ దిస్ హౌస్?

జ: మా నాన్నగారు. A. *My* father. మై ఫాదర్.

How — C

19. ప్ర: అతను బడికి ఎలా వెడతాడు? Q. *How* does he go to school? హౌ డస్ హి గో టు స్కూల్?
జ: బస్సులో. A. *By* bus. బై బస్.

20. ప్ర: మీ నాన్నగారెలా ఉన్నారు? **Q. *How* is your father?** హౌ ఈస్ యువర్ ఫాదర్?
జ: ఆయనకు సుస్తీ చేసింది. A. *He's* not well. హి'స్ నాట్ వెల్.

21. ప్ర: నువ్వు సిమ్లా ఎలా వెళ్ళావు? Q. *How* did you go to Shimla? హౌ డిడ్ యు గో టు సిమ్లా?
జ: రైల్లో వెళ్ళాను. A. *By* train. బై ట్రైన్.

22. ప్ర: నీవు తిరిగి ఎలా వచ్చావు? Q. *How* did you return? హౌ డిడ్ యు రిటర్న్?
జ: బస్సులో వచ్చాను. A. *By* bus. బై బస్.

23. ప్ర: సిమ్లాలో మీ ఆరోగ్యం ఎలాగుంది? Q. *How* was your health in Shimla?
హౌ వాస్ యువర్ హెల్త్ ఇన్ సిమ్లా?

జ: అక్కడ నేను చాలా బాగున్నాను. A. I *was* perfectly alright there. ఐ వాస్ పెర్ఫెక్ట్‌లీ ఆల్‌రైట్ దేర్.

24. ప్ర: అక్కడ వాతావరణం ఎలాగుండేది? **Q. *How* was the weather there?** హౌ వాస్ ది వెదర్ దేర్?
జ: అక్కడ చాలా చలిగా ఉండేది. A. *It* was quite cold. ఇట్ వాస్ క్వయిట్ కోల్డ్.

25. ప్ర: మీ అబ్బాయి వయసెంత?
జ: అతనికి పన్నెండేండ్లు.

Q. ***How* old is your son?** హౌ ఓల్డ్ ఈస్ యువర్ సన్?
A. *He* is twelve. హి ఈజ్ ట్వెల్వ్.

26. ప్ర: ఇక్కడినుంచి గాంధినగరుకు ఎంత దూరం?
జ: సుమారు ఆరు కిలోమీటర్లు.

Q. *How* far is Gandhinagar from here? హౌ ఫార్ ఈజ్ కనాట్ ప్లేస్ ఫ్రమ్ హియర్?
A. About six kilometres. అబౌట్ సిక్స్ కిలోమీటర్స్.

27. ప్ర: ఇప్పుడు మీ ఆరోగ్యం ఎలాగుంది?
జ: కాస్త ఫరవాలేదు.

Q. *How* are you feeling now? హౌ ఆర్ యు ఫీలింగ్ నౌ?
A. Much better. మచ్ బెటర్.

గుర్తుంచుకోండి (Remember)

A	B
1. *What* do you say?	I do not know *what* you say.
2. *What* did you say?	I do not remember *what* you said.
3. *What* had you said?	I do not remember *what* you had said.
4. *What* is this?	Tell me *what* this is.
5. *What* was that?	Tell me *what* that was.

A లోనివి ప్రశ్నార్థక వాక్యాలు. B లోనివి సామాన్య వాక్యాలు. ప్రశ్నార్థక వాక్యాలను సామాన్య వాక్యాలుగా మార్చేందుకు - (1) do, did మొదలైన సహాయక క్రియల్ను తొలగించి, సామాన్య క్రియను ప్రయోగిస్తారు. ఉదా. :- What do you say? అనేది you say గా మారుతుంది. మరియు What did you say అనే వాక్యంWhat you said గా మారుతుంది. (2) ప్రశ్నార్థక వాక్యాలలో is, was, had వంటివి ఉన్నట్టయితే వాటిలో క్రియ object కు తర్వాత వస్తుంది. ఇదే విధంగా ఈ సాధారణ వాక్యాలను ప్రశ్నార్థక వాక్యాలుగా మార్చవచ్చు.

A	B
1. I do not know *who* he is.	*Who* is he?
2. Tell me *whom* you want.	*Whom* do you want?
3. Tell me *whose* book that was.	*Whose* book was that?
4. I do not know *how* old you are.	*How* old are you?
5. Tell me *how* she knew.	*How* did she know?
6. You did not say *whom* you had promised.	*Whom* had you promised?

ప్రశ్నార్థక వాక్యాలను సామాన్య వాక్యాలుగాను, సామాన్య వాక్యాలను ప్రశ్న వాచకాలుగాను మార్పు చేస్తూ అభ్యాసం చేయండి. వీటిని బాగా వల్లించి ఒకరికొకరు వినిపించండి.

17 పదిహేడవ రోజు
th Day

ప్రశ్నావాచక రచనలో Which, When, Where, Why వాక్యాల ప్రయోగం

What, Who, How అనే శబ్దాల ప్రయోగాన్ని ఇదివరకే వెనుకటి పాఠాల్లో నేర్చుకున్నారు. ఇప్పుడు **Which, When, Where, Why** పదాల ప్రయోగాన్ని నేర్చుకోండి. **Which** తరచు తెలియని వస్తువుల గురించి వాడుతాము.**When** కాల వాచకము. **Where** స్థాన వాచకము, ఇదే రీతిని **Why** అన్నది కారణాన్ని సూచిస్తుంది. ఈ ప్రయోగాలన్నిటి విశిష్టత ఏమిటంటే, వీటితోపాటు **do, did** లేదా ఇంకేదయినా **helping verb** (సహాయక క్రియ) తప్పనిసరిగా వాడాలి.

Which | **D**

1. ప్ర: ఎవరి పాట నీకు బాగా ఇష్టం - లతదా లేక ఆషాదా?
   Q. *Which* song did you prefer— Lata's or Asha's? విచ్ సాంగ్ డిడ్ యు ప్రెఫర్ - లతాస్ ఆర్ ఆషాస్?
   జ: నీకిష్టమైనదే నాకూ ఇష్టం.
   A. I like *what* you have liked. ఐ లైక్ వాట్ యు హావ్ లైక్డ్.
2. ప్ర: నువ్వు ఏ పుస్తకం చదువుతున్నావు?
   Q. *Which* book are you reading? విచ్ బుక్ ఆర్ యు రీడింగ్?
   జ: నిన్న నీ దగ్గర తీసుకున్న నవల చదువుతున్నాను.
   A. It's the novel *which* I borrowed from you yesterday. ఇట్స్ ది నావల్ విచ్ ఐ బారోడ్ ఫ్రమ్ యు యస్టర్‌డే.
3. ప్ర: నీకు నచ్చిన సినిమా ఏది?
   Q. *Which* is your favourite movie? విచ్ ఈస్ యువర్ ఫేవరైట్ మూవీ?
   జ: సౌండ్ ఆఫ్ మ్యూజిక్.
   A Sound of Music. సౌండ్ ఆఫ్ మ్యూజిక్.

When | **E**

4. ప్ర: నీవు నీ పాఠం ఎప్పుడు వల్లె వేస్తావు?
   Q. *When* do you revise your lesson? వెన్ డూ యు రివైస్ యువర్ లెసన్?
   జ: ప్రొద్దున/ఉదయాన్నే.
   A. In the morning. ఇన్ ది మార్నింగ్.
5. **ప్ర: నువ్వు మా ఇంటికి ఎప్పుడు వస్తున్నావు?**
   Q. *When* are you coming to us? వెన్ ఆర్ యు కమింగ్ టు అస్?
   జ: త్వరలో నాకు సమయం చిక్కినపుడు.
   A. *As* soon as I get time. యాస్ సూన్ యాస్ ఐ గెట్ టైమ్.
6. ప్ర: సంజయ్‌ను ఎప్పుడు కలిశావు?
   Q. *When* did you meet Sanjay? వెన్ డిడ్ యు మీట్ సంజయ్?
   జ: గత శనివారం, అతను హైద్రాబాదు వచ్చినప్పుడు కలిశాను.
   A. Last Saturday, when he came to Hyderabad. లాస్ట్ సాటర్‌డే, వెన్ హి కేమ్ టు హైద్రాబాద్.

Where | **F**

7. ప్ర: మీరు ఎక్కడ పని చేస్తారు?
   Q. *Where* do you work? వేర్ డూ యు వర్క్?
   జ: ప్రభుత్వ కార్యాలయంలో పనిచేస్తున్నాను.
   A. In a government office. ఇన్ ఎ గవర్నమెంట్ ఆఫీస్.
8. ప్ర: మీరు పుస్తకాలెక్కడ కొంటారు?
   Q. *From where* do you buy books? ఫ్రమ్ వేర్ డూ యు బై బుక్స్?
   జ: నేను పుస్తక్ మహల్ బ్యాంక్ స్ట్రీట్‌లో కొంటాను.
   A. *From* Pustak Mahal, Bank Street. ఫ్రమ్ పుస్తక్ మహల్, బ్యాంక్ స్ట్రీట్.
9. ప్ర: మీరు ఎక్కడ ఉంటున్నారు?
   Q. *Where* do you live? వేర్ డూ యు లివ్?
   ఉ: కట్టెల మండిలో.
   A. In Kattela Mandi. ఇన్ కట్టెల మండి.

10 ప్ర: మీరు ఈ సూట్ ఎక్కడ కొన్నారు?

జ: సిటీ ప్లేస్‌లో.

Q. ***From where* did you buy your suit?**
ఫ్రమ్ వేర్ డిడ్ యు బై యువర్ సూట్?

A. *From* City Place. ఫ్రమ్ సిటీ ప్లేస్.

Why | **G**

11. ప్ర: మీరు ప్రతి రోజు పాలు ఎందుకు త్రాగుతారు?

జ: నా ఆరోగ్యాన్ని బాగా చూసుకోవటానికి.

Q. ***Why* do you drink milk daily?**
వై డూ యు డ్రింక్ మిల్క్ డైలీ?

A. To maintain good health. టు మెయిన్‌టైన్ గుడ్ హెల్త్.

12. ప్ర: మీనాక్షి వాళ్ళ టీచరు కఠినంగా ఎందుకు ఉంటారు?

జ: తన విద్యార్థుల పున్నతి కోరుతుంది కనుక.

Q. ***Why* is Meenakshi's teacher so strict?**
వై ఈస్ మీనాక్షీ'స్ టీచర్ సో స్ట్రిక్ట్?

A. *Because* she is interested in the progress of her students.
బికాస్ షి ఈస్ ఇంటెరెస్టెడ్ ఇన్ ది ప్రోగ్రెస్ ఆఫ్ హర్ స్టూడెంట్స్.

13. ప్ర: నీవు ఇక్కడ ఎందుకు కూర్చున్నావు?

జ: నా స్నేహితుడు మనీష్ కోసం వేచి ఉన్నాను.

Q. ***Why* are you sitting here?** వై ఆర్ యు సిటింగ్ హియర్?

A. I'm wating for my friend, Manish.
ఐ'మ్ వెయిటింగ్ ఫర్ మై ఫ్రెండ్, మనీష్.

గుర్తుంచుకోండి (Remember)

Who, Which అనే పదాల అర్థంలో తేడాను తెలుసుకోండి. Who అంటే 'ఎవరు?' Which అంటే 'ఏది?' Who మనుష్యులకు సంబంధిస్తుంది. Which పశువులకు, ఇతర వస్తువులకు వాడబడుతుంది. ఈ క్రింది ఉదాహరణల సహాయంతో దీనిని బాగా తెలుసుకోండి -

Who:	1. ఎవరక్కడ?	Who's there?
	2. ఆగ్రా ఎవరు వెళ్ళారు?	Who went to Agra?
	3. ఎవరు ఇక్కడికి వస్తారు?	Who will come here?
Which:	4. బల్ల మీద ఉన్నది ఏమి పుస్తకము?	Which book is on the table?
	5. నా పుస్తకం ఏది?	Which book is mine?
	6. మీది ఏ కుక్క?	Which is your dog?

Who మరియు Which లకు ఇంకా వేరే అర్థాలు కూడా ఉన్నాయి - Who = అంటే 'ఎవరు?' నియమం ప్రకారం Who-మనుష్యులకు సంబంధించి పలుకుతుంది. Which = ప్రాణులకు మరియు వస్తువులకు సంబంధిస్తుంది. ఉదాహరణకు -

1. నేను మానిటర్‌గా ఉన్న అమ్మాయిని కలిసాను.	I met the girl, who is the monitor.
2. పియానో వాయిస్తున్న అమ్మాయి మా చెల్లెలు.	The girl, who is playing the piano, is my sister.
3. నీకు ఏ పుస్తకం కావాలో తీసుకో.	Select the book, which you want.

*Where's—where is యొక్క సంక్షిప్త రూపం.

18 పద్దెనిమిదవ రోజు
18th Day

ప్రశ్నవాచక ప్రశ్నలు (వివిధములు Miscellaneous)

ప్రశ్నవాచక వాక్యాలను తెలుసుకోండి. ఇప్పుడు, **what, where** మొదలైనవాటితోపాటు **is, are, am, was, were, has, have, had, will, shall, would, should** మొదలైన సహాయక క్రియలను మళ్ళీ ఒకసారి అభ్యసించండి. ఈ వాక్యాల నుండి ప్రశ్నార్థక వాక్యాలు చేయవచ్చు. దీనిని మీరు ముందే కొంత తెలుసుకున్నారు. వాటిని మరొకసారి గమనించండి.

1. ఏమి జరిగింది?	What happened? వాట్ హాపెండ్?
2. మీరు నన్ను అడిగారా?	Had you asked for me? హాడ్ యు ఆస్క్‌డ్ ఫర్ మి?
3. నేను వెళ్ళనా?	May I go? మే ఐ గో?
4. నేను మీతో రావచ్చా?	May I accompany you? మే ఐ ఎకంపెనీ యు?
5. మీరు వస్తున్నారా?	Are you coming? ఆర్ యు కమింగ్?
6. నేను దాన్ని తేనా?	Should I bring it? షుడ్ ఐ బ్రింగ్ ఇట్?
7. మీరెలాగున్నారు?	How are you? హౌ ఆర్ యు?
8. మీకు అర్థమైందా?	Did you understand? డిడ్ యు అండర్‌స్టాండ్?
9. అర్థమైనట్టేనా?	Understood? అండర్‌స్టుడ్?
10. మీ ఉద్దేశం ఏమిటి?	What do you mean? వాట్ డూ యు మీన్?
11. అయ్యగారు లోపల ఉన్నారా?	Is the boss in? ఈస్ ది బాస్ ఇన్?
12. ఎవరక్కడ?	Who is it? హూ ఈస్ ఇట్?
13. ఏమి జరిగింది?	What's the matter? వాట్స్ ద మేటర్?
14. దినేశ్ ఎక్కడ?	Where is Dinesh? వేర్ ఈస్ దినేష్?
15. మీరు ఎప్పుడు వచ్చారు?	When did you come? వెన్ డిడ్ యు కమ్?
16. ప్రారంభిద్దామా?	Do/shall we begin? డూ/షల్ వుయ్ బిగిన్?
17. మీరు ఒక పని చేస్తారా?	Will you do one thing? విల్ యు డూ ఒన్ థింగ్?
18. ఈ వేళ సెలవా?	Is it a holiday today? ఈస్ ఇట్ ఎ హాలిడే టుడే?
19. మీకు తెలుసా?	Do you know? డూ యు నో?
20. మీరు రారా?	Won't you go? వోన్ట్ యు గో?
21. ఏమిటి ఇబ్బంది?	What's the trouble? వాట్స్ ది ట్రబుల్?
22. మీరు కోపంగా ఉన్నారా?	Are you angry? ఆర్ యు ఏంగ్రీ?
23. మీ ఇంట్లోవారు క్షేమమా?	How is the family? హౌ ఈస్ ది ఫామిలీ?
24. నేను మీ కోసం ఏమి చేయగలను?	What can I do for you? వాట్ కెన్ ఐ డూ ఫర్ యు?
25. మనం ఇప్పుడు ఎక్కడున్నాం?	Where are we now? వేర్ ఆర్ వుయ్ నౌ?
26. ఇక్కడకు ఏమి తెచ్చారు?	What brings you here? వాట్ బ్రింగ్స్ యు హియర్?

27. అతనికి కారుందా? Has he got a car? హాస్ హి గాట్ ఎ కార్?

28. నాతో మీకేమయినా పనుందా? Have you any business with me? హావ్ యు ఎనీ బిజినెస్ విత్ మి?

29. ఎవరు వస్తున్నారు? **Who's coming?** హూ'స్ కమింగ్?

30. రాత్రి భోజనంలో వంటకాలేమిటి? What's the menu for dinner? వాట్స్ ది మెను ఫర్ డిన్నర్?

31. ఇది ఎవరి టెలిఫోన్ నెంబర్? Whose telephone number is this? హూస్ టెలిఫోన్ నెంబర్ ఈజ్ దిస్?

32. మనం ఎక్కడ కలుద్దాం? **Where shall we meet?** వేర్ షల్ వి మీట్?

33. నీవు ఎలా తిరిగి వచ్చావు? **How have you come back?** హౌ హావ్ యు కమ్ బాక్?

34. నీవు చదువెందుకు మానేశావు? Why have you dropped your studies? వై హావ్ యు డ్రాప్డ్ యువర్ స్టడీస్?

35. మీ అమ్మగారు ఇప్పుడు ఎలాగున్నారు? How is your mother now? హౌ ఈస్ యువర్ మదర్ నౌ?

36. మీరు బాగున్నారా? How do you do? హౌ డూ యు డూ?

37. ఇక్కడ మంచి హోటలు ఎక్కడుంది? Which is the best hotel here? విచ్ ఈస్ ది బెస్ట్ హోటల్ హియర్?

38. ఆయన ఎవరు? **Who's this?** హూ'స్ దిస్?

39. వాగీశ్ ఎక్కడున్నాడు? Where is Vagish? వేర్ ఈస్ వాగీష్?

40. ఏమిటి విశేషం? **What's the news?** వాట్స్ ది న్యూస్?

41. మనం మరలా ఎప్పుడు కలుద్దాం? When shall we meet again? వెన్ షల్ వుయ్ మీట్ ఎగైన్?

42. మీ వయస్సెంత? How old are you? హౌ ఓల్డ్ ఆర్ యు?

43. ఈ కోటుకు ఎంతయింది? How much did this coat cost you? హౌ మచ్ డిడ్ దిస్ కోట్ కాస్ట్ యు?

44. మీరు ఇక్కడ ఎంతకాలంనుంచి ఉన్నారు? For how long have you been here? ఫర్ హౌ లాంగ్ హావ్ యు బీన్ హియర్?

45. దీనికి ఎంత సమయం తీసుకుంటుంది? **How long will it take?** హౌ లాంగ్ విల్ ఇట్ టేక్?

46. మీరు ఎందుకు ఇబ్బంది పడుతున్నారు? Why do you trouble yourself? వై డూ యు ట్రబుల్ యువర్‌సెల్ఫ్?

47. ఈ దారి ఎందుకు మూత పడింది? Why is the road closed? వై ఈస్ ది రోడ్ క్లోస్డ్?

48. ఈ వేళ ఏ సినిమా వస్తోంది? What movie is on today? వాట్ మూవీ ఈస్ ఆన్ టుడే?

49. మీరు ఏమి చూస్తున్నారు? **What are you looking for?** వాట్ ఆర్ యు లుకింగ్ ఫార్?

50. మీరెందుకింత గంభీరంగా ఉన్నారు? Why are you so serious? వై ఆర్ యు సో సీరియస్?

51. ఈ రోజు రాత్రి పార్టీలో ఏ దుస్తులు వేసుకోవాలి? What should I wear in the party tonight? వాట్ షుడ్ ఐ వేర్ ఇన్ ది పార్టీ టునైట్?

52. నన్ను మిమ్మల్ని ఎక్కడ కలుసుకోమంటారు? Where should I contact you? వేర్ షుడ్ ఐ కాంటాక్ట్ యు?

53. అక్కడ ఏమైనా ఇబ్బందిగా ఉందా? Is there any problem? ఈస్ దేర్ ఎనీ ప్రాబ్లమ్?

54. ఈ రాత్రికి మీరు ఆలస్యంగా వెళ్తారా? Are you going to be late tonight? ఆర్ యు గోయింగ్ టు బి లేట్ టునైట్?

55. మీతో కలిసి నేను డ్యాన్స్ చేయనా? May I have a dance with you? మే ఐ హ్యావ్ ఎ డ్యాన్స్ విత్ యు?

56. మీరు మాతో కూర్చుంటారా? Would you like to join us? ఉడ్ యు లైక్ టు జాయిన్ అస్?

57. ఇప్పుడు నేను ఏమి చేయాలి? What should I do now? వాట్ షుడ్ ఐ డూ నౌ?

---

* 'How do you do?' అనే పదాన్ని మొదటిసారి ఎవరినన్నా కలుసుకున్నప్పుడు ఉపయోగించాలి. ముఖ్యంగా ఇద్దరు వ్యక్తులతో పరస్పరంగా పరిచయం చేసుకున్నప్పుడు 'హౌ డు యు డు?' అనాలి? దీనికి జవాబు కూడా 'హౌ డు యు డు?' అవుతుంది.

58. మీరు నా మాట ఎందుకు వినరు? — Why don't you listen to me? వై డోన్ట్ యు లిసన్ టు మి?

59. ఈ రెండు డ్రస్సులలో నాకు ఏది నప్పుతుంది? — Which of these two dresses will suit me better? విచ్ ఆఫ్ దీస్ టూ డ్రసస్ విల్ సూట్ మి బెటర్?

60. అతన్ని నేనెక్కడ కలవాలి? — Where should I look for him? వేర్ షుడ్ ఐ లుక్ ఫర్ హిమ్?

61. నేను మీకు ఏమి సహాయం చేయగలను? — What can I do for you? వాట్ కెన్ ఐ డూ ఫర్ యు?

62. నేను మీ ఫోన్‌ను ఉపయోగించవచ్చా? — May I use your phone? మే ఐ యూస్ యువర్ ఫోన్?

63. మీరు అతన్ని గుర్తుపట్టగలరా? — Do you recognize him? డూ యు రికగ్నైజ్ హిమ్?

గుర్తుంచుకోండి (Remember)

(i) Is, am, are, was, were, had, will, would, shall, should, can, could, may, might మొదలైన వాక్యాలు వాక్యారంభంలో వస్తే, ప్రశ్నార్థకాలవుతాయని గమనించండి. వాక్యం మధ్యలో (Subject కర్తకు తర్వాత) వస్తే సాధారణ వాక్యం అవుతుంది. ఉదాహరణకు :-

A	B
1. Am I a fool?	I am not a fool.
2. Were those your books?	Those were your books.
3. Had you gone there?	You had gone there.
4. Can I walk for a while?	I can walk for a while.
5. May I come in?	I may come in.

(ii) ఈ క్రింది వాక్యాలను సరిగా గమనించండి -

1. నేను ఉదయం త్వరగా లేస్తాను. — I get up early in the morning.
2. నేను ఉదయం త్వరగా లేచాను. — I got up early in the morning.

ఇప్పుడు వీటి వ్యతిరేకార్థక (Negative) మాక్యాలుగా మార్చండి -

3. నేను ఉదయం త్వరగా లేవను. — I do not get up early in the morning.
4. నేను ఉదయం త్వరగా లేవలేదు. — I did not get up early in the morning.

వ్యతిరేకార్థాలుగా మార్చేందుకు do లేదా did జతపరచాలి. ప్రశ్నవాచకంగా మార్చేందుకు వాక్యం మధ్యలో ఉన్న do లేదా did వాక్యారంభంలో వస్తాయి. ఉదాహరణకు :-

5. నేను ఉదయం త్వరగా లేస్తానా? — Do I get up early in the morning?
6. నేను ఉదయం త్వరగా లేచానా? — Did I get up early in the morning?

19 పందొమ్మిదవ రోజు
th Day

అన్ని కాలాల (**Tenses**) క్రియల గురించి మీరు ఇంతకు ముందు తెలుసుకున్నారు. పదహారవ, పదిహేడవ దినాల్లో మీరు ప్రశ్నార్థక వాక్యాలను కూడా తెలుసుకున్నారు. క్రియాత్మక (**Assertive**) ప్రశ్నార్థక (**Interrogative**) వాక్యాలుగా మార్చేందుకు మీరు ఏం చేయాలి? కాలాలలో (**Tenses**) సహాయక క్రియలను వాక్యారంభానికి తెచ్చి వాటిని ప్రశ్నార్థకాలుగా మార్చాలి. **(1)** వ్యతిరేకార్థక (**Negative**) వాక్యాలను ఎలా తయారు చేస్తారో గమనించండి. **do, did, is, are, was, were, have, had, will, would, shall, should, can, could, may, might** మొదలైన సహాయక క్రియల తర్వాత **not** చేర్చాలి. దీనితో అవి వ్యతిరేకాలవుతాయి. **(2)** రాసేటప్పుడు **do not, did not, were not, have not, cannot, will not, shall not, should not, would not** ఇవి వస్తాయి. మాట్లాడేటప్పుడు వీటి ప్రయోగాలు సంక్షిప్త రూపంలో ఈ విధంగా ఉంటాయి :- **don't, didn't, weren't, can't, won't, shouldn't, wouldn't** అని అంటారు. అయితే మాటలాడేటప్పుడు - **do not** అన్నా, లేక **don't** అన్నా రెండూ సరైనవే. వాటిని ఈ క్రింద అభ్యసిద్దాం రండి :-

వ్యతిరేకార్థక వాక్యాలు (Negative Sentences)

1. నాకు తెలియదు. — I do not know. ఐ డూ నాట్ నో.
2. నేను ఏమీ అడగటం లేదు. — I don't ask anything. ఐ డోన్ట్ ఆస్క్ ఎనిథింగ్.
3. ఆమె ఇక్కడికి రాదు. — She does not come here. షి డస్ నాట్ కమ్ హియర్.
4. టీ ఎలా చేయాలో ఆమెకు తెలియదు. — She doesn't know how to make tea. షి డసన్ట్ నో హౌ టు మేక్ టీ.
5. నిన్న అతను బస్సు విడువలేదు. — He did not miss the bus yesterday. హి డిడ్ నాట్ మిస్ ది బస్ యస్టర్‌డే.
6. ఈ సంగతి మేము వినలేదు. — We haven't heard this news. వుయ్ హావన్ట్ హర్డ్ దిస్ న్యూస్.
7. ఈ రోజు చలిగా లేదు. — It's not cold today. ఇట్స్ నాట్ కోల్డ్ టుడే.
8. ఆమెకు పెళ్ళి కాలేదు. — She isn't married. షి ఈసన్ట్ మారీడ్.
9. ఈ రోజు మనం ఆలస్యం కాలేదు. — We are not late today. వుయ్ ఆర్ నాట్ లేట్ టుడే.
10. ఆమె హైద్రాబాదులో లేరు. — She wasn't in Hyderabad. షి వాసన్ట్ ఇన్ హైద్రాబాద్.
11. మేము ఉపన్యాసానికి రాలేదు. — We didn't attend the lecture. వుయ్ డిడన్ట్ అటెండ్ ది లెక్చర్.
12. ఆమెకు మగబిడ్డ లేదు. — She doesn't have a son. షి డసన్ట్ హావ్ ఎ సన్.
13. నాకు ఉత్తరం అందలేదు. — I didn't get the letter. ఐ డిడన్ట్ గెట్ ది లెటర్.
14. వారి దగ్గర వాహనం లేదు. — They didn't have a conveyance. దే డిడన్ట్ హావ్ ఎ కన్వేయన్స్.
15. భయపడకండి, నాన్నగారు కోప్పడరు. — Don't worry, father won't be angry.
డోన్ట్ వర్రీ, ఫాదర్ వోన్ట్ బి ఏంగ్రీ.
16. నాన్నగారు రేపు ఇంట్లో ఉండరు. — Father won't be at home tomorrow.
ఫాదర్ వోన్ట్ బి అట్ హోమ్ టుమారో.
17. రేపు మనం ఆలస్యం కాము. — We shan't (shall not) be late tomorrow.
వుయ్ షాన్ట్ (షల్ నాట్) బి లేట్ టుమారో.
18. నేను మోటర్‌సైకిల్ నడపలేను. — I can't ride a motor cycle. ఐ కాంట్ రైడ్ ఎ మోటర్ సైకిల్.
19. కాలిబాటలో కారు నడపరాదు. — You must not drive the car on the footpath.
యు మస్ట్ నాట్ డ్రైవ్ ది కార్ ఆన్ ది ఫుట్‌పాత్.

20. మొన్న నేను సకాలంలో రాలేకపోయాను. I couldn't reach in time day before yesterday. ఐ కుడన్ట్ రీచ్ ఇన్ టైమ్ డే బిఫోర్ యస్టర్‌డే.

21. మీరు అక్కడకు వెళ్ళవలసిన పని లేదు. You needn't go there. యు నీడన్ట్ గో దేర్.

22. ఇబ్బందేమీ లేదు. No problem. నో ప్రాబ్లమ్.

23. ఇప్పుడు మనం దుకాణం మూయకూడదు, మూయవచ్చా? Now we shouldn't close our shop, should we? నో వుయ్ షుడన్ట్ క్లోస్ అవర్ షాప్, షుడ్ వుయ్?

ప్రశ్నార్థక - వ్యతిరేకార్థక వాక్యాలు (Interrogative-cum-Negative Sentences)

1. ఆంగ్లంలో - "ఈ వేళ వేడిగా ఉంది, వేడిగా లేదా?", "ఈ వేళ చలి లేదు, ఉందా?" It's hot today, isn't it and it's not cold today, is it? ఇటువంటి వాక్యాలు చాలా వాడుకలో ఉన్నాయి. వీటిని ఆంగ్లంలో Tail Questions అంటారు. ఎందుకంటే వాక్యం చివరన చిన్న ప్రశ్న వుంటుంది కనుక. ఉదాహరణకు - It's not cold today, is it? (ఇప్పుడు 28 మరియు 29 వాక్యాలను చూడండి). ఇవే వాక్యాలు వ్యతిరేకార్థకమయితే, Tail Question భావాత్మకము అవుతుంది. ఉదాహరణకు - It's not cold today? (27, 30 వాక్యాలు చూడండి).

2. వాక్యాల మొదటి భాగంలో సహాయక క్రియ (helping verbs) తో పాటు not కలపాలి. ఇందులో రెండు రూపాలూ is not, isn't. సరైనవే. అయితే Tail Question లో isn't వంటి సంక్షిప్త రూపాలు కూడా వాడుతారు. ఈ దిగువ ఉదాహరించిన వాక్యాలను చూచి వీటి ప్రయోగం నేర్చుకోండి.

24. ఈ రోజు బాగా వేడిగా ఉంది, అవునా? It is very hot today, isn't it? ఇట్ ఈస్ వెరీ హాట్ టుడే, ఈసన్ట్ ఇట్?

25. వారు విదేశీయులు, అవునా? They are foreigners, aren't they? దే ఆర్ ఫారినర్స్, ఆరన్ట్ దే?

26. మీరు సంతోషంగా లేరు, ఉన్నారా? You weren't pleased, were you? యు వరెన్ట్ ప్లీస్డ్, వర్ యు?

27. రేపు ఆదివారం, అవునా? It will be Sunday tomorrow, won't it? ఇట్ విల్ బి సండే టుమారో, వోన్ట్ ఇట్?

28. మనం త్వరగా తయారవుతాం, అవుతామా? We'll be ready soon, won't we? వి'విల్ బి రెడీ సూన్, వోంట్ వుయ్?

29. నేను దీనిని ఎప్పటికీ మరువలేను, కదూ? I can never forget it, can I? ఐ కేన్ నెవర్ ఫర్గెట్ ఇట్, కేన్ ఐ?

30. నేను రేపు మీతో వుండను, ఉంటానా? I won't be with you tomorrow, will I? ఐ వోంట్ బి విత్ యు టుమారో, విల్ ఐ?

31. మనం ముందే కలుసుకున్నాం, అవునా? We have met before, haven't we? వుయ్ హావ్ మెట్ బిఫోర్, హావన్ట్ వుయ్?

32. మీరు మీ పని ముగించారు, ముగించారా? You had finished your work, hadn't you? యు హాడ్ ఫినిష్డ్ యువర్ వర్క్, హాడన్ట్ యు?

33. నువ్వు నా కోసం పుస్తకాన్ని వెతకలేదు, అవునా? You couldn't find the book for me, could you? యు కుడన్ట్ ఫైన్డ్ ది బుక్ ఫర్ మి, కుడ్ యు?

34. మీనాక్షి ఆలస్యంగా పడుకోకూడదు, అలా పడుకోవచ్చా? Meenakshi shouldn't go to bed late, should she? మీనాక్షి షుడన్ట్ గో టు బెడ్ లేట్, షుడ్ షి?

35. అమితాబ్ మధ్యాహ్నం 12 గంటలదాకా కాచుకోవాలి, కాచుకున్నాడా? Amitabh must wait till 12 o'clock, mustn't he? అమితాబ్ మస్ట్ వెయిట్ టిల్ 12 ఓ'క్లాక్, మస్టన్ట్ హి?

36. ఆమె ఆంగ్లం నేర్చుకుందా, లేదు కదూ? She hasn't learnt English, has she? షి హాసన్ట్ లర్న్ట్ ఇంగ్లీష్, హాస్ షి?

37. మీరు ఇంగ్లీషు మాట్లాడగలరు, మాట్లాడలేరా? You can speak English, can't you? యు కెన్ స్పీక్ ఇంగ్లీష్, కాంట్ యు?

38. గొప్పవారు కాలాన్ని వృధా చేయరు, చేస్తారా? Great men don't waste their time, do they? గ్రేట్ మెన్ డోన్ట్ వేస్ట్ దెయిర్ టైమ్, డూ దే?

39. మీరు ఇలా మాట్లాడకూడదు, అవునా? You should not talk like this, should you? యు షుడ్ నాట్ టాక్ లైక్ దిస్, షుడ్ యు?

40. ఎంత మంచి వాతావరణం, అవునా? How pleasant it is, isn't it? హౌ ప్లెసన్ట్ ఇట్ ఈస్, ఇసన్ట్ ఇట్?

41. నీకు నువ్వే బుద్ధిమంతుడవనుకున్నావు, అవునా? You think yourself to be very clever, don't you? యు థింక్ యువర్‌సెల్ఫ్ టు బి వెరీ క్లెవర్, డోన్ట్ యు?

42. ఆమె త్వరలో ఇక్కడకు వస్తుంది, కదూ? She will reach here soon, won't she? షి విల్ రీచ్ హియర్ సూన్, వోన్ట్ షి?

43. మళ్ళీ ఆమె ఇంటికి ఆలస్యంగా చేరిందట, అవునా? She reached home late again, didn't she? షి రీచ్డ్ హోమ్ లేట్ ఎగైన్, డిడన్ట్ షి?

44. మనం బాల్యజీవితాన్ని ఎప్పటికీ మరువలేము, అవునా? We never forget our childhood, do we? వుయ్ నెవర్ ఫర్గెట్ అవర్ చైల్డ్‌హుడ్, డు వుయ్?

గుర్తుంచుకోండి (Remember)

A. ఆంగ్లంలో కొన్ని సంయుక్తపదాల సంక్షిప్తరూపాలు (Short forms) సంభాషణలో చాలా వాడుకలో ఉన్నాయి. వీటిని ఉపయోగించడం, రాయడం అభ్యసించండి :-

do + not = don't	does + not = doesn't	did + not = didn't
is + not = isn't	are + not = aren't	was + not = wasn't
were + not = weren't	has + not = hasn't	have + not = haven't
had + not = hadn't	will + not = won't	shall + not = shan't
can + not = can't	must + not = mustn't	could + not = couldn't
need + not = needn't	would + not = wouldn't	should + not = shouldn't

B. n't forms లో n మీద సంకేతాన్ని (n') (') Apostrophe (అపాస్ట్రఫీ) అంటారు.

B

Tail-Question గల వాక్యాలలో క్రింద ఇవ్వబడిన ఈ వ్యతిరేకార్థకాలను అభ్యసించండి -

I did—didn't I?	He is—isn't he?	We are— aren't we?
He was—wasn't he?	You were—weren't you?	They had—hadn't they?
We can—can't we?	You will—won't you?	I shall—shan't I?
I must—mustn't I?	You would—wouldn't you?	She could—couldn't she?
She does not— does she?	You do not—do you?	

ఇప్పుడు వీటిని నేర్చుకోండి -

I am—I'm ఐ'మ్	We are—We're వుయార్
You are—You're యుఅర్	They are—They're దేఅర్
He is—He's హీ'స్	
She is—She's షీ'స్	

ఇదే విధంగా I have, you have, she/he has లకు బదులుగా I've ఐ'వ్, యు'వ్, షి'స్ హీ'స్ We have వుయ్ హావ్, They have దే,హ్యావ్ కోసం We've మరియు They've అని వాడతారు.

20 ఇరవయ్యోవ రోజు
th Day

11 నుంచి 15 వ రోజు వరకు :

1. ఆంగ్లంలో 5 అచ్చులు (Vowels) ఉన్నాయి - A, E, I, O, U, దిగువ పదాలను పలకండి, ఉచ్చారణ చేస్తూ అచ్చుల ఉచ్చారణ మీద దృష్టి నిలపండి -

(a) a అ (కార్ **car** వలె)

far	star	card	hard	dark	mark
arm	farm	harm	art	part	start
heart	guard	answer	can't	balm	palm
calm	half	craft	draft	graph	laugh

(b) y లేదా **i** ఐ - (**my** లో వలె)

by	buy	cry	try	spy	style
die	lie	tie	eye	life	wife
like	strike	high	sight	right	height
fight	light	might	night	tight	bind
find	mind	kind	fine	line	nine
pipe	ripe	five	strive	drive	knife

(c) u లేదా **o** అం - (**cup** లో వలె)

but	cut	rub	bud	dull	sum
fun	gun	up	hunt	lunch	luck
rush	sun	vulgar	cutter	butter	hut
front	worry	some	dozen	cousin	Monday
son	govern	nothing	young	tongue	southern
colour	comfort	become	brother	mother	other

(d) i ఇ - (**it** లో వలె)

fit	hit	this	fish	wish	him
in	sin	thin	big	bid	kid
lip	slip	trip	ill	fill	will
kill	still	kick	pick	sick	trick
quick	king	link	spring	wing	fist
list	give	live	stick	clip	pin

(e) ea, ee ఇయ - (**near** లో వలె)

clear	tear	near	hear	fear	appear
ear	year	dear	rear	peer	gear
sheer	beer	deer	cheer	queer	compere

(f) ea ఈ - (**seat** లో వలె)

teat	beat	heat	meat	neat	heap
mean	sea	tea	lead	read	meal
each	reach	breach	preach	teach	speak

2. పైన ఒకటవ ప్రశ్నలో (a) నుండి (f) దాకా మొత్తం 168 పదాలున్నాయి. వీటి అర్థాలు తెలపండి. తెలియకపోతే డిక్షనరీ చూసి నేర్చుకోండి. వీటిలో 150 అర్థాలు సరిగా ఉంటే - very good; 125 పదాలు సరిగా ఉంటే - good; 100 పదాలు సరిగా ఉంటే - 'Not bad' అని తెలుసుకోండి.

3. ప్రశ్న 1 లోని 168 పదాలలో కొన్నిటిలో అచ్చులు, కొన్నిటిలో హల్లులు అనుచ్చారితాలు. ఉదాహరణకు - 'guard', 'balm', 'palm' మొదలైనవి. 'l', 'tight' లేక 'eight' లో 'g' అక్షరం పలకడంలేదు. వీటిని 'Silent letters' అంటారు. ఇలాంటి పదాలను కొన్నింటిని రాయండి. వాటి ఎదురుగా అనుచ్చారిత అక్షరాలను 'Silent letters' కూడా రాయండి.

4. ఈ పదాల ఉచ్చారణను తెలుగులో రాయండి. ఉదా. — rough - రఫ్.

rough	fall	philosophy	forgive	age	page
from	arm	tribes	hopes	Asia	Shimla
Russia	thin	then			

5. ఈ క్రింది పదాలలో ఉన్న అనుచ్చారిత అక్షరాలను గుర్తించి వ్రాయండి -

Calm శాంతి, Debt ఋణము, Folk జనము, Half అర్థము, Knoll గుట్ట, Lodge చిన్న నివాసము, Match అగ్గిపుల్ల, Villain దుష్టుడు, Reign పాలన, Stalk కొమ్మ, Unknown అజ్ఞాతము, Walk నడక.

6. ఈ పదాల ఉచ్చారణను తెలుగులో వ్రాయండి -

ice, can, come, policy, chocolate, receipt, received, pierce, of, off, accept, borne, born, clothes, morale, moral, island, gnat, known, psychology, written, honesty, psalm, knitting, honour, wrong, hour, deny. ఇప్పుడు ఏదయినా మంచి నిఘంటువులో మీరు రాసిన పదాల ఉచ్చారణతో సరి చూసుకోండి.

7. అభ్యాసం కోసం ఈ క్రింది పదాలలో సరైన స్పెల్లింగ్ గల కొన్నింటిని కనిపెట్టి వాటిని నిఘంటువుతో సరిచూడండి -

hieght	height	speek	speak	call	calle
procced	proceed	speach	speech	near	nare
exceed	excede	treat	treet	reech	reach
exprress	express	harrass	harass	ocasion	occasion
havy	heavy	tension	tention	attack	atacke
angry	angary	attension	attention	sleep	sleap
new	nue	simpaly	simply	whitch	which
plastek	plastic	nature	nateur	velley	valley
pleese	please	tuche	touch	flower	flover
compeny	company	midal	middle	substract	subtract

16 నుంచి 19 రోజు వరకు :

8. ఇంగ్లీషులో - what, who, how, which, when, where, why లాంటి కొన్ని ప్రశ్న వాచక పదాలు (Interrogative words) క్రింద ఇవ్వబడిన పదాలలో ఉపయోగించబడ్డాయి. వీటిని తెలుగులోకి అనువదించండి -

1. *What* do you mean?
2. *What* does your father do?
3. *What's* wrong with you?
4. *What* has he decided?
5. *Who* do you think will be chosen?
6. *Whom* do you think I saw yesterday?
7. *Who* cleans your house?
8. *How* do you know his address?
9. *How many* boys ran in the race?
10. *How* did he work?
11. *Which* is your note book?
12. *Who* answered the question?
13. *When* did you return from Mumbai?
14. *When* will you be able to repay the loan?
15. *When* are you going to start learning English?
16. *Where* do you live?
17. *Where* did she spend her summer vacation.
18. *Why* should we take exercise?
19. *Why* didn't you get up early?
20. *Why* do people read the newspaper?
21. *What's* troubling you?
22. *Whom* do you think I talked the other day?

9. ఈ దిగువ గల ఆంగ్ల వాక్యాలను తెలుగులోకి అనువదించండి. ఆ తర్వాత తలక్రిందులుగా ముద్రించిన తెలుగు అనువాదంతో సరి చూడండి -

(1) The shop is closed, isn't it? (2) We are late, aren't we? (3) You did come, didn't you? (4) You won't come tomorrow, will you? (5) We won't go there, will we? (6) If you hadn't told her, she wouldn't have known. (7) I'm not late today. (8) They played well, but you didn't. (9) They won't reach in time, but we will. (10) My mother won't attend the wedding, but my father will. (11) I must go, but you need not. (12) You must not write in red ink. (13) He is wrong, isn't he? (14) I was with you, wasn't I? (15) You know him well, don't you? (16) We have done the work, haven't we? (17) You have learnt a lot, haven't you?

(1) దుకాణం మూసేశారు, అవునా? (2) మనం ఆలస్యమయ్యాము, అవునా? (3) నీవు వచ్చావు, రాలేదూ? (4) నీవు రేపు రావు, వస్తావా? (5) మనం అక్కడికి వెళ్ళము, వెళతామా? (6) మీరు ఆమెతో చెప్పకపోతే ఆమెకు తెలిసేది కాదు. (7) నేను ఇవ్వాళ ఆలస్యం కాలేదు. (8) వాళ్ళు బాగానే ఆడారు, కానీ నీవు కాదు. (9) వారు సకాలంలో చేరుకోలేదు, కానీ మనం చేరుతాము. (10) పెళ్ళికి మా అమ్మగారు రారు గాని, మా నాన్నగారు వస్తారు. (11) నేను వెళ్ళి తీరాలి గానీ, నీవక్కరలేదు. (12) నీవు ఎర్ర సిరాతో వ్రాయకూడదు. (13) అతనిది తప్పు అవునా? (14) నేను నీతో వున్నాను, ఉండలేదా? (15) నీకు అతను బాగా తెలుసు, అవునా? (16) మేము పని చేయము, అవునా? (17) నీవు అన్నీ నేర్చుకున్నావు, నేర్చుకోలేదా?

గమనిక :- మీరు ఇప్పటికి అనేక ఆంగ్ల వాక్యాలను నేర్చుకున్నారు. మిత్రులతో మాటలాడునప్పుడు వీటిని ఉపయోగించండి.

10. అభ్యాసం కోసం ఈ క్రింద కొన్ని ప్రశ్నలు, జవాబులు ఇచ్చారు. ఈ ప్రశ్నలను మీ మిత్రులను అడగమనండి. మీరు జవాబు చెప్పండి. తరువాత మేమిచ్చిన జవాబుతో సరి పోల్చండి.

ప్రశ్నలు **(Questions)**	జవాబులు **(Answers)**
1. What's her dog's name?	It's Juno.
2. What do they want now?	They want more money.
3. Whom do you wish to see?	Mr. B.N. Kohli.
4. Who owns this car?	My cousin does.
5. What do you think?	I think that she will come soon.
6. What did you say?	I said that I would help her.
7. Who is coming today?	My uncle.
8. How do you earn so much money?	I work day and night.
9. How can a man make many friends?	By being a good friend himself.
10. Which book do you want now?	The Bhagvad Gita.
11. What has happened to him?	He walked into a lamp-post and hurt himself.
12. What is your suit made of?	Woollen cloth.
13. When do you plan to visit your auntie?	On Monday.
14. When will you be able to see me?	In a day or two.
15. Where did you sleep last night?	At my uncle's home.
16. Where did she invest the money?	In book trade.
17. Why must you work hard?	To succeed.
18. Why did you lend him your cycle?	Because he had to go to the market.
19. Why did you vote for Dr. Mishra?	Because he is very competent.
20. Whose telephone number is this?	Mr. Gupta's.
21. Who's it?	It's me.
22. How are you?	Fine. And you?
23. Does Rama know how to prepare tea?	No, she doesn't
24. Shall we be late tomorrow?	No, I don't think so.
25. What is the date tomorrow?	20th February.

పైన ఇవ్వబడిన వాక్యాలను తెలుగులోకి అనువదించండి -

11. ఈ క్రింద ఇవ్వబడిన వాక్యాలను తెలుగులోకి అనువదించండి. మీ సదుపాయం కోసం తెలుగు అనువాదమును తలక్రిందులుగా ముద్రించాము. అయితే అవి క్రమంలో లేవు. అవి ఏవో తెలుసుకోండి -

(1) I want three hundred rupees on loan. (2) He is known to the Prime Minister. (3) No, not at all. He is a book-worm. (4) No sir, the postman hasn't come yet. (5) Yes, he is weak but he is good in English. (6) No, it is slow by five minutes. (7) Raju, I don't have any appetite. (8) No, this is no thoroughfare. (9) Yes, it is hailing too. (10) Yes, but it gains ten minutes every day. (11) No, I'm not thirsty. (12) I have nothing else to say. (13) No, he had a headache. (14) It takes me half an hour. (15) She has gone to her school. (16) I have been working here for the last five years. (17) Don't give up. (18) No. He is an author.

(1) అది కాదు, అతనొక పుస్తకం పురుగు. (2) లేదండి, పోస్టుమన్ ఇంకా రాలేదు. (3) నాకు మూడు వందల రూపాయల అప్పు కావాలి. (4) అతను ప్రధానమంత్రికి తెలుసు. (5) అవును మంచు కూడా పడుతోంది. (6) అవును అంత బాగా రాకపోయినా ఆంగ్లంలో బాగున్నాడు. (7) రాజూ! నాకు ఆకలి లేదు. (8) కాదు, ఇది అయిదు నిమిషాలు వెనుక ఉంది. (9) కాదు, నేను చెప్పడానికి ఏమీ లేదు. (10) ఇది మామూలు వాడకానికి కాదు. (11) నేను పోయిన అయిదేళ్ళ నుండి ఇక్కడ పని చేస్తున్నాను. (12) కాదు, అతనొక రచయిత. (13) ఆమె బడికి వెళ్ళింది. (14) అవును, అయినా రోజుకు పది నిమిషాలు ముందు నడుస్తుంది. (15) నాకు యిందుకు అరగంట పడుతుంది. (16) ఇక నేను చెప్పవలసినదేమీ లేదు. (17) కాదు, నీకు దాహంగా ఉంది. లేదు. (18) వాడికి తల నొప్పిగా ఉంది.

12. ప్రశ్న 11 లోని 'జవాబులకు' సరయిన ప్రశ్నలు రూపొందించండి. మీ సదుపాయం కోసం చాలా వరకు ఆ జవాబులకు ప్రశ్నలు ఈ దిగువనే ఇచ్చాము. మీ జవాబులతో సరిపోవాలని లేదు. అయినా మీ జవాబులలోని భావం మా జవాబులకు సరిపోవాలి.

(1) What do you want? (2) Who knows him? (3) Isn't Mahesh fond of games? (4) Is there any letter for me? (5) Is he weak in Hindi? (6) Does your watch give the correct time? (7) Will you have some milk? (8) Can we pass through this way? (9) Is it raining? (10) Is your timepiece working properly? (11) Are you thirsty? (12) What do you want to say next, Gopal? (13) Did he have fever? (14) How much time does it take you to reach school? (15) Where is your sister? (16) How long have you been working here? (17) What should I do? (18) Is your father a businessman?

అభ్యాస పట్టికలు

పట్టిక **5 :** What, That, This, It తో పాటు a, an ప్రయోగించటం, That, This వాక్యాల తర్వాత (సంభాషణలో) it వాడతారు. Vowels శబ్దం గల పదాలతో an మిగిలిన పదాలతో a వాడతారు.

పట్టిక **[TABLE]—5**

1	2	1	2	3
What is	that? this? it?	It is	a	book large bottle small cup
			an	old book empty bottle empty cup

పట్టిక **6:** What, Why, Where, How - ప్రశ్నార్థక పదాలు గల వాక్యాలు.

పట్టిక **[TABLE]—6**

1	2	3	4	5
What Why Where How	did	we you they she/he	criticise support invest manage	him for? him in the election? the money? to keep it a secret?

పట్టిక **7:** Shall, Should, Will, Would ప్రశ్నార్థక పదాలు గల వాక్యాలు. Should, Would ఎక్కువ నమ్రతను సూచించేందుకు వాడతారు.

పట్టిక **[TABLE]—7**

1	2	2	3
Shall Should Will Would	I we you they	stop walking begin to do it like to see it try the other way	now? soon? at once? tomorrow?

పై పట్టికలలోని వాక్యాలను బాగా అభ్యసించండి.

21 ఇరవై ఒకటవ రోజు
21st Day

మూడవ అభ్యాసము (3rd Expedition)

మూడవ అభ్యాసంలో ఆంగ్ల వ్యాకరణానికి సంబంధించిన మరి కొన్ని జాతీయాలను నేర్చుకుంటారు. వీటిని నేర్చుకుంటే మీకు చాలావరకు ఆంగ్లం అర్థమయినట్లే. **21** నుండి **30** రోజుల వరకు గల అభ్యాసంలో ఈ విషయాల మీద దృష్టి కేంద్రీకరించారు : **Pronouns, Prepositions, Co-relatives, Active and Passive Voices, Temporals, Countable Nouns, Emphasis on some notable usages.** ఆఖరున చాలా వాడుకలో ఉన్న **Idioms**ను కూడా ఇచ్చారు. ప్రతి రోజు పాఠానికి చివరన ఈ విషయాల మీద వివరణ కూడా ఇచ్చారు. ఈ వివరణ సహాయంతో విషయాలను సులభంగా అర్థం చేసుకోగలరు. మీరు ఒక్కొక్కటి ప్రతిరోజు అభ్యాసం చేయండి. ఆ తర్వాత చూడండి. మీరు ఎంత నేర్చుకున్నారో, మొదట సర్వనామాల ప్రయోగం నేర్చుకోండి.

He, She, It, This, That, You, I, Each, None మొదలైన సర్వనామ పదాల ప్రయోగము
a, an, the — articles (సామాన్య ప్రయోగము)

1. ఇతడు హమీద్. — *This* is Hamid. దిస్ ఈస్ హమీద్.
2. ఆమె అంజు. — *That* is Anju. దట్ ఈస్ అంజు.
3. ఇది అతని పుస్తకం. — *This* is *his* book. దిస్ ఈస్ హిస్ బుక్.
4. ఇది ఆమె డైరీ. — *That* is *her* diary. దట్ ఈస్ హర్ డైరీ.
5. అతడు బాలుడు. — *He* is *a* boy. హి ఈస్ ఎ బాయ్.
6. ఆమె బాలిక. — *She* is *a* girl. షి ఈస్ ఎ గర్ల్.
7. నీవు ఒక విద్యార్థివి. — *You* are *a* student. యు ఆర్ ఎ స్టూడెంట్.
8. నేనొక గుమాస్తాను. — *I* am *a* clerk. ఐ యామ్ ఎ క్లర్క్.
9. ఇది ఒక కలము. — *This* is *a* pen. దిస్ ఈస్ ఎ పెన్.
10. ఇది ఒక ఆపిల్ పండు. — *This* is *an* apple. దిస్ ఈస్ యాన్ ఆపిల్.
11. అది ఒక నారింజ పండు. — *That's an* orange. దట్స్ యాన్ ఆరంజ్.
12. నేనొక భారతీయుడను. — *I* am *an* Indian. ఐ యామ్ యాన్ ఇండియన్.
13. నాకు కావలసిన కెమెరా ఇదే. — *This* is *the* camera *I* need. దిస్ ఈస్ ది కేమరా ఐ నీడ్.
14. నేను కూడా అదే పెన్నును కొన్నాను. — *I* have also bought *the* same pen. ఐ హావ్ ఆల్సో బాట్ ది సేమ్ పెన్.
15. ఇది ఒక పెన్సిల్, ఇది నాది. — *This* is *a* pencil, and *it's mine*. దిస్ ఈస్ ఎ పెన్సిల్, అండ్ ఇట్స్ మైన్.
16. అది నా మేక. — *That* is *my* goat. దట్ ఈస్ మై గోట్.
17. ఇవి నా పుస్తకాలు. అవి నీ పుస్తకాలు. — *These* are *my* books. *Those* are *your* books.
దీస్ ఆర్ మై బుక్స్. దోస్ ఆర్ యువర్ బుక్స్.
18. ఈ పుస్తకాలు నావి. ఆ పుస్తకాలు నీవి. — *These* books are *mine*. *Those* books are *yours*.
దీస్ బుక్స్ ఆర్ మైన్. దీస్ బుక్స్ ఆర్ యువర్స్.
19. ఇవి నీ నోటు పుస్తకాలు. అవి బల్లమీద ఉన్నాయి. — *These* are *your* notebooks. *They* are on *the* table.
దీస్ ఆర్ యువర్ నోట్‌బుక్స్. దే ఆర్ ఆన్ ది టేబుల్.

20. అవి నా గోళీలు. అవి అనేక రంగుల్లో ఉన్నాయి.
Those are *my* marbles. *They* are of different colours.
దీస్ ఆర్ మై మార్బల్స్. దే ఆర్ ఆఫ్ డిఫరెన్ట్ కలర్స్.

21. మనది భారతదేశం. మనమందరం ఈ దేశ వాసులం.
India is *our* country. *We* are *her* inhabitants.
ఇండియా ఈస్ అవర్ కంట్రీ. వుయ్ ఆర్ హర్ ఇన్‌హేబిటెంట్స్.

22. శ్రీ శర్మ మీ ఉపాధ్యాయుడు.
Mr. Sharma is *your* teacher. మి. శర్మా ఈస్ యువర్ టీచర్.

23. మీతా, నీతా ఇద్దరూ అక్క-చెల్లెళ్ళు. వాళ్ళమ్మ ఒక ఉపాధ్యాయిని.
Meeta and Neeta are sisters. *Their* mother is *a* teacher.
మీతా అండ్ నీత ఆర్ సిస్టర్స్. దియర్ మదర్ ఈస్ ఎ టీచర్.

24. వీరిలో ప్రతి బాలుడూ ఆటలు ఆడుతాడు.
Each of *these* boys plays games. ఈచ్ ఆఫ్ దీస్ బాయ్స్ ప్లేస్ గేమ్స్.

25. మేమెవరమూ అక్కడికి వెళ్ళలేదు.
None of *us* went there. నాన్ ఆఫ్ అస్ వెన్ట్ దేర్.

26. మేము సెలవులను చాలా హాయిగా గడిపాము.
We enjoyed *ourselves* during *the* holidays.
వుయ్ ఎంజాయ్ అవర్‌సెల్వ్స్ డూరింగ్ ది హాలిడేస్.

27. ఎవరు మంచివారో వారికి బహుమతి లభిస్తుంది.
Whoever is the best, will get *a* prize.
హుయెవర్ ఈస్ ది బెస్ట్, విల్ గెట్ ఎ ప్రైజ్.

28. అతను నాకంటే బుద్ధిశాలి.
He is wiser than *me*. హి ఈస్ వైజర్ దెన్ మి.

29. నా దస్తూరి, మా అన్న దస్తూరికన్నా బాగుంటుంది.
My handwriting is better than *that* of *my* brother.
మై హాండ్రైటింగ్ ఈస్ బెటర్ దెన్ దట్ ఆఫ్ మై బ్రదర్.

30. అదేమిటి?-అది ఒక కంప్యూటర్.
What is *that*?—*That's a* computer. వాట్ ఈస్ దట్?-దట్స్ ఎ కంప్యూటర్.

31. అవి ఏమిటి?-అవి క్యాసెట్లు.
What are *those?*—*Those* are cassettes.
వాట్ ఆర్ దీస్? - దీస్ ఆర్ క్యాసెట్స్.

32. ఇది ఒక పెట్టె. ఇవి దాని మూలలు.
This is *a* box. *These* are *its* corners.
దిస్ ఈస్ ఎ బాక్స్. దీస్ ఆర్ కార్నర్స్.

33. అతను ఎవరు?-అతను నా సహోద్యోగి.
Who is *that*?—*He* is *my* colleague.
హూ ఈస్ దట్? - హి ఈస్ మై కొలీగ్.

34. ఇది ఎవరి నోటు పుస్తకము?
Whose notebook is *this*? హూస్ నోట్‌బుక్ ఈస్ దిస్?

35. ఇది ఆమెది.
It's *hers*. ఈట్స్ హర్స్.

36. ఈ ఆవు మాది.
This cow is *ours*. దిస్ కౌ ఈస్ అవర్స్.

37. ఆ దుకాణాలు వారివి.
Those shops are *theirs*. దీస్ షాప్స్ ఆర్ దియర్స్.

38. ఈ చేతి గడియారం నాది.
This watch is *mine*. దిస్ వాచ్ ఈస్ మైన్.

39. ఈ ఇల్లు మీది.
This house is *yours*. దిస్ హౌస్ ఈస్ యువర్స్.

40. ఈ ఇల్లు అతనిది.
This house is *his*. దిస్ హౌస్ ఈస్ హిస్.

41. మీ పెయింటింగ్ చాలా బాగుంది.
Your painting is *the* best. యువర్ పెయింటింగ్ ఈస్ ది బెస్ట్.

42. నేను నీ మాట శ్రద్ధగా వింటున్నాను.
I am listening to *you* attentively.
ఐ యామ్ లిసనింగ్ టు యు అటెంటివ్‌లీ.

43. తలుపు ఎవరు తట్టుతున్నారు?
Who is knocking at *the* door? హూ ఈస్ నాకింగ్ అట్ ది డోర్?

44. ఇవి ఎవరి సామాన్లు?
Whose luggage is *this*? హూస్ లగేజ్ ఈస్ దిస్?

45. అది పూర్తిగా వేరే విషయం.
That's a different matter altogether.
దట్స్ ఎ డిఫరెన్ట్ మేటర్ అల్‌టుగెదర్.

46. ఆమెకు సమయం ఎంత విలువో తెలియదు.
She doesn't know *the* value of time. షి డసన్ట్ నో ది వ్యాల్యూ ఆఫ్ టైమ్.

This, that, these, those are called Demonstrative adjectives when they are used with nouns. For example: This book, that dog, these shops, those houses etc.

47. మీరు వారిని నమ్మవచ్చు. *You* can trust *them*. యు కెన్ ట్రస్ట్ దెమ్.

48. నేను మీకు చాలా ఋణపడి వున్నాను. *I* am very thankful to *you*. ఐ యామ్ వెరి థ్యాంక్‌ఫుల్ టు యు.

49. అతని కఠిన వ్యవహారం నాకు చాలా విస్మయం కలిగించింది. *His* rude behaviour shocked *me*. హిస్ రూడ్ బిహేవియర్ షాక్డ్ మి.

50. నీనుండి ఇటువంటిదెప్పుడూ ఆశించలేదు. *I* never expected *this* from *you*. ఐ నెవర్ ఎక్స్‌పెక్టెడ్ దిస్ ఫ్రమ్ యు.

51. ఈ పుస్తకాలు నాకు పనికిరావు. *These* books are of no use to *me*. దీస్ బుక్స్ ఆర్ ఆఫ్ నో యూస్ టు మి.

52. మనం ఇప్పుడు వెంటనే వెళ్ళాలి. *We* have to leave at once. వుయ్ హావ్ టు లీవ్ అట్ ఒన్స్.

53. ఢిల్లీలో ఆయనకు స్వంత ఇల్లు ఉంది. *They* have *their* own houses in Delhi. దే హావ్ థెయిర్ ఓన్ హౌసెస్ ఇన్ ఢిల్లీ.

54. ఆ కొట్టు మా బాబాయిగారిది. *That* shop belongs to *my* uncle. దట్ షాప్ బిలాంగ్స్ టు మై అంకుల్.

గుర్తుంచుకోండి (Remember)

1. *He (She)* మరియు That వీటన్నిటికీ అతడు, (ఆమె), అది అని అర్థము. అయినా He, She అన్నవి పురుష వాచక సర్వనామాలు. That అనేది నపుంసకలింగము. అంటే He పురుష వాచకము. She స్త్రీ వాచకము కాగా That (అది) అన్నది వస్తువును తెలుపుతుంది. - 'అది తీసుకు రా, ఇది కాదు' Bring that, not this.
2. This, That నిశ్చయ వాచక సర్వనామాలు. These (this) అన్నది బహువచనము. Those (that) కు బహువచనము.
3. This (ఇది), That (అది) - ఈ రెండింటి బదులు రాబోయే వాక్యాల్లో It ప్రయోగింపబడుతుంది.
4. These (ఇవి), Those (అవి) - ఈ రెండింటి బదులు రాబోయే వాక్యాల్లో They ప్రయోగింపబడుతుంది.
5. A, an, the— వీటిని Articles అంటారు. A, an అనిశ్చయ వాచకములు. the నిశ్చయ వాచకము. మామూలుగా లెక్కింప వీలయిన (countable), వాటికి ముందు a, an వస్తాయి. ఉదా. : a book, a cat, an animal, an egg మొదలైనవి. లెక్కింప వీలయిన Countable వాటిలో మొదటి అక్షరం a, e, i, o, u లో ఏదయినా ఉంటే 'an' వస్తుంది. ఉదా. : an animal, an Indian మొదలైనవి. మొదటి అక్షరం హల్లు అయితే ఆ పదానికి a వస్తుంది. A man, a cat మొదలైనవి.
6. The నిశ్చయ వాచకమైన article. ఓ వ్యక్తి లేక వస్తు విశేషాన్ని తెలిపేందుకు దీనిని వాడుతారు. ఉదా. : This is *the* book I need. అంటే (అదే) పుస్తకం నాకు కావలసినది. దీని విస్తృత ప్రయోగం ఇక ముందు వస్తుంది.

22 ఇరవై రెండవ రోజు
nd Day

స్థాన సూచక (Platial) పదాలతో తయారయిన వాక్యాలు

[on, at, into, in, of, to, by, with, besides, beside, between, among, over]

ఇంగ్లీషు వాక్య రచనలో **Preposition** చాల ముఖ్యమయినది. ఇంగ్లీషు నేర్చుకునేవారు దీని ప్రయోగాన్ని చాల శ్రద్ధగా గమనించాలి. కొన్ని **Prepositions**ని సంబంధము, స్థానము, సమయము, విధి మొ॥న వాటితోను, మరికొన్నిటిని కారణం, గతి మొదలైన వాటితోను ఉపయోగిస్తారు. వీటిని జాగ్రత్తగా అభ్యసించండి. **Prepositions** తర్వాత సంజ్ఞ మొదలయిన పదాలకు ముందు వస్తాయి. ఒక్కోసారి ఆ తర్వాత కూడా వస్తాయి. వీటిని బాగా అభ్యసించి మీరు నేర్చుకుని ఉపయోగించుకోగలరు.

1. పుస్తకం పెట్టె మీద ఉంది. — The book is *on* the box. ది బుక్ ఈస్ ఆన్ ది బాక్స్.
2. కంప్యూటర్ బల్లమీద ఉంది. — The computer is *on* the table. ది కంప్యూటర్ ఈస్ ఆన్ ది టేబుల్.
3. గుమాస్తా తన చోటులో కూర్చొనున్నాడు. — The clerk is *at* the seat. ది క్లర్క్ ఈస్ ఎట్ ది సీట్.
4. తలుపుకు ఆకుపచ్చ రంగు వేశారు. — There is green paint *on* the door. దేర్ ఈస్ గ్రీన్ పెయింట్ ఆన్ ది డోర్.
5. నాన్నగారు తలుపు దగ్గర నిలబడ్డారు. — Father is standing *at* the door. ఫాదర్ ఈస్ స్టాండింగ్ ఎట్ ది డోర్.
6. నేను మిమ్మల్ని ఇంటివద్ద కలుస్తాను. — I'll see you *at* home. ఐ'ల్ సీ యు ఎట్ హోమ్.
7. నేహా రూములోనుంచి వస్తున్నది. — Neha is coming *into* the room. నేహా ఈస్ కమింగ్ ఇన్‌టు ది రూమ్.
8. రిషభ్ మరియు రిచా ఇద్దరూ రూములోనే ఉన్నారు. — Rishabh and Richa, both are *in* the room. రిషబ్ అండ్ రిచా, బోత్ ఆర్ ఇన్ ది రూమ్.
9. నేను గ్లాసులో ఇంకా కాస్త నీళ్ళు పోస్తాను. — I'll pour some more water *into* the glass. ఐ'ల్ పోర్ సమ్ మోర్ వాటర్ ఇన్‌టు ది గ్లాస్.
10. కొందరు నదిలో స్నానం చేస్తున్నారు. — People bathe *in* the river. పీపుల్ బాత్ ఇన్ ది రివర్.
11. మేము బెంచి మీద కూర్చుంటాము. అయితే నాన్నగారు మడతకుర్చీలో కూర్చుంటారు. — We sit *on* the bench, but father sits *in* the armchair. వుయ్ సిట్ ఆన్ ది బెంచ్, బట్ ఫాదర్ సిట్స్ ఇన్ ది ఆర్మ్-చైర్.
12. మీరు బల్ల దగ్గర ఎందుకు కూర్చోరు? — Why don't you sit *at* the table? వై డోన్ట్ యు సిట్ ఎట్ ది టేబుల్?
13. ఫ్లాపీని కంప్యూటర్‌లో ఉంచు. — Feed the floppy *into* the computer. ఫీడ్ ది ఫ్లాపీ ఇన్‌టు ది కంప్యూటర్.
14. అతను తన ఇంట్లోకి వెళ్ళాడు. — He went *into* his house. హి వెన్ట్ ఇన్‌టు హిస్ హౌస్.
15. ఉత్తరం కొరియర్‌లో పంపబడింది. — The letter was sent *by* courier. ది లెటర్ వాస్ సెంట్ బై కొరియర్.
16. దయచేసి దీనిని తెలుగు నుంచి ఇంగ్లీషులోకి అనువదించండి. — Please translate this from Telugu *into* English. ప్లీస్ ట్రాన్స్‌లేట్ దిస్ ఫ్రమ్ తెలుగు ఇన్‌టు ఇంగ్లీష్.
17. హిమాచల్ ప్రదేశ్ ఉత్తర భారతదేశంలో ఉన్నది. — Himachal Pradesh is *in* North India. హిమాచల్ ప్రదేశ్ ఈస్ ఇన్ నార్త్ ఇండియా.
18. నేపాల్ భారతదేశానికి ఉత్తరంవైపున ఉన్నది. — Nepal is *to* the north of India. నేపాల్ ఈస్ టు ది నార్త్ ఆఫ్ ఇండియా.
19. దుస్తులను బట్టి మనిషిని విలువ కట్టవద్దు. — Don't judge a person *by* his clothes. డోన్ట్ జడ్జ్ ఏ పర్సన్ బై హిస్ క్లాత్స్.

20. నేను సీసాను పాలతో నింపాను. I filled the bottle *with* milk. ఐ ఫిల్డ్ ది బాటిల్ విత్ మిల్క్.

21. పులి వేటగానిచే చంపబడింది. The tiger was killed *by* the hunter. ది టైగర్ వాస్ కిల్డ్ బై ది హంటర్.

22. అతను తన సోదరుని ప్రక్కన నిలబడ్డాడు. He stood *beside* his brother. హీ స్టుడ్ బిసైడ్ హిస్ బ్రదర్.

23. నేను హాకీతోపాటు ఫుట్‌బాల్ కూడా ఆడుతాను. I play football *besides* hockey. ఐ ప్లే ఫుట్‌బాల్ బిసైడ్స్ హాకీ.

24. ఈ మిఠాయిని కీర్తి మరియు సౌరభ్‌లకు పంచిపెట్టు. Divide the sweets *between* Kirti and Saurabh. డివైడ్ ది స్వీట్స్ బిట్వీన్ కీర్తి అండ్ సౌరభ్.

25. సిమ్లా పర్వతముల మధ్య ఉంది. Shimla is situated *amongst* the mountains. సిమ్లా ఈస్ సిటుయేటెడ్ అమాంగ్స్ట్ ది మౌంటెన్స్.

26. అతడు ఆదర్శం గల వ్యక్తి. He is a man *of* principles. హీ ఈస్ ఏ మేన్ ఆఫ్ ప్రిన్సిపల్స్.

27. యమునా నదిపైన వంతెన ఉంది. There is a bridge *over* the Yamuna river. దేర్ ఈస్ ఎ బ్రిడ్జ్ ఓవర్ ది యమునా రివర్.

28. బంతిని గోడమీద నుంచి విసురు. Throw the ball *over* the wall. త్రో ది బాల్ ఓవర్ ది వాల్.

29. వంతెన మీద పక్షులు ఎగురుతున్నాయి. Birds are flying *over* the bridge. బర్డ్స్ ఆర్ ఫ్లైయింగ్ ఓవర్ ది బ్రిడ్జ్.

30. పడవలు వంతెన క్రింద వున్నాయి. Boats are *under* the bridge. బోట్స్ ఆర్ అండర్ ది బ్రిడ్జ్.

31. రాజ్‌కు, వికాస్‌కు మధ్య అమర్ నిలబడి ఉన్నాడు. Amar is standing *between* Raj and Vikas. అమర్ ఈస్ స్టాండింగ్ బిట్వీన్ రాజ్ అండ్ వికాస్.

32. రాముడు సీతకు ముందు ఉన్నాడు, సీత రాముని వెనుక నిలబడి ఉంది. Ram is *in front of* Sita, Sita is standing *behind* him. రామ్ ఈస్ ఇన్ ఫ్రంట్ ఆఫ్ సీత, సీత ఈస్ స్టాండింగ్ బిహైండ్ హిమ్.

33. మేము సందిగ్ధంలో పడ్డాము. డబ్బు నా జేబులో ఉంది. చేపలు సముద్రంలో ఉన్నాయి. లోపల ఎవరు ఉన్నారు? We are *in* confusion. The money is *in* my pocket. Fishes are *in* the sea. Who is *inside*? వుయ్ ఆర్ ఇన్ కన్‌ఫ్యూషన్. ది మనీ ఈస్ ఇన్ మై పాకెట్. ఫిషర్స్ ఆర్ ఇన్ ది సీ. హూ ఈస్ ఇన్‌సైడ్?

గుర్తుంచుకోండి (Remember)

1. at, on, in, with, by వంటి prepositions ప్రయోగం తరచు స్థాన సూచక (platial) కాల సూచక (temporal) శబ్దాల రూపంలో వుంటాయి. స్థాన సూచకాలుగా వీటి ప్రయోగాన్ని పై వాక్యాలలో చూశారు.
2. on, at ఈ రెండింటికి 'పైన' అనీ by, with కు 'కలసి' అని అర్థము. అయితే ఈ పదాల అర్థంలో చాలా అంతరం ఉంది. 'on the table' అంటే 'బల్ల మీద'. 'at the table' అంటే 'బల్ల దగ్గర' అని అర్థం. by అంటే 'ద్వారా' అని అర్థం. with అంటే (అతని)తో పాటు (దాని)తో పాటు అని అర్థము.
3. between ఇద్దరు వ్యక్తులు, వస్తువులకు మధ్య అనే అర్థంలోను, among రెండుకన్నా ఎక్కువ మంది, లేదా వస్తువుల మధ్య అనే అర్థంలో వాడుతారు.
4. Kamla is going *in* her room. (**X**)
   Kamla is going *into* her room. (✓)

   ఈ పై రెండు వాక్యాలలో రెండవ వాక్యం సరయినది. గదిలోకి వెళ్ళటమంటే గదిలో తిరుగాడటం కాదు. అందువలన into ప్రయోగించారు. గదిలోనే ఏదో పని చేస్తున్నప్పుడు in వాడుతారు. ఉదాహరణకు - ఈ క్రింది వాక్యాలు చూడండి:

   కమల తన గదిలో ఉంది. Kamla is *in* her room (కమల ఈస్ ఇన్ హర్ రూమ్).

   కమల తన గదిలో నిద్రపోతోంది. Kamla is sleeping *in* her room (కమల ఈస్ స్లీపింగ్ ఇన్ హర్ రూమ్).

23 ఇరవై మూడవ రోజు
rd Day

Co-relatives and Temporals

ఇంగ్లీషు భాషలో అక్కడక్కడా పూరక పదాలను **(Co-relatives)** ప్రయోగిస్తారు. ఈ పదాలకు ఒక దానికి, మరొక దానికి సంబంధం ఉంటుంది. రెండు పదాల్లో ఒకదాన్ని కొంచెం మార్చినా వాక్యం తప్పుతుంది. అందువలన వీటి సంబంధాన్ని గుర్తించి అభ్యసించాలి. ఉదా. - **no sooner–than, scarcely–when, hardly–when** మొదలైనవి. కొన్ని పదాలకు వాటితోపాటు పూరక పదాలుండకపోయినా వాటిని విడిగానే ప్రయోగిస్తారు. ఉదా. - **As soon as we reached the bus stop, the bus left,** ఇక్కడ **as soon as** తర్వాత ఇంకొక పూరకం రాలేదు. ఈ పాఠంలోనే **(B)** భాగంలో కాల సూచక పదాలలో **(Temporals)** వాటిని నేర్పటం జరిగింది.

A

వాక్యాలలో పూరక పదాలు (Co-relatives)

as soon as—x	as long as—x	unless—x	as far as—x
x—until	x—till	x—so that	no sooner—than
hardly—when	not only—but also	either—or	neither—nor
although—yet	scarcely—when	rather—than	no less—than
the—the			

1. మేము స్టేషన్ చేరామో లేదో రైలు బయలుదేరింది. — *As soon as* we reached the station, the train left. యాస్ సూన్ యాస్ వుయ్ రీచ్డ్ ది స్టేషన్, ది ట్రైన్ లెఫ్ట్.
2. అతను ప్రసంగించడానికి లేచారో లేదో సభా భవనం హర్షధ్వానాలతో ప్రతిధ్వనించింది. — *No sooner* did he get up to deliver his speech *than* the hall began to resound with cheers. నో సూనర్ డిడ్ హి గెట్ అప్ టు డెలివర్ హిస్ స్పీచ్ దెన్ ది హాల్ బిగేన్ టు రీసౌండ్ విత్ ఛీర్స్.
3. మేము బడి చేరామో లేదో గంట మ్రోగింది. — We had *scarcely* reached the school *when* the bell rang. వుయ్ హాడ్ స్కేర్స్‌లీ రీచ్డ్ ది స్కూల్ వెన్ ది బెల్ రాంగ్.
4. అతను ఇంటి నుంచి బయటికి వెళ్ళాడో లేదో అప్పుడే వర్షం ప్రారంభమయింది. — He had *hardly* left his house *when* it started raining. హి హాడ్ హార్డ్‌లీ లెఫ్ట్ హౌస్ వెన్ ఇట్ స్టార్టెడ్ రెయినింగ్.
5. మీరు త్వరగా పరుగెత్తితే తప్ప మీకు రైలు అందదు. — *Unless* you run fast, you will not be able to catch the train. అన్‌లెస్ యు రన్ ఫాస్ట్, యు విల్ నాట్ బి ఏబుల్ టు కాచ్ ది ట్రైన్.
6. నేను తిరిగి వచ్చేవరకు వేచి ఉండండి. — Please wait for me *until* I return. ప్లీస్ వెయిట్ ఫర్ మి అన్‌టిల్ ఐ రిటర్న్
7. నేనిక్కడ ఉన్నంత కాలం, దేనికీ నీకు బెంగ అక్కరలేదు. — *As long as* I am here, you needn't worry about anything. యాస్ లాంగ్ యాస్ ఐ యామ్ హియర్, యు నీడన్ట్ వర్రీ అబౌట్ ఎనిథింగ్.
8. అతను పేదవాడయినా, నిజాయితీ గలవాడు. — *Although* he is poor, he is honest. అల్‌దో హి ఈస్ పూర్, హి ఈస్ ఆనెస్ట్.
9. నాకు గుర్తున్నంత వరకు అతను నిన్న ఇక్కడ ఉన్నాడు. — *As far as* I remember, he was here yesterday. యాస్ ఫార్ యాస్ ఐ రిమెంబర్, హి వాస్ హియర్ యస్టర్‌డే.

10. పైకప్పు కారక ముందే దాన్ని మరమ్మత్తు చేయించాలి.

Get the roof repaired *before* it leaks.
గెట్ ది రూఫ్ రిపేర్డ్ బిఫోర్ ఇట్ లీక్స్.

11. మొదటి స్థానం మాట అటుంచి అతను పరీక్ష కూడా పాస్ కాలేడు.

What to speak of standing first, he cannot even pass the examination. వాట్ టు స్పీక్ ఆఫ్ స్టాండింగ్ ఫస్ట్, హి కెనాట్ ఈవన్ పాస్ ది ఎగ్జామినేషన్.

12. అతను ఫెయిలన్నా అవుతాడు కాని, కాపీ మాత్రం కొట్టడు.

He would *rather* fail *than* copy.
హి వుడ్ రాదర్ ఫెయిల్ దెన్ కాపీ.

13. రాష్ట్ర ముఖ్యమంత్రి అంతటివారు జాతీయ పతాకాన్ని ఎగుర వేశారు.

No less a person *than* the Chief Minister of the state hoisted the National Flag. నో లెస్ ఎ పర్సెన్ దెన్ ది ఛీఫ్ మినిస్టర్ ఆఫ్ ది స్టేట్ హాయిస్టెడ్ ది నేషనల్ ఫ్లాగ్.

14. అతడు పక్క మీదనుంచి కూడా లేవలేనంత జబ్బుగా ఉన్నారు.

He is *so* ill *that* he cannot rise from his bed.
హి ఈస్ సో ఇల్ దట్ హి కెనాట్ రైస్ ఫ్రమ్ హిస్ బెడ్.

15. బహుమతి గెలుచుకోవాలని అతను కష్టపడి పని చేస్తున్నాడు.

He works hard *so that* he may win a prize.
హి వర్క్స్ హార్డ్ సో దట్ హి మే విన్ ఎ ప్రైజ్.

16. పైకి వెళ్ళే కొద్దీ చలి కూడా పెరుగుతుంది.

The higher you go *the* colder it is.
ది హైయర్ యు గో ది కోల్డర్ ఇట్ ఈస్.

17. నువ్వో లేక నీ తమ్ముడో దోషై ఉంటాడు.

Either you *or* your brother is guilty.
ఎయ్‌దర్ యు ఆర్ యువర్ బ్రదర్ ఈస్ గిల్టీ.

18. ఆమె బలహీనం వల్ల నడవలేకుండా ఉంది.

She is *too* weak *to* walk. షి ఈస్ టూ వీక్ టు వాక్.

19. ఆమె నడవలేనంత బలహీనంగా ఉంది.

She is *so* weak *that* she cannot walk.
షి ఈస్ సో వీక్ దట్ షి కెనాట్ వాక్.

20. నేను ఇంగ్లీషే కాకుండా ఫ్రెంచి కూడా చదువుతాను.

I study *not only* English *but also* French.
ఐ స్టడీ నాట్ ఓన్లీ ఇంగ్లీష్ బట్ ఆల్సో ఫ్రెంచ్.

21. సమీర్ గానీ అతని తమ్ముడు అన్న గానీ ఈ పార్కులో ఆడరు.

Neither Samir *nor* his brother plays in this park.
నెయ్‌దర్ సమీర్ నార్ హిస్ బ్రదర్ ప్లేస్ ఇన్ దిస్ పార్క్.

B

కాల సూచక పదాల (Temporals) తో కూడిన వాక్యాలు

22. ఇది జనవరి రెండు వేల నాలుగు (2005). ఆయన మార్చిలో వస్తారు.

It is January two thousand four (2005). He will come *in* March.
ఇట్ ఈస్ జనవరి టూ థౌసండ్ ఫోర్ (2005). హి విల్ కమ్ ఇన్ మార్చ్.

23. మూడు రోజుల్లో అతని నుంచి ఉత్తరం అందుతుంది.

You will receive his letter *in* three days.
యు విల్ రిసీవ్ హిం లెటర్ ఇన్ త్రీ డేస్.

24. మీకు ఆయన ఉత్తరం మూడు రోజుల్లోగా అందుతుంది.

You will receive his letter *within* three days.
యు విల్ రిసీవ్ హిస్ లెటర్ విథిన్ త్రీ డేస్.

25. మేము ఫిబ్రవరి 20న ముంబైకి బయలుదేరాము.

We left for Mumbai *on* 20th February.
వుయ్ లెఫ్ట్ ఫర్ ముంబై ఆన్ 20యత్ ఫిబ్రవరి.

26. నీవు మూడున్నరకు వచ్చావు.

You came *at* half past three. యు కేమ్ ఎట్ హాఫ్ పాస్ట్ త్రీ.

27. దుకాణం ఉదయం 9.30 నుండి సాయం కాలం 7 గంటల వరకు తెరచి ఉంటుంది.

The shop remains open *from* 9.30 A.M. *to* 7 P.M.
ది షాప్ రిమైన్స్ ఓపెన్ ఫ్రమ్ 9.30 ఎ.ఎమ్. టు 7 పి.ఎమ్.

28. ఆమె నిన్న సాయంత్రం 5 గం.ల వరకు ఇక్కడ ఉంది.

She was here *till* 5.00 P.M. yesterday.
షి వాస్ హియర్ టిల్ 5.00 పి.ఎమ్. యస్టర్‌డే.

29.	మగ పిల్లలు ప్రతి రోజు ఒక గంట సేపు ఆడుకుంటారు.	The boys play everyday *for* one hour. ది బాయ్స్ ప్లే ఎవ్రిడే ఫర్ వన్ అవర్.
30.	ఆయన నిన్నటి నుండి ఇక్కడ ఉన్నారు.	He has been staying here *since* yesterday. హి హాస్ బీన్ స్టేయింగ్ హియర్ సిన్స్ ఎస్టర్‌డే.
31.	ఆమె 1970 నుండి ఇక్కడ నివసిస్తోంది.	She has been living here *since* 1970. షి హాస్ బీన్ లివింగ్ హియర్ సిన్స్ 1970.
32.	మీరు ఎంత కాలం నుండి ఆంగ్లము నేర్చుకుంటున్నారు?	*How long* have you been learning English? హౌ లాంగ్ హావ్ యు బీన్ లర్నింగ్ ఇంగ్లీష్?
33.	నేను ఆమెకు/అతనికి ఇంతకు ముందే వ్రాశాను.	I have *already* written to her/him. ఐ హావ్ అల్‌రెడీ రిటెన్ టు హర్/హిమ్.
34.	ఆమె ఇంకా రాలేదు.	She hasn't come *yet*. షి హాసన్ట్ కమ్ ఎట్.
35.	ప్రదర్శన ప్రారంభం కాబోతోంది.	The show is *about* to start. ది షో ఈస్ అబౌట్ టు స్టార్ట్.
36.	వచ్చే శుక్రవారం లోపు నేను నా పనిని పూర్తి చేస్తాడు.	I shall finish my work *by* next Friday. ఐ షల్ ఫినిష్ మై వర్క్ బై నెక్ట్స్ ఫ్రైడే.
37.	అతను నాలుగు గంటలలోగా నా పని పూర్తి చేస్తాను.	He'll finish his work *in about* four hours. హి'ల్ ఫినిష్ హిస్ వర్క్ ఇన్ అబౌట్ ఫోర్ అవర్స్.
38.	నేను అక్కడికి దాదాపు 3 గంటల ప్రాంతంలో చేరుకున్నాను.	I reached there *around* 3 o'clock. ఐ రీచ్డ్ దేర్ అరౌండ్ 3 ఒ'క్లాక్.
39.	రాధ రాగానే మాధవ్ వెళ్ళిపోయాడు.	*When* Radha came, Madhav left. వెన్ రాధా కేమ్, మాధవ్ లెఫ్ట్.
40.	తెల్లవారే సమయానికి ఆయన ఆఖరు శ్వాస వదులుతున్నారు.	He was breathing his last *by* dawn. హి వాస్ బ్రీతింగ్ హిస్ లాస్ట్ బై డాన్.
41.	నేను వచ్చే నెల ఆయనను కలుస్తాను.	I'll meet him *next* month. ఐ'ల్ మీట్ హిమ్ నెక్ట్స్ మంత్.

గుర్తుంచుకోండి (Remember)

1. No sooner did Rajendra reach the school than the bell started ringing.

   పైన వాక్యాలలో జంట పదాలున్నాయి. No sooner అన్న దానిని విడిగా ఉపయోగించలేము. దీని తర్వాత than తప్పకుండా రావాలి. ఈ పదాల జంటతో వాక్యంలోని రెండు భాగాలైన, did Rajendra reach the school అన్నది bell started ringing తో కలుస్తోంది. ఇటువంటి జంట పదాలను co-relatives లేదా co-relative conjunctions అంటారు.

2. నెలల పేర్లతో in, వారాల పేర్లతో on, కాలాన్ని చెప్పేటప్పుడు at వాడతారు. ఉదా. : in February, on Tuesday, at 6.30 A.M. మొదలైనవి ఇదే. విధంగా morning, evening కు ముందు in, noon మరియు night కు ముందు at వాడబడుతుంది. ఉదాహరణకు - in the morning, in the evening, at night, at noon మొదలైనవి.

3. పని ప్రారంభమయ్యేందుకు నిశ్చిత దినము లేదా సమయముంటే అక్కడ since వాడాలి. ఉదా. : since 1974, since last Tuesday, since 4 A.M. కాలాన్ని గురించి స్థాలంగా సూచించినట్లయితే for వస్తుంది. ఉదా. : for two months, for three years.

24 ఇరవై నాలుగవ రోజు
th Day

క్రియా పదాలు మొ॥ వాటితో అవసరమయిన Prepositions ను ఉపయోగించడం

(from, by, with, in, of, for, in, into, against, on, over, about)

ఆంగ్లంలో పదాలతోపాటు కొన్ని ముఖ్య **Prepositions** లను వాడే పద్ధతి ఉంది. క్రియా పదాలతో పాటు **Prepositions** ను వాడటం ఎలాగో అభ్యసించండి. **Prepositions** లను ఉపయోగించటంలో ఒక సూత్రం ఉందని తెలుస్తుంది. అర్థం చేసుకుంటూ నేర్చుకుని ఉపయోగించండి.

From

1. బాలుడు బడికి హాజరు కాలేదు. — The boy was *absent from* school.
   ది బాయ్ వాస్ ఆబ్సెంట్ ఫ్రమ్ స్కూల్.
2. మీరు పొగ త్రాగటం మానివేయాలి. — You must *abstain/refrain from* smoking.
   యు మస్ట్ అబ్‌స్టెయిన్/రిఫ్రెయిన్ ఫ్రమ్ స్మోకింగ్.
   You must *avoid* smoking. యు మస్ట్ ఎవాయ్డ్ స్మోకింగ్.
3. మా బాబాయిగారు అస్సాము నుండి వచ్చారు. — My uncle has *come from* Assam.
   మై అంకుల్ హాస్ కమ్ ఫ్రమ్ అస్సామ్.
4. అతను నన్ను అక్కడకు వెళ్ళనివ్వటం లేదు. — He *prevents/stops* me *from* going there.
   హి ప్రివెంట్స్/స్టాప్స్ మి ఫ్రమ్ గోయింగ్ దేర్.

By

5. అతని కంపెనీ మూడు పువ్వులు-ఆరు కాయలుగా వర్ధిల్లుతోంది. — His company is *progressing by* leaps and bounds.
   హిస్ కంపెని ఈస్ ప్రోగ్రెసింగ్ బై లీప్స్ అండ్ బౌండ్స్.
6. మా నాన్నగారు మా వెంట ఉన్నారు. — I was *accompanied by* my father.
   ఐ వాస్ ఎకంపెనీడ్ బై మై ఫాదర్.
7. ఈ వార్త విని కంగారుపడవద్దు. — Please don't *get disturbed by* this news.
   ప్లీస్ డోన్ట్ గెట్ డిస్టర్బ్డ్ బై దిస్ న్యూస్.
8. నా కథ అతనికి చాలా నచ్చింది. — He was highly *amused by* my story.
   హి వాస్ హైలీ అమ్యూస్డ్ బై మై స్టోరీ.
9. ఈ ప్యాకెట్ సోమవారంలోగా ముంబైకి చేరాలి. — This packet *should reach* Mumbai *by* Monday.
   దిస్ పాకెట్ షుడ్ రీచ్ ముంబై బై మండే.

With

10. ఇతరులతో ఎలా మెలగాలో నీకు తెలియదు. — You don't know how to *deal with* others.
    యు డోన్ట్ నో హౌ టు డీల్ విత్ అదర్స్.
11. మనకు ఆంగ్ల భాష పరిచయం ఉండాలి. — We should be *acquainted with* the English language.
    వుయ్ షుడ్ బి అక్వెయింటెడ్ విత్ ది ఇంగ్లీష్ లాంగ్వేజ్.

12. వర్ణచిత్రాలు వేసే వరం అతనికి ఉంది. | He was *gifted with* a talent for painting. హి వాస్ గిఫ్టెడ్ విత్ ఎ టాలెంట్ ఫర్ పెయింటింగ్.

13. అతని ప్రవర్తనతో మేము చాలా విసిగిపోయాము. | We got *fed up with* his behaviour. వుయ్ గాట్ ఫెడ్ అప్ విత్ హిస్ బిహేవియర్.

14. మా పై అధికారి నా పనికి ఎంతో సంతోషించాడు. | My boss was *pleased with* me. మై బాస్ వాస్ ప్లీస్డ్ విత్ మి.

In

15. అతను తన పనిలో నిమగ్నమై ఉన్నాడు. | He was *absorbed/busy in* his work. హి వాస్ అబ్‌సార్బ్‌డ్/బిజీ ఇన్ హిస్ వర్క్.

16. షీలాకు ఒక చెవి వినబడదు. | Shiela is *deaf in* one ear. షీలా ఈస్ డెఫ్ ఇన్ వన్ ఇయర్.

17. నీవు నడవడికలో నమ్రత కనబరచాలి. | You must be *polite in* your behaviour. యు మస్ట్ బి పొలైట్ ఇన్ యువర్ బిహేవియర్.

18. వారికి సంగీతంలో మంచి ప్రవేశం ఉంది. | He is *well-versed in* music. హీ ఈస్ వెల్ వర్స్‌డ్ ఇన్ మ్యూజిక్.

Of

19. తను గెలుస్తానని గట్టి నమ్మకంతో ఉన్నాడు. | He was *sure of* success. హి వాస్ ష్యూర్ ఆఫ్ సక్సెస్.

20. అతని బలహీనతలు అతనికి బాగా తెలుసు. | He is fully *aware of* his weakness. హి ఈస్ ఫుల్లీ అవేర్ ఆఫ్ హిస్ వీక్‌నెస్.

21. అతనికి మామిడి పండ్లంటే చాలా ఇష్టం. | He is *fond of* mangoes. హి ఈస్ ఫాండ్ ఆఫ్ మాంగోస్.

22. అతనిని చూస్తే అతని అన్న/తమ్ముడు గుర్తొస్తాడు. | He *reminds* me *of* his brother. హి రిమైండ్స్ మి ఆఫ్ హిస్ బ్రదర్.

23. ఇది నాకు పెద్ద గౌరవనీయమైన సన్మాన కారణం. | It's a matter *of* great honour for me. ఇట్స్ ఎ మాటర్ ఆఫ్ గ్రేట్ ఆనర్ ఫర్ మి.

For

24. ఆమె పరీక్షకు తయారవుతోందా? | Is she *preparing/studying for* the test? ఈస్ షి ప్రిపేరింగ్/స్టడీయింగ్ ఫర్ ది టెస్ట్?

25. నేను ఆయన గురించి ఎప్పుడూ శ్రద్ధ తీసుకుంటున్నాను. | I always *care for* him. ఐ ఆల్వేస్ కేర్ ఫార్ హిమ్.

26. తన దుష్ప్రవర్తనకు అతను నన్ను క్షమాపణ కోరాడు. | He *apologised* to me *for* his misbehaviour. హి అపాలజైస్డ్ టు మి ఫర్ హిస్ మిస్‌బిహేవియర్.

27. అతను డబ్బుకు లెక్క చెప్పాల్సిందే. | He'll have to *account for* the money. హి'ల్ హావ్ టు అకౌంట్ ఫర్ ది మనీ.

To

28. అతను పొగ త్రాగడానికి అలవాటు పడ్డాడు. | He is *addicted to* smoking. హి ఈస్ అడిక్టెడ్ టు స్మోకింగ్.

29. అతడు నిబంధనలకు విరుద్ధంగా ప్రవర్తించాడు. | He acted *contrary to* the rules. హి యాక్టెడ్ కాంట్రరీ టు ది రూల్స్.

30. కొందరికి ఆరోగ్యం కన్నా సంపద మీద మక్కువ. | Some people *prefer* wealth *to* health. సమ్ పీపుల్ ప్రిఫర్ వెల్త్ టు హెల్త్.

31. అతను ఈ విషయాన్ని పై అధికారులకు తెలియజేశాడు. | He *referred* the matter *to* the higher authorities. హి రెఫర్డ్ ది మేటర్ టు ది హైయ్యర్ అథారిటీస్.

Into

32. ఈ విషయం పోలీసులు దర్యాప్తు చేశారు. The police *inquired/looked into* the matter.
ది పోలీస్ యిన్‌క్వయిర్డ్/లుక్డ్ ఇన్‌టు ది మేటర్.

33. మేము మా పుస్తకాలను సంచుల్లో పెట్టాము. We *put* our books *into* our bags.
వుయ్ పుట్ అవర్ బుక్స్ ఇన్‌టు అవర్ బాగ్స్.

34. అతను గదిలోనికి వెళ్ళాడు. He went *into* the room. హి వెంట్ ఇన్‌టు ద రూమ్.

Against

35. నీ శత్రువుల గురించి నిన్ను నేను ఎప్పుడూ హెచ్చరిస్తూనే ఉంటాను. I always *warn* you *against* your enemies.
ఐ ఆల్వేస్ వార్న్ యు ఎగైనిస్ట్ యువర్ ఎనిమీస్.

36. మరీ ఎక్కువ పని చేయవద్దని అతనిని డాక్టరు హెచ్చరించారు. The doctor *warned* him *against* working too hard.
ది డాక్టర్ వార్న్‌డ్ హిమ్ ఎగైన్‌స్ట్ వర్కింగ్ టూ హార్డ్.

On

37. అతని విమర్శకు ఆధారాలు లేవు. His criticism is not *based on* facts.
హిస్ క్రిటిసిజమ్ ఈస్ నాట్ బేస్డ్ ఆన్ ఫాక్ట్స్.

38. అక్కడికి వెళ్ళి తీరాలని ఎందుకు పట్టుపట్టారు? Why are you *bent on* going there?
వై ఆర్ యు బెన్ట్ ఆన్ గోయింగ్ దేర్?

39. అతనిని నమ్మడానికి వీలు లేదు. We cannot *rely on* him. వుయ్ కెనాట్ రిలై ఆన్ హిమ్.

Over

40. రోడ్డంతా మంచుగడ్డలతో నిండి ఉంది. Snow/Ice is *scattered over* the road.
స్నో/ఐస్ ఈస్ స్కాటెరిడ్ ఓవర్ ది రోడ్.

41. వంతెన నది మీద వుంది. The bridge is *over* the river. ది బ్రిడ్జ్ ఈస్ ఓవర్ ది రివర్.

About

42. అబ్బాయి ఆరోగ్యం గురించి తల్లి ఆదుర్దాగా ఉంది. The mother is *worried about* her son's health.
ది మదర్ ఈస్ వర్రీడ్ ఎబౌట్ హర్ సన్స్ హెల్త్.

43. ఆమె సీమా గురించి వాకబు చేస్తోంది. She was *enquiring about* Seema.
షి వాస్ ఎంక్వయిరింగ్ అబౌట్ సీమా.

[Phrase Prepositions]

44. నేను ఇక వెడుతున్నాను. I was *about to* go. ఐ వాస్ ఎబౌట్ టు గో.

45. కేవలం కష్టపడి పని చేసి అతను విజయం సాధించాడు. He succeeded *by dint of* hard work.
హి సక్సీడెడ్ బై డింట్ ఆఫ్ హార్డ్ వర్క్.

46. మనం మనదేశం కోసం ఎంతయినా త్యాగం చేయడానికి సిద్ధంగా ఉండాలి. We should be prepared to sacrifice everything *for the sake of* our country. వుయ్ షుడ్ బి ప్రిపేర్డ్ టు సాక్రిఫైస్ ఎవ్విరిథింగ్ ఫర్ ది సేక్ ఆఫ్ అవర్-కంట్రీ.

47. మన స్నేహితులకు అనుకూలంగా ఉండేట్టు మనం పని చేయాలి. We should act *in favour of* our friends.
వుయ్ షుడ్ యాక్ట్ ఇన్ ఫేవర్ ఆఫ్ అవర్ ఫ్రెండ్స్.

48. మనం జీవించేందుకు పని చేయాలి. We must work *in order to* live.
వుయ్ మస్ట్ వర్క్ ఇన్ ఆర్డర్ టు లివ్.

49. తీరిక లేకపోయినా నా మిత్రుడు నన్ను చూడటానికి వచ్చాడు.
My friend came to see me *inspite of* being very busy.
మై ఫ్రెండ్ కేమ్ టు సీ మి ఇన్‌స్పైట్ ఆఫ్ బీయింగ్ వెరీ బిజీ.

50. నా వాచికి బదులుగా నీ సైకిల్‌ను నాకు ఇస్తావా?
Can you give me your bicycle *in exchange for* my watch?
కెన్ యు గివ్ మి యువర్ బైసికిల్ ఇన్ ఎక్స్‌ఛేంజ్ ఫర్ మై వాచ్?

51. అతను మీటింగ్ మధ్యలోనే అకస్మాత్తుగా లేచి వెళ్ళవలసి వచ్చింది.
He had to leave suddenly *in themidst* of the meeting.
హి హాడ్ టు లీవ్ సడన్‌లీ ఇన్ ది మిడ్‌స్ట్ ఆఫ్ ది మీటింగ్.

52. డబ్బు కొరత వల్ల పంకజ్ తన చదువును ఆపవలసి వచ్చింది.
Pankaj had *to give up* studies *for want of* money.
పంకజ్ హాడ్ టు గివ్ అప్ స్టడీస్ ఫర్ వాన్ట్ ఆఫ్ మనీ.

గుర్తుంచుకోండి (Remember)

1. క్రియా పదాలతో పాటు కొన్ని Prepositions వాడుతారు. వాటిని బాగా అభ్యసించాలి. abstain, prevent, recover వీటితో from ను వాడుతారు. ఇదే మాదిరి accompany, replace, deal, please, satisfy తో with ను, prepare, care, apologise తో పాటు for ను; addict, prefer, refer తో పాటు to ను; base, rely తో పాటు on ను ప్రయోగించబడతాయి. పైన ఇవ్వబడిన ఉదాహరణలతో ఈ Preposition ల గురించి మీరు బాగా నేర్చుకోగలరు.
2. కొన్ని ముఖ్యమైన Prepositions ప్రయోగం ఇంగ్లీషులో రూఢిగా ఉంటుంది. Phrase Prepositions : వాటిని ఉన్నవి ఉన్నట్టు ప్రయోగించాలి. ఉదాహరణకు : 'by dint of', 'for the sake of', 'in order to', 'in the midst of', 'on the eve of' లాంటి వందలాది Phrase prepositions ఇంగ్లీషులో వాడుకలో ఉన్నాయి. భాష నేర్చుకున్న వారు తమ పదజాలాన్ని ఎక్కువ చేసుకునేందుకు వీటి వలన సహాయం పొందుతారు.

25 ఇరవై అయిదవ రోజు
th Day

కర్తరి మరియు కర్మణి ప్రయోగములు (Active Voice and Passive Voice)

మాట్లాడేటప్పుడు రెండు విధాలుగా భావప్రకటన చేయవచ్చు. **(i)** కర్తకు **(doer)** ప్రాధాన్యమివ్వటం. అంటే - **Hari learns the first lesson.** (హరి మొదటి పాఠం నేర్చుకొంటాడు). **(ii)** కర్మకు **(receiver)** ప్రాధాన్యం ఇవ్వటం అంటే - **The first lesson is learnt by Hari.** (మొదటి పాఠం హరి చేత నేర్చుకొనబడుతున్నది). మొదటి తరహాను కర్తరి ప్రయోగము, రెండవ దానిని కర్మణి ప్రయోగము అంటారు. ఎవరి ఇష్టాన్ని బట్టి వాళ్ళు ఆ పద్ధతిని ఎన్నుకొవచ్చు. దీనిని అభ్యసించండి. అయితే తెలుగులో రెండవ తరహా ఎబ్బెట్టుగా ఉంటుంది.

	Active Voice	**Passive Voice**
1.	అతను పాట పాడుతాడు. He sings a song. హి సింగ్స్ ఎ సాంగ్.	అతనిచేత పాట పాడబడుతుంది. A song is sung by him. ఎ సాంగ్ ఈస్ సంగ్ బై హిమ్.
2.	నేను కబురు పంపాను. I delivered the message. ఐ డెలివర్డ్ ది మెసేజ్.	కబురు పంపబడింది. The message was delivered. ది మెసేజ్ వాస్ డెలివర్డ్.
3.	వారు క్రికెట్ ఆడుతారు. They'll play cricket. దే'ల్ ప్లే క్రికెట్.	వారిచేత క్రికెట్ ఆడబడుతుంది. Cricket will be played by them. క్రికెట్ విల్ బి ప్లేయ్‌డ్ బై దెమ్.
4.	నువ్వు ఉత్తరం రాస్తున్నావా? Are you writing a letter? ఆర్ యు రైటింగ్ ఎ లెటర్?	నీ చేత ఉత్తరం రాయబడుతోందా? Is a letter being written by you? ఈస్ ఎ లెటర్ బీయింగ్ రిటెన్ బై యు?
5.	కూలీలు కాలువ త్రవ్వుతున్నారు. Labourers were digging a canal. లేబరర్స్ వర్ డిగ్గింగ్ ఎ కెనాల్.	కూలీలచేత ఒక కాలువ త్రవ్వబడుతున్నది. A canal was being dug by the labourers. ఎ కెనాల్ వాస్ బీయింగ్ డగ్ బై ది లేబరర్స్.
6.	మీరు ఈ పనిని పూర్తి చేశారా? Have you finished this job? హావ్ యు ఫినిష్డ్ దిస్ జాబ్?	ఈ పని మీచేత పూర్తి చేయబడిందా? Has this job been finished by you? హాస్ దిస్ జాబ్ బీన్ ఫినిష్డ్ బై యు?
7.	రైలు వచ్చే లోపు మీ సామాన్లు కట్టేస్తారా? Will you have packed your luggage before the train's arrival? విల్ యు హావ్ పాక్డ్ యువర్ లగేజ్ బిఫోర్ ది ట్రైన్స్ అరైవల్?	రైలు వచ్చే లోగా మీ సామాన్లు కట్టబడి ఉంటాయా? Will your luggage have been packed before the train's arrival? విల్ యువర్ లగేజ్ హావ్ బీన్ పాక్డ్ బిఫోర్ ది ట్రైన్స్ అరైవల్?
8.	వారికి సహాయం చేయండి. Help him. హెల్ప్ హిమ్.	(మీ ద్వారా) వారిని సహాయం పొందనివ్వండి. Let him be helped (by you). లెట్ హిమ్ బి హెల్ప్‌డ్. (బై యు).

వాక్యాన్ని మార్పు చేసేందుకు అంటే కర్త స్థానంలో కర్మను ప్రధానంగా చేసేందుకు రెండు విషయాలు గుర్తుంచుకోవాలి. 1. కర్త స్థానంలో కర్మను ఉంచాలి. (అ) రాముడు (కర్త) రావణుని (కర్మ) చంపెను. Rama killed Ravana. (ఆ) కర్మణి ప్రయోగం ఈ రీతిగా ఉంటుంది :- రావణుడు రాముని చేత చంపబడెను. Ravana was killed by Rama. 2. క్రియా రూపము కూడా మారుతుంది. కర్తరి ప్రయోగం ఏ కాలంలో (Tense) ఉన్నా అందులో వాడే ముఖ్య క్రియ Participle రూపంలోకి మారుతుంది. ఉదా. :- do, doing అనే వాక్యాలు done అవుతాయి. దీనితోపాటు సహాయక క్రియ is, was, be, being, has been వంటివి అదనంగా వస్తాయి. పై వాక్యాలలో విభిన్న కాలాల రూపము చూడండి.

ఈ దిగువ కర్మణి ప్రయోగాలున్నాయి. వాటిలో కర్మ లోపించింది. వీటిని కర్తరి ప్రయోగాలుగా మార్చటం వీలుపడదు. ఇలాంటివి ఎన్నో వాక్యాలుంటాయని గుర్తించండి.

కర్మణి ప్రయోగం (Passive Voice)

9. తాజ్‌మహల్‌ను చాలా ఖర్చుపెట్టి కట్టించారు. — The Taj *was built* at an enormous cost.
దీ తాజ్ మహల్ వాస్ బిల్ట్ ఎట్ యాన్ ఎనార్మస్ కాస్ట్.

10. మొక్కజొన్న నారును వర్షాకాలంలో నాటుతారు. — Maize *is sown* in the rainy season.
మైజ్ ఈస్ సోన్ ఇన్ ది రైనీ సీజన్.

11. నిర్లక్ష్యానికి నీకు శిక్ష విధించడం జరుగుతుంది. — You *will be punished* for your negligence.
యు విల్ బి పనిష్డ్ ఫర్ యువర్ నెగ్లిజన్స్.

12. అతని మీద దొంగతనం నేరం మోపారు. — He *was accused of* theft. హి వాస్ ఎక్యూస్డ్ ఆఫ్ థెఫ్ట్.

13. అన్ని కాగితాలూ గుర్తులు వేయబడతాయి. — All the papers *will have been marked.*
ఆల్ ది పేపర్స్ విల్ హావ్ బీన్ మార్క్‌డ్.

14. మీరు మోసగించబడ్డారా? — *Have* you *been cheated?* హావ్ యు బీన్ ఛీటెడ్?

15. అతనికి తెలియజేశారా? — *Has* he *been* informed? హాస్ హి బీన్ ఇన్‌ఫార్మ్‌డ్?

16. చైనా దురాక్రమణదారులతో పోరాడుతూ ఆయన చంపబడ్డారు. — He *was killed* while fighting the Chinese aggressors.
హి వాస్ కిల్డ్ వైల్ ఫైటింగ్ ది చైనీస్ అగ్రెసర్స్.

17. గాంధీజీ 1969 అక్టోబరు 2వ తేదీన జన్మించారు. — Gandhiji *was born* on 2nd October, 1869.
గాంధీజీ వాస్ బార్న్ ఆన్ 2, అక్టోబర్, 1869.

18. మీరట్‌లో ప్రతి సంవత్సరం నవచండి ఉత్సవం జరుగుతుంది. — The Nauchandi fair *is held* every year at Meerut.
ది నౌచండి ఫేర్ ఈస్ హెల్డ్ ఎవ్విరి ఇయర్ ఎట్ మీరట్.

19. ఢిల్లీ నుండి అనేక దినపత్రికలు వెలువడుతున్నాయి. — Many dailies *are published* from Delhi.
మెనీ డైలీస్ ఆర్ పబ్లిష్డ్ ఫ్రమ్ ఢిల్లీ.

20. మిమ్మల్ని చూచి ఆయన సంతోషిస్తారు. — He *will be pleased/happy* to see you.
హి విల్ బి ప్లీస్డ్/హాపీ టు సీ యు.

21. అంత భీకరమైన వరదలకు నేను ఆశ్చర్యపోయాను. — I *was surprised* to see the fury of the floods.
ఐ వాస్ సర్‌ప్రైజ్డ్ టు సీ ది ఫ్యూరీ ఆఫ్ ది ఫ్లడ్స్.

22. శివాజీ శివుని అవతారమని అంటారు. — *It is said/believed* that Shivaji was an incarnation of Lord Shiva.
ఇట్ ఈస్ సేడ్/బిలీవ్డ్ దట్ శివాజీ వాస్ యాన్ ఇన్‌కార్నేషన్ ఆఫ్ లార్డ్ శివా.

Imperative Sentences

(a) ఆజ్ఞార్థక మరియు విధ్యాద్యర్థకములు (imperative mood) వంటి కర్తరి ప్రయోగాలను కర్మణి ప్రయోగం లోనికి మార్చేటప్పుడు 'let' పదాన్ని వాక్యారంభంలో వాడతారు. (b) చాలా సార్లు కర్తరి ప్రయోగాల (active voice) వాక్యాల ఆశయానుసారం (request, should) మొదలయిన పదాలను జతపరచి కర్మణి ప్రయోగ (passive voice) వాక్యాలను తయారు చేస్తారు. ఈ రెండింటిని అభ్యాసం చేయండి.

23. ఈ పని చేయి. | (మీ చేత) ఈ పని కానివ్వండి.
Do this work. | *Let* this work *be done* (by you).
డూ దిస్ వర్క్. | లెట్ దిస్ వర్క్ బి డన్ (బై యు).

24. అతనిని కూర్చోమని చెప్పు. | అతనిని కూర్చోవలసిందిగా చెప్పండి.
Ask him to sit down. | *Let* him *be asked* to sit down.
ఆస్క్ హిమ్ టు సిట్ డౌన్. | లెట్ హిమ్ బి ఆస్క్‌డ్ టు సిట్ డౌన్.

25. అతనిని శిక్షించు. | (నీ చేత) అతనిని శిక్షింపబడనీ.
Punish him. | *Let* him *be punished* (by you).
పనిష్ హిమ్. | లెట్ హిమ్ బి పనిష్డ్ (బై యు).

26. స్థానం ఖాళీగా ఉన్నట్టు ప్రకటించండి. | స్థానం ఖాళీగా ఇన్నట్టు ప్రకటన వెలువడనివ్వండి.
Advertise the post. | *Let* the post *be advertised.*
అడ్వర్టైజ్ ది పోస్ట్. | లెట్ ది పోస్ట్ బి అడ్వర్టైజ్‌డ్.

27. దయచేసి పొగ త్రాగవద్దు. | పొగ త్రాగవద్దని వినతి.
Please don't smoke. | You *are requested* not to smoke.
ప్లీస్ డోన్ట్ స్మోక్. | యు ఆర్ రిక్వెస్టెడ్ నాట్ టు స్మోక్.

28. క్రమశిక్షణా రాహిత్యాన్ని ప్రోత్సహించవద్దు. | క్రమశిక్షణా రాహిత్యాన్ని ప్రోత్సహించరాదు.
Don't encourage indiscipline. | Indiscipline shouldn't *be encouraged.*
డోన్ట్ ఎంకరేజ్ ఇన్‌డిసిప్లిన్. | ఇన్‌డిసిప్లిన్ షుడన్ట్ బి ఎంకరేజ్‌డ్.

గుర్తుంచుకోండి (Remember)

1. (a) Rama killed Ravana.
   (b) Ravana was killed by Rama.
   మొదటి వాక్యం కర్తరి ప్రయోగము (Active Voice). రెండవది కర్మణి ప్రయోగము (Passive Voice). కర్తరి ప్రయోగంలో కర్తకు (రాముడు), కర్మణి ప్రయోగంలో కర్మకు (రావణుడు) ప్రాముఖ్యం లభిస్తాయి.
2. కర్తరి ప్రయోగాన్ని కర్మణి ప్రయోగంలోకి మార్చేటప్పుడు తప్పనిసరిగా by ఉపయోగించాలి. ఉదా. :- (i) Ravana was killed by Rama. (ii) Cricket will be played by them మొదలైనవి.
3. కొన్ని సందర్భాలలో కర్మణి ప్రయోగంలో by వాడబడదు. (i) Let your lesson be learnt. (ii) He was charged with theft మొదలైనవి.

ఒక విషయం బాగా గుర్తుంచుకోండి. కర్మణి ప్రయోగంలో ప్రాధాన్యం కర్మకు ఉంటుంది. ఉదాహరణకు ఎవరయినా విద్యార్థి వినిపించుకోకపోతే You will be punished for your negligence. (నీ నిర్లక్ష్యం వలన నీవు శిక్షింపబడతావు) అంటారు. మీరు కర్తరి ప్రయోగంలో ఈ విధంగా కూడా అనవచ్చు : The teacher will punish you for your negligence. మీరు శ్రద్ధగా గమనిస్తే మీకు తెలుస్తుంది. మొదటి వాక్యానికున్నంత ప్రభావం రెండవ దానిలో లేదు. దీనిలో శిక్షించే వారి మీద గాక పడే శిక్షకు ప్రాముఖ్యం ఇవ్వటం జరుగుతుంది.

26 ఇరవయ్యారవ రోజు
th Day

వాక్యాల పరివర్తన (Transformation of Sentences)

మనం ఒక విషయాన్నే అనేక విధాలుగా చెప్పవచ్చు. ఒక విషయాన్ని రెండు రూపాలలో చెప్పినప్పుడు వాక్య రూపం మారుతుందే గాని అర్థం మారదు. దీనినే వాక్య పరివర్తన **(transformation of sentences)** అంటారు.

కర్తరి, కర్మణి ప్రయోగాల **(Active Voice and Passive Voice)** గురించి లోగడ తెలుసుకున్నారు. వాక్యాలను మార్పు చేసేందుకు ఇది ఒక మార్గం. వాక్య పరివర్తన గురించి మరి కొన్ని పద్ధతులు తెలుసుకుందాము. ఇక్కడ ఒక విధమైన వాక్యాన్ని ఇంకొక విధమైన వాక్యంగా మార్చే రీతిని చూద్దాం. వాక్యాలలో అనేక విధాల వాక్యాలున్నాయి - ప్రశ్నార్థకం : **(Interrogative)**, నిశ్చయార్థకం : **(Assertive)**, ఆశ్చర్యార్థకం : **(Exclamatory)**, విధ్యార్థకం : **(Imperative)**, భావార్థకం : **(Affirmative)**, వ్యతిరేకార్థకం : **(Negative)** లాంటివి. ఒక తరహా వాక్యాన్ని మరొక తరహాగా మార్చి వాటి అర్థం ఎంతవరకు సమానంగా ఉందో చూడాలి. దీని వలన ఒక వాక్యాన్ని ఒకటికన్నా ఎక్కువ విధాలుగా మీరు మార్చగలుగుతారు.

ప్రశ్నార్థకం (Interrogative) — నిశ్చయార్థకం (Assertive)

1. ఎవరయినా ఇంతటి అవమానం సహించగలరా?
Can anybody/anyone bear such an insult?
కెన్ ఎనిబడి/ఎనీవన్ బేర్ సచ్ యాన్ ఇన్సల్ట్?
Who can bear such an insult?
హూ కెన్ బేర్ సచ్ యాన్ ఇన్సల్ట్?

ఎవరూ ఇంతటి అవమానాన్ని సహించలేరు.
Nobody/No one can bear such an insult.
నోబడీ/నో వన్ కెన్ బేర్ సచ్ యాన్ ఇన్సల్ట్.

2. సంపదకన్నా ఆరోగ్యం ఎక్కువ విలువయినది కాదా?
Is not health more precious than wealth?
ఈస్ నాట్ హెల్త్ మోర్ ప్రెషస్ దేన్ వెల్త్?

ఆరోగ్యం సంపదకన్నా విలువైనది.
Health is more precious than wealth.
హెల్త్ ఈస్ మోర్ ప్రెషస్ దేన్ వెల్త్.

3. ఏమిటి, విందులో వారు ఆనందించలేదా?
Did they not enjoy the party?
డిడ్ దే నాట్ ఎంజాయ్ ది పార్టీ?

విందులో వారు సంతోషించారు.
They enjoyed the party.
దే ఎంజాయ్డ్ ది పార్టీ.

4. ఆనందమయిన ఈ రోజులను ఎన్నడయినా మరువగలమా?
Shall we ever forget these good days?
షల్ వుయ్ ఎవర్ ఫర్గెట్ దీస్ గుడ్ డేస్?

ఆనందమయిన ఈ రోజుల్ని ఎన్నటికీ మరువలేము.
We'll never be able to forget these good days.
వి'ల్ నెవర్ బి ఏబుల్ టు ఫర్గెట్ దీస్ గుడ్ డేస్.

ఆశ్చర్యార్థకం (Exclamatory) — భావార్థకం (Affirmative)

5. అది ఎంత సుందర దృశ్యము?
What a beautiful scene/lovely sight it was!
వాట్ ఎ బ్యూటిఫుల్ సీన్/లౌలీ సైట్ ఇట్ వాస్!

అది చాలా సుందరమైన దృశ్యము.
It was a beautiful scene/lovely sight.
ఇట్ వాస్ ఎ బ్యూటిఫుల్ సీన్/లౌలీ సైట్.

6. అబ్బ! రాత్రిపూట ఎంత చలి!
What a cold night it is!
వాట్ ఎ కోల్డ్ నైట్ ఇట్ ఈస్!

రాత్రి ఎముకలు కొరికే చలిగా ఉంది.
It is a bitterly/terribly cold night.
ఇట్ ఈస్ ఎ బిట్టర్లీ/టెరిబ్లీ కోల్డ్ నైట్.

7. మనం ఎంత కఠోరమైన జీవితం గడుపుతున్నాము!
What a hard life we live/lead!
వాట్ ఎ హార్డ్ లైఫ్ వుయ్ లివ్/లీడ్!

చాలా కఠోరంగా జీవితం గడుపుతున్నాము.
We live/lead a very hard life.
వుయ్ లివ్/లీడ్ ఎ వెరీ హార్డ్ లైఫ్.

విధ్యాద్యర్థకం (Imperative)

8. దయచేసి తలుపు తెరవండి.
Please open the door.
ప్లీస్ ఓపెన్ ది డోర్.

9. దయచేసి ఒక కప్పు పాలు తీసుకోండి.
Please have a cup of milk.
ప్లీస్ హావ్ ఎ కప్ ఆఫ్ మిల్క్.

10. కాస్త ఊరుకోండి.
Please keep quiet.
ప్లీస్ కీప్ క్వయిట్.

ప్రశ్నార్థకం (Interrogative)

దయచేసి తలుపు తెరుస్తారా?
Will you please open the door?
విల్ యు ప్లీస్ ఓపెన్ ది డోర్?

దయచేసి ఒక కప్పు పాలు తీసుకుంటారా?
Will you please have a cup of milk?
విల్ యు ప్లీస్ హావ్ ఎ కప్ ఆఫ్ మిల్క్?

కాస్త ఊరుకుంటారా?
Will you please keep quiet?
విల్ యు ప్లీస్ కీప్ క్వయిట్?

నిర్దిష్ట (Positive)

తారతమ్యార్థకాలు (Comparative)

ఒకటే పదానికి తులనాత్మకంలో రెండు లేదా మూడు అవస్థలు ఏర్పడినా పదాలు మారుతాయేగాని దాని అర్థం మారదు.

11. సంజయ్‌లాగే అమితాబ్ కూడా పొడగరి.
Amitabh is as tall as Sanjay.
అమితాబ్ ఈస్ యాస్ టాల్ యాస్ సంజయ్.

సంజయ్ అమితాబ్‌కంటే పొడగరి కాదు.
Sanjay is not taller than Amitabh.
సంజయ్ ఈస్ నాట్ టాలర్ దేన్ అమితాబ్.

12. మన దేశంలో ముంబై లాంటి పెద్ద నగరాలు చాలా తక్కువ.
Very few cities in India/our country are as big as Mumbai.
వెరీ ఫ్యూ సిటీస్ ఇన్ ఇండియా/అవర్ కంట్రీ ఆర్ యాస్ బిగ్ యాస్ ముంబై.

మన దేశంలో అనేక నగరాలకన్నా ముంబై పెద్దది.
Mumbai is bigger than most of the other cities in India/our country.
ముంబై ఈస్ బిగ్గర్ దేన్ మోస్ట్ ఆఫ్ ది అదర్ సిటీస్ ఇన్ ఇండియా/అవర్ కంట్రీ.

13. భీముడంత బలవంతుడైన వ్యక్తి ఇంకెవరూ లేరు.
No other man was as strong as Bhim.
నో అదర్ మేన్ వాస్ యాస్ స్ట్రాంగ్ యాస్ భీమ్.

భీముడు అందరికన్నా బలవంతుడు.
Bhim was stronger than any other man.
భీమ్ వాస్ స్ట్రాంగర్ దేన్ ఎనీ అదర్ మేన్.

Bhim was the strongest man.
భీమ్ వాస్ ది స్ట్రాంగెస్ట్ మేన్.

14. వివేకానందుడంత ప్రజాదరణ పొందిన మహనీయులు భారత దేశంలో చాలా తక్కువ.
Very few Indian saints were as popular/ famous as Vivekananda.
వెరి ఫ్యూ ఇండియన్ సెయింట్స్ వర్ యాస్ పాపులర్/ ఫేమస్ యాస్ వివేకానంద.

భారతదేశంలో ప్రజాదరణ పొందిన సత్పురుషులలో వివేకానందుడు ఒకడు.
Vivekananda was more popular/famous than many other saints in India.
వివేకానంద వాస్ మోర్ పాపులర్/ఫేమస్ దెన్ మెనీ అదర్ సెయింట్స్ ఇన్ ఇండియా.
Vivekananda was one of the most popular/famous saints in India.
వివేకానంద వాస్ వన్ ఆఫ్ ది మోస్ట్ పాపులర్/ఫేమస్ సెయింట్స్ ఇన్ ఇండియా.

వ్యతిరేకార్థకం (Negative) భావార్థకం (Affirmative)

వ్యతిరేకార్థక (Negative) వాక్యాలను కూడా భావార్థక (Affirmative) వాక్యాలుగా మార్చు చేయవచ్చు. విపరీతార్థక పదాన్ని వాడటంతో రెండు వాక్యాల అర్థం సమానమవుతుంది.

15. మానవులెవరూ అమరులు కారు.
No man is immortal.
నో మేన్ ఈస్ ఇమ్మార్టల్.

పుట్టిన మనిషి గిట్టక తప్పదు.
Man is mortal.
మేన్ ఈస్ మోర్టల్.

16. అబీదా సోనియాకంటే అందమైనది కాదు.
Abida is not as beautiful as Sonia.
అబీదా ఈస్ నాట్ యాస్ బ్యూటిఫుల్ యాస్ సోనియా.

సోనియా అబీదా కంటే అందంగా ఉంటుంది.
Sonia is more beautiful than Abida.
సోనియా ఈస్ మోర్ బ్యూటీఫుల్ దేన్ అబీదా.

17. కష్టపడనిదే ఫలితము లేదు.
There is no gain without hard work.
దేర్ ఈస్ నో గెయిన్ వితౌట్ హార్డ్ వర్క్.

కష్టే ఫలి.
Where there is hard work, there is gain.
వేర్ దేర్ ఈస్ హార్డ్ వర్క్, దేర్ ఈస్ గెయిన్.

18. ఆమె తన దినచర్యను ఎప్పుడూ నిర్లక్ష్యం చేయదు.
She never neglects her daily routine work.
షి నెవర్ నెగ్లెక్ట్స్ హర్ డైలీ రొటీన్ వర్క్.

ఆమె తన దినచర్యను క్రమం తప్పకుండా పాటిస్తుంది.
She always pays attention to her daily/routine work.
షి అల్వేస్ పేస్ అటెన్షన్ టు హర్ డైలీ/రొటీన్ వర్క్.

19. నేను స్టేషన్ చేరుకున్నానో లేదో రైలు బయలుదేరింది.
No sooner had I reached the station *than* the train left.
నో సూనర్ హాడ్ ఐ రీచ్డ్ ద స్టేషన్ దేన్ ది ట్రైన్ లెఫ్ట్.

నేను స్టేషన్ చేరుకున్న వెంటనే రైలు బయలుదేరింది.
Scarcely had I reached the station *when* the train left.
స్కేర్స్‌లీ హాడ్ ఐ రీచ్డ్ ద స్టేషన్ వెన్ ది ట్రైన్ లెఫ్ట్.

గుర్తుంచుకోండి (Remember)

(a) India is our country. We are *her* citizens.

పై వాక్యంలో 'country' కంట్రీ (దేశము) పదం వచ్చింది. ఇది తరచు ఇంగ్లీషులో స్త్రీలింగంగా వస్తుంది. అందు వలన దీనిలో *her* (హర్) అనే పదం వాడారు.

1. ఇంగ్లీషులో tree ట్రీ (చెట్టు), spider - స్పైయిడర్ (సాలెపురుగు) మొదలయినవి నపుంసకలింగములు. Neuter gender - (న్యూట్రల్ జెండర్). వీటిలో ఆడ, మగ ఉన్నాయి. ఏదేమయినా, జీవనంలో ఇవి నిమ్న స్థానంలో ఉన్నాయి. అందువలన వీటిని నపుంసకలింగములో ఉంచారు. వీటికి it అనే పదాన్ని వాడతారు. అదే రీతిగా ఈ క్రింది పదాలు నపుంసకలింగాలు :-

ice (ఐస్) గడ్డ మంచు	sugar (షుగర్) పంచదార	water (వాటర్) నీళ్ళు
flower (ఫ్లవర్) పువ్వు	grass (గ్రాస్) గడ్డి	bread (బ్రెడ్) నాన్ రొట్టె

2. ఇవి గాక కొన్ని జీవం లేని పదాలను కూడా స్త్రీలింగాలుగా feminine gender లో చేర్చారు. తర్వాత పుంలింగ ఉదాహరణకు - The ship hasn't come yet. She is probably late. (ది షిప్ హాసింట్ కమ్ యెట్, షి ఈస్ ప్రాబబ్లి లేట్) (స్టీమరు ఇప్పటివరకు రాలేదు, బహుశా అది ఆలస్యమయిందేమో). ఈ వాక్యంలో 'షిప్' ఒక నిర్జీవ వస్తువయింది. కాని దీనికి feminine gender స్థానం ఇవ్వబడింది. ఇలాగే sun (సూర్యుడు), death (మృత్యువు) పుంలింగ శబ్దాలు.

27 ఇరవయ్యేడవ రోజు
th Day

లెక్కింపదగిన, ద్రవ్య సూచక పదాలు

కొన్ని సంజ్ఞా సూచక పదాలు లెక్కింపలేనివి. లెక్కింపదగినవాటిని, ద్రవ్యరాశి పదాలను విడివిడిగా అభ్యాసం చేయండి. జాతి వాచక సంజ్ఞలు లెక్కింప వీలయినవి **(Countable)**. ద్రవ్య వాచక, భావ వాచక సంజ్ఞలు గణింప వీలులేనివి. ఇక్కడ మీరు గమనించవలసినవి కేవలం **(Countable nouns)** లెక్కించదగిన, ఏకవచన **(Singular)** లేక బహువచన **(Plural)** పదాలుగా ఉంటాయి. ఉదాహరణకు - **Boy (Singular), Boys (Plural).** ఈ వేరుపాటును బాగా గుర్తుంచుకోండి.

A

లెక్కింపదగిన పదాలు (Countable Words)

1. తరగతిలో కొందరు విద్యార్థులున్నారు. — There are *some/a few* students in the class.
దేర్ ఆర్ సమ్/ఎ ఫ్యూ స్టూడెంట్స్ ఇన్ ది క్లాస్.
2. హాలులో ఎవరయినా అమ్మాయి ఉందా? — Is there *any* girl in the hall? ఈస్ దేర్ ఎని గర్ల్ ఇన్ ది హాల్?
3. క్రీడాస్థలంలో ఒక్క బాలుడు కూడా లేడు. — There is *no* boy in the playground.
దేర్ ఈస్ నో బాయ్ ఇన్ ది ప్లేగ్రౌండ్.
4. ఈ బాలికల్లో ఒకరు కూడా అక్కడ లేరు. — *None* of these girls was present there.
నన్ ఆఫ్ దీస్ గర్ల్స్ వాస్ ప్రెసెంట్ దేర్.
5. మీలో ఎవరన్నా ఫుట్‌బాల్ ఆడారా? — Did *any* of you play football? డిడ్ ఎనీ ఆఫ్ యు ప్లే ఫుట్‌బాల్?
6. చాలా మంది బాలురు నిన్న బడికి హాజరు కాలేదు. — *Many* of the boys hadn't come to school yesterday.
మెనీ ఆఫ్ ది బాయ్స్ హాడ్‌న్ట్ కమ్ టు స్కూల్ యస్టర్‌డే.
7. బుట్టలో ఎన్ని మామిడి పండ్లున్నాయి? — How *many* mangoes are there in the basket?
హౌ మెనీ మాంగోస్ ఆర్ దేర్ ఇన్ ది బాస్కెట్?
8. అతనంటే ఏ అమ్మాయీ ఇష్టపడదు. — *Hardly* would any girl like him. హార్డ్లీ వుడ్ ఎనీ గర్ల్ లైక్ హిమ్.
9. ఆ పుస్తకం కన్నా ఈ పుస్తకంలో పుటలు తక్కువ. — That book has *more* pages than this book.
దట్ బుక్ హాస్ మోర్ పేజెస్ దేన్ దిస్ బుక్.
10. అతని చేతుల్లో చాలామంది బాధపడ్డారు. — *Many a* man has suffered at his hands.
మెనీ ఎ మ్యాన్ హాస్ సఫర్డ్ ఎట్ హిస్ హ్యాండ్స్.
11. ఇద్దరిలో ఒకరయినా రాలేదు. — *Neither* man has come. నెయ్‌థర్ మేన్ హాస్ కమ్.
12. అతనికి జీతం చాలా తక్కువ. — He gets *a small* salary. హి గెట్స్ ఎ స్మాల్ శాలరీ.

B

ద్రవ్యరాశి సూచక పదాలు (Uncountable Words)

13. ఆ సీసాలో పాలు అసలు లేవా? — Isn't there *any* milk in the bottle?
ఈసన్ట్ దేర్ ఎనీ మిల్క్ ఇన్ ది బాటిల్?
14. సీసాలో కొంచెమన్నా పాలున్నాయా? — Is there *any* milk in the bottle?
ఈస్ దేర్ ఎనీ మిల్క్ ఇన్ ది బాటిల్?

15. దయచేసి నాకు కొంచెం నీళ్ళివ్వండి.
Get me *some* water, please./Let me have *some* water, please.
గెట్ మీ సమ్ వాటర్, ప్లీస్./లెట్ మీ హావ్ సమ్ వాటర్ ప్లీస్.

16. గ్లాసులో పాలు ఎన్ని ఉన్నాయి?
How *much* milk is there in the glass?
హౌ మచ్ మిల్క్ ఈస్ దేర్ ఇన్ ది గ్లాస్?

17. నీ గ్లాసులో నా గ్లాస్‌లో కంటె తక్కువ పాలున్నాయి.
Your glass has *less* milk than mine.
యువర్ గ్లాస్ హాస్ లెస్ మిల్క్ దేన్ మైన్.

18. ఇంకొంచెం పాలు మీకివ్వనా?
Shall I give you *some more* milk?/Will you have *some more* milk? షల్ ఐ గివ్ యు సమ్ మోర్ మిల్క్?/విల్ యు హావ్ సమ్ మోర్ మిల్క్?

19. నదిలో ఎక్కువ నీళ్ళున్నాయి.
There was *a lot of* water in the river.
దేర్ వాస్ ఎ లాట్ ఆఫ్ వాటర్ ఇన్ ది రివర్.

20. ఇది దాంట్లో సగ భాగమా?
Is it exactly *half* of that? ఈస్ ఇట్ ఎక్సాక్ట్లీ హాఫ్ ఆఫ్ దట్?

నొక్కి చెప్పటం (The Emphasis)

21. రేపు తప్పక రావాలి, మరచిపోవద్దు.
Do come tomorrow. *Don't* forget./You *must* come tomorrow.
డూ కమ్ టుమారో-డోన్ట్ ఫర్గెట్./యు మస్ట్ కమ్ టుమారో.

22. కమల, వాళ్ళన్న-ఇద్దరూ నన్ను చూడటానికి వచ్చారు.
Both Kamla and her brother came/dropped in to see me.
బోత్ కమలా అండ్ హర్ బ్రదర్ కేమ్/డ్రాప్డ్ ఇన్ టు సీ మీ.

23. నేనెప్పటికీ అతన్ని క్షమించను.
I will never forgive him. ఐ విల్ నెవర్ ఫర్గివ్ హిమ్.

24. నిజంగా నేను సంతోషంగా ఉన్నాను.
Indeed/Of course, I am happy. ఇన్‌డీడ్/ఆఫ్ కోర్స్, ఐ యామ్ హాపీ.

25. నువ్వు కష్టపడి చదవటం లేదు, అవునా?
You *don't* study hard, do you? యు డోన్ట్ స్టడీ హార్డ్, డు యు?

26. అవును, నేను బాగా చదువుతాను.
Of course, I do. ఆఫ్ కోర్స్, ఐ డూ.

27. దయచేసి నిశ్శబ్దంగా ఉండండి.
Please keep quiet./*Please* be quiet.
ప్లీస్ కీప్ క్వయిట్./ప్లీస్ బి క్వయిట్.

28. మీ నాన్నగారికి తప్పకుండా ఉత్తరం వ్రాయి.
Do write to your father. డూ రైట్ టు యువర్ ఫాదర్.

గుర్తుంచుకోండి (Remember)

1. విశేషణానికి (Adjective) మూడు డిగ్రీలు degrees ఉంటాయి. మొదటిది positive, ఉదా:- poor, రెండవది comparative, ఉదా.— poorer, మూడవది superlative, ఉధా— poorest.
2. Ram is *poorer than* Mahesh.
   He is *more careful than* his brother.
   Comparative degree ని ఉపయోగించేటప్పుడు poorer మొదలైన విశేషణాల తర్వాత than ముఖ్యంగా రావాలి.
3. Superlative degree ని వాడినప్పుడు the ని విశేషణానికి ముందుంచాలి. ఉదా:- Manohar is *the oldest* boy in the class.

28 ఇరవై ఎనిమిదవ రోజు
th Day

విభిన్న ప్రయోగాలు (Miscellaneous Uses)

A

It మరియు That ల అనేక ప్రయోగాలు

1. ఎవరక్కడ?/ఎవరతను?/ఎవరామె? — Who is *that/he/she*? హూ ఈస్ దట్/హి/షి?
2. అతను నా స్నేహితుడు. — *It's* my friend. ఇట్స్ మై ఫ్రెండ్.
3. అది సరయిన జవాబు కాదు. — *It* was not the correct answer. ఇట్ వాస్ నాట్ ది కరెక్ట్ ఆన్సర్.
4. అది నీ పుస్తకం. అది నాది. — This is your book. *That* is mine. దిస్ ఈస్ యువర్ బుక్. దట్ ఈస్ మైన్.
5. అక్కడ ఎవరున్నారు? — Who is there? హూ ఈస్ దేర్?
6. నేను. — *It's* me. ఇట్స్ మి.
7. మీరు నన్ను చూడాలనుకుంటున్నారా? — Is *it* me you want to see? ఈస్ ఇట్ మి యు వాంట్ టు సీ?
8. మీరు నన్ను పిలుస్తున్నారా? — Is *it* me you are calling? ఈస్ ఇట్ మి యు ఆర్ కాలింగ్?
9. ఆమె జీవితంలో అది అతి సంతోషమయిన రోజు. — *It* was the happiest day of her life. ఇట్ వాస్ ది హాపీయస్ట్ డే ఆఫ్ హర్ లైఫ్.
10. దాని వలన పెద్ద తేడా ఏమీ వుండదు. — *It* doesn't make any difference. ఇట్ డసన్ట్ మేక్ ఎనీ డిఫరెన్స్.
11. నాకేం ఫరవాలేదు. — *It* doesn't matter to me. ఇట్ డసన్ట్ మేటర్ టు మి.
12. గంట నాలుగయింది. — *It's* four o'clock. ఇట్స్ ఫోర్ ఓ'క్లాక్.

B

13. మీరు ఒక పెన్నునయినా, పెన్సిలైనా ఇవ్వగలరా? — Will you please give me *either* a pen *or* a pencil? విల్ యు ప్లీస్ గివ్ మి ఎయ్‌దర్ ఎ పెన్ ఆర్ ఎ పెన్సిల్?
14. రెండు జవాబులూ సరయినవే. — *Both* the answers are correct. బోత్ ది ఆన్సర్స్ ఆర్ కరెక్ట్.
15. ఆమె టీచరూ కాదు, విద్యార్థీ కాదు. — She is *neither* a teacher *nor* a student. షి ఈస్ నెయ్‌థర్ ఎ టీచర్ నార్ ఎ స్టూడెంట్.
16. ఇద్దరు ఖైదీలలో ఎవరూ అపరాధి కారు. — *None* of the two prisoners is guilty. నన్ ఆఫ్ ది టూ ప్రిజనర్స్ ఈస్ గిల్టీ.
17. తరగతిలో చాలా మంది విద్యార్థులున్నారు. — *There* are many/a number of *students* in the class. దేర్ ఆర్ మెనీ/ఎ నంబర్ ఆఫ్ స్టూడెంట్స్ ఇన్ ది క్లాస్.
18. రజని, మీనాక్షి-ఇద్దరూ కష్టపడి పనిచేయాలి. — *Both* Rajni and Meenakshi *should* work hard. బోత్ రజని అండ్ మీనాక్షి షుడ్ వర్క్ హార్డ్.
19. నా చొక్కా తెల్లగా ఉంది, నీ చొక్కా కూడా తెల్లగా ఉంది. — My shirt is white. Your shirt is white *too*. మై షర్ట్ ఈస్ వైట్. యువర్ షర్ట్ ఈస్ వైట్ టూ.
20. నా కోటు నల్లగా లేదు. నీ కోటు కూడా నల్లగా లేదు. — My coat is not black. Your coat is not black *either*. మై కోట్ ఈస్ నాట్ బ్లాక్. యువర్ కోట్ ఈస్ నాట్ బ్లాక్ ఎయ్‌ధర్.

C

21. ఇక్కడి దృశ్యము చాలా బాగుంది/అందంగా ఉంది. — The scenery *here* is nice/beautiful/lovely. ది సీనరీ హియర్ ఈస్ నైస్/బ్యూటిఫుల్/లవ్లీ.
22. నేను ఈ పుస్తకాన్ని మూడింట రెండు వంతులు చదివాను. — I have finished *two-thirds* of this book. ఐ హావ్ ఫినిష్డ్ టూ-థర్డ్స్ ఆఫ్ దిస్ బుక్.
23. అతన్ని ఖైదు చెయ్యమని న్యాయాధిపతి ఉత్తరువు జారీ చేశారు. — The magistrate *ordered* his arrest. ది మేజిస్ట్రేట్ ఆర్డర్డ్ హిస్ అరెస్ట్.
24. నేను ముంబై వెళ్ళినప్పుడు అతన్ని చూస్తాను. — I'll see him when I go to Mumbai. ఐ'ల్ సీ హిమ్ వెన్ ఐ గో టు ముంబై.
25. నేను భోజనం చేశాను. — I *have had* my food/meals. ఐ హావ్ హాడ్ మై ఫుడ్/మీల్స్.
26. సమయం చాలా విలువైనది. — Time *is* money. టైమ్ ఈస్ మనీ.
27. మీరు నెలకు వంద రూపాయలు భత్యం పొందారా? — Did you get *a* monthly allowance of *a* hundred rupees? డిడ్ యు గెట్ ఎ మంత్లీ అలవెన్స్ ఆఫ్ ఎ హండ్రెడ్ రుపీస్?
28. నా వయస్సు నలభై అయిదు సంవత్సరాలు. — I am *forty-five*. ఐ యామ్ ఫార్టీ-ఫైవ్.
29. ఇప్పుడు ఏమి చేయాలి? — What *can be done* now?/What's *to be done* now? వాట్ కెన్ బి డన్ నౌ?/వాట్స్ టు బి డన్ నౌ?
30. నా రెండు చేతులకూ గాయాలయ్యాయి. — *Both* my hands have been injured. బోత్ మై హాండ్స్ హావ్ బీన్ ఇంజర్డ్.
31. నేను చిత్రకళను మానేశాను. — I have *given up painting*. ఐ హావ్ గివెన్-అప్ పెయింటింగ్.

గుర్తుంచుకోండి (Remember)

సర్వనామము (pronoun ప్రొనవున్) it ను అనేక విధాలుగా ప్రయోగించవచ్చును.

1. ఎవరైనా పసిపిల్లల్ని లేక చిన్న పశువును గురించి చెప్పేటప్పుడు It ను వాడవలసి ఉంటుంది. ఉదా. : After dressing the wound of the dog, the doctor patted it and sent it home. (కుక్క గాయానికి కట్టు కట్టి దానిని బుజ్జగించి, ఇంటికి పంపాడు). As soon as the child saw its mother, it jumped towards her. (తన తల్లిని చూచిన వెంటనే, చంటిబిడ్డ ఆమె మీదకు ఒక్క ఉదుటున వెళ్ళింది).
2. ఏదైనా Noun లేక Pronoun కు ప్రాముఖ్యం ఇవ్వాలనుకున్నప్పుడు - It was Gandhiji, who started the Civil Disobedience Movement. (శాసనోల్లంఘన ఉద్యమాన్ని గాంధీజీయే ప్రారంభించింది).
3. వాతావరణం గురించి చెప్పాలనుకున్నప్పుడు - It is hot (వేడిగా ఉంది), It is cold (చలిగా ఉంది) It is raining outside (బయట వర్షం కురుస్తోంది).
4. Object రూపంలో Children find it difficult to sit quietly. (ఊరికే కూర్చోవాలంటే పిల్లలకు చాలా కష్టం).
5. మొదట ఎప్పుడో మాట్లాడి ఉంటే - He was wrong and he realises it. (అతను తప్పు చేశాడని అతను గ్రహించాడు). It పదాన్ని he was wrong కోసం వాడారు.

29 ఇరవై తొమ్మిదవ రోజు th Day

A

గణన మరియు - రాశి వాచక వాక్యాలు (Countables & Uncountables)

1. బల్లమీదున్న అన్ని పుస్తకాలు నీలం రంగులో ఉన్నాయి. — *All* the books on this table are blue. ఆల్ ది బుక్స్ ఆన్ దిస్ టేబుల్ ఆర్ బ్లూ.
2. గుంపులోని ప్రతి ఒక్కరు నిశ్చేష్టులయ్యారు. — *Everyone* in the crowd was stunned. ఎవ్రివన్ ఇన్ ది క్రౌడ్ వాస్ స్టన్న్డ్.
3. వారిలో అందరికి స్వంత కారు ఉంది. — *Each* of them has his own car. ఈచ్ ఆఫ్ దెమ్ హాస్ ఓన్ కార్.
4. ఒక్కొక్కటి పదిహేను పైసల చొప్పున నాలుగు పెన్సిళ్ళు కొన్నాను. — I bought four pencils at fifteen paise *each.* ఐ బాట్ ఫోర్ పెన్సిల్స్ ఎట్ ఫిఫ్టీన్ పైసే ఈచ్.
5. సోనియా, రైనా - వీరికి ఒకరంటే మరొకరికి ఇష్టం. — Sonia and Rina are fond of *each other.* సోనియా అండ్ రైనా ఆర్ ఫాండ్ ఆఫ్ ఈచ్ అదర్.
6. రాజీవ్ వారం వదలి వారం తల్లిని చూసి వస్తాడు. — Rajiv visits his mother *every other* week. రాజీవ్ విసిట్స్ హిస్ మదర్ ఎవ్రి అదర్ వీక్.
7. ఈ రెండు తాళం చెవులలో ఏదైనా ఒకటి తాళానికి సరిపోతుంది. — *Either* of these two keys will fit into the lock. ఎయ్‌ధర్ ఆఫ్ దీస్ టూ కీస్ విల్ ఫిట్ ఇన్‌టు ది లాక్.
8. నాకు తినడానికేమయినా ఇవ్వు. — Give me *something* to eat. గివ్ మి సమ్‌థింగ్ టు ఈట్.
9. నీ జేబులో ఏమైనా ఉంటే దానిని బయటకు తియ్యి. — Take out *anything* you have in your pocket. టేక్ ఔట్ ఎనిథింగ్ యు హావ్ ఇన్ యువర్ పాకెట్.
10. నేను చాలా వస్తువులు పోగొట్టుకున్నాను. — I've lost *many a thing*. ఐ'వ్ లాస్ట్ మెనీ ఎ థింగ్.
11. ఎవరైనా వచ్చారా? — Has *someone* come? హాస్ సమ్‌వన్ కమ్?
12. అవును, ఎవరో నీ కోసం వేచి వున్నారు. — Yes, *somebody* is waiting for you. ఎస్, సమ్‌బడి ఈస్ వెయిటింగ్ ఫర్ యు.
13. ప్రతి ఇంటా ఒకటే గోలగా ఉంది. — There was commotion/uproar in *every* house. దేర్ వాస్ కమ్మోషన్/అప్‌రోర్ ఇన్ ఎవ్రి హౌస్.
14. ఇక్కడికి ఎవరయినా వచ్చారా? — Had *anybody/anyone* else come? హాడ్ ఎనిబడీ/ఎనీవన్ ఎల్స్ కమ్?
15. ఎవరూ ఇక్కడికి రాలేదు. — *Nobody/No one* came here. నోబడీ/నో వన్ కేమ్ హియర్.
16. ఈ ఇంట్లో ఉన్న వస్తువులన్నింటినీ నీ ఇష్ట ప్రకారం వాడుకో. — *Everything* in this house is at your disposal./You can use anything in this house. ఎవ్రిథింగ్ ఇన్ దిస్ హౌస్ ఈస్ ఎట్ యువర్ డిస్పోసల్./యు కెన్ యూస్ ఎనిథింగ్ ఇన్ దిస్ హౌస్.
17. మా ఇంట్లో అందరికీ సుస్తీగా ఉంది. — *Everyone* in my house is ill. ఎవ్రివన్ ఇన్ మై హౌస్ ఈస్ ఇల్.
18. వాళ్ళు చాలా సేపు పార్కులోనే గడిపారు. — They were in the garden *all* the time./They spent *all* the time in the garden. దే వర్ ఇన్ ది గార్డెన్ ఆల్ ది టైమ్./దే స్పెంట్ ఆల్ ది టైమ్ ఇన్ ది గార్డెన్.

19. మేము ఉద్యానవనమంతా చూశాము. — We went *all around* the garden. వుయ్ వెంట్ ఆల్ అరౌండ్ ది గార్డెన్.

20. వారు దేశమంతా తిరిగారు. — They travelled *all over* the country. దె ట్రావెల్డ్ ఆల్ ఓవర్ ది కంట్రీ.

21. ఇంతసేపు నేను ఆమె కోసం కాచుకున్నాను. — *All* this while I waited for her. ఆల్ దిస్ వైల్ ఐ వెయిటెడ్ ఫర్ హర్.

జాతీయములు (Idiomatic Sentences)

22. దురలవాట్లను మొగ్గగా ఉన్నప్పుడే తుంచివేయాలి. — Bad habits should be *nipped in the bud.* బాడ్ హాబిట్స్ షుడ్ బి నిప్డ్ ఇన్ ది బడ్.

23. మోహన్ చాలా కష్టకరమైన జీవితం గడుపుతున్నాడు. — Mohan lives from *hand to mouth.* మోహన్ లివ్స్ ఫ్రమ్ హాన్డ్ టు మౌత్.

24. బందిపోట్లు ఇంకా తప్పించుకు తిరుగుతున్నారు. — The dacoits are still *at large.* ది డెకాయిట్స్ ఆర్ స్టిల్ ఎట్ లార్జ్.

25. హంతకుణ్ణి హత్య చేస్తుండగా పట్టేశారు. — The murderer was caught *red-handed.* ది మర్డరర్ వాస్ కాట్ రెడ్-హాండెడ్.

26. ఈ సంగతి నాకు తెలిసిపోయింది. — I *got* wind of this matter. ఐ గాట్ విండ్ ఆఫ్ దిస్ మేటర్.

27. అతనికి రోజులు (చావు) దగ్గర పడ్డాయి. — His *days are numbered.* హిస్ డేస్ ఆర్ నంబర్డ్.

28. గాలిమేడలు కట్టడంలో ప్రయోజనం లేదు. — *Building castles in the air* won't help. బిల్డింగ్ కాజిల్స్ ఇన్ ది ఎయిర్ వోన్ట్ హెల్ప్.

29. లారీ ప్రమాదంలో అతను కొద్దిపాటిలో తప్పించుకున్నాడు. — He had a *narrow escape* in the lorry accident. హి హాడ్ ఎ నారో ఎస్కేప్ ఇన్ ది లారీ ఆక్సిడెంట్.

30. చిన్న చిన్న విషయాలకు కోపతాపాలు పడకూడదు. — We should not *lose our temper* over trifles. వుయ్ షుడ్ నాట్ లూస్ అవర్ టెంపర్ ఓవర్ ట్రైఫల్స్.

31. అతను జీవితంలో ఎన్నో కష్టసుఖాలను అనుభవించాడు. — He has seen many *ups and downs* in his life. హి హాస్ సీన్ మెని అప్స్ అండ్ డౌన్స్ ఇన్ హిస్ లైఫ్.

32. నేను ఏక బిగువున పండ్రెండు గంటలు పని చేయగలను. — I can work for twelve hours *at a stretch.* ఐ కెన్ వర్క్ ఫార్ ట్వెల్వ్ అవర్స్ ఎట్ ఎ స్ట్రెచ్.

33. అతను ఏ విధంగానైనా సరే ఉన్నత స్థాయికి చేరుకోవాలనుకుంటున్నాడు. — He wants to reach the top *by hook or by crook.* హి వాంట్స్ టు రీచ్ ది టాప్ బై హుక్ ఆర్ బై క్రూక్.

గుర్తుంచుకోండి (Remember)

1. ఏ భాషలో అయినా వాడుకలో కొన్ని మాటలు రూఢి అయిపోతాయి. వాడుకలో కొన్ని పదాల మూలార్థం పోయి మరొక అర్థంలో రూఢి అయిపోతాయి. వాటిని జాతీయాలు లేదా Idiom అంటారు.
   మనం నేర్చుకోవాలన్న భాషలో జాతీయాలను ఉన్నవి ఉన్నట్టు నేర్చుకోవాలి. అప్పుడే ఆ భాషను నేర్చిన వారమవు తాము. అందువలన చాలా జాగ్రత్తగా జాతీయాలు నేర్చుకోవాలి.

2. కొందరు జాతీయాల్లో పదాలను ఇటు అటు మార్చుతారు. ఒక వేళ ఎవరయినా - 'Mohan lives from foot to mouth' అంటే అది శుద్ధమైన భాష కాదు. సరయిన ప్రయోగము 'Mohan lives from hand to mouth' ఇదే రీతిన మిగిలిన జాతీయాలు నేర్చుకోవాలి.

30 ముప్ఫయ్యవ రోజు
30th Day

అభ్యాస పట్టికలు (Drill Tables)

ఈ అభ్యాస పట్టికలలో కొన్ని వాక్యాలు ఇవ్వబడ్డాయి. మీరు వీటిని ఎన్నిసార్లు వల్లించగలిగితే అన్ని సార్లు వల్లించండి. ఈ విధంగా అనుకోకుండా కొత్త కొత్త వాక్యాలు తెలుసుకోగలుగుతారు. వీటి అభ్యాసం వల్ల మీరు ఇంగ్లీషు సునాయాసంగా మాట్లాడ గలుగుతారు.

పట్టిక **8-A** లో **his, her, their, your** వంటి సర్వనామాలు, సంజ్ఞా శబ్దం **house** కి ముందు వచ్చాయి. (సర్వనామ విశేషణాల రూపంలో) ఈ పదాలు సాధారణంగా ఇదే ప్రకారంగా వాడబడతాయి. పట్టిక **8-B** లో (ఇటువంటి సర్వనామాలు) విడిగా వస్తే, అప్పుడు వీటిని **his, hers, theirs, yours, mine or ours** ఈ వాక్యాలు ఆఖరులో ఉపయోగించబడ్డాయి. **(possessive pronouns** సంబంధ సూచక సర్వనామాలు) **Possessive pronouns** తో సంజ్ఞలు ప్రయోగించబడవు. వీటిని బాగా గుర్తుంచుకోండి. ఉదాహరణకు : **This is <u>my</u> pen. (Possessive Adjective). This pen is <u>mine</u>. (Possessive Pronoun)** ఈ భేదాన్ని ఎప్పుడూ గుర్తుంచుకోవాలి.

ఇరవై ఒకటవ రోజు

పట్టిక (TABLE)—8 **(a) 12 వాక్యాలు** **(b) 12 వాక్యాలు**

	1	2	3
A	This is That isn't	his her their your my our	house.

	1	2
B	This house is That house isn't	his. hers. theirs. yours. mine. ours.

Mr. Ram's. మిస్టర్ రామ్స్ అంటే అర్థము - మిస్టర్ రామ్ యొక్క. దీని ప్రయోగం ఎక్కువ జీవం గల Apostrophe (') + s ('s) వాటికి వర్తిస్తుంది. ఉదా. - This is Mr. Mehta's house. She is Meena's sister. ఎక్కువగా ఇది బ్రతికున్న వ్యక్తులను ఉద్దేశించి ఉపయోగించబడుతుంది. ఒక్కొక్కప్పుడు ప్రాణం లేని వస్తువులపై కూడా ఉపయోగించబడుతుంది. ఉదాహరణకు - a day's work, a month's supply, a year's growth మొదలైనవి.

ఇరవై రెండవ రోజు

పట్టిక [TABLE]—9

పట్టిక-9 లో in, under, on, near స్థాన సూచక పదాలు (Platial Words) వాక్యాల్లో ప్రయోగించారు. **384 వాక్యాలు.**

1	2	3	4	5
It Your plate The bottle The cup	is isn't	in under on near	that this your Mr. Ram's	bag. basket. table.

ఇరవై మూడవ రోజు

పట్టిక-10 లో too—to అనుసంధాన పదాలు (Linking Words) అభ్యాసం ఉంది. I am *too* tired to do such heavy work అంటే నేను చాలా అలసిపోయాను. ఇంత భారీ పని చేయలేను అని అర్థము. ఇదే విధంగా ఇతర వాక్యాలలో దీని అర్థాన్ని గ్రహించాలి.

పట్టిక **[TABLE]—10** **27 వాక్యాలు**

1	2	3	4	5
I am The little boy was You will be	too	tired hungry weak	to	do such heavy work. go back so soon. answer their questions.

పట్టిక-11 లో when, as well as, after, before పదాల అభ్యాసం ఇచ్చారు. వీటితో పాటు Linking Words ఏవీ చేర్చనక్కర లేదు. తిన్నగా రెండవ Clause కలిసి పోతుంది. ఉదాహరణకు చూడండి - When we arrived (then రాదు) it began to rain మొదలైనవి.

పట్టిక **[TABLE]—11** **64 వాక్యాలు**

1	2	3
When As soon as After Before	we arrived the train left they came she noticed	it began to rain. he started crying. the lights went out. he moved away.

పట్టిక-12 లో since మరియు for తో భావాత్మక (Positive) వాక్యాలిచ్చారు.

పట్టిక **[TABLE]—12** **64 వాక్యాలు**

1	2	3	4
She He I You	has been have been	 discussing this matter quarrelling over it playing hockey reading a novel	 since morning. for many days. since 2 P.M. for two hours.

ఇరవై నాలుగవ రోజు

పట్టిక -13 లో prepositions తో అటు ఇటు మార్చి వాక్యాలు ఇవ్వబడ్డాయి. వాటిని సరిగా జోడించి భావాత్మక వాక్యాలుగా తయారు చేయండి. ఒక Preposition ను దానికంటే ఎక్కువ వాక్యాలతో ఒకటికంటే ఎక్కువ వాక్యాలు తయారవుతాయి. మీకు కాస్త కష్టమనిపిస్తే, దీనికి సంబంధించిన పాఠాన్ని చూడండి.

పట్టిక [TABLE]—13 **24 వాక్యాలు**

1	2	3
You must refrain	by	my story.
He was highly amused	into	working too hard.
He prevents me	against	her son's health.
The mother is worried		music.
His work is progressing		his work.
We got fed up		the matter.
He was absorbed	about	his behaviour.
The police looked	in	smoking.
He is well-versed		going there.
My boss is pleased	with	leaps and bounds.
She went		my work.
The doctor warned him	from	the room.

ఇరవై ఐదవ రోజు

పట్టిక-14 లో కర్మణి వాచకాల (Passive Voice) వాక్యాలిచ్చారు. వీటిని వల్లించి బాగా నేర్చుకోండి. దీని రహస్యం తెలుసుకోండి. సహాయక క్రియలు (is, is being, has been) తో పాటు ప్రధాన క్రియల 3rd form వస్తుంది.

పట్టిక [TABLE]—14 **165 వాక్యాలు**

1	2	3
	is	
	is being	
	has been	collected.
The money	is going to be	kept in a secret place.
	was	
The jewellery	was being	
	had been	sent away.
The body of the lion	will be	
	will not be	buried in my garden.
	will have been	
	should be	moved from here.

పట్టిక-14 లో be (infinitive) తో పాటు కర్మణి ప్రయోగం (Passive Voice) లోని వాక్యాలిచ్చారు.

ఇరవై ఆరవ రోజు

పట్టిక-15 లో విశేషణాల ద్వితీయావస్థలో (Comparative Degree) వాక్యాల అభ్యాసం ఇచ్చారు. వీటిలో than ప్రయోగం ఉంటుంది.

పట్టిక **[TABLE]-15** **60 వాక్యాలు**

1	2	3	4	5
He was They were	more	wicked honest cruel willing cheerful foolish	than	any one else. she was. you were. I was. we were.

పట్టిక-16 లో విశేషణాల తృతీయావస్థలోని (Superlative Degree) వాక్యాలున్నాయి. వీటిలో 'best of' వంటి పదాలను ఉపయోగించారు.

పట్టిక **[TABLE]—16** **48 వాక్యాలు**

1	2	3	4	5	6
Your coat This one That one	is	the	thickest worst best finest	of	all. those in the shop. the lot. any I have seen.

ఇరవై ఏడవ రోజు

పట్టిక-17-A లో గణన వాచక (Countable) పదాల ప్రశ్న వాచక వాక్యాలు ఇచ్చారు. పట్టిక-17-B లో ద్రవ్యరాశి సూచక (Uncountable) పదాల ప్రశ్న వాచక వాక్యాలు ఇచ్చారు. Many గణనా సూచక (Countable) పదం, much ద్రవ్యరాశి (Uncountable) పదం అని గమనించండి - cup, knife, pen, pencil, book గణన యోగ్య (Countable) వస్తువులు. అయితే money, oil, bread, tea, sand ద్రవ్యరాశి (Uncountable) పదాలు.

పట్టిక **[TABLE]—17** **(a) 15 వాక్యాలు (b) 15 వాక్యాలు**

A

1	2	3	4
How many	cups knives pens pencils books	are there	on the table? in the store? in the cupboard?

B

1	2	3	4
How much	money oil salt tea sand	is there	in the house? in his possession? for use?

ఇరవై ఎనిమిదవ రోజు

పట్టిక 18 లో సర్వనామాలలో it-వాక్యం యొక్క విభిన్న రూపాలు యిచ్చారు.

పట్టిక [TABLE]—18 **14 వాక్యాలు**

1	2	3
It	is was	my friend. not my turn. four o'clock. not noon yet. not true. very easy.

పట్టిక **19** లో రెండు రకాల కర్త ఉంది. (i) Nobody (Negative). మొదటిది వ్యతిరేకార్థకము (Negative), రెండవది భావాత్మకము. Somebody మరియు everybody లతో ఏర్పడేది (Positive) వాక్యం. Nobody took anything last time దీని అర్థం క్రితం ఎవరూ ఏమీ తీసుకోలేదు అని. Somebody took something last time దీని అర్థం క్రితం ఎవరో కొన్ని వస్తువులను తీసుకున్నారు అని.

వ్యతిరేకార్థక వాక్యాలలో చాలావరకు anything, భావాత్మక వాక్యాలలో something అనే పదాలు వాడుతారు.

ఇరవై తొమ్మిదవ రోజు

పట్టిక [TABLE]—19 **100 వాక్యాలు**

1	2	3	4
No one Nobody One of us None of you	wrote wanted cared for	anything	at that time.
Everybody Somebody Some of you A few of us	noticed took	something	before breakfast. last time.

అభ్యాసం (Practice)

I. ఈ క్రింద ప్రశ్నలు, జవాబులు ఇవ్వబడ్డాయి. ప్రశ్న లేదా జవాబులలో ఒక దానిని తప్పకుండా 21 నుండి 29 దినాల లోని వాక్యాల నుండి తీసుకున్నాము. అంటే కొన్ని వాక్యాలను మార్చాము. మీ మిత్రుడు మిమ్మల్ని ప్రశ్నలు అడిగితే వాటికి సరైన జవాబులు మీరు చెప్పండి. ఆ తర్వాత మీ మిత్రుడు జవాబులు చెప్పినప్పుడు (Answer) మీరు ప్రశ్నలను అడగవచ్చు. ఇలా మీరు ప్రశ్నోత్తరాలను మళ్ళీ మళ్ళీ చెప్పుకొని అభ్యసించవచ్చు.

ప్రశ్న (Question)	జవాబు (Answer)
21వ రోజు	
1. What are you?	I'm a clerk. (8)
2. What's your nationality?	Indian. (12)
3. Is this the book you need?	Yes, this is it. (13)
4. Who went there?	None of us. (25)
22వ రోజు	
5. Where is the book?	On the table. (2)
6. Where is the clerk?	At the table/seat. (3)

7. Where is Kamla going?	Into the room. (7)
8. Where is Kamla?	In the room. (8)
9. What do you play besides hockey?	Football. (23)
10. Who is inside? (33)	My brother.

23వ రోజు

11. Why does he work hard?	Because he wants to win a prize.
12. Can she walk easily?	No, she is quite weak. (20) or She can't.
13. Who is guilty?	Either you or your brother. (19)
14. For how long have you been learning English? (35)	For the last two years.
15. When shall I receive his letter?	Within three days. (27)

24వ రోజు

16. Was the boy absent from school?	Yes, he was. (1)
17. Does he know his weakness?	Yes, he is fully conscious/aware of it. (22)
18. Are you sure of your success? (19)	Yes, I'm dead sure.
19. Are his remarks based on facts?	No, they aren't. (37)
20. Why do you want to leave?	To try for a better job or For better prospects.

25వ రోజు

21. What's to be done?	Let the post be advertised. (26)
22. What am I requested to do?	You are requested not to smoke. (27)

26వ రోజు

23. Shall we ever forget these good days? (4)	No, we'll never forget them or No, how can we?
24. Is man immortal?	No, he is not. (19)
25. Is there any gain without hard work?	No, there isn't.

27వ రోజు

26. Did any of you play football? (5)	No, none of us did.
27. Isn't there any milk in the bottle?	No, there isn't.
28. Shall I give you some more milk? (14)	No, thank you./I need no more.
29. Will you give whatever I want? (18)	With great pleasure./Yes, of course.

28వ రోజు

30. Who is that? (1)	It's my friend. (2)
31. Is it me you are calling? (10)	Yes, I need you.
32. How many boys are there in the class?	There are many. (19)

29వ రోజు

33. Had anybody else come? (15)	No, nobody.
34. For how long did you stay in the garden? (20)	We stayed there all the time.
35. How much money can you lend me?	At the most, I can lend you ten rupees.

II. ప్రశ్న I లోని ప్రశ్నలను, జవాబులను తెలుగులోకి అనువదించండి.

III . (i) Lata *does* come. (iii) Lata *did* come.
(ii) Lata *comes.* (iv) Lata *came.*

పై వాక్యాలను జాగ్రత్తగా గమనించండి. వాటిల్లో ఏ వాక్యము సరయినది? ఇందులో మొదటిది, మూడవ వాక్యము దోషపూరితాలు అంటారు మీరు. కాని నాలుగు వాక్యాలూ సరయినవే అంటాము మేము.

నాలుగు వాక్యాలూ సరయినవే. అయితే, వీటిల్లో ఉన్న అర్థభేదము ఏమిటని మీరు అడుగవచ్చు. భేదం ఉంది. అది - Lata does come, Lata did come ఈ రెండు వాక్యాలలో వచ్చు (come) అనే క్రియా పదంపై వత్తిడి (emphasis) ఎక్కువ కలుగుతుంది. పై ఒకటి, మూడు వాక్యాలు ఈ అర్థాన్ని చూపుతున్నాయి - (1) లత తప్పక వస్తుంది. (2) లత వచ్చేసింది.

రెండవ, నాలుగవ వాక్యాలు Lata comes, Lata came వీటి అర్థం - లత వస్తుంది, లత వచ్చింది. ఇవి రెండూ సామాన్య అర్థాన్ని ఇస్తున్నాయి.

భావాత్మక వాక్యాలలో (Positive Sentences), do, does మరియు did ల ప్రయోగాలను గురించి పైన తెలిపిన విధంగా క్రింద ఇచ్చిన వాక్యాల అర్థం తెలుగులో వ్రాయండి :-

(i) My mother does like children.
(ii) Children do like to play.
(iii) The labourers did shout loudly.
(iv) Do come tomorrow.

IV. బ్రాకెట్లలో ఇచ్చిన పదాల నుంచి సరయిన వాటిని ఉపయోగించి, క్రింది ఖాళీలను పూరించండి :-

1. He is...(a, an) American. 2. The train is late by half...(a,an) hour. 3. Is he...(a,an) Russian? 4. Qutub Minar is...(a, an, the) highest tower in India. 5. Sonepat is...(a, an, the) small town in Haryana. 6. These pictures...(is, are) mine. 7. He has gone...(to, out) of Delhi. 8. Are you going...(to, for) sleep? 9. Put on a raincoat lest you...(will, shall, should) get wet. 10. Neither Mahesh nor Ramesh... (play/plays) football. 11. Is she...(known, knew) to you? 12. They pray everyday...(for, till) fifteen minutes. 13. Either Sati or Mati...(is, are) to blame. 14. She is...(too, so), weak to walk. 15. I am...(too, so) weak that I can't walk.

సరయిన జవాబులు ఇవి :

1. (an), 2. (an), 3. (a), 4. (the), 5. (a), 6. (are), 7. (out), 8. (to), 9. (should), 10. (plays), 11. (known), 12. (for), 13. (is), 14. (too), 15. (so).

V. క్రింద ఇచ్చిన రెండేసి వాక్యాలలో ఒక్కొక్కటే సరయినది. జాగ్రత్తగా చదివి సరయిన వాక్యాలను గుర్తించండి :-

1. (A) He looks older to his years/age. (B) He looks older than his years/age.
2. (A) My mother is all right now. (B) My mother is alright now.
3. (A) Mother as well as father is happy. (B) Mother as well as father are happy.
4. (A) I couldn't understand but a few words. (B) I could understand but a few words.
5. (A) He was capable to support himself. (B) He was capable of supporting himself.
6. (A) I always see you with one particular person. (B) I always see you with one certain person.

సరయిన జవాబులు ఇవి : 1. B, 2. B, 3. A, 4. B, 5. B, 6. A.

VI. క్రింది పదాలను సరిచేసి వ్రాయండి :-

1. This is a ass. 2. That is a book. Thats my book. 3. We travelled by ship. It is a fine ship. 4. I am taller than he. 5. He was looking me. 6. He had hardly finished the work then his friend came. 7. Either you are thief or a robber. 8. I have been studying this subject since ten years. 9. He spent plenty of money at his wedding. 10. I no sooner left the house when it began to rain. 11. Though his arms were weak, but his legs were strong. 12. Neither you nor I are lucky. 13. It is too hot for work. 14. Have you much toys? 15. This is a bread. Bread is a food. 16. She is too weak that she can't walk. 17. He works hard lest he will fail. 18. Somebody spoke to me, I forget whom. 19. He is a man whom I know is corrupt. 20. Put everything in their place. 21. None of them were available there. 22. There is misery in the life of all men. 23. Are you senior from him?

సరయిన వాక్యాలు క్రింద తలక్రిందులుగా ఉన్నాయి :-

1. This is *an* ass. 2. That is a book. *It* is my book. 3. We travelled by ship. *It* was a fine ship. 4. I am taller than *him*. 5. He was looking *at* me. 6. He had *hardly* finished the work *when* his friend came. 7. You are *either* a thief *or* a robber. 8. I have been studying this subject *for* ten years. 9. He spent plenty of money *on* his wedding. 10. No *sooner* did I leave the house *than* it began to rain. 11. Though his arms were weak, yet his legs were strong. 12. *Neither* of us is lucky. 13. It is *too* hot *to* work. 14. Do you have *many* toys? 15. This is *bread*. Bread is *food*. 16. She is *too* weak to walk. 17. He works hard *lest* he *should* fail. 18. Somebody spoke to me, I forget who. 19. He is *the* man *who* I know is corrupt. 20. Put everything in *its* place. 21. None of them was available there. 22. There is misery in the *lives* of all men. 23. Are you senior *to* him?

31 ముప్పై ఒకటవ రోజు
31st Day

నాలుగవ అభ్యాసము (4th Expedition)

ఇప్పుడు మీ యాత్రలో నాలుగవ అభ్యాసం ప్రారంభమయింది. వ్యాకరణము నుండి బయటపడి వ్యావహారిక జగత్తులోకి, సహజ వాతావరణంలోకి అడుగు పెడుతున్నారు. క్రిందటి మూడు అభ్యాసాలలో మీకు తప్పొప్పులు పరిచయ మయ్యాయి. పదాలను వాక్యాలలో ఎలా వాడాలన్నది తెలుసుకున్నారు. ఇప్పుడు విషయానుసారంగా చిన్న చిన్న వాక్యాలు ఏ విధంగా మాట్లాడాలో నేర్చుకుంటారు. క్రిందటి మూడు అభ్యాసాల్లో ఏమి నేర్చుకున్నారో దాని ఆధారంగా ముందుకు సాగాలి. ఈ పాఠంలో ఇవ్వబడిన వాక్యాలు ప్రతినిత్య జీవితంలో వాడుకలో ఉన్న వాక్యాలే. వీటిని నేర్చుకొని అభ్యసించండి. ఇతరులతో సంభాషించేటప్పుడు వీటిని బాగా ఉపయోగించండి. మీ అభ్యాసం కోసం ఇక్కడ ఇవ్వబడిన వాక్య ఉచ్చారణలను నేర్చుకున్న తర్వాత మీరు సరళంగా ఈ వాక్యాలను మాట్లాడగలరు. ఇంగ్లీషులో మాట్లాడుతూ ఆనందించగలరు. మెల్ల మెల్లగా మీలో భయం తొలగి ఆత్మవిశ్వాసం వర్ధిల్లుతుంది.

ఇప్పుడు ఆహ్వాన వాక్యాలు ప్రారంభిద్దాం. మీరు ప్రయాణిస్తున్న ఈ నాలుగవ యాత్ర సఫలమవ్వాలని కోరుకుంటున్నాము.

1. ఆహ్వానము (Invitation)

1. దయచేసి లోపలికి రండి. — **Come in please.** కమ్ ఇన్ ప్లీస్.
2. దయచేసి ఏదైనా చల్లటి పానీయం తీసుకోండి. — **Please have something cold.** ప్లీస్ హేవ్ సమ్‌థింగ్ కోల్డ్.
3. దయచేసి ఇక్కడికి వస్తారా? — Will you please come over here? విల్ యు ప్లీస్ కమ్ ఓవర్ హియర్?
4. వాహ్యాళికి రండి./అలా తిరిగొద్దాం రండి. — Come for a walk please./Let's have a stroll. కమ్ ఫర్ వాక్ ప్లీస్. లెట్స్ హేవ్ ఎ స్ట్రోల్.
5. మాతో సినిమాకు వస్తారా?/సినిమా చూడ్డానికి మాతో వస్తారా? — Would you like to come with us to the cinema?/Would you like to see a film/movie with us? వుడ్ యు లైక్ టు కమ్ విత్ అస్ టు ది సినిమా?/వుడ్ యు లైక్ టు సీ ఎ ఫిల్మ్/మూవీ విత్ అస్?
6. మీరు ఈ రోజంతా మాతో ఉంటారా? — Will you spend the whole day with us? విల్ యు స్పెండ్ ది హోల్ డే విత్ అస్?
7. ఆ విధంగా చేయడం నాకెంతో సంతోషం. — I'll be glad/pleased to do so. ఐ'ల్ బి గ్లాడ్/ప్లీస్డ్ టు డూ సో.
8. రండి, బస్‌లో వెడదాం. — *Let's go by bus. లెట్స్ గో బై బస్.
9. మీరు నాతో డాన్స్ చేస్తారా?/నేను మీతో డాన్స్ చేయనా? — Would you join me in the dance?/May I dance with you? వుడ్ యు జాయిన్ మీ ఇన్ ది డాన్స్?/మే ఐ డాన్స్ విత్ యు?
10. లేదు, నేను డాన్స్ చేయను. — No, I don't dance. నో, ఐ డోన్ట్ డాన్స్.
11. లేదు, కార్డు ముక్కలు ఎలా ఆడాలో నాకు తెలియదు. — No, I don't know how to play cards. నో, ఐ డిన్ట్ నో హౌ టు ప్లే కార్డ్స్.
12. దయచేసి వచ్చే ఆదివారం మాతో గడపాలి. — Please spend next Sunday with us. ప్లీస్ స్పెండ్ నెక్స్ట్ సండే విత్ అస్.

---

*'Let's, అన్నది let usకు సంక్షిప్త రూపం.

13.	మమ్మల్ని భోజనానికి ఆహ్వానించినందుకు చాలా సంతోషం. సమయానికి రావడానికి ప్రయత్నిస్తాము.	Thanks for your invitation to dinner. We'll try to be punctual./ Thanks for inviting us to dinner. We'll try to come in time. థ్యాంక్స్ ఫర్ యువర్ ఇన్విటేషన్ టు డిన్నర్. వి'ల్ ట్రై టు బి పంక్చువల్./థ్యాంక్స్ ఫర్ ఇన్‌వైటింగ్ అస్ టు డిన్నర్. వి'ల్ ట్రై టు కమ్ ఇన్ టైమ్.
14.	మన్నించాలి, మీరు ఆహ్వానించినా విందుకు రాలేకపోతున్నందుకు చింతిస్తున్నాను. నన్ను జ్ఞాపకముంచుకున్నందుకు ధన్యవాదాలు.	I'm sorry, I can't accept your invitation to dinner./Thank you for remembering me. ఐ'మ్ సారీ, ఐ కాన్ట్ ఆక్సెప్ట్ యువర్ ఇన్విటేషన్ టు డిన్నర్./థ్యాంక్ యు ఫర్ రిమెంబరింగ్ మి.
15.	మేము చార్‌మినార్‌కి టాక్సీలో వెడుతున్నాం, మీరూ వస్తారా?	Will you come with us in taxi to Charminar? విల్ యు కమ్ విత్ అస్ ఇన్ ట్యాక్సి టు చార్‌మినార్?
16.	మీ ఆహ్వానానికి ధన్యవాదాలు. ఈ యాత్ర చాలా గొప్పది. నేను తప్పకుండా మీతో వస్తాను.	Many thanks for your kind invitation. Your idea of a taxi-tour is really grand. I'll surely join you. మెని థ్యాంక్స్ ఫర్ యువర్ కైండ్ ఇన్విటేషన్. యువర్ ఐడియా ఆఫ్ ఎ ట్యాక్సీ-టూర్ ఈస్ రియల్లీ గ్రాండ్. ఐ'ల్ ష్యూర్లీ జాయిన్ యు.

2. కలవటం-సెలవు తీసుకోవటం (Meeting & Parting)

17.	నమస్కారం!	Good morning! గుడ్ మార్నింగ్!
18.	నమస్కారము, ఎలా ఉన్నారు?	**Hello, how are you?** హలో, హౌ ఆర్ యు?
19.	కులాసాయే, మీరెలా ఉన్నారు?	**Very well, thank you. And you?** వెరీ వెల్, థ్యాంక్ యు. అండ్ యు?
20.	నేను కులాసే.	**I'm fine.** ఐ'మ్ ఫైన్.
21.	మిమ్ములను కలసినందుకు నాకు చాలా సంతోషంగా ఉంది.	**I'm glad to see you.** ఐ'మ్ గ్లాడ్ టు సీ యు.
22.	ఇది నాకు సంతోషం.	**It's my pleasure.** ఇట్స్ మై ప్లెషర్.
23.	మనం చాలా కాలం తర్వాత కలిశాము.	It's been a long time since we met. ఇట్స్ బీన్ ఎ లాంగ్ టైమ్ సిన్స్ వుయ్ మెట్.
24.	మిమ్ములను గురించి చాలా విన్నానండి.	I've heard a lot about you. ఐ'వ్ హెర్డ్ ఎ లాట్ అబౌట్ యు.
25.	చూడు, ఎవరొచ్చారో?	Look, who is it?/Who is here? లుక్, హూ ఈస్ ఇట్?/హూ ఈస్ హియర్?
26.	నన్ను చూచి మీకు ఆశ్చర్యంగా ఉందా?	Are you surprised to see me? ఆర్ యు సర్‌ప్రైస్డ్ టు సీ మి?
27.	అవును మరి, మీరు లండన్‌లో ఉన్నారనుకున్నా.	Really, I thought/was under the impression that you were in London. రియలీ, ఐ థాట్/వాస్ అండర్ ది ఇంప్రెషన్ దట్ యు వర్ ఇన్ లండన్.
28.	అక్కడే ఉన్నాను, పోయిన వారమే తిరిగి వచ్చాను.	I was there, but I returned/came back last week. ఐ వాస్ దేర్, బట్ ఐ రిటర్న్డ్/కేమ్ బ్యాక్ లాస్ట్ వీక్.
29.	సరే, మళ్ళీ కలుద్దాం.	**O.K. See you again.**/O.K., we'll meet again. ఓ.కె. సీ యు ఎగైన్./ఓ.కె., వి'ల్ మీట్ ఎగైన్.
30.	మీరు ఇప్పుడే వెళ్ళాలా?	Must you go/leave now? మస్ట్ యు గో./లీవ్ నౌ?
31.	మీ ప్రయాణం సుఖంగా జరుగు గాక!	**Have a pleasant/nice journey!** హావ్ ఎ ప్లెసన్ట్/నైస్ జర్నీ!
32.	దేవుడు మిమ్మల్ని ఆశీర్వదించు గాక.	God bless you. గాడ్ బ్లెస్ యు.
33.	మీ నాన్నగారిని అడిగినట్టు చెప్పండి.	Please convey my regards/compliments to your father. ప్లీస్ కన్వే మై రిగార్డ్స్/కాంప్లిమెంట్స్ టు యువర్ ఫాదర్.
34.	మిమ్ములను అదృష్టం వరించు గాక.	May luck be with you. Best of luck. మే లక్ బి విత్ యు. బెస్ట్ ఆఫ్ లక్.

35. నమస్కారం మిత్రమా! (రాత్రి) Good night, my frend. గుడ్ నైట్, మై ఫ్రెండ్

36. నమస్కారం, ఉంటానండి. (వీడ్కోలు నమస్కారానికి జవాబుగా). Bye bye./Good bye. బై బై./గుడ్ బై.

3. కృతజ్ఞత (Gratitude)

37. అనేక వందనాలు. Thanks a lot. థ్యాంక్స్ ఎ లాట్.

38. మీ సలహాకు ధన్యవాదాలు. **Thanks for your advice.** థ్యాంక్స్ ఫార్ యువర్ అడ్వైస్.

39. బహుమతి ఇచ్చినందుకు ధన్యవాదాలు. Thanks for the present/gift. థ్యాంక్స్ ఫార్ ది ప్రెసెంట్/గిఫ్ట్.

40. ఇది చాలా ఖరీదైన బహుమతి. This is a very costly/expensive present. దిస్ ఈస్ ఎ వెరి కాస్ట్లీ/ఎక్స్‌పెన్సివ్ ప్రెసెంట్.

41. మీకు ఎంతో కృతజ్ఞుడిని. I'm much/very obliged/grateful to you. ఐ'మ్ మచ్/వెరి ఒబ్లైజ్డ్/గ్రేట్‌ఫుల్ టు యు.

42. మీరు ఎంతో దయగలవారు. You are very kind. So kind of you. యు ఆర్ వెరి కైండ్. సో కైండ్ ఆఫ్ యు.

43. అదేం కాదు, నా సంతోషం కొద్ది. Not at all. It's my pleasure. నాట్ అట్ ఆల్. ఇట్స్ మై ప్లెషర్.

44. దయ ఏముంది, ఇవ్వడమే నాకు సంతోషం. This is no matter of kindness. It will rather please me. దిస్ ఈస్ నో మేటర్ ఆఫ్ కైండ్‌నెస్. ఇట్ విల్ రాదర్ ప్లీస్ మి.

4. అభినందనలు, శుభాకాంక్షలు (Congratulations & Good Wishes)

45. నూతన సంవత్సర శుభాకాంక్షలు. **Wish you a happy new year.** విష్ యు ఎ హాపీ న్యూ ఇయర్.

46. మీకు పుట్టినరోజుకి మనఃపూర్వక శుభాకాంక్షలు. Hearty felicitations on your birthday. హార్టీ ఫెలిసిటేషన్స్ ఆన్ యువర్ బర్త్‌డే.

47. ఈ శుభ గడియలు సదా రావాలి. Many happy returns of the day. మెనీ హాపీ రిటర్న్స్ ఆఫ్ ది డే.

48. మీ విజయానికి అభినందనలు. Congratulations on your success. కంగ్రాచ్యులేషన్స్ ఆన్ యువర్ సక్సెస్.

49. మీ వివాహ శుభ సమయంలో అభినందనలు. Congratulations on your wedding. కంగ్రాచ్యులేషన్స్ ఆన్ యువర్ వెడ్డింగ్.

50. ఎప్పటికీ అదృష్టదేవత మిమ్మల్ని వరించుగాక. May you always be lucky./May luck always shine on you. మే యు ఆల్వేస్ బి లక్కీ./మే లక్ ఆల్వేస్ షైన్ ఆన్ యు.

51. పరీక్షలు బాగా వ్రాయాలని ఆకాంక్షిస్తున్నాను. Hope you do well in the examination. హోప్ యు డూ వెల్ ఇన్ ది ఎగ్జామినేషన్.

52. అందరి తరఫున మీకు అభినందనలు. I congratulate you on behalf of all. ఐ కంగ్రాచ్యులేట్ యు ఆన్ బిహాఫ్ ఆఫ్ ఆల్.

53. మీకు విజయం కలుగు గాక. **Wish you all the best.** విష్ యు ఆల్ ది బెస్ట్.

5. సంకీర్ణ వాక్యాలు (Miscellaneous Sentences)

54. రండి భోజనం చేద్దాం. Let's have food now. లెట్స్ హావ్ ఫుడ్ నౌ.

55. మీరేం తీసుకుంటారు? టీయా లేక కాఫీయా? What would you like, tea or coffee? వాట్ వుడ్ యు లైక్ టీ ఆర్ కాఫీ?

56. నేను మిమ్మల్ని స్టేషన్ వరకు వదిలి పెట్టడానికి వస్తాను. — I will come to the station to see you off. ఐ విల్ కమ్ టు ది స్టేషన్ టు సీ యు ఆఫ్.

57. మీరు ఢిల్లీకి ఎప్పుడు వచ్చినా తప్పకుండా నన్ను కలుసుకోండి. — Please look me up whenever you come to Delhi. ప్లీస్ లుక్ మి అప్ వెన్ ఎవర్ యు కమ్ టు డెల్లీ.

58. రండి మా కుటుంబ సభ్యులకు పరిచయం చేస్తాను. — Let me introduce you to my family. లెట్ మి ఇంట్రొడ్యూస్ యు టు మై ఫామిలి.

59. ఈమె నా భార్య, మా అమ్మాయి కిట్టి, మా అబ్బాయి సుమిత్. — Please meet my wife, my daughter Kitty, and son Sumit. ప్లీస్ మీట్ మై వైఫ్, మై డాటర్ కిట్టి, అండ్ సన్ సుమిత్.

60. మీ పిల్లలు చాలా మంచివారు. — You have lovely children. యు హావ్ లావ్‌లీ చిల్డ్రన్.

61. మనం క్రితం ఎప్పుడో కలుసుకున్నట్టు అనిపిస్తోంది నాకు. — I think we have met before. ఐ థింక్ వుయ్ హావ్ మెట్ బిఫోర్.

62. తొందరపడకండి, దయచేసి కాస్త ఆగండి. — What's the hurry? Please stay a little more. వాట్స్ ది హర్రీ? ప్లీస్ స్టే ఎ లిటిల్ మోర్.

63. మీకు కృతజ్ఞతలు తెలపడానికి నా దగ్గర పదాలు లేవు. — I have no words to express my thanks to you. ఐ హావ్ నో వర్డ్స్ టు ఎక్స్‌ప్రెస్ మై థాంక్స్ టు యు.

64. నిజంగా మీరు నా ప్రాణాలు రక్షించారు. — You really saved my life. యు రియలీ సేవ్డ్ మై లైఫ్.

65. మీ వైవాహిక జీవితంలో సుఖ-శాంతులతో వర్ధిల్లుదురు గాక. — May you have a long, happy and prosperous married life. మే యు హావ్ ఎ లాంగ్, హాపీ అండ్ ప్రాస్పరస్ మారీడ్ లైఫ్.

గుర్తుంచుకోండి (Remember)

* విన్నపము (request), would, please రెండింటిని కలిపి ఉపయోగించాలి. అంటే — Would you please lend me one rupee? వుడ్ యు ప్లీస్ లెన్డ్ మి వన్ రుపీ? (ఒక రూపాయుంటే అప్పిస్తారా? Will you please lend me one rupee? అనే దానిలో ఈ నమ్రత లోపించింది.

** కేవలం Thanks అనే దానికన్నా Thank you అంటే మంచిది. Thanks తో పాటు for కూడా వాడాలి. కొంచెం పెద్దదని అనిపించినా ఈ విధంగా అంటే బాగుంటుంది - I thank you, sir, for your interest in my family. (మా కుటుంబం మీద మీ శ్రద్ధకు మీకు ధన్యవాదాలు). అయితే కేవలం I thank you అంటే అది మంచి ప్రయోగం కాదు. ఇలా ఎప్పుడూ అనవద్దు.

*** Congratulations మరియు Felicitations తో పాటు on వాడాలి. for గాని at అనరాదు. Congratulations for/at your success అనరాదు. మీరు అనవలసినది - Congratulations on your success.

ఏదేని అభినందన తెలిపే సందర్భంలో ఒక్క Congratulations లేదా Congrats అన్నా సరిపోతుంది.

32 ముప్పై రెండవ రోజు
32nd Day

6. తిరస్కృతి (Refusal)

1. నేను రాలేకపోవచ్చు. — **I won't be able to come.** ఐ వోన్ట్ బి ఏబుల్ టు కమ్.
2. మీరు కోరినట్లు నేను చేయలేకపోవచ్చు. — I won't be able to do as you wish. ఐ వోన్ట్ బి ఏబుల్ టు డూ యాస్ యు విష్.
3. నాకు రావాలని లేదు. — I don't want to come. ఐ డోన్ట్ వాన్ట్ టు కమ్.
4. తిరస్కరిస్తున్నందుకు చింతిస్తున్నాను. — I'm sorry to refuse. ఐ'మ్ సారీ టు రెఫ్యూస్.
5. వారు దీనికి అంగీకరించరు. — They won't agree to this. దె వోన్ట్ అగ్రీ టు దిస్.
6. **అది సాధ్యం కాదు.** — **It's not possible/impossible.** ఇట్స్ నాట్ పాసిబుల్/ఇంపాసిబుల్.
7. ఈ ప్రతిపాదనకు అంగీకరింపలేనందుకు చింతిస్తున్నాను. — I regret, I can't accept this proposal. ఐ రిగ్రెట్, ఐ కాన్ట్ అక్సెప్ట్ దిస్ ప్రపోసల్.
8. నా మాట అంగీకరించలేరు కదూ! — You don't agree with me, do you? యు డోన్ట్ ఎఅగ్రీ విత్ మి, డూ యు?
9. దాన్ని ఏర్పాటు చేయలేము. — **It can't be arranged.** ఇట్ కాన్ట్ బి అరేంజ్డ్.
10. ఆమెకు అది ఇష్టం లేదు. — She's averse to this idea/to it./She does not like it. షి'స్ ఎవర్స్ టు దిస్ ఐడియా/టు ఇట్./షి డస్ నాట్ లైక్ ఇట్.

7. విశ్వసించుట (Believing)

1. ఏమిటి, మీరు దీనిని నమ్మరా? — Don't you believe it? డోన్ట్ యు బిలీవ్?
2. అది ఒక వదంతి మాత్రమే. — It's only a rumour. ఇట్స్ ఓన్లీ ఎ రూమర్.
3. అది వినికిడి మాత్రమే/వదంతి. — It's only a hearsay/rumour. ఇట్స్ ఓన్లీ ఎ హియర్‌సే/రూమర్.
4. ఈ టాక్సీ డ్రైవర్‌ను నమ్మవచ్చునా? — Should/Can we trust this taxi driver? షుడ్/కెన్ వుయ్ ట్రస్ట్ దిస్ టాక్సీ డ్రైవర్?
5. అతనిని మీరు పూర్తిగా నమ్మవచ్చును. — You can trust them fully. యు కెన్ ట్రస్ట్ దెమ్ ఫుల్లీ.
6. **అతనిపై నాకు పూర్తి విశ్వాసం ఉంది.** — **I have full faith in him.** ఐ హావ్ ఫుల్ ఫెయిత్ ఇన్ హిమ్.

8. విజ్ఞప్తి (Request)

1. దయచేసి కాస్త ఆగండి.* — Please wait. ప్లీజ్ వెయిట్.
2. దయచేసి మరలా రండి. — Please come back. ప్లీస్ కమ్ బ్యాక్.
3. పోనివ్వండి.** — Let it be. లెట్ ఇట్ బి.
4. దయచేసి కాస్త ఇటు రండి. — Please come here. ప్లీస్ కమ్ హియర్.
5. దయచేసి జవాబివ్వండి. — Please reply/answer. ప్లీస్ రిప్లై / ఆన్సర్.
6. దయచేసి అతనిని నిద్ర లేపండి. — **Please wake him up.** ప్లీస్ వేక్ హిమ్ అప్.
7. నువ్వు ఇక్కడ ఉంటావనుకుంటాను. — **Hope to hear from you.** హోప్ టు హియర్ ఫ్రమ్ యు.

8. నాకొక పని చేసి పెడతారా? **Will you do me a favour?** విల్ యు డు మి ఎ ఫేవర్?

9. నన్ను పని చేసుకోనివ్వండి.** Let me work. లెట్ మి వర్క్.

10. నన్ను చూడనివ్వండి. Let me see. లెట్ మి సీ.

11. వారిని విశ్రాంతి తీసుకోనివ్వండి. **Let them relax.** లెట్ దెమ్ రిలాక్స్.

12. ఒక పెన్సిలు, కాగితం ఇవ్వండి. Please give me a pencil and paper.
ప్లీస్ గివ్ మి ఎ పెన్సిల్ అండ్ పేపర్.

13. మరిచిపోకుండా ఎల్లుండి తప్పక రండి. Please do come day after tomorrow. Don't forget.
ప్లీస్ డూ కమ్ డే ఆఫ్టర్ టుమారో. డోన్ట్ ఫర్గెట్.

14. మరలా చెప్పండి. **Please repeat./Pardon./I beg your pardon.**
ప్లీస్ రిపీట్./పార్డన్./ఐ బెగ్ యువర్ పార్డన్.

15. కాస్త సర్దుకుంటారా? **Could you move/shift a little.** కుడ్ యు మూవ్/షిఫ్ట్ ఎ లిటిల్.

16. ఎల్లుండి నన్ను కలువగలరా? Can you see me day after tomorrow?
కెన్ యు సీ మీ డే ఆఫ్టర్ టుమారో?

17. దయచేసి మన్నించండి. **Please forgive me.** ప్లీస్ ఫర్గివ్ మి.

18. ఏమనుకోకపోతే ఆ కిటికీ కాస్త తెరుస్తారా? Will you please open the window. విల్ యు ప్లీస్ ఓపెన్ ది విండో.

19. అందరూ టైముకు రావాలని ప్రార్థన. **All are requested to reach in time.**
ఆల్ ఆర్ రిక్వెస్టెడ్ టు రీచ్ ఇన్ టైమ్.

గుర్తుంచుకోండి (Remember)

* ఆంగ్లము మాట్లాడటంలో please కు గల స్థానం గొప్పది. దీని ప్రయోగాన్నిబట్టి మాట్లాడే వారి నాగరికత బయట పడుతుంది. అందువల్ల please ఎక్కువగా ఉపయోగించండి. Yes అంటే కాస్త మొరటుగా అనిపిస్తుంది. ఇంతకన్నా Yes please అనడం చాలా మంచిది. ఎవరితోనైనా మాట్లాడేటప్పుడు please వాడటం మరిచిపోవద్దు. Give me a glass of water (ఒక గ్లాసు నీళ్ళు ఇవ్వండి) అనేదానికన్నా, Please give me a glass of water (దయచేసి ఒక గ్లాసు నీళ్ళు ఇవ్వండి) అనటం బాగుటుంది.

** (i) Let ను ఎప్పుడూ first person మరియు third personతో వాడాలి. ఉదాహరణకు - What a fine weather! Let us go to the river bank. వాతావరణం చాలా హాయిని గొల్పుతోంది. నదీ తీరానికి వెడదాం రండి. Let them play football. వారిని బంతి ఆడనివ్వండి. Second person లో let రాదు. అంటే - Let you go for a walk. ఇది తప్పు. Second Person తో పాటు First Person ఉన్నప్పుడు ఇలా అనవచ్చు - Let us go for a walk. (రండి మనం వాహ్యాళికి వెళ్దాం) అనాలి.

33 ముప్పై మూడవ రోజు
rd Day

9. ఆహారము (Meals)

1. నాకు ఆకలిగా ఉంది.* **I am feeling hungry.** ఐ యామ్ ఫీలింగ్ హంగ్రీ.
2. మీరు ఏమి తీసుకుంటారు? **What will you like to eat?** వాట్ విల్ యు లైక్ టు ఈట్?
3. మీ దగ్గర ఏయే ఊరగాయలున్నాయి? Which pickles do you have? విచ్ పికల్స్ డు యూ హావ్?
4. ప్రొద్దున్న ఆహారం తీసుకున్నారా? **Have you had your breakfast?** హావ్ యు హాడ్ యువర్ బ్రేక్‌ఫాస్ట్?
5. ఇంకా లేదు, రమా. Not yet, Rama. నాట్ యట్, రమా.
6. టిఫిన్ తయారు చెయ్యి. Prepare/make the breakfast. ప్రిపేర్/మేక్ ది బ్రేక్‌ఫాస్ట్.
7. టిఫిన్ ఇద్దరం కలిసి తీసుకుందాం రండి. **Let's have breakfast together.** లెట్స్ హావ్ బ్రేక్‌ఫాస్ట్ టుగెదర్.
8. కాస్త రుచి చూడండి. **Just taste it.** జస్ట్ టేస్ట్ ఇట్.
9. లేదు, నేను విందుకు వెళ్ళాలి. No, I have to attend a party. నో, ఐ హావ్ టు అటెండ్ ఎ పార్టీ.
10. మీ దగ్గర తీపి పదార్థాలు ఏమున్నాయి?** What sweet dishes do you have? వాట్ స్వీట్స్ డిషస్ డూ యు హావ్?
11. లత భోజనం చేసిందా? Has Lata finished her meals? హాస్ లతా ఫినిష్డ్ హర్ మీల్స్?
12. త్వరగా రండి, భోజనం వడ్డించేశాను. **Hurry up, food has been served.** హరీ అప్, ఫుడ్ హాస్ బీన్ సర్వ్‌డ్.
13. మీకు ఒక సిగరెట్ ప్యాకెట్ కావాలా? Do you want a packet of cigarettes?
డూ యు వాంట్ ఎ పాకెట్ ఆఫ్ సిగరెట్స్?
14. సిగరెట్లకన్నా సిగార్లే నాకు ఇష్టం. I prefer cigar to cigarettes. ఐ ప్రిఫర్ సిగార్ టు సిగరెట్స్.
15. చాలా తక్కువ తిన్నారు. **You hardly ate/had anything./You ate very little.**
యు హార్డ్‌లీ ఈట్/హాడ్ ఎనిథింగ్./యు ఈట్ వెరి లిటిల్.
16. ఇంకా కాస్త తీసుకోండి. **Have a little more./Please have some more.**
హావ్ ఎ లిటిల్ మోర్./ప్లీస్ హావ్ సమ్ మోర్.
17. మీరు కూడా పొగ త్రాగుతారా? Do you also smoke? డు యు ఆల్సో స్మోక్?
18. టీ, కాఫీ - ఏది తీసుకుంటారు? **Would you have tea or coffee?** వుడ్ యు హావ్ టీ ఆర్ కాఫీ?
19. ఒక కప్ కాఫీ తీసుకు రండి. **Bring/Get me a cup of coffee.** బ్రింగ్/గెట్ మి ఎ కప్ ఆఫ్ కాఫీ.
20. కాఫీ కలపండి. **Pour the coffee.** పోర్ ద కాఫీ.
21. వెయిటర్, స్పూను శుభ్రంగా లేదు. **Waiter, the spoon is dirty/not clean.**
వెయిటర్, ది స్పూన్ ఈస్ డర్టీ/నాట్ క్లీన్.
22. దయచేసి కాస్త ఉప్పు అందిస్తారా? **Pass me the salt, please.** పాస్ మి ది సాల్ట్, ప్లీస్.
23. కొంచెం తాజా వెన్న ఇవ్వండి. Give me some fresh butter, please. గివ్ మి సమ్ ఫ్రెష్ బటర్, ప్లీస్.
24. ఇంకా కాస్త తీసుకు రండి. Get/Bring some more, please. గెట్/బ్రింగ్ సమ్ మోర్, ప్లీస్.
25. దయచేసి మీకు కావలసినంత తీసుకోండి. **Help yourself, please.** హెల్ప్ యువర్‌సెల్ఫ్, ప్లీస్.
26. దయచేసి ప్లేట్లు మార్చండి. Change the plates, please. ఛేంజ్ ద ప్లేట్స్, ప్లీస్.
27. మీరు శాకాహారులా? **Are you a vegetarian?** ఆర్ యు ఎ వెజిటేరియన్?
28. కాదు, నేను మాంసాహారిని. No, I am a non-vegetarian. నో, ఐ యామ్ ఎ నాన్-వెజిటేరియన్.

29. ఈ రోజు రాత్రి భోజనం నేనెక్కడైనా భోంచేస్తా. — I'll dine out today./I'll have my dinner out today. ఐ'ల్ డైన్ ఔట్ టుడే./ఐ'ల్ హావ్ మై డిన్నర్ ఔట్ టుడే.

30. మీరు పాలు తీసుకుంటారా? — Would you like some milk? వుడ్ యు లైక్ సమ్ మిల్క్?

31. నేనిప్పుడే భోజనానికి కూర్చున్నాను. — I have just sat down to have my meals. ఐ హావ్ జస్ట్ శాట్ డౌన్ టు హావ్ మై మీల్స్.

32. నాకు అన్నం అలవాటు లేదు. — I'm not fond of rice./I don't eat rice. ఐ'మ్ నాట్ ఫాండ్ ఆఫ్ రైస్./ఐ డోన్ట్ ఈట్ రైస్.

33. **భోజనానంతరం తీపి పదార్థం ఏముంది?** — **What is there for dessert?** వాట్ ఈస్ దేర్ ఫర్ డెసర్ట్?

34. రెండు చపాతీలు నాకు చాలవు. — Two chappatis were not enough for me. టూ చపాతీస్ వర్ నాట్ ఇనఫ్ ఫర్ మి.

35. బటానీలు, బంగాళదుంప నాకు చాలా ఇష్టం. — Alu-mutter is my favourite dish. ఆలు-మటర్ ఈస్ మై ఫేవరైట్ డిష్.

36. భోజనం టైము అయ్యింది. తయారవ్వండి. — It is dinner time. Get ready. ఇట్ ఈస్ డిన్నర్ టైమ్. గెట్ రెడీ.

37. కూరలో ఉప్పు తక్కువయింది. — There is less salt in the vegetable/curry. దేర్ ఈస్ లెస్ సాల్ట్ ఇన్ ద వెజిటబుల్/కర్రీ.

38. పరగడుపున మంచినీళ్ళు తాగవద్దు.*** — Don't take water on an empty stomach. డోన్ట్ టేక్ వాటర్ ఆన్ యాన్ ఎమ్టీ స్టమక్.

39. ఈ వేళ వంటకాలేమిటి? — What dishes are cooked today? వాట్ డిషస్ ఆర్ కుక్డ్ టుడే?

40. మీ అమ్మ దగ్గర చిటికెడు ఉప్పు తీసుకు రా. — Bring a pinch of salt from your mother. బ్రింగ్ ఎ పించ్ ఆఫ్ సాల్ట్ ఫ్రమ్ యువర్ మదర్.

41. బంగాళాదుంప తప్ప ఇక్కడింకేమీ దొరకదు. — Potato is all we get here. పొటాటో ఈస్ ఆల్ వుయ్ గెట్ హియర్.

42. నాకు ఇంకా దాహంగానే ఉంది. — I'm still thirsty. ఐ'మ్ స్టిల్ థర్స్టీ.

43. **నన్ను వాళ్ళు మధ్యాహ్నం భోజనానికి పిలిచారు.** — **They have invited me to lunch.** దే హావ్ ఇన్వైటెడ్ మి టు లంచ్.

44. **మీరు రాత్రికి నాతో కలిసి భోజనం చేయండి.** — **Please have your dinner with me.** ప్లీస్ హావ్ యువర్ డిన్నర్ విత్ మి.

45. గ్రుడ్లు ఉడికినవా? వేయించినవా? మీకేం కావాలి? — Will you have boiled eggs or fried? విల్ యు హావ్ బోయిల్డ్ ఎగ్స్ ఆర్ ఫ్రైడ్?

46. విందులో ఏడు రకాల వంటకాలు వడ్డించారు. — There were seven items/dishes at their party. దేర్ వర్ సెవెన్ ఐటమ్స్/డిషస్ అట్ దియర్ పార్టీ.

47. నీనా వంటలో మంచి నేర్పరి. — Nina is an expert cook. నీనా ఈస్ యాన్ ఎక్స్‌పర్ట్ కుక్.

48. ఇంకాస్త పులుసు వడ్డిస్తారా? — May I have little/some more gravy? మే ఐ హావ్ లిటిల్/సమ్ మోర్ గ్రేవి?

49. నారు తందూరి చికెన్ చాలా ఇష్టం. — I like tandoori/grilled chicken very much ఐ లైక్ తందూరి/గ్రిల్డ్ చికెన్ వెరి మచ్.

50. **అతడొక తిండిపోతు.** — **He's a glutton.** హి'స్ ఎ గ్లుటన్.

గుర్తుంచుకోండి (Remember)

* Feel తో పాటు ఒక విశేషణం వస్తుంది. సంజ్ఞా వాచకము రాదు. ఉదా. :- I'm feeling thirsty. (ఐ'మ్ ఫీలింగ్ థర్స్టీ) నాకు దాహమేస్తోంది అంటాము. I feel thirst. (ఐ ఫీల్ థర్స్ట్) అనకూడదు.

**వంటకాన్ని dish అంటారు. అంటే పాత్ర కూడా అవుతుంది. ఇక్కడ ఏమి వంటకాలు? అనే దానికి What dishes do you serve? అనాలి.

***ఇంగ్లీషులో వాడుకగా తినడానికి eat, త్రాగడానికి drink అని అనరు. తినండి లేక త్రాగండి అనడానికి take అనే పదం వాడుతారు. ఉదా.:- Do you take tea? (మీరు టీ తీసుకుంటారా?) Do you take fish? (మీరు చేప కూర తీసుకుంటారా?). మామూలుగా Drink అంటే మద్యపానం అని అర్థం.

34 ముప్పై నాలుగవ రోజు th Day

10. కాలము (Time)

1.	మీ గడియారంలో టైమెంతయింది?	What's the time by your watch? వాట్స్ ది టైమ్ బై యువర్ వాచ్?
2.	ఏడున్నర అయింది.	It's half past seven. ఇట్స్ హాఫ్ పాస్ట్ సెవెన్.
3.	మీరు ఎన్ని గంటలకు నిద్ర లేస్తారు?	When do you wake up? వెన్ డు యు వేక్ అప్?
4.	నేను ప్రతి ఉదయం ఆరున్నరకు లేస్తాను.	I wake up every morning at half past six. ఐ వెక్ అప్ ఎవ్రి మార్నింగ్ ఎట్ హాఫ్ పాస్ట్ సిక్స్.
5.	మీ అక్క/చెల్లెలు ఉదయం టిఫిను దాదాపు ఎనిమిది గంటలకు తీసుకుంటారు.	Your sister has her breakfast around eight o'clock. యువర్ సిస్టర్ హాస్ హర్ బ్రేక్‌ఫాస్ట్ అరౌండ్ ఎయిట్ ఓ'క్లాక్.
6.	ఉపాధ్యాయిని ఎన్ని గంటలకు బడికి వస్తారు?	When does the teacher come to the school? వెన్ డస్ ది టీచర్ కమ్ టు ది స్కూల్?
7.	తొమ్మిదింటికి కొంచెం ముందుగా వస్తారు.	A little before nine. ఎ లిటిల్ బిఫోర్ నైన్.
8.	ఆమె బడిలో తరగతులు ఎప్పుడు ముగుస్తాయి?	When are the classes over in her school? వెన్ ఆర్ ది క్లాసెస్ ఓవర్ ఇన్ హర్ స్కూల్?
9.	తరగతులు మూడుంబావుకు ముగుస్తాయి.	At quarter past three. ఎట్ క్వార్టర్ పాస్ట్ త్రీ.
10.	మీరు రాత్రిపూట ఎన్నింటికి భోంచేస్తారు?	When do you have your dinner? వెన్ డూ యు హావ్ యువర్ డిన్నర్?
11.	మేము రాత్రి ఏడున్నరకు భోంచేస్తాము.	At half past seven. ఎట్ హాఫ్ పాస్ట్ సెవెన్.
12.	నేను ఇంటికి వచ్చేటప్పటికి మూడు ముప్పావవుతుంది.	I reach home at quarter to four. ఐ రీచ్ హోమ్ ఎట్ క్వార్టర్ టు ఫోర్.
13.	ఇప్పుడు మూడు గంటల పది నిమిషాలు.	It's ten past three now. ఇట్స్ టెన్ పాస్ట్ త్రీ నౌ.
14.	మూడు నలభైకి నేను వెళ్ళాలి.	I have to go/leave at twenty to four/at three-forty. ఐ హావ్ టు గో/లీవ్ ఎట్ ట్వెంటీ టు ఫోర్/ఎట్ త్రీ-ఫార్టీ.
15.	మీ నాన్నగారు మామూలుగా రాత్రి ఎన్ని గంటలకు ఇంటికి వస్తారు?	By what time does your father usually come home every night? బై వాట్ టైమ్ డస్ యువర్ ఫాదర్ యూషుయలీ కమ్ హోమ్ ఎవ్రి నైట్?
16.	ఆయన ఆఫీసు నుండి ఎప్పుడు బయలుదేరుతారు?	At what time does he leave his office? ఎట్ వాట్ టైమ్ డస్ హి లివ్ హిస్ ఆఫీస్?
17.	ఆయన ఆఫీసు నుండి అయిదు గంటలకు బయలుదేరుతారు.	He leaves his office at/by five o'clock. హీ లివ్స్ హిస్ ఆఫీస్ ఎట్/బై ఫైవ్ ఓ'క్లాక్.
18.	ఈ వేళ ఏమి తారీఖు?	**What's the date today?** వాట్స్ ది డేట్ టుడే?
19.	డిసెంబరు పదిహేను, రెండువేల నాలుగు.	It is fifteenth of December, two thousand four (2004). ఇట్ ఈస్ ఫిఫ్టీన్‌త్ ఆఫ్ డిసెంబర్, టూ థౌసండ్ ఫోర్ (2004).
20.	నీ పుట్టిన రోజు ఎప్పుడు?	When is your birthday? వెన్ ఈస్ యువర్ బర్త్‌డే?

21. నాకు తెలియదండి. I don't know, sir. ఐ డోన్ట్ నో, సర్.

22. నా గడియారం రోజుకు రెండు నిమిషాలు ముందు నడుస్తోంది. My watch gains two minutes daily. మై వాచ్ గెయిన్స్ టూ మినిట్స్ డైలీ.

23. మీ కాలాన్ని సద్వినియోగం చేసుకోండి. Make the best use of your time. మేక్ ది బెస్ట్ యూస్ ఆఫ్ యువర్ టైమ్.

24. ఇప్పుడు ఆయనకు కాలం విలువ తెలిసొచ్చింది. Now he values punctuality/time./Now he knows the importance of time. నౌ హి వాల్యుస్ పంక్చుయాలిటి/టైమ్./నౌ హి నోస్ ది ఇంపార్టెన్స్ ఆఫ్ టైమ్.

25. అతడు కాలాన్ని వృధా చేస్తాడు. He wastes his time. హి వేస్ట్స్ హిస్ టైమ్.

26. ఒక నిమిషం తప్పకుండా సరిగ్గా టైముకు వస్తాడు. He is punctual to the minute. హి ఈస్ పంక్చుయల్ టు ది మినిట్.

27. **కాలము ఎంత త్వరగా గడిచిపోతోంది!** **How time flies!** హౌ టైమ్ ఫ్లైస్!

28. నా గడియారం ముక్కలైంది. My watch has broken. మై వాచ్ హాస్ బ్రోకెన్.

29. **నిద్ర లేవడానికి టైమయింది.** **It is time to wake up.** ఇట్ ఈస్ టైమ్ టు వేక్ అప్.

30. అతను ఆలస్యం చేయలేదు. He is quite on time. He isn't late. హి ఈస్ క్వైట్ ఊన్ టైమ్. హి ఈసన్ట్ లేట్.

31. అతను సరైన టైముకు వచ్చాడు. He came at the right time. హి కేమ్ ఎట్ ద రైట్ టైమ్.

32. మీరు అరగంట ఆలస్యంగా వచ్చారు. You are late by half-an-hour. యు ఆర్ లేట్ బై హాఫ్-యాన్-అవర్.

33. **మాకు చాలా వ్యవధి ఉంది.** **We have enough time./We have plenty of time.** వుయ్ హావ్ ఇనఫ్ టైమ్/వుయ్ హావ్ ప్లెంటీ ఆఫ్ టైమ్.

34. దాదాపు అర్ధరాత్రి అయింది. It's almost midnight. ఇటీస్ ఆల్మోస్ట్ మిడ్నైట్.

35. మేము చాలా త్వరగా వచ్చాము. We are too early. వుయ్ ఆర్ టూ ఎర్లీ.

36. మీరు సరిగా టైముకు వచ్చారు. ఇంకొక నిమిషమయితే నేను వెళ్ళిపోయేవాడిని. You are just on time. I would have left in another minute. యు ఆర్ జస్ట్ ఆన్ టైమ్. ఐ వుడ్ హావ్ లెఫ్ట్ ఇన్ ఎనదర్ మినిట్.

37. మంచి రోజులు వస్తాయి. Better days will come./Good days arc ahcad. బెటర్ డేస్ విల్ కమ్./గుడ్ డేస్ ఆర్ అహెడ్.

38. ఒక క్షణం కూడా వృధా కాకూడదని ప్రయత్నిస్తున్నాను. I am trying to save each/every moment. ఐ యామ్ ట్రైయింగ్ టు సేవ్ ఈచ్/ఎవ్రి మొమెంట్.

39. ప్రతి పనికి ఒక కాలమంటూ ఉంటుంది. There is a time for everything. దేర్ ఈస్ ఎ టైమ్ ఫార్ ఎవ్రిథింగ్.

40. కొంచెం టైమిస్తారా? Can you spare a little time? కెన్ యు స్పేర్ ఎ లిటిల్ టైమ్?

41. గడిచిన కాలం మళ్ళీ తిరిగి రాదు. Time once lost can never be regained. టైమ్ వన్స్ లాస్ట్ కెన్ నెవర్ బి రిగెయిన్డ్.

11. అనుమతి (Permission)

1. ప్రారంభిద్దామా?* Do/Should we begin? డూ/షుడ్ వుయ్ బిగిన్?

2. నేను వెళ్ళనా?** May I go/leave? మే ఐ గో/లీవ్?

3. నన్ను మీతో రమ్మంటారా? May I join you?/May I also come along? మే ఐ జాయిన్ యు?/మే ఐ ఆల్సో కమ్ ఎలాంగ్?

4. నన్ను వెళ్ళనివ్వండి. Let me go. లెట్ మి గో.

5. మీరిక వెళ్ళవచ్చు. You may go/leave now. యు మే గో/లివ్ నౌ.

6. ఇక దయచేసి నాకు సెలవిప్పించండి. Please permit/allow me to go now. ప్లీస్ పర్మిట్/అలౌ మి టు గో నౌ.

7.	నేను మీ ఫోన్ ఉపయోగించుకోవచ్చా?	Can I use your phone? కెన్ ఐ యూస్ యువర్ ఫోన్?
8.	లైటు ఆర్పివేయనా?	Can I switch-off the light? కెన్ ఐ స్విచ్-ఆఫ్ ది లైట్?
9.	మీ వీడియో గేమ్ ఆడవచ్చా?	May I play your video game? మే ఐ ప్లే యువర్ వీడియో గేమ్?
10.	లోపలికి రావచ్చా?	May I come in, please? మే ఐ కమ్ ఇన్, ప్లీస్?
11.	నా పుస్తకాలను మీ దగ్గర ఉంచనా?	Can I leave my books with you? కెన్ ఐ లివ్ మై బుక్స్ విత్ యు?
12.	మేము మీ గదిలో పొగ త్రాగవచ్చా?	**Can we smoke in your room?** కెన్ వుయ్ స్మోక్ ఇన్ యువర్ రూమ్?
13.	అలాగే, త్రాగవచ్చు.	Of course, with great pleasure. ఆఫ్ కోర్స్, విత్ గ్రేట్ ప్లెజర్.
14.	మీ కారులో నన్ను తీసుకు వెడతారా/ నన్ను మీ కారులో దిగబెడతారా?	**Will you please give me a lift/take me in your car?** విల్ యు ప్లీస్ గివ్ మి ఎ లిఫ్ట్/టేక్ మి ఇన్ యువర్ కార్?
15.	మీ సైకిలును కాస్త వాడుకోవచ్చా?	May I borrow your bike for a while? మే ఐ బారో యువర్ బైక్ ఫర్ ఎ వైల్?
16.	మిమ్మల్ని కాస్త ఇబ్బంది పెట్టనా?	**Can I disturb you?** కెన్ ఐ డిస్టర్బ్ యు?
17.	నేను ఈ గదిలో ఉండవచ్చా?	Can I stay in this room? కెన్ ఐ స్టే ఇన్ దిస్ రూమ్?
18.	ఇక్కడ కాసేపు విశ్రాంతి తీసుకోనా?	May we rest here for a while? మే వుయ్ రెస్ట్ హియర్ ఫర్ ఎ వైల్?
19.	నేను ఇవాళ సినిమాకు వెళ్ళవచ్చా?	May I go to see a movie today? మే ఐ గో టు సీ ఎ మూవీ టుడే?

గుర్తుంచుకోండి (Remember)

* ప్రశ్నలు రెండు విధాలు. ఒక దానిలో ప్రశ్నవాచక సర్వనామము (pronouns) వాడటం. ఉదా. :- What is your name, please? (మీ పేరేమిటండీ?). రెండవ నియమము చాలా విచిత్రమయినది. 'ఏమిటి మీరు వెడుతున్నారా?' అనడా నికి ఇంగ్లీషులో Are you going? ఏమిటి అన్న అర్థంలో Auxiliary Verb (సహాయక క్రియ are) అన్నిటికన్నా ముందు వాడటం. ఈ రెండవ విధం ఇంగ్లీషులో వాడబడుతుంది. ఇదేవిధంగా is, has, have, will, shall మొదలైన వాటిని ఉపయో గించి ప్రశ్నార్థక వాక్యాలను తయారు చేయవచ్చు. ఉదా. :- Is she unwell? ఆమె అనారోగ్యంగా ఉందా? Have you a pen? నీ దగ్గర పెన్ను ఉందా? Shall we go? మనం వెళ్దామా. మొ॥వి.

** ఏదయినా అనుమతి పొందేందుకు ఆంగ్లంలో may అనే పదాన్ని వాడుతారు. అంటే దీని అర్థం, అనుమతి పొందేం దుకు ఇది ఒకటే పదమని కాదు. ఇంకా కొన్ని పదాల ద్వారా కూడా అనుమతి పొందవచ్చు. ఉదా. :- Shall we set out now? (ఇప్పుడు మనం బయలుదేరుదామా?) అనేక పర్యాయాలు may ద్వారా అనుమతి కోరడం సబబుగా ఉండదు. పెనుగాలి వీచేటప్పుడు May I shut the window? అనడం కంటె Should I shut the window? అంటే సబబు. తెలుగులో రెండింటి అర్థం కూడా 'ఏమిటి, కిటికీ మూసివేయనా?' అనే వస్తుంది.

35 ముప్పై ఐదవ రోజు th Day

12. ఆదేశము / ఆజ్ఞ (Instruction/Order)

1. మీరు మీ పని చేసుకోండి. Do your work. డూ యువర్ వర్క్.
2. అతనిని స్టేషనుదాకా వదిలిపెట్టండి. See him off at the station. సీ హిమ్ ఆఫ్ ఎట్ ది స్టేషన్.
3. నిజమే చెప్పాలి, అబద్ధం ఆడకూడదు. Speak the truth, don't lie. స్పీక్ ది ట్రూత్, డోన్ట్ లై.
4. ఈ కోటును వేసుకొని చూడండి. Try this coat on. ట్రై దిస్ కోట్ ఆన్.
5. హృదయపూర్వకంగా పని చేయండి. Work whole-heartedly. వర్క్ హోల్ హార్టెడ్లీ.
6. మద్యము త్రాగవద్దు. Don't drink. డోన్ట్ డ్రింక్.
7. నాకు ఒక గ్లాసు మంచినీళ్ళు ఇవ్వండి. Fetch/get me a glass of fresh water. ఫెచ్/గెట్ మి ఎ గ్లాస్ ఆఫ్ ఫ్రెష్ వాటర్.
8. నమ్రతతో మాట్లాడండి. Talk politely./Be polite. టాక్ పొలైట్‌లీ./బి పొలైట్.
9. తిరుగు టపాలో జవాబు వ్రాయండి. Reply by return post. రిప్లై బై రిటర్న్ పోస్ట్.
10. లెక్కలు సరి చూడండి. Check the accounts. చెక్ ది అకౌంట్స్.
11. వేడి టీ మెల్లగా తాగండి. Sip the hot tea slowly. సిప్ ది హాట్ టీ స్లోలీ.
12. గుర్రపు బండ్ల స్టాండు నుండి ఒక బండిని బాడుగకు తీసుకు రండి. Hire a tonga from the tonga-stand. హైర్ ఎ టాంగా ఫ్రమ్ ది టాంగా-స్టాండ్.
13. ఇక్కడ బండ్లు ఆపరాదు. **Parking is not allowed here.** పార్కింగ్ ఈస్ నాట్ అలౌడ్ హియర్.
14. రెండు కమలాల సరం తీయండి. Squeeze two oranges. స్క్వీజ్ టూ ఆరెంజస్.
15. ఎడమ వైపే వెళ్ళండి. Keep to the left side only. కీప్ టు ది లెఫ్ట్ సైడ్ ఓన్లీ.
16. నన్ను ప్రొద్దున్నే నిద్ర లేపండి. **Wake me up early in the morning.** వేక్ మి అప్ ఎర్లీ ఇన్ ద మార్నింగ్.
17. మీ పద్ధతి మార్చుకోండి. **Mend your ways.** మెండ్ యువర్ వేస్.
18. తెర లాగండి. Draw the curtain. డ్రా ద కర్టెన్.
19. అతనికి ఈ ఊరంతా తిప్పి చూపండి. Take him round the city. టేక్ హిమ్ అరౌండ్ ద సిటీ.
20. అతిథిని లోపలికి తీసుకురండి. Bring the guest in. బ్రింగ్ ద గెస్ట్ ఇన్.
21. అందరితోనూ మర్యాదగా మాట్లాడండి. Be polite to all./Speak politely with everybody. బి పొలైట్ టు ఆల్./స్పీక్ పొలైట్‌లీ విత్ ఎవ్రిబడి.
22. సమయానికి నాకు ఈ విషయాన్ని గుర్తు చేయండి. Remind me of it at the proper time. రిమైండ్ మి ఆఫ్ ఇట్ ఎట్ ది ప్రాపర్ టైమ్.
23. నాతోపాటు నడవండి. Keep pace with me. కీప్ పేస్ విత్ మి.
24. బిడ్డను నిద్ర పుచ్చండి. Put the child to sleep/bed. పుట్ ది చైల్డ్ టు స్లీప్/బెడ్.
25. దీని గురించి రేపు గుర్తు చేయండి. Remind me about it tomorrow. రిమైండ్ మి ఎబౌట్ ఇట్ టుమారో.
26. అన్నీ సిద్ధంగా ఉంచండి. **Keep everything ready.** కీప్ ఎవ్విరిథింగ్ రెడీ.
27. జాగ్రత్తగా నడవండి. **Walk cautiously.** వాక్ కాషియస్లీ.
28. తర్వాత రండి. Come afterwards. కమ్ ఆఫ్టర్‌వర్డ్స్.

29. నన్ను ఉదయం 5 గంటలకు లేపండి. Wake me up at 5 o'clock. వేక్ మి అప్ ఎట్ 5 ఓ'క్లాక్.

30. **నాతో రావాలనుకుంటే త్వరగా సిద్ధం కండి.** **Get ready if you want to come along.** గెట్ రెడీ ఇఫ్ యు వాంట్ టు కమ్ ఎలాంగ్.

31. నేను వచ్చేవరకు ఇక్కడే ఉండండి. Wait here until I'm back. వెయిట్ హియర్ అన్‌టిల్ ఐ'మ్ బాక్.

32. ఈ విధంగా మాట్లాడవద్దు. Don't speak like this. డోన్ట్ స్పీక్ లైక్ దిస్.

33. పని జాగ్రత్తగా చేయండి. Work carefully. వర్క్ కేర్‌ఫులీ.

34. మీ పని మీరు చూసుకోండి. Do your own work. డూ యువర్ ఓన్ వర్క్.

35. నాకు కాస్త పనుంది, మీరిక వెళ్ళవచ్చు. You may go now, I have some work. యు మే గో నౌ, ఐ హావ్ సమ్ వర్క్.

36. ఇది రాసుకోండి. Note this down. నోట్ దిస్ డౌన్.

37. **త్వరగా తిరిగి రండి.** **Come back soon.** కమ్ బాక్ సూన్.

38. మళ్ళీ వచ్చినప్పుడు నన్ను కలుసుకోండి. Come and see me some other time. కమ్ అండ్ సీ మి సమ్ అదర్ టైమ్.

39. మీ పని మీరు చూసుకోండి. Please mind your own business. ప్లీస్ మైండ్ యువర్ ఓన్ బిజినెస్.

40. **కాస్త ఓపిక పట్టండి.** **Have patience.** హావ్ పేషన్స్.

41. మీ పెద్దలను గౌరవించండి. Respect your elders. రెస్పెక్ట్ యువర్ ఎల్డర్స్.

42. మీరు అక్కడే ఉండండి. You stay there. యు స్టే దేర్.

43. మంచి రోజుల కోసం ఎదురు చూడండి. Hope for good times. హోప్ ఫర్ గుడ్ టైమ్.

44. **బిడ్డను చూస్తూ ఉండండి.** **Take care of the baby.** టేక్ కేర్ ఆఫ్ ది బేబి.

గుర్తుంచుకోండి (Remember)

తెలుగులోను ముఖ్యంగా సంస్కృతంలోను ఒక మూలపదం నుండి అనేక పదాలు ఏర్పడతాయి. ఉదా. :- ఆహారము, విహారము, ప్రహారము, పరిహారము మొ॥నవి. 'హార' అనే మూల పదానికి ఆ, వి, ప్ర, సం, పరి మొదలైన ఉపసర్గలను చేర్చారు. ఆంగ్లంలో కూడా ఇటువంటి ప్రయోగాలున్నాయి. ఉదా. :- Adjudge, misjudge, prejudge, subjudge మొ॥న పదాల్లో judge అనే పదంతో ad, mis, pre, sub ఉపసర్గ (prefix)లు చేర్చగా వివిధ పదాలు తయారయ్యాయి. అయితే ఆంగ్లంలో ఒక ప్రత్యేకత ఉంది. ఆంగ్లములో ఒకటే క్రియతో అనేక అవ్యయాలు (preposition) చేర్చి అనేక అర్థాలు వచ్చేట్టు చేయవచ్చు. ఉదా. :- go (వెళ్ళు) అనే మూల క్రియను తీసుకోండి. Go out అంటే ఆర్పివేయటం - The light went out during the storm. తుఫానులో దీపం ఆరిపోయింది. Go off అంటే గట్టిగా పేలడం - The gun went off by itself. తుపాకి దానంతట అదే పేలింది. Go through అంటే శ్రద్ధగా చదవడం - He went through the whole book, but could not discover anything new in it. అతను పుస్తకమంతా చదివాడు కాని అందులో కొత్త విషయం ఏమీ అతనికి కనపడలేదు. ఈ వాక్యంలో Go స్థానంలో దాని Past Tense అయిన 'went' ను తీసుకున్నారు.

36 ముప్పై ఆరవ రోజు 36th Day

13. ఆదేశము/అజ్ఞ (Instruction/Order)

45. నీవే వెళ్ళు. **Go yourself.** గో యువర్‌సెల్ఫ్.
46. తయారుగా ఉండు. Be ready. బి రెడీ.
47. దీపము వెలిగించు. Light the lamp. లైట్ ద లాంప్.
48. లైటు స్విచ్ వేయి. **Switch on the light.** స్విచ్ ఆన్ ద లైట్.
49. దీపం ఆర్పేయి.* Put off the lamp. పుట్ ఆఫ్ ది లాంప్.
50. లైటు స్విచ్ ఆపెయ్యి. **Switch off the light.** స్విచ్ ఆఫ్ ద లైట్.
51. పంకా స్విచ్ వేయి. Switch on the fan. స్విచ్ ఆన్ ద ఫాన్.
52. ఆయన కోసం కబురు పంపు. **Send for him.** సెండ్ ఫర్ హిమ్.
53. వాళ్ళ పని వాళ్ళను చేయనీ. Let these people do their work. లెట్ దీస్ పీపుల్ డూ థెయిర్ వర్క్.
54. చేతులు కడుక్కో. **Wash your hands.** వాష్ యువర్ హాండ్స్.
55. త్వరగా రా. Come soon. కమ్ సూన్.
56. కారు ఆపు. Stop the car. స్టాప్ ద కార్.
57. వెనక్కి వెళ్ళు. Go back. గో బ్యాక్.
58. ఆలస్యం చేయవద్దు. **Don't delay./Don't be late.** డోన్ట్ డిలే./డోన్ట్ బి లేట్.
59. పెన్సిలుతో రాయవద్దు. Don't write with a pencil. డోన్ట్ రైట్ విత్ ఎ పెన్సిల్.
60. పెన్నుతో రాయి. Write with a pen. రైట్ విత్ ఎ పెన్.
61. ఇతరులను గుడ్డిగా అనుసరించవద్దు. Don't copy others. డోన్ట్ కాపీ అదర్స్.
62. టాక్సీలో వెళ్ళు. Hire a taxi. హైర్ ఎ టాక్సీ.
63. కోటుకు బొత్తాములు పెట్టుకో. Button up your coat. బటన్ అప్ యువర్ కోట్.
64. మంట ఆరిపోకుండా చూడు. Keep the fire going. కీప్ ది ఫైర్ గోయింగ్.
65. గుఱ్ఱానికి గడ్డి వేయి. Feed the horse with grass. ఫీడ్ ద హార్స్ విత్ గ్రాస్.
66. వెళ్ళి ముక్కు చీదుకు రా. Go, and blow your nose. గో, అండ్ బ్లో యువర్ నోస్.
67. నాకు చెప్పకుండా ఉండేవు సుమా. **Don't forget to inform me.** డోన్ట్ ఫర్గెట్ టు ఇన్‌ఫార్మ్ మి.
68. బూట్ల లేసులు గట్టిగా బిగించు. Tighten your shoe-laces. టైటెన్ యువర్ షూ-లేస్.
69. ఆరోగ్యం పాడయ్యేట్టు చదవద్దు. Don't study at the cost of your health. డోన్ట్ స్టడీ ఎట్ ది కాస్ట్ ఆఫ్ యువర్ హెల్త్.
70. అన్ని వివరాలతో ఉత్తరం రాయి. Write a detailed letter./Write a long letter. రైట్ ఎ డిటైల్డ్ లెటర్./రైట్ ఎ లాంగ్ లెటర్.
71. ఇక ముందు అలా చేయవద్దు. ఇంకెప్పుడూ అలా కాకూడదు. Don't do so in future./Let this not happen in future. డోన్ట్ డూ సో ఇన్ ఫ్యూచర్./లెట్ దిస్ నాట్ హాపెన్ ఇన్ ఫ్యూచర్.
72. ఈ ఉత్తరం నీవు స్వయంగా పోస్టు చేయి. Post this letter yourself. పోస్ట్ దిస్ లెటర్ యువర్‌సెల్ఫ్.

73. సమయాన్ని పాటించండి. Be punctual. బి పంక్చ్యుయల్.

74. **డొంక తిరుగుడుగా మాట్లాడకండి.** **Don't beat about the bush.** డోన్ట్ బీట్ అబౌట్ ది బుష్.

75. పువ్వులు కోయవద్దు. Don't pluck the flowers. డోన్ట్ ప్లక్ ద ఫ్లవర్స్.

76. చెడు అలవాట్లు మానండి. Give up bad habits. గివ్ అప్ బాడ్ హాబిట్స్.

77. ఆహారం బాగా నమిలి మ్రింగండి. Chew your food well. చ్యూ యువర్ ఫుడ్ వెల్.

78. పండ్లు తోముకోండి. Brush your teeth. బ్రష్ యువర్ టీత్.

79. వాగుతూ ఉండవద్దు. Don't chatter./Don't talk nonsense. డోన్ట్ చాటర్./డోన్ట్ టాక్ నాన్‌సెన్స్.

80. అన్నీ సరిగా సర్దండి. Arrange/keep everything in order. అరేంజ్/కీప్ ఎవ్విరిథింగ్ ఇన్ ఆర్డర్.

81. సిరాతో రాయండి. Write in ink. రైట్ ఇన్ ఇంక్.

82. **తెలివి తక్కువ చూపవద్దు.** **Don't be silly.** డోన్ట్ బి సిల్లీ.

83. అతిథులకు సేవ చేయండి. Look after the guests. లుక్ ఆఫ్టర్ ద గెస్ట్స్.

84. **మీ పని మీరు చూసుకోండి.** **Mind your own business.** మైండ్ యువర్ ఓన్ బిజినస్.

85. **రెండు చేతులతో పట్టుకోండి.** **Hold on with both hands.** హోల్డ్ ఆన్ విత్ బోత్ హాండ్స్.

86. దేశసేవలో ప్రాణత్యాగం చేయండి. Sacrifice your life for the motherland/country. శాక్రిఫైస్ యువర్ లైఫ్ ఫర్ ది మదర్‌లాండ్/కంట్రీ.

87. పని నిలుపు చేయవద్దు. Don't hold up the work. డోన్ట్ హోల్డ్ అప్ ది వర్క్.

88. **చెడు అలవాట్లు అబ్బకుండా మెలకువగా ఉండండి.** **Be careful against bad habits.** బి కేర్‌ఫుల్ ఎగైన్స్ట్ బాడ్ హాబిట్స్.

89. **కంప్యూటర్‌ను రీ-సెట్ చెయ్యి.** **Reset the computer.** రీసెట్ ద కంప్యూటర్.

90. **ఈ చిల్లరను ఉంచుకో.** **Keep the change.** కీప్ ద చేంజ్.

గుర్తుంచుకోండి (Remember)!

*ఇంగ్లీషులో Put అనే క్రియకు అర్థం 'పెట్టుట' అయితే అవ్యయం (Prepositions) తో కలిసినప్పుడు అర్థం ఎలా మారుతుందో చూడండి.

Put down అంటే రాయడం - Please put down all that I say. (నేను చెప్పేదంతా రాయండి).

Put forward అంటే ప్రతిపాదించటం - He hesitated to put forward his plan. (తమ పథకాన్ని ప్రతిపాదించేందుకు ఆయన తటపటాయించారు).

Put off అంటే నిలుపు చేయడం - For want of a quorum, the meeting was put off. (కోరమ్ లేక సమావేశం వాయిదా పడింది).

Put on అంటే ధరించడం - He put on new clothes on the Id day. (ఆయన ఈద్ పండుగకు కొత్త బట్టలు ధరించారు).

Put out అంటే అర్థం - Put out the fire lest it should spread around. (నిప్పును ఆర్పండి, లేకపోతే అది చుట్టు ప్రక్కల వ్యాపిస్తుంది).

37 ముప్పై ఏడవ రోజు th Day

14. ప్రోత్సాహము (Encouragement)

1. నమ్మకముంచండి. **Rest assured.** రెస్ట్ అష్యూర్డ్.
2. ఆదుర్దా పడకండి. Stop worrying. స్టాప్ వరీయింగ్.
3. చిన్నపిల్లల్లా ఏడవవద్దు. Don't cry like children. డోన్ట్ క్రై లైక్ ఛిల్డ్రన్.
4. దేనిని గురించి ఆదుర్దా పడుతున్నారు? What's bothering you? వాట్స్ బాదరింగ్ యు ?
5. నా గురించి బెంగ పడవద్దు. **Don't worry about me.** డోన్ట్ వర్రీ అబౌట్ మి.
6. భయపడవద్దు.* **Don't be scared.** డోన్ట్ బి స్కేర్డ్.
7. కలవరపడవలసిన అవసరం లేదు. There is no need to worry. దేర్ ఈస్ నో నీడ్ టు వర్రీ.
8. దీని గురించి నేను భయపడను. I'm not bothered about it. ఐ'మ్ నాట్ బాదర్డ్ అబౌట్ ఇట్.
9. మీకేమయినా ఇబ్బందిగా ఉంటే నన్ను అడగవచ్చు. You can ask me if there is any difficulty. యు కెన్ ఆస్క్ మి ఇఫ్ దేర్ ఈస్ ఎనీ డిఫికల్టీ.
10. మీకు కావలసింది తీసుకోండి. **Take whatever you need.** టేక్ వాటెవర్ యు నీడ్.
11. మీరు అనవసరంగా కలవరపడుతున్నారు. You are unnecessarily worried. యు ఆర్ అన్‌నెససరీలీ వరీడ్.
12. మిమ్ములను చూచి గర్వపడుతున్నాను. **I'm proud of you.** ఐ'మ్ ప్రౌడ్ ఆఫ్ యు.
13. సంకోచించకండి. **Don't hesitate.** డోన్ట్ హెసిటేట్.
14. అదేం ఫరవాలేదు. It doesn't matter. ఇట్ డసన్ట్ మాటర్.

15. ఓదార్పు/సముదాయింపు (Consolation)

15. చాలా విచారింపదగిన విషయం It's a pity./It's very sad. ఇట్స్ ఎ పిటి./ఇట్స్ వెరీ శాడ్.
16. అతనిని ఓదార్చండి. **Console him.** కన్సోల్ హిమ్.
17. ప్రపంచ పోకడ అంతే మరి. That's the way things are. దట్స్ ద వే థింగ్స్ ఆర్.
18. అది దైవేచ్ఛ. **It was God's will.** ఇట్ వాస్ గాడ్స్ విల్.
19. సరి చేయలేని దానికి ఓర్చుకోవలసిందే. **What cannot be cured must be endured.** వాట్ కెనాట్ బి క్యూర్డ్ మస్ట్ బి ఎండ్యూర్డ్.
20. దేవుడిని నమ్ముకుంటే కష్టాలు గట్టెక్కుతాయి. Have faith in God, misfortune will pass. హావ్ ఫెయిత్ ఇన్ గాడ్. మిస్‌ఫార్‌చ్యూన్ విల్ పాస్.
21. ఈ గట్టి సమస్యను తట్టుకునేందుకు ఆ భగవంతుడే నీకు బలం ఇవ్వాలి. May God give you strength to bear this terrible blow. మే గాడ్ గివ్ యు స్ట్రెంగ్త్ టు బేర్ దిస్ టెరిబుల్ బ్లో.
22. మా సంవేదనను వ్యక్తపరుస్తున్నాము. We offer our condolences. వుయ్ ఆఫర్ అవర్ కండొలెన్సెస్.
23. ఆమె తండ్రి మరణించడం మాకెంతో బాధ కలిగించింది. We are deeply grieved at the death of her father. వుయ్ ఆర్ డీప్లీ గ్రీవ్డ్ ఎట్ ద డెత్ ఆఫ్ హర్ ఫాదర్.

16. కోపము/చిరాకు (Annoyance)

24. మీరు ఇంకా పని ఎందుకు ప్రారంభించ లేదు? **Why haven't you begun/started the work yet?** వై హావెన్ట్ యు బిగన్/స్టార్టెడ్ ది వర్క్ యెట్?

25. నన్ను పూర్తిగా మాటలాడనివ్వరేం? **Why do you contradict me?** వై డు యు కాంట్రడిక్ట్ మి?

26. నన్ను అలా ఉరిమి చూస్తారెందుకు? Why do you stare at me? వై డు యు స్టేర్ ఎట్ మి?

27. ఉత్తినే కోప్పడుతున్నారు. You are angry for nothing./You are unnecessarily getting annoyed. యు ఆర్ అంగ్రీ ఫర్ నథింగ్./యు ఆర్ అనెసెసరిలీ గెటింగ్ అన్నాయ్డ్.

28. నీవు కాలం వృధా చేస్తున్నావు. **You just/simply waste your time.** యు జస్ట్/సింప్లీ వేస్ట్ యువర్ టైమ్.

29. తప్పు ఎవరిది? **Who is to blame?** హూ ఈస్ టు బ్లేమ్?

30. మిమ్మల్ని కష్టపెట్టనా? **Have I hurt you?** హావ్ ఐ హర్ట్ యు?

31. సిగ్గు చేటు! **What a shame!** వాట్ ఎ షేమ్!

32. నీకు నిజాయితీ తెలీదంటే నేను నమ్మను! I couldn't believe that you are not an honest person! ఐ కుడన్ట్ బిలీవ్ దట్ యు ఆర్ నాట్ యాన్ ఆనెస్ట్ పర్సెన్!

33. ఎవరిని నమ్మాలి? Whom can I trust? హూమ్ కెన్ ఐ ట్రస్ట్?

34. అది నా తప్పు కాదు. **It was not my fault.** ఇట్ వాస్ నాట్ మై ఫాల్ట్.

35. నిజంగా అది పొరపాటు వల్ల జరిగింది. Actually, it was done by mistake. ఆక్చుయలీ, ఇట్ వాస్ డన్ బై మిస్టేక్.

36. వాడు అన్నిటికీ అడ్డే. **He is a nuisance.** హి ఈస్ ఎ న్యూసెన్స్.

37. అతను నా నమ్మకాన్ని వమ్ము చేశాడు. He has let me down. హి హాస్ లెట్ మి డౌన్.

38. అతనంటే నాకు చిరాకు. **He irritates me.** హి ఇరిటేట్స్ మి.

39. అతడు నన్ను మోసగించాడు. He has betrayed/cheated me. హి హాస్ బిట్రేయ్డ్/చీటెడ్ మి.

17. వాత్సల్యము (Affection)

40. నీవు చాలా ధైర్యంతో ఆ పని చేశావు. That was very brave of you. దట్ వాస్ వెరి బ్రేవ్ ఆఫ్ యు.

41. శభాష్! మంచి పని చేశావు. Well done! Good show! Keep it up! వెల్ డన్! గుడ్ షో! కీప్ ఇట్ అప్!

42. అత్యంత అద్భుతము. That's wonderful! దట్స్ వండర్‌ఫుల్.

43. మీరు చేసిన పని ప్రశంసనీయం. Your work is praiseworthy! యువర్ వర్క్ ఈస్ ప్రెయిస్‌వర్దీ.

44. మీరెంత మంచివారు. **You are so nice!/How nice you are!** యు ఆర్ సో నైస్!/హౌ నైస్ యు ఆర్!

45. మీరు నాకెంతో సహాయం చేశారు. **You have been a great help to me.** యు హావ్ బీన్ ఎ గ్రేట్ హెల్ప్ టు మి.

గుర్తుంచుకోండి (Remember)

*Don't be afraid (భయపడవద్దు) అన్న దానిలో Don't లో రెండు పదాలు కలిశాయి. Don't=Do+not లోని not లోని o ను తొలగించి దాని స్థానంలో apostrophe (') పెడతారు. Won't=Wo+not కాదు. అది Won't=Will + not ఈ విధంగా ఈ పదాలను వాడడానికి ఒక నియమమంటూ లేదు. not ను సాధారణంగా n't గా వ్రాస్తారు. ఇదే రీతిని can't అన్నది cannot కు సంక్షిప్త రూపం. cannot ని ఒకటే పదంగా కలిసి వ్రాస్తారు. విడి విడిగా can అని not అని కాదు. ఇదే రీతి గల వాడుకలో ఉన్న కొన్ని పదాలు -

Doesn't = does + not	Aren't = are + not	Shouldn't = should + not.
Shan't = shall + not	Weren't = were + not	Needn't = need + not.
Wouldn't = would + not.	Couldn't = could + not.	Didn't = did + not

ఉచ్చరించేటప్పుడు మొదటి పదాన్ని పూర్తిగా ఉచ్చరించి తర్వాత 'న్ట్' కలపాలి. ఉదా. :- వుడన్ట్, కుడన్ట్, షుడన్ట్, నీడన్ట్ మొదలైనవి.

38 ముప్పై ఎనిమిదవ రోజు
38th Day

18. నిషేధము (Negation)

1.	మీరన్నదానికి నేను అంగీకరించలేను.	I can't accept what you say. ఐ కాంట్ ఆక్సెప్ట్ వాట్ యు సే.
2.	ఈ విషయం గురించి నాకేమీ తెలియదు.	I know nothing in this connection. ఐ నో నథింగ్ ఇన్ దిస్ కనెక్షన్.
3.	ఇలాంటి తుంటరి పని ఇంకెప్పుడూ చేయవద్దు.	Don't do such a mischief again. డోన్ట్ డూ సచ్ ఎ మిస్‌ఛీఫ్ ఎగైన్.
4.	అదలా కాదు.	**It's not so/like that.** ఇట్స్ నాట్ సో/లైక్ దట్.
5.	అతనికి శలవు దొరకలేదు.	He couldn't manage to get leave. హి కుడన్ట్ మానేజ్ టు గెట్ లీవ్.
6.	నేను ఫిర్యాదు చేసేందుకేమీ లేదు.	**I have no complaints./I don't have any complaint.** ఐ హావ్ నో కంప్లెయింట్స్./ఐ డోన్ట్ హావ్ ఎనీ కంప్లెయింట్.
7.	అది అలా జరిగి ఉండదు.	It's impossible./It can't be so. ఇట్స్ ఇంపాసిబుల్./ఇట్ కాన్ట్ బి సో.
8.	లేదు, నేను వెళ్ళలేక పోయాను.	**No, I couldn't go.** నో, ఐ కుడన్ట్ గో.
9.	నాకు తెలియదు.	**I don't know.** ఐ డోన్ట్ నో.
10.	నాకేమీ అవసరం లేదు.	I don't want anything. ఐ డోన్ట్ వాంట్ ఎనిథింగ్.
11.	ఏమీ లేదు.	**Nothing.** నథింగ్.
12.	ఇది నేనెలా చేయగలను?	How can I do this! హౌ కెన్ ఐ డూ దిస్!
13.	అది నేను చేయలేను.	**I can't do this.** ఐ కాంట్ డూ దిస్.
14.	అది నేను ఒప్పుకోను/నమ్మలేను.	I don't agree/believe. ఐ డోన్ట్ అగ్రీ/బిలీవ్.
15.	ఇది నిజం కాదు.	**This is not true.** దిస్ ఈస్ నాట్ ట్రూ.
16.	మీరు దీనిని అనుమతించకూడదు.	You should not allow this. యు షుడ్ నాట్ అలౌ దిస్.
17.	ఇతరుల తప్పులెన్నరాదు.	Don't find fault with others./Don't criticise others. డోన్ట్ ఫైండ్ ఫాల్ట్ విత్ అదర్స్./డోన్ట్ క్రిటిసైజ్ అదర్స్.
18.	మీ సంపదను చూచుకొని గర్వించవద్దు.	Don't be proud of your riches/money. డోన్ట్ బి ప్రౌడ్ ఆఫ్ యువర్ రిచెస్/మనీ.
19.	ఎవరినీ మోసగించవద్దు.	Don't cheat anybody. డోన్ట్ ఛీట్ ఎనిబడీ.
20.	పెరిగిన గడ్డిలో నడవవద్దు.	Don't walk on the tall grass. డోన్ట్ వాక్ ఆన్ ది టాల్ గ్రాస్.
21.	మొండి పట్టు పట్టవద్దు.	**Don't be stubborn.** డోన్ట్ బి స్టబర్న్.
22.	క్షమించండి, నేను కొనలేను/నాకు తగినది కాదు.	**Sorry, I can't buy/afford it.** సారీ, ఐ కాంట్ బై/అఫోర్డ్ ఇట్.
23.	క్షమించాలి, నా దగ్గర చిల్లర లేదు.	**Sorry, I don't have any change.** సారీ, ఐ డోన్ట్ హావ్ ఎనీ ఛేంజ్.
24.	నాకు ఎలా పాడాలో తెలియదు.	**I don't know how to sing.** ఐ డోంట్ నో హౌ టు సింగ్.
25.	కోపగించుకోవద్దు.	**Don't be angry./Don't lose your temper.** డోన్ట్ బి యాంగ్రీ./డోన్ట్ లూస్ యువర్ టెంపర్.
26.	ఎవరితోనూ కోపంగా మాట్లాడవద్దు.	Don't be rude to anybody./Don't speak harshly with anybody. డోన్ట్ బి రూడ్ టు ఎనిబడి./డోన్ట్ స్పీక్ హార్ష్‌లీ విత్ ఎనిబడి.

19. సమ్మతి (Consent)

1. మీ ఇష్టం.	**As you like/As you please.** యాస్ యు లైక్./యాస్ యు ప్లీస్.
2. మీరు సరిగా చెప్పారు.	**You are right.** యు ఆర్ రైట్.
3. నాకేమీ అభ్యంతరం లేదు.	**I have no objection./I don't have any objection.** ఐ హావ్ నో అబ్జెక్షన్./ఐ డోన్ట్ హావ్ ఎని అబ్జెక్షన్.
4. అదే ఫరవాలేదు.	It doesn't matter. ఇట్ డసన్ట్ మాటర్.
5. అలాగే జరుగుతుంది.	It will be so. ఇట్ విల్ బి సో.
6. నేను మీతో అంగీకరిస్తాను.	**I agree with you.** ఐ అగ్రీ విత్ యు.
7. నేను మీతోపాటున్నాను.	**I am with you.** ఐ యామ్ విత్ యు.
8. అవును, అది నిజమే.	Yes, it's true. ఎస్, ఇట్స్ ట్రూ.
9. మీ సలహా ప్రకారం చేస్తాను.	**I'll follow your advice.** ఐ'ల్ ఫాలో యువర్ అడ్వైస్.
10. మీ ఆహ్వానాన్ని స్వీకరిస్తాను.	I accept your invitation. ఐ ఆక్సెప్ట్ యువర్ ఇన్విటేషన్.
11. దీనికి నేను అంగీకరిస్తాను.	I give my consent to this. ఐ గివ్ మై కన్సెన్ట్ టు దిస్.
12. మీ నాన్నగారు చెప్పినట్టు చేయి.	Do as your father says. డూ యాస్ యువర్ ఫాదర్ సేస్.
13. నా కోసం మిమ్ములను బలవంతపెట్టలేదు.	I'm not trying to impose my will on you. ఐ'మ్ నాట్ ట్రైయింగ్ టు ఇంపోస్ మై విల్ ఆన్ యు.
14. నీవు నా మాట అంగీకరించడం లేనట్టుంది.	You don't seem to agree with me. యు డోన్ట్ సీమ్ టు అగ్రీ విత్ మి.

20. దుఃఖము (Sadness)

1. క్షమించాలి/మన్నించాలి.	Excuse me/Forgive me/Pardon me. ఎక్స్‌క్యూస్ మి/ఫర్‌గివ్ మీ/పార్డన్ మీ.
2. నా వల్ల మీరు బాధపడాల్సి వచ్చింది, అందుకు నేను విచారిస్తున్నాను.	I'm sorry, you had to suffer because of me. ఐ'మ్ సారీ, యు హాడ్ టు సఫర్ బికాస్ ఆఫ్ మి.
3. అది విని విచారిస్తున్నాను.	I'm very sorry to hear this. ఐ'మ్ వెరి సారీ టు హియర్ దిస్.
4. మీకు నా సానుభూతి.	**My sympathies are with you.** మై సింపథిస్ ఆర్ విత్ యు.

గుర్తుంచుకోండి (Remember)

* Give అంటే ఇవ్వడం. Prepositions చేసే తమాషా చూడండి - Give up అంటే వదులుకోవటం. Maulana Abdul gave up all hopes of recovering from his illness. (మౌలానా అబ్దుల్ ఇక కోలుకుంటాననే ఆశ వదులుకున్నారు. Give in = అంటే లొంగిపోవుట. ఓటమిని అంగీకరించుట. Inspite of Akbar's larger resources, Maharana Pratap refused to give in. (అక్బరు వద్ద మంది మార్బలం ఎక్కువగా ఉన్నా లొంగటానికి మహారాణా ప్రతాప్ తిరస్కరించాడు.) ఇదే విధంగా Give way = ఇచ్చివేయు, పంచిపెట్టు. ఇతర కొన్ని పదాలను గమనించండి - give out = బయట పెట్టు, ప్రకటించు, give off = వదలిపెట్టు, give ear = విను, give a piece of one's mind = అనుకొన్నది చెప్పడం, give oneself airs = ఏదో గొప్పలు చెప్పుకోవటం, give chase = వెంటాడటం, give around = వెనుతిరగటం మొ॥నవి.

39 ముప్పై తొమ్మిదవ రోజు
th Day

21. దెబ్బలాట (Quarrel)

1. మీరు ఎందుకు కోపపడుతున్నారు? — Why are you losing* your temper? వై ఆర్ యు లూసింగ్ యువర్ టెంపర్?
2. జాగ్రత్త, మరలా ఇంకొకసారి ఇలా మాట్లాడవద్దు! — Beware, don't utter it again! బివేర్, డోన్ట్ అట్టర్ ఇట్ ఎగైన్!
3. మీకు చిరుకోపం/మీకు చిరాకు ఎక్కువ. — You are very short-tempered. యు ఆర్ వెరి షార్ట్-టెంపర్డ్.
4. **అతనితో విసిగిపోయాను.** — **He has got* on my nerves.** హి హాస్ గాట్ ఆన్ మై నెర్వ్స్.
5. **జరిగేది జరగనీ.** — **Come what may!** కమ్ వాట్ మే!
6. నేను మీకు ఏమి అపకారం చేశాను? — What harm/wrong have I done to you? వాట్ హార్మ్/రాంగ్ హావ్ ఐ డన్ టు యు?
7. మీ పంథా మార్చుకోనక తప్పదు. — You'll have to mend your ways. యు'ల్ హావ్ టు మెండ్ యువర్ వేస్.
8. ఏమీ లేకుండా అతనితో ఎందుకు తగాదా పెంచుకుంటారు? — Why do you quarrel with him unnecessarily? వై డు యు క్వారల్ విత్ హిమ్ అన్‌నెససరిలీ?
9. ఆవేశ పడవద్దు. — Don't get worked up/excited. డోన్ట్ గెట్ వర్క్‌డ్ అప్/ఎక్సైటెడ్.
10. ఏదో విధంగా ఆ విషయాన్ని ఇప్పుడు పరిష్కరించండి. — Now settle the matter somehow. నౌ సెటిల్ ది మాటర్ సమ్‌హౌ.
11. **బాగా తెలివిగా ఉండే మాట్లాడుతున్నావా?** — **Are you in your senses?** ఆర్ యు ఇన్ యువర్ సెన్సెస్?
12. **నా కంటికి కనపడవద్దు పో.**** — **Get out of my sight./Get lost.** గెట్ ఔట్ ఆఫ్ మై సైట్/గెట్ లాస్ట్.
13. మా వ్యవహారాలతో నీకేమీ సంబంధం లేదు. — How are you concerned with our affairs! హౌ ఆర్ యు కన్సర్న్‌డ్ విత్ అవర్ ఎఫైర్స్!
14. మాటలు/గొడవలు మరీ పెరగనివ్వవద్దు. — Now, put an end to controversy./Don't stretch the matter further. నౌ, పుట్ యాన్ ఎండ్ టు కాంట్రవర్సీ./డోన్ట్ స్ట్రెచ్ ద మాటర్ ఫర్దర్.
15. **నీ ఇష్టం వచ్చిట్లు పో.** — **Go to hell.** గో టు హెల్.
16. రెండు పక్షాలకు మధ్యవర్తిగా ఆయనను వ్యవహరింపనివ్వు. — Let him mediate between the two parties. లెట్ హిమ్ మీడియేట్ బిట్వీన్ ది టు పార్టీస్.
17. దెబ్బలాట ముగిసింది. — The quarrel is settled./The matter ends here! ద క్వారల్ ఈస్ సెటిల్డ్/ద మాటర్ ఎన్డ్స్ హియర్!
18. ఇప్పుడు మనం మిత్రులం. — Now be friends. నౌ బీ ఫ్రెండ్స్.

22. క్షమాపణ (Apologies)

1. **దయతో మీరు తప్పుగా భావించవద్దు./ దానిని గురించి చింతించవద్దు.** — **Please don't mind this./Please don't feel bad about it.** ప్లీస్ డోన్ట్ మైండ్ దిస్./ప్లీస్ డోన్ట్ ఫీల్ బాడ్ అబౌట్ ఇట్.
2. **నేను మిమ్మల్ని తమాషా పట్టించాను.** — **I was just joking.** ఐ వాస్ జస్ట్ జోకింగ్.

3. ఆలస్యమైపోయింది, క్షమించాలి. I'm sorry, I got late. ఐ'మ్ సారీ, ఐ గాట్ లేట్.

4. ఇది విని చాలా బాధ కలిగింది. I was sorry/pained to hear this. ఐ వాస్ సారీ/పెయిన్డ్ టు హియర్ దిస్.

5. ఏదయినా పొరపాటుంటే క్షమించాలి. Excuse me if there has been any mistake. ఎక్స్క్యూజ్ మి ఇఫ్ దేర్ హాస్ బీన్ ఎనీ మిస్టేక్.

6. క్షమాపణ వేడుకుంటున్నాను. I beg your pardon. ఐ బెగ్ యువర్ పార్డన్.

7. నా ఉచ్చారణ బాగా లేనందుకు క్షమించాలి. Please excuse my incorrect pronunciation. ప్లీస్ ఎక్స్క్యూజ్ మై ఇన్‌కరెక్ట్ ప్రొనన్సియేషన్.

8. **అంతరాయం కలిగిస్తున్నందుకు క్షమించాలి.** **I am sorry for interrupting you.** ఐ యామ్ సారీ, ఫార్ ఇన్టరప్టింగ్ యు.

9. మీకు టెలిఫోన్ చేయనందుకు మన్నించాలి. I'm sorry, I couldn't call you. ఐ'మ్ సారీ, ఐ కుడన్ట్ కాల్ యు.

10. **క్షమాపణ కోరుతున్నాను.** **Apologize on my behalf.** అపాలజి ఆన్ మై బిహాఫ్.

11. దీనికి క్షమాపణ ఎందుకు? ఫరవాలేదు. Don't apologise. It does not matter. డోన్ట్ అపాలజైస్. ఇట్ డస్ నాట్ మాటర్.

12. అది కేవలం పొరపాటు వల్ల జరిగింది. It was merely done by mistake. ఇట్ వాస్ మియర్లీ డన్ బై మిస్టేక్.

13. నేను నిజంగా విచారిస్తున్నాను. I am very sorry. ఐ యామ్ వెరీ సారీ.

14. విచారించకండి, హాని ఏమీ జరగలేదు. Don't worry. No harm is done. డోన్ట్ వర్రీ. నో హార్మ్ ఈస్ డన్.

15. అనుకోకుండా మీ మనసు నొప్పించి వుంటే చాలా విచారిస్తున్నాను. I'm very sorry if I have unknowingly hurt you. ఐ'మ్ వెరి సారి ఇఫ్ ఐ హావ్ అన్నోయింగ్లీ హర్ట్ యు.

16. అది అనుకోకుండా జరిగిపోయింది. It was done unknowingly. ఇట్ వాస్ డన్ అన్‌నోయింగ్లీ.

17. అది నీ పొరపాటు కాదు. It was not your fault. ఇట్ వాస్ నాట్ యువర్ ఫాల్ట్.

18. మీరు ఇంతసేపు వేచివుండవలసి వచ్చినందుకు విచారిస్తున్నాను. I am awfully sorry to have kept you waiting so long. ఐ యామ్ ఆఫుల్లీ సారీ టు హావ్ కెప్ట్ యు వెయిటింగ్ సో లాంగ్.

19. దానికేముందిలెండి. That's all right. దట్స్ ఆల్ రైట్.

23. కోపము (Anger)

1. నీవు చచ్చేంత సిగ్గు పడాలి. You should be ashamed of yourself./Shame on you. యు షుడ్ బి అషేమ్డ్ ఆఫ్ యువర్‌సెల్ఫ్./షేమ్ ఆన్ యు.

2. నీకు సిగ్గు లేదు. You should be ashamed of yourself. యు షుడ్ బి అషేమ్డ్ ఆఫ్ యువర్‌సెల్ఫ్.

3. నీవు నేర్పరివి/గడుసరివి. You are too clever/smart. యు ఆర్ టూ క్లెవర్/స్మార్ట్.

4. నీవు పూర్తిగా మోసగాడివి. You are an extremely cunning man. యు ఆర్ యాన్ ఎక్స్ట్రీమ్‌లీ కన్నింగ్ మేన్.

5. సిగ్గు చేటు. **Shame on you.** షేమ్ ఆన్ యు.

6. నీవు నీచుడవు/యుక్తులు పన్నేవాడివి. You are a mean/cunning fellow. యు ఆర్ ఎ మీన్/కన్నింగ్ ఫెలో.

7. నేను మళ్ళీ నీ ముఖం చూడను./నీ ముఖం మళ్ళీ చూపకు. I don't want to see your face./Don't show me your face again. డోన్ట్ వాంట్ టు సీ యువర్ ఫేస్./డోన్ట్ షో మి యువర్ ఫేస్ ఎగైన్.

8. అవక తవకగా మాట్లాడవద్దు. Don't talk nonsense/Stop yapping. డోన్ట్ టాక్ నాన్‌సెన్స్/స్టాప్ యాపింగ్.

9. అదంతా నీ పనే. — **It's all because of you.** ఇట్స్ ఆల్ బికాస్ ఆఫ్ యు.

10. ఇదంతా నువ్వు చేసిన పనే. — **It's all your doing.** ఇట్స్ ఆల్ యువర్ డూయింగ్.

11. దీని నుండి నీవు తప్పించుకోలేవు. — **You can't get away like this./You can't escape from this.** యు కాన్ట్ గెట్ ఎవే లైక్ దిస్./యు కాన్ట్ ఎస్కేప్ ఫ్రమ్ దిస్.

12. దీనికి నీకు క్షమాపణ ఉండదు./దీనికి నిన్నెప్పుడూ క్షమించేది లేదు. — You don't deserve forgiveness./You can never be forgiven. యు డోన్ట్ డిసర్వ్ ఫర్‌గివ్‌నెస్./యు కెన్ నెవర్ బి ఫర్‌గివెన్.

13. దీనికి/దానికి బాధ్యత నీదే. — You're responsible for this/that. యు'ర్ రెస్పాన్సిబిల్ ఫర్ దిస్/దట్.

గుర్తుంచుకోండి (Remember)

* ఉచ్చారణ దృష్టిలో lose (లూస్) పోగొట్టుకొను, loose (లూస్) వదులు రెండూ సమానమే. అయినప్పటికీ అర్థం వేరు. మనం భారతీయ ఉచ్చారణను, spelling ను చూస్తాము. అందువలన lose రావలసిన చోట loose, nose (ముక్కు) రావలసిన చోట noose (ఉరి) రాస్తూ ఉంటాము. ఈ తప్పు దొర్లకుండా చూడండి.

** Get (గెట్) పొందు అనే క్రియతో విభిన్న విభక్తి అవ్యయాలు (Preposition) వాడినప్పుడు అర్థం ఎలా మారుతుందో చూడండి.

Get about = అంటే ఇటు అటు తిరుగాడటం - He gets about with difficulty since his illness. (జబ్బు పడినప్పటి నుండి అతను కష్టం మీద తిరుగాడుతున్నాడు).

Get back = వెనుకకు వచ్చు - When will you get back? (మీరు ఎప్పుడు తిరిగి వస్తారు?)

Get down = దిగుట - She climbed the tree but then couldn't get down again. (ఆమె చెట్టెక్కింది కానీ దిగలేక పోయింది).

Get going = ప్రారంభించటం - They wanted to get going on the construction of the house. (వాళ్ళు ఇల్లు కట్టడం మొదలుపెట్టాలని అనుకుంటున్నారు).

Get in = ప్రవేశించు - "Please get in the train", said the guard. "The train is about to start". (బండి లోపలికి ఎక్కండి).

Get off = దిగటం - He got off the noon train. (అతను మధ్యాహ్నం బండి నుండి దిగాడు).

Get out = బయటికి వెళ్ళు - He couldn't get out of the room. (అతను గదిలో నుండి బయటకు వెళ్ళలేదు).

Get up = నిద్ర లేచు - It is a good habit to get up early in the morning. (ఉదయం త్వరగా నిద్ర లేవడం మంచి అలవాటు).

Get together = ఒక చోట కలవటం - We are planning a get together to celebrate our friend's marriage. (మా స్నేహితుని వివాహ సందర్భంలో అందరూ ఒక చోట కలవాలని పథకం వేస్తున్నాము).

Get through = విజయం సాధించడం - He got through his examination. (అతను పరీక్ష పాసయ్యాడు.) మొదలైనవి.

40 నలభయ్యవ రోజు
40th Day

ఈ క్రింద కొన్ని **Tests** లను ఇచ్చాము.

ఇంతవరకు మీరెంత నేర్చుకున్నారో పరీక్షించుకోండి. **20** వాక్యాలకు ఇరవై మార్కులు ఇవ్వబడ్డాయి. మీకు **16** లేక అంతకు మించి మార్కులు వస్తే మీ జవాబు 'వెరి గుడ్' **(very good)**, **12** అంతకు మించి మార్కులు వస్తే 'ఫెయిర్' **(fair)**.

Test No. 1

31 నుండి 35 రోజుల వరకు

I. ఈ క్రింద కొన్ని వాక్యాలిచ్చారు. వీటిలో ఏదో ఒక తప్పు ఉంది. మాటలలోను, వ్రాతలలోను వాటిని అలా వాడరు. వాటిని మీరు సరి చేయండి. తరువాత 31 నుండి 35 వ రోజు వరకు వాక్యాలతో సరిపోల్చి చూడండి. వీటి నియమమేమిటో చూడండి. (విషయ సంఖ్యను, వాక్య సంఖ్యను ఈ వాక్యాలతో పాటు ఇచ్చాము) -

1. Would you like to come with us to cinema? [1:5]. 2. Let us go through bus. [1:8]. 3. No, I don't know to play it. [1:11]. 4. It's mine pleasure. [2:22]. 5. Have nice journey. [2:31]. 6. Thanks for present. [3:39]. 7. Wish you new year. [4:45]. 8. Congratulations for your success. [4:48]. 9. Please wake up him. [7:6]. 10. Let me do work. [7:9]. 11. Please repeat again. [7:14]. 12. What sweet dishes you have? [8:10]. 13. Have little more. [8:16]. 14. Are you an vegetarian? [8:27]. 15. He is glutton. [8:50]. 16. When you have dinner? [10:10]. 17. You are late by half hour. [10:32]. 18. May we rest here for while? [11:18]. 19. Tell the truth and speak no lies. [12:3]. 20. Note down this. [12:36].

Test No. 2

36 నుండి 39 రోజు వరకు

II. ఈ క్రింది వాక్యాలను గత కొన్ని దినాలలో మీరు చదివారు. వీటిని శ్రద్ధతో చదవండి. తప్పున్న చోట దానిని సరి చేసి అది ఎందుకు తప్పో ఆలోచించండి. (వాక్యాలతో పాటు **Topic No.** మరియు **Sentence No.** ఇచ్చాము) -

1. Don't write in pencil. Please write with pen. [13:59-60]. 2. Chew your food good. [13:77]. 3. It was God will. [15:18]. 4. Whom I should trust? [15:33]. 5. He is nuisance. [15:36]. 6. I can't accept what do you say. [18:1]. 7. How I can do this! [18:12]. 8. Don't be proud for your riches. [18:18]. 9. Do not walk at the grass. [18:20]. 10. I don't know to sing. [18:24]. 11. Don't angry. [18:25]. 12. I entirely agree to you. [19:6]. 13. Yes, that is truth. [19:8]. 14. I'll follow your advices. [19:9]. 15. Forgive me to interrupt you sir! [22:8]. 16. It was merely done with mistake. [22:12]. 17. I am awfully sorry for kept you waiting so long. [22:18].

Test No. 3

III. ఈ వాక్యాలలో ఏదో ఒక తప్పు ఉంది. సరి చేసి వ్రాయండి - తప్పులు వంకర *(Italics)* టైపులో ఉన్నాయి -

1. Be careful not to *loose* your money. 2. Has the clerk *weighted* the letter? 3. Physics *are* not easy to learn. 4. You have a *poetry* to learn by heart. 5. My *luggages are* at the station. 6. You have five *thousands* rupees. 7. When she entered the room, she saw a notebook on the *ground*. 8. Let us see a *theater* tonight. 9. Which is the *street* to the village? 10. My younger brother is five and a half feet *high*. 11. Are you *interesting* in your work? 12. I have now *left* cricket. 13. Madam, *will* I go home to get my exercise book? 14. She sometimes *puts on* red shoes. 15. She *wears* her clothes in the morning. 16. There *is* a lot of flowers on this tree. 17. How *many* paper do you want? 18. He has given up smoking, *isn't it*? 19. Why *he not sees* a film? 20. *What does* elephants eat?

సరియైన జవాబులు :

1. lose, 2. weighed, 3. is, 4. poem, 5. luggage is, 6. thousand, 7. floor, 8. play, 9. road, 10. tall, 11. interested, 12. given up, 13. may, 14. wears, 15. puts on, 16. are, 17. much, 18. hasn't he, 19. doesn't he see, 20. What do.

Test No. 4

IV. ఈ క్రింది వాక్యాలలో ఖాళీల ముందు బ్రాకెట్లలో కొన్ని పదాలున్నాయి. వాటిలో తగిన పదాన్ని ఎన్నిక చేసి ఖాళీలను పూర్తి చేయండి -

1. ... (Shall, Will) you please help me out of this difficulty? 2. She was overjoyed... (to, into) see her lost baby. 3. Thanks... (to, for) your good wishes. 4. We congratulated him... (at, on) his success. 5. ...(Get, Let) me go home. 6. Are you feeling... (thirst, thirsty)? 7. Do you... (drink, take) milk or tea? 8. What... (is, are) the news? 9. Remind him... (of, on) his promise. 10. Switch... (out, off) the light. 11. Go... (on, in) person to post this important letter. 12. Give... (in, up) smoking; it's harmful. 13. Is there any need... (for, to) worry? 14. Do not find fault... (on, in, with) others. 15. Are you angry... (on, with) me? 16. I know very little... (of, in, on) this connection. 17. Get out (from, of) my sight. 18. You are... (loosing, losing) your temper. 19. We... (may, shall) have some coffee. 20. We must avoid... (smoking, to smoke).

సరయిన పూరక పదాలు :

1. will, 2. to, 3. for, 4. on, 5. Let, 6. thirsty, 7. take, 8. is, 9. of, 10. off, 11. in, 12. up, 13. to, 14. with, 15. with, 16. in, 17. of, 18. losing, 19. shall, 20. smoking.

Test No. 5

V. ఈ క్రింది వాక్యాలను తెలుగులోకి అనువదించండి -

1. No, I don't take tea. 2. I won't be able to attend his birthday party. 3. He does not agree with me. 4. They didn't come. 5. The lion killed two shepherds. 6. The Yamuna was flooded. 7. Raise the curtain. 8. Don't they run fast? 9. How can it be so? 10. The tiger in the cage frightened the children. 11. I want your kind help. 12. He did it. 13. Who plays football in the park? 14. He lives only on milk. 15. Isn't he twelve years old?

Test No. 6

VI. ప్రశ్న **V** లో వ్యతిరేకార్థక వాక్యాలను భావనాత్మక వాక్యాలుగాను, భావనాత్మక వాక్యాలను వ్యతిరేకార్థక వాక్యాలుగాను మార్చండి. ఈ క్రింద యిచ్చిన ఉదాహరణను అనుసరించండి -

ఇచ్చిన వాక్యము	ఇచ్చిన వాక్యానికి వ్యతిరేకము
He didn't play cricket.	He played cricket.
She sings very well.	She doesn't sing very well.

Test No. 7

VII. ఈ పదాల సరయిన ఉచ్చారణను తెలుగు లిపిలో వ్రాయండి. ఉదా. :- would (వుడ్).

invite, invitation, pleasure, journey, hearty, rumour, success. little, stomach, quarrel, minutes, forty, fourteen, receipt, honest.

Test No. 8

VIII. *(i)* ఈ క్రింద కొన్ని క్రియా పదాలున్నాయి. వీటి అర్థం వ్రాయండి -

to fetch, to enjoy, to meet, to burst, to bring, to enter, to chew, to cheat, to want, to agree, to obey, to move, to forget, to forgive, to hire, to abstain.

(ii) ఈ రెండింటిలో తేడా ఏమిటో వ్రాయండి : believe—belief, (to) check—cheque, (to) speak—speech, (to) agree—agreement, cool—cold, (to) invite—invitation, (to) pride—proud, (to) except—(to) accept.

(iii) వీటి వ్యతిరేకార్థాలు వ్రాయండి—possible—impossible

patience, come, accept, clean, improper, without, switch off, back, early, disagree, many, able, empty.

Test No. 9

IX. ఇంగ్లీషు క్రియ go తర్వాత వేర్వేరు prepositions వాడితే అర్థము మారిపోతుంది. అదే విధంగా జాతీయాలు కూడా ఆయా భాషలకు అలంకారాలు. Go అన్న దానికి చాలా వాడుకలో ఉన్న జాతీయాలను ఈ దిగువ ఇచ్చారు. వీటిని నేర్చుకోండి. అభ్యాసం కోసం వీటిని వాక్యాలలో ఉపయోగించండి -

go on = కొనసాగించు	go down = మునిగిపోవు	go out = ఆరిపోవు
go in for = ఏదో పనిలో నిమగ్నమగు	go with = వెంట వెళ్ళు, జత సరిపోవు	go about = కార్యమగ్నమవు
go into = వివరాలను పరిశీలించు	go back on = మాట నిలుపుకోకపోవుట.	

41 st Day నలభై ఒకటవ రోజు

అయిదవ అభ్యాసము (5th Expedition)

నాలుగవ అభ్యాసములో ఆహ్వానము, అభినందనము, స్వీకృతి, తిరస్కృతి, ఆజ్ఞ, అనుమతి, దెబ్బలాట, విసుగు, క్షమ, విన్నపము మొ॥న అనేక ప్రయోగాలలోని వాక్యాలను ఆంగ్లములో మాట్లాడటం నేర్చుకున్నారు. అయిదవ అభ్యాసములో ఆరోగ్యము, వాతావరణము, చరిత్ర, వేషము-భాష, అధ్యయనము, క్రీడల గురించి ఇంటిలో, బయటా ఎవరయినా కలిసినప్పుడు, కొనుగోలు చేసేటప్పుడు వ్యవహారంలో వచ్చే ఇంగ్లీషు వాక్యాలను మాట్లాడటం నేర్చుకోండి. ఆ వాక్యాల ద్వారా మీరు అవసరాన్ని బట్టి ఇంగ్లీషులో మాట్లాడగలుగుతారు. పాఠము చివరన ఇచ్చిన టీక సహాయంతో మీరు కొత్త పదాలను చదవ గలుగుతారు. ప్రత్యయాలతో కూడిన అనేకానేక పదాలను సరిగా ఉపయోగించడం కూడా నేర్చుకుంటారు.

24. ఇంటిలో (At Home)

1. ఇటు చూడు, ఇక్కడ పక్క వెయ్యి. — Look, make the bed over here. లుక్, మేక్ ది బెడ్ ఓవర్ హియర్.
2. పాలు విరిగిపోయాయి. — **The milk has turned sour.** ద మిల్క్ హాస్ టర్న్డ్ సోర్.
3. ఆవును కట్టేసి రానీ. — Let me tether the cow. లెట్ మి టెథర్ ద కౌ.
4. ఈ గదిలో దుమ్ము దులుపు. — Keep the room clean/dusted. కీప్ ది రూమ్ క్లీన్డ్/డస్టెడ్.
5. బొగ్గంతా కాలి బూడిదయింది. — The coals were burnt to ashes. ద కోల్స్ వర్ బర్న్ట్ టు ఆషస్.
6. మీకెంతమంది పిల్లలు? — **How many children do you have?** హౌ మెనీ ఛిల్డ్రన్ డు యు హావ్?
7. మేము ప్రతి రోజు భోజనానికి బంగాళా దుంపల కూర వండుతాము. — We cook potatoes everyday for our meals. వుయ్ కుక్ పొటాటోస్ ఎవ్విరిడే ఫర్ అవర్ మీల్స్.
8. ఈ రోజు కొత్త వంటకము ఏమిటి? — What new dish is made today? వాట్ న్యూ డిష్ ఈస్ మేడ్ టుడే?
9. చాకలివాడు పోయిన సారి బట్టలు ఎప్పుడు తీసుకెళ్ళాడు? — When did the washerman last take the clothes for washing? వెన్ డిడ్ ద వాషర్‌మాన్ లాస్ట్ టేక్ ద క్లాత్స్ ఫర్ వాషింగ్?
10. ఈ కోటుకు మళ్ళీ ఇస్త్రీ చేయించు. — Get this coat ironed again. గెట్ దిస్ కోట్ ఐరన్డ్ ఎగైన్.
11. తడి బట్టలను ఎండలో వెయ్యి. — **Put wet clothes in the sun.** పుట్ వెట్ క్లాత్స్ ఇన్ ద సన్.
12. నన్ను కాస్త తయారు కానివ్వు. — **Let me get ready.** లెట్ మి గెట్ రెడీ.
13. నువ్వు చాలా ఆలస్యం చేస్తున్నావు. — **You are taking too long./You are being very slow.** యు ఆర్ టేకింగ్ టూ లాంగ్./యు ఆర్ బీయింగ్ వెరీ స్లో.
14. మనం టైముకంటే ముందే చేరుకుంటాము. — **We'll reach there before time.** వీ'ల్ రీచ్ దేర్ బిఫోర్ టైమ్.
15. ఆమె అత్తగారు మంచి స్వభావం గలవారు. అయితే కోడండ్లు దుడుకు స్వభావం గలవారు.* — Her mother-in-law is good-natured, but not her daughters-in-law. హర్ మదర్-ఇన్-లా ఈస్ గుడ్-నేచర్డ్, బట్ నాట్ హర్ డాటర్స్-ఇన్-లా.
16. మీకు స్వాగతం. — You are welcome. యు ఆర్ వెల్‌కమ్.
17. మీ మాటమీద మీరు నిలబడాలి. — You should not go back on your words./You should keep your word. యు షుడ్ నాట్ గో బాక్ ఆన్ యువర్ వర్డ్స్./యు షుడ్ కీప్ యువర్ వర్డ్.

18. **అతను చాలా దురుసుగా ప్రవర్తించాడు.** **He behaved very rudely./He was impudent/rude.** హి బిహేవ్డ్ వెరి రూడ్‌లీ./హి వాస్ ఇంప్యూడెన్ట్/రూడ్.

19. మీ పాత్రలకు కళాయి వేయించండి. Get your utensils tinned. గెట్ యువర్ యుటెన్సిల్స్ టిన్డ్.

20. **ఇక నేను ఎక్కువ కాచుకొని ఉండలేను.** **I can't wait any longer.** ఐ కాన్ట్ వెయిట్ ఎని లాంగర్.

21. నేను ఉదయం నుండి బయట తిరుగుతున్నాను. I have been out since morning. ఐ హావ్ బీన్ ఔట్ సిన్స్ మార్నింగ్.

22. నాకు నిద్ర వస్తోంది. I'm feeling sleepy. ఐ'మ్ ఫీలింగ్ స్లీపీ.

23. నాకు రాత్రి బాగా నిద్ర పట్టింది. I had a sound sleep last night. ఐ హాడ్ ఎ సౌండ్ స్లీప్ లాస్ట్ నైట్.

24. **లోపల ఎవరూ లేరు.** **There is nobody inside.** దేర్ ఈస్ నోబడి ఇన్‌సైడ్.

25. **ఇక వెళ్ళి నిద్రపోండి.** **Now go to sleep/bed.** నౌ గో టు స్లీప్/బెడ్.

26. మీరు చాలా ఆలస్యం చేశారు. You took a long time. యు టుక్ ఎ లాంగ్ టైమ్.

27. **నేను ఒక క్షణంలో తయారవుతాను.** **I'll be ready in a moment.** ఐ'ల్ బి రెడీ ఇన్ ఎ మొమెంట్.

28. మీరు నన్ను ఎందుకు నిద్ర లేపలేదు? Why didn't you wake me up?. వై డిడన్ట్ యు వేక్ మి అప్?

29. మిమ్ములను నిద్ర లేపటం మంచిది కాదనుకున్నాను. I didn't think it proper to wake you up. ఐ డిడన్ట్ థింక్ ఇట్ ప్రాపర్ టు వేక్ యు అప్.

30. **నేను కాసేపు విశ్రాంతి తీసుకుంటాను.** **I'll relax/rest for a while.** ఐ'ల్ రిలాక్స్/రెస్ట్ ఫర్ ఎ వైల్.

31. కుర్చీ మీద కూర్చోండి. Pull/Have a chair, please. పుల్/హావ్ ఎ ఛేర్, ప్లీస్.

32. **ఇంతవరకు మీరు మేలుకొని ఉన్నారా?** **You are still awake!** యు ఆర్ స్టిల్ అవేక్?

33. **ఎవరు తలుపు తడుతున్నారు?** **Who is knocking at the door?** హూ ఈస్ నాకింగ్ అట్ ద డోర్?

34. ఈ ఉదయం ఆలస్యంగా నిద్ర లేచాను. I woke up late this morning. ఐ వేక్ అప్ లేట్ దిస్ మార్నింగ్.

35. **మిమ్ములను చూడటానికి ఎవరో వచ్చారు.** **Someone has come./There is someone to see you.** సమ్‌వన్ హాస్ కమ్./దేర్ ఈస్ సమ్‌వన్ టు సీ యు.

36. లోపలికి దయచేయండి. Please come in. ప్లీస్ కమ్ ఇన్.

37. **దయచేసి కూర్చోండి.** **Please be seated./Please have a seat./Please sit down.** ప్లీస్ బి సీటెడ్./ప్లీస్ హావ్ ఎ సీట్./ప్లీస్ సిట్ డౌన్.

38. అనుపమ్ ఎక్కడున్నాడు? Where is Anupam? వేర్ ఈస్ అనుపమ్?

39. ఎక్కడున్నాడో నాకు తెలియదు. I don't know where he is. ఐ డోన్ట్ నో వేర్ హి ఈస్.

40. ఏమిటి? What's it? వాట్స్ ఇట్?

41. ఎవరక్కడ? Who's it? హూ'స్ ఇట్?

42. నేను మనీష్‌ను. It's me, Manish. ఇట్స్ మి, మనీష్.

43. అరుణ్ లోపలున్నాడా? Is Arun in? ఈస్ అరుణ్ ఇన్?

44. బాగా ప్రొద్దెక్కిపోయింది. The day is far advanced. ది డే ఈస్ ఫార్ అడ్వాన్స్‌డ్.

45. **ఈ మధ్యన డబ్బుకు చాలా ఇబ్బందిగా ఉంది.** **I'm hard up/tight these days.** ఐ'మ్ హార్డ్ అప్/టైట్ దీస్ డేస్.

46. మంచి వంటమనిషిని పెట్టండి. Engage some expert cook. ఎంగేజ్ సమ్ ఎక్స్‌పర్ట్ కుక్.

47. **నేను బాగా అలసిపోయాను.** **I am dead/terribly tired.** ఐ యామ్ డెడ్/టెరిబులీ టైర్డ్.

48. **కబుర్లు చెప్పుకుందాం.** **Let's have a chat.** లెట్స్ హావ్ ఎ ఛాట్.

49. **తలుపుకి గడియ పెట్టు.** **Bolt the door.** బోల్ట్ ద డోర్.

50. ఇంక వెళ్ళిపోవాలి. It's time to depart now. ఇట్స్ టైమ్ టు డిపార్ట్ నౌ.

51. ఇంట్లో వస్తువుల్ని సరిగా సర్దు. Keep the household things in their place. కీప్ ది హౌస్‌హోల్డ్ థింగ్స్ ఇన్ ఢెయిర్ ప్లేస్.

52.	ఈ రాత్రికి ఇక్కడే విశ్రాంతి తీసుకోండి.	Take rest/Relax here tonight. టేక్ రెస్ట్/రిలాక్స్ హియర్ టునైట్.
53.	మీరు కునికిపాట్లు పడుతున్నారు.	You are dozing. యు ఆర్ డోజింగ్.
54.	నా పక్క/బట్టలు సర్దు.	**Make my bed.** మేక్ మై బెడ్.
55.	నీ ముక్కు కారుతోంది.	Your nose is running. యువర్ నోస్ ఈస్ రన్నింగ్.
56.	మేము చాలా ప్రొద్దు పోయేదాకా మాట్లాడుతూ ఉన్నాము.	We kept talking/chatting till very late. వుయ్ కెప్ట్ టాకింగ్/ఛాటింగ్ టిల్ వెరి లేట్.
57.	డాక్టరుగారికి టెలిఫోన్ చేయి.	**Ring up the doctor.** రింగ్ అప్ ది డాక్టర్.
58.	నన్ను చూడటానికి మా మేనమామ వచ్చారు.	My maternal uncle has come to see me. మై మెటర్నల్ అంకుల్ హాస్ కమ్ టు సీ మి.
59.	ఈయనగారికి మీతో ఏదో పనుందట.	**This gentleman has some work with you.** దిస్ జెంటిల్‌మెన్ హాస్ సమ్ వర్క్ విత్ యు.
60.	నేను అతనింటికి వెళ్ళాలి.	I have to go to his house./I have to call on him. ఐ హావ్ టు గో టు హిస్ హౌస్./ఐ హావ్ టు కాల్ ఆన్ హిమ్.
61.	అతను తన తల్లి-దండ్రులకు దూరంగా ఉన్నాడు.	He lives separetely from his parents. హీ లివ్స్ సెపరేట్లీ ఫ్రమ్ హిస్ పేరెంట్స్.
62.	అతను ఉండమంటే ఉండేవాడను.	Had he asked me, I would have stayed. హాడ్ హి ఆస్క్‌డ్ మి, ఐ వుడ్ హావ్ స్టేయ్‌డ్.
63.	నేను ప్రతి రోజూ షవర్ క్రింద స్నానం చేస్తాను.	I take/have a shower-bath every morning. ఐ టేక్/హావ్ ఎ షవర్-బాత్ ఎవ్విరి మార్నింగ్.

గుర్తుంచుకోండి (Remember)

*ఇంగ్లీషు పదాల చివరన s చేర్చితే, బహువచనం అవుతుంది. అయితే కొన్ని పదాల్లో s వేరే చోట వాడుతారు. ఉదా.: Son-in-law సన్-ఇన్-లా (అల్లుడు). అనే దానికి sons-in-law అనాలి. son-in-laws (సన్-ఇన్-లాస్) అన కూడదు. ఇదే విధంగా ఈ క్రింది పదాలలో బహువచనం వస్తుంది -

Father-in-law (ఫాదర్-ఇన్-లా) మామగారు	Fathers-in-law
Brother-in-law (బ్రదర్-ఇన్-లా) బావగారు	Brothers-in-law
Mother-in-law (మదర్-ఇన్-లా) అత్తగారు	Mothers-in-law
Sister-in-law (సిస్టర్-ఇన్-లా) వదిన, మరదలు	Sisters-in-law
Governor-General (గవర్నర్-జనరల్) శాసనాధ్యక్షులు	Governors-General
Commander-in-chief (కమాండర్-ఇన్-ఛీఫ్) ప్రధాన సేనాపతి	Commanders-in-chief

పద సమూహంలో ఎక్కువ ప్రముఖమయిన పదానికి s జోడించాలి. ఇదే రీతిని step-son (స్టెప్-సన్) సవతి కొడుకు, step-sons (స్టెప్-సన్స్) maid-servant (మెయిడ్ సర్వెంట్) బహువచనం - maid-servants (మెయిడ్ సర్వెంట్స్) అవుతుంది.

42 నలభై రెండవ రోజు
nd Day

25. ఇంటి వెలుపల (Out of Home)

1. ఈ జోడు చాలా బిగుతుగా ఉంది. — **This shoe is very tight.** దిస్ షూ ఈస్ వెరి టైట్.
2. ఈ దారి ఎక్కడకు వెడుతుంది? — Where does this road lead to? వేర్ డస్ దిస్ రోడ్ లీడ్ టు?
3. ఈ రోడ్డు రోతక్ వెడుతుంది. — This road leads to Rohtak. దిస్ రోడ్ లీడ్స్ టు రోతక్.
4. కాస్త నా సైకిలు పట్టుకోండి. — Just hold my cycle/bike. జస్ట్ హోల్డ్ మై సైకిల్/బైక్.
5. నేను రాత్రిపూట ఎప్పుడూ మేలుకోవలసి వుంటుంది. — I have to keep awake/wake up at night. ఐ హావ్ టు కీప్ అవేక్/వేక్ అప్ ఎట్ నైట్.
6. ఎల్లప్పుడూ ఎడమవైపు నడవండి. — Always keep to the left. ఆల్వేస్ కీప్ టు ది లెఫ్ట్.
7. ఎల్లప్పుడూ కాలిబాట మీద నడవండి. — Always walk on the footpath. ఆల్వేస్ వాక్ ఆన్ ది ఫుట్-పాత్.
8. **జేబుదొంగలుంటారు జాగ్రత్త.** — **Beware of pick-pockets.** బివేర్ ఆఫ్ పిక్-పాకెట్స్.
9. నాకు నాటకాలు చూడాలని పెద్దగా ఆసక్తి లేదు. — I am not fond of theatre/seeing plays. ఐ యామ్ నాట్ ఫాన్డ్ ఆఫ్ థియేటర్/సీయింగ్ ప్లేస్.
10. **నేను ఇల్లు మారాను.** — **I have changed my house./I've shifted from the old place.** ఐ హావ్ ఛేంజ్డ్ మై హౌస్/ఐ'వ్ షిఫ్టెడ్ ఫ్రమ్ ది ఓల్డ్ ప్లేస్.
11. ఇక్కడ టాక్సీ దొరుకుతుందా?* — **Can one get a taxi/cab here?** కెన్ వన్ గెట్ ఎ టాక్సి/కేబ్ హియర్?
12. ఏది ఎలాగయినా, మనం సకాలంలో సమావేశానికి హాజరు కావాలి. — Come what may, we must reach the meeting on time. కమ్ వాట్ మే, వుయ్ మస్ట్ రీచ్ ద మీటింగ్ ఆన్ టైమ్.
13. ఈ రోడ్డు సార్వజనికం కాదు. — This road is closed to the public. దిస్ రోడ్ ఈస్ క్లోస్డ్ టు ద పబ్లిక్.
14. అనుమతి లేనిదే ప్రవేశం లేదు. — No entry without permission. నో ఎంట్రీ వితౌట్ పర్మిషన్.

26. నౌకరుతో (To Servant)

1. ఇలా రా, బాబూ. — Come here, boy. కమ్ హియర్, బాయ్.
2. భోజనం తీసుకు రా. — Bring the food. బ్రింగ్ ద ఫుడ్.
3. **ఒక గ్లాసు మంచినీళ్ళివ్వు.** — **Get me a glass of water.** గెట్ మి ఎ గ్లాస్ ఆఫ్ వాటర్.
4. వెళ్ళి ఈ ఉత్తరాలు పోస్టు చేయి. — Go and post these letters. గో అండ్ పోస్ట్ దీస్ లెటర్స్.
5. బట్టలుతుకు. — *Wash the clothes. వాష్ ద క్లోత్స్.
6. త్వరగా కానీ. — Hurry up./Make haste. హర్రీ అప్./మేక్ హేస్ట్.
7. మూట పైకెత్తు. — Lift/Pick up/Carry the bundle. లిఫ్ట్/పిక్ అప్/క్యారీ ద బండల్.
8. నాకు సగం రొట్టె ఇవ్వు. — Give me half a bread/chapati. గివ్ మి హాఫ్ ఎ బ్రెడ్/చపాతి.
9. ఇక నువ్వు వెళ్ళు. నాకు పనుంది. — You go now, I have to do some work. యు గో నౌ, ఐ హావ్ టు డు సమ్ వర్క్.

---

* (i) Clothes (క్లోత్స్) కుట్టబడిన బట్టలు. Cloth (క్లాథ్) కుట్టని బట్టలు.
(ii) Clothe (క్లోథ్) క్రియ-బట్టలు తొడుక్కోవడం/ధరించడం.

10. దారి చూపు. | Show the way. షో ద వే.
11. అతనికి బయటికెళ్ళడానికి దారి చూపు. | Show him out. షో హిమ్ ఔట్.
12. మధ్యలో మాట్లాడకు. | **Don't interrupt.** డోన్ట్ ఇంటరప్ట్.
13. ఇదిగో ఓ మాట. | Just listen. జస్ట్ లిసన్.
14. కంగారు పడవద్దు. | Don't worry. డోన్ట్ వర్రీ.
15. కాస్త ఆగు. | Wait a bit. వెయిట్ ఎ బిట్.
16. పంకా స్విచ్ వెయ్యి. | Switch on the fan. స్విచ్ ఆన్ ద ఫ్యాన్.
17. గోల చేయవద్దు. | **Don't make a noise.** డోన్ట్ మేక్ నాయిస్.
18. బిడ్డ ఎందుకు ఏడుస్తోందో చూడు. | Go and see why the child is weeping/crying. గో అండ్ సీ వై ది చైల్డ్ ఈస్ వీపింగ్/క్రైయింగ్.
19. కాస్త పేపరు, పెన్సిలు ఇవ్వు. | Give me a pencil and a piece of paper. గివ్ మి ఎ పెన్సిల్ అండ్ ఎ పీస్ ఆఫ్ పేపర్.
20. నేను వచ్చేదాకా ఇక్కడే వుండు. | Wait here until I'm back. వెయిట్ హియర్ అన్‌టిల్ ఐ'మ్ బాక్.
21. ఇక నువ్వు వెళ్ళవచ్చు. | **You may go now.** యు మే గో నౌ.
22. నన్ను నాలుగు గంటలకు నిద్ర లేపు. | Wake me up at 4 o'clock. వేక్ మి అప్ ఎట్ 4 ఓ'క్లాక్.
23. దీపం బుడ్డి వెలిగించు. | Light the lamp. లైట్ ది లాంప్.
24. లైటు స్విట్ వేయి/తియ్యి. | Switch on/off the light. స్విచ్ ఆన్/ఆఫ్ ద లైట్.
25. **ఒక ప్రక్కకు తొలగు** | **Move aside.** మూవ్ అసైడ్.
26. మీ తెలివితేటల్ని ఉపయోగించండి. | Use your mind/brain. యూస్ యువర్ మైండ్/బ్రైన్.
27. రేపు త్వరగా రావటం మరచిపోవద్దు. | Don't forget to come early tomorrow. డోన్ట్ ఫర్గెట్ టు కమ్ ఎర్లీ టుమారో.
28. వెళ్ళి కాస్త విశ్రాంతి తీసుకో. | Go and relax for a while. గో అండ్ రిలాక్స్ ఫర్ ఎ వైల్.

గుర్తుంచుకోండి (Remember)

*సంజ్ఞలను వలె అనేక విశేషణాలను ఆఖరు భాగం చూసి గుర్తించవచ్చు. Articles of daily use are now available in the market. (రోజువారి సరుకులు ఇప్పుడు మార్కెట్‌లో దొరుకుతాయి). ఇందులో avail అన్నది క్రియ. దీనికి able అన్న పదాన్ని జత చేస్తే available అనే విశేషణం తయారయింది. ఇదే రీతిగా agreeable (అంగీకారమైంది), comfortable (సౌకర్యంగా), dependable (ఆధారపడదగిన), eatable (తినదగిన), manageable (నిర్వహణీయము), payable (చెల్లింపగల), saleable (అమ్ముడు కాగల), washable (ఉతుకదగిన) మూల రూపాలకు (సంజ్ఞా సూచకాలు, క్రియా పదాలకు) able జోడించటం వలన ఈ పదాలు ఏర్పడుతాయి. అనేక చోట్ల able అనే దానికి బదులు ible కూడా చేరుతుంది. ఉదా. :- combust (మండుట) నుండి combustible (మండుసట్టి), eligible (అర్హత గల), illegible (అస్పష్టమయిన).

కొన్ని క్రియలు, సంజ్ఞా సూచకాలు మొ॥ చివరన al జోడించి విశేషణాలుగా చేయవచ్చు. ఉదా :-

brute నుంచి brutal (క్రూరమైన) | continue నుంచి continual (ఎడతెరిపి లేకుండా)
centre నుంచి central (కేంద్రీయ) | term నుంచి terminal (చిట్ట చివర)

ఈ పదాల ఆఖరులో e ఉన్నట్టయితే అది తొలుగుతుంది.

43 నలభై మూడవ రోజు
43rd Day

27. కలుసుకున్నప్పుడు (On Meeting)

1. మిమ్మల్ని చూడడంతో ఆనందమయింది. It's been nice seeing you. ఇట్స్ బీన్ నైస్ సీయింగ్ యు.
2. మరలా ఎప్పుడు కలుద్దాము? When do I see you again?/When shall we meet again? వెన్ డు ఐ సీ యు ఎగైన్?/వెన్ షల్ వుయ్ మీట్ ఎగైన్?
3. మీ దర్శనం నాకు ఆనందంగా ఉంది. How glad I am to see you! హౌ గ్లాడ్ ఐ యామ్ టు సీ యు!
4. కాస్త ముఖ్యమైన పని ఉంది. There is something important to do. దేర్ ఈస్ సమ్‌థింగ్ ఇంపార్టెంట్ టు డూ.
5. ఆ రోజు మీరెందుకు రాలేదు? **Why didn't you come that day?** వై డిడన్ట్ యు కమ్ దట్ డే?
6. మీరు పొరపడుతున్నారు. **You are mistaken./You are at fault.** యు ఆర్ మిస్టేకెన్./యు ఆర్ ఎట్ ఫాల్ట్.
7. నీవు చాలా కాలం నుండి కనబడలేదు. **Not seen since a long time. (informal)/Didn't see you for a long time.** నాట్ సీన్ సిన్స్ ఎ లాంగ్ టైమ్. (ఇన్‌ఫార్మల్)/డిడన్ట్ సీ యు ఫర్ ఎ లాంగ్ టైమ్.
8. అతను మిమ్మల్ని అడిగాడు. **He has asked for you.** హి హాస్ ఆస్క్‌డ్ ఫర్ యు.
9. నా పని ఇంకా పూర్తి కాలేదు. My work is not yet over. మై వర్క్ ఈస్ నాట్ యట్ ఓవర్.
10. నేను మీ సలహా అడగాలని వచ్చాను. I've come to seek your advice. ఐ'వ్ కమ్ టు సీక్ యువర్ అడ్వైస్.
11. నేను మీతో మాట్లాడాలి. I wish to talk to you. ఐ విష్ టు టాక్ టు యు.
12. నేను మీ కోసం చాలా సేపు చూశాను. I waited long for you. ఐ వెయిటెడ్ లాంగ్ ఫర్ యు.
13. మీరు అరగంట ఆలస్యంగా వచ్చారు. You are late by half an hour.* యు ఆర్ లేట్ బై హాఫ్ యాన్ అవర్.
14. మేము చాలా త్వరగా వచ్చాము. We have come too early. వుయ్ హావ్ కమ్ టూ ఎర్లీ.
15. మీరు ఎలా ఉన్నారు? **How are you?** హౌ ఆర్ యు?
16. నన్ను అతనికి పరిచయం చేయండి. **Introduce me to him.** ఇంట్రొడ్యూస్ మి టు హిమ్.
17. మీ క్షేమ సమాచారం తంతి ద్వారా తెలపండి. Wire about your welfare. వైర్ అబౌట్ యువర్ వెల్ఫేర్.
18. రోజూ తప్పకుండా వ్యాయామం చేయండి. Take exercise daily/everyday. టేక్ ఎక్సర్సైజ్ డైలీ/ఎవ్విరిడే.
19. అతని గురించి కొంత కాలం నుండి సమాచారం తెలీదు. **I haven't heard about him for long.** ఐ హావన్ట్ హర్డ్ అబౌట్ హిమ్ ఫర్ లాంగ్.
20. ఏదయినా శుభవార్త చెప్పండి. Let's have some good news. లెట్స్ హావ్ సమ్ గుడ్ న్యూస్.
21. మీ ఉత్తరం ఇప్పుడే అందుకున్నాను. Your letter has just been received. యువర్ లెటర్ హాస్ జస్ట్ బీన్ రిసీవ్డ్.
22. మీరు అక్కడికి చేరగానే ఉత్తరం వ్రాయండి. **Write immediately on reaching.** రైట్ ఇమీడియట్‌లీ ఆన్ రీచింగ్.
23. ఆ విషయం మరచిపోవద్దు. **Don't forget it./Keep it in mind.** డోన్ట్ ఫర్గెట్ ఇట్./కీప్ ఇట్ ఇన్ మైండ్.
24. అతను వచ్చినప్పుడు నాకు చెప్పు. Let me know when he comes. లెట్ మి నో వెన్ హి కమ్స్.
25. మళ్ళీ కలుద్దాం. See you again. సీ యు ఎగైన్.

26.	ఆయనకు నా నమస్కారం వ్రాయండి.	Give/Convey my regards to him. గివ్/కన్వే మై రిగార్డ్స్ టు హిమ్.
27.	అప్పుడప్పుడు నాకు ఉత్తరం వ్రాస్తూండండి.	Do write to me sometimes/off and on. డూ రైట్ టు మీ సమ్‌టైమ్స్/ఆఫ్ అండ్ ఆన్.
28.	నాకు మీ అడ్రసు ఇవ్వండి.	Please give me your address. ప్లీస్ గివ్ మి యువర్ అడ్రస్.
29.	వచ్చే ఆదివారం నన్ను కలవండి.	Meet me next Sunday. మీట్ మి నెక్స్‌ట్ సన్‌డే.
30.	ఆమెను/అతన్ని ఎప్పుడు కలుస్తారో నిర్ణయించారా?	Have you arranged/fixed up a meeting with her/him? హౌ యు అరేంజ్డ్/ఫిక్స్‌డ్ అప్ ఎ మీటింగ్ విత్ హర్/హిమ్?
31.	అతన్ని కలవడం సంతోషకరమయింది.	It was nice meeting him. ఇట్ వాస్ నైస్ మీటింగ్ హిమ్.
32.	మీరెప్పుడైనా రావచ్చు.	**You are always welcome.** యు ఆర్ అల్వేస్ వెల్‌కమ్.
33.	మొహమాట పడవద్దు.	**There is no need for formality./Don't be formal.** దేర్ ఈస్ నో నీడ్ ఫర్ ఫార్మాలిటీ./డోన్ట్ బి ఫార్మల్.
34.	**అతనితో నాకు అంత మంచి సంబంధం లేదు.**	**I am not on good terms with him.** ఐ యామ్ నాట్ ఆన్ గుడ్ టెర్మ్స్ విత్ హిమ్.
35.	మా పరస్పర సంబంధం చాలా బాగుంది.	We have an excellent/perfect relationship with each other. వుయ్ హావ్ యాన్ ఎక్సలెంట్/పర్ఫెక్ట్ రిలేషన్‌షిప్ విత్ ఈచ్ అదర్.
36.	హాయిగా గడచిన ఈ సాయంత్రానికి ధన్యవాదాలు.	Thanks for a pleasant/wonderful/lovely evening! థాంక్స్ ఫర్ ఎ ప్లెసెంట్ వండర్‌ఫుల్/లాలీ ఈవినింగ్!

గుర్తుంచుకోండి (Remember)

ఆంగ్లంలో కొన్ని పదాలు సదా బహువచనంలో ఉంటాయి. ఉదా. :- Rich అంటే శ్రీమంతులు అని అర్థం. అయితే Riches, Rich కి బహువచనం కాదు. ఉదా .:- (1) He is a rich man. అతను శ్రీమంతుడు. Riches make men proud దీని అర్థం (ధనంతో మనుషులు గర్విష్ఠులవుతారు). ఇదే విధంగా క్రింద ఇవ్వబడిన వాక్యాలు ఎల్లప్పుడూ బహు వచనంలో ఉంటాయి -

alms ఆమ్స్ (దానము), spectacles స్పెక్టకల్స్ (కళ్ళజోడు), trousers ట్రౌసర్ (పేంటు), scissors సిసర్స్ (కత్తెర), shorts షార్ట్స్ (పొట్టి లాగు, నిక్కరు).

కొన్ని పదాలు బహువచన రూపంలో ఉన్నా, ఎల్లప్పుడూ ఏకవచన రూపంలో ఉన్నట్టుగానే పని చేస్తాయి. Mathematics is difficult మేథమేటిక్స్ ఈస్ డిఫికల్ట్ - (గణితము కష్టమయిన పాఠ్యాంశము). ఇదే రీతిన బహువచనం లోని పదాలు వాడుతారు. వీటిని అభ్యసించండి -

Innings ఇన్నింగ్స్ (వంతు), news న్యూస్ (వార్తలు), means మీన్స్ (ఉపాయము), corps కార్ప్స్ (సేనలో ఒక భాగము), series సీరిస్ (గ్రంథమాల).

అర్థ గంటకు half an hour అని అనాలి.

44 నలభై నాలుగవ రోజు th Day

28. కొనుగోలు (Shopping)

1. అతనొక చిన్న దుకాణదారు. — He is a petty/an ordinary shopkeeper. హి ఈస్ ఎ పెట్టి/యాన్ ఆర్డినరీ షాప్‌కీపర్.
2. సామాన్లు అమ్మేవాళ్ళు గొంతు చించుకొని అరుస్తున్నారు. — The hawkers are shouting at the top of their voice. ద హాకర్స్ ఆర్ షౌటింగ్ ఎట్ ది టాప్ ఆఫ్ దెయిర్ వాయిస్.
3. **ఈ బియ్యం నాణ్యత తక్కువ.** — **This rice is of an inferior quality.** దిస్ రైస్ ఈస్ ఆఫ్ యాన్ ఇన్‌ఫీరియర్ క్వాలిటి.
4. ఈ వస్తువు చవగ్గా అమ్ముడు పోతుంది. — This article is selling at a throw-away price. దిస్ ఆర్టికల్ ఈస్ సెల్లింగ్ ఎట్ ఎ థ్రో-అవే ప్రైస్.
5. వ్యాపారం ఈ మధ్యన చాలా మందకొడిగా ఉంది. — **There is a depression in trade these days./There is a slump in business these days.** దేర్ ఈస్ ఎ డిప్రెషన్ ఇన్ ట్రేడ్ దీస్ డేస్./దేర్ ఈస్ ఎ స్లంప్ ఇన్ బిజినెస్ దీస్ డేస్.
6. ఈ పుస్తకం బాగా అమ్ముడుపోతోంది. — This book is selling like hot cakes. దిస్ బుక్ ఈస్ సెల్లింగ్ లైక్ హాట్‌కేక్స్.
7. నాకు యాభై పైసలు తక్కువయ్యాయి. — **I am short by fifty paise.** ఐ యామ్ షార్ట్ బై ఫిఫ్టీ పైసే.
8. ఈ బిస్కెట్ దుకాణంలో అన్నీ పాత సరుకులు అమ్ముతాడు. — This confectioner sells stale stuff/things. దిస్ కన్ఫెక్షనర్ సెల్స్ స్టేల్ స్టఫ్/థింగ్స్.
9. నీవు నాకు ఒక రూపాయి తక్కువగా ఇచ్చావు. — You have given me one rupee less. యు హావ్ గివెన్ మి వన్ రుపీ లెస్.
10. **ఈ బట్ట ఉతికితే ముడుచుకుపోతుంది.** — **This cloth shrinks on washing.** దిస్ క్లాత్ ష్రింక్స్ ఆన్ వాషింగ్.
11. ఈ మామిడిపండు బాగా ముగ్గింది. — This mango is over-ripe. దిస్ మాంగో ఈస్ ఓవర్-రైప్.
12. సమ్మె కారణంగా పనులు ఎక్కడికక్కడ ఆగిపోయాయి. — Everything is closed because of the strike. ఎవ్విరిథింగ్ ఈస్ క్లోస్డ్ బికాస్ ఆఫ్ ది స్ట్రైక్.
13. ఈ దుకాణంలో అన్ని రకాల బట్టలు దొరుకుతాయి. — All varieties of cloth are available at this shop. ఆల్ వెరైటీస్ ఆఫ్ క్లాత్ ఆర్ అవైలబుల్ ఎట్ దిస్ షాప్.
14. **ఈ పుస్తకం బాగా పేరు గడించింది.** — **This book is very popular.** దిస్ బుక్ ఈస్ వెరి పాపులర్.
15. **ధరలు పడిపోయాయి./తగ్గాయి.** — **The prices are falling.** ది ప్రైజెస్ ఆర్ ఫాలింగ్.
16. ఈ కోటు నాకు చాలా బిగుతుగా ఉంది. — This coat is tight for me. దిస్ కోట్ ఈస్ టైట్ ఫర్ మి.
17. ఈ కుర్చీ అరవై రూపాయలంటే చాలా చవుక. — This chair is quite cheap for sixty rupees. దిస్ ఛేర్ ఈస్ క్వయిట్ ఛీప్ ఫర్ సిక్స్‌టీ రుపీస్.
18. **జుట్టు మరీ పొట్టిగా కత్తిరించకు.** — **Don't cut the hair too short.** డోన్ట్ కట్ ది హెయిర్ టూ షార్ట్.
19. అప్పు మీద ఎప్పుడూ ఏదీ కొనవద్దు. — Don't buy on credit. డోన్ట్ బై ఆన్ క్రెడిట్.
20. **నా అప్పు/లెక్కలు తీర్చు.** — **Clear my accounts.** క్లీన్ మై అకౌంట్స్.
21. బజారుకు వెళ్ళి ఇరవై రూపాయలకు గోధుమ పిండి తీసుకు రా. — Bring flour for twenty rupees from the bazaar/market. బ్రింగ్ ఫ్లోర్ ఫర్ ట్వెంటీ రుపీస్ ఫ్రమ్ ద బజార్/మార్కెట్.

22. నా లాగులు వదులుగా/బిగుతుగా ఉన్నాయి.	My trousers are loose/tight. మై ట్రౌజర్స్ ఆర్ లూస్/టైట్.
23. నా చేతిగడియారాన్ని శుభ్రం చేయించి ఆయిలింగ్ చేయించాలి.	My watch needs cleaning and oiling. మై వాచ్ నీడ్స్ క్లీనింగ్ అండ్ ఆయిలింగ్.
24. నీ జోళ్ళు కరుస్తున్నాయా?	**Does your shoe pinch you?** డస్ యువర్ షూ పించ్ యు?
25. ఈ బట్ట కోటుకు సరిపోతుంది.	This cloth is enough for a coat. దిస్ క్లాత్ ఈస్ ఇనఫ్ ఫర్ కోట్.
26. దర్జీ, నా కొలతలు తీసుకో.	Tilor, take my measurements. టైలర్, టేక్ మై మెషర్‌మెంట్స్.
27. నాకు కొన్ని మంచి పుస్తకాలు ఇవ్వు.	Give me some good books. గివ్ మి సమ్ గుడ్ బుక్స్.
28. డాక్టరుగారికి పెద్ద ప్రాక్టీసు ఉంది.	The doctor has a large practice. ద డాక్టర్ హాస్ ఎ లార్జ్ ప్రాక్టీస్.
29. ఈ చొక్కా సరయిన ధర చెప్పండి.	**Charge a reasonable price for this shirt.** ఛార్జ్ ఎ రీసనబుల్ ప్రైస్ ఫర్ దిస్ షర్ట్.
30. సరుకు బాగుందా?	**Is the stuff good?** ఈస్ ద స్టఫ్ గుడ్?
31. దీని రంగు పోదు కదా?	**Is the colour fast?** ఈస్ ది కలర్ ఫాస్ట్?
32. ఇక్కడి నుండి మార్కెట్ ఎంత దూరం?	**How far is the market from here?** హౌ ఫార్ ఈస్ ది మార్కెట్ ఫ్రమ్ హియర్?
33. చాలా దూరం.	**It's quite far.** ఇట్స్ క్వయిట్ ఫార్.
34. సరుకులన్నీ ఒకే చోట కొనాలంటే, సూపర్ బజారుకు వెళ్ళండి.	If you wish to buy everything from one place, go to Super Bazaar. ఇఫ్ యు విష్ టు బై ఎవ్విరిథింగ్ ఫ్రమ్ వన్ ప్లేస్, గో టు సూపర్ బజార్.
35. ఈ దుకాణందారు కల్తీ సరుకులు అమ్ముతాడు.	This shopkeeper sells adulterated stuff/things. దిస్ షాప్‌కీపర్ సెల్స్ అడల్ట్రేటెడ్ స్టఫ్/థింగ్స్.
36. మీరు చెక్కులు తీసుకుంటారా?	**Do you accept cheques?** డూ యు అక్సెప్ట్ చెక్స్?
37. ఇది చెడిపోయింది/పాడయింది.	**It's soiled/dirty.** ఇట్స్ సాయిల్డ్/డర్టీ.
38. ఇది చినిగింది.	**It's torn.** ఇట్స్ టోర్న్.
39. ఇది సరికొత్తది.	**It's brand new.** ఇట్స్ బ్రాండ్ న్యూ.
40. ఈ కొట్టువాడు అరువు ఇవ్వడు.	This shopkeeper doesn't sell things on credit. దిస్ షాప్‌కీపర్ డసన్ట్ సెల్ థింగ్స్ ఆన్ క్రెడిట్.

29. మనుషులు/వస్తువులు వివరణ (Describing People/Things)

1. అతను పొడగరి.	He is tall. హి ఈస్ టాల్.
2. ఆమె పొట్టిది.	She is short. షి ఈస్ షార్ట్.
3. సమీర్ మధ్యమ పొడగరి.	Sameer is of medium height. సమీర్ ఈస్ ఆఫ్ మీడియమ్ హైట్.
4. మమతా లావుగా ఉంటుంది.	Mamta is fat. మమతా ఈస్ ఫాట్.
5. కిట్టి సన్నగా వుంటుంది.	Kitty is slim. కిట్టి ఈస్ స్లిమ్.
6. నితిన్ దృఢకాయుడు.	Nitin is well-built. నితిన్ ఈస్ వెల్ బిల్ట్
7. నేహా అందంగా ఉంటుంది.	Neha is pretty/beautiful. నేహా ఈస్ ప్రెట్టీ/బ్యూటిఫుల్.
8. విపిన్ అందంగా ఉంటాడు.	Vipin is handsome. విపిన్ ఈస్ హాండ్‌సమ్.
9. సిమీ ఎర్రగా ఉంటుంది.	Simi is fair. సిమి ఈస్ ఫేర్.
10. సౌరభ్ నల్లగా ఉంటాడు.	Saurabh is dark. సౌరభ్ ఈస్ డార్క్.
11. అతను తెల్లగా ఉన్నాడు.	His complexion is wheatish. హిస్ కాంప్లెక్షన్ ఈస్ వీటిష్.
12. నితిన్‌కు మీసాలున్నాయి.	Nitin has moustache. నితిన్ హాస్ ముస్‌స్టాక్.

13. సింగ్ గారికి గడ్డం/మీసాలున్నాయి. Mr. Singh has a beard/moustache. మి. సింగ్ హాస్ ఎ బియర్డ్/ముస్టాక్.

14. ప్రదీప్‌కు గడ్డం-మీసాలు లేవు. Pradeep is clean-shaved. ప్రదీప్ ఈస్ క్లీన్ షేవ్డ్.

15. ఈ పెట్టె చాలా బరువు. This box is heavy. దిస్ బాక్స్ ఈస్ హెవీ.

16. ఈ పాకెట్ తేలికగా ఉంది/ఏమీ లేదు. This packet is light. దిస్ పాకెట్ ఈస్ లైట్.

17. ఇది గుండ్రటి టేబుల్. This table is round. దిస్ టేబుల్ ఈస్ రౌండ్.

18. నా పర్సు చదరంగా ఉంది. My purse is square. మై పర్స్ ఈస్ స్క్వేర్.

19. ఈ బుట్ట అండాకారంలో ఉంది. This basket is oval. దిస్ బాస్కెట్ ఈస్ ఓవల్.

20. ఈ పుస్తకం దీర్ఘ చతురస్రంగా ఉంది. This book is rectangular. దిస్ బుక్ ఈస్ రెక్టాంగులర్.

21. ఈ నుయ్యి చాలా లోతు. This well is very deep. దిస్ వెల్ ఈస్ వెరి డీప్.

22. ఈ చెరువు పెద్దది కాదు. This pond is shallow. దిస్ పాండ్ ఈస్ షాలో.

23. ఈ దారి దూరం, కాని సురక్షితమైనది. This route is long but safe. దిస్ రూట్ ఈస్ లాంగ్ బట్ సేఫ్.

24. ఈ దారి దగ్గర కాని చాలా ప్రమాదకరమైనది. This route is short but risky/dangerous. దిస్ రూట్ ఈస్ షార్ట్ బట్ రిస్కీ/డేంజరస్.

25. ఈ రొట్టె పాతది, గట్టిగా ఉంది. This chapati is stale and hard. దిస్ చపాతి ఈస్ స్టేల్ అండ్ హార్డ్.

26. ఈ బ్రెడ్డు తాజా, మెత్తగా ఉంది. The bread is fresh and soft. ది బ్రెడ్ ఈస్ ఫ్రెష్ అండ్ సాఫ్ట్.

27. ఈ వంటలు చాలా రుచిగా ఉన్నాయి. The food is delicious. ది ఫుడ్ ఈస్ డెలీషియస్.

28. రెండు ఇళ్ళ మధ్య ఎత్తయిన గోడ ఉంది. There is a high wall between the two houses. దేర్ ఈస్ ఎ హై వాల్ బిట్వీన్ ద టూ హౌసస్.

29. ఈ గదిలో పైకప్పు కిందకుంది. This room has a low ceiling. దిస్ రూమ్ హాస్ ఎ లో సీలింగ్.

గుర్తుంచుకోండి (Remember)

చివరన ant వచ్చిన పదాలు విశేషణాలయినా కావచ్చు. సంజ్ఞా సూచకాలయినా కావచ్చు. ఉదా. : abundant (కావలసినంత), distant (సుదూరమయిన), ignorant (మూర్ఖత), important (ముఖ్యమయిన) అయితే applicant (దరఖాస్తుదారు), servant (నౌకరు) మొ॥నవి సంజ్ఞలు కాకపోయినా వీటి చివరన కూడా ant ఉంది.

ent తో ముగిసే పదాలు కూడా (ant తో ముగిసే పదాలలాగే) సంజ్ఞా సూచకాలు. అంటే ascent (ఎత్తు), comment (వ్యాఖ్య) ent తో ముగిసే పదాలలో కూడా కొన్ని విశేషణాలు ఉంటాయి. ఉదా. : content (సంతుష్ట), dependent (ఆధారపడిన), excellent (అత్యుత్తమ), intelligent (ప్రతిభాశాలి), violent ((హింసాత్మక) మొ॥నవి.

విశేషణాలను గుర్తించేందుకు స్థూల పద్ధతి ఉంది. పదం చివర ful ఉన్నప్పుడు అది విశేషణం కావచ్చు. ఉదా. : This is a beautiful garden. (ఇది సుందరమైన ఉద్యానము). ఇందులో beauty తో పాటు ful జోడించారు. y అనే అక్షరం i గా మారింది. మరి కొన్ని ఉదా. :-

awe నుంచి awful (భయానకము) bash నుంచి bashful (సిగ్గుపడు)
colour నుంచి colourful (రంగులు గల) delight నుంచి delightful (ఆనందమయం)
power నుంచి powerful (శక్తి గల) truth నుంచి truthful (సత్యమయిన) మొ॥నవి.

45 నలభై అయిదవ రోజు th Day

30. అధ్యయనము (Study)

1. కష్టపడినప్పుడే ఫలితం దక్కుతుంది./ కష్టే ఫలి.	As we labour, so shall we be rewarded./Our reward will depend on our labour. యాస్ వుయ్ లేబర్, సో షల్ వుయ్ బి రివార్డెడ్./అవర్ రివార్డ్ విల్ డిపెండ్ ఆన్ అవర్ లేబర్.
2. ఇంగ్లీషు పుస్తకాలలో ఏ పుస్తకాలు చదివారు?	Which books in English have you read? విచ్ బుక్స్ ఇన్ ఇంగ్లీష్ హావ్ యు రెడ్?
3. నేను తరగతికి రాలేను, అలసిపోయాను.	I'm too tired to attend the class. ఐ'మ్ టూ టైర్డ్ టు అటెండ్ ద క్లాస్.
4. ఆమె పరీక్షలు ఎప్పుడు ప్రారంభమవుతాయి ?	**When does her examination begin?** వెన్ డస్ హర్ ఎగ్జామినేషన్ బిగిన్?
5. నేను ఈ సంవత్సరం బి.ఎ. పాసవుతాను.	**I'll pass my B.A. this year./I'll be a graduate this year.** ఐ'ల్ ఐ'ల్ పాస్ మై బి.ఎ. దిస్ ఇయర్./ఐ'ల్ బి ఎ గ్రాడ్యుయేట్ దిస్ ఇయర్.
6. ఈ రోజు నేను ఏమీ చదవలేకపోయాను.	**I couldn't study anything today.** ఐ కుడన్ట్ స్టడీ ఎనీథింగ్ టుడే.
7. అతను బి.ఎ. పరీక్ష తప్పాడు.	**He failed in the B.A. examination.** హి ఫెయిల్డ్ ఇన్ ది బి.ఎ. ఎగ్జామినేషన్.
8. ప్రశ్న చాలా సులభంగా ఉంది.	**The question is very easy.** ది క్వశ్చన్ ఈస్ వెరి ఈజి.
9. ఆషా కానీ ఆమె అక్క/చెల్లెలు కానీ క్రమంగా బడికి రారు.	Neither Asha nor her sister comes to school regularly. నెయ్‌దర్ ఆషా నార్ హర్ సిస్టర్ కమ్స్ టు స్కూల్ రెగులర్లీ.
10. నేను తప్పకుండా పాసవుతాను.	**I'll definitely pass/get through.** ఐ'ల్ డెఫినెట్లీ పాస్/గెట్ థ్రూ.
11. నేను రాత్రి చాలా ఆసక్తికరమైన పుస్తకం చదివాను.	I read a very interesting book last night. ఐ రెడ్ ఎ వెరీ ఇంటరెస్టింగ్ బుక్ లాస్ట్ నైట్.
12. అతనికి హిందీ అంత బాగా తెలియదు.	He is weak in Hindi. హి ఈస్ వీక్ ఇన్ హిందీ.
13. ఈ మధ్యన తరగతులు త్వరగా ప్రారంభమవుతున్నాయి.	Classes start early nowadays/these days. క్లాసెస్ స్టార్ట్ ఎర్లీ నౌఎడేస్/దీస్ డేస్.
14. మేము మా చదువుని పూర్తి చేసాము.	**We have completed/finished our studies.** వుయ్ హావ్ కంప్లీటెడ్/ఫినిష్డ్ అవర్ స్టడీస్.
15. నువ్వు అతనికి క్షమాపణ చెప్పుకోవాలి లేదా జరిమానా చెల్లించుకోవాలి.	Either you beg his pardon, or pay the fine. ఎయ్‌దర్ యు బెగ్ హిస్ పార్డన్, ఆర్ పే ద ఫైన్.
16. అతనికేమీ తెలియదు.	**He doesn't know anything./He's good for nothing.** హి డసన్ట్ నో ఎనిథింగ్./హి'స్ గుడ్ ఫర్ నథింగ్.
17. ఆమె బుధవారం నుండి రావటం లేదు.	She has been absent since Wednesday. షి హాస్ బీన్ అబ్సెంట్ సిన్స్ వెడ్నస్‌డే.
18. పని పూర్తి చేసేందుకు నాకు సమయం దొరకలేదు.	I had no time to finish my work. ఐ హాడ్ నో టైమ్ టు ఫినిష్ మై వర్క్.
19. దీని అర్థమేమిటి?	**What does it mean?** వాట్ డస్ ఇట్ మీన్?
20. ఆమెకు చదువులో శ్రద్ధ ఎక్కువ.	She takes keen interest in her studies. షి టేక్స్ కీన్ ఇంటరెస్ట్ ఇన్ హర్ స్టడీస్.

21. విద్యార్థుల పరీక్షాఫలితాలు రేపు తెలుస్తాయి. The students will know the results tomorrow. ది స్టూడెంట్స్ విల్ నో ద రిసల్ట్స్ టుమారో.

22. నీవు పరీక్ష పాసయ్యావు. **You have passed the examination.** యు హావ్ పాస్డ్ ద ఎగ్జామినేషన్.

23. నువ్వు నన్నెందుకు చదవనీయవు? **Why don't you let me read/study?** వై డోన్ట్ యు లెట్ మి రీడ్/స్టడీ?

24. నువ్వు పాసయితే మీ తల్లిదండ్రులు చాలా సంతోషిస్తారు. If you pass, your parents will be happy. ఇఫ్ యు పాస్, యువర్ పేరెంట్స్ విల్ బి హాపీ.

25. నాకు ఆంగ్లంలో మాట్లాడటం తెలుసు. **I know how to speak English.** ఐ నో హౌ టు స్పీక్ ఇంగ్లీష్.

26. నువ్వు ఏ కాలేజీలో ఉన్నావు? **In which college are you?** ఇన్ విచ్ కాలేజ్ ఆర్ యు?

27. నీ చదువు ఎలా సాగుతోంది? How are you getting on with your studies? హౌ ఆర్ యు గెటింగ్ ఆన్ విత్ యువర్ స్టడీస్?

28. నేను ఈ కాలేజీలో రెండేండ్ల నుండి ఉన్నాను. I have been in this college for two years. ఐ హావ్ బీన్ ఇన్ దిస్ కాలేజ్ ఫర్ టు ఇయర్స్.

29. నేను ఈ కాలేజీలో 1980 నుండి వున్నాను. I have been in this college since 1980. ఐ హావ్ బీన్ ఇన్ దిస్ కాలేజ్ సిన్స్ 1980.

30. మీ బడి చాలా మంచిది. Your school is good. యువర్ స్కూల్ ఈస్ గుడ్.

31. అతనికి ఇంగ్లీషు బాగా తెలుసు. **He is good at English.** హి ఈస్ గుడ్ ఎట్ ఇంగ్లీష్.

32. అతను ఈ సంవత్సరం పరీక్షల్లో కూర్చోవడం లేదు. He is dropping out of the examination this year. హి ఈస్ డ్రాపింగ్ ఔట్ ఆఫ్ ద ఎగ్జామినేషన్ దిస్ ఇయర్.

33. అతను మంచి క్రీడాకారుడు. **He is a good sportsman.** హి ఈస్ గుడ్ స్పోర్ట్స్‌మేన్.

34. మీ దస్తూరి సరిగా లేదు. **Your handwriting is not good.** యువర్ హాండ్‌రైటింగ్ ఈస్ నాట్ గుడ్.

35. ప్రస్తుతానికి ఈ పుస్తకాన్ని మీ దగ్గర ఉంచండి. Keep the book with you for the present. కీప్ ద బుక్ విత్ యు ఫర్ ది ప్రెసెంట్.

36. అతను బడినుండి వచ్చేస్తుంటాడు. He often runs away from the school. హి ఆఫన్ రన్స్ అవే ఫ్రమ్ ద స్కూల్!

37. మీ ధ్యాస ఎక్కడ ఉంది? **What are you looking at?/Why don't you pay attention?** వాట్ ఆర్ యు లుకింగ్ ఎట్?/వై డోన్ట్ యు పే అటెన్షన్?

38. హెడ్ మాస్టరుతో మీకు ఎటువంటి పరిచయం లేదా? Don't you have any influence on the headmaster? డోన్ట్ యు హావ్ ఎని ఇన్‌ఫ్లుయెన్స్ ఆన్ ది హెడ్‌మాస్టర్?

39. రేపటినుండి సెలవుల కోసం మా బడి మూసివేస్తారు. **Our school will be closed for vacation from tomorrow.** అవర్ స్కూల్ విల్ బి క్లోస్డ్ ఫర్ వెకేషన్ ఫ్రమ్ టుమారో.

40. పిల్లల్లారా, టైము పూర్తయింది, మీ పేపర్లు ఇవ్వండి. **Boys! Time is over, hand in your papers.** బాయ్స్! టైమ్ ఈస్ ఓవర్, హాండ్ ఇన్ యువర్ పేపర్స్.

41. కొత్త టైమ్-టేబుల్ మే మొదటి తేదీ నుండి అమల్లోకి వస్తుంది. **The new time-table will come into force from 1st May.** ద న్యూ టైమ్-టేబుల్ విల్ కమ్ ఇన్‌టు ఫోర్స్ ఫ్రమ్ 1స్ట్ మే.

42. ఎందుకు వాగుతావు? నోరు మూసుకో. Why do you chatter/speak nonsense? Hold your tongue./Keep shut. వై డు యు అట్టర్/స్పీక్ నాన్సెన్స్? హోల్డ్ యువర్ టంగ్./కీప్ షట్.

43. నా దగ్గర మరో పెన్సిలు లేదు. I don't have a spare pencil. ఐ డోన్ట్ హావ్ ఎ స్పేర్ పెన్సిల్.

44. మేము మాట్లాడుకోము. **We are not on speaking terms.** వుయ్ ఆర్ నాట్ ఆన్ స్పీకింగ్ టెర్మ్స్.

45. మా మధ్య రాకపోకలు లేవు. **We are not on visiting terms.** వుయ్ ఆర్ నాట్ విసిటింగ్ టెర్మ్స్.

46. ఈ అబ్బాయి పదవ తరగతి పాస్ కాలేడు. This boy won't be able to get on in the 10th class. దిస్ బాయ్ వోన్ట్ బి ఏబిల్ టు గెట్ ఆన్ ఇన్ ది 10త్ క్లాస్.

47. వాగుతూ ఉండవద్దు. Don't speak nonsense./Stop yapping. డోన్ట్ స్పీక్ నాన్‌సెన్స్./స్టాప్ యాపింగ్.

48. హాజరు పిలిచేసారా? Has the roll been called? హాస్ ది రోల్ బీన్ కాల్డ్?
49. **గణితమంటే నాకు భయం.** **Mathematics is my bug-bear.** మాథమాటిక్స్ ఈస్ మై బగ్-బేర్.
50. అన్ని ప్రయత్నాలు విఫలమయ్యాయి. All the efforts failed. ఆల్ ద ఎఫర్ట్స్ ఫెయిల్డ్
51. నరేన్ తరగతి మొత్తంలో మొదటి స్థానంలో ఉంటాడు. Naren is the best boy in the class. నరేన్ ఈస్ ది బెస్ట్ బాయ్ ఇన్ ది క్లాస్.
52. **అతను నాకన్నా ఒక సంవత్సరం వెనుక.** **He is junior to me by one year.** హి ఈస్ జూనియర్ టు మి బై ఒన్ ఇయర్.
53. మంచి విద్యార్థి తరగతికి మంచి పేరు తెస్తాడు. A good boy brings credit to his class. ఏ గుడ్ బాయ్ బ్రింగ్స్ క్రెడిట్ టు హిస్ క్లాస్.
54. అతనికి నాకన్నా గణితం బాగా తెలుసు. He is ahead of me in Mathematics. హి ఈస్ ఎహెడ్ ఆఫ్ మి ఇన్ మాథమాటిక్స్.
55. **ఈ పేపరు తయారు చేసిందెవరు?** **Who has set this paper?** హూ హాస్ సెట్ దిస్ పేపర్?
56. **బడికి వెళ్ళే టైం అయింది.** **It is time for school.** ఇట్ ఈస్ టైమ్ ఫర్ స్కూల్.
57. ఆ అబ్బాయి బడికి రాలేదు. The boy did not come to school. ద బాయ్ డిడ్ నాట్ కమ్ టు స్కూల్.
58. **ఆ అబ్బాయి ఒక పద్యం చదివాడు.** **The boy recited a poem.** ద బాయ్ రిసైటెడ్ ఎ పోయమ్.
59. మీ దగ్గర మరొక నోటు పుస్తకం ఉందా? Do you have a spare exercise book/notebook? డూ యు హావ్ ఎ స్పేర్ ఎక్సర్‌సైస్ బుక్/నోట్‌బుక్?
60. హెడ్‌మాస్టరుగారు నాకు జరిమానా పడకుండా క్షమించారు. The headmaster exempted my fine. ద హెడ్‌మాస్టర్ ఎగ్జెమ్టెడ్ మై ఫైన్.
61. **అతనికి ఇంగ్లీషులో విశిష్టత లభించింది.** **He has got a distinction in English.** హి హాస్ గాట్ ఎ డిస్టింక్షన్ ఇన్ ఇంగ్లీష్.
62. **మీరు ఆర్ట్ తీసుకున్నారా లేక సైన్సా?** **Have you offered arts or science?** హావ్ యు ఆఫర్డ్ ఆర్ట్స్ ఆర్ సైన్స్?
63. నేను భౌతిక, రసాయనిక, జీవశాస్త్రం, తీసుకున్నాను. I have offered physics, chemistry and biology. ఐ హావ్ ఆఫర్డ్ ఫిజిక్స్, కెమిస్ట్రి అండ్ బయోలజి.

గుర్తుంచుకోండి (Remember)

This loan is repayable within twenty years (ఈ అప్పు ఇరవై సంవత్సరాలలో తిరిగి ఇవ్వాల్సి ఉంటుంది). He recalled his school days (అతను తన బడి దినాలను గుర్తు తెచ్చుకున్నాడు). When will you return? (మీరు ఎప్పుడు తిరిగి వస్తారు? ఈ వాక్యాలలో -

repayable	=	re + payable
recall	=	re + call
return	=	re + turn

re అన్నది మూడు పదాలలో మొదట్లో ఉంది. re అంటే 'తిరిగి' అని అర్థము.

re + payable	=	తిరిగి+ ఇచ్చుట అంటే చెల్లించుట.
re + call	=	తిరిగి+ పిలుచుట అంటే జ్ఞప్తికి తెచ్చుకొనుట.
re + turn	=	తిరిగి+ తిరుగుట అంటే వెనుకకు తిరుగుట.

re ని prefix ఉపసర్గ అంటారు. ఇదే విధమైన మరి కొన్ని పదాలు -

remark (రిమార్క్) వ్యాఖ్య చేయుట
remove (రిమూవ్) తొలగించుట
rejoin (రిజాయిన్) రెండవసారి చేరుట
replace (రిప్లేస్) ఒకదాని బదులు మరొక దానిని వాడటం
remind (రిమైండ్) గుర్తు చేయటం
reform (రిఫోర్మ్) సంస్కరించు.

46 నలభై ఆరవ రోజు
th Day

31. ఆరోగ్యము (Health)

1. రాత్రి నాకు జ్వరం వచ్చింది. **I had fever last night.** ఐ హాడ్ ఫీవర్ లాస్ట్ నైట్.
2. జ్వరం తగ్గాక మూడు పూటలు క్వినైన్ తీసుకోండి. Take quinine thrice after the fever is down. టేక్ క్వినైన్ త్రైస్ ఆఫ్టర్ ది ఫీవర్ ఈస్ డౌన్.
3. నా ఆరోగ్యం గురించి నాకు ఆందోళనగా ఉంది. **I am worried about my health.** ఐ యామ్ వర్రీడ్ అబౌట్ మై హెల్త్.
4. అతను నేత్ర వైద్యుడు. **He is an eye specialist.** హి ఈస్ యాన్ ఐ స్పెషలిస్ట్.
5. అతని ఆరోగ్యం అంత బాగా లేదు. He is run down in health. హి ఈస్ రన్ డౌన్ ఇన్ హెల్త్.
6. నా కాలి వ్రేలికి దెబ్బ తగిలింది. I've hurt my big toe. ఐ'వ్ హర్ట్ మై బిగ్ టో.
7. అతనికి అన్ని పళ్ళూ ఉన్నాయి. All his teeth are intact. ఆల్ హిస్ టీత్ ఆర్ ఇన్‌టాక్ట్.
8. అతనికి ఒక కన్ను గ్రుడ్డి. **He is blind in one eye.** హి ఈస్ బ్లైన్డ్ ఇన్ వన్ ఐ.
9. అతడు కుంటివాడు. **He is lame.** హి ఈస్ లేమ్.
10. మామూలుగా నాకు మలబద్ధకము ఉంటుంది. **I often have constipation.** ఐ ఆఫన్ హావ్ కాన్స్టిపేషన్.
11. నాకు ఆహారం సరిగా జీర్ణం కాదు./నా కడుపు బాగులేదు. **My digestion is bad./My stomach is upset.** మై డైజెషన్ ఈస్ బాడ్./మై స్టమక్ ఈస్ అప్‌సెట్.
12. నెమ్మదిగా నా తల నొక్కు. దానివల్ల నాకు సుఖంగా ఉంటుంది. Press my head gently. It's comforting. ప్రెస్ మై హెడ్ జెంట్లి. ఈట్'స్ కంఫర్టింగ్.
13. అతని కళ్ళు ఎర్రబడి నీళ్ళు కారుతున్నాయి. **His eyes are sore and watering.** హిస్ ఐస్ ఆర్ సోర్ అండ్ వాటరింగ్.
14. అతని దేహమంతా కురుపులు. His body is covered with boils. హిస్ బాడీ ఈప్ కవర్డ్ విత్ బాయిల్స్.
15. ఈ మధ్య నగరమంతా కలరా ప్రబలి ఉంది. These days/Nowadays cholera has spread in the city. దీస్ డేస్/నౌఎడేస్ కలరా హాస్ స్ప్రెడ్ ఇన్ ది సిటి.
16. వ్యాయామం అన్ని జబ్బులకు సరయిన మందు. Exercise is a panacea for all diseases. ఎక్సర్‌సైజ్ ఈస్ ఎ పనేషియా ఫర్ ఆల్ డిసీజెస్.
17. ఆయనకు గుండె జబ్బు. **He has heart trouble.** హి హాస్ హార్ట్ ట్రబుల్.
18. మందు చేదుగా ఉంటుంది అయితే అది జబ్బును నయం చేస్తుంది. Medicine is bitter but it cures the patient. మెడిసిన్ ఈస్ బిట్టర్ బట్ ఇట్ క్యూర్స్ ద పేషంట్.
19. ఈ మధ్య ఊళ్ళో జ్వరాలు ఎక్కువయ్యాయి. అందువల్ల డాక్టర్లు బాగా డబ్బు చేసు కుంటున్నారు. Nowadays fever is raging violently and the doctors are minting money. నౌఎడేస్ ఫీవర్ ఈస్ రేజింగ్ వయొలెంట్లి అండ్ ది డాక్టర్స్ ఆర్ మింటింగ్ మనీ.
20. మీరు థర్మోమీటర్ చూడగలరా? Can you read the thermometer? కెన్ యు రీడ్ ది థర్మోమీటర్?
21. పొంగు (అమ్మవారు), జ్వరం నగరంలో బాగా ప్రబలాయి. Small pox and fever are raging in the city. స్మాల్ పాక్స్ అండ్ ఫీవర్ ఆర్ రేజింగ్ ఇన్ ది సిటి.
22. ఎప్పటినుంచి మీ అన్నయ్యకు జ్వరంగా ఉంది? How long has your brother been down with fever? హౌ లాంగ్ హాస్ యువర్ బ్రదర్ బీన్ డౌన్ విత్ ఫీవర్?
23. మలేరియాకు క్వినైన్ మందు బాగా పని చేస్తుంది. Quinine is an effective remedy for malaria. క్వినైన్ ఈస్ యాన్ ఎఫెక్టివ్ రెమిడి ఫర్ మలేరియా.

24. నాకు జ్వరం వచ్చినట్టుంది. **I'm feeling feverish.** ఐ'మ్ ఫీలింగ్ ఫీవరిష్.

25. డాక్టరుగారిని కలవండి. **Consult a/some doctor.** కన్సల్ట్ ఎ/సమ్/డాక్టర్.

26. అతనికి ఎప్పుడూ జ్వరమే. He has chronic fever. హి హాస్ క్రోనిక్ ఫీవర్.

27. ఆయన జ్వరం తగ్గింది. **His fever is down.** హిస్ ఫీవర్ ఈస్ డౌన్.

28. ఆమె జబ్బు నయమయ్యింది. The lady recovered from her illness. ది లేడీ రికవర్డ్ ఫ్రమ్ హర్ ఇల్‌నెస్.

29. రోగి అపాయంనుంచి తప్పించుకున్నాడు. **Now the patient is out of danger.** నౌ ది పేషంట్ ఈస్ ఔట్ ఆఫ్ డేంజర్.

30. అతనికి బాగా గాయాలయ్యాయి. **He is badly hurt.** హి ఈస్ బ్యాడ్లీ హర్ట్.

31. మీరు నిత్యం వ్యాయమం చేయాలి. You should exercise regularly. యు షుడ్ ఎక్సర్‌సైజ్ రెగులర్లీ.

32. పని ఎక్కువయిన కారణంగా అతని ఆరోగ్యం పాడయింది. Overwork has ruined his health. ఓవర్‌వర్క్ హాస్ రూయిండ్ హిస్ హెల్త్.

33. అతను అజీర్ణ వ్యాధితో బాధపడుతున్నాడు. He has indigestion. హి హాస్ ఇన్‌డైజెషన్.

34. దోమలు ప్రాణం విసిగిస్తున్నాయి. Mosquitoes are a menace. మస్క్యిటోస్ ఆర్ ఎ మెనేస్.

35. నేను జ్వరం నుండి కోలుకున్నాను. I have recovered from fever. ఐ హావ్ రికవర్డ్ ఫ్రమ్ ఫీవర్.

36. అతనికి సుస్తీ చేసింది. **He is not feeling well.** హి ఈస్ నాట్ ఫీలింగ్ వెల్.

37. ఆ అబ్బాయి బొద్దుగా ఉంటాడు. He is a healthy child. హి ఈస్ ఎ హెల్తీ చైల్డ్.

38. నేను కడుపులో ఏదో జబ్బుతో బాధ పడుతున్నాను. I am suffering from some intestinal disorder. ఐ యామ్ సఫరింగ్ ఫ్రమ్ సమ్ ఇన్టెస్టినల్ డిసార్డర్.

39. జబ్బు వచ్చాక బాధపడేకన్నా జబ్బు రాకుండా జాగ్రత్త పడటం చాలా మంచిది. **Prevention is better than cure.** ప్రివెన్షన్ ఈస్ బెటర్ దేన్ క్యూర్.

40. మధ్యాహ్న భోజనమయ్యాక కాస్త విశ్రాంతి, రాత్రి భోజనమయ్యాక కాస్త నడక నడవాలి. After lunch, sleep a while. After dinner, walk a mile. ఆఫ్టర్ లంచ్, స్లీప్ ఎ వైల్, ఆఫ్టర్ డిన్నర్, వాక్ ఎ మైల్.

41. ఆమె బహిష్టు అయ్యింది. She is in her period. షి ఈస్ ఇన్ హర్ పీరియడ్.

42. ఆమె తన బరువు తగ్గించుకోవాలని ప్రయత్నిస్తోంది. She is trying to reduce her weight. షి ఈస్ ట్రైయింగ్ టు రెడ్యూస్ హర్ వెయిట్.

43. వహీదా బాగా సన్నగా ఉంది. Waheeda is very slim. వహీదా ఈస్ వెరీ స్లిమ్.

44. రాణి బక్కపలచగా ఉంటుంది. Rani is very weak. రాణి ఈస్ వెరీ వీక్.

45. సంతోషమే సగం బలము. Happiness is the best tonic/thing for health. హేపీనెస్ ఈస్ ది బెస్ట్ టానిక్/థింగ్ ఫర్ హెల్త్.

గుర్తుంచుకోండి (Remember)

Action (క్రియ), collection (సమూహము), protection (రక్షణ) ఇటువంటి సంజ్ఞావాచకాలున్నాయి. వీటి చివర tion వచ్చింది. వీటిలో క్రియాపదం అంతమయ్యే చోట 't' వచ్చే పదాలు act, collect, protect మొదలైనవి ఒక్కోసారి 't' చివర లేని క్రియాపదాలతో కూడా tion కలిపి నామవాచకాలు చేయవచ్చు. ఉదా :-

attend నుండి attention (సావధానము), destroy నుండి destruction (విధ్వంసము), describe నుండి description (వర్ణన), convene నుండి convention (సమావేశం), receive నుండి reception (స్వాగతము).

Timely action by the engine driver prevented a major railway accident (ఇంజను డ్రైవర్ సమయానికి చర్య తీసుకోబట్టి చాలా పెద్ద రైలు ప్రమాదం తప్పింది). act నుండి action అనే నామవాచకం వచ్చింది. ఐతే his total investment amounts to rupees one lac (అతని మొత్తం పెట్టుబడి లక్ష రూపాయలు). దీనిలో invest (ఆఖరి అక్షరం 't' నుండి ment చేర్చి investment చేశారు. కానీ ఆఖరున tion చేర్చి కాదు. 't' తో ముగిసే క్రియలకు చాలా సార్లు ment చేర్చి నామవాచకం చేస్తారు. ఉదా :- adjust నుండి adjustment (సర్దుకొనుట), assort నుండి assortment (ఎంపిక) మొదలైనవి.

47 నలభై ఏడవ రోజు
th Day

32. ఆరోగ్యము (Health)

46.	డోకు వచ్చేట్టుంది./నా ఆరోగ్యం బాగులేదు.	**I feel like vomiting./I am feeling sick.** ఐ ఫీల్ లైక్ వామిటింగ్./ఐ యామ్ ఫీలింగ్ సిక్.
47.	నాలుగు గంటలకొకసారి ఒక మోతాదు మందు తీసుకోండి.	Take a dose of the medicine every four hours. టేక్ ఎ డోస్ ఆఫ్ ది మెడిసిన్ ఎవ్విరి ఫోర్ అవర్స్.
48.	తాజా గాలి వలన శక్తి వస్తుంది.	Fresh air is rejuvenating. ఫ్రెష్ ఏర్ ఈస్ రిజువినేటింగ్.
49.	ఈ వేళ నాకు ఒంట్లో బాగాలేదు.	I am not feeling well today. ఐ యామ్ నాట్ ఫీలింగ్ వెల్ టుడే.
50.	నడిచి నడిచి అతని కాళ్ళు వాచాయి.	His feet are swollen because of walking. హిస్ ఫీట్ ఆర్ స్వోలెన్ బికాస్ ఆఫ్ వాకింగ్.
51.	నా ఆరోగ్యం అంత బాగులేదు.	My health is down. మై హెల్త్ ఈస్ డౌన్.
52.	విరేచనాలకు మందు వేసుకో.	Take a purgative. టేక్ ఎ పర్గెటివ్.
53.	అతనికి జబ్బు వల్ల జీవితమంటే విసుగు పుట్టింది.	He is fed up with his illness. హి ఈస్ ఫెడ్ అప్ విత్ హిస్ ఇల్‌నెస్.
54.	నకిలీ వైద్యుల వద్దకు వెళ్ళకు.	Beware of/Avoid quacks. బివేర్ ఆఫ్/అవాయ్డ్ క్వేక్స్.
55.	అతనికి ఏమి జబ్బో డాక్టరు చెప్పలేదు.	The doctor could not diagnose his disease. ద డాక్టర్ కుడ్ నాట్ డయగ్‌నోస్ హిస్ డిసీస్.
56.	నీ ముక్కు కారుతోంది.	Your nose is running. యువర్ నోస్ ఈస్ రన్నింగ్.
57.	నా చేతి ఎముక విరిగింది.	My arm-bone has got fractured. మై ఆర్మ్-బోన్స్ హాస్ గాట్ ఫ్రాక్చర్డ్.
58.	నేను బాగా అలసిపోయాను.	I am dead/extremely tired. ఐ యామ్ డెడ్/ఎక్స్ట్రీమ్‌లీ టైర్డ్.
59.	అతను ఈ వేళ ఎలా ఉన్నాడు?	How is he today? హౌ ఈస్ హి టుడే?
60.	అతను వాలీబాల్ ఆడుతుండగా చేయి గూడు వదిలింది.	His hand was dislocated while playing volley-ball. హిస్ హేండ్ వాస్ డిస్‌లొకేటెడ్ వైల్ ప్లేయింగ్ వాలీబాల్.
61.	అతను నిన్నటికన్నా ఈ రోజు కాస్త మెరుగు./ఈ రోజు కాస్త బాగున్నారు.	Today he is better than yesterday./He is feeling better today. టుడే హి ఈస్ బెటర్ దేన్ ఎస్టర్‌డే./హి ఈస్ ఫీలింగ్ బెటర్ టుడే.
62.	ఈ మందుతో మీ జ్వరం తగ్గిపోతుంది.	This medicine will bring your fever down. దిస్ మెడిసిన్ విల్ బ్రింగ్ యువర్ ఫీవర్ డౌన్.
63.	అతనికి తల నెప్పిగా వుంది.	He has a headache. హి హాస్ ఎ హెడేక్.

33. వాతావరణం (Weather)

1.	రాత్రంతా చినుకులు పడుతూనే ఉన్నాయి.	It kept drizzing throughout the night. ఇట్ కెప్ట్ డ్రిజిలింగ్ ఆల్ త్రూ నైట్.
2.	మబ్బులు దట్టంగా పట్టాయి.	The sky is overcast. ది స్కై ఈస్ ఓవర్‌కాస్ట్.
3.	ఈ వేళ బాగా వేడిగా వుంది.	**It is very/terribly hot/cold today.** ఇట్ ఈస్ వెరి/టెరిబులీ హాట్/కోల్డ్ టుడే.
4.	వేడివల్ల నా తల తిరుగుతోంది.	The heat has made me giddy. ది హీట్ హాస్ మేడ్ మి గిడ్డీ.
5.	భారీ వర్షంలో గొడుగు పని చేయదు.	Even an umbrella is useless in heavy rain. ఈవెన్ యాన్ అంబ్రెల్లా ఈస్ యూస్‌లెస్ ఇన్ హెవీ రెయిన్.

6. రోజు రోజుకూ చలి ఎక్కువవుతోంది. **It is getting colder day by day.** ఇట్ ఈస్ గెటింగ్ కోల్డర్ డే బై డే.

7. ఈ రోజుల్లో సిమ్లాలో బాగా చలిగా ఉంటుంది. It is biting cold in Shimla these days. ఇట్ ఈస్ బిట్టింగ్ కోల్డ్ ఇన్ సిమ్లా దీస్ డేస్.

8. గాలి గట్టిగా వీస్తోంది. దీపం ఆరిపోతుంది. దాన్ని లోపలే ఉండనీ. The lamp will go off/blow off because of strong wind. Let it remain inside. ది లాంప్ విల్ గో ఆఫ్/బ్లో ఆఫ్ బికాస్ ఆఫ్ స్ట్రాంగ్ విండ్. లెట్ ఇట్ రిమైన్ ఇన్‌సైడ్.

9. ఈ మధ్యన బాగా పడగాడ్పులు వీస్తున్నాయి. Hot winds are blowing these days. హాట్ విండ్స్ ఆర్ బ్లోవింగ్ దీస్ డేస్.

10. మీకు చెమటపోస్తోంది. You are perspiring. యు ఆర్ పర్‌స్పైరింగ్.

11. **నేను వణుకుతున్నాను.** **I am shivering.** ఐ యామ్ షివరింగ్.

12. నేను తడవలేదు. I did not get drenched. ఐ డిడ్ నాట్ గెట్ డ్రెంచ్డ్.

13. విపరీతమైన దుమ్ముగా వుంది. It's terribly dusty. ఇట్స్ టెరిబిలీ డస్టీ.

14. వాతావరణం బాగా ఉంటుందని ఆశిస్తున్నాను. I hope the weather will remain pleasant. ఐ హోప్ ది వెదర్ విల్ రిమైన్ ప్లెసంట్.

15. గాలి కాస్త చల్లగా వుంది. There is a nip in the air. దేర్ ఈస్ ఎ నిప్ ఇన్ ది ఏర్.

16. బయట పెనుతుఫానుగా వుంది. వాతావరణం చాలా ఖరాబుగా వుంది. A storm is raging outside. The weather has turned bad. ఏ ట్రోమ్ ఈస్ రెయినింగ్ ఔట్‌సైడ్. ది వెదర్ హాస్ టర్నడ్ బాడ్.

17. భారీ వర్షం పడుతోంది. It's raining heavily. ఇట్స్ రెయినింగ్ హెవిలీ.

18. ఈ ఉదయం వడగళ్ళ వాన పడింది. There was a hailstorm this morning./It hailed this morning. దేర్ వాస్ ఎ హెయిల్‌స్టార్మ్ దిస్ మార్నింగ్./ఇట్ హెయిల్డ్ దిస్ మార్నింగ్.

19. **చాలా ఉక్కగా వుంది.** **It's very humid.** ఇట్స్ వెరీ హ్యూమిడ్.

20. చెమట పోసే ఉక్క. It's sultry. ఇట్స్ సల్ట్రీ.

21. గాలి అసలు ఆడటం లేదు. The wind is almost still. ది విండ్ ఈస్ అల్‌మోస్ట్ స్టిల్.

22. చల్లటి గాలి వీస్తోంది. Cool wind is blowing. కూల్ విండ్ ఈస్ బ్లోయింగ్.

23. వర్షం వల్ల నేను వెళ్ళలేకపోయాను. The rain prevented me from going. ది రెయిన్ ప్రివెంటెడ్ మి ఫ్రమ్ గోయింగ్.

గుర్తుంచుకోండి (Remember)

A patriot would gladly lay down his life for the sake of his country. (ఒక దేశభక్తుడు దేశం కోసం సంతోషంగా తమ ప్రాణాలను అర్పిస్తాడు.) The camel walks very clumsily (ఒంటె నడక అసహ్యంగా ఉంటుంది). వీటిలో glad నుండి gladly, clumsy నుండి clumsily వచ్చాయి. glad నుండి clumsy కి ly జోడించినప్పుడు అది adverb గా అంటే, క్రియా విశేషణంగా రూపొందించవచ్చు. ఉదాహరణకు :-

able	నుండి	ably (యోగ్యత గల)	glad	నుండి	gladly (సంతోషంతో)
aimless	నుండి	aimlessly (ఉద్దేశ్య రహిత)	humble	నుండి	humbly (నమ్రతతో)
bad	నుండి	badly (చెడుగా)	intelligent	నుండి	intelligently (తెలివితో)
calm	నుండి	calmly (ప్రశాంతంగా)	kind	నుండి	kindly (దయాపూర్వకంగా)
efficient	నుండి	efficiently (పటిష్ఠంగా)	honest	నుండి	honestly (విశ్వాసంగా)
wrong	నుండి	wrongly (తప్పుగా)	right	నుండి	rightly (సరిగా) మొ॥వి.

48 నలభై ఎనిమిదవ రోజు th Day

34. జీవ జంతువులు (Animals)

1. ప్ర: మనకు పాలిచ్చే జంతువులేవి? — Q. Which animals give us milk? విచ్ అనిమల్స్ గివ్ అస్ మిల్క్?
   జ: ఆవు, గేదె మరియు మేక. — A. The cow, bufallo and goat. ది కౌ, బఫల్లో అండ్ గోట్.

2. ప్ర: మొరిగే జంతువేది? — Q. Which animal barks? విచ్ అనిమల్ బార్క్స్.
   జ: కుక్క. — A. The dog. ద డాగ్.

3. ప్ర: పొడవైన మెడ గల జంతువు ఏది? — Q. Which animal has a long neck? విచ్ అనిమల్ హేస్ ఎ లాంగ్ నెక్?
   జ: జిరాఫీ. — A. The giraffe. ద జిరాఫ్.

4. ప్ర: మనకు ఉన్ని ఇచ్చే జంతువేది? — Q. Which animal gives us wool? విచ్ అనిమల్ గివ్స్ అస్ ఊల్?
   జ: గొర్రె. — A. The sheep. ద షీప్.

5. ప్ర: ఏ జంతువు తోక కుచ్చుగా ఉంటుంది? — Q. Which animal has a bushy tail? విచ్ అనిమల్ హేస్ ఎ బుష్షీటైల్?
   జ: ఉడుత తోక కుచ్చుగా ఉంటుంది. — A. The squirrel has a bushy tail. ది స్క్విరిల్ హేస్ ఎ బుషీ టైల్.

6. ప్ర: సగము గుర్రము, సగము గాడిద ఐన సంకర జంతువు ఏది? — Q. Which animal is a cross between horse and donkey? విచ్ అనిమల్ ఈస్ ఎ క్రాస్ బిట్వీన్ హార్స్ అండ్ డాంకీ?
   జ: కంచరగాడిద. — A. The mule. ది మ్యూల్.

7. ప్ర: కంచరగాడిద ఏమి చేస్తుంది? — Q. What do mules do? వాట్ డూ మ్యూల్స్ డూ?
   జ: అది బరువు మోస్తుంది. — A. They carry load. దే క్యారీ లోడ్.

8. ప్ర: తొండము గల జంతువేది? — Q. Which animal has a trunk? విచ్ అనిమల్ హేస్ ఎ ట్రంక్?
   జ: ఏనుగు. — A. The elephant*. ది ఎలిఫెంట్.

9. ప్ర: మూపు మీద గోపురమున్న జంతువేది? — Q. Which animal has a hump on its back? విచ్ అనిమల్ హేస్ ఎ హంప్ ఆన్ ఇట్స్ బాక్?
   జ: ఒంటెకు మూపుమీద గోపురముంటుంది. — A. The camel. ది క్యామెల్.

10. ప్ర: కొమ్ములు గల జంతువేది? — Q. Which animal has horns? విచ్ అనిమల్ హేస్ హార్న్స్?
    జ: ఆవు. — A. The cow. ది కౌ.

11. ప్ర: బండ్లను లాగే జంతువు ఏది? — Q. Which animal pulls wagons? విచ్ అనిమల్ పుల్స్ వేగన్స్?
    జ: గుర్రము/కంచరగాడిద. — A. The cart-horse/mule. ది కార్ట్-హార్స్/మ్యూల్.

12. ప్ర: తుట్టెలో నివసించే కీటకము ఏది? — Q. Which insect lives in a hive? విచ్ ఇన్సెక్ట్ లివ్స్ ఇన్ ఎ హైవ్?
    జ: తేనెటీగ. — A. The bee. ద బీ.

13. ప్ర: రాత్రి భయంకరంగా అరిచే పక్షి ఏది? — Q. Which bird hoots at night? విచ్ బర్డ్ హూట్స్ ఎట్ నైట్స్?
    జ: గుడ్లగూబ. — A. The owl. ది ఔల్.

---

*"The elephant" యొక్క ఉచ్చారణ 'ది ఎలిఫెంట్' అవుతుంది. "The owl" ను 'ద ఔల్', మరియు "The ape" 'ద ఏప్', "The cow, the giraffe" 'ది కౌ', 'ది జిరాఫ్' అవుతుంది.

a, e, o మొదలైన వాటికి ప్రారంభంలో 'ది' మరియు వ్యంజనాలలా క, జ, ర మొదలైన వాటి ముందు 'ది' వస్తుండ.

14. ప్ర: మనిషిని పోలిన జంతువేది?
Q. Which animal resembles human beings?
విచ్ అనిమల్ రిసెంబుల్స్ హ్యూమన్ బీయింగ్స్?
జ: మనిషిని పోలిన జంతువు కోతి.
A. The ape resembles human beings.
ది ఏప్ రిసెంబుల్స్ హ్యూమన్ బీయింగ్స్.

15. ప్ర: గూళ్ళు అల్లే కీటకమేది?
Q. Which insect weaves webs? విచ్ ఇన్సెక్ట్ వీవ్స్ వెబ్స్?
జ: సాలెపురుగు.
A. The spider. ది స్పైడర్.

16. ప్ర: వేటాడి తినే జంతువులు ఏవి?
Q. Which are the beasts of prey? విచ్ ఆర్ ది బీస్ట్స్ ఆఫ్ ప్రే?
జ: సింహము, పులి, చిరుత మొదలైనవి.
A. Lion, tiger, leopard etc.
లయన్, టైగర్, లెపర్డ్ ఎట్సెట్రా.

35. క్రీడలు (Games)

1. రమ ఆడుతోంది. — Rama is playing. రమా ఈస్ ప్లేయింగ్.
2. మీకు పెద్ద దెబ్బ తగలలేదనుకుంటా. — Hope you are not hurt badly. హోప్ యు ఆర్ నాట్ హర్ట్ బ్యాడ్లీ.
3. నడకకన్నా నాకు స్వారీ చేయటం ఇష్టం. — I prefer* riding to walking. ఐ ప్రిఫర్ రైడింగ్ టు వాకింగ్.
4. నేను గాలిపటం ఎగురవేస్తున్నాను. — I am flying a kite. ఐ యామ్ ఫ్లైయింగ్ ఎ కైట్.
5. ఈ వేళ చదరంగం ఆడుదాము. — We'll play chess today. వుయ్'ల్ ప్లే ఛెస్ టుడే.
6. **ఎవరు గెలిచారు?** — **Who won?** హూ వన్?
7. మీరు ఏ ఆటలు ఆడుతారు? — What games do you play? వాట్ గేమ్స్ డూ యు ప్లే?
8. **రండి, పేకాడుదాం.** — **Come, let's play cards.** కమ్, లెట్స్ ప్లే కార్డ్స్.
9. **పేక కలపండి, నేను కట్ చేస్తాను.** — **You shuffle the cards and I'll cut.** యు షఫల్ ది కార్డ్స్ అండ్ ఐ'ల్ కట్.
10. మా జట్టు గెలిచింది. — Our team has won. అవర్ టీమ్ హాస్ వన్.
11. లాఠీ తిప్పడం నీకు తెలుసా? — Can you wield a lathi? కెన్ యు వీల్డ్ ఎ లాఠీ?
12. రండి, ఆడుకుంటాం. — Come, let's play. కమ్, లెట్స్ ప్లే.
13. **ఆట ప్రారంభమయింది.** — **The game has started.** ది గేమ్ హాస్ స్టార్టెడ్.
14. చదవటం ఎంత ముఖ్యమో, ఆటలు కూడా అంతే ముఖ్యం. — Games are as important as studies. గేమ్స్ ఆర్ యాస్ ఇంపార్టెంట్ యాస్ స్టడీస్.
15. లాంగ్‌జంప్ చేస్తూ ఉండగా నరం పట్టేసింది. — I sprained my ankle while jumping. ఐ స్ప్రెయిన్డ్ మై ఏంకల్ వైల్ జంపింగ్.
16. హైజంప్‌లో అతను రికార్డ్ సాధించాడు. — He has set a record in high-jump. హి హాస్ సెట్ ఎ రికార్డ్ ఇన్ హై-జంప్.
17. అతను చాలా వేగంగా పరుగెడుతాడు. — He is a fast sprinter/racer. హి ఈస్ ఎ ఫాస్ట్ స్ప్రింటర్/రేసర్.
18. మీ బడిలో వ్యాయామ క్రీడలు నేర్పుతారా? — Do they teach you exercise/gymnastics in your school? డూ దె టీచ్ యు ఎక్సర్‌సైజ్/జిమ్నాస్టిక్స్ ఇన్ యువర్ స్కూల్?
19. మా బడిలో సువిశాలమైన మైదానం ఉంది. — Our school has a big playground. అవర్ స్కూల్ హాస్ ఎ బిగ్ ప్లేగ్రౌండ్.
20. మీ బేస్‌బాల్ జట్టుకు నాయకుడెవరు? — Who is the captain of your baseball team? హూ ఈస్ ది కేప్టన్ ఆఫ్ యువర్ బేస్‌బాల్ టీమ్?

*Prefer క్రియ తర్వాత వచ్చే రెండు విషయాలలో రెండవ దానికన్నా మొదటిదానినే ఇష్టపడినట్లు పరిగణిస్తారు.

21. నేను మీ రాకెట్‌తో బాడ్‌మింటన్ ఆడనా? — Can I play badminton with your racquet? కెన్ ఐ ప్లే బాడ్మింటన్ విత్ యువర్ రాకెట్?

22. జాతీయ ఫుట్‌బాల్ టోర్నమెంట్‌లో మీ జట్టు కూడా ఆడుతోందా? — Is your team also playing/taking part in the national football tournament? ఈస్ యువర్ టీమ్ ఆల్సో ప్లేయింగ్/టేకింగ్ పార్ట్ ఇన్ ది నేషనల్ ఫుట్‌బాల్ టోర్నమెంట్?

23. పడవ నడపడమంటే నాకు ఇష్టం. — I like rowing. ఐ లైక్ రోయింగ్.

24. ఆమె ఆ జట్టులో ఎప్పుడూ ఆడుతుంది. — She plays regularly for the team. షి ప్లేస్ రెగులర్లీ ఫర్ ది టీమ్.

25. మేము వారానికొకసారి విన్యాసము చేస్తాము. — We do drill once a week. వుయ్ డు డ్రిల్ వన్స్ ఎ వీక్.

గుర్తుంచుకోండి (Remember)

'ly' తెచ్చే మార్పులు చూడండి. విశేషణాన్ని ఇది క్రియా విశేషణంగా మార్చుతుంది - kind నుండి kindly ఇదే 'ly' నామవాచకాన్ని విశేషణంగా మార్చుతుంది. ఉదా. :- 'His brotherly behaviour endeared him to all his colleagues (సోదరుని మోస్తరుగా అతని ప్రవర్తన వలన అతనంటే సహచరులందరికీ ఇష్టం). ఇందులో brother అనే నామవాచకానికి ly చేర్చటంతో brotherly అనే విశేషణం ఏర్పడింది. ఇదే విధంగా :-

father నుండి fatherly (తండ్రి మోస్తరు)	man నుండి manly (పురుషుని మోస్తరు)
mother నుండి motherly (తల్లి మోస్తరు)	woman నుండి womanly (స్త్రీ మోస్తరు)
sister నుండి sisterly (సహోదరి మోస్తరు)	king నుండి kingly (రాజు మోస్తరు)
body నుండి bodily (శారీరక)	scholar నుండి scholarly (పండితుని మోస్తరు)

It was a windy day (ఆ రోజు బాగా గాలిగా ఉంది), A fish has a scaly body (చేప దేహం మీద పొలుసుంటుంది). wind నుండి windy (గాలి), scale నుండి scaly (పొలుసులుగా), wind లేక scale నామవాచకానికి y జోడించగా ఏర్పడినాయి. ఇదే విధంగా :-

breeze నుండి breezy (చిరుగాలిగా)	hand నుండి handy (పనికివచ్చు)
craft నుండి crafty (పనితనం)	dust నుండి dusty (దుమ్ముగా)
greed నుండి greedy (ఆశపోతు)	room నుండి roomy (విశాలంగా)
rain నుండి rainy (వానసతో కూడిన)	sun నుండి sunny (ఎండగా)

49 నలభై తొమ్మిదవ రోజు th Day

36. వ్యక్తి, వయస్సు (Person & Age)

1. మీ పేరేమిటండీ? Your name, please?/What is your good name?
యువర్ నేమ్, ప్లీస్?/వాట్ ఈస్ యువర్ గుడ్ నేమ్?
2. దయుంచి మీ పరిచయం చేస్తారా? Please introduce yourself? ప్లీజ్ ఇంట్రొడ్యూస్ యువర్సెల్ఫ్?
3. మీ వయసెంత? What is your age?/How old are you?
వాట్ ఈస్ యువర్ ఏజ్?/హౌ ఓల్డ్ ఆర్ యు?
4. నాకు ఇరవై ఏళ్ళు ఇప్పుడే నిండాయి. I have just completed twenty. ఐ హావ్ జస్ట్ కంప్లీటెడ్ ట్వెంటీ.
5. మీరు నాకన్నా పెద్దవారా?/చిన్నవారా? You are older/younger than me? యు ఆర్ ఓల్డర్/యంగర్ దెన్ మి?
6. **నాకింకా పెళ్ళి కాలేదు.** **I am a bachelor.** ఐ యామ్ బాచిలర్.
7. ఆమెకు పెళ్ళయింది. She is married. షి ఈస్ మారీడ్.
8. ఆమెకు ఇద్దరు కూతుళ్ళు మాత్రమే. She has only two daughters. షి హాస్ ఓన్లీ టూ డాటర్స్.
9. మీ నాన్నగారు ఏమి పని చేస్తారు? What is your father?/What does your father do?
వాట్ ఈస్ యువర్ ఫాదర్?/వాట్ డస్ యువర్ ఫాదర్ డూ?
10. ప్రభుత్వోద్యోగంనుండి ఆయన విరమించారు. He has retired from Government service.
హి హాస్ రిటైర్డ్ ఫ్రమ్ గవర్నమెంట్ సర్వీస్.
11. ఆయన వయసు మీరినట్లు కనిపిస్తారు. He looks aged. హి లుక్స్ ఏజ్డ్.
12. ఆయన జుట్టు తెల్లబడింది. He has grey hair. హి హాస్ గ్రే హెయిర్.
13. ఆమె జుట్టుకు రంగు వేస్తుందా? Does she dye her hair? డస్ షి డై హర్ హెయిర్?
14. **మీది ఉమ్మడి కుటుంబమా?** **Do you have a joint family?/Is yours a joint family?** డు యు హావ్ ఎ జాయింట్ ఫామిలీ?/ఈస్ యువర్స్ ఎ జాయింట్ ఫామిలీ?
15. అవును, మాది ఉమ్మడి కుటుంబమే. Yes, it is. ఎస్, ఇట్ ఈజ్.
16. **మీరు ఎంతమంది అన్నదమ్ములు?** **How many brothers do you have?**
హౌ మెనీ బ్రదర్స్ డు యు హావ్?
17. మీకు ఎందరు చెల్లెండ్రు? How many sisters do you have? హౌ మెనీ సిస్టర్స్ డు యు హావ్?
18. మా పెద్దన్న విడిపోయినాడు. Our eldest brother lives separately. అవర్ ఎల్డర్ బ్రదర్ లివ్స్ సెపరేట్లీ.
19. **అతను ఇంకా పసివాడు.** **He is just a kid.** హి ఈజ్ జస్ట్ ఎ కిడ్.
20. **మీకంత వయసున్నట్టు కనబడరు.** **You look younger than your age./You look young for your age.**
యు లుక్ యంగర్ దేన్ యువర్ ఏజ్./యు లుక్ యంగర్ ఫర్ యువర్ ఏజ్.
21. మా తమ్మునికి/అన్నకు పదహారు సంవత్సరాలు. My brother is sixteen years old.
మై బ్రదర్ ఈస్ సిక్స్‌టీన్ ఇయర్స్ ఓల్డ్.

37. శీలము (Character)

1. కోపము బలహీనతకు గుర్తు. To get angry is to show weakness.
టు గెట్ అంగ్రీ ఈస్ టు షో వీక్‌నెస్.
2. సోమరితనం సగం చచ్చినవారిక్రింద లెక్క. An idle man is as good as half-dead.
యాన్ ఐడిల్ మాన్ ఈస్ యాస్ గుడ్ యాస్ హాఫ్-డెడ్.
3. అప్పు ఇవ్వవద్దు, తీసుకోవద్దు. Neither borrow nor lend. నెయ్‌దర్ బారో నార్ లెండ్.
4. నీవు నిజం చెప్పెయ్యాలి. You must come out with the truth./You must tell/speak the truth.
యు మస్ట్ కమ్ ఔట్ విత్ ది ట్రూత్./యు మస్ట్ టెల్/స్పీక్ ది ట్రూత్.
5. నిస్వార్థ సేవలో ఎంతో ఆనందం ఉంది. There is great joy in selfless* service.
దేర్ ఈస్ గ్రేట్ జాయ్ ఇన్ సెల్ఫ్‌లెస్ సర్వీస్.
6. తన పాపానికి అతను ప్రాయశ్చిత్తము చేసుకున్నాడు. He has atoned for his sin. హి హాస్ అటోన్డ్ ఫర్ హీస్ సిన్.
7. ఒకరిని మోసగించవద్దు.ఒకరిచే మోసపోవద్దు. Neither deceive, nor be deceived. నెయ్‌దర్ డిసీవ్, నార్ బి డిసీవ్డ్.
8. నీతి గలవారే సంతోషంగా ఉంటారు. The virtuous alone are happy. ది వర్చుఅస్ అలోన్ ఆర్ హాపీ.
9. సోమరులకు చెడు ఆలోచనలు వస్తాయి. An idle mind is a devil's workshop.
యాన్ ఐడిల్ మైన్డ్ ఈస్ ఎ డెవిల్స్ వర్క్‌షాప్.
10. జీవితం ఇతరుల సేవ కోసమే. Life is for others' service. లైఫ్ ఈస్ ఫర్ అదర్స్ సర్వీస్.
11. ఎవరినీ ఏమీ అడగకు. Don't ask anything from anybody.
డోన్ట్ ఆస్క్ ఎనితింగ్ ఫ్రమ్ ఎనిబడీ.
12. నా అంతరాత్మ అందుకు అంగీకరించదు. My conscience doesn't permit. మై కాన్షియన్స్ డసన్ట్ పర్మిట్.
13. విశ్రాంతి అంటే తుప్పుపట్టినట్టే. To rest is to rust. టు రెస్ట్ ఈస్ టు రస్ట్.
14. సంపాదించకనే తినేవాడు దొంగతనం చేసినంతవాడవుతాడు. He who eats without earning is committing a theft.
హి హూ ఈట్స్ వితౌట్ ఎర్నింగ్ ఈస్ కమిటింగ్ ఎ థెఫ్ట్.
15. ఆమె ఎప్పుడూ మాట్లాడుతూనే ఉంటుంది. She always keeps on talking. షి అల్వేస్ కీప్స్ ఆన్ టాకింగ్.
16. ఆమెకు అక్క/చెల్లెలు అంటే ఈర్ష్య ఎక్కువ. She is very jealous of her sister. షి ఈస్ వెరీ జెలస్ ఆఫ్ హర్ సిస్టర్.
17. మీ నిజాయితిలో మాకు నమ్మకం ఉంది. We are sure of your honesty. వుయ్ ఆర్ ష్యూర్ ఆఫ్ యువర్ హానెస్టీ.
18. అతను అన్నీ తెలిసినట్టు నటిస్తాడు. He pretends to know everything. హి ప్రిటెండ్స్ టు నో ఎవ్విరిథింగ్.

38. దుస్తులు (Dress)

1. ఈ బట్ట మీటరు పన్నెండు రూపాయలు. This cloth is twelve rupees a/per metre.
దిస్ క్లాత్ ఈస్ ట్వెల్వ్ రుపీస్ ఎ/పర్ మీటర్.
2. వాన-కోట్ వేసుకోవడం మరచిపోకండి. Please don't forget to wear a rain-coat.
ప్లీస్ డోన్ట్ ఫర్గెట్ టు వేర్ ఎ రైన్-కోట్.
3. ఈ గుడ్డ చాలా వెచ్చగా ఉంది. This cloth is extremely/very warm. దిస్ క్లాత్ ఈస్ ఎక్స్‌ట్రీమ్లీ వార్మ్.
4. భారతీయ మహిళలు చాలావరకు చీరలే ధరిస్తారు. Indian women usually/mostly wear sarees.
ఇండియన్ ఉమన్ యూజువలీ/మోస్ట్‌లీ వేర్ శారీస్.
5. తడి దుస్తులు ధరించవద్దు. Don't wear/put on wet clothes. డోన్ట్ వేర్/పుట్ ఆన్ వెట్ క్లాత్స్.
6. పాతకోటు వేసుకున్నా, పుస్తకంకొత్తదికొనండి. Wear old coat, buy a new book. వేర్ ఓల్డ్ కోట్, బయ్ న్యూ బుక్.
7. నేను దుస్తులు మార్చుకుని వస్తాను. I will come after changing my clothes.
ఐ విల్ కమ్ ఆఫ్టర్ ఛేంజింగ్ మై క్లాత్స్.

8.	ఈ రోజుల్లో యువతరం అధునాతన దుస్తులు ధరిస్తారు.	Nowadays the youth wear clothes of the latest fashion. నౌ ఎ డేస్ ద యూత్ వేర్ క్లాత్స్ ఆఫ్ ది లేటెస్ట్ ఫాషన్.
9.	ఆమె పట్టు చీర కట్టుకున్నారు.	She was wearing/clad in a silk sari. షి వాస్ వేరింగ్/క్లాడ్ ఇన్ ఎ సిల్క్ శారీ.
10.	నా బట్టలు చాకలి వద్దకు వెళ్ళాయి.	My clothes have gone to the laundry. మై క్లాత్స్ హేవ్ గాన్ టు ద లాండ్రీ.
11.	ఆయన నీలం యూనిఫారం వేసుకున్నారు.	He was wearing a blue uniform. హి వాస్ వేరింగ్ ఎ బ్లూ యూనిఫార్మ్.
12.	ఈ కోటులోనికి తడి రాదు.	It is a water-proof coat. ఇట్ ఈస్ ఎ వాటర్-ప్రూఫ్ కోట్.
13.	ఈ దుస్తులు నీ కోసమే.	These dresses are for you. దీస్ డ్రెసెస్ ఆర్ ఫర్ యు.
14.	వేసుకునే దుస్తులను బట్టి మనిషి ఎటువంటి వాడో చెప్పవచ్చు.	A man is judged by his clothes/by the clothes he wears. ఎ మేన్ ఈస్ జడ్జ్‌డ్ బై హిస్ క్లాత్స్/బై ది క్లాత్స్ హి వేర్స్.
15.	ఈ దుస్తులు నాకు కాస్త బిగుతుగా ఉన్నాయి.	This dress is a little tight for me. దిస్ డ్రెస్ ఈస్ ఎ లిటిల్ టైట్ ఫర్ మి.
16.	ఈ కోటు నడుము దగ్గర వదులుగా ఉంది.	This coat is loose at the waist. దిస్ కోట్ ఈస్ లూస్ ఎట్ ది వెయిస్ట్.
17.	మీ దగ్గర చొక్కా గుడ్డలున్నాయా?	**Do you have shirtings?** డు యు హేవ్ షర్టింగ్స్?
18.	ఉన్నాయి, మా దగ్గర మంచి సూటింగ్స్ కూడా ఉన్నాయి.	Yes, we have good suitings also. ఎస్, వుయ్ హేవ్ గుడ్ సూటింగ్స్ ఆల్సో.
19.	నా సూటుకి మీ సూటుకు తేడా ఉంది.	My suit is different from yours./Your suit is not like mine. మై సూట్ ఈస్ డిఫరెంట్ ఫ్రమ్ యువర్స్./యువర్ సూట్ ఈస్ నాట్ లైక్ మైన్.
20.	అతని చొక్కా నా చొక్కా లాంటిది కాదు.	His shirt is not like mine/similar to mine. హిస్ షర్ట్ ఈస్ నాట్ లైక్ మైన్/సిమిలర్ టు మైన్.

గుర్తుంచుకోండి (Remember)

*ఏ పదానికైనా చివరన 'less' అని ఉంటే దానిని విశేషణమని అనుకోండి. ఉదా:- He is a shameless person (అతను సిగ్గు లేని మనిషి); Needless to say that you are a thorough gentleman (మీరు పెద్ద మనిషి అని వేరే చెప్ప నక్కరలేదు); Cloudless sky in the month of 'sawan' can really worry the poor Indian farmers (శ్రావణ మాసంలో మేఘం లేని ఆకాశం రైతుకు ఆందోళన కలిగిస్తుంది.); Astronauts remain weightless while travelling in space. (అంతరిక్ష యాత్రికులు ఆకాశంలో యాత్రా సమయంలో భారరహితంగా ఉంటారు.) less యొక్క అర్థం రహిత లేక లేకుండా.

సాధారణంగా ఏ పదాలకు full జోడించవచ్చో, వాటికి less కూడా జోడించి కొత్త విశేషణము చేయవచ్చు. ఉదాహరణకు :- merciful (దయగలవాడు) నుంచి merciless (నిర్దయుడు), colourful (వర్ణ పూరితము) నుంచి colourless (వర్ణ రహితము), careful (జాగ్రత్త) నుంచి careless (నిర్లక్ష్యము), pitiful (దయగలవాడు) నుంచి pitiless (నిర్దయుడు) మొదలైనవి. 'full' మరియు 'less' తో గల విపరీతార్థంతో ఉంటుంది. అయితే ఏ శబ్దాలతో 'less' చేర్చబడుతుందో ఆ పదాలకు 'full' చేర్చబడదు. ఉదాహరణకు— Friendless (మిత్ర రహిత) మరియు landless (భూమి రహిత) ఈ పదాలతో full జోడించి friendful మరియు landful గా చేయరాదు. జాగ్రత్తగా ఏ పదాలతోనయినా 'ful' లో గల 'l' రాయబడుతుంది. కాని 'll' రాదు.

50 యాభయ్యవ రోజు
50 th Day

Test No. 1

మొత్తం మార్కులు **20**

41 నుండి 45 వ రోజు

మార్కులు **16** అంతకు మించితే **very good; 12** అంతకు మించితే **fair**

I. ఈ క్రింది వాక్యాల వంటివి మీరు ఇదివరకు నేర్చుకున్నారు. వీటిలో కొన్ని చిన్న తప్పులున్నాయి. ఆ తప్పులను సరి చేసి మీ భాషాజ్ఞానాన్ని పరీక్షించుకోండి. పదాలలోని వాలి వున్న *(italics)* అక్షరాలు తప్పులు. క్రింద ఇవ్వబడిన సరయిన జవాబులతో ఆ వాక్యాలను సరి చేసి మార్కులు వేసుకోండి.

1. The milk has *become* sour. 2. Why didn't you wake me *on*? 3. You should not go back *from* your words. 4. Sonia is taller of *a* two girls. 5. Wait *the* bit. 6. I saw the woman *whom* the boss said was away. 7. This rice is *on* inferior quality. 8. I am short *for* fifty paise. 9. This chair is quite cheap *at* sixty rupees. 10. Do not buy *at* credit. 11. Does your shoe *pinches* you? 12. Show me a shoe with *an* narrow toe. 13. As we labour, so shall we be *reward*. 14. I am *so* tired to attend the class. 15. The question is *so* easy 16. He is *week* in Hindi. 17. She has been absent *for* Wednesday. 18. *Should* you pass, your parents will be happy. 19. I have been in this college *since* two years. 20. He is junior *than* me by one year.

Test No. 1. — సరియైన జవాబులు : 1. turned, 2. up, 3. on, 4. the, 5. a, 6. who, 7. of, 8. by, 9. for, 10. on, 11. pinch, 12. a, 13. rewarded, 14. too, 15. very, 16. weak, 17. since, 18. If, 19. for, 20. to.

Test No. 2

మొత్తం మార్కులు **20**

46 నుండి 49 వ రోజు

మార్కులు **16** అంతకు మించితే **very good; 12** అంతకు మించితే **fair**

II. ఈ క్రింది వాక్యాలలో కొన్ని చిన్న చిన్న తప్పులున్నాయి. ఆ తప్పులను సరి చేసి మీ భాషాజ్ఞానాన్ని పరీక్షించుకోండి. క్రింద ఇవ్వబడిన సరయిన జవాబులతో సరి చేసుకొని మార్కులు వేసుకోండి.

1. He is *a* eye specialist. 2. All his *tooth* are intact. 3. He is blind *from* one eye. 4. Nothing *for* worry. 5. Can you *see* thermometer? 6. He is *bad* hurt. 7. Prevention is better *to* cure. 8. Happiness is *a* best tonic. 9. I am not feeling *good*. 10. How are you getting *of* in your business? 11. My health has gone *for* on account of hard work. 12. The patient is shivering *from* cold. 13. Many people died *from* malaria. 14. It's getting *cold* day by day. 15. *Sheeps* give us wool. 16. I prefer riding to *walk*. 17. Who *did win* the match? 18. Is *your* a joint family? 19. My brother is sixteen *year* old. 20. We are quite sure *for* your honesty.

Test No. 2. — సరియైన జవాబులు : 1. an, 2. teeth, 3. of, 4. to, 5. read, 6. badly, 7. than, 8. the, 9. well, 10. on, 11. down, 12. with, 13. of, 14. colder, 15. Sheep, 16. walking, 17. won, 18. yours, 19. years, 20. of.

Test No. 3

మొత్తం మార్కులు **20**

41 నుండి 49 వ రోజు

మార్కులు **16** అంతకు మించితే **very good; 12** అంతకు మించితే **fair**

III. ఈ క్రింద ఇచ్చిన అసంపూర్ణ వాక్యాలలో బ్రాకెట్లలో రెండేసి పదాలిచ్చారు. వాటిలో సరైన పదాన్ని ఎన్నిక చేసే వాక్యాన్ని పూరించండి. దాని నియమం ఏమిటో గ్రహించండి.

1. I…(have passed/passed) the B.A. examination in 1976. 2. How…(many/much) letters did she write to me? 3. They have not spoken to each other…(for/since) two weeks. 4. She has been looking for a job…(for/

since) July 2004. 5. I…(had/have) already bought my ticket, so I went in. 6. He was found guilty…(for/of) murder. 7. They are leaving…(for/to) America soon. 8. She was married…(with/to) a rich man. 9. This shirt is superior… (than/to) that. 10. Write the letter… (with/in) ink. 11. She cannot avoid… (to make/making) mistakes. 12. The train… (left/had left) before I arrived.13. She (finished/had finished) her journey yesterday. 14. You talk as if you… (know/knew) everything. 15. She is (taller/tallest) than her sister. 16. It will remain a secret between you and…(I/me). 17. A girlfriend of…(his/him) told us this news. 18. Vagish and…(myself/I) were present there. 19. Amitabh played a very good… (game/play). 20. I played well yesterday… (isn't it/ didn't I?)

Test No. 3 — సరయిన పదాలు : 1. passed, 2. many, 3. for, 4. since, 5. had, 6. of, 7. for, 8. to, 9. to, 10. in, 11. making, 12. had left, 13. finished, 14. know, 15. taller, 16. me, 17. his, 18. I, 19. game, 20. didn't I?

Test No. 4

IV. బ్రాకెట్లలోని పదాలలో సరయిన దానిని ఎన్నిక చేసి, వాక్యాలను పూరించండి :-

1. How… (much, more, many) children do you have? 2. Custard is my favourite… (food, dish). 3. Where does this road… (lead, go) to? 4. Is he a… (dependible, dependable) person? 5. He is an… (important, importent) minister. 6. When does your examination… (start, begin, commence)? 7. …(If, Should) you pass, your parents… (will, shall) be happy. 8. The boy is so weak in mathematics that he will not be able to get… (up, on, in) with the class. 9. Good boys bring credit… (to, for) their school. 10. A little girl… (recalled, recounted, recited) a beautiful poem. 11. The squirrel has a… (wooly, hairy, bushy),tail. 12. The sun is bright because the sky is… (cloudy, cloudless). 13. As he is a… (shameful, shameless) person, he pays for a good deed with a bad one. 14. She had… (wore, worn) a simple sari. 15. Children need… (protection, defence) from traffic hazards. 16. … (Quitely, Quietly) he went out of the convention hall. 17. Hamid and Majid help… (each other, one another). 18. Small children help… (each other, one another). 19. Minakshi has not come… (too, either). 20. They went for a… (ride, walk) on their bicycles.

వాక్యాలను పూరించేందుకు సరైన పదాలు : 1. many, 2. dish, 3. lead, 4. dependable, 5. important, 6. commence, 7. If, will, 8. on, 9. to, 10. recited, 11. bushy, 12. cloudless, 13. shameless, 14. worn, 15. protection, 16. Quietly, 17. each other, 18. one another, 19. either, 20. ride.

Test No. 5

V. (i) ఈ వాక్యాలను తెలుగులోకి అనువదించండి :-

1. Do you have books? 2. Did the dhobi take the last wash? 3. Did you wake me up? 4. Is Anupam there? 5. Shall we meet again? 6. Why do you say this? 7. When will your college reopen? 8. Why don't you allow me to read? 9. Why are you looking at him?

Test No. 6

VI. ఆంగ్లంలోకి అనువదించండి :-

(1) నేను అతనికి దూరంగా ఉండాలనుకుంటున్నాను, (2) వాగుడు నిలుపు, (3) త్వరగా పడుకో, త్వరగా లే, (4) అతనికి జ్వరం తగ్గింది, (5) అతనిని ఎవరికైనా డాక్టరుకు చూపండి, (6) ఆమెకు తల నొప్పి, (7) నేను వణికిపోతున్నాను, (8) నేను గెలిచానా? (9) రా, ఆడుకుందాం, (10) నేను అవివాహితను, (11) మనం టైముకు ముందే చేరుకుంటాం, (12) ఎవరో చూడటానికి వచ్చారు, (13) నేను చాలా అలసిపోయాను, (14) నేను ఇల్లు మార్చాను, (15) ఆయన మీ గురించి అడిగారు, (16) అప్పుడప్పుడు ఉత్తరం రాస్తూండు, (17) రంగు పోదు కదా? (18) ఏమిటి, మీరు చెక్కు తీసుకుంటారా? (19) అతనికి గణితము రాదు, (20) నాకు ఇంగ్లీషు బాగా తెలుసు.

Test No. 7

VII. (i) ఈ దిగువ కొన్ని పదాలున్నాయి. మొదట్లో వేరే అక్షరం జోడించి కొత్త పదంగా మార్చండి. ఉదా: old నుంచి gold మొ॥వి.

now, he, ox, our, an, how, hen, ear, all, refer.

(ii) ఈ విశేషణాల తరతమ రూపములు వ్రాయండి. ఉదా: old నుండి old, older, oldest మొ॥వి.

good, young, pretty, bad, fine, strong, hard, wealthy.

(iii) ఈ పదాల ఉచ్చారణ తెలుగులో వ్రాసి అర్థం తెలపండి :-

year, psalm, of, off, man, men, in, inn, to, too, answer, station, cloth, clothe, Mrs., bath, bathe, dare, dear, car, idea, idiom, white, who.

Test No. 8

VIII. (i) ఈ క్రింది పదాల బహువచనం (plural) తెలపండి :-

knife, journey, city, woman, ox, tooth, mouse, sheep, deer, foot, child, brother, church, fly, day, brother-in-law, myself.

(ii) దిగువ వున్న క్రియలకు present, past మరియు past participle వ్రాయండి. (ఉదా :- go క్రియకు go, went, gone) మొదలైనవి.

to light, to lose, to mean, to pay, to say, to write, to throw, to win, to beat, to begin, to lie, to lay, to know, to hurt, to put, to cut, to hold, to forget, to shut, to take.

(iii) కొన్ని సామాన్య పదాలకు సంక్షిప్త రూపము (short forms) ఈ క్రింద ఇచ్చాము. ఇవి మీకు బాగా తెలిసిన పదాలే. వీటి పూర్తి పదాలు వ్రాయండి :-

Jan.	Mar.	Aug.	Oct.	Dec.	Mon.	Wed.	Fri.
Feb.	Apr.	Sept.	Nov.	Sun.	Tues.	Thurs.	Sat.
No.	Nos.	P.S.	P.P.	Co.	P.T.O.	K.M.	Dr.

పైన ఇచ్చిన exercises లో మీకు ఏదైనా కఠినంగా ఉన్నట్టనిపిస్తే డిక్షనరీని చూసి తెలుసుకోండి.

51 యాభై ఒకటవ రోజు
st Day

ఆరవ అభ్యాసము (6th Expedition)

మీరు అయిదు అభ్యాసాలు పూర్తి చేశారు. చాలా విషయాలు తెలుసుకున్నారు. ఇంకా ముఖ్యమయిన కొన్ని విషయాలు ఉన్నాయి. సభ్యత గల వారికి ఇవి అత్యవసరము. జీవన సంఘర్షణలోంచి బయటపడాలంటే మీరు సభ్యత, శిష్టాచార విషయాలు, కార్యాలయంలో మాట్లాడే తీరు, చట్ట విషయాలు, ఇచ్చి పుచ్చుకోవడాలు అంటే వ్యాపారం మొదలైన వాటికి సంబంధించిన విషయాలు ఆంగ్లంలో వ్యక్తం చేయటం తెలుసుకోవాలి. ఇందుకోసం ఆరవ అభ్యాసమునకు మీరు సిద్ధం కావాలి. ఇందులో వీటితోపాటు మరి కొన్ని జాతీయాలు, సామెతలు, పదజాలాలు కూడా నేర్చుకుంటారు.

39. సభ్యత / శిష్టాచారం (Etiquette)

1. అది చేస్తాను./ఇది సరిపోతుంది. — **That will do./This/It is enough.** దట్ విల్ డూ./దిస్/ఇట్ ఈస్ ఇనఫ్.
2. మీరు శ్రమ పడవద్దు. — **Please don't bother.** ప్లీస్ డోన్ట్ బాదర్.
3. ఏమీ భయం లేదు. — No trouble at all. నో ట్రబుల్ ఎట్ ఆల్.
4. నా గురించి ఆందోళన పడవద్దు. — Don't worry about me. డోన్ట్ వర్రీ ఎబౌట్ మి.
5. మీరు చాలా మంచివారు. — **So kind/nice of you.** సో కైండ్/నైస్ ఆఫ్ యు.
6. అది మీ ఉదారత. — It would be very kind of you. ఇట్ వుడ్ బి వెరీ కైండ్ ఆఫ్ యు.
7. మీకేమన్నా సహాయం కావాలా? — How can I help you? హౌ కెన్ ఐ హెల్ప్ యు?
8. మీకెలా సహాయపడగలను? — Why did you trouble yourself? వై డిడ్ యు ట్రబుల్ యువర్‌సెల్ఫ్?
9. ఇది సరిపోతుంది./ఇది చాలు. — This is sufficient. దిస్ ఈస్ సఫిషియెంట్.
10. శ్రమ పడవద్దు. — Don't bother. డోన్ట్ బాదర్.
11. దయచేసి ఇంకా కొన్ని రోజులు ఉండండి. — Please stay a little more. ప్లీస్ స్టే ఏ లిటిల్ మోర్.
12. మన్నించాలి. — **Please excuse me.** ప్లీస్ ఎక్స్‌క్యూస్ మి.
13. నాకు విచారంగా ఉంది. — I'm sorry. ఐ'మ్ సారీ.
14. అంత మర్యాద పాటించవద్దు. — **Don't be formal.** డోన్ట్ బి ఫార్మల్.
15. మిమ్ములను ఒకటి చెప్పనా? — May I say something? మే ఐ సే సమ్‌థింగ్?
16. అన్యథా భావించకండి. — Don't mind. డోన్ట్ మైండ్.
17. నేను మీ సేవకి సిద్ధంగా ఉన్నాను. — I'm at your service/disposal. ఐ'మ్ ఎట్ యువర్ సర్వీస్/డిస్పోసల్.
18. మేము మిమ్మల్ని సరిగా చూడలేకపోయాం. — We couldn't entertain you properly. వుయ్ కుడన్ట్ ఎంటర్‌టైన్ యు ప్రాపర్లీ.
19. నేనిక్కడ కూర్చోవచ్చా? — May I sit here? మే ఐ సిట్ హియర్?
20. మీ సహాయానికి ధన్యవాదాలు. — Thanks for your help! థ్యాంక్స్ ఫర్ యువర్ హెల్ప్!
21. మీకు చాలా కృతజ్ఞతలు. — We are grateful to you. వుయ్ ఆర్ గ్రేట్‌ఫుల్ టు యు.
22. ఇందులో దయేముంది. అదే మాకు సంతోషం. — No question of kindness.* It would rather please me. నో క్వశ్చన్ ఆఫ్ కైండ్‌నెస్. ఇట్ వుడ్ రాదర్ ప్లీస్ మి.

23. మీరిచ్చిన మంచి సలహాలకు ధన్యవాదాలు. Thank you for your sensible/good advice. థ్యాంక్స్ యు ఫర్ యువర్ సెన్సిబుల్/గుడ్ అడ్వైస్.

24. ప్రేమ, శుభాకాంక్షలతో-మీ విశ్వాస పాత్రుడు ఉమేష్. With love and best wishes, Yours sincerely, Umesh. విత్ లొ అండ్ బెస్ట్ విషెస్ - యువర్స్ సిన్సియర్లి, ఉమేష్.

25. ఇబ్బంది పెడుతున్నందుకు క్షమించాలి. Kindly excuse me for the trouble. కైండ్లీ ఎక్స్‌క్యూస్ మి ఫర్ ది ట్రబుల్.

26. అక్కలకు నమస్కారాలు, పిల్లలకు ప్రేమలు. Regard to sisters and love to children! రిగార్డ్ టు సిస్టర్స్ అండ్ లొ టు చిల్డ్రన్!

27. మీ పని మీరు చేయించినట్టయితే మీకు ఋణపడి ఉంటాను. I'll feel highly obliged, if you get this work done. ఐ'ల్ ఫీల్ హైలీ అబ్‌లైజ్డ్, ఇఫ్ యు గెట్ దిస్ వర్క్ డన్.

28. నేను మీకేమి చేయగలను? What can I do for you? వాట్ కెన్ ఐ డు ఫర్ యు?

29. దయచేసి మరెప్పుడయినా రండి. Please drop in sometime. ప్లీస్ డ్రాప్ ఇన్ సమ్‌టైమ్.

30. మీరు దయతో విశ్రాంతిగా ఉండండి. Please make yurself comfortable. ప్లీస్ మేక్ యువర్‌సెల్ఫ్ కంఫర్టబుల్.

40. సంకేతాలు / హెచ్చరికలు (Signals)

1. మెల్లగా నడపండి. Drive slowly. డ్రైవ్ స్లోలీ.
2. ఎడమ వైపున వెళ్ళండి. Keep to the left. కీప్ టు ది లెఫ్ట్.
3. ముందు అపాయకరమైన మలుపు ఉంది. Dangerous turn ahead. డేంజరస్ టర్న్ ఎహెడ్.
4. ఇక్కడ బండ్లు నిలపరాదు. No parking here. నో పార్కింగ్ హియర్.
5. ఇక్కడి నుంచి రోడ్డు దాటండి. Cross from here. క్రాస్ ఫ్రమ్ హియర్.
6. కుక్కలకు ప్రవేశం లేదు. Dogs not permitted. డాగ్స్ నాట్ పర్మిటెడ్.
7. ప్రవేశ ద్వారం కాదు. No entrance.** నో ఎంట్రన్స్.
8. వెలుపలికి దారి. Exit. ఎగ్జిట్.
9. ప్రవేశ ద్వారము. Entrance. ఎంట్రన్స్.
10. గడ్డి మీద నడవవద్దు. Keep off the grass. కీప్ ఆఫ్ ది గ్రాస్.
11. అనుమతి లేకుండా ప్రవేశం లేదు. No entry without permission. నో ఎంట్రీ వితౌట్ పర్మిషన్.
12. పొగ తాగరాదు. No smoking. నో స్మోకింగ్.
13. గొలుసు లాగండి. Pull the chain. పుల్ ద చైన్.
14. అద్దెకు ఇవ్వబడును. To let. టు లెట్.
15. ముందు బడి ఉంది. School ahead. స్కూల్ ఎహెడ్.
16. దారి మూయబడింది. Road closed. రోడ్ క్లోస్డ్.
17. ముందు దారి లేదు. Dead end ahead. డెడ్ ఎండ్ ఎహెడ్.
18. మరుగుదొడ్డి. *W.C. డబ్ల్యు.సి.
19. విశ్రామ గృహము. Waiting Room. వెయిటింగ్ రూమ్.
20. **వరుస క్రమంలో నిలబడండి. Please stand in a queue.** ప్లీస్ స్టాండ్ ఇన్ ఎ క్యూ.
21. స్త్రీలకు మాత్రమే. For ladies only. ఫర్ లేడీస్ ఒన్లీ.

---

*W.C. అంటే Water Closet కు సంక్షిప్త రూపం. ఇప్పుడు ఈ మరుగుదొడ్లను Gentlemen's లేదా Men (మెన్) లేదా పురుషులకు అని Ladies స్త్రీలకు Women అని వాడుతారు. వాడుకలో మరుగుదొడ్లు Toilet (టాయ్‌లెట్) లేదా Lavatory (లావెట్రీ) పదం వాడుతారు. అయితే సర్వత్రా W.C. లేదా Gentlemen's వంటి పదాలను వాడటం సభ్యతగా ఉంటుంది.

22. భారీ వాహనాలకు ప్రవేశం లేదు. Heavy vehicles are not allowed. హెవీ వెహికిల్స్ ఆర్ నాట్ అలౌడ్.
23. ఫోటోలు తీయరాదు. Photography is prohibited. ఫోటోగ్రఫీ ఈస్ ప్రొహిబిటెడ్.
24. కుక్కలున్నాయి, జాగ్రత్త! Beware of dogs! బివేర్ ఆఫ్ డాగ్స్!
25. సురక్షితం చేయబడింది. Reserved. రిసర్వ్డ్.
26. బండ్లు నిలుపరాదు. Tow Away Zone. టో అవే జోన్.

గుర్తుంచుకోండి (Remember)

*విశేషణాన్ని, క్రియ మొ॥న వాటిని గుర్తించడం చాలా సులభం. ఉదాహకణకు - చివరన ness ఉన్న పదం నామ వాచకమవుతుంది. Long illness has made him weak (చాలా కాలం నుండి జబ్బు అతనిని బలహీనం చేసింది). ఇందులో illness నామవాచకము. ness జోడించటం వలన విశేషణం నుండి నామవాచకమైంది. ఉదా. :-

ill నుండి illness. thick నుండి thickness.
good నుండి goodness. great నుండి greatness
sad నుండి sadness మొదలైనవి.

** Assistance (సహాయత) భావబోధక నామవాచకము assist అనే క్రియ నుండి ఏర్పడింది. క్రియా పదానికి assist అనే క్రియాపదాన్ని నామవాచకంగా మార్చేందుకు ance ను చేర్చబడింది. ఇలాటి కొన్ని పదాలు క్రింద ఇవ్వబడ్డాయి :-

allow నుండి allowance (బత్తెము)
ally నుండి alliance (మైత్రి) - ఇందులో ance చేర్చినప్పుడు మొదటి y అన్నది i గా మారింది.
clear నుండి clearance (శుభ్రపరచు)
pursue నుండి pursuance (నచ్చజెప్పటం)- ance చేర్చినప్పుడు, pursue యొక్క e అంతిమ అక్షరం లోపించింది.

52 యాభై రెండవ రోజు
nd Day

41. కార్యాలయం (Office)

1. ఈ చెక్కు పంజాబ్ నేషనల్ బ్యాంక్ పేరుతో ఉంది. — This is a Punjab National Bank cheque. దిస్ ఈస్ ఎ పంజాబ్ నేషనల్ బ్యాంక్ చెక్.
2. ఈ గుమాస్తా మీద అధికార్లకు అభిమానం ఎక్కువ. — This clerk is a favourite of the officers. దిస్ క్లర్క్ ఈస్ ఎ ఫావరైట్ ఆఫ్ ది ఆఫీసర్స్.
3. మీరు ఎన్ని రోజులు శెలవులో ఉంటారు? — For how many days would you have to take leave? ఫర్ హౌ మెనీ డేస్ వుడ్ యు హావ్ టు టేక్ లీవ్?
4. ఈ మధ్య పని భారం ఎక్కువయింది. — **Work pressure is very heavy these days.** వర్క్ ప్రెషర్ ఈస్ వెరీ హెవీ దీస్ డేస్.
5. నేను ఒక ఫోను చేయాలి. — **I want to make a call.** ఐ వాంట్ టు మేక్ ఎ కాల్.
6. నోటీసు బోర్డు మీద నోటీసు అతికించు. — **Put up the notice on the notice-board.** పుట్ అప్ ది నోటీస్ ఆన్ ది నోటీస్-బోర్డ్.
7. అధికారి లోపల ఉన్నారా? — Is the boss in? ఈస్ ది బాస్ ఇన్?
8. దయచేసి ఇక్కడ సంతకం చేయండి. — **Please sign here.** ప్లీస్ సైన్ హియర్.
9. నా దరఖాస్తును ఆమోదించారు. — My application has been accepted. మై అప్లికేషన్ హాస్ బీన్ ఆక్సెప్టెడ్.
10. ఆయనకు శలవు దొరకలేదు. — He didn't/couldn't get leave. హి డిడన్ట్/కుడన్ట్ గెట్ లీవ్.
11. ఆయనను హెచ్చరించారు. — He has been warned. హి హాస్ బీన్ వార్న్డ్.
12. ఈ విషయం గురించి నేను ఆలోచిస్తాను. — **I'll think over this matter.** ఐ'ల్ థింక్ ఓవర్ దిస్ మాటర్.
13. అతను రాజీనామా చేశాడు. — He has resigned. హి హాస్ రిసైన్డ్.
14. ఈ విషయము ప్రస్తావనకు రాలేదు. — This point was not touched. దిస్ పాయింట్ వాస్ నాట్ టచ్డ్.
15. నేను ఈ సంగతి గురించి తప్పకుండా ఆలోచిస్తాను. — **I'll surely keep this in mind.** ఐ'ల్ ష్యూర్లీ కీప్ దిస్ ఇన్ మైండ్.
16. మీరు చెప్పేదంతా నేను అనుసరిస్తాను. — I follow all what you say./I am following whatever you are saying. ఐ ఫాలో ఆల్ వాట్ యు సే./ఐ యామ్ ఫాలోయింగ్ వాటెవర్ యు ఆర్ సేయింగ్.
17. ఈ కార్యాలయంలో హెడ్ క్లర్క్ చెప్పిందే మాట. — The head clerk is all in all in this office. ది హెడ్ క్లర్క్ ఈస్ ఆల్ ఇన్ ఆల్ ఇన్ దిస్ ఆఫీస్.
18. అతని రాజీనామా స్వీకరించబడింది. — His resignation has been accepted. హిస్ రెసిగ్నేషన్ హాస్ బీన్ ఆక్సెప్టెడ్.
19. పొగ త్రాగరాదు. — No smoking.* నో స్మోకింగ్.
20. ఈ గ్రాఫిక్ డిజైన్‌ను నువ్వు కంప్యూటర్లో చేయగలవా? — Can you make this graphic design on the computer? కెన్ యు మేక్ దిస్ గ్రాఫిక్ డిసైన్ ఆన్ ది కంప్యూటర్?

---

* కొన్ని చోట్ల Smoking not allowed బదులు సంక్షిప్తంగా 'No Smoking' అని కూడా వ్రాస్తారు. కానీ ఈ వాక్యం సంపూర్ణమైనది కాదని గుర్తుంచుకోవాలి.

21. నా గడియారం ఆగిపోయింది. **My watch has stopped.** మై వాచ్ హాస్ స్టాప్డ్.

22. ఆలస్యమయిందా? **Is it late?** ఈజ్ ఇట్ లేట్?

23. మీరు ఒక గంట ఆలస్యం అయ్యారు. You are late by an hour. యు ఆర్ లేట్ బై యాన్ అవర్.

24. ఈ ఉత్తరాన్ని త్వరగా టైపు చెయ్యి. Type this letter fast. టైప్ దిస్ లెటర్ ఫాస్ట్.

25. ఈ రోజు తారీకెంత? **What's the date today?** వాట్స్ ద డేట్ టుడే?

26. ఆమె ఈ రోజు ఉద్యోగంలో చేరారు. She has joined only today. షి హాస్ జాయిన్డ్ ఒన్లీ టుడే.

27. నాకేమన్నా ఫోన్ కాల్ వచ్చిందా? Is there any phone call for me? ఈస్ దేర్ ఎనీ ఫోన్ కాల్ ఫర్ మి?

28. నేను మధ్యాహ్నము మూడు గంటలకు డైరెక్టరును కలుసుకోవాలి. I have fixed an appointment with the director at 3 o'clock. ఐ హావ్ ఫిక్స్‌డ్ యాన్ అపాయింట్‌మెంట్ విత్ ది డైరెక్టర్ ఎట్ 3 ఓ'క్లాక్.

29. మీరు ఆ కార్యాలయంలో ఉద్యోగం చేస్తున్నారా? Are you working in that office? ఆర్ యు వర్కింగ్ ఇన్ దట్ ఆఫీస్?

30. మీరు రాజీనామా ఇస్తే మంచిది. It's better if you resign. ఇట్స్ బెటర్ ఇఫ్ యు రిజైన్.

31. మీరు ఏమి ఉద్యోగం చేస్తున్నారు? **What post do you hold?** వాట్ పోస్ట్ డు యు హోల్డ్?

32. తన ఉన్నతికి అతను గర్వపడుతున్నాడు. Success has gone to his head. సక్సెస్ హాస్ గాన్ టు హిస్ హెడ్.

33. నేను ఈ వేళ చాలా పని తొందరలో ఉన్నాను. **I'm very busy today.** ఐ'మ్ వెరీ బిజీ టుడే.

42. వస్తువులు (Things)

1. ఇది చాలా అందమైన చిత్రము. This is a very fine/nice/beautiful picture. దిస్ ఈస్ ఎ వెరీ ఫైన్/నైస్/బ్యూటిఫుల్ పిక్చర్.

2. దయచేసి చిల్లర ఇవ్వండి. Please give change. ప్లీస్ గివ్ ఛేంజ్.

3. మీ ఫోటోను నాకు చూపలేదు. You have not shown me your photograph. యు హావ్ నాట్ షోన్ మి యువర్ ఫోటోగ్రాఫ్.

4. దయచేసి సామాన్లు నా హోటల్‌కు తెచ్చివ్వండి. Please deliver the goods at my hotel. ప్లీస్ డెలివర్ ది గూడ్స్ ఎట్ మై హోటల్.

5. నా కళ్ళజోడు మార్పించాలనుకుంటున్నాను. I have to get my spectacles changed. ఐ హావ్ టు గెట్ మై స్పెక్టకల్స్ ఛేంజ్‌డ్.

6. నాకు ఇంకొక కంబళి కావాలి. I need another blanket. ఐ నీడ్ ఎనదర్ బ్లాంకెట్.

7. నా గడియారం మరమ్మత్తుకు వెళ్ళింది. My watch has been sent for repairs. మై వాచ్ హాస్ బీన్ సెంట్ ఫర్ రిపేర్స్.

8. నాకు అన్నము, పప్పు, కూర కావాలి. I want rice, pulses and curry. ఐ వాంట్ రైస్, పల్సెస్ అండ్ కర్రీ.

9. నాకు డజను చుట్టలు, రెండు డజన్ల సిగరెట్లు కావాలి. I want one dozen cigars and two dozen cigarettes. ఐ వాంట్ వన్ డజన్ సిగార్స్ అండ్ టు డజన్ సిగరెట్స్.

10. నా వల్ల ఆ అద్దము విరిగింది. The mirror was broken by me. ది మిర్రర్ వాస్ బ్రోకన్ బై మి.

11. ఏదైనా చల్లటి పానీయం త్రాగండి. **Please have something cold.** ప్లీస్ హావ్ సమ్‌థింగ్ కోల్డ్.

12. నేను మీ పుస్తకం చూడలేదు. I haven't seen your book. ఐ హావన్ట్ సీన్ యువర్ బుక్.

13. ఈ పెట్టె చాలా బరువుగా ఉంది. This box is very heavy. దిస్ బాక్స్ ఈస్ వెరీ హెవీ.

14. ఈ వస్తువులన్నీ తీసుకు రా. Bring/Get all these things. బ్రింగ్/గెట్ ఆల్ దీస్ థింగ్స్.

15. ఈ సామాన్లన్నీ సర్దు. Pack these things/articles. ప్యాక్ దీస్ థింగ్స్/ఆర్టికల్స్.

16. దయచేసి మీ పడక/హోల్డాలు తీసుకెళ్ళండి. Please carry your holdall. ప్లీస్ క్యారీ యువర్ హోల్డాల్.

17. అతను తన ఇంటినుండి సామానంతా తీసుకెళ్ళాడు. He left his house with bag and baggage. హి లెఫ్ట్ హిస్ హౌస్ విత్ బాగ్ అండ్ బాగేజ్.

18. ప్రయాణంలో ఎక్కువ సామాను ఉండరాదు. You should travel light. యు షుడ్ ట్రావెల్ లైట్.

19. అందమైన వస్తువులే అతని బలహీనత. He is fond of beautiful things. హి ఈస్ ఫాండ్ ఆఫ్ బ్యూటిఫుల్ దింగ్స్.

20. ఈ గుడ్డ చాలా కాలం మన్నేట్టుంది. This cloth appears durable. దిస్ క్లాత్ అప్పియర్స్ డ్యూరబుల్.

21. పాత్రలన్నీ షెల్ఫ్ వెనుక పెట్టు. Put the utensils back on the shelf. పుట్ ది యుటెన్సిల్స్ బాక్ ఆన్ ది షెల్ఫ్.

22. నీ గదికి ఆకుపచ్చ రంగు వేయించు. Get your room painted green. గెట్ యువర్ రూమ్ పెయింటెడ్ గ్రిన్.

23. మీ ఇంటికి వెల్ల వేయించారా? Have you got your house white-washed? హావ్ యు గాట్ యువర్ హౌస్ వైట్-వాష్డ్ ?

24. మా బల్లలు కుర్చీలు మరమ్మతు చేయించాలి. I have to get my furniture repaired. ఐ హావ్ టు గెట్ మై ఫర్నిచర్ రిపేర్డ్.

గుర్తుంచుకోండి (Remember)

*1. (a) ఈ మామిడిపండు చాలా తియ్యగా ఉంది. (b) ఒక బుట్టలో యాభై మామిడిపళ్ళు పడతాయి. ఈ వాక్యాలలో మొదటి దానిలో మామిడిపండు ఏకవచనము. రెండవ వాక్యంలో ఇదే నామవాచకము బహువచనంలో ఉంది. ఆంగ్లంలో కొన్ని నామవాచకాలకు ఏకవచనము (singular number) బహువచనము (plural number) ఒకటిగానే ఉంటుంది. The hunter ran after the deer. (ది హంటర్ రాన్ ఆఫ్టర్ ద డీర్, వేటగాడు జింకను వెంటాడాడు) The deer are fine looking animals. (ది డీర్ ఆర్ ఫైన్ లుకింగ్ అనిమల్స్, జింకలు చూపులకు చాలా అందమయినవి). ఇందులో డీర్ బహువచనమ వుతుంది. ఈ ప్రకారంగా క్రింది పదాలను పరిశీలించండి :

sheep (షీప్) గొర్రె Chinese (చైనీస్) చైనీయులు hair (హేర్) జుట్టు

a sheep, ఒక గొర్రె, many sheep చాలా గొర్రెలు, a hair ఒక వెంట్రుక, many hair చాలా వెంట్రుకలు.

2. Dozen (డజన్) డజను, score (స్కోరు) ఇరవై, gross (గ్రోస్) గ్రోసు, (144 వస్తువులు), hundred (హండ్రెడ్) వంద, thousand (థౌసండ్) వెయ్యి - మొదలైన సంఖ్యా వాచక పదాలు ఆంగ్లంలో విశేషణము రూపంలో వచ్చినప్పుడు అవి ఏకవచనంలో ఉంటాయి. ఉదా : two dozen eggs, five hundred rupees, three thousand soldiers. అయితే క్రియా విశేషణం రూపంలో వాడినప్పుడు అవి బహువచనమవుతాయి. ఉదా : dozens of eggs, hundreds of rupees మొదలైనవి.

53 యాభై మూడవ రోజు
53rd Day

43. న్యాయశాస్త్రము (Law)

1. **అతనిమీద హత్యానేరం మోపారు.** **He was accused of murder.** హి వాస్ అక్యూస్డ్ ఆఫ్ మర్డర్.
2. అతనిని పోలీసులు 2 రోజులు ఖైదులో ఉంచారు. He was in the police lock-up for two days. హి వాస్ ఇన్ ది పోలీస్ లాక్-అప్ ఫర్ టూ డేస్.
3. ఈ విషయం అతను పోలీసులకు రిపోర్టు చేశాడు. He reported this incident to the police. హి రిపోర్టెడ్ దిస్ ఇన్సిడెంట్ టు ది పోలీస్.
4. ప్రతివాదిని వదిలిపెట్టారు. The accused was acquitted. ది అక్యూస్డ్ వాస్ అక్విటెడ్.
5. **అతను తప్పించుకు పారిపోయాడు.** **He absconded.** హి అబ్స్కాండెడ్.
6. **అతనిని జామీను మీద విడిపించారు.** **He was released on bail.** హి వాస్ రిలీస్డ్ ఆన్ బెయిల్.
7. నగరంలో అరాజకం ప్రబలిపోయింది. Lawlessness prevails in the city. లాలెస్‌నెస్ ప్రివైల్స్ ఇన్ ది సిటి.
8. మీరు చేసింది చట్ట విరుద్ధం. Your act is illegal. యువర్ ఏక్ట్ ఈస్ ఇల్లీగల్.
9. న్యాయం ప్రకారం అలా చేయాలి. Justice demanded it. జస్టీస్ డిమాండెడ్ ఇట్.
10. **నీవు నాకు సాక్షి.** **You are my witness.** యు ఆర్ మై విట్‌నెస్.
11. ఇది చట్ట విరుద్ధం. This is against the law. దిస్ ఈస్ ఎగైనెస్ట్ ది లా.
12. **అతను నిర్దోషి.** **He is innocent.** హి ఈస్ ఇన్నోసెంట్.
13. న్యాయాన్యాయాలు ఆలోచించు. It's for you to judge. ఇట్స్ ఫర్ యు టు జడ్జ్.
14. ఇవన్నీ దొంగ పత్రాలు. These are all forged documents.* దీస్ ఆర్ ఆల్ ఫోర్జ్‌డ్ డాక్యుమెంట్స్.
15. **నామీద అతను కేసు వేశాడు.** **He filed a suit against me.** హి ఫైల్డ్ ఎ సూట్ ఎగైనెస్ట్ మి.
16. లాయర్లు సాక్షులను ప్రశ్నించారు. The lawyers cross-examined the witnesses. ది లాయర్స్ క్రాస్-ఎగ్జామిన్డ్ ది విట్‌నెస్.
17. ఈ మధ్యన న్యాయ వివాదం ప్రబలుతోంది. Nowadays litigation is on the increase. నౌఎడేస్ లిటిగేషన్ ఈస్ ఆన్ ది ఇన్‌క్రీస్.
18. **ఈ విషయం గురించి పోలీసులు దర్యాప్తు చేస్తున్నారు.** **The police is investigating the matter.** ది పోలీస్ ఈస్ ఇన్వెస్టిగేటింగ్ ది మాటర్.
19. నేను అతని మీద క్రిమినల్ కేసు వేశాను. I have filed a criminal case against him. ఐ హేవ్ ఫైల్డ్ ఎ క్రిమినల్ కేస్ ఎగైనెస్ట్ హిమ్.
20. మేజిస్ట్రేటు అతని మీద నేరం మోపాడు. The magistrate convicted the accused. ది మేజిస్ట్రేట్ కన్విక్టెడ్ ది అక్యూస్డ్.
21. చివరకు వాది, ప్రతివాది సమాధానపడ్డారు. At last the plaintiff and the defendant reached a compromise. ఎట్ లాస్ట్ ద ప్లేన్‌టిఫ్ అండ్ ది డిఫెండెంట్ రీచ్డ్ ఎ కాంప్రొమైజ్.
22. **అతనికి మరణ శిక్ష విధించారు.** **He got a death sentence.** హి గాట్ ఎ డెత్ సెంటెన్స్.
23. నేరస్తునికి అనుకూలంగా న్యాయమూర్తులు తీర్పు ఇచ్చారు. The jury gave its verdict in favour of the accused. ది జ్యూరి గేవ్ ఇట్స్ వెర్డిక్ట్ ఇన్ ఫేవర్ ఆఫ్ ది ఎక్యూస్డ్.

24. హంతకుణ్ణి ఉరి తీసారు. | The murderer has been hanged. ది మర్డరర్ హాస్ బీన్ హాంగ్డ్.

25. చట్టం తెలియనంత మాత్రాన తప్పించుకోలేరు. | Ignorance of law is no excuse. ఇగ్నోరెన్స్ ఆఫ్ లా ఈస్ నో ఎక్స్‌క్యూజ్.

26. న్యాయమూర్తి దొంగకు శిక్ష విధించారు. | The judge punished the thief. ది జడ్జ్ పనిష్డ్ ద థీఫ్.

27. **ఈ కేసులో తీర్పు ఏమిటి?** | **What was the judgement* in the case?** వాట్ వాస్ ది జడ్జిమెంట్ ఇన్ ది కేస్?

28. **అతను ప్రత్యక్ష సాక్షి.** | **He is an eye-witness.** హి ఈస్ యాన్ ఐ-విట్నెస్.

29. **అతను చట్టాన్ని పాటించే పౌరుడు.** | **He is a law abiding man.** హి ఈస్ ఎ లా అబైడింగ్ మాన్.

30. న్యాయం జరగడంలో ఆలస్యమయితే న్యాయం జరగనట్టే. | Justice delayed is justice denied. జస్టీస్ డిలేయ్డ్ ఈస్ జస్టీస్ డినైడ్.

31. ప్రతివాది తరఫు న్యాయవాది కేసు బాగా వాదించాడు. | The defence counsel argued the case well. ది డిఫెన్స్ కౌన్సిల్ ఆర్గ్యూడ్ ది కేస్ వెల్.

44. రేడియో/టి.వి./పోస్టాఫీసు (Radio/T.V./Post Office)

1. నేను ఒక కలర్ టెలివిజన్ కొన్నాను. | I have bought a colour television. ఐ హావ్ బాట్ ఎ కలర్ టెలివిషన్.

2. మీ టెలివిషన్ తెరిసుంది. | Your T.V. is on. యువర్ టి.వి. ఈస్ ఆన్.

3. నా రేడియో ఆపి వుంది. | My radio is off. మై రేడియో ఈస్ ఆఫ్.

4. వార్తలు అన్ని రేడియో కేంద్రాల నుండి ఏకకాలంలో ప్రసారం అవుతాయి. | News bulletin is broadcast simultaneously from all radio stations. న్యూస్ బులిటెన్ ఈస్ బ్రాడ్‌కాస్ట్ సైమల్టెనియస్లి ఫ్రమ్ ఆల్ రేడియో స్టేషన్స్.

5. నాకు టి.వి. చూడడమంటే ఎంతో ఇష్టం. | I'm very fond of watching T.V. ఐ'మ్ వెరీ ఫాండ్ ఆఫ్ వాచింగ్ టి.వి.

6. ఇప్పుడు టి.వి. వెయ్యి/జీ-చానెల్‌లో పెట్టు. | **Now switch on/tune in to channel Zee.** నౌ స్విచ్ ఆన్/ట్యూన్ ఇన్ టు చానెల్ జీ.

7. పోస్ట్‌మాన్ ఉత్తరాలు వేరు చేస్తున్నాడు. | The postman is sorting out the letters. ది పోస్ట్‌మెన్ ఈస్ షార్టింగ్ ఔట్ ది లెటర్స్.

8. **సాయంత్రం 4.30 గంటలకు మళ్ళీ ప్రసారం ప్రారంభమవుతుంది.** | **The next clearance is due at 4.30 P.M.** ది నెక్స్ట్ క్లియరెన్స్ ఈస్ డ్యూ అట్ 4.30 పి.ఎమ్.

9. ఉత్తరాలను రోజుకు రెండు సార్లు బట్వాడా చేస్తారు. | The mail is delivered twice a day. ది మెయిల్ ఈస్ డెలివర్డ్ ట్వయిస్ ఎ డే.

10. నేను 50 రూపాయలు మనియార్డర్ చేశాను. | I sent Rs. 50 by money-order. ఐ సెంట్ రుపీస్ 50 బై మనీ ఆర్డర్.

11. రిజిస్టర్ ప్యాకెట్ మీద ఇంకా బిళ్ళలు అతికించాలి. | The registered packet needs more stamps. ది రిజిస్టర్డ్ ప్యాకెట్ నీడ్స్ మోర్ స్టాంప్స్.

12. మనియార్డరు అందినట్టు తెలపండి. | Please acknowledge the money-order. ప్లీస్ అక్నాలెజ్డ్ ద మనీ ఆర్డర్.

13. మన ప్రతి నిత్య జీవితంలో టెలివిజన్లు చాలా ముఖ్యమైన పాత్ర వహిస్తున్నాయి. | The television plays an important role in our daily life. ది టెలివిషన్ ప్లేస్ యాన్ ఇంపార్టెంట్ రోల్ ఇన్ అవర్ డైలీ లైఫ్.

14. నా రేడియో చాలా స్పష్టంగా వినిపిస్తుంది. | **My radio has a very clear/sharp reception.** మై రేడియో హాస్ ఎ వెరీ క్లియర్/షార్ప్ రిసెప్షన్.

15. ఆ ప్యాకెట్టును/పార్సిలును తూచారా? **Have you weighed the parcel?** హ్యావ్ యు వెయిడ్ ద పార్సెల్?

16. నేను కొన్ని కవర్లు కొన్ని ఇన్‌లాండ్ లెటర్లు పోస్టాఫీసు నుంచి కొనాలి. I have to buy some envelopes and inland sheets from the post office. ఐ హేవ్ టు బై సమ్ ఎన్వెలప్స్ అండ్ ఇన్‌ల్యాండ్ షీట్స్ ఫ్రమ్ ద పోస్ట్ ఆఫీస్.

17. ఈ ఛానల్ సరిగా రావడంలేదు. This channel is disturbed. దిస్ ఛానల్ ఈస్ డిస్టర్బ్‌డ్.

18. నువ్వు దీనిని సరిగా ట్యూన్ చేయలేదు. You haven't tuned it properly. యు హ్యావెన్ట్ ట్యూన్డ్ ఇట్ ప్రాపర్లీ.

19. పోస్టాఫీసు ఉద్యోగులు సమ్మె చేస్తున్నారు. The workers in the postal department are on strike. ద వర్కర్స్ ఇన్ ద పోస్టల్ డిపార్ట్‌మెంట్ ఆర్ ఆన్ స్ట్రైక్.

20. ఈ ఉత్తరానికి ఎంత విలువ చేసే బిళ్ళలు అతికించాలి? What will the stamp on this letter cost? వాట్ విల్ ది స్టాంప్స్ ఆన్ దిస్ లెటర్ కాస్ట్?

గుర్తుంచుకోండి (Remember)

*Here's a good government after decades (కొన్ని శతాబ్దాల తర్వాత మంచి ప్రభుత్వం ఏర్పడింది, ఇందులో govern అనే క్రియకు ment జోడించి government అనే నామవాచకం చేశారు. ఇటువంటి కొన్ని నామవాచకాలు ఈ దిగువ ఇవ్వబడ్డాయి :

agree నుండి agreement (సమ్మతి)
amaze నుండి amazement (ఉత్సాహము)
amend నుండి amendment (సవరణ)
employ నుండి employment (ఉద్యోగము)
excite నుండి excitement (ఆశ్చర్యము)
settle నుండి settlement (పరిష్కారము)
argue నుండి argument (తర్కము) ఇందులో argue లోని e లోపించింది.

He is a civil servant. (అతనొక అధికారి) ఇందులో servant నామవాచకము చివరన ant గల కొన్ని నామవాచకాలు : accountant (లేఖకుడు), applicant (దరఖాస్తుదారు), consonant (హల్లు), defendant (ప్రతివాది), merchant (షావుకారు). అయితే చివర servant, defendant మరియు accountant లాంటి పదాలలో serve, defend మరియు account పదాలలో 'ant' మరియు apply లో 'cant' ఉపయోగించి వాడబడింది. అయితే కొన్ని పదాలు merchant మరియు consonant లలో ant సహజంగానే వాడబడింది. ఏదైనా మరొక పదం జోడించబడితే 'important' ఆఖరులో 'ant' ఉన్నప్పటికీ ఇక్కడ సజ్ఞా వాచకం విశేషత లేదు.

54 యాభై నాలుగవ రోజు
th Day

45. ప్రయాణము (Travel)

1. త్వరగా కానివ్వండి. — Hurry up please. హరి అప్ ప్లీజ్.
2. మేము దారి తప్పాము. — **We have lost our way.** వుయ్ హావ్ లాస్ట్ అవర్ వే.
3. ఇది చాలా దూర ప్రయాణం. — **It's a long journey.** ఇట్స్ ఏ లాంగ్ జర్నీ.
4. నేను ఆగ్రాకు వెళ్ళాలి. — I have to go to Agra. ఐ హావ్ టు గో టు ఆగ్రా.
5. నీవు ఎందుకు ఇంత త్వరగా తిరిగొచ్చావు? — **Why did you come back so soon?** వై డిడ్ యు కమ్ బాక్ సో సూన్?
6. నీవు ఎక్కడ ఉంటున్నావు? — Where are you staying? వేర్ ఆర్ యు స్టేయింగ్?
7. నీవు టికెట్ కొన్నావా? — Have you bought the ticket? హావ్ యు బాట్ ది టికెట్?
8. జోధ్‌పూర్ మెయిలు టైముకు సరిగ్గా వచ్చిందా? — Is the Jodhpur Mail arriving on time? ఈస్ ది జోధ్‌పూర్ మెయిల్ అరైవింగ్ ఆన్ టైమ్?
9. నేను 10.30 గంటల రైలుకి కోల్కట్టా వెడతాను. — I'll go to Kolkata by the 10.30 train. ఐ'ల్ గో టు కోల్కట్టా బై ది 10.30 ట్రైన్.
10. మనం కలిసి వెడదాం. — **We'll go together.** వుయ్'ల్ గో టుగెదర్.
11. బద్రినాథ్ దేవాలయం ఈ సంవత్సరం జూన్‌లో తెరుస్తారు. — Badrinath temple will reopen in June this year. బద్రినాథ్ టెంపుల్ విల్ రీఓపెన్ ఇన్ జూన్ దిస్ ఇయర్.
12. పంజాబు మెయిల్ ఎప్పుడు బయలుదేరుతుంది? — When does the Punjab Mail leave? వెన్ డస్ ది పంజాబ్ మెయిల్ లీవ్?
13. మనం టైముకు చేరుకుంటాం. — **We'll reach in time.** వుయ్'ల్ రీచ్ ఇన్ టైమ్.
14. రైలు ఏ ప్లాట్‌ఫారం మీదకు వస్తుంది? — **On which platform will the train arrive?** ఆన్ విచ్ ప్లాట్‌ఫాం విల్ ది ట్రైన్ అరైవ్?
15. ఇక్కడినుండి రైలు స్టేషన్ ఎంత దూరం? — How far is the railway station from here? హౌ ఫార్ ఈస్ ది రైల్వే స్టేషన్ ఫ్రమ్ హియర్?
16. త్వరగా బయలుదేరు, లేకుంటే రైలు తప్పుతుందేమో. — Hurry up, otherwise you'll miss the train. హర్రీ అప్, అదర్‌వైస్ యు'ల్ మిస్ ది ట్రైన్.
17. రైలు ఇప్పుడు మన కంటికి కనిపించటంలేదు. — The train is out of sight now. ది ట్రైన్ ఈస్ ఔట్ ఆఫ్ సైట్ నౌ.
18. మా అన్న/తమ్ముడిని దిగబెట్టేందుకు స్టేషనుకు వెడుతున్నాను. — I am going to the station to see off my brother. ఐ యామ్ గోయింగ్ టు ది స్టేషన్ టు సీ ఆఫ్ మై బ్రదర్.
19. ఇది పది నిమిషాల నడకే. — **It is only ten minutes walk.** ఇట్ ఈస్ ఓన్లీ టెన్ మినిట్స్ వాక్.
20. వారిని తీసుకు రావడానికి నేను స్టేషనుకు వెడుతున్నాను. — I'm going to the station to receive them. ఐ'మ్ గోయింగ్ టు ది స్టేషన్ టు రిసీవ్ దెమ్.
21. ఇది సార్వజనిక దారి కాదు. — It's no thoroughfare. ఇట్స్ నో థరోఫేర్.
22. మేము వేటకు అడవికి వెళ్ళాం. — We went to the forest for hunting. వుయ్ వెన్ట్ టు ది ఫారెస్ట్ ఫర్ హంటింగ్.
23. మరమ్మత్తు కోసం రోడ్డు మూయబడింది. — **The road is closed for repairs.** ది రోడ్ ఈస్ క్లోస్డ్ ఫర్ రిపేర్స్.

24. **వారు రైలు టైముకు ఎక్కలేకపోయారు.**	**They couldn't catch the train.** దే కుడన్ట్ కాచ్ ద ట్రైన్.
25. ముందరి చక్రంలో గాలి తక్కువ.	The front wheel had less air. ది ఫ్రంట్ వీల్ హాడ్ లెస్ ఏర్.
26. **కారు టైరు పగిలింది.**	**The tyre of the car burst out.** ది టైర్ ఆఫ్ ది కార్ బర్స్ట్ ఔట్.
27. నాకు సైకిలు తొక్కడం ఇష్టం.	I'm fond of cycling. ఐ'మ్ ఫాండ్ ఆఫ్ సైక్లింగ్.
28. నేను సహారన్‌పూర్‌లో రైలు మారాను.	I changed the train at Saharanpur. ఐ ఛేంజ్డ్ ద ట్రైన్ ఎట్ సహారన్‌పూర్.
29. బుకింగ్ ఆఫీసు ఇరవైనాలుగు గంటలు తెరిచే ఉంటుంది.	The booking office remains open twenty-four hours. ది బుకింగ్ ఆఫీస్ రిమైన్స్ ఓపన్ ట్వెంటీ-ఫోర్ అవర్స్.
30. ఈ రైలు తిన్నగా కోల్కట్టాకు వెడుతుందా?	Is this a direct train to Kolkata? ఈజ్ దిస్ ఎ డైరెక్ట్ ట్రైన్ టు కోల్కట్టా?
31. నీతోపాటు నేను స్టేషనుకు వస్తాను.	I'll accompany you to the station. ఐ'ల్ అకంపనీ యు టు ది స్టేషన్.
32. వచ్చే వారం నేను కాశ్మీరులో ఉంటాను.	I'll be in Kashmir next week. ఐ'ల్ బి ఇన్ కాశ్మీర్ నెక్స్ట్ వీక్.
33. రైలు పట్టాలు దాటడాన్ని నిషేధించారు.	Crossing the railway tracks is prohibited. క్రాసింగ్ ది రైల్వే ట్రాక్స్ ఈస్ ప్రొహిబిటెడ్.
34. రాబోయే స్టేషన్ ఢిల్లీ.	The next station is Delhi. ది నెక్స్ట్ స్టేషన్ ఈస్ ఢిల్లీ.
35. రైలు బయలుదేరడానికి ఇంకా అరగంట ఉంది.	There is still half an hour for the train to start. దేర్ ఈస్ స్టిల్ హాఫ్ యాన్ అవర్ ఫర్ ది ట్రైన్ టు స్టార్ట్.
36. **త్వరపడు, ఇక్కడ రైలు కొద్దిసేపే ఆగుతుంది.**	**Hurry up, the train stops here for a short while.** హర్రీ అప్, ది ట్రైన్ స్టాప్స్ హియర్ ఫర్ ఎ షార్ట్ వైల్.
37. **రైలు పదకొండున్నరకు రావాలి.**	**The train is due at half-past eleven.** ది ట్రైన్ ఈస్ డ్యూ ఎట్ హాఫ్-పాస్ట్ ఇలెవన్.
38. **మా కారుకు దారిలో బ్రేకు పోయింది.**	**Our car broke down on the way.** అవర్ కార్ బ్రోక్ డౌన్ ఆన్ ది వే.
39. అతను ముంబాయిలో సోమవారం దిగుతాడు.	He will land in Mumbai on Monday. హి విల్ ల్యాండ్ ఇన్ ముంబయి ఆన్ మండే.
40. పోర్టర్లు సామాను దింపుతున్నారు.	The porters are unloading the cargo. ది పోర్టర్స్ ఆర్ అన్‌లోడింగ్ ది కార్గో.
41. నేను ఒక గుర్రాన్ని అద్దెకు తీసుకున్నాను.	I hired a horse. ఐ హైర్డ్ ఏ హార్స్.
42. ఇక్కడ ట్యాక్సీ దొరుకుతుందా?	Is a taxi/cab available here? ఈస్ ఏ ట్యాక్సీ/కబ్ ఎవైలబుల్ హియర్?
43. రైలు ప్లాట్‌ఫాం మీదకు వచ్చేసింది.	The train has already reached the platform. ది ట్రైన్ హాస్ ఆల్‌రెడీ రీచ్డ్ ది ప్లాట్‌ఫారం.
44. ఈ పెట్టెను సైనికుల కోసం కేటాయించారు. మనం స్లీపరు కోచ్‌లో ప్రయాణిస్తాం.	This bogey is reserved for soldiers, we are travelling by the sleeper coach. దిస్ బోగీ ఈస్ రిసర్వ్డ్ ఫర్ సోల్జర్స్, వుయ్ ఆర్ ట్రావలింగ్ బై ది స్లీపర్ కోచ్.
45. ఈ సారి వేసవి సెలవులను ఎక్కడ గడుపుతున్నారు?	Where will you spend your summer vacation this year? వేర్ విల్ యు స్పెండ్ యువర్ సమ్మర్ వెకేషన్ దిస్ ఇయర్?
46. ఏదైనా పర్వత ప్రాంతానికి, బహుశా శ్రీనగర్ వెడతాను.	I'll go to some hill station, probably to Srinagar. ఐ'ల్ గో టు సమ్ హిల్ స్టేషన్, ప్రాబబ్లీ టు శ్రీనగర్.

గుర్తుంచుకోండి (Remember)

*Our school will reopen tomorrow (మా బడి రేపు తెరుస్తారు). Curzon Road in New Delhi has been renamed Kasturba Gandhi Marg (కొత్త ఢిల్లీలో కర్జన్ రోడ్డు పేరు మార్చి కస్తూర్‌బా గాంధీ మార్గ్ అని పెట్టారు) ఇక్కడ reopen = re + open, renamed = re + named. ఇక్కడ re అంటే మరలా అని అర్థం. ఈ అర్థంలో మరి కొన్ని పదాలు :-

rebound (ఉదుటున తిరిగి రావడం)	reenter (మరలా ప్రవేశించు)	replant (మరల నాటు)
reclaim (మరలా పొందు)	refill (మరల నింపు)	reprint (మరల ముద్రించు)
recoil (వెనుకకు నెట్టబడు)	refund (తిరిగి ఇవ్వటం)	retake (మరల తీయు)
recount (మరల లెక్కించు, వర్ణించు)	reload (మరల భర్తీ చేయు)	retrace (ఇదే మార్గంలో వెను తిరుగు)
recross (మరలా దాటు)	remake (మొరల చేయు)	rejoin (మరల చేరు)

55 యాభై ఐదవ రోజు
th Day

46. మనోరంజనము (Recreation)

1. మేము పాటలు వింటున్నాము. **We were listening to music.** వుయ్ వర్ లిసనింగ్ టు మ్యూజిక్.
2. ఆమె మీ కోసం సినిమా హాలు దగ్గర కాచుకొని ఉంటుంది. She will wait for you at the cinema hall. షి విల్ వెయిట్ ఫర్ యు ఎట్ ది సినిమా హాల్.
3. ఆమె వయొలిన్ కాదు, పియానో వాయిస్తుంది. She can play the piano but not the violin. షి కెన్ ప్లే ద పియానో బట్ నాట్ ది వయొలిన్.
4. ప్రతి ఆదివారం నేను ఒక సినిమాకు వెళ్ళేవాడిని. I used to go to see a film every Sunday. ఐ యూస్డ్ టు గో టు సీ ఏ ఫిల్మ్ ఎవ్విరి సన్‌డే.
5. **తపాలా బిళ్ళల సేకరణ అంటే నాకు ఇష్టం.** **Stamp collecting/Philately is my hobby.** స్టాంప్ కలెక్టింగ్/ఫిలెటలీ ఈస్ మై హాబీ.
6. నా దగ్గరున్న కొన్ని తపాలా బిళ్ళలు అమితాబ్‌కు చూపించాను. I showed some of my stamps to Amitabh. ఐ షోడ్ సమ్ ఆఫ్ మై స్టాంప్స్ టు అమితాబ్.
7. అది మధుర గానం./మంచి పాట. It was a sweet/melodious song. ఇట్ వాస్ ఏ స్వీట్/మెలోడియస్ సాంగ్.
8. ఆ కథ చాలా ఆసక్తికరంగా ఉంది. It was a very interesting story. ఇట్ వాస్ ఏ వెరీ ఇంటరెస్టింగ్ స్టోరీ.
9. **ఈ రోజు వచ్చే నాటకం చూడదగిందా?** **Is today's play worth seeing?** ఈస్ టుడే'స్ ప్లే వర్త్ సీయింగ్?
10. 'కర్మ' సినిమా త్వరలోనే వస్తుంది. The film 'Karma' will be released shortly. ద ఫిల్మ్ 'కర్మ' విల్ బి రిలీస్డ్ షార్ట్‌లీ.

47. చేయరానివి (Don'ts)

1. పని చేయకుండా తప్పించుకోవద్దు. Don't shirk work. డోన్ట్ షిర్క్ వర్క్.
2. ఆదుర్దా పడవద్దు. Don't be in a hurry. డోన్ట్ బి ఇన్ ఏ హర్రీ.
3. ఇతరులను గురించి చెడుగా మాటలాడవద్దు. Don't speak ill of others. డోన్ట్ స్పీక్ ఇల్ ఆఫ్ అదర్స్.
4. ఇతరులను చూచి పరిహసించవద్దు. Don't laugh at others. డోన్ట్ లాఫ్ ఎట్ అదర్స్.
5. ఇతరులతో దెబ్బలాడవద్దు. Don't quarrel with others. డోన్ట్ క్వారల్ విత్ అదర్స్.
6. ఇతరుల మీద ఆధారపడవద్దు. Don't depend upon others. డోన్ట్ డిపెండ్ అపాన్ అదర్స్.
7. **కాళ్ళ జోళ్ళు లేకుండా బయట తిరుగవద్దు.** **Don't go out bare-footed.** డోన్ట్ గో ఔట్ బేర్-ఫుటెడ్.
8. నీవు కాలాన్ని వృధా చేయవద్దు. Don't waste your time. డోన్ట్ వేస్ట్ యువర్ టైమ్.
9. ఇతరుల వస్తువులు దొంగిలించవద్దు. Don't steal others' things. డోన్ట్ స్టీల్ అదర్స్ థింగ్స్.
10. కోపపడవద్దు./సంతులన కోల్పోవద్దు. Don't lose your balance. డోన్ట్ లూస్ యువర్ బ్యాలెన్స్.
11. **సోమరిగా కూర్చోవద్దు.** **Don't sit idle.** డోన్ట్ సిట్ ఐడిల్.
12. పని చేస్తూ నిద్రపోవద్దు. Don't doze while working. డోన్ట్ డోజ్ వైల్ వర్కింగ్.
13. పువ్వులు కోయవద్దు. Don't pluck flowers. డోన్ట్ ప్లక్ ఫ్లవర్స్.
14. నేలమీద ఉమ్మి వేయవద్దు. Don't spit on the floor. డోన్ట్ స్పిట్ ఆన్ ది ఫ్లోర్.
15. **ఇతరుల పని చెరపవద్దు.** **Don't disturb others.** డోన్ట్ డిస్టర్బ్ అదర్స్.
16. పుటల మూలలను మడవవద్దు. Don't turn the corners of the pages. డోన్ట్ టర్న్ ది కార్నర్స్ ఆఫ్ ది పేజెస్.
17. మీ పుస్తకాలమీద ఏమీ వ్రాయవద్దు. Don't write anything on your books. డోన్ట్ రైట్ ఎనిథింగ్ ఆన్ యువర్ బుక్స్.

48. ఇలా చేయండి (Do's)

1. **మీ చేతనయినంత అందంగా వ్రాయండి.** **Write as neatly as you can.** రైట్ యాస్ నీట్లీ యాస్ యు కెన్.
2. శుభ్రమైన చేతులతో పుస్తకాలను ముట్టుకోండి. Handle a book with clean hands. హాండిల్ ఎ బుక్ విత్ క్లీన్ హాండ్స్.
3. ఎప్పుడూ ఎడమవైపే వెళ్ళండి. Keep to the left. కీప్ టు ది లెఫ్ట్.
4. కుడి చేతితోనే ఇతరులతో చేతులు కలపండి. Always shake hands with your right hand. ఆల్వేస్ షేక్ హాండ్స్ విత్ యువర్ రైట్ హాండ్.
5. కష్టపడి పని చేయి/కష్టించి పని చేయండి. Be hard working./Cultivate the habit of working hard. బి హార్డ్ వర్కింగ్./కల్టివేట్ ది హాబిట్ ఆఫ్ వర్కింగ్ హార్డ్.
6. మూర్ఖులతో స్నేహం చేయవద్దు. Always keep the idiots off. ఆల్వేస్ కీప్ ది ఇడియట్స్ ఆఫ్.
7. **పెద్దలతో మర్యాదతో మాట్లాడండి.** **Talk respectfully with elders.** టాక్ రెస్పెక్ట్‌ఫుల్లీ విత్ ఎల్డర్స్.
8. **విభేదాలు విస్మరించండి.** **Sink your differences.** సింక్ యువర్ డిఫరెన్సెస్.
9. ప్రొద్దునే నిద్ర లేవండి. Wake up early in the morning. వేక్ అప్ ఎర్లీ ఇన్ ది మార్నింగ్.
10. ఉదయం సాయంత్రం వాహ్యాళికి వెళ్ళండి. Go out for a walk in the mornings and evenings. గో ఔట్ ఫర్ ఏ వాక్ ఇన్ ది మార్నింగ్స్ అండ్ ఈవెనింగ్స్.
11. ఉదయం, సాయంత్రం భోజనానంతరం పళ్ళు తోముకోండి. Brush your teeth after both the meals. బ్రష్ యువర్ టీత్ ఆఫ్టర్ బోత్ ది మీల్స్.
12. **నిట్ట నిలువుగా నిలబడాలి, వంగవద్దు.** **Stand upright, don't bend.** స్టాండ్ అప్‌రైట్, డోన్ట్ బెండ్.
13. **మీ తగాదాలు తీర్చుకోండి.** **Patch up your disputes.** పేచ్ అప్ యువర్ డిస్ప్యూట్స్.
14. నీ పద్ధతులు మార్చుకో. Mend your ways. మెండ్ యువర్ వేస్.
15. పెద్దలకు విధేయులుగా వుండండి. Obey your elders. ఒబే యువర్ ఎల్డర్స్.
16. నీకన్నా చిన్నవారిని ప్రేమించు. Love your youngers. లవ్ యువర్ యంగర్స్.
17. నీ సమానులకు సముచిత గౌరవం చూపించు. Give due regard to your equals. గివ్ డ్యూ రిగార్డ్ టు యువర్ ఈక్వల్స్.
18. ధ్యాస, నిష్ఠ తో సకాలంలో పనులను చెయ్యి. Be punctual and attentive. బి పంక్చువల్ అండ్ అటెంటివ్.
19. భోజనాన్ని బాగా నమిలి మ్రింగు. Chew your food properly. చ్యూ యువర్ ఫుడ్ ప్రాపర్లీ.
20. **గట్టిగా పట్టుకో.** **Hold firmly.** హోల్డ్ ఫర్మ్‌లీ.

గుర్తుంచుకోండి (Remember)

I dislike mangoes (మామిడిపండ్లు నాకు ఇష్టంలేదు), Do you give discount on your sales? (మీ అమ్మకాల్లో ధర తగ్గిస్తావా?), He is a dishonest person (ఇతడు నిజాయితీ లేనివాడు) వీటిలో dislike = dis + like, discount = dis + count, dishonest = dis + honest. వీటిలో opposites (వ్యతిరేకము) like (ఇష్టపడు). ఇదే విధమైన మరి కొన్ని పదాలు :-

disable అయోగ్యులుగా చేయు
disprove సరైనది కాదని నిరూపించు
disagree అంగీకరించకపోవడం
displace స్థానాన్నించి తప్పించు
displease సంతోషపరచలేకపోవు
disarm ఆయుధాన్ని లాక్కొను
disobey ఆజ్ఞను తిరస్కరించు
disgrace అవమానపరచు

గమనించండి 'dis' ఈ అక్షరాలతో ప్రారంభమయ్యే ప్రతి పదం విపరీతార్థం కాదు. ఉదాహరణకు 'distance', 'disturb' మొదలైనవి వాటికవి స్వతంత్ర వాక్యాలు. 'tance' మరియు 'turb' లు విపరీతార్థాలు కావు.

56 యాభై ఆరవ రోజు
th Day

49. లావాదేవీలు (Dealings)

1. లెక్కలు సరిగా ఉంచు. — Keep the accounts clear. కీప్ ద అకౌంట్స్ క్లియర్.
2. ధాన్యపు మార్కెట్ ఎలాగుంది? — How is the grain market? హౌ ఈస్ ద గ్రెయిన్ మార్కెట్?
3. దయచేసి డబ్బు లెక్క పెట్టండి. — **Please count the money.** ప్లీస్ కౌంట్ ద మనీ.
4. నేను అతనిచేత మోసపోయాను. — I got duped by him. ఐ గాట్ డ్యూప్డ్ బై హిమ్.
5. ఇది చెల్లని నాణెం. — **This is a base coin.** దిస్ ఈస్ ఏ బేస్ కాయిన్.
6. ఆయన డబ్బంతా వ్యాపారంలో పెట్టాడు. — He invested all the money in trade/business హి ఇన్వెస్టెడ్ ఆల్ ద మనీ ఇన్ ట్రేడ్/బిజినెస్.
7. వేతనాలు సరికట్టండి. — Settle the wages. సెటిల్డ్ ద వేజిస్.
8. మీ వ్యాపారం ఎలా జరుగుతోంది? — How is your business going? హౌ ఈస్ యువర్ బిజినెస్ గోయింగ్?
9. ఈ పిల్లలకు ఒక్కొక్కరికి రెండేసి రూపాయలు ఇవ్వండి. — Give the boys two rupees each. గివ్ ద బాయిస్ టూ రుపీస్ ఈచ్.
10. మీ వేతనం తీసుకున్నారా? — Did you get your wages? డిడ్ యు గెట్ యువర్ వేజస్?
11. నేను ఇప్పుడు మీతో సమానం. — Now I'm square with you. నౌ ఐ'మ్ స్క్వేర్ విత్ యు.
12. ముందుగా కొంత డబ్బు చెల్లించాలి. — Advance money will have to be paid. అడ్వాన్స్ మనీ విల్ హావ్ టు బి పెయిడ్.
13. మీరు నా కోసం ఎంత డబ్బు కేటాయించగలరు? — **How much money can you spare for me?** హౌ మచ్ మనీ కెన్ యు స్పేర్ ఫర్ మీ?
14. మీరు సంపాదించేదానికన్నా ఎక్కువ ఖర్చు చేయవద్దు. — Don't spend more than you earn. డోన్ట్ స్పెండ్ మోర్ దెన్ యు ఎర్న్
15. **అతను మీకు జీతం ఇచ్చాడా?** — **Has he paid your salary?** హేస్ హి పెయిడ్ యువర్ శాలరీ?
16. **అంతేనండి, ఇక బిల్లు చేయండి.** — **That's all, please make the bill.** దట్స్ ఆల్, ప్లీస్ మేక్ ద బిల్.
17. **ఈ మధ్య చాలా ఇబ్బందిగా ఉంది.** — **I'm hard up/tight these days.** ఐ'మ్ హార్డ్ అప్/టైట్ దీస్ డేస్.
18. అప్పు ఇవ్వవద్దు, అందువల్ల డబ్బు, స్నేహం రెండూ పోవచ్చు. — Don't lend, for a loan often loses both itself and a friend. డోన్ట్ లెండ్, ఫర్ ఏ లోన్ ఆఫెన్ లూసెస్ బోత్ ఇట్‌సెల్ఫ్ అండ్ ఎ ఫ్రెండ్.
19. **నా దగ్గర డబ్బులు లేవు.** — **I don't have any cash.** ఐ డోన్ట్ హావ్ ఎనీ క్యాష్.
20. మన డబ్బంతా బ్యాంకులో జమ కడదాం. — We'll deposit all our money in the bank. వుయ్'ల్ డిపాజిట్ ఆల్ అవర్ మనీ ఇన్ ది బ్యాంక్.
21. నిధులు కొంచెం తక్కువగా ఉన్నాయి. — There is a shortage of funds/cash. దేర్ ఈస్ ఎ షార్టేజ్ ఆఫ్ ఫండ్స్/క్యాష్.
22. చేతిలో ఎంత డబ్బు ఉంది? — How much is the cash in hand? హౌ మచ్ ఈస్ ది క్యాష్ ఇన్ హ్యాండ్?
23. నాకు డబ్బు ఆర్జించాలని లేదు. — I am not after money. ఐ యామ్ నాట్ ఆఫ్టర్ మనీ.
24. నా దగ్గరున్నదంతా వ్యాపారంలో పెడతాను. — I'll invest everything in the business. ఐ'ల్ ఇన్వెస్ట్ ఎవ్విరిథింగ్ ఇన్ ద బిజినెస్.
25. ఉన్న డబ్బంతా ఖర్చయింది. — All the money has been spent ఆల్ ద మనీ హాస్ బీన్ స్పెంట్.
26. **ఒక వంద రూపాయలు అప్పిస్తారా?** — **Can you lend me a hundred rupees?** కెన్ యు లెండ్ మి ఎ హండ్రెడ్ రుపీస్?
27. నేను ఎన్నో బిల్స్ చెల్లించాలి. — I have to pay several bills. ఐ హావ్ టు పే సెవెరల్ బిల్స్.

50. వ్యాపారము (Business)

1. మీకు అతనితో ఏమైనా లావాదేవీలు ఉన్నాయా? — Do you have any dealings with him? డూ యు హేవ్ ఎనీ డీలింగ్స్ విత్ హిమ్?
2. **మీరు ఉద్యోగం చేస్తున్నారా, వ్యాపారమా?** — **Are you in service or business?** ఆర్ యు ఇన్ సర్వీస్ ఆర్ బిజినెస్?
3. ఈ రోజుల్లో వ్యాపారం బాగుంటోంది. — Business is flourishing these days. బిజినెస్ ఈజ్ ఫ్లరిషింగ్ దీస్ డేస్.
4. పార్సిల్‌ను స్టేషన్‌లో తీసుకో. — Get the parcel delivered from the station. గెట్ ది పార్సిల్ డెలివర్డ్ ఫ్రమ్ ద స్టేషన్.
5. **ఒక అంగీకారానికి వద్దాం.** — **Let us have a deal.** లెట్ అస్ హేవ్ ఏ డీల్.
6. నా జీతం ఇచ్చే ఏర్పాట్లు చేయండి. — Please arrange for the payment of my wages. ప్లీస్ అరేంజ్ ఫర్ ది పేమెంట్ ఆఫ్ మై వేజెస్.
7. డబ్బు, డబ్బును సంపాదిస్తుంది. — Money begets money. మనీ బిగెట్స్ మనీ.
8. దయచేసి ఓ వంద రూపాయలు అప్పివ్వండి. — Kindly give me a hundred rupees in advance. కైండ్లీ గివ్ మి ఎ హండ్రెడ్ రుపీస్ ఇన్ అడ్వాన్స్.
9. మీరేమైనా వ్యాపారం చేస్తున్నారా? — Are you in business? ఆర్ యు ఇన్ బిజినెస్?
10. నేను అప్పుల్లో ఉన్నాను. — I am under debt. ఐ యామ్ అండర్ డెట్.
11. **ఆ బిల్లెంత?** — **How much is the bill?** హౌ మచ్ ఈజ్ ది బిల్?
12. **దాని ఖరీదెంత?** — **How much does it cost?** హౌ మచ్ డస్ ఇట్ కాస్ట్?
13. ఈ చెక్కును డబ్బు చేసుకోవాలి. — This cheque is to be encashed. దిస్ చెక్ ఈజ్ టు బి ఎన్‌క్యాష్డ్.
14. **ఈ ఉత్తరాలు పోస్ట్ చేయండి.** — **Post these letters.** పోస్ట్ దీస్ లెటర్స్.
15. ఈ రోజుల్లో వ్యాపారంలో చాలా ఇబ్బందులు ఉన్నాయి. — Business is bad these days. బిజినెస్ ఈజ్ బ్యాడ్ దీస్ డేస్.
16. మీరు ఏ వృత్తిలో ఉన్నారు? — What is your profession? వాట్ ఈజ్ యువర్ ప్రొఫెషన్?
17. ఈ కంపెనీలో ఎంతమంది భాగస్థులు ఉన్నారు? — How many shareholders are there in this company? హౌ మెనీ షేర్‌హోల్డర్స్ ఆర్ దేర్ ఇన్ దిస్ కంపెనీ?
18. అతను దిగుమతి-ఎగుమతి వ్యాపారంలో ఉన్నాడు. — He is in the import-export trade. హి ఈజ్ ఇన్ ఇంపోర్ట్-ఎక్స్‌పోర్ట్ ట్రేడ్.
19. మేము దళారులము. — We are brokers. వుయ్ ఆర్ బ్రోకర్స్.
20. మీరు సరుకుకు ఇన్వాయిస్ పంపారా? — Have you sent an invoice for the goods? హేవ్ యు సెంట్ ఏన్ ఇన్వాయిస్ ఫర్ ది గూడ్స్?
21. అతను ఎలా పని చేస్తున్నాడు? — How is he doing? హౌ ఈజ్ హి డూయింగ్?

గుర్తుంచుకోండి (Remember)

Lecturership is a respectable profession— (ఉపాధ్యాయ జీవితం చాలా గౌరవమైనది). ఇక్కడ lecturer అనే జాతి వాచక నామవాచకానికి ship ప్రత్యయం జోడించి కొత్త నామవాచకము భావాత్మకము lecturership చేశారు. ship ప్రత్యయము (suffix) తో ముగిసే పదాలు దాదాపు భావాత్మకమే అవుతాయి. ఉదా. :- scholarship (విద్వత్, విద్యార్థి వేతనము), membership (సభ్యత్వము), kinship (సంబంధము), hardship (కష్టము), friendship (మైత్రి) మొ॥నవి.

ఏ పదాలకు చివరన 'hood' ప్రత్యయము (suffix) ఉంటుందో, అవి కూడా భావాత్మక నామవాచకాలవుతాయి. ఉదా. :- I know him from childhood (ఇతన్ని చిన్నప్పటినుంచీ నాకు తెలుసు) ఇలాంటివే కొన్ని ఇతర పదాలు :-

father నుండి fatherhood (పితృత్వము)	boy నుండి boyhood (బాల్యము)
mother నుండి motherhood (మాతృత్వము)	girl నుండి girlhood (బాలికత్వము)
man నుండి manhood (పురుషత్వము)	parent నుండి parenthood(మాతృత్వము/పితృత్వము) రెండిటికీ వస్తుంది.

57 యాభై ఏడవ రోజు
th Day

51. నీతి వాక్యాలు (Sayings)

1. నిజం చెపితే కొందరికి చేదు. — Truth is bitter. ట్రూత్ ఈస్ బిట్టర్.
2. కష్టే ఫలి. — Hard work always pays. హార్డ్ వర్క్ ఆల్వేస్ పేస్.
3. సోమరితనం అన్ని రోగాలకంటే గొప్పది. — Idleness is the root cause of all ills. ఐడిల్‌నెస్ ఈస్ ది రూట్ కాస్ ఆఫ్ ఆల్ ఇల్స్.
4. విడిపోయిన ఇల్లు చెడిపోయినట్లే. — A divided house cannot stand. ఎ డివైడెడ్ హౌస్ కెన్ నాట్ స్టాండ్.
5. ఎప్పుడూ సత్యమే జయిస్తుంది. — Truth always wins. ట్రూత్ ఆల్వేస్ విన్స్.
6. అధిక రాకపోకలు గౌరవాన్ని చెడుపుతుంది. — Familiarity breeds contempt. ఫెమీలియారిటి బ్రీడ్స్ కన్టెంప్ట్.
7. మంచితనం మిత్రత్వాన్ని పెంచుతుంది, దుష్టత్వం మానుషత్వాన్ని మంటగలుపుతాయి. — Prosperity gains friends, but adversity tries them. ప్రాస్పరిటి గెయిన్స్ ఫ్రెండ్స్, బట్ అడ్వర్సిటీ ట్రైస్ దెమ్.
8. నిజాయితీ అన్నిటినీ మించిన ధనం. — Honesty is the best policy. హానెస్టీ ఈస్ ది బెస్ట్ పాలిసి.
9. మనసులో ఒకమాట, బయట ఒక మాట మంచిది కాదు. — Extolling/praising you at your face is flattery. ఎక్స్‌టోలింగ్/ప్రెయిసింగ్ యు ఎట్ యువర్ ఫేస్ ఈస్ ఫ్లాటెరీ.
10. విద్యార్జనలో అసూయ సహజమే. — Learning breeds controversy. లర్నింగ్ బ్రీడ్స్ కంట్రోవర్సీ.
11. **అందరూ ఒకలా ఉండరు./అన్ని వ్రేళ్ళూ ఒకేలా ఉండవు.** — **All are not alike.** ఆల్ ఆర్ నాట్ అలైక్.
12. ప్రపంచంలో ఏదీ శాశ్వతం కాదు. — Nothing is permanent in this world. నథింగ్ ఈస్ పర్మనెంట్ ఇన్ దిస్ వరల్డ్.
13. అనుభవం పనిని నేర్పుతుంది. — Experience teaches the unskilled. ఎక్స్‌పీరియన్స్ టీచెస్ ది అన్‌స్కిల్డ్.
14. మనిషి కడుపు కూటికి దాసుడు. — Man is slave to his stomach. మేన్ ఈస్ స్లేవ్ టు హీస్ స్టమక్.
15. చెల్లని కాసు చెలామణి కాదు. — A base coin never runs. ఏ బేస్ కాయిన్ నెవర్ రన్స్.
16. **ప్రేమ, యుద్ధాలలో అన్నీ న్యాయమే.** — **All is fair in love and war.** ఆల్ ఈస్ ఫెయిర్ ఇన్ లౌ అండ్ వార్.
17. పట్టుదలలో ఫలితం ఉంది. — Perseverance prevails. పర్సివిరెన్స్ ప్రివెయిల్స్.
18. **మర్యాద చూపడానికి ఖర్చేమీ కాదు.** — **Courtesy costs nothing.** కర్టసీ కాస్ట్స్ నథింగ్.
19. చచ్చిన వాడికి అన్ని అప్పులూ తీరినట్లే. — Death pays all debts. డెత్ పేస్ ఆల్ డెట్స్.
20. కాకిపిల్ల కాకికి ముద్దు. — Every ass loves his bray. ఎవిరీ యాస్ లౌవ్స్ హిస్ బ్రే.
21. ఎవరినైనా చంపాలంటే చెడ్డ పేరు పెట్టి మరీ చంపు. — Give a dog a bad name and hang him. గివ్ ఎ డాగ్ ఎ బాడ్ నేమ్ అండ్ హాంగ్ హిమ్.
22. మంచి పనులు చేయడమే మంచికి అందము. — Handsome is that handsome does. హాండ్‌సమ్ ఈస్ దట్ హాండ్‌సమ్ డస్.

52. కొన్ని ఇతర విషయాలు (Miscellaneous Sentences)

1. **గ్యాస్ అయిపోయింది.** — **The gas has finished**. ది గ్యాస్ హాస్ ఫినిష్డ్.
2. పట్టణంలో పరిస్థితి ఆందోళనగా ఉంది. — The situation in the city is tense. ద సిచుయేషన్ ఇన్ ద సిటీ ఈస్ టెన్స్.
3. ఇంటిలో నిశ్శబ్దం ఆవరించి ఉంది. — There is pindrop silence in the room. దేర్ ఈస్ పిన్‌డ్రాప్ సైలెన్స్ ఇన్ ది రూమ్.

4. ఈ రోజుల్లో మంచి నౌకరి కావాలంటే కంప్యూటర్ తెలిసుండాలి. Computer knowledge is essential these days to get a good job. కంప్యూటర్ నాలెడ్జ్ ఈస్ ఎస్సెన్షియల్ దీస్ డేస్ టు గెట్ ఎ గుడ్ జాబ్.

5. నవీన్ మామూలుగా మంచే మాటాడతాడు. Naveen is a simple and straightforward man. నవీన్ ఈస్ ఎ సింపుల్ అండ్ స్ట్రెయిట్ ఫార్వర్డ్ మేన్.

6. అతను ఎదురు లేకుండా గెలిచాడు. He was elected unanimously. హి వాస్ ఎలెక్టెడ్ యునానిమస్లీ.

7. మీరు తయారవడానికి ఎంతసేపు పడుతుంది? How long will you take to get ready? హౌ లాంగ్ విల్ యు టేక్ టు గెట్ రెడీ?

8. అన్యాయం దినదినానికి పెచ్చుపెరుగుతోంది. The law and order situation is deteriorating day by day. ద లా అండ్ ఆర్డర్ సిచుయేషన్ ఈస్ డిటీరియోరేటింగ్ డే బై డే.

9. దుష్టుడికి ఎప్పుడూ పని చెప్పవద్దు. Never underestimate the enemy. నెవర్ అండరెస్టిమేట్ ది ఎనిమి.

10. ఈ రోజుల్లో షేర్ బజార్ చాలా మందకొడిగా జరుగుతోంది. There is a slump in the share market these days. దేర్ ఈస్ ఎ స్లంప్ ఇన్ ది షేర్ మార్కెట్ దీస్ డేస్.

11. షేర్ల ధర పెరుగుతోంది. There is a boom in the share market. దేర్ ఈస్ ఎ బూమ్ ఇన్ ది శేర్ మార్కెట్.

12. **ఆవిడ ఎప్పుడూ గొణుగుతూ ఉంటుంది.** **She is grumbling all the time.** షి ఈస్ గ్రంబ్లింగ్ ఆల్ ది టైమ్.

13. పెట్రోలుకు త్వరగా నిప్పు అంటుకుంటుంది. Petrol is highly inflammable. పెట్రోల్ ఈస్ హైలీ ఇన్‌ఫ్లేమబుల్.

14. **అతని పనులు చాలా రుచికరమైనవి.** **He is a man of good taste.** హి ఈస్ ఎ మేన్ ఆఫ్ గుడ్ టేస్ట్.

15. **నన్ను ఈ విధంగా చూడకు.** **Don't look at me like this.** డోన్ట్ లుక్ ఎట్ మి లైక్ దిస్.

16. ఇందిరా గాంధీ వ్యక్తిత్వం ప్రభావశీలమైనది. Indira Gandhi had an impressive personality. ఇందిరా గాంధీ హాడ్ ఏన్ ఇంప్రెసివ్ పర్సనాలిటి.

17. **సందర్భాన్ని పూర్తిగా ఉపయోగించుకోవాలి.** **Make the most of the opportunity.** మేక్ ది మోస్ట్ ఆఫ్ ది ఆపర్ట్యూనిటీ.

18. అతనితో మాట్లాడటం నా గౌరవానికే వ్యతిరేకం. Talking to him is below my dignity. టాకింగ్ టు హిమ్ ఈస్ బిలోవ్ మై డిగ్నిటి.

19. రెండు దేశాలవారు శాంతి దరిమిలాలో చేతి వ్రాతలు వేశారు. The two countries signed a peace treaty. ది టూ కంట్రీస్ సైన్డ్ ఎ పీస్ ట్రీటీ.

గుర్తుంచుకోండి (Remember)

ఇక్కడ కొన్ని వాక్యాలు ఇవ్వబడ్డాయి. వాటి క్రియల చివరలో ive మరియు ous లను చేర్చి వాటిని విశేషణాలుగా మార్చారు. మీరు వీటిని కాస్త గుర్తించినట్లయితే ఖచ్చితంగా మీరు కూడా క్రియలతో విశేషణాలను చేయగలరు.

This soap comes in several attractive shades. Attract + ive = Attractive

This is a preventive medicine. Prevent + ive = Preventive

Even at seventy he leads an active life. Act + ive = Active.

పై వాక్యాలలో attract నుంచి attractive, prevent నుంచి preventive, act నుంచి active, విశేషణాలుగా అయ్యాయి. వీటి చివరన ive చేర్చడం జరిగింది. ఇలాగే ఇంకా కొన్ని ఉదాహరణలు: defend నుంచి defensive (రక్షాత్మకము), destroy నుంచి destructive (వినాశాత్మక), elect నుంచి elective (ఎన్నిక చేసుకోగల), impress నుంచి impressive (ప్రభావశీలి) మొదలైనవి.

It is dangerous to drive fast (బండి వేగంగా నడపటం ప్రమాదకరం), The Nilgiris is a mountainous district (నీలగిరి ఒక కొండ ప్రదేశపు జిల్లా), The cobra is a poisonous snake (నాగుపాము చాలా విషపూరితమైనది). The Ramayana is a famous epic (రామాయణము ఒక ప్రసిద్ధమైన గ్రంథము). వీటిలో Danger + ous = dangerous, mountain + ous = mountainous, poison + ous = poisonous, fame + ous = famous, (fame లో ous ను జోడించే ముందు 'e' తొలగింది. 'ous' తో పూర్తయే క్రింది కొన్ని విశేషణాలను enormity (విశాలత), nerve (నాడి), prosperity (వైభవం) humour (హాస్యం) లాంటి సంజ్ఞలతో తయారయ్యాయి :

enormous (విశాల కాయం), nervous (కలత చెందడం), prosperous (సమృద్ధం), humorous (హాస్యపూరితం).

58 యాభై ఎనిమిదవ రోజు
58th Day

53. వివాహ సమావేశం (Attending a Wedding)

1. పెళ్ళివారు ఎక్కడినుండి వచ్చారు? **Where has the *barat* come from?** వేర్ హాస్ ది బరాత్ కమ్ ఫ్రమ్?
2. పెళ్ళివారు ఎక్కడికి వెడతారు? **Where will the *barat* be going?** వేర్ విల్ ది బరాత్ బీ గోయింగ్?
3. మీకు కట్నాల పద్ధతి ఉందా? Do you have the dowry system? డూ యు హావ్ ద డౌరి సిస్టమ్?
4. పెళ్ళి ముహూర్తమెప్పుడు? **When is the *muhurat* for wedding?** వెన్ ఈస్ ది ముహూర్త్ ఫర్ వెడ్డింగ్?
5. వధూవరులను చూడాలని ఉంది. I want to/would like to see the bride and groom. ఐ వాంట్ టు/వుడ్ లైక్ టు సీ ద బ్రైడ్ అండ్ గ్రూమ్.
6. పెళ్ళి/పార్టీ చాలా వైభవంగా జరిగింది. **The wedding/party was very good.** ద వెడ్డింగ్/పార్టి వాస్ వెరి గుడ్.
7. ఈ చిన్న కానుకను స్వీకరించండి. Please accept this small/little gift. ప్లీస్ ఆక్సెప్ట్ దిస్ స్మాల్/లిటిల్ గిఫ్ట్.

54. సినిమాలో (In the Cinema)

1. ఈ హాలులో ఏ సినిమా ఆడుతోంది? Which film/movie is running in this cinema hall? విచ్ ఫిల్మ్/మూవీ ఈస్ రన్నింగ్ ఇన్ దిస్ సినిమా హాల్?
2. ఈ సినిమా బాగుంటుందా? Is this a good movie? ఈస్ దిస్ ఎ గుడ్ మూవీ?
3. ఈ సినిమాలో ఎవరెవరు నటించారు?/ ఈ సినిమాలో నటించిందెవరు? Who all are acting in this movie?/What is the cast in this movie? హూ ఆల్ ఆర్ ఏక్టింగ్ ఇన్ దిస్ మూవీ?/వాట్ ఈస్ ది కాస్ట్ ఇన్ దిస్ మూవీ?
4. దయచేసి ఒక బాల్కనీ టికెట్ ఇవ్వండి. Please give me a ticket for the balcony. ప్లీస్ గివ్ మి ఎ టికెట్ ఫర్ ది బాల్కనీ.
5. సినిమా ఎప్పుడు ప్రారంభమౌతుంది? At what time/when will the film/movie start? ఎట్ వాట్ టైమ్/వెన్ విల్ ది ఫిల్మ్/మూవీ స్టార్ట్?

55. క్రీడా మైదానంలో (On the Playground)

1. నేను ఈ వేళ ఫుట్‌బాల్/హాకీ/క్రికెట్ మాచ్ చూడాలనుకుంటున్నాను. I want to see a football/hockey/cricket match today. ఐ వాంట్ టు సీ ఎ ఫుడ్‌బాల్/హాకీ/క్రికెట్ మాచ్ టుడే.
2. మాచ్‌లో ఏయే టీములు ఆడుతున్నారు? Which teams are playing the match? విచ్ టీమ్స్ ఆర్ ప్లేయింగ్ ది మాచ్?
3. మాచ్ ఎప్పుడు ప్రారంభమౌతుంది? When will the match start? వెన్ విల్ ది మాచ్ స్టార్ట్?
4. ఆ ఆటగాడెవరు? Who is that player? హూ ఈస్ దట్ ప్లేయర్?
5. నిన్నటి మాచ్ ఎవరు గెలిచారు? Who won the match yesterday? హూ వన్ ద మాచ్ ఎస్టర్‌డే?
6. మీకు ఏ ఆటంటే ఇష్టం? What games do you like? వాట్ గేమ్స్ డు యు లైక్?

56. పర్యటన కార్యాలయంలో (In the Tourist Office)

1. ఈ ఊళ్ళో చూడగలిగిన స్థలాలు ఏమున్నాయి? — Which are the worth seeing places in this city? విచ్ ఆర్ ది వర్త్ సీయింగ్ ప్లేసెస్ ఇన్ దిస్ సిటి?
2. నాకు అజంతా-ఎల్లోరా గుహలు చూడాలని ఉంది. — I would like to see/visit the Ajanta and Ellora Caves. ఐ వుడ్ లైక్ టు సీ/విసిట్ ది అజంతా అండ్ ఎల్లోరా కేవ్స్.
3. మథురాకు రైల్లో వెడితే మంచిదా? లేక బస్సులోనా? — What's the best transport to Mathura—train or bus? వాట్స్ ది బెస్ట్ ట్రాన్స్‌పోర్ట్ టు మథురా—ట్రైన్ ఆర్ బస్?
4. ఆగ్రాలో నేను ఎక్కడ దిగాలి? — Where should I stay in Agra? వెర్ షుడ్ ఐ స్టే ఇన్ ఆగ్రా?
5. నాకు ఢిల్లీ బాగా నచ్చింది. — I liked Delhi a lot. ఐ లైక్డ్ ఢిల్లీ ఎ లాట్.
6. నాకొక టూరిస్ట్ గైడు కావాలి. అది ఎక్కడ దొరుకుతుంది? — I want a tourist guide. Where will I get one? ఐ వాంట్ ఎ టూరిస్ట్ గైడ్. వేర్ విల్ ఐ గెట్ ఒన్?

57. హోటలులో (In the Hotel)

1. ఈ హోటల్‌లో రూము ఖాళీగా ఉందా? — Is there any room available in this hotel? ఈస్ దేర్ ఎనీ రూమ్ ఎవైలబుల్ ఇన్ దిస్ హోటల్?
2. సింగిల్/డబుల్/ బెడ్ రూము ఛార్జీ ఎంత? — What do you charge for a single/double-bed room? వాట్ డు యు ఛార్జ్ ఫర్ ఎ సింగిల్/డబుల్-బెడ్ రూమ్?
3. దయచేసి రూము నెం. 6 కు నా సామాను తీసుకు వెళ్ళండి. — Take my baggage/luggage to room no. 6, please. టేక్ మై బాగేజ్/లగేజ్ టు రూమ్ నెం. 6, ప్లీస్.
4. దయచేసి ఉదయం టిఫిను/మధ్యాహ్నం భోజనం/రాత్రి భోజనం నా గదికి పంపండి. — Please send my breakfast/lunch/dinner in my room. ప్లీస్ సెండ్ మై బ్రేక్‌ఫాస్ట్/లంచ్/డిన్నర్ ఇన్ మై రూమ్.
5. నేను ఒక గంట సేపు బయటకు వెడుతున్నాను. — I'm going out for an hour (or so). ఐ'మ్ గోయింగ్ ఔట్ ఫార్ యాన్ అవర్ (ఆర్ సో).
6. నాకేమైనా టెలిఫోన్ వచ్చిందా/ఉత్తరం వచ్చిందా? — Was there a call for me?/Is there any letter for me? వాస్ దేర్ ఎ కాల్ ఫార్ మి?/ ఈస్ దేర్ ఎని లెటర్ ఫర్ మి?
7. దయచేసి నాకోసం వచ్చిన వారిని నా గదికి పంపండి. — Please send my visitors to my room. ప్లీస్ సెండ్ మై విసిటర్స్ టు మై రూమ్.
8. నాకు కాస్త వేడి నీళ్ళు/చన్నీళ్ళు కావాలి. — Get me some hot/cold water. గెట్ మి సమ్ హాట్/కోల్డ్ వాటర్.
9. చాకలివాడు ఇంకా రాలేదు. — The laundry-man hasn't come yet. ది లాండరీ-మేన్ హాసన్ట్ కమ్ ఎట్.

58. పని మనిషితో (With the Servant)

1. బజారు నుంచి ఏమైనా కూరగాయలు తీసుకు రా. — Get some vegetables from the market. గెట్ సమ్ వెజిటబుల్స్ ఫ్రమ్ ది మార్కెట్.
2. సహకార విక్రయశాలలోనే ఈ సరుకులు కొనుక్కు రా. — Get the stuff/things from the co-operative store. గెట్ ది స్టఫ్/థింగ్స్ ఫ్రమ్ ది కో-ఆపరేటివ్ స్టోర్.
3. నన్ను రేపు ఉదయం ఐదింటికి నిద్ర లేపు. — Wake me up at five o'clock. వేక్ మి అప్ ఎట్ ఫైవ్ ఓ'క్లాక్.
4. వెళ్ళి ఈ ఉత్తరం పోస్టు చేసి రా. — Go and post this letter. గో అండ్ పోస్ట్ దిస్ లెటర్.
5. చాకలి ఉతికిన బట్టలు తెచ్చాడా? — Are the clothes back from the laundry? ఆర్ ది క్లాత్స్ బాక్ ఫ్రమ్ ది లాండ్రీ?
6. నా కోసం ఒక కప్ టీ పెట్టు. — **Make me a cup of tea.** మేక్ మి ఎ కప్ ఆఫ్ టీ.
7. భోజనం/మధ్యాహ్న భోజనం/రాత్రి భోజనం తయారా? — **Is the food/lunch/dinner ready?** ఈస్ ద ఫుడ్/లంచ్/డిన్నర్ రెడీ?

59. డాక్టరుతో (With the Doctor)

1. కాస్త జ్వరం వచ్చిందండీ. దగ్గు కూడా ఉంది. I have some temperature/fever and also cough. ఐ హావ్ సమ్ టెంపరేచర్/ఫీవర్ అండ్ ఆల్సో కాఫ్.
2. రోజుకు ఎన్ని సార్లు నేను ఈ మందు వేసుకోవాలి? How many times a day should I take this medicine? హౌ మెనీ టైమ్స్ ఎ డే షుడ్ ఐ టేక్ దిస్ మెడిసిన్?
3. నేను ఏమేమి తినవచ్చు? What all can I eat? వాట్ ఆల్ కెన్ ఐ ఈట్?
4. నీవు ప్రతి నెలా బరువు చూసుకోవాలి. You should keep a monthly record of your weight. యు షుడ్ కీప్ ఎ మంత్లీ రికార్డ్ ఆఫ్ యువర్ వెయిట్.
5. మీకు రక్తపుపోటు మామూలుగానే ఉంది. Your blood-pressure is normal. యువర్ బ్లడ్-ప్రెషర్ ఈస్ నార్మల్.
6. పంచదార, ఉప్పు తక్కువగా తినండి. Cut down on sugar and salt. కట్ డౌన్ ఆన్ షుగర్ అండ్ సాల్ట్.
7. మీరు ఆకుకూరలు, పచ్చి కూరలు ఎక్కువగా తినాలి. You should eat lots of green vegetables. యు షుడ్ ఈట్ లాట్స్ ఆఫ్ గ్రీన్ వెజిటబుల్స్.
8. ఎక్స్‌రే కోసం నేనెక్కడికి వెళ్ళాలి?/ఎక్స్‌రే డిపార్ట్‌మెంట్ ఎక్కడ? Where should/does one go for X-ray?/Where is the X-ray department? వేర్ షుడ్/డస్ వన్ గో ఫర్ ఎక్స్-రే?/వేర్ ఈస్ ది ఎక్స్-రే డిపార్ట్‌మెంట్?
9. ఈ డిస్పెన్సరీలో మందులు ఉచితం./ ఇక్కడ రోగులకు ఉచితంగా మందులిస్తారు. This is a free dispensary./Medical care is free here/in this hospital./There is no consultation fee./We don't charge the patients anything. దిస్ ఈస్ ఎ ఫ్రీ డిస్పెన్సరీ./మెడికల్ కేర్ ఈస్ ఫ్రీ హియర్/ఇన్ దిస్ హాస్పిటల్./దేర్ ఈస్ నో కన్సల్టేషన్ ఫీ./వుయ్ డోన్ట్ చార్జ్ ది పేషంట్స్ ఎనిథింగ్.

60. వివిధ సంభాషణలు (General Topics)

1. అతని పని నాకెంతో నిరాశ కలిగించింది. **His work was quite disappointing.** హిస్ వర్క్ వాస్ క్వయిట్ డిసపాయింటింగ్.
2. అతనిని వదిలించుకుంటే నాకు ఎంతో బాగుంటుంది. **I'll be glad to get rid of him.** ఐ'ల్ బి గ్లాడ్ టు గెట్ రిడ్ ఆఫ్ హిమ్.
3. నీ కోటు నా కోటు ఒకటిగా లేవు. Your coat is not like mine. యువర్ కోట్ ఈస్ నాట్ లైక్ మైన్.
4. నీవు నీ తప్పులు సరిదిద్దుకోలేవు. You cannot correct the mistakes. యు కెనాట్ కరెక్ట్ ది మిస్టేక్స్.
5. ఆట గెలిచింది అతనే. He's the one who won the match. హి'స్ ద ఒన్ హూ వన్ ద మాచ్.
6. ఆ ఇద్దరు అమ్మాయిలలో ఎవరు పొడుగు? Who is taller of the two girls? హూ ఈస్ టాలర్ ఆఫ్ ది టూ గర్ల్స్?
7. చాలామంది దీనికి సమ్మతిస్తారు. Most of the people would agree with it. మోస్ట్ ఆఫ్ ది పీపుల్ వుడ్ అగ్రీ విత్ ఇట్.
8. మార్కెట్టుకు వెడుతున్నారా లేదా అని ఆమెను అడిగాను. I asked her whether she was going to the market or not. ఐ ఆస్క్‌డ్ హర్ వెదర్ షి వాస్ గోయింగ్ టు ద మార్కెట్ ఆర్ నాట్.
9. ఆమె వచ్చినప్పుడు మీరు ఆమెతో మాట్లాడండి. Will you speak to her if she comes. విల్ యు స్పీక్ టు హర్ ఇఫ్ షి కమ్స్.
10. ఆ దురదృష్టవంతుడిని కాల్చి చంపారు. The unfortunate/poor man was shot dead. ద అన్‌ఫార్చునేట్/పూర్ మెన్ వాస్ షాట్ డెడ్.
11. అతను తల్లి పోలికా? He resembles his mother? హి రిసెంబల్స్ హిస్ మదర్?
12. వెండి విలువయిన లోహం. **Silver is a precious metal.** సిల్వర్ ఈస్ ఎ ప్రెషస్ మెటల్.
13. నాకు ఎనిమిది వందలా నలభై రెండు రూపాయలు వచ్చాయి. I got/received eight hundred and forty-two rupees. ఐ గాట్/రిసీవ్డ్ ఎయిట్ హండ్రెడ్ అండ్ ఫార్టీ టూ రుపీస్.

14. ఆదివారం ఆమె చర్చికి వెడుతుంది. She goes to church on Sunday. షి గోస్ టు చర్చ్ ఆన్ సండే.

15. నేను ప్రొద్దున్నే షికారు వెడతాను. I go for a walk in the morning. ఐ గో ఫర్ ఎ వాక్ ఇన్ ద మార్నింగ్.

16. నేను ఈ పుస్తకాన్ని మూడు రూపాయలకు కొన్నాను. I bought this book for three rupees. ఐ బాట్ దిస్ బుక్ ఫర్ త్రీ రుపీస్.

17. వారు ఆంగ్లంతోపాటు జర్మన్ కూడా అధ్యయనం చేస్తారు. They will study German besides English. దే విల్ స్టడీ జర్మన్ బిసైడ్స్ ఇంగ్లీష్.

18. **నేను వెళ్ళాలని నిర్ణయించుకున్నాను.** **I'm determined to go.** ఐ'మ్ డిటర్మిన్డ్ టు గో.

19. **అతన్ని పంపించెయ్యాలని మేము నిర్ణయించుకున్నాము.** **I've made up my mind to send him.** ఐ'వ్ మేడ్ అప్ మై మైండ్ టు సెండ్ హిమ్.

20. పటాన్ని మేము గోడకు తగిలించాము. We hung the picture on the wall. వుయ్ హంగ్ ద పిక్చర్ ఆన్ ద వాల్.

21. హంతకుడిని పట్టుకొని ఉరి తీశారు. The murderer was caught and hanged. ద మర్డరర్ వాస్ కాట్ ఎండ్ హాంగ్డ్.

22. కాస్త మీ పెన్ ఇస్తారా? Will you please lend me your pen? విల్ యు ప్లీస్ లెండ్ మి యువర్ పెన్?

23. **మీ దగ్గర పెన్ తీసుకోవచ్చునా?** **Can I borrow a pen from you?** కెన్ ఐ బారో ఎ పెన్ ఫ్రమ్ యు?

24. సమావేశం త్వరలోనే ప్రారంభమవుతుంది. The meeting will start early. ద మీటింగ్ విల్ స్టార్ట్ ఎర్లీ.

25. నేను సమావేశంలో పాల్గొంటాను. I'll attend the meeting. ఐ'ల్ అటెండ్ ద మీటింగ్.

26. రాత్రి త్వరగా పడుకున్నాను కాని నిద్ర రాలేదు. I went to bed early last night but couldn't sleep. ఐ వెంట్ టు బెడ్ ఎర్లీ లాస్ట్ నైట్ బట్ కుడన్ట్ స్లీప్.

27. **మీరు ఎప్పుడు పడుకుంటారు?** **When do you go to bed?** వెన్ డు యు గో టు బెడ్?

28. ఆమె డబ్బు బ్యాంకులో ఉంచుకుంటుందా? Does she keep her money in the bank? డస్ షి కీప్ హర్ మనీ ఇన్ ద బ్యాంక్?

29. వేసవిలో ఇక్కడ ఎండలు చాలా ఎక్కువ. It is very hot here in the summer. ఇట్ ఈస్ వెరి హాట్ హియర్ ఇన్ ద సమ్మర్.

30. హాకీ ఆడేందుకు ఇక్కడ చాలా వేడిగా ఉంది. It is too hot here to play hockey. ఇట్ ఈస్ టూ హాట్ హియర్ టు ప్లే హాకీ.

31. కోల్‌కత్తాకన్నా చెన్నై దూరం. Chennai is farther than Kolkata. చెన్నై ఈస్ ఫర్దర్ దెన్ కోల్‌కత్తా.

32. మేము ఇంకా సమాచారం సేకరిస్తాము. We'll collect/get/gather more information. వుయ్'ల్ కలెక్ట్/గెట్/గేదర్ మోర్ ఇన్ఫర్మేషన్.

33. నీవు నాకన్నా ఆలస్యంగా ఇంటికి వచ్చావు. You came home later than I. యు కమ్ హోమ్ లేటర్ దెన్ ఐ.

34. ఢిల్లీ బొంబాయి పెద్ద నగరాలు, రెండవ నగరం సముద్ర తీరంలో ఉంది. Delhi and Mumbai are big cities. The latter is situated by the sea. ఢిల్లీ అండ్ ముంబై ఆర్ బిగ్ సిటీస్. ది లేటర్ ఈస్ సిటుయేటెడ్ బై ద సీ.

35. ఈ పచారీ కొట్టులో చాలామంది కొంటారు. This grocer has good business. దిస్ గ్రోసర్ హాస్ గుడ్ బిజినస్.

36. ఈ వకీలుకు చాలామంది క్లయింట్లున్నారు. This lawyer has many clients. దిస్ లాయర్ హాస్ మెనీ క్లయింట్స్.

37. అమ్మగారు నాకు చాలా మంచి సలహా ఇచ్చారు. The mother gave me some good piece of advice. ది మదర్ గేవ్ మి సమ్ గుడ్ పీస్ ఆఫ్ అడ్వైస్.

38. ఈ కీ-బోర్డు సరిగా పని చేయడంలేదు. This keyboard is not functioning well. దిస్ కీబోర్డ్ ఈస్ నాట్ ఫంక్షనింగ్ వెల్.

39. రుక్సానా జుట్టు చాలా పొడవు. Ruksana has long hair. రుక్సానా హాస్ లాంగ్ హెయిర్.

40. నా దగ్గర కావలసినన్ని పళ్ళు లేవు. I don't have enough fruit. ఐ డిడన్ట్ హావ్ ఇనఫ్ ఫ్రూట్.

41. మీరు రెండు డజన్ల అరటిపళ్ళు కొనాలను కుంటున్నారా? Do you want to buy two dozen bananas? డు యు వాంట్ టు బై టూ డజన్ బనానాస్?

42. ఈ ఫ్లాపీకి వైరస్ అంటుకుంది. This floppy is virus-infected. దిస్ ఫ్లాపీ ఈస్ వైరస్-ఇన్‌ఫెక్టెడ్.

43. ఇక్కడొక గొఱ్ఱె, అక్కడొక జింక ఉన్నాయి. Here is a sheep and there is a deer. హియర్ ఈస్ ఎ షీప్ అండ్ దేర్ ఈస్ ఎ డీర్.

44. గొల్లవాడి దగ్గర ఇరవై గొఱ్ఱెలు, రెండు జింకలు ఉన్నాయి. The shepherd has twenty sheep and two deer. ద షెఫర్డ్ హాస్ ట్వెంటీ షీప్ అండ్ టూ డీర్.

45. ఆమె వేతనం తక్కువ. Her wages are low. హర్ వేజస్ ఆర్ లో.

46. సుమన్ మరియు రీటా ఇక్కడకు వస్తారు. Suman and Rita are coming here. సుమన్ అండ్ రీటా ఆర్ కమింగ్ హియర్.

47. విద్యార్థుల సంఖ్య తగ్గుతోంది. The number of students is decreasing. ద నెంబర్ ఆఫ్ స్టూడెంట్స్ ఈస్ డిక్రీసింగ్.

48. చాలామంది విద్యార్థులు ఈ రోజు రాలేదు. Many students are absent today. మెనీ స్టూడెంట్స్ ఆర్ ఆబ్సెంట్ టుడే.

49. రేపు రాత్రి భోజనంలో మనం చేపల/కోడి కూర తింటాము. We will eat fish/chicken at dinner tomorrow. వుయ్ విల్ ఈట్ ఫిష్/చికెన్ ఎట్ డిన్నర్ టుమారో.

50. నేను ఈ పుస్తకాన్ని ఒకటిన్నర గంటలో చదివాను. This book took me one hour and a half./I read this book in one and a half hour. దిస్ బుక్ టుక్ మి వన్ అవర్ అండ్ ఎ హాఫ్./ఐ రీడ్ దిస్ బుక్ ఇన్ వన్ అండ్ ఎ హాఫ్ అవర్

51. కాస్త చెయ్యి ఇవ్వండి. Lend me a hand. లెండ్ మి ఎ హాండ్.

52. అతనెప్పుడూ తన మాట ప్రకారం నడుచుకుంటాడు. He will always honour his word. హి విల్ ఆల్వేస్ ఆనర్ హిస్ వర్డ్.

53. మీరు నన్ను శోధిస్తున్నారా? Are you spying on me? ఆర్ యు స్పైయింగ్ ఆన్ మి?

54. నువ్వు చాలా మంచి పని చేశావు. You have done wonders/marvels. యు హావ్ డన్ వండర్స్/మార్వెల్స్.

55. ఆమె అసలు ముచ్చు మొహం. She is a touch-me-not. షి ఈస్ ఎ టచ్-మి-నాట్.

56. నువ్వు నా మాటెందుకు వినడంలేదు? Why don't you listen to me? వై డోన్ట్ యు లిసన్ టు మి?

గుర్తుంచుకోండి (Remember)

*ఆంగ్లంలో సంబంధ కారకము The genetive or possessive case ను సులభమయిన పద్ధతిలో చూపుతారు. అదే apostrophe (') (అపాస్ట్రఫీ) తర్వాత s ఉన్నది. ఉదా: The boy destroyed the bird's nest (ద బాయ్ డిస్ట్రాయిడ్ ద బర్డ్స్ నెస్ట్) ఆ అబ్బాయి పక్షి గూడును పాడు చేశాడు. s ఆఖరున ఉన్న బహువచనంలో apostrophe తర్వాత సంబంధ కారకం వీలు లేదు. ఉదా: The boy destroyed the birds' nest. (ద బాయ్ డిస్ట్రాయిడ్ ద బర్డ్స్ నెస్ట్) ఇక్కడ s apostrophe preposition (ప్రిపోజిషన్) స్థాన సూచకము ఉపయోగించాలి. ఉదా: The doors of the gateway are made of iron. గేటు తలుపులను ఇనుముతో చేశారు. ఈ నిబంధనకు కూడా కొన్ని మినహాయింపులు ఉన్నాయి. ఉదా: a week's leave, a month's pay, a day's journey, to their heart's content, in my mind's eye, a hair's breadth, a stone's throw, sun's rays వీటిని వాక్యాలలో ప్రయోగించి మననం చేయండి.

59 యాభై తొమ్మిదవ రోజు
th Day

61. జాతీయములు (Idioms)

1. ప్రపంచములో ప్రతి ఒకరు తమ పని ముందు కావాలని అనుకుంటారు. — In this world, everybody wants to grind his own axe. ఇన్ దిస్ వరల్డ్, ఎవిరిబడి వాంట్స్ టు గ్రైండ్ హిస్ ఓన్ ఏక్స్.
2. అభ్యాసం కూసువిద్య. — Practice makes a man perfect. ప్రాక్టీస్ మేక్స్ ఎ మేన్ పర్‌ఫెక్ట్.
3. **జరిగిందేదో జరిగిపోయింది. ఇక ముందు జాగ్రత్త.** — **Let bygones be bygones, take care in future.** లెట్ బైగాన్స్ బి బైగాన్స్, టేక్ కేర్ ఇన్ ఫ్యూచర్.
4. వాళ్ళు గట్టిగా తిట్టుకున్నారు. — They exchanged hot words. దే ఎక్స్‌ఛేంజ్డ్ హాట్ వర్డ్స్.
5. అతను మన ప్రపంచంలో ఉన్నట్టు కనబడడు. — It appears he is off his wits. ఇట్ అప్పియర్స్ హి ఈస్ ఆఫ్ హిస్ విట్స్.
6. అరుపులకు ఆకాశం దద్దరిల్లింది. — The shouts rent the sky. ది షౌట్స్ రెంట్ ది స్కై.
7. అతనిని ఆకాశానికి ఎత్తేశాను. — I praised him to the skies. ఐ ప్రైస్డ్ హిమ్ టు ది స్కైస్.
8. ఈ మధ్య మీ అదృష్టం రొట్టె విరిగి తేనెలో పడ్డట్టుంది. — Nowadays your bread is buttered. నౌఎడేస్ యువర్ బ్రెడ్ ఈస్ బట్టర్డ్.
9. అతను ఎప్పుడూ ఆనందంగా ఉంటాడు. — He is a jolly fellow. హి ఈస్ ఎ జాలీ ఫెలో.
10. నీ పెట్టే బేడా సర్దుకో. — Pack up your bag and baggage. పేక్ అప్ యువర్ బాగ్ అండ్ బాగేజ్.
11. మనం భిన్న భిన్న ధ్రువాలం. — We are poles apart. వుయ్ ఆర్ పోల్స్ అపార్ట్.
12. **ఈ అబ్బాయికి బాగా అలుసిచ్చారు.** — **You have given a long rope to this boy.** యు హావ్ గివన్ ఎ లాంగ్ రోప్ టు దిస్ బాయ్.
13. ఈ రోజుల్లో టి.వి.లు వేడి వేడి పకోడీల్లా అమ్ముడు పోతున్నాయి. — Nowadays T.V. sets are selling like hot cakes. నౌఎడేస్ టి.వి. సెట్స్ ఆర్ సెల్లింగ్ లైక్ హాట్ కేక్స్.
14. గజదొంగ రత్నాకర్ జీవితం రాత్రికి రాత్రి మలుపు తిరిగి అతనొక ఋషిగా మారిపోయాడు. — Ratnakar dacoit turned over a new leaf and became a saint. రత్నాకర్ డకాయిట్ టర్న్‌డ్ ఓవర్ ఎ న్యూ లీఫ్ అండ్ బికేమ్ ఎ సెయింట్.
15. అవకాశాన్ని చేజిక్కించుకుంటే విజయం మీదే. — Take the time by the forelock and success is yours. టేక్ ది టైమ్ బై ది ఫోర్‌లాక్ అండ్ సక్సెస్ ఈస్ యువర్స్.
16. అవకాశవాదులు ఎటు అనుకూలంగా ఉంటే అటు మొగ్గుతారు. — Opportunists never hesitate to worship the rising sun. ఆపర్చ్యునిస్ట్స్ నెవర్ హెసిటేట్ టు వర్‌షిప్ ది రైసింగ్ సన్.
17. అతను ఈ మధ్యన చాలా ఆనందంగా ఉన్నాడు. — He is making merry/thriving these days. హి ఈస్ మేకింగ్ మెర్రి/థ్రైవింగ్ దీస్ డేస్.
18. మోహన్‌కి నలబై లోపు వయసుంటుంది. — Mohan is on the right side of forty. మోహన్ ఈస్ ఆన్ ది రైట్ సైడ్ ఆఫ్ ఫార్టీ.
19. దొంగతనం చేస్తూ దొంగ పట్టుబడ్డాడు. — The thief was caught red-handed. ది థీఫ్ వాస్ కాట్ రెడ్-హాండెడ్.
20. ఆ బిడ్డను మేనమామ/బాబాయి దగ్గర ఉంచారు. — The child is under his uncle's care. ది చైల్డ్ ఈస్ అండర్ హిస్ అంకుల్స్ కేర్.

21. రాయి విసరినంత దూరంలో/మా ఊరికి దగ్గరలో స్టేషన్ ఉంది. — The station is within a stone's throw from my village. ది స్టేషన్ ఈస్ వితిన్ ఎ స్టోన్స్ త్రో ఫ్రమ్ మై విలేజ్.

22. ప్రధానాచార్యులకు ఆ అబ్బాయంటే చాలా ఇష్టం. — The boy is in the good books of the principal. ద బాయ్ ఈస్ ఇన్ ది గుడ్ బుక్స్ ఆఫ్ ద ప్రిన్సిపల్.

23. అతను నా కంటిపాప వంటివాడు. — He is an apple of my eye. హి ఈస్ యాన్ అపిల్ ఆఫ్ మై ఐ.

24. మంచివారు త్వరగా దేవుడిని చేరుకుంటారు. — Whom the God loves, die young. హూమ్ ద గాడ్ లవ్స్ డై యంగ్.

25. సొమ్మొకడిది సోకొకడిది./కష్టించేదొకడు అనుభవించేదొకడు. — One beats the bush, another takes the bird. వన్ బీట్స్ ది బుష్, అనదర్ టేక్స్ ది బర్డ్.

26. వయసయ్యేకొద్దీ డబ్బుమీద మోహం పెరుగుతుంది. — The older the goose, the harder to pluck. ది ఓల్డర్ ది గూస్, ది హార్డర్ టు ప్లక్.

62. లోకోక్తులు (Proverbs)

1. దేశాన్ని బట్టి వేషం వెయ్యాలి. — While in Rome, do as Romans do. వైల్ ఇన్ రోమ్, డూ యాస్ రోమన్స్ డూ.

2. చేసినవారికి చేసినంత/ఎవరి పాపం వారిది. — As you sow, so shall you reap. యాస్ యు సో, సో షల్ యు రీప్.

3. ముత్యాలకు అడవిలో విలువుండదు. — A thing is valued where it belongs. ఎ థింగ్ ఈస్ వాల్యూడ్ వేర్ ఇట్ బిలాంగ్స్.

4. మంచివారి కంటికి ప్రపంచమంతా మంచిదిగానే కనిపిస్తుంది. — To the good the world appears good. టు ది గుడ్ ది వరల్డ్ అప్పీయర్స్ గుడ్.

5. నిండు కుండ తొణకదు. — An empty vessel makes much noise. యాన్ ఎంప్టీ వెసల్ మేక్స్ మచ్ నాయిస్.

6. ఆరోగ్యమే మహాభాగ్యము. — Health is wealth. హెల్త్ ఈస్ వెల్త్.

7. కష్టపడితేనే ఫలితం దొరుకుతుంది./కష్టే ఫలి. — No pain, no gain. నో పెయిన్, నో గెయిన్.

8. గడచిన కాలం మళ్ళీ తిరిగి రాదు. — Time once lost cannot be regained. టైమ్ ఒన్స్ లాస్ట్ కెనాట్ బి రిగెయిన్డ్.

9. సమాజం మానిషిని మారుస్తుంది. — Society moulds man. సొసైటి మోల్డ్స్ మాన్.

10. ఐకమత్యమే మహాబలం. — Union is strength. యూనియన్ ఈస్ స్ట్రెంగ్త్.

11. బుద్ధిహీనులు బుద్ధిహీనులను పొగడుతారు. — Fools praise fools. ఫూల్స్ ప్రైస్ ఫూల్స్.

12. పుర్రెకొక ఆలోచన. — Many heads, many minds. మెని హెడ్స్, మెని మైండ్స్.

13. మొరిగే కుక్కలు కరవవు. — Barking dogs seldom bite. బార్కింగ్ డాగ్స్ సెల్డమ్ బైట్.

14. గాలిలో మేడలు కడితే ప్రయోజనం ఉండదు. — It is no use building castles in the air. ఇట్ ఈస్ నో యూస్ బిల్డింగ్ కాసెల్స్ ఇన్ ది ఏర్.

15. పైసలలో జాగ్రత్త పడి, రూపాయలను పోగొడతారు. — Penny wise pound foolish. పెన్నీ వైస్ పౌండ్ ఫూలిష్.

16. అప్పిచ్చావో, శత్రువును కొనుక్కున్నట్టే. — Give loan, enemy own. గివ్ లోన్, ఎనిమి ఓన్.

17. ఒకే జాతివారు ఒకే చోటికి చేరుతారు. — Birds of a feather flock together. బర్డ్స్ ఆఫ్ ఎ ఫెదర్ ఫ్లాక్ టుగెదర్.

18. మనసున్నచోట మార్గం ఉంటుంది. — Where there is a will, there is a way. వేర్ దేర్ ఈస్ ఎ విల్, దేర్ ఈస్ ఎ వే.

19. ఆడలేనమ్మ మద్దెల ఓడన్నదట. — A bad carpenter quarrels with his tools. ఎ బాడ్ కార్పెంటర్ క్వారల్స్ విత్ హిస్ టూల్స్.

20. మౌనం అర్ధాంగీకారం. — Silence is half consent. సైలెన్స్ ఈస్ హాఫ్ కన్సెన్ట్.

21. సేగం కుండకు తొణుకుడెక్కువ/అల్పుడెపుడు పలుకు ఆడంబరముగా. | An empty vessel makes much noise. యాన్ ఎంప్టీ వెసెల్ మేక్స్ మచ్ నాయిస్.
22. కూటికోసమే కోటి విద్యలు. | A man is a slave to his stomach. ఎ మాన్ ఈస్ ఎ స్లేవ్ టు హిస్ స్టమక్.
23. తొందర పడితే పని జరగదు. | The more haste, the worse speed. ది మోర్ హేస్ట్, ది వర్స్ స్పీడ్.
24. చేయి కాలిన బిడ్డకు నిప్పంటే భయం. | A burnt child dreads the fire./Once bitten twice shy. ఎ బర్న్ట్ ఛైల్డ్ డ్రెడ్స్ ది ఫైర్./వన్స్ బిట్టన్ ట్వయిస్ షై.
25. పయోముఖ విషకుంభం. | A honey tongue, a heart of gall. ఎ హనీ టంగ్, ఎ హార్ట్ ఆఫ్ గాల్.
26. మిడి మిడి జ్ఞానం అతి ప్రమాదం. | A little knowledge is a dangerous thing. ఎ లిటిల్ నాలెడ్జ్ ఈస్ ఎ డేంజరస్ థింగ్.
27. ముగింపు బాగుంటే అంతా బాగున్నట్టే. | All's well that ends well. ఆల్‌స్ వెల్ దట్ ఎండ్స్ వెల్.
28. తీరును బట్టి మనిషిని తెలుసుకోవచ్చు. | Style makes the man. స్టైల్ మేక్స్ ది మాన్.
29. ముల్లును ముల్లుతోనే తీయాలి. | One nail drives another. ఒన్ నైల్ డ్రైవ్స్ అనదర్.
30. నిజం ఎక్కడో బావిలో పడ్డట్టయింది. | Truth lies at the bottom of a well. ట్రూత్ లైస్ ఎట్ ది బాటమ్ ఆఫ్ ఎ వెల్.
31. ప్రతి పనికీ ఒక సమయం అంటూ ఉంటుంది. | There is a time for everything. దేర్ ఈస్ ఎ టైమ్ ఫర్ ఎవిరిథింగ్.
32. ఒక అబద్ధానికి నూరు అబద్ధాలు తోడు. | One lie leads to another. ఒన్ లై లీడ్స్ టు అనదర్.
33. అన్ని రకాలవాళ్ళుంటేనే ప్రపంచం. | It takes all sorts to make the world. ఇట్ టేక్స్ ఆల్ సార్ట్స్ టు మేక్ ద వరల్డ్.
34. రెండు చేతులు కలిస్తేనే చప్పుడయ్యేది. | It takes two to make a quarrel. ఇట్ టేక్స్ టూ టు మేక్ ఎ ఖ్వారల్.
35. సమయానికి ఆదుకునేవారే అసలైన స్నేహితులు. | A friend in need is a friend indeed. ఎ ఫ్రెండ్ ఇన్ నీడ్ ఈస్ ఎ ఫ్రెండ్ ఇండీడ్.

గుర్తుంచుకోండి (Remember)

పదంలో ఒక అంశంలో 's' వచ్చి 's' తోనే ముగిసే పదాలతో సంబంధకారకము రూపొందించాలంటే కేవలం apostrophe జోడిస్తే చాలు! ఉదా: Moses' laws are found in the Bible (మోసస్ లాస్ ఆర్ ఫౌండ్ ఇన్ ద బైబిల్), మోసస్ నిబంధనలు బైబిలులో ఉన్నాయి. పదం ఆఖరున 's' తో సమాప్తమయి 's' ప్రారంభం కాకపోతే apostrophe తో పాటు s జోడించాలి. Porus' army was large (పోరస్ ఆర్మీ వాస్ లార్జ్) 'పోరస్ యొక్క సైన్యము చాల పెద్దది.' అనేక సార్లు సంబంధ కారకము చేయవలసిన పదాన్ని వదిలి ఆ ముందు వచ్చే పదానికి s జోడిస్తారు. ఉదా. : I stopped at my uncle's last night (ఐ స్టాప్డ్ ఎట్ మై అంకుల్స్ లాస్ట్ నైట్) 'నేను నిన్న రాత్రి మా బాబాయి వాళ్ళ దగ్గర ఉండిపోయాను' ఈ వాక్యంలో uncle's అంటే uncle's house అయితే house అనే పదాన్ని వదిలేశారు.

60 యాభై అరయ్యవ రోజు
th Day

Test No. 1

51 నుండి 55 వరకు

మార్కులు **16** ఆ పైబడితే **very good; 12** కు పైబడితే **fair**

ఈ క్రింది వాక్యాలలో వాలి ఉన్న పదాలలో (Italics) ఏదో ఒక తప్పు ఉంది. ఈ వాక్యాలను మీరు ఇదివరకే నేర్చుకున్నారు. వీటిని సరి చేసి, మీరెంతవరకు నేర్చుకున్నారో పరీక్షించుకోండి. సరయిన పదాలను కింద తలక్రిందులుగా ఇచ్చారు.

1. Please do not trouble *myself*. 2. Please stay *for* little more. 3. Put up the notice *at* the notice board. 4. He is very proud *for* his promotion. 5. He was accused *for* murder. 6. He has been released *at* bail. 7. He was sentenced *for* death. 8. My radio *is* stopped. 9. Now switch on *for* Vividh Bharati. 10. Have you *weighted* the parcel? 11. You *can new* your driving licence from the transport office. 12. We have *loosed* our way. 13. Why did you *came* back? 14. The road is *close* for repair. 15. The train is due *on* half past eleven. 16. We were listening *at* music. 17. It was a very *interested* story. 18. Do not depend *on* others. 19. Do not spit *at* the floor. 20. Go for *an* walk in the morning and evening.

Test No. 1 — సరియైన పదాలు : 1. me 2. a 3. on 4. of 5. of 6. on 7. to 8. has 9. to 10. weighed 11. renew 12. lost 13. come 14. closed 15 at 16. to 17. interesting 18. upon 19. on 20. a.

Test No. 2

56 నుండి 59 వ రోజు

మార్కులు **16** ఆ పైబడితే **very good; 12** కు పైబడితే **fair**

ఈ క్రింది వాక్యాలను మీరు ఇదివరకు కూడా చదివారు. అయితే ఇక్కడ ఈ వాక్యాలు కొద్దిగా మారాయి. వాలిన పాదాలలో (Italics) కొన్ని తప్పులున్నాయి. వాటిని సరి చేయండి. సరయిన వాక్యాన్ని చూచి, దానితో మీ జవాబులను పోల్చి చూడండి. సరయిన పదాలను క్రింద తలక్రిందులుగా ఇచ్చారు :-

1. Have the account *clear*? 2. Did you *got* your wages? 3. There is shortage *on* money. 4. How is he getting *at* with his work? 5. Honesty is *a* best policy. 6. The man is *the* slave to his stomach. 7. Your coat is cleaner *to* mine. 8. Will you speak to her if she *come*. 9. Will you please *borrow* me a pen? 10. Come home *behind* me. 11. The number of the students *are* decreasing. 12. I read this book in *a* hour and a half. 13. Sita and Rita *is* coming here. 14. My mother gave me some good *advices*. 15. The unfortunate was *shoot* dead. 16. They will study German *beside* English. 17. The murderer was caught and *hung*. 18. A dog is a *wolf* in his lane. 19. All's well that *end's* well. 20. A *crow* in hand is worth two in the bush.

Test No. 2 — సరియైన పదాలు : 1. cleared 2. get 3. of 4. on 5. the 6. a 7. than 8. comes 9. lend 10. after 11. is 12. an 13. are 14. advice 15. shot 16. besides 17. hanged 18. lion 19. ends 20. bird.

Test No. 3

మార్కులు **12** ఆ పైబడితే **very good; 8** కు పైబడితే **fair**

ఇంగ్లీషు వాక్యాలు మాట్లాడేటప్పుడు వ్యాకరణ దోషాలు (Grammatical mistakes) దొర్లుతాయి. వాటిని చాలా జాగ్రత్తగా సరిచేసి మాట్లాడవలసి ఉంటుంది. క్రింద కొన్ని తప్పులు ఇవ్వబడ్డాయి. వీటిలోని వ్యాకరణపు తప్పులను సరి చేయండి :-

1. He *speak* English very well. 2. This film will be *played* shortly. 3. Your elder brother is five-and-a-half feet *high*. 4. The player plays very *good*. 5. Many *homes* have been built up. 6. She is *coward girl*. 7. We

had a nice *play* of football. 8. I *have no any* mistakes in my dictation. 9. Strong *air* blew my clothes away. 10. I hurt a *finger* of my right foot. 11. She doesn't look *as* her brother. 12. I have a *plenty* work to do. 13. She spent *the rest day* at home. 14. His father was *miser*. 15. *After* they went home for dinner.

Test No. 3 — సరియైన జవాబు : 1. speaks 2. released 3. tall 4. well 5. houses 6. a coward 7. game 8. haven't any 9. wind 10. toe 11. like 12. lot of 13. the rest of the day 14. a miser 15. Afterwards.

Test No. 4

మార్కులు 12 ఆ పైబడితే very good; 8 కు పైబడితే fair

(i) ఈ క్రింది ఖాళీలను a, an లేదా the తో పూరించండి :-

1. ... wheat grown in this area is of a good quality. 2. Is lead ... heavier than iron? 3. I like to have/eat... apple daily. 4. This is ... cheque drawn on the Overseas Bank. 5. This is ... very fine picture. 6. ... murderer has been hanged. 7. She is ... honest lady. 8. All ... letters have been stamped. 9. She'll wait for you at... cinema hall. 10. Make ... habit of working hard.

Test No. 4: (i) (1) The (2) nil (3) an (4) a (5) a (6) the (7) an (8) the (9) the (10) a.

(ii) బ్రాకెట్లలో ఇచ్చిన పదాలను సరైన పదాలతో పూర్తి చేయండి :-

1. What is the cause of your ... (sad). 2. His ... has turned grey though he is still young (hair). 3. This ... not enough (be). 4. Ram ... not get leave (do). 5. Your watch ... stopped (have). 6. There are more than a dozen... in the zoo (deer). 7. Has he ... your salary (pay). 8. Let... strike a bargain (we). 9. You can avoid... mistakes (make). 10. Yesterday I... the letter in an hour and a half (write).

Test No. 4 (ii) (1) sadness (2) hair (3) is (4) did (5) has (6) deer (7) paid (8) us (9) making (10) wrote.

Test No. 5

(i) *for, into, of, in, by, with, to, from, besides, after* వీటిలో సరైన పదాలను ఎన్నిక చేసి ఈ క్రింది వాక్యాలను పూరించండి :-

1. What was the judgement ... the case? 2. Billoo is fond ... cycling. 3. The road is closed ... repairs. 4. Do not quarrel... others. 5. I fell ... his trap. 6. I am not ... money. 7. Right ... his childhood he has been very kind to others. 8. They'll study German ... English. 9. Your coat is not similar ... mine. 10. The letter is sent ... post.

Test No. 5: (1) in (2) of (3) for (4) with (5) into (6) after (7) from (8) besides (9) to (10) by.

(ii) ఈ క్రింది ప్రశ్నలకు జవాబులను ప్రశ్నలోని verb రూపంలోనే ఇవ్వండి.

ఉదా :- ప్ర: *When are you going home?* జ: I am going around 6 o'clock

(ii) 1. When will you go to office? 2. What will you be doing during the holidays? 3. How much money do you have? 4. Who will pay for the tickets tonight? 5. Are they leaving tomorrow? 6. When will you pay back the loan? 7. Have you written to her? 8. Do you like Delhi? 9. Will you please lend me some money? 10. Did he finish his work yesterday?

Test No. 6

ఈ క్రింది వాక్యాలను పూరించండి.

ఉదా. :- *Barking dogs ...* (ఇచ్చిన సంపూర్ణ వాక్యము)
Barking dogs seldom bite. (పూర్తి చేసిన వాక్యము).

1. Practice makes a man ... 2. ... is a friend indeed. 3. While in Rome ... 4. ... is strength. 5. As you sow ... 6. ... no gains. 7. Penny wise ... 8. ... dreads the fire. 9. All's well ... 10. ... is wealth. 11. A little knowledge is a ... 12. Where there is a will ... 13. Barking dogs seldom ... 14. Time and tide wait ... 15. ... vessel makes much noise.

Test No. 7

ఈ క్రింద రెండేసి వాక్యాల వంతున ఇవ్వబడింది. వీటిలో సరైన వాక్యాన్ని ఎంచుకోండి :-

1. (a) They were not three. (b) They were but three. 2. (a) His opinion was contrary to ours. (b) His opinion was contrary of ours. 3. (a) He acted in a couple school plays. (b) He has acted in a couple of school plays. 4. (a) He refused to except my excuse. (b) He refused to accept my excuse. 5. (a) I failed in English. (b) I was failed in English. 6. (a) Get into the room. (b) Get in the room. 7. (a) He is always into some mischief. (b) He is always upto some mischief. 8. (a) I made it a habit of reading. (b) I made a habit of reading. 9. (a) It will likely rain before night. (b) It is likely to rain before night. 10. (a) She needn't earn her living. (b) She needs not earn her living.

Correct sentences: 1. (b) 2. (a) 3. (b) 4. (b) 5. (a) 6. (a) 7. (b) 8. (b) 9. (b) 10 (a)

Test No. 8

(a) ఈ పదాలకు అర్థం వ్రాసి, వీటి మధ్య తేడాను వివరించండి :-

always, usually; never, rarely; addition, edition; ready, already; anxious, eager; both, each; breath, breathe; cease, seize; couple, pair; fair, fare; habit, custom; its, it's; legible, readable; whose, who's. (అర్థం తెలియని పక్షంలో డిక్ష్నరీ సహాయాన్ని పొందండి).

(b) ఈ క్రింద రెండేసి వాక్యాల వంతున ఇవ్వబడింది. రెండింటి మధ్య కొద్దిపాటి తేడా ఉంది. వీటి అర్థంలో తేడా యేమిటో తెలుసుకోండి :-

1. (i) I don't try to speak loudly.
   (ii) I try not to speak loudly.
2. (i) The young men carry a white and a blue flag.
   (ii) The young men carry a white and blue flag.
3. (i) I alone can do it.
   (ii) I can do it alone.
4. (i) The mother loves Amitabh better than me.
   (ii) The mother loves Amitabh better than I.
5. (i) He forgot to do the exercise.
   (ii) He forgot how to do the exercise.
6. (i) She was tired with riding.
   (ii) She was tired of riding.

PRONUNCIATION IN RAPIDEX

(a)	a	–	అ
	an, am	–	యాన్, యామ్
	allow	–	అలవ్
	auntie	–	ఆంటి
	at, as	–	ఎట్, యాస్
	any	–	ఎని
	and	–	అండ్
	another	–	ఎనదర్
	agree	–	ఎగ్రీ
	appear	–	ఎప్పియర్
(b)	being	–	బీయింగ్
	by, buy, bye	–	బై
	boy	–	బాయ్
	bed	–	బెడ్
	bread	–	బ్రెడ్
(c)	care	–	కేర్
	chair	–	ఛేర్
	congratulations	–	కంగ్రాచ్యులేషన్స్
(d)	don't	–	డోన్ట్
(e)	eye	–	ఐ
	ear	–	ఇయర్
	egg	–	ఎగ్
	examination	–	ఎగ్జామినేషన్
	expect	–	ఎక్స్‌పెక్ట్
	explain	–	ఎక్స్‌ప్లైన్
(f)	four	–	ఫోర్
	forty	–	ఫార్టీ
	for	–	ఫర్
	far	–	ఫార్
(h)	happy	–	హాపీ
	hi	–	హై
	high	–	హై
	hot	–	హాట్
	here	–	హియర్
	hear	–	హియర్
	hand	–	హాండ్
	hello	–	హలో
	how	–	హౌ
(i)	i	–	ఐ
	I'm	–	ఐ'మ్
	I'll	–	ఐ'ల్
(l)	long	–	లాంగ్
(m)	Mrs	–	మిసస్
	many	–	మెని
(n)	now	–	నౌ
	not	–	నాట్
	near	–	నియర్
(o)	oh	–	ఓహ్
	or	–	ఆర్
	on	–	ఆన్
	of	–	ఆఫ్
	oil	–	ఆయిల్
(p)	pair	–	పెయర్
	prepare	–	ప్రిపేర్
	phases	–	ఫేసెస్
(s)	studying	–	స్టడీయింగ్
(t)	to	–	టు
	two, too	–	టూ
	there	–	దేర్
	then	–	దెన్
	than	–	దేన్
(w)	where	–	వేర్
	wear	–	వేర్
	ware	–	వేర్
	why	–	వై
	while	–	వైల్
	which	–	విచ్
	when	–	వెన్
	wrong	–	రాంగ్
(y)	yes	–	ఎస్
	yet	–	ఎట్
	yesterday	–	యస్టర్‌డే
	year	–	ఇయర్
	your	–	యువర్

GENERAL: 'the' is pronounced (ది) before a vowel and (ద) before a consonent.
Example: The egg (ది ఎగ్) The cat (ద క్యాట్) F' in English is (ఎఫ్) not (ఎఫ్ఫ)
'S' after 'p', 'k', 't', 'f' is pronounced 'స', After other sounds (జ).
Pronunciation of 'ed' in like 'interested' is ఇంట్రెస్టెడ్ (ఎడ్) not (ఏడ్) and words ending in 'es' like 'promises' will end in 'ఎస్' not (ఎజ్).

సంభాషణకు ముందు

ఇప్పటికి ఇంగ్లీష్ భాషతో మీ పరిచయం 60 దినాలుగా కొనసాగింది. ఈ 60 దినాలలో ఇంగ్లీష్ భాష యొక్క నియమాలు, శిష్టాచారం మరియు విభిన్న సందర్భాలలో ఉపయోగించేందుకు ఉపయోగకరమైన పదాలు, కథలు, సామెతల గురించి తెలుసుకున్నారు. 10 దినాలకు ఒక భాగం గల ఈ కోర్స్‌లో ప్రతియొక అభ్యాసం వెనుక మీరు నేర్చుకున్నదాన్ని పరీక్షించుకొని పూర్తి చేశారు.

ఇంగ్లీషు ఇప్పటివరకు మీకు పరిచితమైన స్నేహితుడిలా కనిపిస్తున్నట్లుగా ఉంది. మీలో కలిగే భయ-భ్రాంతులను తొలగించి కొత్త ఆత్మవిశ్వాసాన్ని పెంపొందించింది. ఇక మీ అభిరుచికి తగినట్లు మీ ఆత్మవిశ్వాసాన్ని ఇంకా వృద్ధి చేసుకోండి. అందుకు ఈ క్రింద ఇవ్వబడిన సలహాలను శ్రద్ధతో చదవండి :

- దృఢ విశ్వాసంతో కుర్చున్నా, నిలుచున్నా, ఇంటా-బయటా, ఆఫీసులో, స్నేహితులతో ఇంగ్లీషులో మాట్లాడటం నేర్చుకోండి.
- మాట్లాడేటప్పుడు సంకోచించవద్దు. చాలా తప్పులు దొర్లవచ్చు ఇదంతా మిడి-మిడి జ్ఞానం వల్ల జరిగేదని తెలుసుకోండి.
- తప్పులు దొర్లాయని భయపడవద్దు. మాట్లాడటం విడువవద్దు. మెల్ల మెల్లగా భాషలో వృద్ధి ఏర్పడుతుంది.
- మొదట చిన్న చిన్న పదాలు వాడండి. ఉదాహరణకి - అభినందన, శిష్టాచారం, ప్రార్థన, ఆజ్ఞాసూచక పదాలు మొదలైనవి.
- ఒక స్నేహితుడిని చేర్చుకోండి. ఫోనులో లేక ఎదురెదురుగా కూర్చుని నియమానుసారం ఇంగ్లీషులో మాట్లాడండి. ప్రతి రోజు కనీసం 5-10 కొత్త పదాలను నేర్చుకొని అభ్యసించండి. వాటితోపాటు పాత పదాలు కూడా వాడుతూండండి.
- స్నేహితుడు లేనట్లయితే నిలువుటద్దం ముందు నిల్చుని, బిగ్గరగా మాట్లాడుతూ, రోజుకొక కొత్త విషయాన్ని తీసుకొని హావ భావాలను ప్రదర్శిస్తూ, నిర్భయంగా ఇంగ్లీషులో మాట్లాడండి.

సంభాషణలను మనోరంజకంగా, సరళంగా దైనందిన జీవితంలో ఉపయోగించే విషయాలతో మాట్లాడేందుకు కొన్ని నమూనాలను రానున్న పుటలలో ఇచ్చారు. ఈ సంభాషణలను శ్రద్ధతో చదివి సరళంగా మాట్లాడేందుకు అభ్యసించండి. మీరు మీ దినసరి భాషణలలో చాలా కొత్త పదాలను మాట్లాడేందుకు నేర్చుకోవాలి. మీ స్నేహితులను చేర్చుకొని ఒక చిన్న నాటక రూపంలో మాటలను కూర్చుకొని మాట్లాడవచ్చు. దీనివల్ల మనోరంజనతోపాటు ఇంగ్లీషు మాట్లాడేందుకు జ్ఞానార్జన కలుగుతుంది.

మీరు సంభాషణలను స్నేహితుల మధ్య పరస్పరం మాట్లాడుకుంటే మీకు అభ్యాసం కూడా కలుగుతుంది. ఉదా.: మీరు కొట్టువాడు, గ్రాహకుడు అనుకొని సంభాషణను మొదలుపెట్టవచ్చు. మళ్ళీ ఆ పాత్రలను మార్చుకొని ఇద్దరూ మాట్లాడండి.

ఒక విషయాన్ని గుర్తుంచుకోండి. ఇంగ్లీషు విదేశ భాష. అందువల్ల నేర్చుకొనేటప్పుడు తప్పులు దొర్లుతాయి. అందుకు సిగ్గుపడనవసరం లేదు. బాగా సరళంగా ఇంగ్లీషు మాట్లాడేవారు కూడా ఒక్కొక్కప్పుడు వాక్యాలు గుర్తు రాకపోవడంతో వారికి కూడా తప్పులు దొర్లుతాయి. ఆ సమయంలో మీరు కూడా సందర్భానుసారంగా మధ్యలో తెలుగు పదాలను కలిపి మాట్లాడవచ్చు. ఈ ఆధునిక జీవితంలో మన భాషలో చాలా ఇంగ్లీషు పదాలు కలుస్తున్నాయి. అదేలాగ మీరు కూడా ఇంగ్లీషు మాట్లాడే సమయంలో మధ్య మధ్యలో తెలుగు వాక్యాలు కలుపుకోవడానికి సందేహించవద్దు. అది తప్పు కూడా కాదు. ఈ రోజుల్లో కాలేజీ విద్యార్థులు, దూరదర్శన్ కార్యక్రమాల్లో ఇలాటి మిశ్రిత భాషే ఉపయోగిస్తుంటారు. అది ఈ రోజుల్లో ఒక ఫ్యాషన్ కూడా.

అయితే రెండు భాషల కలగలుపులో ఎక్కడ ఏ పదం వాడాలో తడబడకుండా సరళంగా మాట్లాడేందుకు నేర్చుకోవాలి. ఉదాహరణకు క్రింది సంభాషణను గమనించండి:-

[1]

Seema : Hi Rita, what a lovely dress!

Rita : Thank you! It's a birthday present.

Seema : Really! ఎవరిచ్చారు?

Rita : My uncle, he sent it from Mumbai.

[2]

Somu : ఇటు చూడండి, Where is Kamal Colony please.

Rohit : Go ఎంచక్కా straight. You will see a పెద్ద gate to your left. లోపలికెళ్ళండి. That is Kamal Colony.

Somu : Thank you.

Rohit : You are welcome.

[3]

Mrs. Ramu : Hello Mrs. Sharma, ఎలాగున్నారు?

Mrs. Chetty : Fine, thank you. మీరెలాగున్నారు?

Mrs. Ramu : కులాసాయే. Coming from the market?

Mrs. Chetty : అవునండి. Went to buy some కూరలు, పళ్ళు.

Mrs. Ramu : రండి come for a while.

Mrs. Chetty : Thank you మళ్ళీ ఎప్పుడన్నా. I am expecting some guests actually.

Mrs. Ramu : Oh I see! అలాగా, సరే Mrs. Sharma.

ఇలాంటి చిన్న చిన్న వాక్యాలను చాలామంది ఇంగ్లీషు మధ్యలో వాడడం మామూలుగా కనిపిస్తూనే ఉంటుంది.

He is a మహా బోర్.

Everything is తబ్బిబ్బులు here.

Let me have a చూడండి at ఇట్ - ఇత్యాది.

Let's do some ఆట-పాటలు హంగామా.

Do it త్వర త్వరగా.

పై ఉదాహరణలను మీరు గమనించారు. వీటిలో ఇంగ్లీషు వాక్యాల మధ్య తెలుగు వాక్యాలు సరళంగా ఉపయోగించడం వల్ల ఎటువంటి అడ్డూ కనిపించలేదు. పైగా భాషా ప్రవాహం సొంపుగా దొర్లిపోయింది.

సమయానుసారంగా భాషలో లేక సంభాషణలో కొందరు విజ్ఞులు సంభాషణను ఇంకా సొంపు గొలిపేందుకు కొన్ని సలహాలు ఇచ్చారు. వాటిని జ్ఞాపకముంచుకొని మీరు కూడా జనసందోహంలో ముఖ్యస్థానం పొందవచ్చు. ఇక్కడ కొన్ని ముఖ్యమైన ఘూటలను ఒక పట్టిక రూపంలో ఇచ్చాము. వీటిని గమనించండి :-

	Do's (ఇలా చేయండి)	**Don'ts** (ఇలా చేయకండి)
1.	ఎప్పుడూ గౌరవపూర్వకంగా మాట్లాడండి. (Always talk politely)	స్వంత డబ్బా వాయించవద్దు. (Don't blow your own trumpet)
2.	ఆలోచించి మరీ మాట్లాడండి. (Think before you speak)	అనావశ్యకంగా తర్కించవద్దు. (Don't argue unnecessarily)
3.	ఇతరుల మాటను జాగ్రత్తగా వినండి. (Listen to others carefully)	నలుగురి మధ్యలో వ్యక్తిగతమైన విమర్శలు చేయకండి. (Avoid giving personal comments in public)
4.	మాట్లాడే సమయంలో ముఖకవళికలను, మాటలను అదుపులో ఉంచుకోండి. (Keep your voice and facial expressions under control while talking)	అశ్లీల భాషను ఉపయోగించకండి. (Avoid using obscene language) హెచ్చులు మాట్లాడవద్దు. (Avoid exaggeration)
5.	ఇతరులను అర్థం చేసుకోండి. (Show interest in others)	ఇతరులను ప్రశంసించేటప్పుడు సందేహించకండి! (Never hesitate to praise and compliment others!)
6.	ఇతరుల మాటలను సానుభూతితో గమనించండి. (Listen to others sympathetically)	వ్యంగ్య భాషను ఉపయోగించకండి. (Avoid making sarcastic remarks)
7.	మీ మాటలలో మిత్రత్వం పెంచండి. శత్రుత్వం కాదు. (Make friends, not enemies while you talk)	మోటుభాషను వాడవద్దు. (Avoid excessive use of slang)
8.	మాటలలో శిష్టాచారాన్ని జ్ఞాపకముంచుకోండి. (Be mannered while talking)	గొణుగుడు గొణగవద్దు, స్పష్టంగా మాట్లాడండి. (Avoid mumbling, always speak clearly)
9.	ఇతరుల భావనలను దృష్టిలో ఉంచుకొని మీ భావనలను వ్యక్తపరచండి. (Be humorous, without hurting others' emotions)	అనవసరంగా ఆత్మీయతను వెళ్ళబుచ్చవద్దు. (Never try to be overintimate)
10.	వృద్ధులు, పెద్దలతో మాట్లాడేటప్పుడు గౌరవపూర్వకంగా మాట్లాడండి. (Always be respectful while talking to elders/ seniors).	అర్థం తెలియకుండా ఏ వాక్యాన్నీ అనసరంగా మాట్లాడవద్దు. (Never use a word without understanding meaning)

పేరొందిన, లోకప్రియ వక్త కావడానికి పైన ఉదహరించిన వాక్యాలను దృష్టిలో ఉంచుకోవాలి.

పైన ఇవ్వబడిన సంభాషణల నమూనాలను దినచర్యా విధానాన్ని దృష్టిలో ఉంచుకొని రాయటం జరిగింది. వాటి సంభాషణల ఉచ్చారణలను తెలుగులో కూడా ఇచ్చాము. స్వరోచ్చారణను సరిగా పలకడానికి ర్యాపిడెక్స్ క్యాసెట్ మీకు బాగా ఉపయోగపడుతుంది. దృఢనిశ్చయంతో అభ్యసించినట్లయితే మీరు త్వరలోనే సరళమైన ఇంగ్లీష్ మాట్లాడగలరని మాకు పూర్తిగా నమ్మకముంది.

మా శుభాకాంక్షలు మీకు తోడుగా ఉండుగాక!

పరిచయము : మీరు మరియు ఇతరులు **Introducing Self and Others**
(ఇంట్రొడ్యూసింగ్ సెల్ఫ్ అండ్ అదర్స్)

(రాఘవ్ మరియు సుధీర్ మొదటిసారిగా బస్సులో కలుసుకుంటారు. వారు పరస్పరం ఎలా పరిచయం చేసుకుంటారో చూడండి.)

రాఘవ్: క్షమించండి, నేను ఇక్కడ కూర్చోవచ్చా? — **Raghav :** Excuse me, can I sit here please? ఎక్స్‌క్యూస్ మి, కెన్ ఐ సిట్ హియర్ ప్లీస్?

సుధీర్: ధారాళంగా. — **Sudhir :** Yes please. ఎస్ ప్లీస్.

రాఘవ్: ధన్యవాదాలు. హలో, నా పేరు రాఘవ్. — **Raghav :** Thank you. Hello, I am Raghav. థ్యాంక్ యూ. హలో, ఐ యామ్ రాఘవ్.

సుధీర్: నా పేరు సుధీర్. — **Sudhir :** I am Sudhir. ఐ యామ్ సుధీర్.

రాఘవ్: మిస్టర్ సుధీర్, మీరు ఏమి చేస్తుంటారు? — **Raghav :** What do you do, Mr. Sudhir? వాట్ డు యు డు, మి. సుధీర్?

సుధీర్: నేను మెగా ఎలక్ట్రికల్స్‌లో సేల్స్‌మేన్‌గా ఉన్నాను. మరి మీరు? — **Sudhir :** I am a salesman in Mega Electricals. What about you? ఐ యామ్ ఎ సేల్స్‌మేన్ ఇన్ మెగా ఎలక్ట్రికల్స్. వాట్ ఎబౌట్ యు?

రాఘవ్: నేను బ్యాంక్ ఆఫ్ ఇండియాలో అకౌంటెంట్‌గా ఉన్నాను. — **Raghav :** I am an accountant in the Bank of India. ఐ యామ్ యాన్ అకౌంటెంట్ ఇన్ ది బ్యాంక్ ఆఫ్ ఇండియా.

సుధీర్: మీరు ఎక్కడివారు? — **Sudhir :** Where are you from? వేర్ ఆర్ యు ఫ్రమ్?

రాఘవ్: నేను ముంబై వాడిని. అయితే ఇప్పుడు నేను విజయవాడలోనే స్థిరపడ్డాను. మరి మీరు? — **Raghav :** I am from Mumbai. But now I am settled in Vijayawada. And you? ఐ యామ్ ఫ్రమ్ ముంబై. బట్ నౌ ఐ యామ్ సెటిల్డ్ ఇన్ విజయవాడ. అండ్ యు?

సుధీర్: నేను విజయవాడ వాడినే. — **Sudhir :** I am from Vijayawada itself. ఐ యామ్ ఫ్రమ్ విజయ వాడ ఇట్‌సెల్ఫ్.

రాఘవ్: నా స్టాప్ వచ్చేసింది. చాలా మంచిది, బై సుధీర్. — **Raghav :** My stop. O.K. Bye Sudhir. మై స్టాప్. ఓ.కె. బై సుధీర్.

సుధార్: బై. — **Sudhir :** Bye. బై.

(రాఘవ్ మరియు సుధీర్‌లు ఒక పార్టీలో మళ్ళీ కలుసుకుంటారు. తమ కుటుంబాలవారిని పరస్పరం పరిచయం చేస్తారు.)

సుధీర్: హలో రాఘవ్, ఎలాగున్నారు? — **Sudhir :** Hello Raghav. How are you? హలో రాఘవ్. హౌ ఆర్ యు?

రాఘవ్: బాగున్నాను. ధన్యవాదాలు. మీరెలాగున్నారు? — **Raghav :** Fine, thank you. And you? ఫైన్, థ్యాంక్ యు. అండ్ యు?

సుధీర్: బాగున్నాను. రాఘవ్ ఈమె నా భార్య సీత. ఇతడు నా కొడుకు రోహిత్. ఈమె నా కూతురు నేహ. — **Sudhir :** Fine. Here, meet my wife Seeta my son Rohit and my daughter Neha. ఫైన్. హియర్, మీట్ మై వైఫ్ సీత, మై సన్ రోహిత్ అండ్ మై డాటర్ నేహ.

రాఘవ్: హలో మిసస్ సుధీర్, హలో పిల్లలూ. నా భార్య శిఫాలి, ఈమె నా కూతురు సోనా. — **Raghav :** Hello Mrs. Sudhir, hello children. My wife Shefali and my daughter Sona. హలో మిసస్ సేన్, హలో ఛిల్డ్రన్. మై వైఫ్ శిఫాలి అండ్ మై డాటర్ సోనా.

సుధీర్: హలో. — **Sudhir :** Hello. హలో.

సీత: (శిఫాలితో) మిమ్మల్ని చూసి సంతోషమయింది. — **Seeta :** *(to Shefali)* Hello, nice meeting you. హలో, నైస్ మీటింగ్ యు.

శిఫాలి: నాక్కూడా మిమ్మల్ని కలిసి సంతోషమయింది. — **Shefali :** Nice meeting you too. నైస్ మీటింగ్ యు టూ.

సీత: శిఫాలిగారూ, మీరేమైనా ఉద్యోగం చేస్తున్నారా? — **Seeta :** Do you work, Shefali? డు యు వర్క్, శిఫాలి?

శిఫాలి: లేదు, నేనొక గృహిణిని. మీరేమి చేస్తున్నారు? — **Shefali :** No, I am a housewife. What about you? నో, ఐ యామ్ ఎ హౌస్‌వైఫ్. వాట్ ఎబౌట్ యు?

సీత: నేను ఒక స్కూల్లో టీచరుగా ఉన్నాను. — **Seeta :** I teach in a school. ఐ టీచ్ ఇన్ ఎ స్కూల్.

శిఫాలి: ఏ స్కూల్లో?	**Shefali :** Which school? విచ్ స్కూల్?
సీత: నెహ్రూ పబ్లిక్ స్కూల్లో.	**Seeta :** Nehru Public School. నెహ్రూ పబ్లిక్ స్కూల్.
శిఫాలి: అది ఎక్కడుంది?	**Shefali :** Where is that? వేర్ ఈస్ దట్?
సీత: గాంధీ నగర్‌లో.	**Seeta :** In Gandhi Nagar. ఇన్ గాంధీ నగర్.
శిఫాలి: మీ ఇల్లెక్కడుంది?	**Shefali :** Where do you live? వేర్ డూ యు లివ్?
సీత: మండపేటలో. మరి మీరు?	**Seeta :** We are in Mandapet. And you? వి ఆర్ ఇన్ మండపేట్. అండ్ యు?
శిఫాలి: సంతపేటలో. ఒక సారి రండి.	**Shefali :** In Santapet. Please drop in sometime. ఇన్ సంతపేట్. ప్లీస్ డ్రాప్ ఇన్ సమ్‌టైమ్.
సీత: ఖచ్చితంగా, మీరు కూడా రావాలి.	**Seeta :** Sure, you too. ష్యూర్, యు టూ.

తల్లి, కొడుకులు — Mother and Son (మదర్ అండ్ సన్)

తల్లి: త్వరగా లే నళిన్, గంట ఐదయింది.	**Mother :** Get up Nalin. It's five o'clock. గెట్ అప్ నళిన్. ఇట్స్ ఫైవ్ ఓ'క్లాక్.
నళిన్: ఇంత త్వరగానా మమ్మీ!	**Nalin :** It's too early, mummy. ఇట్స్ టూ ఎర్లీ మమ్మీ.
తల్లి: ఈ రోజు నీకు సైన్స్ పరీక్ష కదూ. త్వరగా లేచి కాస్త నీ కోర్స్‌ను జ్ఞాపకం చేసుకో.	**Mother :** You have your science exam today. Get up and revise your course. యు హావ్ యువర్ సైన్స్ ఎగ్జామ్ టుడే. గెట్ అండ్ రివైస్ యువర్ కోర్స్.
నళిన్: ఓ.కే. మమ్మీ నేను ఇంకొక రెండు నిమిషాల్లో లేస్తాను.	**Nalin :** O.K. mummy, I will get up in two minutes. ఓ.కే. మమ్మీ, ఐ విల్ గెట్ అప్ ఇన్ టూ మినిట్స్.
తల్లి: త్వరగా లేచి ముఖం కడుక్కో. ఇంతలో నీకు పాలు కాస్తా.	**Mother :** Hurry up and wash your face. Meanwhile, I'll get milk for you. హరి అప్ అండ్ వాష్ యువర్ ఫేస్. మీన్వైల్, ఐ'ల్ గెట్ మిల్క్ ఫర్ యు.
నళిన్: సరే అమ్మా.	**Nalin :** O.K. ఓ.కే.
తల్లి: నళిన్! నిన్న రాత్రి నీ బట్టలు తీసుంచావా?	**Mother :** Did you take out your clothes last night Nalin? డిడ్ యు టేక్ ఔట్ యువర్ క్లాత్స్ లాస్ట్ నైట్, నళిన్?
నళిన్: అవును మమ్మీ తీసుంచాను.	**Nalin :** Yes, I did. ఎస్, ఐ డిడ్.
తల్లి: మరి నీ బూట్లు? వాటికి పాలిష్ చేశావా?	**Mother :** And your shoes? Did you polish them? అండ్ యువర్ షూస్? డిడ్ యు పాలిష్ దెమ్?
నళిన్: లేదు. నేను బూట్లకు పాలిష్ చేయడం మరిచాను. ఇప్పుడు చేస్తాను.	**Nalin :** No, I forgot to polish the shoes. I'll do it now. నో, ఐ ఫర్గాట్ టు పాలిష్ ద షూస్. ఐ'ల్ డూ ఇట్ నౌ.
తల్లి: వద్దు. దాన్ని తర్వాత చెయ్యి, ముందు చదువు పూర్తి చెయ్యి.	**Mother :** Do that later. First finish your revision. డూ దట్ లేటర్. ఫస్ట్ ఫినిష్ యువర్ రివిషన్.
తల్లి: ఇంకా చదువు పూర్తి కాలేదా నళిన్?	**Mother :** Haven't you finished yet, Nalin? హేవన్ట్ యు ఫినిష్డ్ యట్, నళిన్?
నళిన్: అయింది. వస్తున్నా.	**Nalin :** Yes, I have. ఎస్, ఐ హావ్.
తల్లి: అంతా బాగా గుర్తు చేసుకున్నావా?	**Mother :** Have you revised everything well? హావ్ యు రివైస్డ్ ఎవిరిథింగ్ వెల్?
నళిన్: ఉంది మమ్మీ, నాకన్నీ జ్ఞాపకమున్నాయి.	**Nalin :** Yes mummy, I remember everything. ఎస్ మమ్మీ, ఐ రిమెంబర్ ఎవిరిథింగ్.

తల్లి: మంచిది. ఇక తయారవు. నేను నీకోసం నాస్తా తయారు చేస్తాను.	**Mother :** Good! Now get ready. I'll prepare breakfast for you. గుడ్! నౌ గెట్ రెడీ. ఐ'ల్ ప్రిపేర్ బ్రేక్‌ఫాస్ట్ ఫార్ యు.
నళిన్: ఏమి నాస్తా చేశావు?	**Nalin :** What is there for breakfast. వాట్ ఈజ్ దేర్ ఫార్ బ్రేక్‌ఫాస్ట్.
తల్లి: ఇడ్లీ, చట్నీ.	**Mother :** Idli and Chatni. ఇడ్లీ అండ్ చట్నీ.
నళిన్: నాకు ఇడ్లీ వద్దు.	**Nalin :** I don't want Idli. ఐ డోన్ట్ వాంట్ ఇడ్లీ.
తల్లి: ఇంకేం కావాలి? ఉప్మా, వడా?	**Mother :** What do you want? Upma and Vada? వాట్ డు యు వాంట్? ఉప్మా అండ్ వడ?
నళిన్: ధానితో చట్నీ.	**Nalin :** And omelette. అండ్ చట్నీ.
తల్లి: సరే, త్వరగా తయారవు. 7.30 అయిపోయింది.	**Mother :** Fine, go, get ready fast. It is 7.30 already. ఫైన్, గో, గెట్ రెడీ ఫాస్ట్. ఇట్ ఈజ్ 7.30 ఆల్‌రెడీ.
నళిన్: ఇప్పుడు నా బూట్లకు పాలిష్ చేసి, ఆ తర్వాత స్నానానికి వెళ్తాను.	**Nalin :** I have to polish my shoes yet. Then I'll go and have a bath. ఐ హావ్ టు పాలిష్ మై షూస్ యట్. దెన్ ఐ'ల్ గో అండ్ హావ్ ఎ బాత్.
తల్లి: నేను నీ బూట్లకు పాలిష్ చేసేశాను.	**Mother :** I have polished your shoes. ఐ హావ్ పాలిష్డ్ యువర్ షూస్.
నళిన్: ఓహ్ థ్యాంక్ యూ మమ్మీ!	**Nalin :** Oh, thank you mummy! ఓహ్, థ్యాంక్ యూ మమ్మీ!
తల్లి: ఇప్పుడు నేను నాస్తా తయారు చేస్తాను. నళిన్ నువ్వు త్వరత్వరగా తయారవు.	**Mother :** I'll go and prepare the breakfast now. Get ready fast, Nalin. ఐ'ల్ గో అండ్ ప్రిపేర్ ద బ్రేక్‌ఫాస్ట్ నౌ. గెట్ రెడీ ఫాస్ట్, నళిన్.
నళిన్: సరే మమ్మీ.	**Nalin :** Yes mummy. యస్ మమ్మీ.
తల్లి: రా నళిన్ నాస్తా చెయ్యి. ఆలస్యమౌతోంది.	**Mother :** Nalin, come, have your breakfast. It is getting late. నళిన్, కమ్, హావ్ యువర్ బ్రేక్‌ఫాస్ట్. ఇట్ ఈజ్ గెటింగ్ లేట్.
నళిన్: నేను తయారుగా ఉన్నాను మమ్మీ.	**Nalin :** I am ready, mummy. ఐ యామ్ రెడీ, మమ్మీ.
తల్లి: దేవుడికి నమస్కరించావా?	**Mother :** Did you pray to God? డిడ్ యు ప్రే టు గాడ్?
నళిన్: చేశాను మమ్మీ.	**Nalin :** Yes mummy. యస్ మమ్మీ.
తల్లి: చాలా సంతోషం. ముందు పేపర్‌ను శ్రద్ధగా చదువు. తర్వాత సమయం లోపలే పూర్తి చెయ్యాలి బాబూ. టీచర్‌కు ఇచ్చే ముందు మళ్ళీ ఒకసారి పేపర్‌ను పరిశీలించడం మరిచిపోవద్దేం?	**Mother :** Very good! Read the paper carefully, son, and finish it in time. Don't forget to revise it before handing it to the teacher. O.K.? వెరి గుడ్! రీడ్ ది పేపర్ కేర్‌ఫుల్లీ, సన్, అండ్ ఫినిష్ ఇట్ ఇన్ టైమ్. డోన్ట్ ఫర్గెట్ టు రివైస్ ఇట్ బిఫోర్ హాండింగ్ ఇట్ టు ది టీచర్. ఓ.కే.?
నళిన్: ఓ.కే.	**Nalin :** O.K. ఓ.కే.
తల్లి: నీ చేతి గడియారం ఎక్కడ?	**Mother :** Where is your watch? వేర్ ఈజ్ యువర్ వాచ్?
నళిన్: ఇక్కడుంది. మమ్మీ ఈ రోజు నేను టిఫిన్ తీసుకొని పోను. నేను త్వరగా వచ్చేస్తానుగా.	**Nalin :** Here it is. And mummy, no tiffin today. I will come back early. హియర్ ఇట్ ఈజ్. అండ్ మమ్మీ, నో టిఫిన్ టుడే. ఐ విల్ కమ్ బాక్ ఎర్లీ.
తల్లి: నాకు తెలుసు. తినడం త్వరగా ముగించు.	**Mother :** Yes I know. Now finish eating quickly. యస్ ఐ నో. నౌ ఫినిష్ ఈటింగ్ క్విక్‌లీ.
నళిన్: నేను వెళ్ళొస్తాను మమ్మీ.	**Nalin :** I am going, mummy. ఐ యామ్ గోయింగ్, మమ్మీ.
తల్లి: మంచిది బాబూ. నీకు నా ఆశీర్వాదాలు.	**Mother :** O.K. son. Best of luck. ఓ.కే. సన్. బెస్ట్ ఆఫ్ లక్.
నళిన్: థ్యాంక్స్ మమ్మీ, బై.	**Nalin :** Thank you mummy, bye. థ్యాంక్ యు మమ్మీ, బై.

ఒక విద్యార్థితో మాటలు — Talking to a Student (టాకింగ్ టు ఎ స్టూడెంట్)

ఒక విద్యార్థితో మాటలు	Talking to a Student (టాకింగ్ టు ఎ స్టూడెంట్)
వ్యక్తి: మీ పేరేమి?	**Man :** What is your name? వాట్ ఈస్ యువర్ నేమ్?
బాలుడు: నేను రవి.	**Boy :** I am Ravi. ఐ యామ్ రవి.
వ్యక్తి: చదువుతున్నావా?	**Man :** Do you study? డూ యు స్టడీ?
బాలుడు: ఔను అంకుల్.	**Boy :** Yes, uncle. ఎస్, అంకుల్.
వ్యక్తి: ఏ తరగతిలో చదువుతున్నావు?	**Man :** In which class? ఇన్ విచ్ క్లాస్?
బాలుడు: 12వ తరగతిలో.	**Boy :** Twelfth. ట్వెల్త్.
వ్యక్తి: నువ్వు సైన్స్ విద్యార్థివా లేక ఆర్ట్సా?	**Man :** Are you a student of Science or Arts? ఆర్ యు ఎ స్టూడెంట్ ఆఫ్ సైన్స్ ఆర్ ఆర్ట్స్?
బాలుడు: సైన్స్ విద్యార్థిని.	**Boy :** Science. సైన్స్.
వ్యక్తి: రవి, నీకు ఇష్టమైన సబ్జెక్ట్ ఏది?	**Man :** Which is your favourite subject, Ravi? విచ్ ఈస్ యువర్ ఫేవరైట్ సబ్జక్ట్, రవి?
బాలుడు: ఫిజిక్స్.	**Boy :** Physics. ఫిజిక్స్.
వ్యక్తి: నువ్వు పెద్దయి ఏమి చెయ్యాలనుకుంటున్నావు?	**Man :** What do you want to be in life? వాట్ డు యు వాంట్ టు బి ఇన్ లైఫ్?
బాలుడు: నేను ఎలక్ట్రానిక్స్ ఇంజినీర్ కావాలని అనుకుంటున్నాను.	**Boy :** I want to be an electronics engineer. ఐ వాంట్ టు బి యాన్ ఎలెక్ట్రానిక్స్ ఇంజినీర్.
వ్యక్తి: మీ నాన్నగారు ఏమి చేస్తుంటారు?	**Man :** What does your father do? వాట్ డస్ యువర్ ఫాదర్ డు?
బాలుడు: ఆయన కెమిస్టుగా ఉన్నారు.	**Boy :** He is a chemist. హి ఈస్ ఎ కెమిస్ట్.
వ్యక్తి: మరి మీ అమ్మగారు?	**Man :** And your mother? అండ్ యువర్ మదర్?
బాలుడు: ఆమె టీచర్.	**Boy :** She is a teacher. షి ఈస్ ఎ టీచర్.
వ్యక్తి: నువ్వు ఏవైనా ఆటలు ఆడుతుంటావా?	**Man :** Do you play any games? డు యు ప్లే ఎని గేమ్స్?
బాలుడు: ఔను. నేను హాకి మరియు క్రికెట్ ఆడుతాను.	**Boy :** Yes, I play hockey and cricket. ఎస్, ఐ ప్లే హాకి అండ్ క్రికెట్.
వ్యక్తి: నీకిష్టమైన ఆట ఏది?	**Man :** Which is your favourite game? విచ్ ఈస్ యువర్ ఫేవరైట్ గేమ్?
బాలుడు: క్రికెట్.	**Boy :** Cricket. క్రికెట్.
వ్యక్తి: మరి నీకిష్టమైన ఆటగాడు ఎవరు?	**Man :** And who is your favourite player? అండ్ హూ ఈస్ యువర్ ఫేవరైట్ ప్లేయర్?
బాలుడు: సచిన్ టెండూల్కర్.	**Boy :** Sachin Tendulkar. సచిన్ టెండూల్కర్.
వ్యక్తి: నీకు పుస్తకాలు చదవటమంటే ఇష్టమా?	**Man :** Do you like reading? డు యు లైక్ రీడింగ్?
బాలుడు: ఔను. నాకు డిటెక్టివ్, సాహసిక కథల పుస్తకాలంటే చాలా ఇష్టం. నేను దినపత్రికలను కూడా ప్రతి రోజూ చదువుతాను.	**Boy :** Yes, I like reading mysteries and adventure books. I also read the newspaper regularly. ఎస్, ఐ లైక్ రీడింగ్ మిస్టరీస్ అండ్ అడ్వెంచరీ బుక్స్. ఐ ఆల్సో రీడ్ ది న్యూస్‌పేపర్ రెగ్యులర్లీ.
వ్యక్తి: చాలా మంచిది. నీకు టి.వి. చూడడమంటే ఇష్టమేనా?	**Man :** That's very good. Do you like watching T.V.? దట్స్ వెరీ గుడ్. డు యు లైక్ వాచింగ్ టి.వి.?
బాలుడు: ఔను. నాకు చాలా ఇష్టం.	**Boy :** Oh yes! I love it. ఓహ్ ఎస్! ఐ లౌవ్ ఇట్.
వ్యక్తి: నీకిష్టమైన ఛానల్స్ ఏవి?	**Man :** Which are your favourite channels? విచ్ ఆర్ యువర్ ఫేవరైట్ ఛానల్స్?

బాలుడు: జీ, మెట్రో, సి.టి. కేబుల్, ప్రైమ్ స్పోర్ట్స్ చానల్ అంటే కూడా నాకు చాలా ఇష్టం.

Boy : Zee, Metro and Siticable. I also like Prime Sports. జీ, మెట్రో అండ్ సిటికేబుల్. ఐ ఆల్సో లైక్ ప్రైమ్ స్పోర్ట్స్.

వ్యక్తి: ఖాళీగా ఉన్న సమయంలో నువ్వేమి చేస్తావు?

Man : What else do you do in your spare time? వాట్ ఎల్స్ డు యు డు ఇన్ యువర్ స్పేర్ టైమ్?

బాలుడు: నేను కంప్యూటర్ గేమ్స్‌ను ఆడుతుంటాను.

Boy : I play computer games. ఐ ప్లే కంప్యూటర్ గేమ్స్.

వ్యక్తి: నువ్వు స్కూల్లో కంప్యూటర్ నేర్చుకుంటావా?

Man : Do you learn computers at school? డు యు లెర్న్ కంప్యూటర్స్ ఎట్ స్కూల్?

బాలుడు: ఔను. అది సిలబస్‌లో ఒక భాగం.

Boy : Yes, it's a part of our syllabus. ఎస్, ఇట్స్ ఎ పార్ట్ ఆఫ్ అవర్ సిలబస్.

వ్యక్తి: చాలా మంచిది రవి. నీతో మాట్లాడుతోంటే చాలా సంతోషంగా ఉంది. నా ఆశీర్వాదాలు నీకెప్పుడూ ఉంటాయి.

Man : O.K. Ravi. It was great talking to you. I wish you all the best in life. ఓ.కే. రవి. ఇట్ వాస్ గ్రేట్ టాకింగ్ టు యు. ఐ విష్ యు ఆల్ ది బెస్ట్ ఇన్ లైఫ్.

బాలుడు: ధన్యవాదాలు అంకుల్, బై.

Boy : Thank you uncle, bye. థ్యాంక్ యూ అంకుల్, బై.

ప్రయాణానికి సిద్ధం కావటం — Getting Ready to Go (గెటింగ్ రెడి టు గో)

భార్య: నువ్వు ఈ రోజు ఆఫీసు వెళ్ళడం లేదా?

Wife : Aren't you going to office today? ఆరన్ట్ యు గోయింగ్ టు ఆఫీస్ టుడే?

భర్త: వెళ్ళాలి. ఇప్పుడు గంటెంతయింది?

Husband : Of course, I am. What's the time? అఫ్ కోర్స్, ఐ యామ్. వాట్స్ ది టైమ్?

భార్య: లేవండి మరి. ఏడున్నరయింది.

Wife : Get up then. It's seven-thirty. గెట్ అప్ దెన్. ఇట్స్ సెవన్-థర్టీ.

భర్త: ఓహో, నిజంగానా?

Husband : Oh no! ఓహ్! నో!

భార్య: త్వరగా లేవండి, లేకుంటే బస్ తప్పుతుంది.

Wife : Hurry up, otherwise you will miss the bus. హరీ అప్, అదర్‌వైస్ యు విల్ మిస్ ది బస్.

భర్త: (లేస్తూ) సరే. బాత్‌రూమ్‌లో ఎవరున్నారు?

Husband : *(Getting up)* Right. Who is in the bathroom? రైట్. హూ ఈస్ ఇన్ ద బాత్‌రూమ్?

భార్య: సౌరభ్.

Wife : Saurabh. సౌరభ్.

భర్త: సౌరభ్ త్వరగా రా. నాకు ఆలస్యమవుతోంది.

Husband : Saurabh, hurry up. I am getting late. సౌరబ్, హరి అప్. ఐ యామ్ గెటింగ్ లేట్.

సౌరభ్: వస్తున్నాను, నాన్నగారూ.

Saurabh : Coming, papa. కమింగ్, పాపా.

భర్త: (భార్యతో) రీనా, నాకు కాస్త వేడినీళ్ళివ్వు. ఇంతలో షేవింగ్ చేసుకోవాలి. హా, నా టవల్ ఎక్కడ?

Husband : *(to wife)* Reena, give me hot water. I'll shave in the meanwhile. Where is my towel? రీనా, గివ్ మి హాట్ వాటర్. ఐ'ల్ షేవ్ ఇన్ ది మీన్‌వైల్. వేర్ ఈస్ మై టవల్?

భార్య: ఇది తీసుకోండి. అది మురికిది.

Wife : That is dirty. Take this one. దట్ ఈస్ డర్టీ. టేక్ దిస్ వన్.

భర్త: నా దుస్తులను ఇస్త్రీ చేశావా?

Husband : Have my clothes been ironed? హావ్ మై క్లాత్స్ బీన్ ఐరన్డ్?

భార్య: ఆఁ, చేశాను. మీ బీరువాలో ఉన్నాయి.

Wife : Yes, I have put them in your cupboard. ఎస్, ఐ హావ్ పుట్ దెమ్ ఇన్ యువర్ కప్‌బోర్డ్.

భర్త: నా నీలం సాక్స్ కనిపించడం లేదు. రీనా, నిన్న వాటిని ఉతికావా?

Husband : I can't find my blue socks. Reena, did you wash them yesterday? ఐ కాంట్ ఫైండ్ మై బ్లూ సాక్స్. రీనా, డిడ్ యు వాష్ దెమ్ యస్టర్‌డే?

భార్య: మొన్న వాటిని ఉతికాను. మీ అన్ని సాక్స్‌లను బీరువాలోని రెండవ అరలో పెట్టాను. ఇక నన్ను వంట చేయనివ్వండి.	**Wife :** I washed them the day before. All your socks are in the second drawer of your cupboard. Now, let me finish cooking. ఐ వాష్ట్ దెమ్ ది డే బిఫోర్. ఆల్ యువర్ సాక్స్ ఆర్ ఇన్ ద సెకెండ్ డ్రాయర్ ఆఫ్ యువర్ కప్‌బోర్డ్. నౌ, లెట్ మి ఫినిష్ కుకింగ్.
సౌరభ్: నాన్నా, మీరు బాత్‌రూముకు వెళ్ళవచ్చు. అమ్మా, నా యూనిఫారమ్ ఎక్కడ?	**Saurabh :** You can go into the bathroom, papa. Mummy, where is my uniform? యు కెన్ గో ఇన్‌టు ద బాత్‌రూమ్, పాపా. మమ్మీ, వేర్ ఈస్ మై యూనిఫారమ్?
తల్లి: నీ పడక పైన. నీ బూట్లు కూడా టేబుల్ క్రింద ఉన్నాయి.	**Mother :** On your bed. And your shoes are under the table. ఆన్ యువర్ బెడ్. అండ్ యువర్ షూస్ ఆర్ అండర్ ద టేబుల్.
సౌరభ్: ఓ.కే. మమ్మీ.	**Saurabh :** O.K. mummy. ఓ.కే. మమ్మీ.
భర్త: (బాత్‌రూముకి వెళ్తూ) రీనా, ప్లీస్ నా నాస్తా, నా టిఫిన్ బాక్స్ కాస్త రెడీ చేసి పెడ్తావా. నేను పదిహేను నిమిషాల్లో వచ్చేస్తాను.	**Husband :** *(going into the bathroom)* Reena, please keep my breakfast and the tiffin ready. I'll be back in fifteen minutes. రీనా, ప్లీస్ కీప్ మై బ్రేక్‌ఫాస్ట్ అండ్ ది టిఫిన్ రెడీ. ఐ'ల్ బి బ్యాక్ ఇన్ ఫిఫ్టీన్ మినిట్స్.
భార్య: భయపడకండి అన్నీ తయారుగా ఇన్నాయి. (సౌరభ్‌తో) సౌరభ్ త్వరగా కానీ. ఏ సమయంలో నైనా నీ బస్సు రావచ్చు.	**Wife :** Don't worry. Everything is ready. *(with Saurabh)* Saurabh, hurry up. Your bus must be coming any moment. డోన్ట్ వర్రీ. ఎవిరిథింగ్ ఈస్ రెడీ. (సౌరభ్‌తో) సౌరభ్, హరి అప్. యువర్ బస్ మస్ట్ బి కమింగ్ ఎనీ మొమెంట్.
సౌరభ్: మమ్మీ నేను తయారుగానే ఉన్నాను.	**Saurabh :** I'm ready, mummy. ఐ'మ్ రెడీ, మమ్మీ.
తల్లి: ఇదిగో, ఈ పాలు త్రాగు.	**Mother :** Here, drink the milk. హియర్, డ్రింక్ ద మిల్క్.
సౌరభ్: నా లంచ్ బాక్స్ ఎక్కడ?	**Saurabh :** Where is my lunch-box? వేర్ ఈస్ మై లంచ్-బాక్స్?
తల్లి: నీ బ్యాగ్‌లో ఉంది. నీళ్ళ బాటిల్ మరిచిపోవద్దు.	**Mother :** In your bag. And don't forget the water bottle. ఇన్ యువర్ బ్యాగ్. అండ్ డోన్ట్ ఫర్గెట్ ద వాటర్ బాటిల్.
సౌరభ్: మమ్మీ, ఈ రోజు పేరంట్స్ మరియు టీచర్స్ మీటింగ్ ఉంది. మరిచిపోవద్దు.	**Saurabh :** Mummy, don't forget the Parent-Teachers' Meeting today. మమ్మీ, డోన్ట్ ఫర్గెట్ ద పేరంట్-టీచర్స్ మీటింగ్ టుడే.
తల్లి: నువ్వు జ్ఞాపకం చేసింది మంచిదయింది. నేను దాన్ని మరిచేపోయాను.	**Mother :** Good, you reminded me. It had slipped out of my mind. గుడ్, యు రిమైండెడ్ మి. ఇట్ హాడ్ స్లిప్డ్ ఔట్ ఆఫ్ మై మైండ్.
సౌరభ్: నా బస్. బై మమ్మీ.	**Saurabh :** My bus. Bye mummy. మై బస్. బై మమ్మీ.
తాయి: బై బాబూ.	**Mother :** Bye son. బై సన్.
పతి: రీనా నా టిఫెన్?	**Husband :** My breakfast, Reena? మై బ్రేక్‌ఫాస్ట్, రీనా?
భార్య: డైనింగ్ టేబుల్ మీదుంచాను. మీ లంచ్ బాక్స్ ఇక్కడుంది. కరెంట్ బిల్ కట్టడం మరిచిపోవద్దు. మళ్ళీ గ్యాస్ వాడికి ఫోన్ చెయ్యండి. ఏ సమయంలోనైనా ఖాళీ అయిపోవచ్చు.	**Wife :** It's on the dining table. And this is your lunch. Listen, don't forget to pay the electricity bill. And also phone for the gas, please. It can finish anytime. ఇట్స్ ఆన్ ది డైనింగ్ టేబుల్. అండ్ దిస్ ఈస్ యువర్ లంచ్. లిసన్, డోన్ట్ ఫర్గెట్ టు పే ద ఎలెక్ట్రిసిటి బిల్. అండ్ ఆల్సో ఫోన్ ఫర్ ది గ్యాస్, ప్లీస్. ఇట్ కెన్ ఫినిష్ ఎనిటైమ్.
పతి: ఔనౌను. చేస్తాను. రీనా ఒక మంచి రుమాలుంటే ఇస్తావా?	**Husband :** Yes, yes, I will do that. Reena, please get me a clean hanky. యస్, యస్, ఐ విల్ డూ దట్. రీనా, ప్లీస్ గెట్ మి ఎ క్లీన్ హాంకీ.
భార్య: ఇక్కడుంది. మీ చేతి గడియారం కూడా. ప్రతి రోజూ దీన్ని బాత్‌రూమ్‌లో మరిచిపోతారు.	**Wife :** Here it is. And also your watch. You always forget it in the bathroom. హియర్ ఇట్ ఈస్. అండ్ ఆల్సో యువర్ వాచ్. యు ఆల్వేస్ ఫర్గెట్ ఇట్ ఇన్ ద బాత్‌రూమ్.
పతి: థ్యాంక్యూ రీనా. నేను త్వరగా వెళ్ళాలి. బై.	**Husband :** Thank you, Reena. I have to rush now. Bye. థ్యాంక్ యు, రీనా. ఐ హావ్ టు రష్ నౌ. బై.

దారి తెలిసుకోవడం — Asking the Way (ఆస్కింగ్ ద వే)

(రోహిత్ ఢిల్లీకి కొత్తగా వచ్చాడు. అతను ఎక్స్‌ప్రెస్ బిల్డింగ్‌కు వెళ్ళవలసి ఉంది.)

రోహిత్: (ఒక వ్యక్తితో) క్షమించండి. మీరు నాకు ఎక్స్‌ప్రెస్ బిల్డింగ్‌కి దారి చెప్పగలరా?

Rohit : *(to a man)* Excuse me. Could you tell me the way to the Express Building, please? ఎక్స్‌క్యూస్‌మి. కుడ్ యు టెల్ మి ద వే టు ద ఎక్స్‌ప్రెస్, బిల్డింగ్ ప్లీస్?

వ్యక్తి: తప్పకుండా, నేరుగా వెళ్ళి, మొదటి ఎడమ మలుపు తిరిగి అలాగే ముందుకెళితే దోమల్ గూడ రోడ్ చేరుతారు. ఆ దారిలోనే ఎక్స్‌ప్రెస్ బిల్డింగ్ ఉంది.

The man : Yes, go straight, take the first left turn and keep walking. You will reach Domal Guda Road. The Express Building is on that Road. ఎస్, గో స్ట్రైట్, టేక్ ది ఫస్ట్ లెఫ్ట్ టర్న్ అండ్ కీప్ వాకింగ్. యు విల్ రీచ్ దోమల్ గూడ రోడ్. ద ఎక్స్‌ప్రెస్ బిల్డింగ్ ఈస్ ఆన్ దట్ రోడ్.

రోహిత్: ధన్యవాదాలు.

Rohit : Thank you. థ్యాంక్ యు.

రోహిత్: (ఒక వ్యక్తితో) క్షమించండి. మేడమ్, నాకు ట్యాంక్ బండ్ వెళ్ళేందుకు బస్సు ఎక్కడ దొరుకుతుంది?

Rohit : *(to a lady)* Excuse me, madam. From where can I get a bus to Tank Bund? ఎక్స్‌క్యూస్ మీ. మేడమ్. ఫ్రమ్ వేర్ కెన్ ఐ గెట్ ఎ బస్ టు ట్యాంక్ బండ్?

స్త్రీ: ఆ బ్రిడ్జ్ దగ్గరున్న బస్ స్టాప్ దగ్గర.

Lady : From that bus stop near the bridge. ఫ్రమ్ దట్ బస్ స్టాప్ నియర్ ద బ్రిడ్జ్.

రోహిత్: ధన్యవాదాలు.

Rohit : Thank you. థ్యాంక్ యు.

రోహుత్: (కండక్టరుతో) ఈ బస్సు సంతపేటకి వెళుతుందా?

Rohit : *(to the conductor)* Is this bus going to Santapet? ఈస్ దిస్ బస్ గోయింగ్ టు సంతపేట్?

కండక్టర్: వెళుతుంది.

Conductor : Yes. ఎస్

రోహిత్: (ఒక వ్యక్తితో) మీరు నాకు సంతపేట వచ్చినప్పుడు చెప్పగలరా?

Rohit : *(to a man)* Would you please tell me when we reach Jantar Mantar? ఉడ్ యు ప్లీస్ టెల్ మి వెన్ వి రీచ్ సంతపేట?

వ్యక్తి: ఆఁ, చెబుతాను.

The Man : Yes, I will. యస్, ఐ విల్.

రోహిత్: అక్కడినుంచి నాకు కట్టెల మండి వెళ్ళడానికి బస్సు దొరుకుతుందా?

Rohit : Can I get a bus to Kattela Mandi from there? కెన్ ఐ గెట్ ఎ బస్ టు కట్టెల మండి ఫ్రమ్ దేర్?

వ్యక్తి: సులభంగా దొరుకుతుంది. (కాసేపు తర్వాత) ఇదే సంతపేట.

The Man : Yes, easily. ఎస్, ఈసిలి. *(after sometime)* This is Santapet. దిస్ ఈస్ సంతపేట.

రోహిత్: చాలా ధన్యవాదాలు.

Rohit : Thank you. థ్యాంక్ యు.

(రోహిత్ బస్సు నుంచి కిందికి దిగి మరో బస్సు కోసం చూస్తూంటాడు. ఇప్పుడు ఒక బస్సు వస్తుంది.)

రోహిత్: ఇది కట్టెల మండి వెళుతుందా?

Rohit : Is it going to Kattela Mandi? ఈస్ ఇట్ గోయింగ్ టు కట్టెల మండి?

కండక్టర్: వెళ్ళదు.

Conductor : No. నో.

(మరో బస్సు వస్తుంది.)

రోహిత్: కట్టెల మండి?

Rohit : Kattela Mandi? కట్టెల మండి?

కండక్టర్: ఎక్కండి.

Conductor : Yes. ఎస్.

(రోహిత్ కట్టెల మండిలో దిగుతాడు.)

రోహిత్: (ఒక వ్యక్తితో) క్షమించండి, విజయా కాలని ఎక్కడో చెప్పగలరా?

Rohit : *(to a man)* Excuse me, which side is Vijaya colony? ఎక్స్‌క్యూస్ మి, విచ్ సైడ్ ఈస్ విజయా కాలని?

వ్యక్తి: క్షమించండి, నాకు తెలీదు.

Man : Sorry, I don't know. సారి, ఐ డోన్ట్ నో.

రోహిత్: (ఒక కొట్టతనితో) క్షమించండి, విజయా కాలనికి ఎలా వెళ్ళాలో చెబుతారా?

Rohit : *(to a shopkeeper)* How to reach Vijaya colony please? హౌ టు రీచ్ విజయా కాలని ప్లీస్?

అంగటతను: నేరుగా వెళుతుంటే, ఎడమ ప్రక్కన ఒక పెద్ద ఇనుప గేటు కనిపిస్తుంది. లోపలి కెళ్ళండి. అదే విజయా కాలని.

Shopkeeper : Go straight. After sometime you'll see a big iron gate on the left side. Go inside. That is Vijaya colony. గో స్ట్రైట్, ఆఫ్టర్ సమ్ టైమ్ యు'ల్ సీ ఎ బిగ్ ఐరన్ గేట్ ఆన్ ది లెఫ్ట్ సైడ్. గో ఇన్‌సైడ్. దట్ ఈస్ విజయా కాలని.

రోహిత్: (గూర్ఖాతో) ఇది విజయా కాలనియేనా?

Rohit : *(to the gatekeeper)* Is this Vijaya colony? ఈస్ దిస్ విజయా కాలని?

గూర్ఖా: అవును సార్.

Gatekeeper : Yes sir. యస్ సార్.

రోహిత్: సి-బ్లాక్ ఎక్కడ?

Rohit : Where is C-Block? వేర్ ఈస్ సి-బ్లాక్?

గూర్ఖా: అక్కడ పార్కు కనిపిస్తోంది కదా? అదే సి-బ్లాక్.

Gatekeeper : Do you see that park? The area around is C-Block. డు యు సీ దట్ పార్క్? ద ఏరియా అరౌండ్ ఈస్ సి-బ్లాక్.

రోహిత్: 695 నంబర్ ఏ ప్రక్క?

Rohit : Which side will be number 695? విచ్ సైడ్ విల్ బి నంబర్ 695?

గూర్ఖా: నేరుగా వెళ్ళి ఎడమవేపు తిరగండి. అలా వెళ్ళి రెండవ కుడివైపుకి తిరిగితే అదే గల్లీలో 695 వస్తుంది. హ్యాపి పబ్లిక్ స్కూల్ ప్రక్కనే ననుకొంటా.

Gatekeeper : Go straight and turn left. Then take the second right turn. 695 should be in that lane. I think it is next to Happy Public School. గో స్ట్రైట్ అండ్ టర్న్ లెఫ్ట్. దెన్ టేక్ ద సెకెండ్ రైట్ టర్న్. 695 షుడ్ బి ఇన్ దట్ లేన్. ఐ థింక్ ఇట్ ఈస్ నెక్స్ట్ టు హాపీ పబ్లిక్ స్కూల్.

రోహిత్: చాలా ధన్యవాదాలు.

Rohit : Thank you very much. థ్యాంక్ యు వెరి మచ్.

రోగిని గురించి విచారణ — Inquiry About a Patient (ఎంక్వయిరీ అబౌట్ ఎ పేషెంట్)

ప్రశాంత్: హలో దీపక్, ఎలాగున్నారు?

Prashant : Hello Deepak, how are you? హలో దీపక్, హౌ ఆర్ యు?

దీపక్: నేను బాగానే ఉన్నాను, కాని మా నాన్నగారి ఆరోగ్యం బాగులేదు.

Deepak : I am fine, but my father is not well. ఐ యామ్ ఫైన్, బట్ మై ఫాదర్ ఈస్ నాట్ వెల్.

ప్రశాంత్: ఔనా, క్షమించండి. ఇది విని చాలా బాధ కలిగింది. ఆయనకేమయ్యింది?

Prashant : Oh, I am sorry to hear that! What's wrong? ఓహ్, ఐ యామ్ సారి టు హియర్ దట్! వాట్స్ రాంగ్?

దీపక్: లివర్ సరిగా పనిచేయడం లేదని డాక్టరుగారు చెబుతున్నారు.

Deepak : The doctor says his liver is not functioning properly. ది డాక్టర్ సేస్ హీస్ లివర్ ఈస్ నాట్ ఫంక్షనింగ్ ప్రాపర్లీ.

ప్రశాంత్: ఏ డాక్టరు దగ్గర చూపారు?

Prashant : Which doctor have you consulted? విచ్ డాక్టర్ హావ్ యు కన్సల్టెడ్?

దీపక్: డాక్టర్ ఖన్నా దగ్గర. ఆయన కొన్ని టెస్టులు కూడా చేయించమన్నారు.

Deepak : Doctor Khanna. He had recommended some tests. డాక్టర్ ఖన్నా. హి హాడ్ రికమెండెడ్ సమ్ టెస్ట్స్.

ప్రశాంత్: రిపోర్టులు అందాయా?

Prashant : Have you got the reports? హావ్ యు గాట్ ద రిపోర్ట్?

దీపక్: అందాయి. డాక్టర్ అప్పుడే చికిత్స కూడా ప్రారంభించేశారు.

Deepak : Yes, and the doctor has already started the treatment. ఎస్, అండ్ ది డాక్టర్ హాస్ ఆల్‌రెడి స్టార్టెడ్ ద ట్రీట్‌మెంట్.

ప్రశాంత్: నిజమా. తర్వాత ఇప్పుడేమన్నా నిదానం కనిపించిందా?

Prashant : Oh I see. Has there been any improvement? ఓహ్ ఐ సీ. హాస్ దేర్ బీన్ ఎనీ ఇంప్రూవ్‌మెంట్?

దీపక్: ఆఁ, కాని చాలా మెల్ల మెల్లగా.

Deepak : Yes, but the progress is very slow. ఎస్, బట్ ది ప్రోగ్రస్ ఈస్ వెరి స్లో.

ప్రశాంత్: మీరు దీని గురించి డాక్టరు దగ్గర విచారించారా?

Prashant : Did you speak to the doctor about it? డిడ్ యు స్పీక్ టు ద డాక్టర్ ఎబౌట్ ఇట్?

దీపక్: ఆఁ విచారించాను. ఏమీ భయపడనక్కర్లేదని డాక్టరుగారు చెప్పారు.

Deepak : Yes, I did. But he says we have to be a little patient. ఎస్, ఐ డిడ్. బట్ హి సేస్ వి హావ్ టు బి ఎ లిటిల్ పేషంట్.

ప్రశాంత్: ఆహారంలో పథ్యమేమన్నా ఉందా?

Prashant : Any restrictions about diet food etc.? ఎని రిస్ట్రిక్షన్స్ ఎబౌట్ డైట్, ఫుడ్ ఎట్సెట్రా?

దీపక్: అవును, కేవలం ఉడకబెట్టిన ఆహారం, అధికంగా ద్రవాహారం ఇవ్వమని చెప్పారు. టీ, కాఫీ కూడా తీసుకోవద్దని చెప్పారు.

Deepak : Yes, the doctor has recommended only boiled food, lots of liquids and no tea or coffee. ఎస్, ది డాక్టర్ హాస్ రికమెండెడ్ ఓన్లీ బాయిల్డ్ ఫుడ్, లాట్స్ ఆఫ్ లిక్విడ్స్ అండ్ నో టీ ఆర్ కాఫీ.

ప్రశాంత్: దయచేసి ఆహార విషయంలో కాస్త జాగ్రత్తగా ఉండండి.

Prashant : Please be careful about the diet. ప్లీస్ బి కేర్‌ఫుల్ ఎబౌట్ ది డైట్.

దీపక్: మావల్ల అయినంత ప్రయత్నిస్తున్నాము.

Deepak : Yes, we are doing our best. యస్, వి ఆర్ డూయింగ్ అవర్ బెస్ట్.

ప్రశాంత్: దీపక్, నావల్లేమయినా సహాయం కావాలంటే చెప్పు.

Prashant : Anything I can do, Deepak? ఎనిథింగ్ ఐ కెన్ డు, దీపక్?

దీపక్: ధన్యవాదాలు. ఏమీ లేదు ప్రశాంత్. ఇంటికి అప్పుడప్పుడు వస్తుండండి చాలు.

Deepak : No thanks, Prashant. Just drop in sometime. నో థ్యాంక్స్, ప్రశాంత్. జస్ట్ డ్రాప్ ఇన్ సమ్‌టైమ్.

ప్రశాంత్: తప్పకుండా. బై దీపక్.

Prashant : Yes, sure. Bye Deepak. ఎస్, ష్యూర్. బై దీపక్.

డాక్టరుతో సంప్రదింపులు — Talking to a Doctor (టాకింగ్ టు ఎ డాక్టర్)

రోగి: నమస్కారం డాక్టరుగారూ.

Patient : Good morning doctor. గుడ్ మార్నింగ్ డాక్టర్.

డాక్టరు: నమస్కారం, కూర్చోండి. ఏమయ్యింది?

Doctor : Good morning, please sit down. Yes, what's the problem? గుడ్ మార్నింగ్, ప్లీస్ సిట్ డౌన్. ఎస్, వాట్స్ ద ప్రాబ్లమ్?

రోగి: నాకు జ్వరం, గొంతులో గరగరగా ఉంది.

Patient : I have fever and sore throat. ఐ హావ్ ఫీవర్ అండ్ సోర్ థ్రోట్.

డాక్టర్: నన్ను చూడనివ్వండి. కాస్త మీ నోరు తెరవండి. ఔను, ఇన్‌ఫెక్షన్ అయింది. జ్వరం ఎంతుంది?

Doctor : Let me see. Open your mouth, please. Yes, there is infection. How much is the fever? లెట్ మి సీ. ఓపెన్ యువర్ మౌత్, ప్లీస్. యస్, దేర్ ఈస్ ఇన్‌ఫెక్షన్. హౌ మచ్ ఈస్ ద ఫీవర్?

రోగి: ఇంటి నుంచి బయలుదేరేటప్పుడు 101° ఉన్నది.

Patient : It was 101° when I started from home. ఇట్ వాస్ 101° వెన్ ఐ స్టార్టెడ్ ఫ్రమ్ హోమ్.

డాక్టర్: ఇప్పుడు కూడా అంతే ఉంది. మీకు ఇప్పుడు చలిగా ఉందా?

Doctor : It's the same even now. Are you feeling cold? ఇట్స్ ద సేమ్ ఈవెన్ నౌ. ఆర్ యు ఫీలింగ్ కోల్డ్?

రోగి: అధికంగా ఏమీ లేదు.

Patient : Not much. నాట్ మచ్.

డాక్టర్: దగ్గేమన్నా ఉందా?

Doctor : Do you have cough? డూ యు హావ్ కాఫ్?

రోగి: ఉంది. దానివల్ల రాత్రి నాకు నిద్ర కూడా లేదు.

Patient : Yes, specially at night. I can't sleep because of it. ఎస్, స్పెషలీ ఎట్ నైట్. ఐ కాన్ట్ స్లీప్ బికాస్ ఆఫ్ ఇట్.

డాక్టర్: ఇంకేమన్నా ఇబ్బందిగా ఉందా?

Doctor : Any other problem? ఎనీ అదర్ ప్రాబ్లమ్?

రోగి: కాస్త తల కూడా నొప్పుతోంది.

Patient : I have a headache. ఐ హావ్ ఎ హెడేక్.

డాక్టర్: అది జ్వరం వల్లే. ఈ క్యాప్స్యూల్‌ని 5 రోజుల వరకు తీసుకోండి ఈ మాత్రలు ప్రతి 6 గంటల కొకసారి మూడు రోజుల వరకు తీసుకోండి.

Doctor : That's because of fever. O.K. Take these capsules thrice daily for five days and these tablets six hourly for three days. దట్స్ బికాస్ ఆఫ్ ఫీవర్. ఓ.కె. టేక్ దీస్ క్యాప్స్యూల్స్

థ్రైస్ డైలీ పర్ ఫైవ్ డేస్ అండ్ దీస్ టాబ్లెట్స్ సిక్స్ అవర్లీ ఫర్ త్రీ డేస్.

రోగి: మందును ఎలా తీసుకోవాలి?

Patient : How to take the medicine? హౌ టు టేక్ ది మెడిసిన్?

డాక్టర్: ఈ దగ్గు మందును వేడినీళ్ళలో కలిపి ప్రతి 6 గంటల కొకసారి తీసుకోవాలి.

Doctor : With warm water. Also, take this cough mixture six hourly. విత్ వామ్ వాటర్. ఆల్సో, టేక్ దిస్ కాఫ్ మిక్స్చర్ సిక్స్ అవర్లీ.

రోగి: ఎంత?

Patient : How much? హౌ మచ్?

డాక్టర్: రెండు టీ చెమ్చాలు రోజుకు నాలుగైదు సార్లు వేడి నీళ్ళలో పుక్కిలిస్తే ఇంకా త్వరగా తగ్గుతుంది.

Doctor : Two teaspoons. Hot water gargles, 4 to 5 times a day, will help you a lot. టూ టీస్పూన్స్. హాట్ వాటర్ గార్గిల్స్, 4 టు 5 టైమ్స్ ఎ డే, విల్ హెల్ప్ యు ఎ లాట్.

రోగి: ఆహారంలో ఏమన్నా పథ్యముందా?

Patient : Any restrictions about food? ఎని రెస్ట్రిక్షన్స్ ఎబౌట్ ఫుడ్?

డాక్టర్: అధికంగా నూనె, మసాలా పదార్థాలు తీసుకో వద్దు. మంచినీళ్ళు, ఇతర కూల్‌డ్రింక్స్ తీసుకో వద్దు. దానివల్ల గొంతు చెడుతుంది. విశ్రాంతి తీసుకోండి. 2-3 రోజుల్లో మీ ఆరోగ్యం సరిపోతుంది.

Doctor : Don't eat oily or spicy food. Avoid cold water and cold drinks that will irritate the throat. Take rest and you will be alright in two-three days. డోన్ట్ ఈట్ ఆయిలీ ఆర్ స్పైసి ఫుడ్. అవాయ్డ్ కోల్డ్ వాటర్ అండ్ కోల్డ్‌డ్రింక్స్ దట్ విల్ ఇరిటేట్ ది థ్రోట్. టేక్ రెస్ట్ అండ్ యు విల్ బి ఆల్‌రైట్ ఇన్ టు-త్రీ డేస్.

రోగి: సరే నండి డాక్టర్, ధన్యవాదాలు.

Patient : O.K. Doctor, thank you very much. ఓ.కే. డాక్టర్, థాంక్ యు వెరి మచ్.

సరుకుల కొట్టులో — At the General Store (ఎట్ ది జనరల్ స్టోర్)

గ్రాహకుడు: నాకు రెండు లక్స్ సబ్బుబిళ్ళలు కావాలి. వాటి వెల ఎంత?

Customer : I want two cakes of lux soap. How much? ఐ వాంట్ టూ కేక్స్ ఆఫ్ లక్స్ సోప్. హౌ మచ్?

కొట్టువాడు: పది రూపాయలు. ఇంకేమన్నా కావాలా?

Shopkeeper : Ten rupees. What else? టెన్ రుపీస్. వాట్ ఎల్స్?

గ్రాహకుడు: పది రూపాయలెందుకు? ఒక లక్స్ వెల నాలుగు రూపాయలు! చూడండి దీనిమీద ముద్రించి ఉంది.

Customer : Why ten rupees? Lux is Eight rupees a cake! Look, it is printed here! వై టెన్ రుపీస్? లక్స్ ఈస్ ఎయిట్ రుపీస్ ఎ కేక్! లుక్, ఇట్ ఈస్ ప్రింటెడ్ హియర్!

కొట్టువాడు: సరే ఎనిమిది రూపాయలే ఇవ్వండి. ఇంకా ఏమన్నా కావాలా?

Shopkeeper : Alright, pay eight rupees. What else do you want? ఆల్‌రైట్, పే ఎయిట్ రుపీస్. వాట్ ఎల్స్ డు యు వాంట్?

గ్రాహకుడు: మీ దగ్గర రిఫైన్డ్ ఆయిల్ ఉందా?

Customer : Do you have refined oil? డు యు హేవ్ రిఫైన్డ్ ఆయిల్?

కొట్టువాడు: ఉంది. మీకు ఏది కావాలి?

Shopkeeper : Yes, which one do you want? ఎస్, విచ్ వన్ డు యు వాంట్?

గ్రాహకుడు: ధారా ఒక కే.జి. ప్యాక్, చక్కెర ఒక కే.జి.

Customer : Dhara, one kg. pack and sugar, one kg. ధారా, వన్ కే.జి. ప్యాక్ అండ్ షుగర్, వన్ కే.జి.

కొట్టువాడు: తీసుకోండి ధారా ఒక కే.జి. కాని చక్కెర ప్రస్తుతం అయిపోయింది. రేపు దొరుకుతుంది.

Shopkeeper : This is Dhara, one kg. but sugar is out of stock. You will get it tomorrow. దిస్ ఈస్ ధారా, వన్ కే.జి. బట్ షుగర్ ఇస్ ఔట్ ఆఫ్ స్టాక్. యు విల్ గెట్ ఇట్ టుమారో.

గ్రాహకుడు: నాకు ఒక మంచి షాంపూ కూడా ఇవ్వండి.

Customer : Give me a good shampoo also. గివ్ మి ఎ గుడ్ షాంపూ ఆల్సో.

కొట్టువాడు: ఏది కావాలి? ఈ హెర్బల్ షాంపూ ఇవ్వనా?

Shopkeeper : Which one do you want? Should I give this herbal shampoo? విచ్ వన్ డు యు వాంట్? షుడ్ ఐ గివ్ దిస్ హెర్బల్ షాంపూ?

గ్రాహకుడు: దీని వెల ఎంత?

Customer : What is the price? వాట్ ఈస్ ద ప్రైస్?

కొట్టువాడు: 65 రూపాయలు. దీనికి 5 రూపాయల రాయితీ పోగా మీకు 60 రూ.లకే దొరుకుతుంది.	**Shopkeeper :** Sixty-five rupees. There is five rupees discount on it. It will cost you sixty rupees. సిక్స్‌టీ-ఫైవ్ రుపీస్. దేర్ ఈస్ ఫైవ్ రుపీస్ డిస్కౌంట్ ఆన్ ఇట్. ఇట్ విల్ కాస్ట్ సిక్స్‌టీ రుపీస్.
గ్రాహకుడు: సరే ఒకటి ఇవ్వండి. మీ దగ్గర ఏ పిండి ఉంది?	**Customer :** Alright, give me one. Which flour do you have? ఆల్‌రైట్, గివ్ మి వన్. విచ్ ఫ్లోర్ డు యు హావ్?
కొట్టువాడు: అన్నీ ఉన్నాయి. సూరజ్ బ్రాండ్, రాజ్‌భోగ్, కుక్‌వెల్ ఉంది. మీకు వీటిలో ఏది కావాలి?	**Shopkeeper :** We have all, Suraj brand, Rajbhog and Cook-well. Which one do you want? వి హావ్ ఆల్, సూరజ్ బ్రాండ్, రాజ్‌భోగ్ అండ్ కుక్-వెల్. విచ్ వన్ డు యు వాంట్?
గ్రాహకుడు: క్రితం నేను సూరజ్ బ్రాండు తీసుకెళ్ళాను. నాకు అది మచ్చలేదు.	**Customer :** Last time I used Suraj brand. I didn't like it. లాస్ట్ టైమ్ ఐ యూస్డ్ సూరజ్ బ్రాండ్. ఐ డిడన్ట్ లైక్ ఇట్.
కొట్టువాడు: ఈ సారి రాజ్‌భోగ్ ఉపయోగించి చూడండి. అది నిజంగా ఇంటి పిండిలాగే ఉంటుంది.	**Shopkeeper :** Try Rajbhog this time. It is like the real home-made flour. ట్రై రాజ్‌భోగ్ దిస్ టైమ్. ఇట్ ఈస్ లైక్ ది రియల్ హోమ్-మేడ్ ఫ్లోర్.
గ్రాహకుడు: సరే, పది కిలోలు ఇవ్వండి. మీరు వీటిని ఇంటిలో అందజేయగలరా?	**Customer :** Alright, give 10 kilos. Do you have home delivery? ఆల్‌రైట్, గివ్ 10 కిలోస్. డు యు హావ్ హోమ్ డెలివరీ?
కొట్టువాడు: ఐదు కిలోమీటర్ల లోపయితే.	**Shopkeeper :** Yes, upto 5 kilometers. యస్, అప్‌టు 5 కిలోమీటర్స్.
గ్రాహకుడు: మేము దగ్గరలోనే ఉన్నాము.	**Customer :** I live close by. ఐ లివ్ క్లోస్ బై.
కొట్టువాడు: మీ అడ్రసేమిటి?	**Shopkeeper :** What is your address? వాట్ ఈస్ యువర్ అడ్రస్?
గ్రాహకుడు: సి-95 కమల్ కాలని.	**Customer :** C-95, Kamal Colony. సి-95 కమల్ కాలని.
కొట్టువాడు: ఫరవాలేదు. మీరు డబ్బు కట్టండి, నేను ఇప్పుడే కుర్రాడితో సామాను మీ ఇంటికి పంపిస్తాను.	**Shopkeeper :** No problem. You make the payment. I'll just send the delivery boy to your house. నో ప్రాబ్లమ్. యు మేక్ ది పేమెంట్. ఐ'ల్ జస్ట్ సెండ్ ది డెలివరి బాయ్ టు యువర్ హౌస్.
గ్రాహకుడు: ధన్యవాదాలు.	**Customer :** Thank you. థ్యాంక్ యు.
కొట్టువాడు: మీకింకేమైనా కావాలంటే తప్పకుండా రండి.	**Shopkeeper :** At your service, madam. ఎట్ యువర్ సర్వీస్, మేడమ్.

బహుమతి కొనుగోలు — Buying a Present (బైయింగ్ ఎ ప్రెసెంట్)

కొట్టువాడు: మీకేమైనా కావాలా మేడమ్‌గారూ?	**Shopkeeper :** Yes, can I help you, madam? యస్, కెన్ ఐ హెల్ప్ యు, మేడమ్?
మహిళ: నాకు ఒక మంచి చేతిగడియారం కావాలి.	**Lady :** I want a nice watch. ఐ వాంట్ ఎ నైస్ వాచ్.
కొట్టువాడు: లేడీస్ వాచా, జంట్స్ వాచా?	**Shopkeeper :** Lady's or gent's? లేడీస్ ఆర్ జెంట్స్?
మహిళ: లేడీస్ వాచి.	**Lady :** Lady's. లేడీస్.
కొట్టువాడు: మా దగ్గర చాలా రకాలున్నాయి. కాస్త ఇక్కడ చూడండి. ఈ షోకేస్‌లో టైటన్, ఆల్విన్, హెచ్.ఎం.టి. వాచిలున్నాయి. అందులో అన్నీ ఇంపోర్టెడ్ స్విస్ వాచిలు.	**Shopkeeper :** We have a large variety. Please look here. In this showcase, we have Titan, Allwyn and H.M.T. In the next one, we have imported Swiss watches. వుయ్ హావ్ ఎ లార్జ్ వెరైటీ. ప్లీస్ లుక్ హియర్. ఇన్ దిస్ షోకేస్, వుయ్ హావ్ టైటన్, ఆల్విన్ అండ్ హెచ్.ఎం.టి. ఇన్ ది నెక్స్ట్ వన్, వుయ్ హావ్ ఇంపోర్టెడ్ స్విస్ వాచస్.
మహిళ: కాస్త దాన్ని చూపండి, ఐదవ లైన్‌లో మూడవది.	**Lady :** Please show me this one. The third in the fifth row. ప్లీస్ షో మి దిస్ వన్. ద థర్డ్ ఇన్ ద ఫిఫ్త్ రో.

కొట్టువాడు: తప్పకుండా. ఇది టైటన్ వాచి, చాలా మంచి గడియారం.

Shopkeeper : Yes, of course. This is Titan, a very nice watch. యస్, అఫ్ కోర్స్. దిస్ ఈస్ టైటన్, ఎ వెరి నైస్ వాచ్.

మహిళ: దీని వెలెంత?

Lady : What is the price? వాట్ ఈస్ ది ప్రైస్?

కొట్టువాడు: ఆ చీటీలో రాసుంది. పన్నెండు వందల యాభై రూపాయలు మాత్రమే.

Shopkeeper : It's here on the tag. Twelve hundred and fifty rupees only. ఇట్'స్ హియర్ ఆన్ ద టాగ్. ట్వెల్వ్ హండ్రెడ్ అండ్ ఫిఫ్టీ రుపీస్ ఓన్లీ.

మహిళ: వద్దు, నాకు ఇంత ఖరీదైన గడియారం వద్దు.

Lady : No, I don't want such an expensive watch. నో, ఐ డిడన్ట్ వాంట్ సచ్ యాన్ ఎక్స్పెన్సివ్ వాచ్.

కొట్టువాడు: మరి దీన్ని చూడండి. కేవలం ఐదు వందల యాభై రూపాయలు మాత్రమే.

Shopkeeper : Then look at this one, five hundred and fifty only. దెన్ లుక్ ఎట్ దిస్ వన్, ఫైవ్ హండ్రెడ్ అండ్ ఫిఫ్టీ ఓన్లీ.

మహిళ: అది ఏ బ్రాండుది?

Lady : Which brand is it? విచ్ బ్రాండ్ ఈస్ ఇట్?

కొట్టువాడు: హెచ్.ఎం.టి. చాలా చెలామణిలో ఉంది.

Shopkeeper : H.M.T., very durable. హెచ్.ఎం.టి., వెరి డ్యూరబుల్.

మహిళ: వద్దు, నాకు ఈ డిజైన్ బాగులేదు. మూడవ లైనులో నాల్గవ వాచిని చూపండి.

Lady : No, I don't like the design. What about that one, the fourth in the third row. నో, ఐ డిడన్ట్ లైక్ ది డిజైన్. వాట్ ఎబౌట్ దట్ వన్, ద ఫోర్త్ ఇన్ ద థర్డ్ రో.

కొట్టువాడు: ఇదేనా?

Shopkeeper : This one? దిస్ వన్?

మహిళ: ఔను. ఏ బ్రాండుదది?

Lady : Yes, what brand is that. యస్, వాట్ బ్రాండ్ ఈస్ దట్.

కొట్టువాడు: టెంపుల్. ఇది కొత్త కంపెని వారిది, జపాన్ కంపెనీ సీకో వారిది.

Shopkeeper : Temple. It is a new company in collaboration with Seiko, Japan. టెంపుల్. ఇట్ ఈస్ ఎ న్యూ కంపెనీ ఇన్ కొలాబ్రేషన్ విత్ సీకో, జపాన్.

మహిళ: ఇదెలాగుంది?

Lady : How is it? హౌ ఈస్ ఇట్?

కొట్టువాడు: బాగుంది. దీనిమీద పది శాతం తోపుడు కూడా ఉంది.

Shopkeeper : It's good. They are also offering 10% discount. ఇట్స్ గుడ్. దె ఆర్ ఆల్సో ఆఫరింగ్ 10% డిస్కౌంట్.

మహిళ: దీని వెల ఎంత?

Lady : What is the price? వాట్ ఈస్ ద ప్రైస్?

కొట్టువాడు: ఏడు వందల రూపాయలు. కాని 10 శాతం తోపుడుపోగా మీకు ఆరు వందల ముప్పైకే దొరుకుతుంది.

Shopkeeper : Seven hundred rupees. But after 10% discount, it will cost you six hundred and thirty only. సెవెన్ హండ్రెడ్ రుపీస్. బట్ ఆఫ్టర్ 10% డిస్కౌంట్, ఇట్ విల్ కాస్ట్ యు సిక్స్ హండ్రెడ్ అండ్ థర్టీ ఓన్లీ.

మహిళ: దీనికేమైనా గ్యారంటీ ఉందా?

Lady : Is there any guarantee? ఈస్ దేర్ ఎని గ్యారంటీ?

కొట్టువాడు: ఉంది, రెండు సంవత్సరాలు.

Shopkeeper : Yes, two years. ఎస్, టూ ఇయర్స్.

మహిళ: గ్యారంటీలో ఏమి ఇస్తారు?

Lady : What does the guarantee include? వాట్ డస్ ది గ్యారంటీ ఇన్క్లూడ్?

కొట్టువాడు: చిన్న చిన్న రిపేర్లను రెండు సంవత్సరాల వరకు ఉచితంగా చేస్తారు. ఏదైనా పెద్ద రిపేరైతే కంపెనీవారు పూర్తిగా గడియారాన్నే మార్చి ఇస్తారు.

Shopkeeper : Free repair of minor faults for two years and full replacement, if there is a major manufacturing defect. ఫ్రీ రిపేర్ ఆఫ్ మైనర్ ఫాల్ట్స్ ఫర్ టూ ఇయర్స్ అండ్ ఫుల్ రిప్లేస్‌మెంట్, ఇఫ్ దేర్ ఈస్ ఎ మేజర్ మాన్యుఫ్యాక్చరింగ్ డిఫెక్ట్.

మహిళ: సరే. నేను దీన్ని కొంటాను. వాచితోపాటు ఏదన్నా కేసు ఇస్తారా?

Lady : O.K. I will buy this one. Shall I get a case with the watch. ఓ.కె. ఐ విల్ బై దిస్ వన్. షల్ ఐ గెట్ ఎ కేస్ విత్ ద వాచ్.

కొట్టువాడు: ఉంది, ఒక అందమైన కేసు.

Shopkeeper : Yes, a beautiful case. యస్, ఎ బ్యూటిఫుల్ కేస్.

మహిళ: దీన్ని బహుమాన ప్యాకింగ్ చేయించండి.

Lady : Please get it gift-wrapped. ప్లీస్ గెట్ ఇట్ గిఫ్ట్-రాప్డ్.

కొట్టువాడు: సరే మేడమ్, మీరు ఆ కౌంటర్‌లో డబ్బు కట్టండి. ఇది మీ గ్యారంటీ కార్డు. దయచేసి దీన్ని పోగొట్టుకోకండి.

Shopkeeper : Yes madam, please pay at that counter. And this is your guarantee card. Please don't lose it. యస్ మేడమ్, ప్లీస్ పే ఎట్ దట్ కౌంటర్. అండ్ దిస్ ఈస్ యువర్ గ్యారంటీ కార్డ్. ప్లీస్ డోన్ట్ లూజ్ ఇట్.

మహిళ: సరేనండి. ధన్యవాదాలు.

Lady : Yes, thank you. ఎస్, థ్యాంక్స్ యు.

మనోరంజన : సినిమా, టి.వి. కార్యక్రమాలపై చర్చలు

Entertainment: Discussing Movies and T.V. Programmes

ఎంటర్టైన్‌మెంట్: డిస్కసింగ్ మూవీస్ అండ్ టి.వి. ప్రోగ్రామ్స్

(ఇద్దరు స్నేహితురాళ్ళు నీమ, మేఘ ఇద్దరూ పరస్పరం సినిమా మరియు టి.వి. కార్యక్రమాలపై మాట్లాడుకోవడం)

నీమ: హాయ్ మేఘా.

Nima : Hi Megha. హాయ్ మేఘా.

మేఘ: హాయ్ నీమా. ఎలాగున్నావు?

Megha : Hi Nima. How are you? హాయ్ నీమా. హౌ ఆర్ యు?

నీమ: బాగున్నాను. ఏమి సమాచారాలు?

Nima : Fine. What's going on? ఫైన్. వాట్స్ గోయింగ్ ఆన్?

మేఘ: ఏమీలేదు, టి.వి. చూస్తున్నాను.

Megha : Nothing, just watching T.V. నథింగ్, జస్ట్ వాచింగ్ టి.వి.

నీమ: ఏ ప్రోగ్రాము?

Nima : Which programme? విచ్ ప్రోగ్రామ్?

మేఘ: ఫిలిఫ్స్ టాప్ టెన్. ఇది నాకు చాలా ఇష్టమైనది.

Megha : Philips Top Ten. I just love the programme. ఫిలిఫ్స్ టాప్ టెన్. ఐ జస్ట్ లౌ ద ప్రోగ్రామ్.

నీమ: నాక్కూడా. దానితోపాటు స-రె-గ-మ ఇంకా క్లోస్ అప్ అంతాక్షరి.

Nima : Me too. I also like Sa Re Ga Ma and Close Up Antakshari. మి టూ. ఐ ఆల్సో లైక్ స రె గ మ అండ్ క్లోస్ అప్ అంతాక్షరి.

మేఘ: నాక్కూడాను. నీకు ఏ టి.వి. సీరియల్ ఎక్కువ ఇష్టం?

Megha : Same here. Which T.V. serial do you like the most? సేమ్ హియర్. విచ్ టి.వి. సీరియల్ డు యు లైక్ ది మోస్ట్?

నీమ: నాకు దాస్తాన్ చాలా ఇష్టం. శ్రీమాన్ శ్రీమతి కూడా చాలా కామెడీగా ఉంటుంది. కదూ?

Nima : Well, I like Daastan. Also I like Shriman Shrimati, a lovely comedy, isn't it? వెల్, ఐ లైక్ దాస్తాన్. ఆల్సో ఐ లైక్ శ్రీమాన్ శ్రీమతి, ఏ లౌవ్లీ కామెడీ, ఈసన్ట్ ఇట్?

మేఘ: నాకు జునూన్ మరియు స్వాభిమాన్ కూడా చాలా ఇష్టం. అంతేకాక డిస్కవరీ, టర్నింగ్ పాయింట్ కూడా ఇష్టం.

Megha : My favourites are Junoon and Swabhiman. I also like Discovery and Turning Point. మై ఫేవరెట్స్ ఆర్ జునూన్ అండ్ స్వాభిమాన్. ఐ ఆల్సో లైక్ డిస్కవరీ అండ్ టర్నింగ్ పాయింట్.

నీమ: నాక్కూడా ఆ రెండు కార్యక్రమాలూ ఇష్టమే. మేఘా, నువ్వు దిల్ వాలే దుల్హనియా లే జాయేంగే సినిమా చూశావా?

Nima : I like them too. Megha, have you seen Dilwale Dulhaniya Le Jayenge? ఐ లైక్ దెమ్ టూ. మేఘా, హావ్ యు సీన్ దిల్‌వాలే దుల్హనియా లే జాయెంగే?

మేఘ: చూశాను. మూడుసార్లు. అది చాలా బాగుంది కదూ? అందులో షారుఖ్ ఎంత క్యూట్‌గా ఉన్నాడు? కాజోల్ కూడా అందంగా కనిపించింది.

Megha : Oh yes, thrice. It's a beautiful movie, isn't it? Shahrukh is so cute and Kajol looks so pretty. ఓహ్ యస్ థ్రైస్. ఇట్స్ ఎ బ్యూటిఫుల్ మూవీ, ఈసంటిట్? షారుఖ్ ఈస్ సో క్యూట్ ఎండ్ కాజోల్ లుక్స్ సో ప్రెట్టీ.

నీమ: ఔను! మరి అనుపమ్ ఖేర్ ఎంత బాగా నటించాడో చూశావా. మంచి కామెడీ నటుడిని చూసాము.

Nima : Really! And Anupam Kher is simply fantastic! He is the best comedian we have. రియలి! అండ్ అనుపమ్ ఖేర్ ఈస్ సింప్లీ ఫెంటాస్టిక్! హి ఈస్ ది బెస్ట్ కమెడియన్ వి హావ్.

మేఘ: నిస్సందేహంగా! నీకు తెలుసా, ఈ సినిమా ఈ సంవత్సరం అన్ని అవార్డుల్నీ కొట్టేసింది. ఉత్తమ సినిమా, ఉత్తమ నటుడు, ఉత్తమ నటి అంతేకాక ఉత్తమ సంగీతకారుడు-దాదాపు అన్నీ.

Megha : Yes, of course! You know the movie bagged all the awards this year? The best movie, best actor, best actress, best music, almost everything. యస్, అఫ్ కోర్స్! యు నో ద మూవీ బాగ్డ్ ఆల్ ది అవార్డ్స్ దిస్ ఇయర్? ది బెస్ట్ మూవి, బెస్ట్ ఏక్టర్, బెస్ట్ ఆక్ట్రెస్, బెస్ట్ మ్యూజిక్, ఆల్మోస్ట్ ఎవెరిథింగ్.

నీమ: నిజమే. వారందరూ దానికి అర్హులే కదా? దేవుడి దయవల్ల గాలివాటు మారుతోంది. అసహ్యమైన సెక్స్, క్రూరాత్మకమైన సినిమాలు చూసి నేను చాలా విసిగిపోయాను.

Nima : And they deserved every bit of it, didn't they? Thank God! The trend is changing. I am fed up with movies full of sex and violence. అండ్ దె డిసర్వ్‌డ్ ఎవ్విరి బిట్ ఆఫ్ ఇట్, డిడన్ట్ దె? థ్యాంక్ గాడ్! ద ట్రెండ్ ఈస్ ఛేంజింగ్. ఐ యామ్ ఫెడ్ అప్ విత్ మూవీస్ ఫుల్ ఆఫ్ సెక్స్ అండ్ వాయొలెన్స్.

మేఘ: నిజంగానే నాక్కూడా అలాంటి సినిమాలు చూడడం చాలా విసుగనిపించింది. కుటుంబ సమేతంగా కూర్చుని సినిమా చూడడం సాధ్యపడదు.

Megha : Really, I too find such movies very boring. You can't sit and watch them with family. రియలి, ఆ టూ ఫైడ్ సచ్ మూవీస్ వెరి బోరింగ్. యూ కాంన్ట్ సిట్ అండ్ వాచ్ దెమ్ విత్ ఫామిలి.

నీమ: డి.డి. 1 లో చిత్రహార్ ఉంది. నువ్వు చూస్తావా?

Nima : There is Chitrahaar on D.D. 1. Do you want to watch? దేర్ ఈస్ చిత్రహార్ ఆన్ డి.డి. 1 డూ యు వాంట్ టు వాచ్?

మేఘ: ఓ.కె. ఒక్కోసారి వారు మంచి పాటల్ని ప్రసారం చేస్తారు.

Megha : O.K. Let's watch. Sometimes they show good songs? ఓ.కె. లెట్స్ వాచ్. సమ్‌టైమ్స్ దె షో గుడ్ సాంగ్స్?

అతిథి సత్కారం — Entertaining a Guest (ఎంటర్‌టైనింగ్ ఎ గెస్ట్)

ఆతిథ్యము ఇచ్చేవారు: ఓహ్ నమస్కారం! స్వాగతం, లోపలికి రండి. మీ సామాన్లని ఇలా ఇవ్వండి.

Host : Oh hello! Welcome, please come in. Let me help you with the luggage. ఓహ్ హలో! వెల్‌కమ్, ప్లీస్ కమ్ ఇన్. లెట్ మి హెల్ప్ యు విత్ ది లగేజ్.

అతిథి: వద్దు వద్దు. ఉంచండి. చాలా ధన్యవాదాలు.

Guest : No, no. It's alright. Thank you very much. నో, నో. ఇట్స్ ఆల్‌రైట్. థ్యాక్ యు వెరి మచ్.

ఆ.ఇ.: ఇక్కడ కాస్త విశ్రాంతిగా కూర్చోండి. ఎలాగున్నారు?

Host : Please make yourself comfortable. How are you? ప్లీస్ మేక్ యువర్‌సెల్ఫ్ కంఫర్టబుల్. హౌ ఆర్ యు?

అతిథి: నేను బాగానే ఉన్నాను. మీరెలాగున్నారు?

Guest : I am fine, and you? ఐ యామ్ ఫైన్, అండ్ యు?

ఆ.ఇ.: నేను కూడా బాగున్నాను. మీ కుటుంబం వారంతా ఎలాగున్నారు?

Host : I am fine too. How is the family? ఐ యామ్ ఫైన్ టూ. హౌ ఈస్ ది ఫామిలి?

అతిథి: అందరూ బాగున్నారు. ధన్యవాదాలు.

Guest : Everybody is fine. Thank you. ఎవ్విరిబడి ఈస్ ఫైన్. థ్యాంక్ యు.

ఆ.ఇ.: మీ ప్రయాణం ఎలా జరిగింది?

Host : How was the journey? హౌ వాస్ ద జర్నీ?

అతిథి: చాలా బాగానే జరిగింది. ఎటువంటి ఇబ్బంది కలగలేదు.

Guest : It was comfortable. No problems. ఇట్ వాస్ కంఫర్టబుల్. నో ప్రాబ్లమ్స్.

ఆ.ఇ.: మీరు ఏమి తీసుకుంటారు? టీయా కాఫీయా?

Host : What would you like to have? Tea or coffee? వాట్ ఉడ్ యు లైక్ టు హ్యావ్? టీ ఆర్ కాఫీ?

అతిథి: నేను మొదట స్నానం చెయ్యాలనుకుంటున్నాను.

Guest : I would like to have bath first. ఐ ఉడ్ లైక్ టు హావ్ బాత్ ఫస్ట్.

ఆ.ఇ.: తప్పకుండా, రండి మీకు స్నానపు గది చూపుతాను.

Host : Yes, of course. Let me show you the bathroom. ఎస్, అఫ్ కోర్స్. లెట్ మి షో యు ద బాత్‌రూమ్.

అతిథి: మంచిది. థ్యాంక్ యు.

Guest : Yes, thanks. ఎస్, థ్యాంక్ యు.

ఆ.ఇ.: మీకేమన్నా కావాలా?

Host : Do you need anything? డూ యు నీడ్ ఎనిథింగ్?

అతిథి: వద్దండి. ధన్యవాదాలు.

Guest : No, thanks. నో, థ్యాంక్స్.

(స్నానం చేసిన తర్వాత)

ఆ.ఇ.: మీరు నాస్తా ఏమి తీసుకోవడానికి ఇష్టపడతారు?

Host : What would you like to have for breakfast? వాట్ వుడ్ యు లైక్ టు హావ్ ఫార్ బ్రేక్‌ఫాస్ట్?

అతిథి: ఏదైనా సరే.	**Guest :** Anything will do. ఎనిథింగ్ విల్ డూ.
ఆ.ఇ.: మీకు ఆలూ పరోఠాలంటే ఇష్టమేనా?	**Host :** Do you like stuffed potato paranthas? డూ యు లైక్ స్టఫ్‌డ్ పటోటో పరాఠాస్?
అతిథి: ఆఁ! నాకు చాలా ఇష్టం.	**Guest :** Oh yes! I like them very much. ఓహ్ ఎస్! ఐ లైక్ దెమ్ వెరి మచ్.
ఆ.ఇ.: ఇదిగో, మీరే తీసుకోండి.	**Host :** Here, please help yourself. హియర్, ప్లీస్ హెల్ప్ యువర్ సెల్ఫ్.
అతిథి: ధన్యవాదాలు.	**Guest :** Thank you. థ్యాంక్ యు.
ఆ.ఇ.: మీకు పెరుగంటే ఇష్టమా?	**Host :** Do you like curd? డూ యు లైక్ కర్డ్?
అతిథి: అవునండి, కొంచెంగా తీసుకుంటాను.	**Guest :** Yes, I'll take a little. ఎస్, ఐ'ల్ టేక్ ఎ లిటిల్.
ఆ.ఇ.: కాస్త వెన్న కూడా తీసుకోండి.	**Host :** Please take some butter. ప్లీస్ టేక్ సమ్ బటర్.
అతిథి: వద్దు, నేను దాన్ని వాడను.	**Guest :** No, thanks, I avoid that. నో, థ్యాంక్స్, ఐ అవాయ్డ్ దట్.
ఆ.ఇ.: త్రాగటానికి ఏమి తీసుకుంటారు?	**Host :** What would you like to drink? వాట్ ఉడ్ యు లైక్ టు డ్రింక్?
అతిథి: టీ చాలు.	**Guest :** Tea, please. టీ, ప్లీస్.
ఆ.ఇ.: చక్కెర?	**Host :** Sugar? షుగర్?
అతిథి: చక్కెర వద్దండీ.	**Guest :** No sugar, please. నో షుగర్, ప్లీస్.
ఆ.ఇ.: ఎందుకు? ఏమన్నా ప్రాబ్లమా?	**Host :** Why, any problems? వై, ఎనీ ప్రాబ్లమ్?
అతిథి: లేదు, కాస్త జాగ్రతపడుతున్నానంతే.	**Guest :** No, just taking precautions. నో, జస్ట్ టేకింగ్ ప్రికాషన్.
ఆ.ఇ.: అది మంచిదే.	**Host :** That's good. దట్స్ గుడ్.
అతిథి: పరాంఠాలు చాలా బాగున్నాయి.	**Guest :** The paranthas are very good. ది పరాఠాస్ ఆర్ వెరి గుడ్.
ఆ.ఇ.: ధన్యవాదాలు, ఇంకొక పరాంఠా తీసుకోండి.	**Host :** Thank you, please have one more. థ్యాంక్ యు, ప్లీస్ హావ్ ఒన్ మోర్.
అతిథి: ధన్యవాదాలు, నాకిక చాలు.	**Guest :** No, thanks. I have had enough. నో, థ్యాక్స్. ఐ హావ్ హాడ్ ఇనఫ్.
ఆ.ఇ.: మరి కాస్త పళ్ళయినా తీసుకోండి.	**Host :** Take some fruit then. టేక్ సమ్ ఫ్రూట్స్ దెన్.
అతిథి: (ఒక యాపిల్ తీసుకొని) సరే, ధన్యవాదాలు.	**Guest :** *(takes an apple)* Yes, thanks. ఎస్, థ్యాంక్స్.
ఆ.ఇ.: ఈ రోజు మీ కార్యక్రమాలేమిటి?	**Host :** What's your programme for the day? వాట్స్ యువర్ ప్రోగ్రామ్ ఫార్ ది డే?
అతిథి: ఇప్పుడు తయారయి కొన్ని పనుల మీద బయట వెళ్ళాలి.	**Guest :** I will get ready now and go out for some work. ఐ విల్ గెట్ రెడి నౌ అండ్ గో ఔట్ ఫార్ సమ్ వర్క్.
ఆ.ఇ.: ఏ టైముకి తిరిగి వస్తారో చెప్పగలరా?	**Host :** What time should we expect you back? వాట్ టైమ్ షుడ్ వి ఎక్స్‌పెక్ట్ యు బ్యాక్?
అతిథి: మధ్యాహ్న భోజనానికి రాలేను. సాయంత్రం ఏడు గంటల ప్రాంతంలో రాగలననుకుంటా.	**Guest :** I won't be back for lunch. But in the evening, I'll come back before seven. ఐ వోన్ట్ బి బ్యాక్ ఫార్ లంచ్. బట్ ఇన్ ది ఈవెనింగ్, ఐ'ల్ కమ్ బ్యాక్ బిఫోర్ సెవన్.
ఆ.ఇ.: రాత్రి భోజనానికి ఏమి ఇష్టపడతారు? అంటే ఏవైనా కాయగూరలా లేక పప్పు కూరలా?	**Host :** What would you like for dinner? I mean any vegetable or dal you prefer. వాట్ ఉడ్ యు లైక్ ఫార్ డిన్నర్? ఐ మీన్ ఎని వెజిటబుల్ ఆర్ దాల్ యు ప్రెఫర్.

అతిథి: నాకు అన్నీ ఇష్టమే దయచేసి మామూలు భోజనం చేయండి.
Guest : I like everything. Please cook a simple meal. ఐ లైక్ ఎవెరిథింగ్. ప్లీస్ కుక్ ఎ సింపుల్ మీల్.

ఆ.ఇ.: సరేనండి. అన్నట్లు మీకు బస్సు రూట్లు తెలుసా?
Host : O.K. Are you familiar with the bus routes? ఓ.కె. ఆర్ యు ఫెమీలియర్ విత్ ది బస్ రూట్స్?

అతిథి: కొన్ని రూట్లు తెలుసు. కాని ఏదన్నా ప్రాబ్లమ్ వస్తే, నేను ఆటో తీసుకుంటాను. ఇక నేను తయారవ్వాలి.
Guest : Yes, I know some. But in case of any problem, I will take an auto. I think, I should get ready now. ఎస్, ఐ నో సమ్. బట్ ఇన్ కేస్ ఆఫ్ ఎని ప్రాబ్లమ్, ఐ విల్ టేక్ యాన్ ఆటో. ఐ థింక్, ఐ షుడ్ గెట్ రెడి నౌ.

(సాయంకాలం)

ఆ.ఇ.: మీకు ఈ రోజు ఎలా గడిచింది?
Host : How was your day? హౌ వాస్ యువర్ డే?

అతిథి: బాగానే గడిచింది. కాని కాస్త అలుపనిపించింది.
Guest : It was good but hectic. ఇట్ వాస్ గుడ్ బట్ హెక్టిక్.

ఆ.ఇ.: బాగా అలిసారా?
Host : Tired? టైయర్డ్?

అతిథి: అవును, నేను త్వరగా నిద్రపోవాలి.
Guest : Yes, I'll go to bed early. ఎస్, ఐ'ల్ గో టు బెడ్ ఎర్లీ.

ఆ.ఇ.: నిజమే, పదండి భోజనం చేద్దురు.
Host : Yes, sure. Let's have dinner first. ఎస్ ష్యూర్. లెట్స్ హావ్ డిన్నర్ ఫస్ట్.

(భోజనం బల్ల దగ్గర)

అతిథి: నిజమైన విందుభోజనం ఇది. మీరిన్ని ఎక్కువ వంటకాలు చేసుండకూడదు.
Guest : It's a real feast. You shouldn't have prepared so many dishes. ఇట్స్ ఎ రియల్ ఫీస్ట్. యు షుడన్ట్ హ్యావ్ ప్రిపేర్డ్ సో మెని డిషస్.

ఆ.ఇ.: అంత ఎక్కువగా ఏమీ లేదు. మీరే తీసుకోండి.
Host : It's nothing much. Please help yourself. ఇట్స్ నథింగ్ మచ్. ప్లీస్ హెల్ప్ యువర్‌సెల్ఫ్.

అతిథి: చికెన్ చూసిన తర్వాత ఆకలి ఎక్కువవుతోంది.
Guest : The chicken looks very appetizing. ది చికెన్ లుక్స్ వెరి అపెటైజింగ్.

ఆ.ఇ.: పప్పు కూరగాయలు కూడా తీసుకోండి. మీకు పూరి లేక చపాతి కూడా ఇష్టమేనా?
Host : Take the dal and vegetables also. Do you like puri or chapati? టేక్ ది దాల్ వెజిటబుల్స్ ఆల్సో. డూ యు లేక్, పూరి ఆర్ చపాతి?

అతిథి: చపాతి చాలు.
Guest : Chapati, please. చపాతి, ప్లీస్.

ఆ.ఇ.: అన్నం?
Host : Rice? రైస్?

అతిథి: తర్వాత తీసుకుంటాను. దయచేసి కాస్త ఉప్పు ఇలా ఇస్తారా?
Guest : I'll take rice later. Would you pass some salt, please? ఇ'ల్ టేక్ రైస్ లేటర్. ఉడ్ యు పాస్ సమ్ సాల్ట్, ప్లీస్?

ఆ.ఇ.: ఇదిగో తీసుకోండి. ఇంకాస్త చికెన్ వేసుకోండి.
Host : Here you are. Please have some more chicken. హియర్ యు ఆర్. ప్లీస్ హావ్ సమ్ మోర్ చికెన్.

అతిథి: కాస్త చిన్న ముక్క.
Guest : Just a little, please. జస్ట్ ఎ లిటిల్, పీస్.

ఆ.ఇ.: మీరు డైటింగ్ చేస్తున్నారా?
Host : Are you dieting? ఆర్ యు డైటింగ్?

అతిథి: ఆఁహాఁ లేదు. ఇప్పటికే బాగా తిన్నాను. భోజనం చాలా రుచిగా ఉంది.
Guest : Oh no! Actually, I have eaten very well. The food is really delicious. ఓహ్ నో! ఆక్చుయలి, ఐ హావ్ ఈటెన్ వెరి వెల్. ది ఫుడ్ ఈస్ రియలి డెలిషియస్.

ఆ.ఇ.: ధన్యవాదాలు, కాస్త తీపి తీసుకోండి.
Host : Thank you. Take the dessert. థ్యాంక్ యు. టేక్ ది డెసర్ట్.

అతిథి: ఏమిటది?
Guest : What is it? వాట్ ఈస్ ఇట్?

ఆ.ఇ.: పాయసం.
Host : Kheer. ఖీర్.

అతిథి: పాయసం నాకు చాలా ఇష్టం. **Guest :** Kheer is my weakness. ఖీర్ ఈస్ మై వీక్‌నెస్.

ఆ.ఇ.: ఇంత కొద్దిగానా? ఇంకాస్త తీసుకోండి. **Host :** Why so little? Take some more. వై సో లిటిల్? టేక్ సమ్ మోర్.

అతిథి: వద్దు ధన్యవాదాలు, కడుపు బాగా నిండిపోయింది. **Guest :** No, thanks, I am really full. నో, థ్యాంక్స్, ఐ యామ్ రియలి ఫుల్.

ఆ.ఇ.: కాస్త టీ లేక కాఫీ తీసుకుంటారా? **Host :** Would you like some tea or coffee? ఉడ్ యు లైక్ సమ్ టీ ఆర్ కాఫీ?

అతిథి: వద్దు. రాత్రిపూట తాగను. తాగితే నాకు నిద్ర రాదు. **Guest :** No, I avoid that at night. I won't be able to sleep then. నో, ఐ అవాయ్డ్ దట్ ఎట్ నైట్. ఐ వాంట్ బి ఏబుల్ టు స్లీప్ దెన్.

ఆ.ఇ.: సరే. మీ పడక తయారు. మీరు పడుకోవాలను కుంటే పడుకోండి. **Host :** O.K. Your bed is ready in case you want to rest now. ఓ.కే. యువర్ బెడ్ ఈస్ రెడి ఇన్ కేస్ యు వాంట్ టు రెస్ట్ నౌ.

అతిథి: సరే, కాసేపు తర్వాత. **Guest :** Yes, after a shortwhile. ఎస్, ఆఫ్టర్ ఎ షార్ట్‌వైల్.

(పడుకునే ముందు)

ఆ.ఇ.: మీకు ఇంకా ఏమన్నా కావాలా? **Host :** Do you need anything? డూ యు నీడ్ ఎనిథింగ్?

అతిథి: ఏమీ వద్దు. ధన్యవాదాలు. **Guest :** Nothing, thanks నథింగ్, థ్యాంక్స్.

ఆ.ఇ.: సరే, దయచేసి విశ్రాంతి తీసుకోండి. గుడ్‌నైట్. **Host :** Alright, please take rest then. Goodnight. ఆల్‌రైట్, ప్లీస్ టేక్ రెస్ట్ దెన్. గుడ్‌నైట్.

పుట్టినరోజు పార్టీ — A Birthday Party (ఏ బర్త్‌డే పార్టీ)

(సుధీర్ మరియు మాధురి తమ కూతురు రీతు యొక్క పుట్టినరోజు చేసుకుంటున్నారు. శ్రీ మరియు శ్రీమతి రావు తమ కూతురు మినితో వస్తారు)

మిని: *(బహుమతినందిస్తూ)* పుట్టినరోజు శుభాకాంక్షలు రీతు! **Mini :** *(giving the gift)* Happy Birthday, Ritu! హాపీ బర్త్‌డే, రీతు!

రీతు: థ్యాంక్ యు, మిని. **Ritu :** Thank you, Mini. థ్యాంక్ యు, మిని.

శ్రీమతి రావు: రీతు, ఈ రోజు మళ్ళీ మళ్ళీ రావాలి. **Mrs. Rao :** Many happy returns of the day, Ritu. మెని హాపీ రిటర్న్స్ ఆఫ్ ది డే, రీతు.

రీతు: థ్యాంక్ యు, ఆంటీ. **Ritu :** Thank you, auntie. థ్యాంక్ యు, ఆంటీ.

శ్రీ రావు: *(సుధీర్‌తో)* శుభాకాంక్షలు. **Mr. Rao :** *(to Sudhir)* Congratulations. కంగ్రాచ్యులేషన్స్.

సుధీర్: చాలా ధన్యవాదాలండి, దయచేసి కూర్చోండి. **Sudhir :** Thank you very much, please be seated. థ్యాంక్ యు వెరి మచ్, ప్లీస్ బి సీటెడ్.

(మరొక అతిథి తమ కూతురుతో వస్తారు. వారు రీతు మరియు ఆమె తల్లిదండ్రులకు శుభాకాంక్షలు చెబుతారు.)

మాధురి: *(అతిథులతో)* దయచేసి కూల్ డ్రింక్స్ తీసుకోండి. **Madhuri :** *(to the guests)* Please have cold drinks. ప్లీస్ హావ్ కోల్డ్ డ్రింక్స్.

రీతు: నాన్నగారూ, నా అందరు స్నేహితులు వచ్చేశారు. ఇప్పుడు నేను కేక్ కట్ చెయ్యనా? **Ritu :** Papa, all my friends have come. Can I cut the cake now? పాపా, ఆల్ మై ఫ్రెండ్స్ హావ్ కమ్. కెన్ ఐ కట్ ద కేక్ నౌ?

సుధీర్: సరే. మీ అమ్మగారిని, అందరు అతిథులను టేబుల్ దగ్గరకు పిలువు. **Sudhir :** All right. Call your mummy and all the guests to the table. ఆల్ రైట్. కాల్ యువర్ మమ్మీ అండ్ ఆల్ ద గెస్ట్స్ టు ద టేబుల్.

రీతు: దయచేసి అందరూ టేబుల్ దగ్గరకు రండి. **Ritu :** Everybody, please come to the table. ఎవిరిబడి, ప్లీస్ కమ్ టు ది టేబుల్.

మాధురి: రీతు ఇలారా, ఈ చాకు తీసుకొని కేక్ కొయ్యి. **Madhuri :** Ritu, come here, take this knife and cut the cake. రీతు, కమ్ హియల్, టేక్ దిస్ నైఫ్ అండ్ కట్ ద కేక్.

(రీతు కేక్ కట్ చేస్తుంది. అందరూ చప్పట్లు కొట్టి "హాపీ బర్త్ డే టు యు" పాడుతారు.)

సుధీర్: చాలా బాగుంది. ఇప్పుడు దీన్ని తీసుకోండి.

Sudhir : Very good, now eat this. వెరి గుడ్, నౌ ఈట్ దిస్.

మాధురి: రీతు, ఈ కేక్ ముక్కలను అందరికీ పంచు.

Madhuri : Ritu, give these cake pieces to everybody. రీతు, గివ్ దీస్ కేక్ పీసెస్ టు ఎవిరిబడి.

రీతు: నాన్నా, ఇప్పుడు నేను గేము ఆడుకోవాలి.

Ritu : Papa, I want to play games now. పాపా, ఐ వాంట్ టు ప్లే గేమ్ నౌ.

సుధీర్: ఏ ఆటలు ఆడాలనుకుంటున్నావు?

Sudhir : What games do you want to play? వాట్ గేమ్స్ డు యు వాంట్ టు ప్లే?

రీతు: 'పాస్ ద పార్సల్', 'మ్యూజికల్ ఛెయిర్స్'.

Ritu : 'Pass the Parcel' and 'Musical Chairs'. 'పాస్ ద పార్సల్ అండ్ 'మ్యూజికల్ చేర్స్'.

సుధీర్: సరే, ఆడుకోండి.

Sudhir : All right. Let's go. ఆల్ రైట్. లెట్స్ గో.

మాధురి: ఇంతలో నేను భోజనాన్ని టేబులుపై అమరుస్తాను.

Madhuri : I will lay the table in the meanwhile. ఐ విల్ లే ద టేబుల్ ఇన్ ద మీన్వైల్.

మాధురి: రీతు, రా. ఇప్పుడు మీ స్నేహితుల్ని భోజనానికి తీసుకు రా. *(అతిథులతో)* దయచేసి అందరూ భోజనానికి రండి.

Madhuri : Ritu, come. Call your friends for food now. రీతు, కమ్. కాల్ యువర్ ఫ్రెండ్స్ ఫార్ ఫుడ్ నౌ. *(To other guests)* Please come for food. ప్లీస్ కమ్ ఫార్ ఫుడ్.

(రీతు మరియు అందరు పిల్లలు వస్తారు.)

రీతు: అమ్మా, మేము చాలా ఖుషీగా ఆడుకున్నాము.

Ritu : Mummy, we had a lot of fun. మమ్మీ, వుయ్ హడ్ ఎ లాట్ ఆఫ్ ఫన్.

మిని: *(తల్లితో)* మమ్మీ, 'పాస్ ద పార్సల్'లో నేను ఫస్ట్ ప్రైజ్ గెలిచాను.

Mini : *(to her mother)* Mummy, I won the first prize in 'Pass the Parcel'. మమ్మీ ఐ వోన్ ది ఫస్ట్ ప్రైజ్ ఇన్ 'పాస్ ద పార్సిల్'.

మరో పాప: నాకు 'మ్యూజికల్ ఛెయిర్స్'లో ఫస్ట్ ప్రైజ్ వచ్చింది.

Another child : I won the first prize in the 'Musical Chairs'. ఐ వోన్ ద ఫస్ట్ ప్రైజ్ ఇన్ ద 'మ్యూజికల్ చేర్స్'.

మాధురి: బాగుంది! రండి ఇప్పుడు ఏదన్నా తినండి.

Madhuri : Wonderful! Come and eat something now. వండర్‌ఫుల్! కమ్ అండ్ ఈట్ సమ్‌థింగ్ నౌ.

శ్రీమతి కన్వర్: మాధురి, ఈ రసగుల్లా చాలా రుచిగా ఉంది. ఎక్కడ కొన్నావు?

Mrs. Kanwar : Madhuri, these *rasgullas* are very nice. Where did you buy them from? మాధురీ, దీస్ రసగుల్లాస్ ఆర్ వెరి నైస్. వేర్ డిడ్ యు బై దెమ్?

మాధురి: సుందర్ స్వీట్స్‌లో.

Madhuri : From Sunder Sweets. ఫ్రమ్ సుందర్ స్వీట్స్.

శ్రీమతి శర్మ: మీ స్యాండ్‌విచ్‌లు కూడా చాలా బాగున్నాయి.

Mrs. Sharma : Your sandwiches are also very tasty. యువర్ స్యాండ్‌విచస్ ఆర్ ఆల్సో వెరి టేస్టీ.

మాధురి: థ్యాంక్ యు, ఇంకాస్త తీసుకోండి.

Madhuri : Thank you, please have some more. థ్యాంక్ యు, ప్లీస్ హావ్ సమ్ మోర్.

(పార్టీ అయిన తర్వాత)

శ్రీమతి శర్మ: థ్యాంక్యూ సుధీర్, మేము చాలా ఆనందించాము. ఓకే, బై.

Mrs. Sharma : Thank you Sudhir. We really enjoyed ourselves. O.K. bye. థ్యాంక్ యు సుధీర్. వుయ్ రియలీ ఎంజాయ్డ్ అవర్‌సెల్వ్స్.

సుధీర్: వచ్చినందుకు చాలా ధన్యవాదాలు మిస్టర్ శర్మా. బై.

Sudhir : Thank you for coming, Mr. Sharma. Bye. థ్యాంక్ యు ఫార్ కమింగ్, మి. శర్మా. బై.

మిని: రీతు, నీ పార్టీ చాలా బాగుంది. బై.

Mini : Ritu, your party was very nice. Bye. రీతు, యువర్ పార్టీ వాస్ వెరి నైస్. బై.

రీతు: థ్యాంక్యూ మిని. బై.

Ritu : Thank you Mini. Bye. థ్యాంక్ యు మిని. బై.

రీతు: అమ్మా, నా బహుమానాలను ఇప్పుడు ఓపెన్ చేసి చూడనా?

Ritu : Mummy, can I open my gifts now? మమ్మీ, కెన్ ఐ ఓపన్ మై గిఫ్ట్స్ నౌ?

మాధురి: ఆఁ, చూడు.

Madhuri : Yes, you can. ఎస్, యు కెన్.

రీతు: నాన్నగారూ, రండి బహుమానాలను తెరుద్దాం.

Ritu : Come papa, let's open the gifts. కమ్ పాపా, లెట్స్ ఓపన్ ద గిఫ్ట్స్.

బస్ స్టాప్‌లో (ఢిల్లీ) — At the Bus Stop (Dilhi) (ఎట్ ది బస్ స్టాప్)

మొదటి వ్యక్తి: *(మరొకతనితో)* దయచేసి ఢిల్లీ గేట్‌కి నేనెక్కడ బస్సు ఎక్కాలో చెబుతారా?

A man : *(to another)* Excuse me. Where can I get a bus to Delhi Gate? ఎక్స్‌క్యూస్ మి. వేర్ కెన్ ఐ గెట్ ఎ బస్ టు ఢిల్లీ గేట్?

రెండవ వ్యక్తి: ఇక్కడే నిలుచోండి, చాలా బస్సులు ఇక్కడినుంచే ఢిల్లీ గేట్‌కి దొరుకుతాయి.

Second Man : Wait here. Many buses from here go to Delhi Gate. వెయిట్ హియర్. మెనీ బసస్ ఫ్రమ్ హియర్ గో టు ఢిల్లీ గేట్.

మొదటి వ్యక్తి: ధన్యవాదాలు. ఢిల్లీ గేట్ వెళ్ళడానికి ఎంత టైమ్ పడుతుంది?

First Man : Thank you. How long does it take to reach Delhi Gate? థ్యాంక్ యు. హౌ లాంగ్ డస్ ఇట్ టేక్ టు రీచ్ ఢిల్లీ గేట్?

రెండవ వ్యక్తి: సుమారు పదిహేను నిమిషాలు.

Second Man : About 15 minutes. అబౌట్ 15 మినిట్స్.

మొదటి వ్యక్తి: తర్వాతి బస్సు ఎప్పుడు వస్తుంది?

First Man : When will the next bus come? వెన్ విల్ ది నెక్స్ట్ బస్ కమ్?

రెండవ వ్యక్తి: చెప్పడం కష్టం. ఐదు నిమిషాల్లో రావచ్చు. లేకుంటే తర్వాతి ఇరవై ఐదు నిమిషాల వరకు రాకపోవచ్చు.

Second Man : Difficult to say. It may come in five minutes or it may not come for another twenty-five minutes. డిఫికల్ట్ టు సే. ఇట్ మే కమ్ ఇన్ ఫైవ్ మినిట్స్ ఆర్ ఇట్ మే నాట్ కమ్ ఫార్ అనదర్ ట్వెంటీ-ఫైవ్ మినిట్స్.

మొదటి వ్యక్తి: ఢిల్లీలో బస్సులో ప్రయాణం చేసేవారి పరిస్థితి చాలా అధ్వాన్నంగా ఉంది.

First Man : The condition of bus passengers in Delhi is very bad. ది కండిషన్ ఆఫ్ బస్ పాసెంజర్స్ ఇన్ ఢిల్లీ ఈస్ వెరి బాడ్.

రెండవ వ్యక్తి: మీరు నిజం చెప్పారు. ఇక్కడ ఎవరూ ట్రాఫిక్ రూల్స్ పాటించరు. బస్సులో ప్రయాణం రోజు రోజుకి కఠినమౌతోంది.

Second Man : You are right. Here nobody cares for the traffic rules. Travelling by buses is getting harder day by day. యు ఆర్ రైట్. హియర్ నోబడి కేర్స్ ఫార్ ద ట్రాఫిక్ రూల్స్. ట్రావలింగ్ బై బసస్ ఈస్ గెటింగ్ హార్డర్ డే బై డే.

మొదటి వ్యక్తి: అవును, సామాన్య ప్రజలకు వేరే గతి లేదు.

First Man : Yes, but common people have no other alternative. ఎస్, బట్ కమాన్ పీపుల్స్ హావ్ నో అదర్ ఆల్టర్నేటివ్.

రెండవ వ్యక్తి: అవును, మనం నిసహాయులం. అయినా గత సంవత్సరాలతో పోలిస్తే బస్సుల సంఖ్య పెరిగింది. కానీ ప్రయాణికుల సంఖ్య కూడా పెరిగిపోతోంది కదా.

Second Man : Yes, we are helpless. Although the number of buses has increased in the past years, the number of passengers has increased far more. ఎస్, ఉయ్ ఆర్ హెల్ప్ లెస్. ఆల్తో ద నంబర్ ఆఫ్ బసస్ హాస్ ఇంక్రీస్డ్ ఇన్ ద పాస్ట్ ఇయర్స్, ది నంబర్ ఆఫ్ పాసంజేర్స్ హాస్ ఇంక్రీస్డ్ ఫార్ మోర్.

మొదటి వ్యక్తి: రోడ్డు దుర్ఘటనలు కూడా చాలా పెరుగుతున్నాయి.

First Man : Road accidents are on the increase too. రోడ్ ఏక్సిడెంట్స్ ఆర్ ఆన్ ది ఇంక్రీస్ టూ.

రెండవ వ్యక్తి: ప్రతివారూ నిర్లక్ష్యంగా బండ్లు నడుపుతున్నారు. మహా నగరాలలో ప్రయాణికులకు ఎటువంటి రక్షణా లేదు.

Second Man : Everybody drives carelessly. Life is really insecure on the roads in big cities. ఎవిరిబడీ డ్రైవ్స్ కేర్‌లెస్‌లి. లైఫ్ ఈస్ రియల్లీ ఇన్‌సెక్యూర్ ఆన్ ద రోడ్స్ ఇన్ బిగ్ సిటీస్.

మొదటి వ్యక్తి: నిజమేనండి. ఆఁ ఒక బస్సు వస్తోంది. అది ఢిల్లీ గేట్ వెడుతుందా?

First Man : Yes, that's true. A bus is coming. Will it go to Delhi Gate? ఎస్, దట్స్ ట్రూ. ఏ బస్ ఈస్ కమింగ్. విల్ ఇట్ గో టు ఢిల్లీ గేట్?

రెండవ వ్యక్తి: వెడుతుంది. త్వరగా ఎక్కండి.

Second Man : Yes it will. Get in quickly. ఎస్ ఇట్ విల్. గెట్ ఇన్ క్విక్‌లి.

రైల్వే స్టేషన్‌లో — At the Railway Station (ఎట్ ది రైల్వే స్టేషన్)

ప్రయాణీకుడు: ఢిల్లీ మెయిల్ ఎప్పుడొస్తుంది?

Passenger : When does the Delhi Mail come? వెన్ డస్ ది ఢిల్లీ మెయిల్ కమ్?

క్లర్క్: ఏడు గంటలకు.

Clerk : At seven o'clock. ఎట్ ది సెవెన్ ఓ'క్లాక్.

ప్రయాణీకుడు: ఢిల్లీకి ఎప్పుడు బయలుదేరుతుంది?

Passenger : When does it leave for Delhi? వెన్ డస్ ఇట్ లివ్ ఫార్ ఢిల్లీ?

క్లర్క్: ఏడున్నరకి.

Clerk : At seven-thirty. ఎట్ సెవెన్-థర్టీ.

ప్రయాణీకుడు: ఏ ప్లాట్‌ఫారం నుంచండీ?

Passenger : From which platform, please? ఫ్రమ్ విచ్ ప్లాట్‌ఫారం, ప్లీస్?

క్లర్క్: 4-వ ప్లాట్‌ఫారంనుంచి.

Clerk : Platform number 4. ప్లాట్‌ఫారం నెంబర్ 4.

ప్రయాణీకుడు: టిక్కెట్టు ఎక్కడ కొనుక్కోవాలండి?

Passenger : From where can I buy the ticket, please? ఫ్రమ్ వేర్ కెన్ ఐ బయ్ ది టికెట్, ప్లీస్?

క్లర్క్: మూడవ నెంబర్ కిటికి నుంచి.

Clerk : From window number 3. ఫ్రమ్ విండో నెంబర్ 3.

ప్రయాణీకుడు: ధన్యవాదాలు.

Passenger : Thank you. థ్యాంక్ యు.

టికెట్లు అమ్మే కిటికి దగ్గర — At the Ticket Window (ఎట్ ది టికెట్ విండో)

ప్రయాణీకుడు: దయచేసి ఢిల్లీకి ఒక టికెట్టివ్వండి.

Passenger : A ticket to Delhi please. ఎ టికెట్ టు ఢిల్లీ ప్లీస్.

క్లర్క్: ఏ తరగతి? ఏ ట్రైను?

Clerk : Which class? What train? విచ్ క్లాస్? వాట్ ట్రైన్?

ప్రయాణీకుడు: రెండవ తరగతి, ఢిల్లీ మెయిల్. ఎంత?

Passenger : Second class, Delhi Mail. How much? సెకెండ్ క్లాస్, ఢిల్లీ మెయిల్. హౌ మచ్?

క్లర్క్: తొంభై రూపాయలు.

Clerk : Ninety rupees. నైన్‌టీ రుపీస్.

ప్రయాణీకుడు: ధన్యవాదాలు.

Passenger : Thank you. థ్యాంక్ యు.

ప్లాట్‌ఫారం మీద — At the Platform (ఎట్ ది ప్లాట్‌ఫారం)

ప్రయాణీకుడు: *(మరొకరితో)* టైమెంతైందండీ?

Passenger : *(to another)* What is the time, please? వాట్ ఈస్ ది టైమ్, ప్లీస్?

రెం. ప్రయాణీకుడు: ఆరు నలభై ఐదు.

Second Passenger : 6:45. సిక్స్ ఫార్టీ ఫైవ్.

మొ. ప్రయాణీకుడు: పదిహేను నిమిషాల్లో బయలుదేరుతుంది. రైలు కరక్టు టైమేనా?

First Passenger : Fifteen minutes left. Is the train on time? ఫిఫ్టీన్ మినిట్స్ లెఫ్ట్. ఈస్ ది ట్రైన్ ఆన్ టైమ్?

రెం. ప్రయాణీకుడు: అలాగే అనుకుంటున్నాను. ఆలస్యం గురించి ఏ ప్రకటనా ఇవ్వలేదు.

Second Passenger : I think so. They haven't announced any delay. ఐ థింక్ సో. దె హేవన్ట్ అనౌన్స్‌డ్ ఎనీ డిలే.

మొ. ప్రయాణీకుడు: ఇది ఢిల్లీకి ఎప్పుడు చేరుతుంది?

First Passenger : What time does it reach Delhi? వాట్ టైమ్ డస్ ఈట్ రీచ్ ఢిల్లీ?

రెం. ప్రయాణీకుడు: ప్రొద్దున్నే 5.30 కి చేరుకోవాలి. క్రితం సారి ఆరు గంటలు ఆలస్యమైంది.

Second Passenger: At 5:30 the next morning, if it is on time. Last time it was six hours late. అట్ 5.30 ది నెక్స్ట్ మార్నింగ్, ఇఫ్ ఈస్ ఆన్ టైమ్. లాస్ట్ టైమ్ ఇట్ వాస్ సిక్స్ అవర్స్ లేట్.

మొ. ప్రయాణీకుడు: అవును, మనమేదీ ఖచ్చితంగా చెప్పలేం.

First Passenger : Yes, you can never be sure. ఎస్, యు కెన్ నెవర్ బి ష్యూర్.

రెం. ప్రయాణీకుడు: మీరు నా లగేజ్‌ని కాస్త చూసుకుంటారా? నేనిప్పుడే రైల్లో కాలం గడపడానికి ఏదన్నా మేగజైన్ తెచ్చుకుంటాను.

Second Passenger : Could you please keep an eye on my luggage? I'll soon be back with a magazine to pass time in the journey. కుడ్ యు పొలీస్ కీప్ యాన్ ఐ ఆన్ మై లగేజ్? ఐ'ల్ సూన్ బి బాక్ విత్ ఎ మ్యాగజైన్ టు పాస్ టైమ్ ఇన్ ది జర్నీ.

మొ. ప్రయాణీకుడు: ఫరవాలేదు, వెళ్ళి రండి.

First Passenger : Yes, no problem. ఎస్, నో ప్రాబ్లమ్.

ఒక పెళ్ళి పార్టీలో — In a Party (ఇన్ ఏ పార్టీ)

(శ్రీ మరియు శ్రీమతి మోహన్ గారి కొడుకు రోహిత్ పెళ్ళి రిసెప్షన్‌లో, వారు అతిథులను ఆహ్వానిస్తున్నారు.)

ఒక అతిథి: శుభాకాంక్షలు.

A guest : Congratulations. కంగ్రాచ్యులేషన్స్.

శ్రీ మోహన్: ధన్యవాదాలు, రండి సుస్వాగతం.

Mr. Mohan : Thank you and welcome. థ్యాంక్ యు అండ్ వెల్‌కమ్.

మరొక అతిథి: నవదంపతులెక్కడ?

Another guest : Where are the newly weds? వేర్ ఆర్ ది న్యూలీ వెడ్స్?

శ్రీ మోహన్: హాలులో ఉన్నారు.

Mrs. Mohan : There, in the hall. దేర్, ఇన్ ద హాల్.

ఒక మహిళ: శుభాకాంక్షలు రోహిత్. పెళ్ళికూతురు చాలా అందంగా ఉంది.

A lady : Congratulations Rohit. Your bride is really lovely. కంగ్రాచ్యులేషన్స్ రోహిత్. యువర్ బ్రైడ్ ఈస్ రియలీ లౌలి.

రోహిత్: థ్యాంక్యూ, ఆంటి.

Rohit : Thank you, auntie. థ్యాంక్యూ, ఆంటి.

(అతిథులు పరస్పరం మాట్లాడుకోవడం)

శ్రీ మెహరా: హలో శర్మగారూ, ఎలాగున్నారు?

Mr. Mehra : Hello, Mr. Sharma. How are you? హలో, మి. శర్మా, హౌ ఆర్ యు?

శ్రీ శర్మ: బాగున్నాను. ధన్యవాదాలు మిస్టర్ మెహ్రా, మీరెలాగున్నారు?

Mr. Sharma : Fine, thank you Mr. Mehra, and you? ఫైన్, థ్యాంక్ యు మి. మెహ్రా, అండ్ యు?

శ్రీ మెహరా: బాగున్నాను. మిసెస్ శర్మ ఎక్కడ?

Mr. Mehra : Fine. Where is Mrs. Sharma? ఫైన్. వేర్ ఈస్ మిసస్ శర్మ?

శ్రీ శర్మ: ఆమె ఊర్లో లేదు. ఆమె చెల్లెలు పెళ్ళికి గుంటూరుకి వెళ్ళారు. నేను కూడా ఈ రోజు రాత్రి వెడతాను.

Mr. Sharma : She isn't in town. She has gone to Guntur to attend her sister's wedding. Even I am leaving tonight. షి ఈసన్ట్ ఇన్ టౌన్. షి హాస్ గాన్ టు దుంటూర్ టు అటెండ్ హర్ సిస్టర్స్ వెడ్డింగ్. ఈవన్ ఐ యామ్ లివింగ్ టునైట్.

శ్రీ మెహరా: ఓ అలాగా. అవును ఇప్పుడు పెళ్ళిళ్ళ సీజను గదా.

Mr. Mehra : Oh I see. Yes, this is the marriage season. ఓహ్ ఐ సీ. ఎస్, దిస్ ఈస్ ది మారేజ్ సీజన్.

మీనా: హలో దీపా. చాలా రోజుల్నించి కనిపించలేదు.

Meena : Hello Deepa. Long time no see. హలో దీపా. లాంగ్ టైమ్ నో సీ.

దీపా: నిజమే. మీరెలాగున్నారు?

Deepa : Long time really. How are you? లాంగ్ టైమ్ రియలి. హౌ ఆర్ యు?

మీనా: బాగున్నాను. సమీర్ మరియు పిల్లలెక్కడ?

Meena : Fine. Where are Sameer and children? ఫైన్. వెర్ ఆర్ సమీర్ అండ్ చిల్డ్రన్?

దీపా: సమీర్ ఇక్కడే ఉన్నారు అయితే పిల్లలకు పరీక్షలు జరుగుతున్నాయి. అందువల్ల వాళ్ళు ఇంట్లోనే ఉన్నారు.

Deepa : Sameer is around but the children are having their exams. So they are at home. సమీర్ ఈస్ అరౌండ్ బట్ ది చిల్డ్రన్ ఆర్ హావింగ్ దియర్ ఎగ్జామ్స్. సో దె ఆర్ ఎట్ హోమ్.

మీనా: ఓ అలాగా! పరీక్షలు ఎప్పుడు పూర్తవుతాయి?

Meena : Oh I see! When will the exams be over? ఓహ్ ఐ సీ! వెన్ విల్ ది ఎగ్జామ్స్ బి ఓవర్?

దీపా: ఇరవై ఒకటవ తారీఖుకి. మీ అబ్బాయి సుమిత్ ఎలా ఉన్నాడు? అతను హాస్టల్లో సర్దుకున్నాడా?

Deepa : On the twenty-first. How is your son Sumit? Has he adjusted in the hostel? ఆన్ ద ట్వెంటీ-ఫస్ట్. హౌ ఈస్ యువర్ సన్ సమీత్? హాస్ హి అడ్జస్డ్ ఇన్ ది హాస్టల్?

మీనా: అవును బాగానే సర్దుకున్నాడు. అప్పుడప్పుడు ఇంటి జ్ఞాపకం తెచ్చుకుంటాడు. నాకు కూడా వాడి జ్ఞాపకం వస్తుంటుంది.

Meena : Yes, he has adjusted very well. But he feels a little homesick at times. I too miss him very much. ఎస్, హి హాస్ అడ్జెస్డ్ వెరి వెల్. బట్ హి ఫీల్స్ ఎ లిటిల్ హోమ్‌సిక్ ఎట్ టైమ్స్. ఐ టూ మిస్ హిమ్ వెరి మచ్.

దీపా: అది సహజమే కదండి.

Deepa : That's but natural. దట్స్ బట్ నేచురల్.

ఒక మహిళ: హలో దీపా.

A Lady : Hello Deepa. హలో దీపా.

దీపా: హాయ్ సీమా. హౌ ఆర్ యు? ఇదిగో మీనా ప్రసాద్. ఇదిగో మీనా, ఈమె సీమా అగర్వాల్.

Deepa : Hi Seema. How are you? Here, meet Meena Prasad. And Meena, this is Seema Aggrawal. హాయ్ సీమా. హౌ ఆర్ యు? హియర్, మీట్ మీనా ప్రసాద్. అండ్ మీనా, దిస్ ఈస్ సీమా అగర్వాల్.

మీనా: హలో.

Meena : Hello. హలో.

సీమా: హలో.

Seema : Hello. హలో.

దీపా: (సీమా తో) నెక్లెస్ చాలా అందంగా ఉంది! కొత్తదా?

Deepa : *(to Seema)* Beautiful necklace! Is it new? బ్యూటిఫుల్ నెక్లెస్! ఈస్ ఇట్ న్యూ?

సీమా: అవును, మా అమ్మ నాకిచ్చింది దీన్ని.

Seema : Yes, my mother gave it to me. ఎస్, మై మదర్ గేవ్ ఇట్ టు మి.

మీనా: రా, కూర్చుందాం.

Meena : Come, let us sit down. కమ్, లెట్ అస్ సిట్ డౌన్.

సీమా: అవును, రండి.

Seema : Yes, let's go. ఎస్, లెట్స్ గో.

శ్రీమతి సక్సేనా: (వెయిటర్‌తో) నాకు జలుబుగా ఉంది. ఏదన్నా వేడిగా, లేక సూప్ దొరుకుతుందా?

Mrs. Saxena : *(to the waiter)* I have a cold. Is there something hot? Some soup? ఐ హావ్ ఎ కోల్డ్. ఈస్ దేర్ సమ్-థింగ్ హాట్? సమ్ సూప్?

వెయిటర్: ఉంది మేడమ్, నేను మీ కోసం సూప్ తెస్తాను.

The waiter : Yes madam, I'll get soup for you. ఎస్ మేడమ్, ఐ'ల్ గెట్ సూప్ ఫార్ యు.

శ్రీ రాయ్: ఆఁ సాహనీ గారూ, బిజినెస్ ఎలాగుంది?

Mr. Rai : So Sahni, how is business? సో సాహనీ, హౌ ఈస్ బిజినెస్?

శ్రీ సాహ్ని: ఏదో, బాగానే జరుగుతోంది.

Mr. Sahni : Well, so-so. వెల్, సో-సో.

శ్రీ రాయ్: మార్కెట్లో విపరీతమైన కాంపిటీషన్ ఉంది.

Mr. Rai : There is a cut-throat competition in the market. దేర్ ఈస్ ఎ కట్ థ్రోట్-కాంపిటీషన్ ఇన్ ద మార్కెట్.

శ్రీ రాయ్: అవును, చాలా కొత్త ప్రాడక్ట్స్ దిగాయి. అయితే క్వాలిటీ వస్తువులే అమ్ముడవుతున్నాయి.

Mr. Rai : Yes, many new products have been launched. But quality still sells. ఎస్, మెని న్యూ ప్రాడక్ట్స్ హావ్ బీన్ లాంచ్డ్. బట్ క్వాలిటి స్టిల్ సెల్.

శ్రీ రాయ్: అవును, సందేహం లేదు.

Mr. Rai : Yes, of course. ఎస్, ఆఫ్ కోర్స్.

శ్రీ శర్మా: శ్రీ మెహతాగారబ్బాయి ఏమి చేస్తున్నాడు?

Mr. Sharma : What does Mr. Mohan's son do? వాట్ డస్ మి. మెహతాస్ సన్ డూ?

శ్రీ రాయ్: అతను ఛార్టర్డ్ అకౌంటెంట్‌గా ఉన్నాడు.

Mr. Rai : He is a Chartered Accountant. హి ఈస్ ఎ చార్టర్డ్ అకౌంటెంట్.

శ్రీ శర్మా: అతనెక్కడ పని చేస్తున్నాడు? **Mr. Sharma :** Where does he work? వెర్ డస్ హి వర్క్?

శ్రీ రాయ్: నేవల్ ఇండస్ట్రీస్‌లో అని అనుకుంటా. **Mr. Rai :** In Naval Industries, I think. ఇన్ నేవల్ ఇండస్ట్రీస్, ఐ థింక్.

శ్రీ శర్మా: అలాగా. ఆ అబ్బాయి చాలా గుణవంతుడు. **Mr. Sharma :** I see. The boy is really bright. ఐ సీ. ద బాయ్ ఈస్ రియల్లీ బ్రైట్.

శ్రీ మోహన్: *(అతిథులతో)* మీరే స్వయంగా తీసుకో గలరని ఆశిస్తున్నాను. దయతో డ్రింక్స్, స్నాక్స్ ఎక్కువగా తీసుకోవాలని ప్రార్థిస్తున్నాను. **Mr Mohan :** *(to the guests)* Hope ycu are enjoying yourselves. Please have some more drinks and snacks. హోప్ యు ఆర్ ఎంజాయింగ్ యువర్‌సెల్వ్స్. ప్లీస్ హావ్ సమ్ మోర్ డ్రింక్స్ అండ్ స్నాక్స్.

శ్రీ సాహ్నీ: ధన్యవాదాలు, మేము చాలినంత తీసు కున్నాము. మీ అరేజ్‌మెంట్ చాలా బాగుంది. **Mr. Sahni :** Thank you, we have had enough. The arrangement is very good. థ్యాంక్ యు, ఉయ్ హావ్ హడ్ ఇనఫ్. ది అరేంజ్‌మెంట్ ఈస్ వెరి గుడ్.

శ్రీమతి మోహన్: చాలా ధన్యవాదాలు. భోజనం చేయ కుండా ఎవరూ వెళ్ళడానికి వీలు లేదు. **Mrs. Mohan :** Thank you very much. Nobody should go without having food, please. థ్యాంక్ యు వెరి మచ్. నోబడి షుడ్ గో వితౌట్ హావింగ్ ఫుడ్, ప్లీస్.

(భోజనం చేస్తున్నప్పుడు)

శ్రీ ఖన్నా: భోజనం చాలా బాగుంది. అందులోనూ మాంసాహారం మరీ రుచిగా ఉంది. నాకు చాలా ఆశ్చర్యంగా ఉంది. ఎవరు వంటవారు? **Mr. Khanna :** The food is very nice. Specially the non-veg. is superb. I wonder who are the caterers? ది ఫుడ్ ఈస్ వెరి నైస్. స్పెషల్లీ ద నాన్-వెజ్. ఈస్ సూపర్బ్. ఐ వండర్ హూ ఆర్ ద కేటరర్స్?

శ్రీ రాయ్: శ్రీ మోహన్‌గార్ని అడుగుతాను. మా అమ్మాయి పెళ్ళికి కూడా ఈ వంటవారినే పిలుస్తాను. **Mr. Rai :** I will ask Mr. Mohan. I would like to engage the same caterers for my daughter's wedding. ఐ విల్ ఆస్క్ మి. మోహన్. ఐ వుడ్ లైక్ టు ఎంగేజ్ ది సేమ్ కేటరర్స్ ఫార్ మై డాటర్స్ వెడ్డింగ్.

శ్రీ మతి మెహ్రా: పెళ్ళెప్పుడు? **Mrs. Mehra :** When is the marriage? వెన్ ఈస్ ది మేరేజ్?

శ్రీ రాయ్: మార్చ్ ఇరవై ఐదుకి. **Mr. Rai :** On the 25th of March. ఆన్ ద 25త్ ఆఫ్ మార్చ్.

శ్రీ మెహ్రా: ఇంకా చాలా టైముంది. **Mr. Mehra :** There is still enough time. దేర్ ఈస్ స్టిల్ ఇనఫ్ టైమ్.

శ్రీ రాయ్: నిజమే, అయితే ఇలాటి వారిని మొదటే బుక్ చేసేస్తారు. **Mr. Rai :** Yes, but these people are booked heavily in advance. ఎస్, బట్ దీస్ పీపుల్స్ ఆర్ బుక్డ్ హెవిలీ ఇన్ అడ్వాన్స్.

శ్రీ ఖన్నా: ఓ.కె. మోహన్‌గారూ! మళ్ళీ మీకు శుభాకాంక్షలు. మేము మీతో చాలా బాగా సమయాన్ని గడిపాము. **Mr. Khanna :** O.K. Mr. Mohan. Congratulations once again. We had a wonderful time. ఓ.కె. మి. మోహన్. కంగ్రాచ్యులేషన్స్ ఒన్స్ ఎగైన్. ఉయ్ హడ్ ఏ వండర్‌ఫుల్ టైమ్.

శ్రీ మోహన్: ధన్యవాదాలండి. **Mr. Mohan :** Thank you. థ్యాంక్ యు.

శ్రీమతి మోహన్: *(శ్రీమతి ఖన్నాతో)* మీరు భోజనం చేశారా? **Mrs. Mohan :** *(to Mrs. Khanna)* Did you have food? డిడ్ యు హావ్ ఫుడ్?

శ్రీమతి ఖన్నా: చేశాను, భోజనం చాలా రుచిగా ఉంది. **Mrs. Khanna :** Oh yes, it was delicious! ఓహ్ ఎస్, ఇట్ వాస్ డెలిషియస్!

శ్రీ రాయ్: ఓ.కె. మెహతాగారూ. బై, గుడ్‌నైట్. **Mr. Rai :** O.K. Mr. Mohan. Bye. Goodnight. ఓ.కె. మి. మెహతా. బై గుడ్‌నైట్.

శ్రీ మోహన్: బై, గుడ్‌నైట్. **Mr. Mohan :** Bye. Goodnight. బై. గుడ్‌నైట్.

ఫోనులో మాటలు | Talking on the Phone (టాకింగ్ ఆన్ ది ఫోన్)

(ఇంటిలో)

మోనా: హలో, ఇది 27109212 నెంబరేనా?
Mona : Hello, is that 27109212? హలో, ఈస్ దట్ 27109212?

రోమా: అవును.
Roma : Yes. ఎస్.

మోనా: నేను నేహాతో మాట్లాడవచ్చా?
Mona : May I speak to Neha, please? మే ఐ స్పీక్ టు నేహా, ప్లీస్?

రోమా: నేహా ఇప్పుడిక్కడ లేదు. ఎవరు మాట్లాడేది?
Roma : Neha isn't around. Who is speaking, please? నేహా ఈసన్ట్ అరౌండ్. హూ ఈస్ స్పీకింగ్, ప్లీస్?

మోనా: మోనా సేత్.
Mona : Mona Seth. మోనా సేత్.

రోమా: మోనా, నేను రోమా, నేహా సిస్టర్‌ని. నేహా షాపింగ్ మమ్మీతో వెళ్ళింది. ఆమెకి ఏదన్నా మెసేజ్ ఉంటే నాకు చెబుతావా?
Roma : Mona, I am Roma, Neha's sister. Neha is out shopping with mummy. Can I take a message for her? మోనా, ఐ యామ్ రోమా, నేహాస్ సిస్టర్. నేహా ఈస్ ఔట్ షాపింగ్ విత్ మమ్మీ. కెన్ ఐ టేక్ ఎ మెసేజ్ ఫార్ హర్?

మోనా: ఆమె ఇంటికి వచ్చిన తక్షణం నాతో మాట్లాడమని చెబుతావా?
Mona : Could you please ask her to call me as soon as she is back? కుడ్ యు ప్లీస్ ఆస్క్ హర్ టు కాల్ మి యాస్ సూన్ యాస్ షి ఈస్ బ్యాక్?

రోమా: ఓ.కె. ఆమెకు మీ నెంబరు తెలుసా?
Roma : O.K., does she have your number? ఓ.కె., డస్ షి హావ్ యువర్ నెంబర్?

మోనా: దయచేసి నా నెంబర్ తీసుకో. నేను మా అంకుల్ ఇంటి నుంచి మాట్లాడుతున్నాను.
Mona : Please note it down. I am calling from my uncle's house. ప్లీస్ నోట్ ఇట్ డౌన్. ఐ యామ్ కాలింగ్ ఫ్రమ్ మై అంకుల్స్ హౌస్.

రోమా: ఒక్క నిమిషం, చెప్పండి.
Roma : Just a moment, yes please. జస్ట్ ఎ మూవ్‌మెంట్, ఎస్ ప్లీస్.

మోనా: 26821515.
Mona : It is 26821515. సిక్స్ ఎయిట్ టు ఒన్ ఫైవ్ ఒన్ ఫైవ్.

రోమా: 26821515 సరేనా.
Roma : 26821515, is that right? 26821515, ఈస్ దట్ రైట్?

మోనా: అవును. థ్యాంక్యూ రోమా, బై.
Mona : Yes, thank you Roma, bye. ఎస్, థ్యాంక్ యు రోమా బై.

(2)

రమేష్: హలో, ఇది 22241291 నెంబరేనా?
Romesh : Hello, is that 22241291? హలో, ఈస్ దట్ 22241291?

సచిన్: అవును, ఎవరు మాట్లాడుతున్నది?
Sachin : Yes, who is speaking, please? ఎస్, హూ ఈస్ స్పీకింగ్, ప్లీస్?

రమేష్: రమేష్. నేను సచిన్‌తో మాట్లాడవచ్చా?
Romesh : Romesh. Can I speak to Sachin, please? రమేష్. కెన్ ఐ స్పీక్ టు సచిన్, ప్లీస్?

సచిన్: హాయ్ రమేష్, సచిన్ మాట్లాడుతున్నాను.
Sachin : Hi Romesh, Sachin here. హాయ్ రమేష్, సచిన్ హియర్.

రమేష్: హాయ్ సచిన్, ఏమిటి సంగతులు?
Romesh : Hi Sachin, what's up? హాయ్ సచిన్, వాట్స్ అప్?

సచిన్: ఏమీ లేదు. బోరుగా ఉంది.
Sachin : Nothing much, just getting bored. నథింగ్ మచ్, జస్ట్ గెటింగ్ బోర్డ్.

రమేష్: సినిమాకెళ్ళాలనుంది ఏమంటావు?
Romesh : What about going to a movie? వాట్ అబౌట్ గోయింగ్ టు ఎ మూవీ?

సచిన్: నీ ఐడియా బాగానే ఉంది. ఏ సినిమా?
Sachin : Not a bad idea. Which one? నాట్ ఎ బాడ్ ఐడియా. విచ్ ఒన్?

రమేష్: ప్రియాలో కొత్త ఇంగ్లీష్ సినిమా నడుస్తోంది. దాన్ని చూడవచ్చు.

Romesh : There is a new English movie at Priya. We can watch that. దేర్ ఈస్ ఎ న్యూ ఇంగ్లీష్ మూవీ ఎట్ ప్రియా. ఉయ్ కెన్ వాచ్ దట్.

సచిన్: అయితే టికెట్ల సంగతేమిటి?

Sachin : But what about the tickets? బట్ వాట్ అబౌట్ ది టికెట్స్?

రమేష్: దాని గురించి ఆలోచించకు. మధ్యాహ్నం తర్వాతి సినిమాకి టికెట్లు తీసుకుంటాను.

Romesh : Don't worry about that. I'll get the tickets for the afternoon show. డోన్ట్ వర్రీ అబౌట్ దట్. ఐ'ల్ గెట్ ది టికెట్స్ ఫార్ ది ఆఫ్టర్‌నూన్ షో.

సచిన్: గ్రేట్! మరి మనం ఎక్కడ కలుసుకోవాలి?

Sachin : Great! Where should I meet you then? గ్రేట్! వేర్ షుడ్ ఐ మీట్ యు దెన్?

రమేష్: లాబీలో, సరిగ్గా 3 గంటలకు.

Romesh : In the lobby, at 3 o'clock sharp. ఇన్ ది లోబి, ఎట్ 3 ఓ'క్లాక్ షార్ప్.

సచిన్: ఖచ్చితంగా, సరిగ్గా ఆ సమయానికి అక్కడే ఉంటాను.

Sachin : Sure, I'll be there on time. ష్యూర్, ఐ'ల్ బి దేర్ ఆన్ టైమ్.

రమేష్: మళ్ళీ కలుసుకుంటాం, బై.

Romesh : See you then, bye. సీ యు దెన్, బై.

(విమ్‌కో టెక్స్‌టైల్ ఆఫీస్‌లో ఫోన్ గంట మోగుతుంది. ఆపరేటర్ ఫోన్ తీస్తుంది.)

ఒక వ్యక్తి: హలో, ఇది ప్రైమ్ ఇంటర్నేషనలేనా?

Caller : Hello, is that Prime International? హలో, ఈస్ దట్ ప్రైమ్ ఇంటర్నేషనల్?

ఆపరేటర్: క్షమించండి, రాంగ్ నెంబర్.

Operator : Sorry, wrong number. సారి, రాన్ నెంబర్.

(ఇంటర్‌కామ్ నుంచి మెటీరియల్స్ మేనేజర్ శ్రీ సాహ్ని)

శ్రీ సాహ్ని: హలో, నీనా.

Mr. Sahni : Hello Nina. హలో నీనా.

ఆపరేటర్: అవునండి.

Operator : Yes sir. ఎస్ సార్.

శ్రీ సాహ్ని: దయచేసి జై భారత్ కెమికల్స్ వారికివ్వు. మార్కెటింగ్ మేనేజర్ సంజీవ్ గుప్తాతో నేను మాట్లాడాలి.

Mr. Sahni : Please get me Jai Bharat Chemicals. I want to speak to the Marketing Manager, Sanjeev Gupta. ప్లీస్ గెట్ మి జై భారత్ కెమికల్స్. ఐ వాంట్ టు స్పీక్ టు ద మార్కెటింగ్ మేనేజర్, సంజీవ్ గుప్తా.

ఆపరేటర్: హలో, ఇది జై భారత్ కెమికల్సా?

Operator : Hello, is that Jai Bharat Chemicals? హలో, ఈస్ దట్ జై భారత్ కెమికల్స్?

రిసెప్షనిస్ట్: అవునండి.

Receptionist : Yes please. ఎస్ ప్లీస్.

ఆపరేటర్: మార్కెటింగ్ మేనేజర్ మిస్టర్ సంజీవ్ గుప్తాతో నేను మాట్లాడవచ్చా?

Operator : Can I speak to Mr. Sanjeev Gupta, the Marketing Manager, please? కెన్ ఐ స్పీక్ టు మి. సంజీవ్ గుప్తా, ది మార్కెటింగ్ మేనేజర్, ప్లీస్?

రిసెప్షనిస్ట్: మీరెవరు మాట్లాడుతున్నారో తెలుకోవచ్చా?

Receptionist : May I know who is calling, please? మే ఐ నో హూ ఈస్ కాలింగ్, ప్లీస్?

ఆపరేటర్: విమ్‌కో టెక్స్‌టైల్ నుంచి మిస్టర్ సాహ్ని.

Operator : Mr. Sahni from Wimco Textiles. మి. సాహ్ని ఫ్రమ్ విమ్కో టెక్స్‌టైల్స్.

రిసెప్షనిస్ట్: దయచేసి కాస్త ఆగండి. *(సంజయ్ గుప్తాతో)* సార్, విమ్‌కో టెక్స్‌టైల్స్ మిస్టర్ సాహ్ని మీతో మాట్లాడాలట.

Receptionist : Please hold on. ప్లీస్ హోల్డ్ ఆన్. *(to Sanjeev Gupta)* Sir, Mr. Sahni from Wimco Textiles wants to speak to you. సార్, మి. సాహ్ని ఫ్రమ్ విమ్‌కో టెక్స్‌టైల్స్ వాంట్స్ టు స్పీక్ టు యు.

శ్రీ గుప్తా: ఓ.కె. ఇవ్వండి.

Mr. Gupta : O.K. Put him through. ఓ.కె. పుట్ హిమ్ త్రో.

శ్రీ సాహ్ని: హలో సంజీవ్, సాహ్ని మాట్లాడుతున్నాను. కెమికల్స్ మరియు డైల గురించిన మా ఆర్డర్ ఏమయింది?	**Mr. Sahni :** Hello Sanjeev, Sahni here. What about our order of chemicals and dyes? హలో సంజీవ్, సాహ్ని హియర్. వాట్ అబౌట్ అవర్ ఆర్డర్ ఆఫ్ కెమికల్స్ అండ్ డైస్?
శ్రీ గుప్తా: తప్పక దాన్ని రేపు మీరు తీసుకోవచ్చు.	**Mr. Gupta :** You will get them tomorrow without fail. యు విల్ గెట్ టుమారో వితవుట్ ఫెయిల్.

(విమ్‌కో టెక్స్‌టైల్ టెలిఫోన్ గంట మళ్ళీ మోగుతుంది.)

ఒక వ్యక్తి: హలో, ఇది విమ్కో టెక్స్‌టైల్సేనా?	**Caller :** Hello, is that Wimco Textiles? హలో, ఈస్ దట్ విమ్‌కో టెక్స్‌టైల్స్?
ఆపరేటర్: అవును.	**Operator :** Yes. ఎస్.
ఒక వ్యక్తి: దయచేసి జి.ఎం. గారి పి.ఏ. గారికి ఇస్తారా?	**Caller :** Can I speak to the P.A. to G.M., please? కెన్ ఐ స్పీక్ టు ద పి.ఎ. టు జి.ఎం., ప్లీస్?
ఆపరేటర్: మీరెవరండి మాట్లాడేది?	**Operator :** Who is speaking, please? హూ ఈస్ స్పీకింగ్, ప్లీస్?
ఒక వ్యక్తి: స్పేస్ సాఫ్ట్‌వేర్ ఇండస్ట్రీస్ నుంచి అమిత్ సైగల్ మాట్లాడుతున్నాను.	**Caller :** Amit Sehgal from Space Software Industries. అమిత్ సైగల్ ఫ్రమ్ స్పేస్ సాఫ్ట్‌వేర్ ఇండస్ట్రీస్.
ఆపరేటర్: కాస్త ఆగండి. *(పి.ఏ. తో)* హలో మిస్టర్ చంద్రా. మీకోసం ఫోన్.	**Operator :** Please hold on. *(to the P.A.)* Hello, Mr. Chandra, call for you. ప్లీస్ హోల్డ్ ఆన్....హలో, మి. చంద్రా కాల్ ఫార్ యు.
శ్రీ చంద్రా: హలో, చంద్రా మాట్లాడుతున్నాను.	**Mr. Chandra :** Hello, Chandra here. హలో, చంద్రా, హియర్.
ఒక వ్యక్తి: మిస్టర్ చంద్రా గుడ్ మార్నింగ్. నేను అమిత్ సైగల్, స్పేస్ సాఫ్ట్‌వేర్ ఇండస్ట్రీస్ నుంచి. నాకు దయచేసి జి.ఎం. గారితో ఒక అపాయింట్‌మెంట్ ఇప్పించండి.	**Caller :** Mr. Chandra, good morning. I am Amit Sehgal from Space Software Industries. I want an appointment with the G.M., please. మి. చంద్రా, గుడ్ మార్నింగ్. ఐ యామ్ అమిత్ సైగల్ ఫ్రమ్ స్పేస్ సాఫ్ట్‌వేర్ ఇండస్ట్రీస్. ఐ వాంట్ యాన్ అపాయింట్‌మెంట్ విత్ ది జి.ఎం., ప్లీస్.
శ్రీ చంద్రా: ఆయన్ని ఎప్పుడు చూడాలని ఉంది?	**Mr. Chandra :** When do you want to see him? వెన్ డు యు వాంట్ టు సీ హిమ్?
ఒక వ్యక్తి: రేపు ప్రొద్దున్న 11.30కి వీలవుతుందా?	**Caller :** If possible, tomorrow at 11.30 in the morning. ఇఫ్ పాసిబుల్, టుమారో ఎట్ 11.30 ఇన్ ది మార్నింట్.
శ్రీ చంద్రా: క్షమించండి. జి.ఎం. గారు రేపు బయటూరు వెడుతున్నారు. మరి 25వ తారీఖు సాయంత్రం 4 గంటలకు కలవొచ్చు, సరేనా.	**Mr. Chandra :** Sorry. Tomorrow the G.M. is out of town. Is 25th at 4 p.m. O.K. సారి. టుమారో ది జి.ఎం. ఈస్ ఔట్ ఆఫ్ టౌన్. ఈస్ 25త్ ఎట్ 4 పి.ఎం. ఓ.కె.
ఒక వ్యక్తి: సరే మిస్టర్ చంద్రా. ధన్యవాదాలు.	**Caller :** All right. Thank you Mr. Chandra. ఆల్ రైట్. థ్యాంక్ యు మి. చంద్రా.

(మళ్ళీ ఫోన్ గంట మోగుతుంది)

ఆపరేటర్: హలో, విమ్‌కో టెక్స్‌టైల్స్, గుడ్ ఆఫ్టర్‌నూన్.	**Operator :** Hello, Wimco Textiles, Good afternoon. హలో, విమ్‌కో టెక్స్‌టైల్స్, గుడ్ ఆఫ్టర్‌నూన్.
ఒక వ్యక్తి: గుడ్ ఆఫ్టర్‌నూన్. నేను జి.ఎం. గారితో మాట్లాడవచ్చా?	**Caller :** Good afternoon. Can I speak to the G.M., please? గుడ్ ఆఫ్టర్‌నూన్. కెన్ ఐ స్పీక్ టు ద జి.ఎం., ప్లీస్?
ఆపరేటర్: దయచేసి మీరెవరు మాట్లాడుతున్నదీ తెలుసుకోవచ్చా?	**Operator :** May I know who is speaking, please? మే ఐ నో హూ ఈస్ స్పీకింగ్, ప్లీస్?
ఒక వ్యక్తి: సాగర్ ఇంటర్నేషనల్ నుంచి ఎల్.కె. రాణా.	**Caller :** K.L. Rana from Sagar International. కె.ఎల్. రాణా ఫ్రమ్ సాగర్ ఇంటర్‌నేషనల్.

ఆపరేటర్: క్షమించండి సార్, ప్రస్తుతం జి.ఎం. గారు ఒక మీటింగ్‌లో బిజీగా ఉన్నారు. మీరు సాయంత్రం 3 గంటల తర్వాత ఫోన్ చెయ్యండి.

Operator : Sorry sir, the G.M. is busy in a meeting right now. Could you please call after 3 p.m.? సారి సర్, ది జి.ఎం. ఈస్ బిసి ఇన్ ఎ మీటింగ్ రైట్ నౌ. కుడ్ యు ప్లీస్ కాల్ ఆఫ్టర్ 3 పి.ఎం.

(మూడు గంటల తర్వాత)

రాణా: హలో, ఇది విమ్‌కో టెక్స్‌టైల్సేనా?

Rana : Hello, is that Wimco Textiles? హలో, ఈస్ దట్ విమ్‌కో టెక్స్‌టైల్స్?

ఆపరేటర్: అవునండి, మీకేమన్నా సహాయం కావాలా?

Operator : Yes please, can I help you? ఎస్ ప్లీస్, కెన్ ఐ హెల్ప్ యు?

రాణా: దయచేసి నేను జి.ఎం.గారితో మాట్లాడవచ్చా?

Rana : Can I speak to the G.M., please? కెన్ ఐ స్పీక్ టు ద జి.ఎం., ప్లీస్?

ఆపరేటర్: ఎవరండీ మాట్లాడుతున్నది?

Operator : Who is speaking, please? హూ ఈస్ స్పీకింగ్, ప్లీస్?

రాణా: సాగర్ ఇంటర్నేషనల్ నుంచి కె.ఎల్. రాణా.

Rana : K.L. Rana from Sagar International. కె.ఎల్. రాణా. ఫ్రమ్ సాగర్ ఇంటర్నేషనల్.

ఆపరేటర్: కాస్త ఆగండి. *(జి.ఎం.తో)* సర్, సాగర్ ఇంటర్నేషనల్ నుంచి మిస్టర్ రాణా మీతో మాట్లాడాలట.

Operator : Please hold on. *(to the G.M.)* Sir, Mr. K.L. Rana from Sagar International wants to speak to you. ప్లీస్ హోల్డ్ ఆన్...సర్, మి. రాణా ఫ్రమ్ సాగర్ ఇంటర్నేషనల్ వాంట్స్ టు స్పీక్ టు యు.

జి.ఎం. ఆఁ, ఆయనకివ్వు.

G.M. : Yes, put him through. ఎస్, పుట్ హిమ్ త్రో.

ఆపరేటర్: ఇదిగోనండి. మిస్టర్ రాణా, జి.ఎం. గారు లైనులో ఉన్నారు.

Operator : Yes sir. Mr. Rana, the G.M. is on the line, please. ఎస్ సర్. మి. రాణా, ది జి.ఎం. ఈస్ ఆన్ ది లైన్, ప్లీస్.

రాణా: హలో, గుడ్‌ఆఫ్టర్‌నూన్ సర్. నేను రాణాను.

Rana : Hello, Good afternoon sir. Rana here. హలో, గుడ్ ఆఫ్టర్‌నూన్ సర్. రాణా హియర్.

జి.ఎం. హలో రాణా, ఎలాగున్నారు?

G.M. : Hello Rana, how are you? హలో రాణా, హౌ ఆర్ యు?

రాణా: బాగున్నాను, థ్యాంక్యూ సర్. మీకు సూచన ఇస్తున్నదేమంటే జర్మనీ నుంచి మీ కన్‌సైన్‌మెంట్ పంపడం జరిగింది. ఇంకో 15 రోజుల్లో ఇక్కడికి వస్తుంది.

Rana : Fine, thank you sir. I want to inform you that the consignment from Germany has been sent. It should be here in about 15 day's, time. ఫైన్, థ్యాంక్ యు సర్. ఐ వాంట్ టు ఇన్‌ఫామ్ యు దట్ ది కన్‌సైన్‌మెంట్ ఫ్రమ్ జర్మనీ హాస్ బీన్ సెంట్. ఇట్ షుడ్ బి హియర్ ఇన్ అబౌట్ 15 డేస్, టైమ్.

జి.ఎం. థ్యాంక్ యు రాణా, మంచి సమాచారం చెప్పారు. మరి నేనెప్పుడు మిమ్మల్ని చూడాలి?

G.M. : Thank you Rana, that's a good news. So, when do I see you? థ్యాంక్ యు రాణా, దట్స్ ఎ గుడ్ న్యూస్. సో, వెన్ డు ఐ సీ యు?

రాణా: నేను రేపు ప్రొద్దున్నే రావచ్చా?

Rana : Can I come tomorrow morning? కెన్ ఐ కమ్ టుమారో మార్నింగ్?

జి.ఎం. మధ్యాహ్నం 4 గంటలకైతే బాగుంటుంది.

G.M. : 4 o'clock in the evening will be better. 4 ఓ'క్లాక్ ఇన్ ది ఈవినింగ్ విల్ బి బెటర్.

రాణా: ఓ.కే. అప్పుడు నేనక్కడ ఉంటాను. బై, సార్.

Rana : O.K. I will be there. Bye, sir. ఓ.కే. ఐ విల్ బి దేర్. బై, సార్.

జి.ఎం. బై, మళ్ళీ కలుద్దాం.

G.M. : Bye, see you. బై, సీ యు.

కేంపస్‌లో మొదటి రోజు — First Day at the Campus (ఫస్ట్ డే ఎట్ ది కేంపస్)

(రీనా మొదటి సంవత్సరం బి.ఎ. కు అడ్మిషన్ తీసుకుంటుంది. క్యాంపస్‌లో ఆమెకు అది మొదటి రోజు)

రీనా: *(ఒక బాలికతో)* క్షమించండి, టైమ్‌టేబుల్ ఎక్కడుందో దయచేసి నాకు చెబుతారా?	**Reena :** *(to a girl)* Excuse me, where should I look for the time table, please? ఎక్స్‌క్యూజ్ మి, వేర్ షుడ్ ఐ లుక్ ఫార్ ది టైమ్ టేబుల్, ప్లీస్?
బాలిక: ఆ హాలులోని నోటీస్ బోర్డులో.	**Girl :** On the notice board in that corridor. ఆన్ ది నోటీస్ బోర్డ్ ఇన్ దట్ కారిడోర్.
రీనా: థ్యాంక్ యూ.	**Reena :** Thank you. థ్యాంక్ యూ.
రీనా: *(ఆమె స్నేహితులతో)* హలో, నేహా.	**Reena :** *(to her friend)* Hello, Neha. హలో, నేహా.
నేహా: హాయ్, రీనా. ఎలాగున్నావు?	**Neha :** Hi Reena. How are you? హాయ్ రీనా. హౌ ఆర్ యు?
రీనా: బాగున్నాను, నువ్వు?	**Reena :** Fine, and you? ఫైన్, అండ్ యు?
నేహా: బాగున్నాను, ఇక్కడ సోనియాతో కలుపు. ఇదిగో సోనియా ఈమె రీనా.	**Neha :** Fine, here meet Sonia. And Sonia, this is Reena. ఫైన్, హియర్ మీట్ సోనియా. అండ్ సోనియా, దిస్ ఈస్ రీనా.
సోనియా: హాయ్.	**Sonia :** Hi. హాయ్.
రీనా: హాయ్, సోనియా.	**Reena :** Hi Sonia. హాయ్ సోనియా.
సోనియా: నువ్వు కూడా మొదటి సంవత్సరమా రీనా?	**Sonia :** Are you also in the first year, Reena? ఆర్ యు ఆల్సో ఇన్ ది ఫస్ట్ ఇయర్, రీనా?
రీనా: అవును. నువ్వు ఏ కోర్సు చేస్తున్నావు?	**Reena :** Yes. What course are you doing? ఎస్. వాట్ కోర్స్ ఆర్ యు డూయింగ్?
సోనియా: నేను ఇంగ్లీషు హానర్స్ చేస్తున్నాను.	**Sonia :** I am doing English honours. ఐ యామ్ డూయింగ్ ఇంగ్లిష్ హానర్స్.
రీనా: నువ్వు నేహా?	**Reena :** And you, Neha? అండ్ యు, నేహా?
నేహా: కామర్స్. నువ్వేమిటి?	**Neha :** Commerce. What about you? కామర్స్. వాట్ ఎబౌట్ యు?
రీనా: నేను భూగోళం, చరిత్రలతో పాస్-కోర్సును ఇంగ్లీషులో చేస్తున్నాను.	**Reena :** I am doing pass course with English, Geography and History. ఐ యామ్ డూయింగ్ పాస్ కోర్స్ విత్ ఇంగ్లీష్, జాగ్రఫీ అండ్ హిస్టరీ.
సోనియా: నువ్వు టైమ్‌టేబుల్ రాసుకున్నావా?	**Sonia :** Have you noted down the time table? హావ్ యు నోటెడ్ డౌన్ ది టైమ్ టేబుల్?
రీనా: ఇంకా లేదు. దానికే వెడుతున్నాను.	**Reena :** No, I was going to. నో, ఐ వాస్ గోయింగ్ టు.
నేహా: పద ఇద్దరం వెడదాం.	**Neha :** Come, let's go together. కమ్, లెట్స్ గో టుగెదర్.

(వాళ్ళు నోటీసు బోర్డు నుంచి టైమ్‌టేబుల్ మరియు వారి వారి క్లాసురూమ్ నెంబర్లను నోట్ చేసుకుంటారు.)

రీనా: నేను సెక్షన్-ఏ లో ఉన్నాను. నా మొదటి పీరియడ్ రూమ్ నెంబర్ మూడులో.	**Reena :** I am in section A. And my first period is in room number three. ఐ యామ్ ఇన్ సెక్షన్ ఏ. అండ్ మై ఫస్ట్ పీరియడ్ ఈస్ ఇన్ రూమ్ నెంబర్ త్రీ.
నేహా: నాది రూమ్ నెంబర్ పది.	**Neha :** Mine is in room number ten. మైన్ ఈస్ ఇన్ రూమ్ నెంబర్ టెన్.
సోనియా: నా మొదటి పీరియడ్ ఫ్రీ.	**Sonia :** I'm free in the first period. ఐ'మ్ ఫ్రీ ఇన్ ద ఫస్ట్ పీరియడ్.
రీనా: ఓ.కె. సోనియా, మళ్ళీ చూద్దాం, బై. నేహా మనం క్లాస్‌కి వెడదాం రా.	**Reena :** O.K. Sonia, see you later, bye. Come Neha, let's go to our classes. ఓ.కె. సోనియా, సీ యు లేటర్, బై. కమ్ నేహా, లెట్స్ గో టు అవర్ క్లాసెస్.

నేహా: *(ఒక బాలికతో)* క్షమించండి. రూమ్ నెంబర్ పది ఎక్కడుంది?

Neha : *(to a girl)* Excuse me. Where is room number ten, please?ఎక్స్‌క్యూజ్ మి. వేర్ ఈస్ రూమ్ నెంబర్ టెన్, ప్లీస్?

బాలిక: అది మొదటి అంతస్తులో ఉంది.

The girl : It is on the first floor. ఇట్ ఈస్ ఆన్ ద ఫస్ట్ ఫ్లోర్.

నేహా: థ్యాంక్ యు.

Neha : Thank you. థ్యాంక్ యు.

రీనా: మరి రూమ్ నెంబర్ మూడెక్కడండి?

Reena : And room number three, please? అండ్ రూమ్ నెంబర్ త్రీ, ప్లీస్?

బాలిక: మూడు, ఆ వరండాలో.

The girl : There, in that verandah. దేర్, ఇన్ దట్ వరండా.

రీనా: థ్యాంక్ యు. ఓ.కె. నేహా.

Reena : Thank you. O.K. Neha. థ్యాంక్ యు. ఓ.కె. నేహా.

నేహా: బై రీనా, మళ్ళీ కలుద్దాం.

Neha : Bye Reena, see you. బై రీనా, సీ యు.

రీనా: *(తలుపు దగ్గర)* నేను లోపలికి రావచ్చా మేడమ్?

Reena : *(at the door)* May I come in ma'am? మే ఐ కమ్ ఇన్ మా'మ్?

లెక్చరర్: ఎస్, లోపలికి రా. నీ రోల్ నెంబర్ ఎంత?

Lecturer : Yes, come in. What's your roll number, please? యస్, కమ్ ఇన్. వాట్స్ యువర్ రోల్ నెంబర్, ప్లీస్?

రీనా: నూట నలభై ఐదు మేడమ్.

Reena : One-forty-five ma'am. వన్-ఫార్టీ-ఫైవ్ మేమ్.

లెక్చరర్: *(ఆశ్చర్యంగా)* నూట నలభై ఐదా. ఏ క్లాస్?

Lecturer : *(surprised)* One forty-five. Which class? వన్ ఫార్టీఫైవ్. విచ్ క్లాస్?

రీనా: బి.ఎ. మొదటి సంవత్సరం.

Reena : B.A. Ist year. బి.ఎ. ఫస్ట్ ఇయర్.

లెక్చరర్: ఓ, అలాగా! కాని ఇది బి.ఎ. ఫైనల్.

Lecturer : Oh, I see! But this is B.A. final. ఓహ్, ఐ సీ! బట్ దిస్ ఈస్ బి.ఎ. ఫైనల్.

రీనా: ఓహ్, ఐ'మ్ సారీ మేడమ్. నేను తెలీకుండా వేరే రూముకి వచ్చేశాను.

Reena : Oh, I'm sorry ma'am. I came to the wrong room by mistake. ఓహ్, ఐ'మ్ సారీ మేడమ్. ఐ కేమ్ టు ది రాంగ్ రూమ్ బై మిస్టేక్.

లెక్చరర్: ఫరవాలేదు. ఏ రూము నెంబరును నువ్వు వెతుకుతున్నావు?

Lecturer : Never mind. Which room number are you looking for? నెవర్ మైండ్. విచ్ రూమ్ నెంబర్ ఆర్ యు లుకింగ్ ఫర్?

రీనా: రూము నెంబర్ మూడండి.

Reena : Room number three, please రూమ్ నెంబర్ త్రీ, ప్లీస్.

లెక్చరర్: ఈ వరండాలోనే ఆఖరున మూడవ రూముకి వెళ్ళు.

Lecturer : Go to the third room from the other end of this verandah. గో టు ద థర్డ్ రూమ్ ఫ్రమ్ ది అదర్ ఎండ్ ఆఫ్ దిస్ వరండా.

రీనా: ఓహ్, థ్యాంక్ యూ వెరి మచ్ మా'మ్.

Reena : Oh, thank you very much ma'am. ఓహ్, థ్యాంక్ యూ వెరి మచ్ మా'మ్.

ఓ అబ్బాయి ఓ అమ్మాయితో మాటలాడటం — A Boy Talks to a Girl (ఏ బాయ్ టాక్స్ టు ఎ గర్ల్)

(యూనివర్సిటీ కాంపస్‌లో ఒక అబ్బాయి అమ్మాయి కలిసి మాట్లాడుకొంటున్నప్పుడు)

మోనా: హాయ్ రీనా.

Mona : Hi, Reena. హాయ్, రీనా.

రీనా: హాయ్, మోనా. ఎలాగున్నావు?

Reena : Hi, Mona, how are you? హాయ్, మోనా, హౌ ఆర్ యు?

మోనా: బాగున్నాను.

Mona : Fine. ఫైన్.

సుమిత్: హలో, మోనా.

Sumit : Hello, Mona. హలో, మోనా.

మోనా: హాయ్ సుమిత్, చాలా కాలం నుంచి చూడలేదు.

Mona : Hi, Sumit, not seen since a long time. హాయ్, సుమిత్, నాట్ సీన్ సిన్స్ ఎ లాంగ్ టైమ్.

సుమిత్: అవును, నేను బయటూరు వెళ్ళాను. ఏమిటి సంగతులు?

Sumit : Yes, I was out of station. How is everything? ఎస్, ఐ వాస్ ఔట్ ఆఫ్ స్టేషన్. హౌ ఈస్ ఎవిరిథింగ్?

మోనా: బాగుంది. ఈమె నా స్నేహితురాలు రీనా.

Mona : Fine. Here, meet my friend, Reena. ఫైన్. హియర్, మీట్ మై ఫ్రెండ్, రీనా.

సుమిత్: హలో.

Sumit : Hello. హలో.

రీనా: హాయ్.

Reena : Hi. హాయ్.

సుమిత్: నువ్వు ఇక్కడికి కొత్తా?

Sumit : Are you new here? ఆర్ యు న్యూ హియర్?

రీనా: అవును, నేను గత వారంలోనే జాయిన్ అయ్యాను. ఇంతకు ముందు విజయవాడలో ఉన్నాను.

Reena : Yes, I joined last week only. Earlier, I was at Vijayawada. ఎస్, ఐ జాయిన్డ్ లాస్ట్ వీక్ ఓన్లీ. ఎర్లియర్, ఐ వాస్ ఎట్ విజయవాడ.

(ఎవరో మోనాను పిలుస్తారు. మోనా వెళుతుంది.)

మోనా: క్షమించాలి.

Mona : Excuse me. ఎక్స్‌క్యూస్ మి.

సుమిత్: రీనా, నువ్వు ఏ కోర్సు చదువుతున్నావు?

Sumit : What course are you doing, Reena? వాట్ కోర్స్ ఆర్ యు డూయింగ్, రీనా?

రీనా: నేను పాస్‌కోర్సు, రెండవ సంవత్సరం.

Reena : Pass course, I am in Second Year. పాస్ కోర్స్, ఐ యామ్ ఇన్ సెకండ్ ఇయర్.

సుమిత్: నీ సబ్జెక్టేమిటి?

Sumit : What are your subjects? వాట్ ఆర్ యువర్ సబ్జెక్ట్స్?

రీనా: ఇంగ్లీషు, చరిత్ర, అర్థశాస్త్రం. నువ్వేమి చదువుతున్నావు సుమిత్?

Reena : English, History and Economics. What are you doing, Sumit? ఇంగ్లీష్, హిస్టరి అండ్ ఎకనామిక్స్. వాట్ ఆర్ యు డూయింగ్, సుమిత్?

సుమిత్: నేను బి.కాం. ఫైనల్. రీనా, నీకు బెంగుళూర్ ఎలాగుంది?

Sumit : I am in B.Com. final. How do you like Bangalore, Reena? ఐ యామ్ ఇన్ బి.కాం. ఫైనల్. హౌ డు యు లైక్ బెంగళూర్, రీనా?

రీనా: బాగానే ఉంది కాని కాస్త హడావుడిగా ఉంది.

Reena : O.K. But a bit too hectic. ఓ.కె. బట్ ఎ బిట్ టూ హెక్టిక్.

సుమిత్: నేను విజయవాడ వెళ్ళాను. మంచి సిటీయే, కాని కాస్త నిరుత్సాహంగా అనిపించింది నాకు.

Sumit : I have been to Vijayawada. Nice city, but a little dull, I think. ఐ హావ్ బీన్ టు విజయవాడ. నైస్ సిటి, బట్ ఎ లిటిల్ డల్, ఐ థింక్.

రీనా: అవును, నాకు బెంగళూరు మరీ రద్దీగా ఉంది. ఇక్కడి బ్రతుకు మరీ ఫాస్ట్.

Reena : Well, I find Bangalore too noisy. Life here is real fast. వెల్, ఐ ఫైన్డ్ బెంగళూర్ టూ నాయ్సీ. లైఫ్ హియర్ ఈస్ రియల్ ఫాస్ట్.

సుమిత్: త్వరలోనే దీనికి వాడుకపడతావు.

Sumit : Soon, you will get used to it. సూన్, యు విల్ గెట్ యూస్డ్ టు ఇట్.

రీనా: అలాగా, చూద్దాం. *(గంట కొడుతుంది)* నాకు ఒక క్లాసుంది. ఓ.కె. బై సుమిత్.

Reena : I hope so. ఐ హోప్ సో. *(the bell rings)* I have a class. O.K. Bye Sumit. ఐ హావ్ ఎ క్లాస్. ఓ.కె. బై సుమిత్.

సుమిత్: బాయ్, మళ్ళీ కలుద్దాం.

Sumit : Bye, see you. బై, సీ యు.

(రీనా, సుమిత్‌లు మళ్ళీ కలుసుకుంటారు.)

సుమిత్: హాయ్ రీనా!

Sumit : Hi, Reena! హాయ్, రీనా!

రీనా: హాయ్! ఎలాగున్నావు?

Reena : Hi! How are you? హాయ్! హౌ ఆర్ యు?

సుమిత్: బాగున్నాను, నువ్వు?

Sumit : Fine, and you? ఫైన్ అండ్ యు?

రీనా: బాగున్నాను. థ్యాంక్స్.

Reena : Fine, thanks. ఫైన్, థ్యాంక్స్.

సుమిత్: ఎక్కడికెళుతున్నావు?

Sumit : Where are you going? వేర్ ఆర్ యు గోయింగ్?

రీనా: నిజం చెప్పాలంటే నాకు ఈ పీరియడ్ ఖాళీ. ఏమి చెయ్యాలా అని ఆలోచిస్తున్నాను.

Reena : Actually, I'm free in this period. I was just wondering what to do. ఆక్చ్యుయలీ, ఐ'మ్ ఫ్రీ ఇన్ దిస్ పీరియడ్. ఐ వాస్ జస్ట్ వండరింగ్ వాట్ టు డూ.

సుమిత్: నేను క్యాంటీన్ వెళుతున్నాను. వస్తావా?

Sumit : I was going to the canteen. Join with me? ఐ వాస్ గోయింగ్ టు ద క్యాంటీన్. జాయిన్ విత్ మి?

రీనా: సరే.

Reena : O.K. ఓ.కె.

(క్యాంటీన్‌లో)

సుమిత్: నువ్వు ఏమి తీసుకుంటావు? కోక్ లేక మరేదైనా?	**Sumit :** What do you like, coke or something else? వాట్ డు యు లైక్, కోక్ ఆర్ సమ్‌థింగ్ ఎల్స్?
రీనా: కోక్ బాగుంటుంది.	**Reena :** Coke is fine. కోక్ ఈజ్ ఫైన్.
సుమిత్: ఇదిగో తీసుకో.	**Sumit :** Here you are. హియర్ యు ఆర్.
రీనా: థ్యాంక్స్.	**Reena :** Thanks. థ్యాంక్స్.
సుమిత్: రీనా, నువ్వు ఎక్కడ ఉంటున్నావు?	**Sumit :** Where do you live. Reena? వేర్ డు యు లివ్, రీనా?
రీనా: టౌన్ హాల్ మరి నువ్వు?	**Reena :** In Town Hall, and you? ఇన్ టౌన్ హాల్, అండ్ యు?
సుమిత్: సిరిపురంలో. నువ్వు ఐదవ పీరియడ్‌లో మామూలుగా ఫ్రీగా ఉంటావా?	**Sumit :** In Siripuram. Are you mostly free in the fifth period? ఇన్ సిరిపురం. ఆర్ యు మోస్ట్‌లీ ఫ్రీ ఇన్ ది ఫిఫ్త్ పీరియడ్?
రీనా: అవును దాదాపు, కాని ఫ్రైడే తప్ప. ఆ రోజు ట్యుటోరియల్ ఉంటుంది. ఇప్పుడు నేను వెళ్ళాలి. కోక్ తీసిచ్చినందుకు థ్యాంక్స్ సుమిత్.	**Reena :** Yes mostly, except on Fridays when we have tutorials. I have to go now. Thanks for the coke Sumit. Bye. యస్, మోస్ట్‌లీ, ఎక్సెప్ట్ ఆన్ ఫ్రైడేస్ వెన్ వుయ్ హావ్ ట్యుటోరియల్స్. ఐ హావ్ టు గో నౌ. థ్యాంక్స్ ఫర్ ది కోక్ సుమిత్. బై.
సుమిత్: బాయ్, మళ్ళీ కలుసుకుందాం.	**Sumit :** Bye, see you. బాయ్. సీ యు.

(సుమిత్ మరియు రీనా లైబ్రరీ ముందు)

సుమిత్: హాయ్ రీనా. లైబ్రరీనుంచి వస్తున్నావా?	**Sumit :** Hi, Reena. Coming from the library? హాయ్, రీనా. కమింగ్ ఫ్రమ్ ది లైబ్రరీ?
రీనా: అవును. నువ్వు ఎలాగున్నావు?	**Reena :** Yes. How are you? యస్. హౌ ఆర్ యు?
సుమిత్: బాగున్నాను. రీనా, ఈ సండే ఎమి చేస్తున్నావు?	**Sumit :** Fine. Reena, what are you doing this Sunday? ఫైన్. రీనా, వాట్ ఆర్ యు డ్యూయింగ్ దిస్ సన్‌డే?
రీనా: ముఖ్యమైనది ఏమీ లేదు. ఎందుకు?	**Reena :** Nothing special, why? నథింగ్ స్పెషల్, వై?
సుమిత్: సండేకి మేము ఫ్రెండ్స్ కొంతమందిమి కలిసి సినిమా చూడాలనుకుంటున్నాము. నువ్వు కూడా వస్తావా?	**Sumit :** We friends are planning to see a movie this Sunday. Want to join us? వుయ్ ఫ్రెండ్స్ ఆర్ ప్లానింగ్ టు సీ ఎ మూవీ దిస్ సన్‌డే. వాంట్ టు జాయిన్ అస్?
రీనా: ఏ సినిమా?	**Reena :** Which movie? విచ్ మూవీ?
సుమిత్: ఇంకా నిశ్చయించలేదు. చాణక్యాలో ఒక కొత్త ఇంగ్లీషు సినిమా నడుస్తోంది.	**Sumit :** We haven't decided yet. May be the new English movie on Chanakya. వుయ్ హావంట్ డిసైడెడ్ యట్. మే బి ది న్యూ ఇంగ్లీష్ మూవీ ఆన్ చాణక్య.
రీనా: ఎంత మంది వెళుతున్నారు?	**Reena :** How many persons are there? హౌ మెని పర్సన్స్ ఆర్ దేర్?
సుమిత్: ఐదుమంది, ఇద్దరు మగపిల్లలు ముగ్గురు ఆడపిల్లలు. మోనా కూడా వస్తోంది.	**Sumit :** Five, two boys and three girls. Mona is also coming. ఫైవ్, టూ బాయ్స్ అండ్ త్రీ గర్ల్స్. మోనా ఈజ్ ఆల్సో కమింగ్.
రీనా: సరే. కాని నేను నా ఫ్రెండ్‌ని కూడా తీసుకు రావచ్చా?	**Reena :** O.K. Can I bring a friend along? ఓ.కె. కెన్ ఐ బ్రింగ్ ఎ ఫ్రెండ్ ఎలాంగ్?
సుమిత్: తప్పకుండా తీసుకు రా.	**Sumit :** Yes, of course. యస్, అఫ్ కోర్స్.
రీనా: టిక్కెట్టెంత?	**Reena :** How much for the ticket? హౌ మచ్ ఫర్ ది టికెట్?
సుమిత్: టిక్కెట్లు తీసుకున్న తర్వాత డబ్బు తీసుకుంటాను.	**Sumit :** I'll take the money after we buy the tickets. ఐ'ల్ టేక్ ది మనీ ఆఫ్టర్ వి బై ద టికెట్స్.
రీనా: మంచిది. మళ్ళీ కలుసుకుందాం. బాయ్ సుమిత్.	**Reena :** Fine. See you soon. Bye, Sumit. ఫైన్. సీ యు సూన్. బాయ్, సుమిత్.
సుమిత్: బాయ్, రీనా.	**Sumit :** Bye, Reena. బాయ్, రీనా.

హోటల్‌లో రూము బుకింగ్	**Booking a Room in a Hotel** (బుకింగ్ ఎ రూమ్ ఇన్ ఎ హోటల్)
సుధీర్: గుడ్ మార్నింగ్.	**Sudhir :** Good morning. గుడ్ మార్నింగ్.
రిసెప్షనిస్ట్: గుడ్ మార్నింగ్ సర్. చెప్పండి మీకు ఏమి సహాయం కావాలో.	**Receptionist :** Good morning sir. What can I do for you? గుడ్ మార్నింగ్ సర్. వాట్ కెన్ ఐ డు ఫర్ యు?
సుధీర్: నాకు ఒక రూము కావాలి.	**Sudhir :** I want a room. ఐ వాంట్ ఎ రూమ్.
రిసెప్షనిస్ట్: సింగిలా డబులా?	**Receptionist :** Single or Double? సింగిల్ ఆర్ డబుల్?
సుధీర్: సింగిల్. మీ రేట్లెంత?	**Sudhir :** Single. What are your charges? సింగిల్. వాట్ ఆర్ యువర్ ఛార్జెస్?
రిసెప్షనిస్ట్: రోజుకి రెండు వందలా ఏభై రూపాయలు.	**Receptionist :** Two hundred and fifty rupees per day. టూ హండ్రెడ్ అండ్ ఫిఫ్టి రుపీస్ పర్ డే.
సుధీర్: మీ రేట్లు చాలా ఎక్కువ. గత నెలలో నేను రోజుకి 175 రూ. చొప్పున సింగిల్ రూము తీసుకున్నాను.	**Sudhir :** Your rates are very high. Only last month, I paid one seventy five for a single room. యువర్ రేట్స్ ఆర్ వెరి హై. ఓన్లి లాస్ట్ మంత్, ఐ పెయిడ్ వన్ సెవెన్టీ ఫైవ్ ఫర్ ఎ సింగిల్ రూమ్.
రిసెప్షనిస్ట్: మీరు ఎన్ని రోజులు ఉంటారు?	**Receptionist :** How many days do you want to stay, sir? హౌ మెనీ డేస్ డు యు వాంట్ టు స్టే, సర్?
సుధీర్: రెండు రోజులు.	**Sudhir :** Two days. టూ డేస్.
రిసెప్షనిస్ట్: మా రూములు చాలా మంచివి. అయినా మీకు రోజుకి 200 రూ.కి ఇస్తాను.	**Receptionist :** Our rooms are very nice sir. Anyhow, for you, I'll make it two hundred per day. అవర్ రూమ్స్ ఆర్ వెరి నైస్ సర్. ఎనిహౌ, ఫార్ యు, ఐ'ల్ మేక్ ఇట్ టూ హండ్రెడ్ పర్ డే.
సుధీర్: సరే. చెక్ అవుట్ టైమ్ ఏమిటి?	**Sudhir :** Alright. What is the check out time? ఆల్‌రైట్. వాట్ ఈస్ ద చెక్ అవుట్ టైమ్?
రిసెప్షనిస్ట్: మధ్యాహ్నం 12 గంటలకి. దయచేసి ఈ పేజిలో మీ అడ్రసు వివరాలు నింపండి. ఇక్కడ సైన్ కూడా చెయ్యండి.	**Receptionist :** 12 o'clock. Please fill in your particulars on this page and sign here. 12 ఓ'క్లాక్. ప్లీస్ ఫిల్ ఇన్ యువర్ పర్టికులర్స్ ఆన్ దిస్ పేజ్ అండ్ సైన్ హియర్.
సుధీర్: మీ దగ్గర రూమ్ సర్వీస్ ఉందా?	**Sudhir :** Do you have room service? డు యు హావ్ రూమ్ సర్వీస్?
రిసెప్షనిస్ట్: ఉందండి.	**Receptionist :** Yes sir. యస్ సర్.
సుధీర్: మరి మీరు పట్టణం చూడ్డానికి ప్రయాణ సౌకర్యాలు ఏర్పాటు చేస్తారా?	**Sudhir :** And, can you arrange transport for a local tour? అండ్, కెన్ యు అరేంజ్ ట్రాన్స్‌పోర్ట్ ఫార్ ఎ లోకల్ టూర్?
రిసెప్షనిస్ట్: చేస్తామండి. కొన్ని టూర్ ఏజెన్సీలతో మాకు సంబంధం ఉందండి. వారు ఇక్కడ ఉన్న వారికి డిస్కౌంట్ కూడా ఇస్తారు.	**Receptionist :** Yes sir, we are in touch with many tour agencies. They also give our clients discount. ఎస్ సర్, వుయ్ ఆర్ ఇన్ టచ్ విత్ మెని టూర్ ఏజెన్సీస్. దె ఆల్సో గివ్ అవర్ క్లైంట్స్ డిస్కౌంట్.
సుధీర్: సరే మరి. మీరు నన్ను ప్రొద్దున 6 గంటలకు లేపగలరా?	**Sudhir :** O.K. Could you please wake me up at six in the morning. ఓ.కె. కుడ్ యు ప్లీస్ వేక్ మి అప్ ఎట్ సిక్స్ ఇన్ ది మార్నింగ్.
రిసెప్షనిస్ట్: ఖచ్చితంగా. మీ బీగాలు. రెండవ అంతస్తులో రూమ్ నెంబర్ ఎనభై ఐదు.	**Receptionist :** Yes, sure. Your keys, sir. Room number eighty-five on the second floor. యస్, ష్యూర్. యువర్ కీస్, సర్. రూమ్ నెంబర్ ఎయిటీ ఫైవ్ ఆన్ ది సెకెండ్ ఫ్లోర్.
సుధీర్: థ్యాంక్యూ.	**Sudhir :** Thank you. థ్యాంక్ యూ.
రిసెప్షనిస్ట్: సుఖంగా ఉండండి.	**Receptionist :** Have a nice stay, sir! హావ్ ఎ నైస్ స్టే, సర్!

బాలిక అడ్మిషన్‌కు ఇంటర్వ్యూ — An Interview for the Child's Admission

(యాన్ ఇంటర్వ్యూ ఫార్ దీ చైల్డ్స్ అడ్మిషన్)

(తల్లిదండ్రులు బాలికతో పాటు ప్రిన్సిపాల్ ఆఫీసుకి వస్తారు.)

తండ్రి: గుడ్ మార్నింగ్, సర్.
Father : Good morning, sir. గుడ్ మార్నింగ్, సర్.

ప్రిన్సిపాల్: గుడ్ మార్నింగ్, దయచేసి కూర్చోండి.
Principal : Good morning, please sit down. గుడ్ మార్నింగ్, ప్లీస్ సిట్ డౌన్.

తండ్రి: నేను ప్రకాశ్. నా భార్య స్మిత.
Father : I am Prakash. My wife Smita. ఐ యామ్ ప్రకాశ్ ఖన్నా. మై వైఫ్ స్మితా.

ప్రిన్సిపాల్: మీరు ఏమి చేస్తున్నారు మిస్టర్ ప్రకాశ్?
Principal : What do you do, Mr. Prakash? వాట్ డు యు డు, మిస్టర్ ప్రకాశ్?

తల్లి: నేను తిరుపతి ఫెర్టిలైజర్‌లో అసిస్టెంట్ మేనేజర్‌గా ఉన్నాను.
Father : I am assistant manager in Tirupati Fertilizers. ఐ యామ్ అసిస్టెంట్ మేనేజర్ ఇన్ తిరుపతి ఫర్టిలైజర్.

ప్రిన్సిపాల్: మీ క్వాలిఫికేషన్ ఏమిటి?
Principal : What are your qualifications? వాట్ ఆర్ యువర్ క్వాలిఫికేషన్స్?

తండ్రి: కెమిస్ట్రీలో ఎమ్.ఎస్‌సి. చేశాను.
Father : M.Sc. (Chemistry). ఎమ్.ఎస్‌సి. (కెమిస్ట్రీ).

ప్రిన్సిపాల్: మరి మిసెస్ ప్రకాశ్, మీరు ఏమి చేస్తున్నారు?
Principal : And you, Mrs. Prakash, What do you do? అండ్ యు, మిసెస్ ప్రకాశ్, వాట్ డు యు డు?

తల్లి: నేనొక గృహిణిని.
Mother : I am a housewife. ఐ యామ్ ఎ హౌస్‌వైఫ్.

ప్రిన్సిపాల్: మీరు ఎంత వరకు చదువుకున్నారు?
Principal : What are your qualifications? వాట్ ఆర్ యువర్ క్వాలిఫికేషన్స్?

తల్లి: నేను బి.ఎస్‌సి. చేశాను.
Mother : I am a B.Sc. ఐ యామ్ బి.ఎస్‌సి.

ప్రిన్సిపాల్: పాపను ఇంటిలో ఎవరు చదివిస్తారు?
Principal : Who teaches the child at home? హూ టీచస్ ది చైల్డ్ ఎట్ హోమ్?

తండ్రి: మేమిద్దరం.
Father : Both of us. బోత్ ఆఫ్ అస్.

ప్రిన్సిపాల్: మిస్టర్ ప్రకాశ్ మీరు పాపతో ఎంత సమయం గడుపుతారు?
Principal : How much time do you spend with the child, Mr. Prakash? హౌ మచ్ టైమ్ డు యు స్పెండ్ విత్ ద చైల్డ్, మి. ప్రకాశ్?

తండ్రి: మామూలుగా రెండు గంటలు రోజుకు. నేను ఆఫీస్ నుంచి 6 గంటలకు వచ్చేస్తాను. ఆరున్నర నుంచి ఎనిమిదిన్నర వరకు నేను స్మితాతో ఆడుకోవడం, చదివించడం జరుగుతుంది.
Father : At least two hours daily. I come back from office at around 6 o'clock in the evening. From 6.30 to 8.30, I play with Smita and teach her. ఎట్ లీస్ట్ టూ అవర్స్ డైలీ. ఐ కమ్ బాక్ ఫ్రమ్ ఆఫీస్ అట్ అరౌండ్ 6 ఓ'క్లాక్ ఇన్ ది ఈవెనింగ్. ఫ్రమ్ 6.30 టు 8.30, ఐ ప్లే విత్ స్మితా అండ్ టీచ్ హర్.

ప్రిన్సిపాల్: అలాగా. మరి మిసెస్ ప్రకాశ్, మీరు ఆమెకు ఎప్పుడు చదువు చెప్పిస్తారు?
Principal : I see. And you Mrs. Prakash, when do you teach her? ఐ సీ. అండ్ యు, మిసెస్ ప్రకాశ్, వెన్ డు యు టీచ్ హర్?

తల్లి: అధికంగా మధ్యాహ్నంలో, నేను ఇంటి పనులతో ఖాళీ అయినప్పుడు.
Mother : Mostly in the afternoon, after I'm free from the household chores. మోస్ట్లీ ఇన్ ది ఆఫ్టర్‌నూన్, ఆఫ్టర్ ఐ'మ్ ఫ్రీ ఫ్రమ్ ద హౌస్‌హోల్డ్ ఛోర్స్.

ప్రిన్సిపాల్: మీరు పాపను ఈ స్కూల్‌లోనే ఎందుకు చేర్చాలనుకుంటున్నారు?
Principal : Why do you want to admit your child here? వై డు యు వాంట్ టు అడ్మిట్ యువర్ చైల్డ్ హియర్?

తల్లి: ఈ స్కూల్‌కి మంచి పేరుంది. అంతేకాక ఈ స్కూలు మా ఇంటికి దగ్గర కూడా.

Mother : This school has a very good reputation. Besides, it is close to our house. దిస్ స్కూల్ హాస్ ఎ వెరి గుడ్ రెప్యుటేషన్. బిసైడ్స్, ఇట్ ఈస్ క్లోస్ టు అవర్ హౌస్.

(ప్రిన్సిపాల్ స్మితతో మాట్లాడుతారు.)

ప్రిన్సిపాల్: నీ పేరు ఏమి పాపా?

Principal : What's your name, child? వాట్స్ యువర్ నేమ్, చైల్డ్?

స్మిత: స్మిత.

Smita : Smita. స్మిత.

ప్రిన్సిపాల్: మరి మీ నాన్న పేరు?

Principal : And your father's name? అండ్ యువర్ ఫాదర్స్ నేమ్?

స్మిత: మిస్టర్ ప్రకాశ్.

Smita : Mr. Prakash. మిస్టర్ ప్రకాశ్.

ప్రిన్సిపాల్: ఎక్కడ ఉంటున్నావు?

Principal : Where do you live? వేర్ డు యు లివ్?

స్మిత: ఎ-796, లక్ష్మి నగర్.

Smita : A-796, Laxmi Nagar. ఎ-796, లక్ష్మి నగర్.

ప్రిన్సిపాల్: నీకు ఎక్కాలు వచ్చా?

Principal : Do you know tables? డు యు నో టేబుల్స్?

స్మిత: వచ్చు, రెండు నుంచి పది వరకు.

Smita : Yes, two to ten. ఎస్, టు టూ టెన్.

ప్రిన్సిపాల్: నీకు ఏదన్నా నర్సరీ రిథమ్ తెలుసా?

Principal : Do you know any nursery rhyme? డు యు నో ఎనీ నర్సరీ రిథమ్?

స్మిత: చాలా తెలుసు.

Smita : Yes, many. యస్, మెని.

ప్రిన్సిపాల్: ఒకటి చెప్పు.

Principal : Recite one. రిసైట్ వన్.

(స్మిత ట్వింకిల్ ట్వింకిల్ లిటిల్ స్టార్ చెబుతుంది.)

ప్రిన్సిపాల్: *(ఒక ఫోటో చూపుతూ)* ఇది ఏమిటి?

Principal : *(showing a picture)* What is this? వాట్ ఈస్ దిస్?

స్మిత: ఒక ఏరోప్లేన్.

Smita : An aeroplane. యాన్ ఏరోప్లేన్.

ప్రిన్సిపాల్: దీని స్పెల్లింగ్ చెప్పగలవా?

Principal : Can you spell the word? కెన్ యు స్పెల్ ద వర్డ్?

స్మిత: చెబుతా (చెబుతుంది).

Smita : Yes. యస్ *(స్పెల్లింగ్ చెబుతుంది).*

ప్రిన్సిపాల్: సరే, మరి నువ్వు ఎప్పుడు వులెన్ బట్టల్ని తొడుక్కుంటావు?

Principal : O.K., tell me when do you wear woollen clothes? ఓ.కె., టెల్ మి వెన్ డు యు వేర్ వులెన్ క్లాత్స్?

స్మిత: చలికాలంలో.

Smita : In winter. ఇన్ వింటర్.

ప్రిన్సిపాల్: వర్షం వచ్చేటప్పుడు నువ్వు ఏమి తీసుకెళతావు?

Principal : What do you carry when you go out in rain? వాట్ డు యు క్యారీ వెన్ యు గో ఔట్ ఇన్ రెయిన్?

స్మిత: గొడుగు.

Smita : Umbrella. అంబ్రెల్లా.

ప్రిన్సిపాల్: ట్రాఫిక్ లైట్లలో ఎన్ని రంగులున్నాయి?

Principal : How many colours are there in a traffic light? హౌ మెని కలర్స్ ఆర్ దేర్ ఇన్ ఎ ట్రాఫిక్ లైట్?

స్మిత: మూడు.

Smita : Three. త్రీ.

ప్రిన్సిపాల్: వాటి పేర్లు చెప్పు.

Principal : Name them. నేమ్ దెమ్.

స్మిత: పచ్చ, పసుపు, ఎరుపు.

Smita : Green, yellow and red. గ్రీన్, యల్లో అండ్ రెడ్.

ప్రిన్సిపాల్: ట్రాఫిక్‌లో పచ్చ రంగుకి ఏమి అర్థం?

Principal : What does green mean for traffic? వాట్ డస్ గ్రీన్ మీన్ ఫర్ ట్రాఫిక్?

స్మిత: వెళ్ళమని.

Smita : Go. గో.

ప్రిన్సిపాల్: మరి ఎరుపు?

Principal : And red? అండ్ రెడ్?

స్మిత: నిలవమని.

Smita : Stop. స్టాప్.

ప్రిన్సిపాల్: నువ్వు రోడ్డును ఎప్పుడు దాటుతావు?

Principal : When do you cross the road? వెన్ డు యు క్రాస్ ద రోడ్?

స్మిత: ఎరుపు రంగు లైటు పడ్డప్పుడు.

Smita : When the light is red. వెన్ ద లైట్ ఈస్ రెడ్.

ప్రిన్సిపాల్: ఒక వైపు నుంచి మరొక వైపుకి వెళ్ళడానికి ఎక్కడి నుంచి రోడ్డును దాటాలి?

Principal : Where do you walk while crossing the road? వేర్ డు యు వాక్ వైల్ క్రాసింగ్ ది రోడ్?

స్మిత: జీబ్రా క్రాసింగ్ ఉన్న దగ్గరనుంచి.

Smita : On the zebra crossing. ఆన్ ద జీబ్రా క్రాసింగ్.

ప్రిన్సిపాల్: గుడ్! ఓ.కె. మి. ప్రకాశ్ మీ పాపని మేము స్కూల్లో చేర్చుకుంటాము.

Principal : Good! O.K. Mr. Prakash, we will admit your child? గుడ్! ఓ.కె. మి. ప్రకాశ్, వి విల్ అడ్మిట్ యువర్ చైల్డ్.

తండ్రి: థ్యాంక్ యు, సార్.

Father : Thank you, sir. థ్యాంక్ యు, సర్.

క్లాసు టీచరుతో — With the Class Teacher (విత్ ద క్లాస్ టీచర్)

తల్లి: గుడ్ ఆఫ్టర్‌నూన్ మిసస్. సెన్. నేను క్షిప్రా శర్మాకి తల్లి పూనమ్ శర్మాను. మీరు నన్ను కలవాని క్షిప్రాతో చెప్పారని చెప్పింది.

Mother : Good afternoon Mrs. Sen. I'm Poonam Sharma, Kshipra Sharma's mother. Kshipra told me, you wanted to see me. గుడ్ ఆఫ్టర్‌నూన్ మిసెస్. సెన్. ఐ'మ్ పూనమ్ శర్మా, క్షిప్రా శర్మా'స్ మదర్. క్షిప్రా టోల్డ్ మి, యు వాంటెడ్ టు సి మి.

క్లాస్ టీచర్: అవును, ప్లీస్ కూర్చోండి. ఇది క్షిప్రా శర్మా మంత్లీ ప్రోగ్రెస్ రిపోర్ట్. రెండు సబ్జెక్టులలో ఆమె ఫెయిలయింది.

Class Teacher : Yes, please sit down. Here is Kshipra's monthly progress report. She has failed in two subjects. ఎస్, ప్లీస్ సిట్ డౌన్. హియర్ ఈస్ క్షిప్రాస్ మంత్లీ ప్రోగ్రెస్ రిపోర్ట్. షి హాస్ ఫెయిల్డ్ ఇన్ టూ సబ్జెక్ట్స్.

తల్లి: అవును, మ్యాథ్స్ టెస్ట్ సమయంలో ఆమె ఆరోగ్యం సరిగా లేదు.

Mother : Yes, she was unwell during the Maths test. ఎస్, షి వాస్ అన్‌వెల్ డ్యురింగ్ ది మ్యాథ్ టెస్ట్.

క్లాస్ టీచర్: సరే, మరి ఇంగ్లీషులో ఏమయింది? ఆమెకి 10 కి మూడు మార్కులు మాత్రమే వచ్చాయి. మరి సమాజశాస్త్రంలో చాలా కష్టంగా పాసు మార్కులు వచ్చాయి.

Class Teacher : Fine, but what about English? She got only 3 marks out of 10. In social studies also, she has barely got pass marks. ఫైన్, బట్ వాట్ అబౌట్ ఇంగ్లీష్? షి గాట్ ఓన్లీ 3 మార్క్స్ ఔట్ ఆఫ్ 10. ఇన్ సోషియల్ స్టడీస్ ఆల్సో, షి హాస్ బేర్లి గాట్ పాస్ మార్క్స్.

తల్లి: అవును. నేను కూడా ఆమె చదువు గురించి చాలా చింతిస్తున్నాను. క్షిప్రా చదువుపై సరిగా శ్రద్ధ చూపడం లేదు.

Mother : Yes. Actually, even I'm quite worried about her. Kshipra doesn't take interest in studies. యస్, ఆక్చువలీ, ఈవెన్ ఐ'మ్ క్వయిట్ వర్రీడ్ అబౌట్ హర్. క్షిప్రా డసన్ట్ టేక్ ఇంటరెస్ట్ ఇన్ స్టడీస్.

క్లాస్ టీచర్: ఆమె ఆరోగ్యం బాగులేదని నాకనిపిస్తోంది.

Class Teacher : I think she is quite weak physically. ఐ థింక్ షి ఈస్ క్వయిట్ వీక్ ఫిసికలి.

తల్లి: అవునండి, మీరు చెప్పిందే సరి. ఆమె కొన్ని రోజుల నుంచి తలనొప్పిని కూడా చెబుతోంది.

Mother : Yes, you are right. She also complains of head-ache very often. ఎస్, యు ఆర్ రైట్. షి ఆల్సో కంప్లైన్స్ ఆఫ్ హెడేక్ వెరి ఆఫన్.

క్లాస్ టీచర్: ఆమె కళ్ళను పరీక్షింప చేయండి. నేను చాలాసార్లు గమనించాను ఆమె బ్లాక్‌బోర్డును సరిగా చదవలేకపోతోంది.

Class Teacher : Please get her eyes tested. I have noticed that she is unable to read the blackboard properly. ప్లీస్ గెట్ హర్ ఐస్ టెస్టెడ్. ఐ హావ్ నోటీస్డ్ దట్ షి ఈస్ అనేబుల్ టు రీడ్ ద బ్లాక్‌బోర్డ్ ప్రాపర్లి.

తల్లి: నేను ఈ రోజు స్వయంగా ఒక ఐ స్పెషలిస్ట్ దగ్గరకు తీసుకెళతాను. ఆమె జనరల్ ఆరోగ్యం గురించి కూడా డాక్టరుకు చూపెడతాను.

Mother : I will take her to an eye specialist today itself. I'll also consult the doctor regarding her general health. ఐ విల్ టేక్ హర్ టు యాన్ ఐ స్పెషలిస్ట్ టుడే ఇట్‌సెల్ఫ్. ఐ'ల్ ఆల్సో కన్సల్ట్ ది డాక్టర్ రిగార్డింగ్ హర్ జనరల్ హెల్త్.

క్లాస్ టీచర్: అంతే కాక, క్షిప్రాకి గణితం, ఇంగ్లీషులకు ఎక్స్‌ట్రా కోచింగ్ కావాలి. ఆమెకు ఇంటిలో ఎవరు చదువు చెబుతారు?

Class Teacher : Besides, Kshipra needs extra coaching in Maths and English. Who teaches her at home? బిసైడ్స్, క్షిప్రా నీడ్స్ ఎక్స్‌ట్రా కోచింగ్ ఇన్ మ్యాథ్స్ అండ్ ఇంగ్లీష్. హూ టీచెస్ హర్ ఎట్ హోమ్?

తల్లి: నేనే చెబుతాను. కాని నేను సక్రమంగా చదివించ లేకపోతున్నాను.

Mother : I do. But I must admit that I am not very regular. ఐ డూ. బట్ ఐ మస్ట్ అడ్మిట్ దట్ ఐ యామ్ నాట్ వెరి రెగులర్.

క్లాస్ టీచర్: దయచేసి ఇక మీద ఆమెను సక్రమంగా చదివించండి. క్షిప్రా చేతివ్రాత అంత బాగులేదు. ఇంటిలో చేతివ్రాత బాగా నేర్చుకోమని చెప్పండి.

Class Teacher : Please be regular in future. Kshipra's handwriting is very bad. She must practise handwriting at home. ప్లీస్ బి రెగులర్ ఇన్ ఫ్యూచర్. క్షిప్రాస్ హాండ్‌రైటిగ్ ఈస్ వెరి బాడ్. షి మస్ట్ ప్రాక్టీస్ హాండ్‌రైటింగ్ ఎట్ హోమ్.

తల్లి: సరేనండి. నేనికమీద ఆమె గురించి ఎక్కువ శ్రద్ధ చూపుతాను.

Mother : Yes, I'll definitely pay more attention to her now. ఎస్, ఐ'ల్ డెఫినెట్లి పే మోర్ అటెన్షన్ టు హర్ నౌ.

క్లాస్ టీచర్: దయచేసి అలాగే చేయండి. క్షిప్రా చాలా బుద్ధిమంతురాలు. అంతేకాక మంచి గుణం గలది. కాస్త ప్రయత్నిస్తే ఆమెలో మార్పు వస్తుంది.

Class Teacher : Please do that. Kshipra is an intelligent and well-behaved girl. With a little effort, she will definitely improve. ప్లీస్ డూ దట్. క్షిప్రా ఈస్ యాన్ ఇంటలిజెంట్ అండ్ వెల్-బిహేవ్డ్ గర్ల్. విత్ ఎ లిటిల్ ఎఫర్ట్, షి విల్ డెఫినెట్లి ఇంప్రూవ్.

తల్లి: నేను పూర్తిగా ప్రయత్నిస్తాను. థ్యాంక్యూ వెరి మచ్ మిసెస్. సెన్. ఆమె ప్రోగ్రెస్ గురించి నాకు తెలుపుతూ ఉండండి.

Mother : I will try my best. Thank you very much, Mrs. Sen. Please keep me informed about her progress. ఐ విల్ ట్రై మై బెస్ట్. థ్యాంక్యూ వెరి మచ్, మిసెస్. సెన్. ప్లీస్ కీప్ మి ఇన్‌ఫామ్డ్ అబౌట్ హర్ ప్రోగ్రెస్.

క్లాస్ టీచర్: సరే, తప్పకుండా.

Class Teacher : Yes, of course. యస్, అఫ్ కోర్స్.

తల్లి: ఓ.కె. బాయ్ మిసెస్. సెన్.

Mother : O.K. Bye Mrs. Sen. ఓ.కె. బాయ్ మిసెస్. సెన్.

ఫిర్యాదులు — Complaints (కంప్లైన్ట్స్)

కరెంటు పోయినప్పుడు — Electricity Failure (ఎలక్ట్రిసిటీ ఫెయిల్యూర్)

మి. లాల్: (ఫోన్‌లో) ఇది టౌన్ హాల్ ఎలక్ట్రిసిటి కంప్లైన్ట్సేనా?

Mr. Lal : *(on the phone)* Is that Electricity Complaints, Town Hall? ఈస్ దట్ ఎలెక్ట్రిసిటీ కంప్లైన్ట్స్, టౌన్ హాల్?

క్లర్క్: అవును.

Clerk : Yes. యస్.

మి. లాల్: నమస్కారమండి. నేను న్యూ కాలని నుంచి మాట్లాడుతున్నాను. గత పది గంటల నుంచి మా లొకాలిటీలో కరెంటు లేదండి.

Mr. Lal : Good morning, I am speaking from New Colony. There is no electricity in our locality for the last ten hours. గుడ్ మార్నింగ్, ఐ యామ్ స్పీకింగ్ ఫ్రం న్యూ కాలని. దేర్ ఈస్ నో ఎలెక్ట్రిసిటి ఇన్ అవర్ లొకాలిటి ఫర్ ద లాస్ట్ టెన్ అవర్స్.

క్లర్క్: ఔను, బ్రేక్‌డౌన్ అయ్యింది. మా పనివాళ్ళు సరి చేస్తున్నారు.

Clerk : Yes, there has been a breakdown. Our men are at work. ఎస్, దేర్ హాస్ బీన్ ఎ బ్రేక్‌డౌన్. అవర్ మెన్ ఆర్ ఎట్ వర్క్.

మి. లాల్: ఇంకా ఎంత సేపట్లో కరెంటు వస్తుందండి?

Mr. Lal : In how much time should we expect the electricity? ఇన్ హౌ మచ్ టైమ్ షుడ్ వుయ్ ఎక్స్పెక్ట్ ద ఎలెక్ట్రిసిటి?

క్లర్క్: దాదాపు ఒక గంట.

Clerk : In about an hour. ఇన్ అబౌట్ యాన్ అవర్.

మి. లాల్: ధన్యవాదమండి.

Mr. Lal : Thank you. థ్యాంక్ యు.

టెలిఫోన్ ఖరాబు — Telephone Disorder (టెలిఫోన్ డిసార్డర్)

మి. గురు: *(పబ్లిక్ టెలిఫోన్ నుంచి)* ఇది జయ కాలని టెలిఫోన్ కంప్లైన్ట్సేనా?

Mr. Guru : *(calling from P.C.O.)* Is that Telephone Complaints, Jaya Colony? ఈస్ దట్ టెలిఫోన్ కంప్లైన్ట్స్, జయ కాలని?

క్లర్క్: అవును.

Clerk : Yes. యస్.

మి. గురు: నేను ఎఫ్/385 జయ కాలని నుంచి మాట్లాడుతున్నాను. మా టెలిఫోన్ పనిచేయడంలేదు.

Mr. Guru : I am speaking from F/385, Jaya Colony. Our telephone is out of order. ఐ యామ్ స్పీకింగ్ ఫ్రమ్ ఎఫ్/385, జయ కాలని. అవర్ టెలిఫోన్ ఈస్ ఔట్ ఆఫ్ ఆర్డర్.

క్లర్క్: మీ టెలిఫోన్ నెంబర్ ఎమిటి?

Clerk : What is your telephone number? వాట్ ఈస్ యువర్ టెలిఫోన్ నెంబర్?

మి. గురు: 23345703. దయచేసి నాకు కంప్లైన్ట్ నెంబరు ఇస్తారా?

Mr. Guru : 23345703. Could you give me a complaint number, please? 23345703. కుడ్ యు గివ్ మి ఎ కంప్లైన్ట్ నంబర్, ప్లీస్?

క్లర్క్: డి-76.

Clerk : D-76. డి-76.

మి. గురు: ధన్యవాదమండి, దయచేసి త్వరగా సరిచేయించండి.

Mr. Guru : Thank you. Please get it repaired fast. థ్యాంక్ యు. ప్లీస్ గెట్ ఇట్ రిపేర్డ్ ఫాస్ట్.

క్లర్క్: సరే, త్వరలోనే చేయిస్తాము.

Clerk : Yes, it will be done soon. ఎస్, ఇట్ విల్ బి డన్ సూన్.

మిక్సీ చెడిపోగా దాని గురించి ఫిర్యాదు — Complaining about a Faulty Gadget (కంప్లైనింగ్ అబౌట్ ఎ ఫాల్టీ గాడ్జెట్)

సేల్స్‌మెన్: *(గ్రాహకితో)* నమస్కారమండి. మీకేమన్నా సహాయం కావాలా?

Salesman : *(to the customer)* Good morning madam. Can I help you? గుడ్ మార్నింగ్ మేడమ్. కెన్ ఐ హెల్ప్ యు?

గ్రాహకి: అవును. నేనొక కంప్లైన్ట్ తీసుకొచ్చాను.

Customer : Yes, I have a complaint. ఎస్, ఐ హావ్ ఎ కంప్లైన్ట్.

సేల్స్‌మెన్: దయచేసి చెప్పండి.

Salesman : Yes please. యస్ ప్లీస్.

గ్రాహకి: మీ షాపు నుంచి గత వారం ఈ మిక్సీ-గ్రైండరును కొన్నాను. ఇది సరిగా పని చేయడంలేదు.

Customer : I bought this mixer grinder last week from your shop. It doesn't work properly. ఐ బాట్ దిస్ మిక్సర్ గ్రైండర్ లాస్ట్ వీక్ ఫ్రమ్ యువర్ షాప్. ఇట్ డసన్ట్ వర్క్ ప్రాపర్లీ.

సేల్స్‌మెన్: ఎక్కడ చూపండి. ప్రాబ్లమ్ ఏమిటి మేడమ్?

Salesman : Let me see. What is the problem, madam? లెట్ మి సీ. వాట్ ఈస్ ద ప్రాబ్లమ్, మేడమ్?

గ్రాహకి: ఈ గ్రైండరు ఎక్కువ శబ్దం చేస్తోంది. ఏ వస్తువునూ సరిగా గ్రైండ్ చేయడంలేదు.

Customer : The grinder makes too much noise and doesn't grind anything fine. And the blender doesn't mix anything properly. ది గ్రైండర్ మేక్స్ మచ్ నాయిస్ అండ్ డసన్ట్ గ్రైండ్ ఎనిథింగ్ ఫైన్ అండ్ ది బ్లెండర్ డసన్ట్ మిక్స్ ఎనిథింగ్ ప్రాపర్లీ.

సేల్స్‌మెన్: అలాగా. దీని గ్యారంటీ ఏమన్నా ఉందా?

Salesman : I see. Does it have a guarantee? ఐ సీ. డస్ ఇట్ హావ్ ఎ గ్యారంటీ?

గ్రాహకి: ఉంది, ఒక సంవత్సరం.

Customer : Yes, one year. యస్, వన్ ఇయర్.

సేల్స్‌మెన్: మీ దగ్గర దీని రసీదు ఉందా?

Salesman : Do you have the receipt, please? డూ యు హావ్ ద రిసీట్, ప్లీస్?

గ్రాహకి: ఉంది, ఇదిగో.

Customer : Yes, here it is. ఎస్, హియర్ ఇట్ ఈస్.

సేల్స్‌మెన్: సరే మేడమ్. ఈ మిషన్‌ని మా దగ్గర ఇచ్చి వెళ్ళండి. దీన్ని మేము రిపేరుకి కంపెనీ వర్క్‌షాప్‌కి పంపిస్తాము.

Salesman : Alright madam. Leave the machine with us. I will send it to the company's workshop for repair. ఆల్‌రైట్ మేడమ్. లీవ్ ద మిషిన్ విత్ అస్. ఐ విల్ సెండ్ ఇట్ టు ద కంపెనీ'స్ వర్క్‌షాప్ ఫార్ రిపేర్.

గ్రాహకి: మీరు మిషన్‌ని మార్చి ఇవ్వరా, లేకుంటే డబ్బన్నా తిరిగి ఇవ్వండి.

Customer : Can't you change the piece or refund the money? కాన్ట్ యు ఛేంజ్ ద పీస్ ఆర్ రిఫన్డ్ ద మనీ?

సేల్స్‌మెన్: ఇది సరికాని పక్షంలో వేరే మిషిన్‌ని ఇస్తాము. కాని డబ్బు తిరిగి ఇవ్వలేము.

Salesman : We will change the piece if the fault can't be repaired. But we can't refund the money. వుయ్ విల్ ఛేంజ్ ద పీస్ ఇఫ్ ది ఫాల్ట్ కాంట్ బి రిపేర్డ్. బట్ వుయ్ కాన్ట్ రిఫన్డ్ ద మనీ.

గ్రాహకి: మళ్ళీ నేనెప్పుడు రావాలి?

Customer : When should I come back? వెన్ షుడ్ ఐ కమ్ బాక్?

సేల్స్‌మెన్: వచ్చే బుధవారం.

Salesman : Next week, Wednesday. నెక్స్ట్ వీక్, వెడ్‌నెస్‌డే.

గ్రాహకి: సరే. థ్యాంక్ యు.

Customer : Alright. Thank you. ఆల్‌రైట్. థ్యాంక్ యు.

ప్రతినిత్యపు మామూలు ఫిర్యాదులు | Complaining about Things in General
(కంప్లైనింగ్ అబౌట్ థింగ్స్ ఇన్ జనరల్)

మిసెస్ రమణ: హలో మిసెస్ కార్తిక్.

మిసెస్ కార్తిక్: హలో మిసెస్ రమణ, ఎలాగున్నారు?

మిసెస్ రమణ: బాగున్నాను. మీరు ఎక్కడి నుంచి వస్తున్నారు?

మిసెస్ కార్తిక్: మార్కెట్ నుంచి. మీరు?

మిసెస్ రమణ: నేను కూడా మార్కెట్‌కి వెళ్ళాను. బాబోయ్! వస్తువుల ధరలు విపరీతంగా ఉన్నాయి.

మిసెస్ కార్తిక్: అది నిజమే. రోజు రోజుకీ ధరలు మండిపోతున్నాయి.

మిసెస్ రమణ: ఈ కాలంలో బ్రతకడం చాలా కష్టం. మీ పని మనిషి తిరిగి వచ్చిందా?

మిసెస్ కార్తిక్: లేదు. ఆమె ఇంకా ఎక్కువ డబ్బు కావాలంటోంది. క్రితం నెలే నేను డబ్బు పెంచిచ్చాను.

మిసెస్ రమణ: ఈ రోజుల్లో ఎవరూ పని చేయడం లేదు. అందరికీ డబ్బు ఎక్కువగా కావాలి.

మిసెస్ కార్తిక్: సరిగ్గా చెప్పారు. ఓ భగవంతుడా ఎంత ఎండగా ఉంది!

మిసెస్ రమణ: అవునండి, ఇక్కడ పై కప్పు లేదు. అంతే కాక మన కాలనీలో కరెంటు కూడా లేదు.

మిసెస్ కార్తిక్: ఇప్పుడు కరెంటు కటింగ్ కూడా విపరీతంగా ఉంది. నేను కంప్లైన్ట్ చేసాను. కాని ఎవరూ టెలిఫోన్ తీయడం లేదు.

మిసెస్ రమణ: మా ఫోను గత 15 రోజులనుంచి పని చేయడం లేదు. మా వారు 3-4 సార్లు కంప్లైన్ట్ చేశారు కాని ప్రయోజనం లేదు.

మిసెస్ కార్తిక్: అన్ని డిపార్ట్‌మెంట్ల వారిదీ ఇదే గోలే. అందరికీ లంచాలు కావాలి.

మిసెస్ రమణ: మీరు సరిగా చెప్పారు. *(ఒక కారు వేగంగా వెళుతుంది)* చూడండి కారు ఎలా తోలుతున్నాడో. నడిచి వెళ్ళేవారి గురించి ఎవరూ పట్టించుకోవడం లేదు.

Mrs. Ramana : Hello, Mrs. Kartik. హలో, మిసెస్ కార్తిక్.

Mrs. Kartik : Hello, Mrs. Ramana. How are you? హలో, మిసెస్ రమణ, హౌ ఆర్ యు?

Mrs. Ramana : Fine. Where are you coming from? ఫైన్. వేర్ ఆర్ యు కమింగ్ ఫ్రమ్?

Mrs. Kartik : Market. And you? మార్కెట్. అండ్ యు?

Mrs. Ramana : I too went to market. God! How expensive the things have become! ఐ టూ వెన్ట్ టు మార్కెట్. గాడ్! హౌ ఎక్స్‌పెన్సివ్ ద థింగ్స్ హావ్ బికమ్!

Mrs. Kartik : It's terrible, really. The prices are shooting up everyday. ఇట్స్ టెరిబుల్, రియల్లీ. ద ప్రైజెస్ ఆర్ షూటింగ్ అప్ ఎవిరిడే.

Mrs. Ramana : It's hard to survive these days. Has your servant returned? ఇట్స్ హార్డ్ టు సర్వైవ్ దీస్ డేస్. హాస్ యువర్ సర్వెంట్ రిటర్న్‌డ్?

Mrs. Kartik : No. She is asking for a raise again. Last month only I increased her salary. నో. షి ఈస్ ఆస్కింగ్ ఫార్ ఎ రైస్ ఎగైన్. లాస్ట్ మన్త్ ఓన్లి ఐ ఇంక్రీస్డ్ హర్ శాలరీ.

Mrs. Ramana : Nobody wants to work these days. All they want is to get paid more and more. నోబడీ వాన్ట్స్ టు వర్క్ దీస్ డేస్. ఆల్ దె వాంట్ ఈస్ గెట్ పెయిడ్ మోర్ అండ్ మోర్.

Mrs. Kartik : You are right. Oh God! How hot it is! యు ఆర్ రైట్. ఓహ్ గాడ్! హౌ హాట్ ఇట్ ఈస్!

Mrs. Ramana: Yes, and on top of it, no electricity in our colony. ఎస్, అండ్ నో టాప్ ఆఫ్ ఇట్, నో ఎలెక్ట్రిసిటి ఇన్ అవర్ కాలని.

Mrs. Kartik : These power cuts are unbearable. I called the complaints but nobody is lifting the phone. దీస్ పవర్ కట్స్ ఆర్ అన్బేరబుల్. ఐ కాల్డ్ ద కంప్లైన్ట్స్ బట్ నోబడి ఈస్ లిఫ్టింగ్ ద ఫోన్.

Mrs. Ramana : My phone has been out of order for the last fifteen days. My husband lodged the complaint 3-4 times but there is no response. మై ఫోన్ హాస్ బీన్ ఔట్ ఆఫ్ ఆర్డర్ ఫార్ ద లాస్ట్ ఫిఫ్టీన్ డేస్. మై హస్బెండ్ లాడ్జ్‌డ్ ది కంప్లైన్ట్ 3-4 టైమ్స్ బట్ దేర్ ఈస్ నో రెస్పాన్స్.

Mrs. Kartik : There is corruption in all the departments. Everybody wants his palm to be greased. దేర్ ఈస్ కరప్షన్ ఇన్ ఆల్ ద డిపార్ట్‌మెంట్స్. ఎవిరిబడి వాంట్స్ హీస్ పామ్ టు బి గ్రేస్డ్.

Mrs. Ramana : You are right. *(A car speeds by)* Look at the way he's driving. There's no consideration for the pedestrians. యు ఆర్ రైట్....లుక్ ఎట్ ది వే హీ'స్ డ్రైవింగ్. దేర్స్ నో కన్సిడరేషన్ ఫార్ ది పెడస్ట్రియన్స్.

మిసెస్ కార్తిక్: మీరు చూశారా, ఆ కారు నుంచి ఎంత పొగ వస్తోందో? ఈ ట్రాఫిక్‌ను గురించి, వాయు కాలుష్యం గురించి పట్టించుకునేవారే లేరు.

Mrs. Kartik : Did you see the amount of exhaust coming out of the vehicle? All this talk about traffic and pollution control has no meaning. డిడ్ యు సీ ద అమౌంట్ ఆఫ్ ఎగ్జాస్ట్ కమింగ్ ఔట్ ఆఫ్ ది వెహికిల్? ఆల్ దిస్ టాక్ అబౌట్ ట్రాఫిక్ అండ్ పొల్యూషన్ కంట్రోల్ హాస్ నో మీనింగ్.

మిసెస్ రమణ: పెద్ద నగరాలలో జీవించడం అపాయకరంగా ఉంది.

Mrs. Ramana : Life in big cities is full of hazards. లైఫ్ ఇన్ బిగ్ సిటీస్ ఈస్ ఫుల్ ఆఫ్ హజర్డ్స్.

మిసెస్ కార్తిక్: అవును, వేరే గతి లేదు. ఓ.కె. మిసెస్ రమణ, అప్పుడప్పుడు వస్తూండండి.

Mrs Kartik : Yes, but we have no choice. O.K. Mrs. Ramana, please drop in some time. ఎస్, బట్ వి హావ్ నో ఛాయిస్. ఓ.కె. మిసెస్ రమణ, ప్లీస్ డ్రాప్ ఇన్ సమ్ టైమ్.

మిసెస్ రమణ: అలాగే, మీరు కూడా రండి, మిసెస్ కార్తిక్. బాయ్, మళ్ళీ కలుద్దాం.

Mrs. Ramana : Yes, you too, Mrs. Kartik. Bye, see you. ఎస్, యు టూ, మిసెస్ కార్తిక్. బాయ్, సీ యు.

వధూవరుల గురించి విచారణ — Inquiring About the Prospective Bridegroom

(ఎంక్వయిరీ అబౌట్ ద ప్రాస్పెక్టివ్ బ్రైడ్‌గ్రూమ్)

మి. రాజు: హలో మి. రవి ఏమిటిది ఆశ్చర్యంగా వుంది! దయచేసి రండి, కూర్చోండి.

Mr. Raju : Hello Mr. Ravi, what a surprise! Please come in and have a seat. హలో మిస్టర్ రవి, వాట్ ఎ సర్‌ప్రైజ్! ప్లీస్ కమ్ ఇన్ అండ్ హావ్ ఎ సీట్.

మి. రవి: ధన్యవాదాలు మి. రాజు.

Mr. Ravi : Thank you Mr. Raju. థ్యాంక్ యు మిస్టర్ రాజు.

మి. రాజు: మరి, ఏమిటి విశేషాలు?

Mr. Raju : So, how is everything? సో, హా ఈస్ ఎవిరిథింగ్?

మి. రవి: బాగున్నాను, ఇప్పుడు మీ ఆరోగ్యం ఎలాగుంది?

Mr. Ravi : Fine, how is your health now? ఫైన్, హౌ ఈస్ యువర్ హెల్త్ నౌ?

మి. రాజు: చాలా బాగుంది, ధన్యవాదాలు. మీరేమి తీసుకుంటారు, టీయా కాఫీయా?

Mr. Raju : Much better, thank you. What would you like to have, tea or coffee? మచ్ బెటర్, థ్యాంక్ యు. వాట్ వుడ్ యు లైక్ టు హావ్, టీ ఆర్ కాఫీ?

మి. రవి: ఏమీ వద్దు, ధన్యవాధాలు. మి. రాజు నిజం చెప్పాలంటే కాస్త మీ సహాయం కావాలి.

Mr. Ravi : Nothing, thanks. Actually, Mr. Raju, I need your help in something. నథింగ్, థ్యాంక్స్. అక్చుయలి, మిస్టర్ రాజు, ఐ నీడ్ యువర్ హెల్ప్ ఇన్ సమ్‌థింగ్.

మి. రాజు: చెప్పండి, మీకేమి సహాయం చేయగలనో.

Mr. Raju : Yes, what can I do for you? యస్, వాట్ కెన్ ఐ డూ ఫర్ యు?

మి. రవి: మీకు మి. రావు తెలుసా, మీ ఆఫీసులో అసిస్టెంట్ మేనేజరుగా ఉన్నారు కదూ?

Mr. Ravi : Do you know Mr. Rao, the Assistant Manager in your office? డూ యు నో మిస్టర్ రావు, ది అసిస్టెంట్ మేనేజర్ ఇన్ యువర్ ఆఫీస్?

మి. రాజు: తెలుసు.

Mr. Raju : Yes. యస్.

మి. రవి: వారి కుటుంబం గురించి కూడా తెలుసా?

Mr. Ravi : And also the family? అండ్ ఆల్సో ద ఫామిలి?

మి. రాజు: అవును, వారందర్నీ నాకు బాగా తెలుసు.

Mr. Raju : Yes, I know them. యస్, ఐ నో దెమ్.

మి. రవి: నిజమేమంటే, మి. రావు అబ్బాయితో మా అమ్మాయి రేణు సంబంధం గురించి మాట్లాడాలనుంది.

Mr. Ravi : Actually, we are considering a match between Mr. Rao's son and my daughter Renu. అక్చువలి, వుయ్ ఆర్ కన్సిడరింగ్ ఎ మ్యాచ్ బిట్వీన్ మిస్టర్ రావ్స్ సన్ అండ్ మై డాటర్ రేణు.

మి. రాజు: ఓ అలాగా.

Mr. Raju : Oh, I see. ఓహో, ఐ సీ.

మి. రవి: మీరు ఆ అబ్బాయి, వారి కుటుంబం గురించి కాస్త వివరాలు తెలుపగలరా?

Mr. Ravi : Could you give me some information regarding the boy and the family? కుడ్ యు గివ్ మి సమ్ ఇన్ఫర్మేషన్ రిగార్డింగ్ ద బాయ్ అండ్ ది ఫ్యామిలి?

మి. రాజు: చెబుతా, రావు కుటుంబం చాలా మర్యాద గల కుటుంబం. మి. రావు కూడా చాలా మంచి వాడు, దయగలవాడు.

Mr. Raju : Well, the Raos are very respectable people. Mr. Rao also is a nice and helpful person. వెల్, ద రావ్స్ ఆర్ వెరి రెస్పాన్సిబుల్ పీపుల్. మి. రావు ఆల్సో ఈస్ ఎ నైస్ అండ్ హెల్ప్‌ఫుల్ పర్సన్.

మి. రవి: వారి కుటుంబంలో ఎంతమంది ఉన్నారు?

Mr. Ravi : How many members are there in the family? హౌ మెని మెంబర్స్ ఆర్ దేర్ ఇన్ ద ఫామిలి?

మి. రాజు: ఐదు మంది. మి. రావు దంపతులు, ఇద్దరు పిల్లలు రాహుల్, ప్రియా. మి. రావు తల్లి కూడా అతనితోటే ఉంటోంది.

Mr. Raju : Five. Mr. and Mrs. Rao, their two children, Rahul and Priya and Mr. Rao's mother, who also stays with him. ఫైవ్. మి. అండ్ మిసెస్ కపూర్, థెయిర్ టూ ఛిల్డ్రన్, రాహుల్ అండ్ ప్రియా అండ్ మి. రావ్స్ మదర్, హూ ఆల్సో స్టేస్ విత్ హిమ్.

మి. రవి: రాహుల్ ఏమి చేస్తుంటాడు?

Mr. Ravi : What does Rahul do? వాట్ డస్ రాహుల్ డూ?

మి. రాజు: అతను నవయుగ్ ఇండస్ట్రీస్‌లో మార్కెటింగ్ ఎక్సిక్యూటివ్‌గా ఉన్నాడు.

Mr. Raju : He is a marketing executive in Navyug Industries. హి ఈస్ ఎ మార్కెటింగ్ ఎక్సిక్యూటివ్ ఇన్ నవ్‌యుగ్ ఇండస్ట్రీస్.

మి. రవి: అతని ఆఫీసెక్కడ?

Mr. Ravi : Where is his office? వేర్ ఈస్ హిస్ ఆఫీస్?

మి. రాజు: నోయిడాలో.

Mr. Raju : In Noida. ఇన్ నోయిడా.

మి. రవి: అతని వయసెంత ఉంటుంది?

Mr. Ravi : What must be his age? వాట్ మస్ట్ బి హిస్ ఏజ్?

మి. రాజు: దాదాపు 26-27 ఉంటుంది.

Mr. Raju : About 26 or 27. అబౌట్ 26 ఆర్ 27.

మి. రవి: అతని జీతం దాదాపు ఎంతుంటుంది?

Mr. Ravi : What must be his approximate salary? వాట్ మస్ట్ బి హిస్ అప్రాక్స్‌మెట్ శాలరీ?

మి. రాజు: దాదాపు 5000 రూ. అనుకుంటాను.

Mr. Raju : Around Rs. 5000 I think. అరౌండ్ రూ. 5000 ఐ థింక్.

మి. రవి: ఆ అబ్బాయి స్వభావం గురించి కాస్త చెప్పగలరా?

Mr. Ravi : Could you tell me something about his nature? కుడ్ యు టెల్ మి సమ్‌థింగ్ అబౌట్ హిస్ నేచర్?

మి. రాజు: ఆ అబ్బాయి చాలా మంచివాడు. చాలా మర్యాదస్తుడు.

Mr. Raju : He is a nice boy. Very respectful. హి ఈస్ ఎ నైస్ బాయ్. వెరి రెస్పెక్ట్‌ఫుల్.

మి. రవి: దయచేసి మి. కపూర్‌గారి ఆర్థిక స్తోమత గురించి కాస్త చెప్పండి.

Mr. Ravi : Please tell me something about Mr. Rao's financial status. ప్లీస్ టెల్ మి సమ్‌థింగ్ అబౌట్ మి. రావ్స్ ఫైనాన్షియల్ స్టేటస్.

మి. రాజు: చాలా బాగానే ఉన్నారనే నా అనుమానం. మి. రావు జీతము దాదాపు 8000 రూ. వారు కట్టెల మండిలోని తమ స్వంత ఇంటిలోనే ఉంటున్నారు.

Mr. Raju : I think they are quite well-to-do. Mr. Rao's salary alone must be around Rs. 8000. They live in their own house in Kattela Mandi. ఐ థింక్ దె ఆర్ క్వయిట్ వెల్-టు-డూ. మి. రావ్స్ శాలరీ అలోన్ మస్ట్ బి అరౌండ్ రూ. 8000. దే లివ్ ఇన్ థెయిర్ ఓన్ హౌస్ ఇన్ కట్టెల మండి.

మి. రవి: వారి అమ్మాయికి పెళ్ళయిందా?

Mr. Ravi : Is their daughter married? ఈస్ థెయిర్ డాటర్ మారీడ్?

మి. రాజు: లేదు, ఆమె కాలేజీలో చదువుతోంది. ఆమె అన్నే రాహుల్.

Mr. Raju : No, She is in college. She is younger to Rahul. నో, షి ఈస్ ఇన్ కాలేజ్. షి ఈస్ యంగర్ టు రాహుల్.

మి. రవి: వారి కుటుంబంలో సిగరెట్లు, త్రాగుడు అలవాట్ల గురించేమైనా తెలుసా?

Mr. Ravi : What about drinking and smoking in the family? వాట్ అబౌట్ డ్రింకింగ్ అండ్ స్మోకింగ్ ఇన్ ద ఫామిలి?

మి. రాజు: నాకు తెలిసినంతవరకు మి. రావు కాని, రాహుల్ కాని స్మోక్ చేయరు. త్రాగుడు గురించి నాకు తెలీదు.

Mr. Raju : Well, as far as I know, neither Mr. Rao nor Rahul smokes. About drinking, I don't know. వెల్, యాస్ ఫార్ యాస్ ఐ నో, నెయ్‌దర్ మి. రావు నార్ రాహుల్ స్మోక్స్. అబౌట్ డ్రింక్, ఐ డోన్ట్ నో.

మి. రవి: అవును, నాకు అర్థమయింది. ఒక ఆఖరు ప్రశ్న. వారి అబ్బాయి పెళ్ళి విషయంలో కట్నం గురించేమన్నా అధికంగా ఎదురు చూస్తున్నట్లు మీకు అనిపిస్తోందా?

Mr. Ravi : Yes, I understand. Just one last question. Do you think they will have high expectations in their son's marriage? ఎస్, ఐ అండర్‌స్టాండ్. జస్ట్ వన్ లాస్ట్ క్వశ్చన్. డూ యు థింక్ దె విల్ హావ్ హై ఎక్స్‌పెక్టేషన్స్ ఇన్ థెయిర్ సన్స్ మ్యారేజ్?

మి. రాజు: ఈ విషయంలో నేనేమి చెప్పగలను? దీని గురించి మీరే వారితో మాట్లాడితే బాగుంటుంది.

Mr. Raju : What can I say about that? It would be better if you ask them yourself. వాట్ కెన్ ఐ సే అబౌట్ దట్? ఇట్ వుడ్ బి బెటర్ ఇఫ్ యు ఆస్క్ దెమ్ యువర్‌సెల్ఫ్.

మి. రవి: మీరు సరిగా చెప్పారు. మీ సహాయానికి చాలా ధన్యవాదాలు మి. రాజు.

Mr. Ravi : You are right. Thank you very much Mr. Raju for your kind help. యు ఆర్ రైట్. థ్యాంక్ యు వెరి మచ్ మి. రాజు ఫర్ యువర్ హెల్ప్.

మి. రాజు: దానికేముందండి.

Mr. Raju : You are welcome. యు ఆర్ వెల్‌కమ్.

మి. రవి: మరి నేను బయలుదేరుతాను. అప్పుడప్పుడు మా ఇంటికి రండి.

Mr. Ravi : O.K. I'll take your leave now. Please drop in sometime. ఓ.కె. ఐ'ల్ టేక్ యువర్ లీవ్ నౌ. ప్లీస్ డ్రాప్ ఇన్ సమ్ టైమ్.

మి. రాజు: ఖచ్చితంగా. బాయ్ మి. రవి.

Mr. Raju : Yes, sure. Bye Mr. Ravi. ఎస్, ష్యూర్. బాయ్ మి. రవి.

పెళ్ళి మాటలు — Marriage Negotiation (మ్యారేజ్ నెగోషియేషన్)

వధూ-వరుల తల్లిదండ్రులు మొదటిసారి కలుసుకోవడం — First Meeting between the Boy's and the Girl's Parents (ఫస్ట్ మీటింగ్ బిట్వీన్ ద బాయ్స్ అండ్ ద గర్ల్స్ పేరెంట్స్)

(మి. రవి దంపతులు, రావు కొడుకు రాహుల్‌తో తమ కూతురు రేణు వివాహ సంబంధంగా మాట్లాడటానికి మొదటిసారి వారి ఇంటికి వస్తారు. అప్పుడు మి. రావు తలుపు తెరుస్తాడు.)

మి. రవి: నమస్కారమండి. నేను రమేష్ రవిని.

Mr. Ravi : Namaskar. I am Ramesh Ravi. నమస్కార్. ఐ యామ్ రమేష్ రవి.

మి. రావు: ఓ, రవిగారూ! నేను సోమేశ్ కపూర్. లోపలికి దయచేయండి.

Mr. Rao : Oh, Mr. Ravi! I am Somesh Rao. Please come in. ఓహ్, మి. రవి! ఐ యామ్ సోమేష్ కపూర్. ప్లీస్ కమ్ ఇన్.

మి. రవి: ఈమె నా భార్య గీత.

Mr. Ravi : Please meet my wife Geeta. ప్లీస్ మీట్ మై వైఫ్ గీతా.

మి. రావు: నమస్కారమండి. ఈమె నా భార్య మీరా.

Mr. Rao : Namaskar. My wife Meera. నమస్కార్. మై వైఫ్ మీరా.

మి.&మిసెస్ రవి: నమస్కారం.

Mr. & Mrs. Ravi : Namaskar. నమస్కార్.

మిసెస్ రావు: నమస్కారం. దయచేసి కూర్చోండి.

Mrs. Rao : Namaskar. Please sit down. నమస్కార్. ప్లీస్ సిట్ డౌన్.

(అందరూ కూర్చుంటారు.)

మి. రవి: కపూర్‌గారూ, మీరు మొదటినుంచీ హైదరాబాదుకు చెందినవారా?

Mr. Ravi : Do you originally belong to Hyderabad, Mr. Rao? డూ యు ఒరిజినలి బిలాంగ్ టు హైదరాబాద్, మి. రావ్.

మి. రావు: కాదు. మేము హైదరాబాదు వాళ్ళము కాము. మా తల్లిదండ్రులు చెన్నై వారు. మేము గత 20 సంవత్సరాలుగా ఇక్కడే ఉంటున్నాము. మరి మీరో?

Mr. Rao : Not originally. My parents belonged to Channai. But we have lived here for the last twenty years. What about you? నాట్ ఒరిజినలి. మై పేరెంట్స్ బిలాంగ్డ్ టు మద్రాస్. బట్ వుయ్ హావ్ లివ్డ్ హియర్ ఫర్ ద లాస్ట్ ట్వెంటీ ఇయర్స్. వాట్ అబౌట్ యు?

మి. రవి: మేము హైదరాబాదువాళ్ళమే. మా తల్లిదండ్రులు దేశ విభజనానంతరం ఇక్కడే ఉండిపోయారు.

Mr. Ravi : We belong to Hyderabad. My parents migrated here after partition. వుయ్ బిలాంగ్ టు హైదరాబాద్. మై పేరెంట్స్ మైగ్రేటెడ్ హియర్ ఆఫ్టర్ పార్టీషన్.

మి. రావు: అలాగా. మరి మీకు రాజు గారు ఎలా పరిచయం?

Mr. Rao : I see. How do you know, Mr. Raju? ఐ సీ. హౌ డు యు నో, మి. రాజు?

మి. రవి: ఆయన మా పక్కింటతను. నేనే ఆయనతో మా అమ్మాయి రేణుకి ఎవరన్నా మంచి వరుడ్ని చూడమని చెప్పాను. ఆయన మీ అబ్బాయి రాహుల్ గురించి మీ కుటుంబం గురించి చాలా ప్రశంసించారు. మీ ఫోన్ నెంబరు కూడా ఇచ్చారు.

Mr. Ravi : We are neighbours. Actually I once asked him to suggest a match for my daughter Renu. He spoke very highly of your son and your family and also gave me your phone number. వుయ్ ఆర్ నెయ్‌బర్స్. ఆక్చుయలి ఐ వన్స్ ఆస్క్‌డ్ హిమ్ టు సజెస్ట్ ఎ మాచ్ ఫర్ మై డాటర్ రేణు. హి స్పోక్ వెరి హైలి ఆఫ్ యువర్ సన్ అండ్ యువర్ ఫామిలి అండ్ ఆల్సో గేవ్ మి యువర్ ఫోన్ నెంబర్.

మి. రావు: అవును, పది సంవత్సరాలనుంచి రాజు నేను ఒకటిగా పని చేస్తున్నాము. మేము మంచి మిత్రులం కూడ. ఆయన ఎలాగున్నారు?

Mr. Rao : Yes, Raju and I worked together for ten years. We are good friends. How is he? ఎస్, రాజు అండ్ ఐ వర్క్‌డ్ టుగెదర్ ఫర్ టెన్ ఇయర్స్. వుయ్ ఆర్ గుడ్ ఫ్రెండ్స్. హౌ ఈస్ హి?

మి. రవి: చాలా బాగున్నారు. మీకు నమస్కారం చెప్పమన్నారు.

Mr. Ravi : Very well. He has sent you his regards. వెరి వెల్. హి హాస్ సెంట్ యు హిస్ రిగార్డ్స్.

మి. రావు: దయచేసి వారికి కూడా మా నమస్కారం తెలపండి.

Mr. Rao : Please convey the same on my behalf. ప్లీస్ కన్వే ది సేమ్ ఆన్ మై బిహాఫ్.

(మిసెస్ రావు టీ మరియు టిఫిన్ తెస్తుంది.)

మిసెస్ రావు: దయచేసి టీ తీసుకోండి.

Mrs. Rao : Please have tea. ప్లీస్ హావ్ టీ.

మి. రవి: మీరు అనవసరంగా శ్రమ తీసుకుంటున్నారు?

Mrs. Ravi : There was no need for taking the trouble. దేర్ వాస్ నో నీడ్ ఫర్ టేకింగ్ ద ట్రబుల్.

మిసెస్ రావు: శ్రమేమీ లేదు. దయచేసి తీసుకోండి. కాస్త మిక్స్చర్ కూడా తీసుకోండి.

Mrs. Rao : No trouble at all. Please have some *Mikchur*. నో ట్రబుల్ ఎట్ ఆల్. ప్లీస్ హావ్ సమ్ మిక్చర్.

మి. రవి: *(వాటిని తీసుకుంటారు)* ధన్యవాదమండి. మి. రావు మీరు ఇప్పుడు కూడా ఎన్.కె. ఇండస్ట్రీస్ లోనే ఉన్నారా?

Mr. Ravi : *(taking it)* Thank you. Are you still with N.K. Industries, Mr. Rao? థ్యాంక్ యు. ఆర్ యు స్టిల్ విత్ ఎన్.కె. ఇండస్ట్రీస్, మి. రావు?

మి. రావు: లేదు. నేనిప్పుడు శ్రీకాంత్ ఇండస్ట్రీలో ఉన్నాను. అక్కడ నేను అసిస్టెంట్ మేనేజర్ని.

Mr. Rao : No, I am with Shrikant Industries now. I am Assistant Manager there. నో, ఐ యామ్ విత్ శ్రీకాంత్ ఇండస్ట్రీస్ నౌ. ఐ యామ్ అసిస్టెంట్ మేనేజర్ దేర్.

మి. రవి: ఓ, అలాగా! నా మిత్రుడు మి. జగదీశ్ భాస్కర్ కూడా అక్కడే ఉన్నాడు. అతను అకౌంటెంట్.

Mr. Ravi : Oh, I see! My friend Mr. Jagdish Bhasker is also there. He is in accounts. ఓహ్, ఐ సీ! మై ఫ్రెండ్ మి. జగదీష్ భాస్కర్ ఈస్ ఆల్సో దేర్. హి ఈస్ ఇన్ అకౌంట్స్.

మి. రావు: అవును, నాకు భాస్కర్‌ని బాగా తెలుసు. మీరేమి చేస్తున్నారు మి. రవి?

Mr. Rao : Yes, I know Bhasker very well. What do you do, Mr. Ravi? ఎస్, ఐ నో భాస్కర్ వెరి వెల్. వాట్ డు యు డు, మి. రవి?

మి. రవి: నేను స్టేట్ బ్యాంక్ ఆఫ్ ఇండియాలో అకౌంట్స్ మేనేజర్ని. మా కుటుంబంలో ఇద్దరు ఆడపిల్లలు, ఒక అబ్బాయి. పెద్దమ్మాయి పెళ్ళయిపోయింది. మా అబ్బాయి సుమిత్ అందరికంటే చిన్నవాడు.

Mr. Ravi : I am Accounts Manager in the State Bank of India. As for my family, we have two daughters and one son. Our elder daughter is already married. Sumit, my son is the youngest. ఐ యామ్ అకౌంట్స్ మేనేజర్ ఇన్ ద

స్టేట్ బ్యాంక్ ఆఫ్ ఇండియా. యాస్ ఫర్ మై ఫ్యామిలి, వుయ్ హావ్ టూ డాటర్స్ అండ్ వన్ సన్. అవర్ ఎల్డర్ డాటర్ ఈస్ ఆల్ రెడి మారీడ్. సుమిత్, మై సన్ ఈస్ ద యంగెస్ట్.

మి. రావు: మీ చిన్నమ్మాయి ఏమి చేస్తోంది?

Mr. Rao : And what is your younger daughter doing? అండ్ వాట్ ఈస్ యువర్ యంగర్ డాటర్ డూయింగ్?

మి. రవి: ఆమె బి.ఎ. ఫైనల్ చేస్తోంది.

Mr. Ravi : She is studying in B.A. final. షి ఈస్ స్టడీయింగ్ ఇన్ బి.ఏ. ఫైనల్.

మి. రవి: దానితోపాటు ఆమె ఇంటీరియర్ డెకొరేషన్ కోర్స్ కూడా కొన్నాళ్ళుగా చేస్తోంది. ఆమె చాలా అందమైనది, బుద్ధిమంతురాలు కూడా.

Mr. Ravi : She is also doing a course in interior decoration these days. She is fair, beautiful and a very sensible girl. షి ఈస్ ఆల్సో డూయింగ్ ఎ కోర్స్ ఇన్ ఇంటీరియర్ డెకొరేషన్ దీస్ డేస్. షి ఈస్ ఫెయిర్, బ్యూటిఫుల్ అండ్ ఎ వెరి సెన్సిబుల్ గర్ల్.

మి. రావు: మా అబ్బాయి రాహుల్ కూడా చాలా బుద్ధి మంతుడు, హుషారైనవాడు.

Mr. Rao : Our son Rahul also is a very intelligent and sensible boy. అవర్ సన్ రాహుల్ ఆల్సో ఈస్ ఎ వెరి ఇంటలిజెంట్ అండ్ సెన్సిబుల్ బాయ్.

మి. రవి: మి. రావు, రాహుల్ ఎక్కడ పనిచేస్తున్నాడు?

Mr. Ravi : Where is Rahul working, Mr. Rao? వేర్ ఈస్ రాహుల్ వర్కింగ్, మి. రావు?

మి. రావు: నవ్‌యుగ్ ఇండస్ట్రీస్‌లో మార్కెటింగ్ ఎగ్జిక్యూటివ్‌గా ఉన్నాడు.

Mr. Rao : He is Marketing Executive in Navyug Industries. హి ఈస్ మార్కెటింగ్ ఎగ్జిక్యూటివ్ ఇన్ నవ్‌యుగ్ ఇండస్ట్రీస్.

మి. రవి: అతను అక్కడ ఎంత కాలంగా పని చేస్తున్నాడు?

Mr. Ravi : How long has he been working there? హౌ లాంగ్ హాస్ హి బీన్ వర్కింగ్ దేర్?

మి. రావు: దాదాపు మూడు సంవత్సరాల నుంచి.

Mr. Rao : About three years. అబౌట్ త్రీ ఇయర్స్.

మి. రవి: రాహుల్ ఏమి కోర్స్ చేశాడు?

Mr. Ravi : What course has Rahul done? వాట్ కోర్స్ హాస్ రాహుల్ డన్?

మి. రావు: అతను ఫస్ట్‌క్లాస్ కామర్స్ డిగ్రీ చేశాడు. ఆ తర్వాత సేల్స్ అండ్ మార్కెటింగ్‌లో డిప్లొమా పూర్తి చేశాడు.

Mr. Rao : He is a first class commerce graduate. After that, he has done a diploma in sales and marketing. హి ఈస్ ఎ ఫస్ట్ క్లాస్ కామర్స్ గ్రాడ్యుయేట్. ఆఫ్టర్ దట్, హి హాస్ డన్ ఎ డిప్లొమా ఇన్ సేల్స్ అండ్ మార్కెటింగ్.

మి. రవి: మి. కపూర్అలాగా. రాహుల్ ఇక్కడే ఉన్నాడా?

Mr. Ravi : Oh, I see. Is Rahul around, Mr. Rao? ఓహ్, ఐ సీ. ఈస్ రాహుల్ అరౌండ్, మి. రావు?

మిసెస్ రావు: అవును, ఇంకాసేపట్లో రావచ్చు.

Mrs. Rao : Yes, he is just coming. ఎస్. హి ఈస్ జస్ట్ కమింగ్.

(ఇంతలో రాహుల్ వస్తాడు.)

మి. రావు: *(మి. అండ్ మిసెస్ రవితో)* ఇతనే మా అబ్బాయి రాహుల్.

Mr. Rao : *(to Mr. & Mrs. Ravi)* My son Rahul. మై సన్ రాహుల్.

రాహుల్: *(కూర్చుని)* నమస్కారమండి.

Rahul : *(sits down)* Namaskar. నమస్కార్.

మి. రవి: మరి రాహుల్, అంతా ఎలా జరుగుతోంది?

Mr. Ravi : So Rahul, how is everything? సో రాహుల్, హౌ ఈస్ ఎవిరిథింగ్?

రాహుల్: అంతా బాగుంది, థ్యాంక్ యు.

Rahul : Very well, thank you. వెరి వెల్, థ్యాంక్ యు.

మి. రవి: రాహుల్, నీ పని ఏ ప్రొఫైల్‌కి చెందింది?

Mr. Ravi : What is your job profile, Rahul? వాట్ ఈస్ యువర్ జాబ్ ప్రొఫైల్, రాహుల్?

రాహుల్: నేను కన్స్యూమర్ గూడ్స్ యొక్క సేల్స్, ప్రైసింగ్, డిస్ట్రిబ్యూషన్ మరియు అడ్వర్టైజింగ్ పనులు చూసుకుంటాను.

Rahul : I look after sales, pricing, distribution and advertising of our consumer goods. ఐ లుక్ ఆఫ్టర్ సేల్, ప్రైసింగ్, డిస్ట్రిబ్యూషన్ అండ్ అడ్వర్టైజింగ్ ఆఫ్ అవర్ కన్‌ష్యూమర్ గూడ్స్.

మి. రవి: నువ్వు ఏ ఏరియాలను కవర్ చేస్తావు?

Mr. Ravi: Which areas do you cover? విచ్ ఏరియాస్ డు యు కవర్?

రాహుల్: ఆంధ్రా, కర్నాటక, తమిళనాడుతో పాటు కేరళ.

Rahul : Andhra, Karnataka, Tmil Nadu and Kerala. ఆంధ్రా, కర్నాటక, తమిళనాడు అండ్ కేరళ.

మి. రావు: రాహుల్ పని బాగా చేసుకుంటున్నాడు. అతని వార్షికాదాయం దాదాపు 70,000 వేలు. తర్వాత అతనికి ప్రమోషన్ కూడా దగ్గరిలోనే ఉంది.

Mr. Rao : Rahul is doing very well. His annual package is about Rs. 70,000. And his next promotion is also expected very soon. రాహుల్ ఈస్ డూయింగ్ వెరి వెల్. హీస్ ఏన్యువల్ పాకేజ్ ఈస్ అబౌట్ రూ. 70,000. అండ్ హిస్ నెక్స్ట్ ప్రమోషన్ ఈస్ ఆల్సో ఎక్స్‌పెక్టెడ్ వెరి సూన్.

మి. రవి: చాలా మంచిది. రాహుల్ నువ్వు ఎక్కువగా ప్రయాణం చేస్తుంటావా?

Mr. Ravi : That's very good. Do you travel a lot, Rahul? దట్స్ వెరి గుడ్. డు యు ట్రావెల్ ఎ లాట్, రాహుల్?

రాహుల్: అవును, దాదాపు నెలలో పది రోజులు.

Rahul : Yes, about ten days a month. ఎస్, అబౌట్ టెన్ డేస్ ఎ మన్త్.

మి. రవి: ఓ అలాగా. మీ ఆఫీసు ఇక్కడినుంచి ఎంత దూరం?

Mr. Ravi : Oh I see. How far is your office from here? ఓహ్ ఐ సీ. హౌ ఫార్ ఈస్ యువర్ ఆఫీస్ ఫ్రమ్ హియర్?

రాహుల్: దాదాపు పది కిలోమీటర్లు.

Rahul : About ten kilometers. అబౌట్ టెన్ కిలోమీటర్స్.

మి. రవి: భవిష్యత్తులో ఏమి చేయాలనుకుంటున్నావు?

Mr. Ravi : What are your future plans, Rahul? వాట్ ఆర్ యువర్ ఫ్యూచర్ ప్లాన్స్, రాహుల్?

రాహుల్: ఇప్పుడేమో నవ్‌యుగ్‌లో బాగానే ఉంది. ఏదన్నా మంచి అవకాశం వస్తే దాని గురించి యోచించుకోవాలి.

Rahul : For the time being, I am happy in Navyug. But for better prospects, I can always consider a change. ఫర్ ది టైమ్ బీయింగ్, ఐ యామ్ హాపి ఇన్ నవ్‌యుగ్. బట్ ఫర్ బెటర్ ప్రాస్పెక్ట్స్, ఐ కెన్ ఆల్వేస్ కన్సిడర్ ఎ ఛేంజ్.

మి. రవి: *(మి. రావుతో)* చాలా నిజమైన మాట. ఇక మేము సెలవు తీసుకుంటాము. మీ అందరితో కలిసి చాలా సంతోషమయింది. ఇక మనం అప్పు డప్పుడు కలుసుకుంటుండాలి. ఇది మా అడ్రసు, టెలిఫోన్ నెంబర్. మళ్ళీ త్వరలోనే కలుసుకుందాం.

Mr. Ravi : *(to Mr. Rao)* Yes, quite true. It's a real pleasure meeting you all. We will make a move now. Here, this is my address and telephone number. Soon I'll get in touch with you again. యస్, క్వయిట్ ట్రూ. ఇట్స్ ఎ రియల్ ప్లెషర్ మీటింగ్ యు ఆల్. వుయ్ విల్ మేక్ ఎ మూవ్ నౌ. హియర్, దిస్ ఈస్ మై అడ్రస్ అండ్ టెలిఫోన్ నంబర్. సూన్ ఐ'ల్ గెట్ ఇన్ టచ్ విత్ యు ఎగైన్.

మి. రావు: చాలా మంచిదండి. ధన్యవాదాలు.

Mr. Rao : O.K. Thank you. ఓ.కె. థ్యాంక్ యు.

మి.&మిసెస్ రవి: *(మిసెస్ రావుతో)* సరేనండి నమస్కారం.

Mr. & Mrs. Ravi : *(to Mrs. Rao)* O.K. Namaskar. ఓ.కె. నమస్కార్.

రాహుల్&మిసెస్ రావు: నమస్కారం.

Rahul & Mrs. Rao : Namaskar. నమస్కార్.

(మి. అండ్ మిసెస్ రవి బయటికి వచ్చి మాట్లాడుకుంటారు.)

మి. రవి: ఏమి ఆలోచిస్తున్నావు గీతా?

Mr. Ravi : What do you think, Geeta? వాట్ డు యు థింక్, గీతా?

మిసెస్ రవి: బాగానే ఉంది. కాని మాటిచ్చేముందు జగదీశ్ భాస్కర్‌తో ఒకసారి మాట్లాడండి.

Mrs. Ravi : They seem to be O.K. but you must speak to Jagdish Bhaskar before finalising anything. దె సీమ్ టు బి ఓ.కె. బట్ యు మస్ట్ స్పీక్ టు జగదీశ్ భాస్కర్ బిఫోర్ ఫైనలైసింగ్ ఎనిథింగ్.

మి. రవి: ఖచ్చితంగా మాట్లాడుతాను.

Mr. Ravi : Oh yes, of course! ఓ యస్, అఫ్ కోర్స్!

వివాహ సంబంధిత విషయాలు — Marriage Negotiation (మేరేజ్ నెగోషియేషన్)

అబ్బాయి అమ్మాయితో కలుసుకోవడం — The Boy Meets the Girl (ది బాయ్ మీటింగ్ ద గర్ల్)

(మి. అండ్ మిసెస్ రావు తమ కొడుకు రాహుల్, కూతురు ప్రియాలతో మి. రవిగారి కూతురు రేణుని చూడ్డానికి వారింటికి వస్తారు.)

మి. రావు: నమస్కారమండి మి. రవి. — **Mr. Rao :** Good evening (Namaskar) Mr. Ravi. గుడ్ ఈవినింగ్ (నమస్కార్) మి. రవి.

మి. రవి: నమస్కారం. సుస్వాగతం, దయచేసి లోపలికి రండి. — **Mr. Ravi :** Good evening. Welcome, please come in. గుడ్ ఈవెనింగ్. వెల్‌కమ్, ప్లీస్ కమ్ ఇన్.

మిసెస్ రవి: నమస్కారమండి. రండి కూర్చోండి. — **Mrs. Ravi :** Namaskar. Please be seated. నమస్కార్. ప్లీస్ బి సీటెడ్.

(అందరూ కూర్చుంటారు.)

మి. రావు: ఈమె మా అమ్మాయి ప్రియా. — **Mr. Rao :** This is my daughter Priya. దిస్ ఈస్ మై డాటర్ ప్రియా.

ప్రియా: నమస్కారమండి. — **Priya :** Namaskar. నమస్కార్.

మి. రవి: ఇతను మా అబ్బాయి సుమిత్. — **Mr. Ravi :** This is my son Sumit. దిస్ ఈస్ మై సన్ సుమిత్.

సుమిత్: నమస్కారం. — **Sumit :** Namaskar. నమస్కార్.

(పనిమనిషి కోల్డ్ డ్రింక్స్ తెచ్చిస్తాడు.)

మిసెస్ రవి: ఏదన్నా చల్లని పానీయం తీసుకోండి. — **Mrs. Ravi :** Please have something cold. ప్లీస్ హావ్ సమ్‌థింగ్ కోల్డ్.

మి. రావు: మరి, అంతా ఎలాగుంది మి. రవి? — **Mr. Rao :** So, how is everything, Mr. Ravi? సో, హౌ ఈస్ ఎవిరిథింగ్, మి. రవి?

మి. రవి: బాగానే ఉంది, అంతా భగవంతుడి దయ. ధన్యవాదాలు. — **Mr. Ravi :** Fine, by God's grace. Thank you. ఫైన్, బై గాడ్స్ గ్రేస్. థ్యాంక్ యు.

మిసెస్ రావు: రేణు ఎగ్జామ్స్ అయిపోయాయేమో. — **Mrs. Rao :** I think Renu's exams are over. ఐ థింగ్ రేణుస్ ఎగ్జామ్స్ ఆర్ ఓవర్.

మిసెస్ రవి: అవును ఈ నెల ఇరవైవ తారీఖునే ముగిశాయి. — **Mrs. Ravi :** Yes. They were over on the twentieth of this month. ఎస్. దె వేర్ ఓవర్ ఆన్ ది ట్వెంటీత్ ఆఫ్ దిస్ మన్త్.

(పనిమనిషి టీ, స్వీటు, కారం, టిఫిన్లు తెచ్చి పెడతాడు.)

మిసెస్ రవి: సుమిత్, ఆ స్నాక్స్ అందరికీ పంచిపెట్టు. — **Mrs. Ravi :** Sumit, offer snacks and sweets to everyone. సుమిత్, ఆఫర్ స్నేక్స్ అండ్ స్వీట్స్ టు ఎవిరిఒన్.

ప్రియా: *(టీ తీసుకోదు)* వద్దు ఆంటీ నేను టీ త్రాగను. — **Priya :** *(refuses tea)* No, thanks Auntie, I don't take tea. నో, థ్యాంక్స్ ఆంటీ, ఐ డోన్ట్ టేక్ టీ.

మిసెస్ రవి: మరి ఇంకేదన్నా తీసుకో. ఇంకాస్త కోక్ తీసుకో. — **Mrs. Ravi :** Have something else then. Have some more coke. హావ్ సమ్‌థింగ్ ఎల్స్ దెన్. హావ్ సమ్ మోర్ కోక్.

ప్రియా: వద్దు, థ్యాంక్స్. — **Priya :** No, thanks. నో థ్యాంక్స్.

మిసెస్ రవి: సరే. కాస్త బర్ఫీ, మిక్చర్ తీసుకో. — **Mrs. Ravi :** O.K. Have some *burfi*, and *mikchur*. ఓ.కె. హావ్ సమ్ బర్ఫీ, అండ్ మిక్చర్.

ప్రియా: *(ఒక ముక్క తీసుకుంటుంది)* థ్యాంక్స్. — **Priya :** *(picks up one piece)* Thank you. థ్యాంక్ యు.

మిసెస్ రావు: రేణు ఎక్కడ? — **Mrs. Rao :** Where is Renu? వేర్ ఈస్ రేణు?

మిసెస్ రవి: నేను ఆమెను పిలుస్తాను. — **Mrs. Ravi :** I'll call her. ఐ'ల్ కాల్ హర్.

(మిసెస్. రవి లోపలినుంచి రేణుని పిలుచుకొస్తుంది.)

రేణు: నమస్కారమండి.

Renu : Namaskar. నమస్కార్.

మిసెస్ రావు: రామ్మా రేణు, నా దగ్గరకొచ్చి కూర్చో. అయితే నీ పరీక్షలన్నీ అయిపోయాయికదూ?

Mrs. Rao : Renu, come, sit near me. రేణు, కమ్, సిట్ నియర్ మి. So, your exams are over? సో, యువర్ ఎగ్జామ్స్ ఆర్ ఓవర్?

రేణు: అయిపోయాయండి.

Renu : Yes. యస్.

మిసెస్ రావు: ఇప్పుడు ఏమి చేస్తున్నావమ్మా?

Mrs. Rao : What are you doing these days? వాట్ ఆర్ యు డూయింగ్ దీస్ డేస్?

రేణు: నేను ఇంటీరియర్ డెకరేషన్ (ఇంటి అలంకరణ) యొక్క ఒక చిన్న కోర్సు చేస్తున్నానండి. దానితోపాటు వంటలు చేయడం, విధవిధాలైన బట్టలపై డిజైన్లు చేయడమంటే నాకు చాలా ఇష్టం.

Renu : I am doing a short course in interior decoration. Besides, I like cooking and designing clothes also. ఐ యామ్ డూయింగ్ ఎ షార్ట్ కోర్స్ ఇన్ ఇన్టీరియర్ డెకరేషన్. బిసైడ్స్, ఐ లైక్ కుకింగ్ అండ్ డిజైనింగ్ క్లాత్స్ ఆల్సో.

మిసెస్ రవి: రేణు చాలా బాగా వంట చేస్తుందండి. మా ఇంటిలో వంట పనులు, ఇంటి పనులు అధికంగా ఆమే చేస్తుంటుంది.

Mrs. Ravi : Renu is a very good cook. Most of the cooking and household work is managed by her only. రేణు ఈస్ ఎ వెరి గుడ్ కుక్. మోస్ట్ ఆఫ్ ది కుకింగ్ అండ్ హౌస్‌హోల్డ్ వర్క్ ఈస్ మానేజ్డ్ బై హర్ ఓన్లీ.

మిసెస్ రావు: చాలా మంచిదండి. అమ్మాయిలకు ఈ కాలంలో ఈ పనులు చాలా ముఖ్యం కూడా.

Mrs. Rao : That's very good. For a girl, it is very important to know all this. దట్స్ వెరి గుడ్. ఫర్ ఎ గర్ల్, ఇట్ ఈస్ వెరి ఇంపార్టెంట్ టు నో ఆల్ దిస్.

ప్రియా: అమ్మా, మనం అన్నయ్యను, రేణుని కాసేపు ఒంటరిగా వదిలిపెడితే బాగుంటుంది. వారు కాసేపు ఒకరితో ఒకరు మాట్లాడుకొంటారు.

Priya : Mummy, why don't we let Renu and Bhaiya talk to each other alone for a while. మమ్మీ, వై డోన్ట్ వుయ్ లెట్ రేణు అండ్ భైయ్యా టాక్ టు ఈచ్ అదర్ ఎలోన్ ఫర్ ఎ వైల్.

మిసెస్ రావు: *(మిసెస్ రవితో)* ఇది చాలా మంచి ఐడియా. మనం కాసేపు మరెక్కడైనా కూర్చుందామా?

Mrs. Rao : *(to Mrs. Ravi)* I think it is a good idea. Can we sit somewhere else for sometime? ఐ థింక్ ఇట్ ఈస్ ఎ గుడ్ ఐడియా. కెన్ వుయ్ సిట్ సమ్‌వేర్ ఎల్స్ ఫర్ సమ్‌టైమ్?

మిసెస్ రవి: అవునవును, అలాగే. రండి మీకు నేను మా ఇంటిని చూపెడతాను. తర్వాత మనం ఇంకో రూములో కూర్చుందాం.

Mrs. Ravi : Yes, why not? Let me show you around. Then we can sit in the other room. యస్, వై నాట్? లెట్ మి షో యు అరౌండ్. దెన్ వుయ్ కెన్ సిట్ ఇన్ ద అదర్ రూమ్.

మిసెస్ రావు: *(మిసెస్ రావుతో)* రండి, మనం రెండవ రూములో కూర్చుందాం. రాహుల్, రేణులు కాసేపు మాట్లాడుకొంటారు.

Mrs. Rao : *(to Mr. Rao)* Come, let us sit in the other room. Let Rahul and Renu talk to each other. కమ్. లెట్ అస్ సిట్ ఇన్ ది అదర్ రూమ్. లెట్ రాహుల్ అండ్ రేణు టాక్ టు ఈచ్ అదర్.

మి. రావు: సరే.

Mr. Rao : Alright. ఆల్‌రైట్.

(అందరూ వెళతారు. రాహుల్, రేణు ఒకరితో ఒకరు మాట్లాడుతారు.)

రాహుల్: మీరు ఏ కాలేజీలో చదివారు?

Rahul : Which college did you attend? విచ్ కాలేజ్ డిడ్ యు అటెండ్?

రేణు: నెహ్రూ కాలేజ్‌లో.

Renu : Nehru college. గార్గి కాలేజ్.

రాహుల్: ఏఏ సబ్జెక్టులు తీసుకున్నారు?

Rahul : What were your subjects? వాట్ వర్ యువర్ సబ్జెక్ట్స్?

రేణు: హిస్టరీ, ఎకనామిక్స్, ఇంగ్లీష్.

Renu : History, Economics and English. హిస్టరీ, ఎకనామిక్స్ అండ్ ఇంగ్లీష్.

రాహుల్: మీ హాబీలు ఏమిటి?

Rahul : What are your hobbies? వాట్ ఆర్ యువర్ హాబీస్?

రేణు: వంట వండటం, బట్టలమీద విధవిధాలైన డిజైన్లు చేయడం. ఖాళీ సమయంలో నావెల్స్ చదవడం, మ్యూజిక్ వినడం కూడా నాకు ఇష్టం.

Renu : Cooking and designing clothes. In my spare time I also read novels and listen to music. కుకింగ్ అండ్ డిజైనింగ్ క్లాత్స్. ఇన్ మై స్పేర్ టైమ్ ఐ ఆల్సో రీడ్ నావెల్స్ అండ్ లిసన్ టు మ్యూజిక్.

రాహుల్: ఎలాంటి మ్యూజిక్?

Rahul : What type of music? వాట్ టైప్ ఆఫ్ మ్యూజిక్?

రేణు: లైట్ సినిమా పాటలు, గజల్స్.

Renu : Light film songs and ghazals. లైట్ ఫిల్మ్ సాంగ్స్ అండ్ గజల్స్.

రాహుల్: *(కాస్త సిగ్గుపడుతూ)* ఒక భర్త దగ్గర మీరు ఏమి ఆశిస్తారు?

Rahul : *(shyly)* What are your expectations from a husband? వాట్ ఆర్ యువర్ ఎక్స్‌పెక్టేషన్స్ ఫ్రమ్ ఎ హస్బెండ్?

రేణు: *(సిగ్గుపడుతూ)* అతను నన్ను ప్రేమించేవాడు, బాగా చూసుకునేవాడు, అర్థం చేసుకునేవాడుగా ఉండాలి.

Renu : *(shyly)* He should be loving, caring and understanding. హి షుడ్ బి లవింగ్, కేరింగ్ అండ్ అండర్‌స్టాండింగ్.

రాహుల్: మీరు పెళ్ళి అయిన తర్వాత ఉద్యోగం చెయ్య దలచుకున్నారా?

Rahul : Do you want to work after marriage? డూ యు వాంట్ టు వర్క్ ఆఫ్టర్ మేరేజ్?

రేణు: అది పెళ్ళయిన తర్వాత అత్తగారి ఇంటి పరిస్థితిని బట్టి ఆధారపడి ఉంటుంది.

Renu : That depends on my in-laws and the circumstances after marriage. దట్ డిపెండ్స్ ఆన్ మై ఇన్-లాస్ అండ్ సర్కమ్‌స్టాన్సెస్ ఆఫ్టర్ మేరేజ్.

రాహుల్: ఒక ఆఖరి ప్రశ్న, అయితే చాలా ముఖ్యమైనది. నేను మా తల్లిదండ్రులకు ఒక్కగానొక్క మగ సంతానాన్ని. అందువల్ల ఎప్పుడూ వారితోటే ఉండాలని అనుకుంటాను. మీరు కుటుంబంతో కలిసి మెలసి ఉండగలరా?

Rahul : One last but very important question. Being the only son I'll always stay with my parents. Can you adjust in the family? వన్ లాస్ట్ బట్ ఇంపార్టెంట్ క్వశ్చన్. బీయింగ్ ది ఓన్లీ సన్ ఐ'ల్ అల్వేస్ స్టే విత్ మై పేరెంట్స్. కెన్ యు అడ్జెస్ట్ ఇన్ ద ఫామిలి?

రేణు: ఆఁ, ఖచ్చితంగా.

Renu : Yes, sure. యస్, ష్యూర్.

రాహుల్: ఇప్పుడు మీరు నన్ను ఏమైనా అడగవచ్చు.

Rahul : Now you too can ask me whatever you want. నౌ యు టూ కెన్ ఆస్క్ మి వాటెవర్ యు వాంట్.

రేణు: మీరు మీ భార్య దగ్గర ఏమేమి ఆశిస్తున్నారో. నేను కూడా తెలుసుకోదలిచాను.

Renu : I would also like to know about your expectations from your wife. ఐ వుడ్ ఆల్సో లైక్ టు నో అబౌట్ యువర్ ఎక్స్‌పెక్టేషన్స్ ఫ్రమ్ యువర్ వైఫ్.

రాహుల్: ఆమె నాకు మంచి ఫ్రెండ్‌గా మంచి జీవిత భాగస్వామిగా ఉండాలని కోరుకుంటాను.

Rahul : I want her to be my true friend and life partner. ఐ వాంట్ హర్ టు బి మై ట్రూ ఫ్రెండ్ అండ్ లైఫ్ పార్టనర్,

(ఇద్దరి తల్లిదండ్రులు లోపలికి వస్తారు.)

మిసెస్ రావు: మీ ఇల్లు చాలా బాగుంది, చాలా విశాలమైనది కూడా.

Mrs. Rao : You have a nice and spacious house. యు హావ్ ఎ నైస్ అండ్ స్పేషియస్ హౌస్.

మిసెస్ రవి: చాలా ధన్యవాదాలండి.

Mrs. Ravi : Thank you. థ్యాంక్ యు.

మిసెస్ రావు: *(రాహుల్ రేణులతో)* ఆఁ మీరిద్దరూ ఒకరికొకరితో ఏమన్నా మాట్లాడుకున్నారా?

Mrs. Rao : *(to Rahul and Renu)* Yes, did you talk to each other? ఎస్, డిడ్ యు టాక్ టు ఈచ్ అదర్?

మిసెస్ రవి: దయచేసి మరో కప్పు టీ లేక కూల్‌డ్రింక్స్ తీసుకోండి.

Mrs. Ravi : Please have another cup of tea or something cold. ప్లీస్ హావ్ అనదర్ కప్ ఆఫ్ టీ ఆర్ సమ్‌థింగ్ కోల్డ్.

మి. రావు: ఇక చాలండి, చాలా ధన్యవాదాలు. మరి మేము ఇక బయలుదేరుతాము. మళ్ళీ త్వరలోనే కలుసుకోగలమని ఆశిస్తున్నాను.

Mr. Rao : No, thanks, I think we will make a move now. We hope to meet again soon. నో, థ్యాంక్స్, ఐ థింక్ వుయ్ విల్ మేక్ ఎ మూవ్ నౌ. వుయ్ హోప్ టు మీట్ అగైన్ సూన్.

మి. రవి: మీ దగ్గర నా ఫోన్ నెంబర్ ఉందనుకుంటా?

Mr. Ravi : You have my phone number, I hope? యు హావ్ మై ఫోన్ నంబర్, ఐ హోప్?

మి. రావు: అవునండి, ఉంది.

Mr. Rao : Yes, I have. యస్, ఐ హావ్.

రాహుల్: (రేణుతో) మళ్ళీ కలుసుకుందాం.

Rahul : *(to Renu)* Bye. See you. బై. సీ యు.

రేణు: బై.

Renu : Bye. బై.

ఉద్యోగ సంబంధిత మాటలు — Talking About Careers (టాకింగ్ అబౌట్ కెరియర్)

సేల్స్ మరియు మార్కెటింగ్ — Sales and Marketing (సేల్స్ అండ్ మార్కెటింగ్)

(నీరజ్ తన అంకుల్ ప్రొ॥ కృష్ణ దగ్గర తన 12వ క్లాస్ తర్వాత ఏమి చెయ్యాలో సలహా తీసుకోవడానికి వస్తాడు.)

నీరజ్: గుడ్ ఈవినింగ్ అంకుల్.

Neeraj : Good evening uncle. గుడ్ ఈవినింగ్ అంకుల్.

ప్రొ. కృష్ణ: గుడ్ ఈవినింగ్ నీరజ్. ఎలాగున్నావు?

Prof. Krishna : Good evening Neeraj. How are you? గుడ్ ఈవినింగ్ నీరజ్. హౌ ఆర్ యు?

నీరజ్: బాగున్నాను, థ్యాంక్యూ. అంకుల్, మీరు నాకు ఒక ముఖ్యమైన సలహా ఇవ్వాలి.

Neeraj : Fine, thank you. Uncle, I need your advice on something very important. ఫైన్, థ్యాంక్యూ. అంకుల్, ఐ నీడ్ యువర్ అడ్వైస్ ఆన్ సమ్‌థింగ్ వెరి ఇంపార్టెంట్.

ప్రొ. కృష్ణ: చెప్పు నీరజ్, ఏమిటది?

Prof. Krishna : Yes Neeraj, what is it? యస్ నీరజ్, వాట్ ఈస్ ఇట్?

నీరజ్: అంకుల్, నేను ఈ సంవత్సరం 12వ క్లాసు పరీక్షలు రాసున్నానని మీకు తెలుసు. నా రిజల్టు వచ్చే నెల రావచ్చు. 12 తర్వాత నేను ఏదన్నా ఉద్యోగానికి ప్రయత్నించనా?

Neeraj : You know uncle, I have appeared in the twelfth class examination this year. My result is expected next month. Could you please advise me on what career to choose after twelfth? యు నో అంకుల్, ఐ హావ్ అప్పీయర్డ్ ఇన్ ద ట్వెల్త్ క్లాస్ ఎగ్జామినేషన్ దిస్ ఇయర్. మై రిజల్ట్ ఈస్ ఎక్స్‌పెక్టెడ్ నెక్స్ట్ మంత్. కుడ్ యు ప్లీస్ అడ్వైస్ మి ఆన్ వాట్ కెరీర్ టు ఛూస్ ఆఫ్టర్ ట్వెల్త్?

ప్రొ. కృష్ణ: నీ సబ్జెక్ట్స్ ఏమిటి?

Prof. Krishna : What are your subjects? వాట్ ఆర్ యువర్ సబ్జెక్ట్స్?

నీరజ్: కామర్స్.

Neeraj : Commerce. కామర్స్.

ప్రొ. కృష్ణ: నీ పరీక్షలు ఎలా రాశావు?

Prof. Krishna : How have you done your papers? హౌ హావ్ యు డన్ యువర్ పేపర్స్?

నీరజ్: అంత బాగా రాయలేదు అంకుల్. దాదాపు అరవై శాతం మార్కులకంటే ఎక్కువ రావని నా నమ్మకం.

Neeraj : Not very well uncle. I don't expect to get more than sixty per cent marks. నాట్ వెరి వెల్ అంకుల్. ఐ డోన్ట్ ఎక్స్‌పెక్ట్ టు గెట్ మోర్ దెన్ సిక్స్టీ పర్‌సెంట్ మార్క్స్.

ప్రొ. కృష్ణ: అలాగా, ఏదైనా వ్యాపారం ప్రారంభించేందుకు నీ ఆలోచనేమిటి? ఎప్పుడైనా దీని గురించి ఆలోచించావా?

Prof. Krishna : I see. What about starting some business? Have you given it a thought? ఐ సీ. వాట్ అబౌట్ స్టార్టింగ్ సమ్ బిజినెస్? హ్యావ్ యు గివెన్ ఇట్ ఎ థాట్?

నీరజ్: నాకు అలాంటి ఆలోచన లేదు. ఏదన్నా మంచి నౌకరీ దొరికేటట్లుగా ఏదన్నా కోర్సు చెప్పండి.

Neeraj : I don't think I have an aptitude for that. I'll prefer doing some good job-oriented course. ఐ డోన్ట్ థింక్ ఐ హావ్ యాన్ ఆప్టిట్యూడ్ ఫార్ దట్. ఐ'ల్ ప్రెఫర్ డూయింగ్ సమ్ గుడ్ జాబ్ ఓరియంటెడ్ కోర్స్.

ప్రొ. కృష్ణ: అలాగా. నువ్వు మ్యాథ్స్‌లో ఎలాగున్నావు నీరజ్?

Prof. Krishna : I see. How are you in Maths, Neeraj? ఐ సీ. హౌ ఆర్ యు ఇన్ మ్యాథ్స్, నీరజ్?

నీరజ్: మ్యాథ్స్ బాగానే చేశాననుకొంటా.

Neeraj : I think I am reasonably good in Maths. ఐ థింక్ ఐ యామ్ రీసనబులీ గుడ్ ఇన్ మ్యాథ్స్.

ప్రొ. కృష్ణ: అప్పుడు నువ్వు ఫైనాన్స్ మేనేజ్‌మెంట్ కోర్స్ చేయవచ్చు లేక సేల్స్ అండ్ మార్కెటింగ్.

Prof. Krishna : In that case, you can do a course in finance management or alternatively a course in sales and marketing. ఇన్ దట్ కేస్, యు కేన్ డూ ఎ కోర్స్ ఇన్ ఫైనాన్స్ మేనేజ్‌మెంట్ ఆర్ ఆల్టర్‌నేటివ్‌లీ ఎ కోర్స్ ఇన్ సేల్స్ అండ్ మార్కెటింగ్.

నీరజ్: అంకుల్, ఈ కోర్సులకి ఎంత కాలం పడుతుంది?

Neeraj : What is the duration of these courses, uncle? వాట్ ఈస్ ద డ్యూరేషన్ ఆఫ్ దీస్ కోర్సెస్, అంకుల్?

ప్రొ. కృష్ణ: ఫైనాన్స్ మేనేజ్‌మెంట్ కోర్సుకి ఒక సంవత్సరం. నా సలహా ఏమిటంటే, నువ్వు 2-3 సంవత్సరాలుపట్టే సేల్స్ అండ్ మేనేజ్‌మెంటు కోర్సు చేస్తే బాగుంటుంది. దాని తర్వాత నువ్వు కంప్యూటర్ అకౌంటెన్సీ కోర్సు చెయ్యవచ్చు.

Prof. Krishna : Finance management is a one-year course. But I will suggest, you should go in for a 2 or 3-year course in sales and marketing. Later, you can do a course in computer accountancy. ఫైనాన్స్ మేనేజ్‌మెంట్ ఈస్ ఎ వన్-ఇయర్ కోర్స్. బట్ ఐ విల్ సజెస్ట్, యు షుడ్ గో ఇన్ ఫర్ ఎ 2 ఆర్ 3-ఇయర్ కోర్స్ ఇన్ సేల్స్ అండ్ మార్కెటింగ్. లేటర్, యు కెన్ డూ ఎ కోర్స్ ఇన్ కంప్యూటర్ అకౌంటెన్సీ.

నీరజ్: ఈ కోర్సులు చేసిన తర్వాత నాకు మంచి ఉద్యోగం దొరుకుతుందంటారా?

Neeraj : Do these courses have good job prospects? డూ దీస్ కోర్సెస్ హావ్ గుడ్ జాబ్ ప్రాస్పెక్ట్స్?

ప్రొ. కృష్ణ: ఆఁ చాలా మంచిది.

Prof. Krishna : Yes, quite good. యస్, క్వయిట్ గుడ్.

నీరజ్: నాకు ఏదన్నా మంచి ఇన్స్టిట్యూట్స్ గురించి చెప్పగలరా?

Neeraj : Could you suggest the names of some institutes? కుడ్ యు సజెస్ట్ ద నేమ్స్ ఆఫ్ సమ్ ఇన్స్టిట్యూట్స్?

ప్రొ. కృష్ణ: నేషనల్ ఇన్స్టిట్యూట్ ఆఫ్ సేల్స్‌వారి సేల్స్ అండ్ మార్కెటింగ్ కోర్స్ చాలా మంచిది. ఇక్కడ కంప్యూటర్ అకౌంటెన్సీ లేదు. కాని ఏదన్నా కంప్యూటర్ ఇన్స్టిట్యూట్‌లో అలాంటి కోర్సు చేయవచ్చు.

Prof. Krishna : National Institute of Sales offers a very good course in sales and marketing. As for computer accountancy, all the computer institutes offer courses in that. నేషనల్ ఇన్స్టిట్యూట్ ఆఫ్ సేల్స్ ఆఫర్స్ ఎ వెరి గుడ్ కోర్స్ ఇన్ సేల్స్ అండ్ మార్కెటింగ్. యాస్ ఫర్ కంప్యూటర్ అకౌంటెన్సీ, ఆల్ ద కంప్యూటర్ ఇన్‌స్టిట్యూట్స్ ఆఫర్స్ కోర్సెస్ ఇన్ దట్.

నీరజ్: చాలా థ్యాంక్యూ అంకుల్, మీరు నిజంగా నాకు మంచి సలహా ఇచ్చారు.

Neeraj : Thank you very much uncle. You have really given me a valuable advice. థ్యాంక్ యూ వెరి మచ్ అంకుల్. యు హావ్ రియలీ గివన్ మి ఎ వాల్యుబుల్ అడ్వైస్.

సంపాదకీయం — Journalism (జర్నలిజం)

(సందీప్ ఇంగ్లీష్ ఆనర్స్ ఫైనల్ ఇయర్ పరీక్షలు రాశాడు. అతను తన ఉద్యోగం గురించి సలహా తీసుకోవడానికి ప్రొ. కృష్ణ దగ్గరకు వస్తాడు.)

సందీప్: గుడ్ మార్నింగ్ సర్.

Sandeep : Good morning sir. గుడ్ మార్నింగ్ సర్.

ప్రొ. కృష్ణ: గుడ్ మార్నింగ్ సందీప్. ఇప్పుడు నువ్వు ఏమి చేస్తున్నావు?

Prof. Krishna : Good morning Sandeep. What are you doing these days? గుడ్ మార్నింగ్ సందీప్. వాట్ ఆర్ యు డూయింగ్ దీస్ డేస్?

సందీప్: రిజల్ట్ కోసం ఎదురు చూస్తున్నాను సార్. అసలు నేను గ్రాడ్యుయేషన్ తర్వాత నా కెరియర్ గురించి కాస్త సలహా తీసుకోవాలనుకున్నాను.

Sandeep : Waiting for the result, sir. Actually, I came to seek your advice on what career to take up after graduation. వెయిటింగ్ ఫర్ ద రిజల్ట్, సర్. అక్చుయలి, ఐ కేమ్ టు సీక్ యువర్ అడ్వైస్ ఆన్ వాట్ కరీర్ టు టేక్ అప్ ఆఫ్టర్ గ్రాడ్యుయేషన్.

ప్రొ. కృష్ణ: నువ్వు ఇంగ్లీష్ ఆనర్స్ చేస్తున్నావు కదూ?

Prof. Krishna : You are doing English honours, isn't it? యు ఆర్ డూయింగ్ ఇంగ్లీష్ ఆనర్స్, ఈసన్టిట్?

సందీప్: అవును, కానీ నేను ఇంగ్లీషులో ఎం.ఎ. చేయాలనుకోలేదు. గ్రాడుయేషన్ తర్వాత ఏదన్నా

Sandeep : Yes sir, but I am not interested in M.A. English. Could you suggest me some professional course I can

మంచి ప్రొఫెషనల్ కోర్సు గురించేమన్నా సలహా ఇవ్వగలరా?

do after my graduation? యస్, బట్ ఐ యామ్ నాట్ ఇంటరెస్టెడ్ ఇన్ ఎం.ఎ. ఇంగ్లీష్. కుడ్ యు సజెస్ట్ మి సమ్ ప్రొఫెషనల్ కోర్స్ ఐ కెన్ డూ ఆఫ్టర్ మై గ్రాడ్యుయేషన్?

ప్రొ. కృష్ణ: జర్నలిజమ్ గురించి నీ అభిప్రాయమేమి? నువ్వు బాగానే రాస్తావనుకుంటా.

Prof. Krishna : What about journalism? I think you have a flair for writing. వాట్ అబౌట్ జర్నలిజమ్? ఐ థింక్ యు హావ్ ఎ ఫ్లైర్ ఫర్ రైటింగ్.

సందీప్: అవును సార్, నేను కాలేజి మేగజిన్ ఇంగ్లీష్ సెక్షన్‌కి ఎడిటర్‌గా కూడా ఉన్నాను. నావి కొన్ని రచనలు కూడా పేపర్‌లో పత్రికల్లో పడ్డాయి.

Sandeep : Yes sir, I have also been the editor of the English section of our college magazine. Some of my articles have also been published in local newspapers and magazines. యస్ సర్, ఐ హావ్ ఆల్సో బీన్ ది ఎడిటర్ ఆఫ్ ద ఇంగ్లీష్ సెక్షన్ ఆఫ్ అవర్ కాలేజ్ మేగజైన్. సమ్ ఆఫ్ మై ఆర్టికల్స్ హావ్ ఆల్సో బీన్ పబ్లిష్డ్ ఇన్ లోకల్ న్యూస్‌పేపర్స్ అండ్ మేగజైన్స్.

ప్రొ. కృష్ణ: మంచిది, నా సలహా ప్రకారం నీకు జర్నలిజమే మంచి కోర్సు.

Prof. Krishna : Well, in my opinion, journalism is a good course for you. వెల్, ఇన్ మై ఒపీనియన్, జర్నలిజమ్ ఈస్ ఎ గుడ్ కోర్స్ ఫర్ యు.

సందీప్: సార్, ఈ కోర్సుకి ఎంత కాలం పడుతుంది?

Sandeep : What is the duration of this course, sir? వాట్ ఈస్ ద డ్యూరేషన్ ఆఫ్ దిస్ కోర్స్, సర్?

ప్రొ. కృష్ణ: రెండు సంవత్సరాలు. కాని వట్టి జర్నలిజం చేస్తే చాలదు. నా సలహా ప్రకారం నువ్వు ప్రింట్ మీడియా, ఎలక్ట్రానిక్ మీడియా అంతేకాక అడ్వర్టయిజింగ్ క్షేత్రంలో విశేషతలు సంపాదించుకోవాలి. జర్నలిజమ్‌లో ఈ అన్ని శాఖలు చాలా మంచి భవిష్యత్తును ఇస్తాయి.

Prof. Krishna : Two years. But simple journalism is not enough. I suggest you should go in for specialised courses in print media, electronic media or advertising. All these branches of journalism have very good job prospects. టూ ఇయర్స్. బట్ సింపుల్ జర్నలిజమ్ ఈస్ నాట్ ఇనఫ్. ఐ సజెస్ట్ యు షుడ్ గో ఇన్ ఫర్ స్పెషలైజ్డ్ కోర్సెస్ ఇన్ ప్రింట్ మీడియా, ఎలక్ట్రానిక్ మీడియా ఆర్ అడ్వర్టయిజింగ్. ఆల్ దీస్ బ్రాంచెస్ ఆఫ్ జర్నలిజమ్ హావ్ వెరి గుడ్ జాబ్ ప్రాస్పెక్ట్స్.

సందీప్: ఆ తర్వాత నాకు ఎలాంటి ఉద్యోగం దొరుకుతుంది?

Sandeep : What kind of job will I get after that? వాట్ కైండ్ ఆఫ్ జాబ్ విల్ ఐ గెట్ ఆఫ్టర్ దట్?

ప్రొ. కృష్ణ: ఆ తర్వాత నువ్వు పేపర్లు, పత్రికలు లేక టి.వి. లలో పని చేయవచ్చు. అయిదారు సంవత్సరాల అనుభవం తర్వాత స్వతహాగా సలహాకారుడి (కన్సల్టెంట్)గా కూడా పని చేయవచ్చు.

Prof. Krishna : You can work for magazines and newspapers or T.V. After you have gained 5-6 years of experience, you can also work independently as a consultant. యు కెన్ వర్క్ ఫర్ మేగజైన్స్ అండ్ న్యూస్‌పేపర్స్ ఆర్ టి.వి. ఆఫ్టర్ యు హావ్ గెయిన్డ్ 5-6 ఇయర్స్ ఆఫ్ ఎక్స్పీరియన్స్, యు కెన్ ఆల్సో వర్క్ ఇండిపెండెంట్‌లీ యాస్ ఎ కన్సల్‌టెంట్.

సందీప్: ఈ కోర్సుల కోసం మీరు ఏ ఇన్స్టిట్యూట్స్‌లను సిఫారసు చేస్తారు?

Sandeep : Which Institutes do you recommend for the course? విచ్ ఇన్స్టిట్యూట్స్ డూ యు రికమెండ్ ఫర్ ద కోర్స్?

ప్రొ. కృష్ణ: ఆంధ్రా యూనివర్సిటీ, జవహర్‌లాల్ నెహ్రూ యూనివర్సిటీ రెండింటిలోనూ జర్నలిజానికి చాలా విధాలైన కోర్సులు ఉన్నాయి. అంతే కాక భారతీయ విద్యా భవన్ కూడా జర్నలిజానికి మంచి పేరు గడించింది.

Prof. Krishna : Both Andhra University and Jawaharlal Nehru University offer a variety of courses in journalism. Bhartiya Vidya Bhawan also has a good reputation. బోత్ ఆంధ్రా యూనివర్సిటీ అండ్ జవహర్‌లాల్ నెహ్రూ యూనివర్సిటీ ఆఫర్ ఎ వెరైటీ ఆఫ్ కోర్సెస్ ఇన్ జర్నలిజమ్. భారతీయ విధ్యాభవన్ ఆల్సో హాస్ ఎ గుడ్ రెప్యుటేషన్.

సందీప్: చాలా ధన్యవాదాలండి. నా ఆలోచన ప్రకారం జర్నలిజమే మంచి కెరియరనుకుంటా.

Sandeep : Thank you very much, sir. I think journalism is the right career for me. థ్యాంక్ యు వెరి మచ్, సర్. ఐ థింక్ జర్నలిజమ్ ఈస్ ద రైట్ కెరీర్ ఫార్ మి.

కంప్యూటర్స్ — Computers (కంప్యూటర్స్)

(పన్నెండవ్ క్లాసు (సైన్స్) విద్యార్థి రోహిత్ కూడా ప్రొ. కృష్ణ దగ్గర తన కరియర్ కోసం సలహా అడగడానికొస్తాడు.)

రోహిత్: గుడ్ ఈవినింగ్ సార్.

Rohit : Good evening sir. గుడ్ ఈవినింగ్ సర్.

ప్రొ. కృష్ణ: గుడ్ ఈవినింగ్ రోహిత్, హౌ ఆర్ యు?

Prof. Krishna : Good evening Rohit, how are you? గుడ్ ఈవినింగ్ రోహిత్, హౌ ఆర్ యు?

రోహిత్: బాగున్నాను. సార్, పన్నెండవ క్లాసు తర్వాత నేను ఏ కెరీర్ తీసుకోవాలో, దానికి మీ సలహా కావాలి.

Rahul : Fine, thank you. Sir, I need your advice on what career to take up after twelfth. ఫైన్, థ్యాంక్ యు. సర్, ఐ నీడ్ యువర్ అడ్వైస్ ఆన్ వాట్ కరీర్ టు టేక్ అప్ ఆఫ్టర్ ట్వెల్త్.

ప్రొ. కృష్ణ: నీవి ఏవి సబ్జెక్టులు?

Prof. Krishna: What are your subjects? వాట్ ఆర్ యువర్ సబ్జెక్ట్స్?

రోహిత్: సైన్స్, నాన్-మెడికల్.

Rahul : Science, Non-medical. సైన్స్, నాన్-మెడికల్.

ప్రొ. కృష్ణ: నువ్వు ఇంజనీర్ కావాలనుకోలేదా?

Prof. Krishna : Don't you want to be an engineer? డోన్ట్ యు వాంట్ టు బి యాన్ ఇంజనియర్?

రోహిత్: అసలు నాకు మంచి మార్కులు వస్తాయని నమ్మకం లేదు. నా కోసం ఇంజనీరింగు కాలేజిలో అడ్మిషన్ దొరకడం చాలా కష్టమనుకుంటా.

Rohit : Actually sir, I am not expecting very good marks. It will be difficult for me to get admission in an Engineering College. ఆక్చుయలీ సర్, ఐ యామ్ నాట్ ఎక్స్‌పెక్టింగ్ వెరి గుడ్ మార్క్స్. ఇట్ విల్ బి డిఫికల్ట్ ఫర్ మి టు గెట్ అడ్మిషన్ ఇన్ ఇంజనీరింగ్ కాలేజ్.

ప్రొ. కృష్ణ: బిజినెస్ గురించి ఏమిటి నీ ఉద్దేశం? దాని గురించి ఏమన్నా ఆలోచనుందా?

Prof. Krishna : What about business? Have you given it a thought? వాట్ అబౌట్ బిజినెస్? హావ్ యు గివెన్ ఇట్ ఎ థాట్?

రోహిత్: లేదు సార్. నాకు బిజినెస్‌మీద కాస్త కూడా ఇష్టం లేదు.

Rohit : No sir, I don't think I have an aptitude for business. నో సర్, ఐ డోన్ట్ థింక్ ఐ హావ్ యాన్ ఆప్టిట్యూడ్ ఫర్ బిజినెస్.

ప్రొ. కృష్ణ: అలాగా. నువ్వు స్కూల్లో కంప్యూటర్ నేర్చుకున్నావా రోహిత్?

Prof. Krishna : I see. Have you done computers at school, Rohit? ఐ సీ. హావ్ యు డన్ కంప్యూటర్స్ ఎట్ స్కూల్, రోహిత్?

రోహిత్: అవునండి. అది మా పాఠంలో ఒక భాగం.

Rohit : Yes sir. It was a part of our syllabus. యస్ సర్. ఇట్ వాస్ ఎ పార్ట్ ఆఫ్ అవర్ సిలబస్.

ప్రొ. కృష్ణ: నీకు కంప్యూటర్స్‌లో అభిరుచుందా?

Prof. Krishna : Are you interested in computers? ఆర్ యు ఇంటరెస్టెడ్ ఇన్ కంప్యూటర్స్?

రోహిత్: ఉందండి, నాకు కంప్యూటరంటే చాలా ఇష్టం.

Rohit : Yes sir, I find computers quite interesting. ఎస్ సర్, ఐ ఫైన్డ్ కంప్యూటర్స్ క్వయిట్ ఇంటరెస్టింగ్.

ప్రొ. కృష్ణ: అయితే నువ్వు కంప్యూటర్స్‌నే నీ కెరియర్ కోసం ఉపయోగించుకోవచ్చు.

Prof. Krishna : In that case, you can go in for a career in computers. ఇన్ దట్ కేస్, యు కెన్ గో ఇన్ ఫర్ ఎ కెరీర్ ఇన్ కంప్యూటర్స్.

రోహిత్: మీరు నా కోసం ఏదన్నా కోర్సు గురించి సలహా ఇస్తారా?

Rohit : Could you suggest me some course, sir? కుడ్ యు సజస్ట్ మి సమ్ కోర్స్, సర్?

ప్రొ. కృష్ణ: ఆంధ్రా యూనివర్సిటీలో ఇతర యూనివర్సిటీల్లోలా విధ విధాల కంప్యూటర్ కోర్స్‌లు ఉన్నాయి. నువ్వు కంప్యూటర్ ప్రోగ్రామింగ్‌లో డిప్లొమా చెయ్యవచ్చు. లేక మరేదైనా వ్యావసాయిక కోర్స్‌లాంటివి సెక్రటేరియల్ లేక హార్డ్‌వేర్ కోర్స్ లాంటివి.

Prof. Krishna : There are a variety of computer courses offered by Andhra University and various other computer institutes. You could go in for a diploma course in computer programming or opt for specialised courses like secretarial or hardware courses. దేర్ ఆర్ ఎ వెరైటీ ఆఫ్ కంప్యూటర్ కోర్సెస్ ఆఫర్డ్ బై ఆంధ్రా యూనివర్సిటీ అండ్ వేరియస్ అదర్ కంప్యూటర్ ఇన్స్టిట్యూట్స్. యు కుడ్ గో ఇన్ ఫర్ ఎ డిప్లొమా కోర్స్ ఇన్ కంప్యూటర్ ప్రోగ్రామింగ్ ఆర్ ఆప్ట్ ఫర్ స్పెషలైజ్డ్ కోర్సెస్ లైక్ సెక్రటేరియల్ ఆర్ హార్డ్‌వేర్ కోర్సెస్.

రోహిత్: ఈ కోర్సులకు ఎంత కాలం పడుతుంది?

Rohit : What is the duration of these courses, sir? వాట్ ఈస్ ద డ్యూరేషన్ ఆఫ్ దీస్ కోర్సెస్, సర్?

ప్రొ. కృష్ణ: డిప్లొమా కోర్సులకు 2 నుండి 3 సంవత్స రాలు పడుతుంది కాని చిన్న వ్యావసాయిక కోర్సుల వ్యవధి వేరు వేరు ఇన్స్టిట్యూట్స్‌లపై ఆధారపడి ఉంటుంది.

Prof. Krishna : Diploma courses are mostly of 2 to 3 years, duration. But in case of short-term job-oriented courses, the duration may vary institute-wise. డిప్లొమా కోర్సెస్ ఆర్ మోస్ట్‌లీ ఆఫ్ 2 టు 3 ఇయర్స్ డ్యూరేషన్. బట్ ఇన్ కేస్ ఆఫ్ షార్ట్-టర్మ్ జాబ్-ఓరియెంటెడ్ కోర్సెస్, ది డ్యూరేషన్ మే వెరి ఇన్స్టిట్యూట్ వైస్.

రోహిత్: సార్, నాకు కొన్ని ఇన్స్టిట్యూట్స్ పేర్లు చెప్పగలరా?

Rohit : Could you suggest the names of some Institutes, sir? కుడ్ యు సజెస్ట్ ది నేమ్స్ ఆఫ్ సమ్ ఇన్స్టిట్యూట్స్, సర్?

ప్రొ. కృష్ణ: అన్ని యూనివర్సిటీల్లోనూ కంప్యూటర్లకు వేరు వేరు రకాల కోర్సులు దొరుకుతాయి. ప్రైవేట్ సంస్థల్లో ఎన్.ఐ.ఐ.టి. ఒక కొత్త సంస్థ. అదే కాకుండా ఆప్‌టెక్, అప్ట్రాన్, బ్రిలియంట్ లాంటి వాటిల్లో అన్నీ డిప్లొమా కోర్సులే, వాటిని చేసిన తర్వాత మంచి ఉద్యోగాలకు చాలా అవకాశాలున్నాయి.

Prof. Krishna : All major universities offer courses in various branches of computers. Among the private institutes, N.I.I.T. has a very good name. Besides, Aptech, Uptron and Brilliant also offer diploma courses with good job prospects. ఆల్ మేజర్ యూనివర్సిటీస్ ఆఫర్ కోర్సెస్ ఇన్ వేరియస్ బ్రాంచెస్ ఆఫ్ కంప్యూటర్స్. అమాంగ్ ద ప్రైవేట్ ఇన్స్టిట్యూట్స్, ఎన్.ఐ.ఐ.టి. హాస్ ఎ వెరి గుడ్ నేమ్. బిసైడ్స్, ఆప్టెక్, అప్ట్రాన్ అండ్ బ్రిలియంట్ ఆల్సో ఆఫర్ డిప్లొమా కోర్సెస్ విత్ గుడ్ జాబ్ ప్రాస్పెక్ట్స్.

రోహిత్: సార్, నా డ్రాయింగ్ చాలా బాగుంటుంది. కంప్యూటర్‌లో దీనికి పనికివచ్చేటట్టు ఏమన్నా ఉందా?

Rohit : Sir, I can draw very well. Is there a computer course where this ability of mine can be utilised? సర్, ఐ కెన్ డ్రా వెరి వెల్. ఈస్ దేర్ ఎ కంప్యూటర్ కోర్స్, వేర్ దిస్ అబిలిటి ఆఫ్ మైన్ కెన్ బి యుటిలైజ్డ్?

ప్రొ. కృష్ణ: ఎందుకు లేదు. నువ్వు గ్రాఫిక్స్ అండ్ ఆనిమేషన్స్‌లో డిప్లొమా చెయ్యవచ్చు.

Prof. Krishna : Yes, of course. You can do a diploma in Graphics and Animation. యస్ ఆఫ్ కోర్స్ యు కెన్ డూ ఎ డిప్లొమా ఇన్ గ్రాఫిక్స్ అండ్ ఆనిమేషన్.

రోహిత్: మీ సహాయానికి చాలా ధన్యవాదాలండి. నేను కంప్యూటర్ కోర్స్‌లోనే చేరడం మంచిదని పిస్తోంది.

Rohit : Thank you very much for your guidance, sir. I think I should join a computer course. థ్యాంక్ యు వెరి మచ్ ఫర్ యువర్ గైడెన్స్, సర్. ఐ థింక్ ఐ షుడ్ జాయిన్ ఎ కంప్యూటర్ కోర్స్.

బాడుగ ఇంటి కోసం ప్రాపర్టీ డీలర్‌తో మాటలు
Talking to a Property Dealer for Renting a Flat (టాకింగ్ టు ఎ ప్రాపర్టీ డీలర్ ఫర్ రెంటింగ్ ఎ ఫ్లాట్)

గ్రాహకుడు: గుడ్ మార్నింగ్.

Customer : Good morning. గుడ్ మార్నింగ్.

ప్రాపర్టీ డీలర్: నమస్కారం సార్. దయచేసి కూర్చోండి. చెప్పండి, మీకు ఏమి సహాయం కావాలో?

Property dealer : Good morning sir. Please have a seat. Yes, what can I do for you? గుడ్ మార్నింగ్ సర్. ప్లీస్ హావ్ ఎ సీట్. యస్, వాట్ కెన్ ఐ డూ ఫర్ యు?

గ్రాహకుడు: నాకు అద్దెకు ఒక ఇల్లు కావాలి.

Customer : I want to rent a flat. ఐ వాంట్ టు రెంట్ ఎ ఫ్లాట్.

ప్రాపర్టీ డీలర్: ఏ ఏరియాలో కావాలండి?

Property dealer : In which area, sir? ఇన్ విచ్ ఏరియా, సర్?

గ్రాహకుడు: గాంధి నగర్‌లో

Customer : In Gandhi Nagar. ఇన్ గాంధి నగర్.

ప్రాపర్టీ డీలర్: మీ పేరేమిటో చెబుతారా సార్?

Property dealer : May I know your name, sir? మే ఐ నో యువర్ నేమ్, సర్?

గ్రాహకుడు: ఎన్. శ్రీనివాస్.

Customer : N. Srinivas. ఎన్. శ్రీనివాస్.

ప్రాపర్టీ డీలర్: మీరు ఏమి చేస్తున్నారండీ?

Property dealer : What do you do, sir? వాట్ డూ యు డూ, సర్?

గ్రాహకుడు: నేను ఎన్.పి. ఇండస్ట్రీస్‌లో అసిస్టెంట్ మేనేజర్‌ను.	**Customer :** I am assistant manager in N.P. Industries. ఐ యామ్ అసిస్టెంట్ మేనేజర్ ఇన్ ఎన్.పి. ఇండస్ట్రీస్.
ప్రాపర్టీ డీలర్: మీకు ఎలాంటి ఫ్లాట్ కావాలి?	**Property dealer :** What type of flat do you want? వాట్ టైప్ ఆఫ్ ఫ్లాట్ డూ యు వాంట్?
గ్రాహకుడు: డ్రాయింగ్ రూమ్‌తోపాటు రెండు రూములు డైనింగ్, కిచన్ గల ఫ్లాట్ కావాలి. రెండు టాయిలెట్లు, బాల్కనీ కూడా ఉండాలి.	**Customer :** A two-bedroom flat with drawing, dining and kitchen. I want two toilets and also a good balcony. ఎ టూ-బెడ్‌రూమ్ ఫ్లాట్ విత్ డ్రాయింగ్, డైనింగ్ అండ్ కిచెన్. ఐ వాంట్ టూ టాయ్‌లెట్స్ అండ్ ఆల్సో ఎ గుడ్ బాల్కొనీ.
ప్రాపర్టీ డీలర్: మీ బజెట్ ఎంతలో ఉంది?	**Property dealer :** What is your budget? వాట్ ఈస్ యువర్ బజెట్?
గ్రాహకుడు: దాదాపు నెలకి రెండువేల ఐదు వందలు.	**Customer :** About Rs. 2,500 per month. అబౌట్ రూ. 2,500 పర్ మంత్.
ప్రాపర్టీ డీలర్: ఏ అంతస్తులో కావాలి?	**Property dealer :** Which floor do you want? విచ్ ఫ్లోర్ డూ యు వాంట్?
గ్రాహకుడు: మొదటి అంతస్తయితే బాగుంటుంది. గాలి, వెలుతురు, తూర్పు ముఖం గల ఇల్లు, ఇరుగు పొరుగు వారు మంచివారుగా ఉండాలి.	**Customer :** Preferably, first floor. I want an airy and sun-facing house in a good neighbourhood. ప్రెఫెరబ్లీ, ఫస్ట్ ఫ్లోర్. ఐ వాంట్ యాన్ ఎయిరీ అండ్ సన్-ఫేసింగ్ హౌస్ ఇన్ ఎ గుడ్ నెయ్‌బర్‌హుడ్.
ప్రాపర్టీ డీలర్: ఇల్లు ఎప్పుడు చూడదలుచుకుంటారు?	**Property dealer :** When do you want to see the flat? వెన్ డూ యు వాంట్ టు సీ ద ఫ్లాట్?
గ్రాహకుడు: ఎంత త్వరగా దొరికితే అంత మంచిది. నేను ఈ నెలాఖరు లోగా ఇల్లు ఖాళీ చెయ్యాలి.	**Customer :** As soon as you can show me. You see, I have to shift positively by the end of this month. యాస్ సూన్ యాస్ యు కెన్ షో మి. యు సీ, ఐ హావ్ టు షిఫ్ట్ పాసిటివ్‌లి బై ద ఎండ్ ఆఫ్ దిస్ మంత్.
ప్రాపర్టీ డీలర్: అలాగా, సరే. మీరు మీ అడ్రసు, మీ టెలిఫోన్ నెంబర్ ఇవ్వండి.	**Property dealer :** Oh, I see Let me note down your address and telephone number? ఓహ్, ఐ సీ. లెట్ మి నోట్ డౌన్ యువర్ అడ్రస్ అండ్ టెలిఫోన్ నంబర్?
గ్రాహకుడు: సి-894, రామ్ నగర్, నా టెలిఫోన్ నెంబర్ 27513450.	**Customer :** C-894, Ram Nagar. And my telephone number is 27513450. సి-894, ఆజాద్‌పూర్. అండ్ మై టెలిఫోన్ నెంబర్ ఈస్ 27513450.
ప్రాపర్టీ డీలర్: మంచిది మి. శ్రీనివాస్‌గారూ. మీ కోసం మంచి ఇల్లు వెతకడానికి నాకు కాస్త సమయం ఇవ్వండి.	**Property dealer :** O.K. Mr. Srinivas. Give me some time. I will find a nice flat for you. ఓ.కె. మి. శ్రీవాత్సవ్. గివ్ మి సమ్ టైమ్. ఐ విల్ ఫైన్డ్ ఎ నైస్ ఫ్లాట్ ఫర్ యు.
గ్రాహకుడు: ఎంత కాలం తీసుకుంటారు?	**Customer :** How much time will you take? హౌ మచ్ టైమ్ విల్ యు టేక్?
ప్రాపర్టీ డీలర్: ఒకటి రెండు రోజుల్లోనే మిమ్మల్ని కలుస్తాను.	**Property dealer :** I'll get back to you in a day or two. ఐ'ల్ గెట్ బాక్ టు యు ఇన్ ఎ డే ఆర్ టూ.
గ్రాహకుడు: సరేనండి. మీ కమీషన్ ఎంతండీ?	**Customer :** O.K. What is your commission? ఓ.కె. వాట్ ఈస్ యువర్ కమీషన్?
ప్రాపర్టీ డీలర్: రెండు నెలల అద్దె సార్.	**Property dealer :** Two months' rent, sir. టూ మంత్స్ రెంట్, సార్.
గ్రాహకుడు: సరే, వస్తామండి. కాస్త త్వరగా చూడండి.	**Customer :** Alright. Please do something quickly. ఆల్‌రైట్. ప్లీస్ డూ సమ్‌థింగ్ క్విక్‌లి.
ప్రాపర్టీ డీలర్: సరేనండి. దీని గురించి మీరేమీ చింతించకండి.	**Property dealer :** Yes, yes. Don't worry at all. Bye sir. యస్, యస్. డోన్ట్ వర్రీ ఎట్ ఆల్. బై, సర్.

ఉద్యోగం కోసం ఇంటర్వ్యూ — An Interview for a Job (యాన్ ఇంటర్వ్యూ ఫర్ ఎ జాబ్)

సీమా: సార్, నేను లోపలికి రావచ్చా?	**Seema :** May I come in sir? మే ఐ కమ్ ఇన్ సర్?
మేనేజర్: దయచేసి రండి.	**Manager :** Yes, please. యస్, ప్లీస్.
సీమా: గుడ్ మార్నింగ్ సార్.	**Seema :** Good morning sir. గుడ్ మార్నింగ్ సర్.
మేనేజర్: గుడ్ మార్నింగ్, దయచేసి కూర్చోండి.	**Manager :** Good morning, please sit down. గుడ్ మార్నింగ్, ప్లీస్ సిట్ డౌన్.
సీమా: థ్యాంక్ యు.	**Seema :** Thank you. థ్యాంక్ యు.
మేనేజర్: మీ పేరేమిటి?	**Manager :** What is your name? వాట్ ఈస్ యువర్ నేమ్?
సీమా: సీమా రావు.	**Seema :** Seema Rao. సీమా రావ్.
మేనేజర్: వివాహితులా లేక అవివాహితులా?	**Manager :** Married or unmarried? మారీడ్ ఆర్ అన్‌మారీడ్?
సీమా: వివాహితురాలిని.	**Seema :** Married. మారీడ్.
మేనేజర్: మీరు పర్సనల్ అసిస్టెంట్ పోస్ట్ కోసం అప్లై చేశారు, నిజమేనా?	**Manager :** You have applied for the post of a personal assistant, right? యు హావ్ అప్లైడ్ ఫర్ ది పోస్ట్ ఆఫ్ ఎ పర్సనల్ అసిస్టెంట్, రైట్?
సీమా: అవునండి.	**Seema :** Yes sir. యస్ సర్.
మేనేజర్: మీ క్వాలిఫికేషన్స్ (విద్యార్హతలు) ఏమిటండి?	**Manager :** What are your qualifications? వాట్ ఆర్ యువర్ క్వాలిఫికేషన్స్?
సీమా: నేను బి.ఎస్‌సి.చేశానండి. అదే కాకుండా నేను గవర్నమెంట్ పాలిటెక్నిక్‌లో టైపింగ్, షార్ట్‌హాండ్ డిప్లొమా, బెగళూర్ నుంచి సెక్రెటేరియల్ కోర్స్ కూడా చేశానండి.	**Seema :** I am B.Sc. I have also done a diploma in typing and shorthand and a secretarial course from the Govt. Polytechnic, Bangalore. ఐ యామ్ బి.ఎస్సి. ఐ హావ్ ఆల్సో డన్ ఎ డిప్లొమా ఇన్ టైపింగ్ అండ్ షార్ట్‌హాండ్ అండ్ ఎ సెక్రెటేరియల్ కోర్స్ ఫ్రమ్ ద గవర్నమెంట్ పాలిటెక్నిక్, బెంగళూర్.
మేనేజర్: టైపింగ్ మరియు షార్ట్‌హాండ్‌లో మీ స్పీడు ఎంత?	**Manager :** What is your speed in typing and shorthand? వాట్ ఈస్ యువర్ స్పీడ్ ఇన్ టైపింగ్ అండ్ షార్ట్‌హాండ్?
సీమా: డెబ్బై పదాలు ఒక నిమిషానికి.	**Seema :** Seventy words per minute. సెవెన్టీ వర్డ్స్ పర్ మినిట్.
మేనేజర్: మీరు కంప్యూటర్‌లో పని చేయగలరా?	**Manager :** Can you work on a computer? కెన్ యు వర్క్ ఆన్ ఎ కంప్యూటర్?
సీమా: ఆఁ, నేను కంప్యూటర్‌లో వర్డ్ ప్రాసెసింగ్‌లో పని చేయగలను.	**Seema :** Yes, I can do the word processing on it. యస్, ఐ కెన్ డూ ది వర్డ్ ప్రాసెసింగ్ ఆన్ ఇట్.
మేనేజర్: మీరు ఇంతకు ముందు మరేదైనా ఆఫీసులో పని చేశారా?	**Manager :** Have you worked in an office before? హావ్ యు వర్క్‌డ్ ఇన్ యాన్ ఆఫీస్ బిఫోర్?
సీమా: అవునండి, నేను జె.కె. ఇండస్ట్రీస్‌లో మేనేజర్‌కి పి.ఎ.గా ఉద్యోగం చేశాను.	**Seema :** Yes, I have worked as P.A. to the manager in J.K. Industries. యస్, ఐ హావ్ వర్క్‌డ్ యాస్ పి.ఎ. టు ది మేనేజర్ ఇన్ జె.కె. ఇండస్ట్రీస్.
మేనేజర్: మీరు అక్కడ ఉద్యోగం వదిలేశారా?	**Manager :** Have you left them? హావ్ యు లెఫ్ట్ దెమ్?
సీమా: ఇంకా లేదు. కాని ఉద్యోగాన్ని మార్చుకోడానికి ప్రయత్నిస్తున్నాను.	**Seema :** No. But I am looking for a change now. నో. బట్ ఐ యామ్ లుకింగ్ ఫర్ ఎ ఛేంజ్ నౌ.
మేనేజర్: ఎందుకు?	**Manager :** Why? వై?
సీమా: ఆ చోటు చాలా దూరం. దానికి తగ్గట్టు జీతం కూడా ఎక్కువ లేదు.	**Seema :** The place is very far. Besides, the salary is not enough. ద ప్లేస్ ఈస్ వెరి ఫార్. బిసైడ్స్, ది శాలరీ ఈస్ నాట్ ఇనఫ్.

మేనేజర్: ఇప్పుడు మీ నెల జీతం ఎంత?

Manager : What is your present salary per month? వాట్ ఈస్ యువర్ ప్రెసెంట్ శాలరీ పర్ మంత్?

సీమా: నెలకి రెండు వేలా వంద.

Seema : Twenty-one hundred rupees per month. ట్వెంటీ-వన్ హండ్రెడ్ రుపీస్ పర్ మంత్.

మేనేజర్: మీరు ఎంత జీతం ఎదురు చూస్తున్నారు?

Manager : What salary do you expect? వాట్ శాలరీ డూ యు ఎక్స్‌పెక్ట్?

సీమా: దాదాపు మూడు వేలు.

Seema : Around Rs. 3,000. అరౌండ్ రూ. 3,000.

మేనేజర్: మీరు ఇంగ్లీషులో బాగా మాట్లాడగలరా?

Manager : Can you communicate in English fluently? కెన్ యు కమ్యూనికేట్ ఇన్ ఇంగ్లీష్ ఫ్లూయెంట్లీ?

సీమా: తప్పకుండా మాట్లాడగలను.

Seema : Of course, I can. ఆఫ్ కోర్స్, ఐ కెన్.

మేనేజర్: ఇంకొక ఆఖరి ప్రశ్న కాని ముఖ్యమైనది. పర్సనల్ అసిస్టెంట్‌కి అప్పుడప్పుడు ఆఫీసులో ఎక్కువ సేపు ఉండవలసి ఉంటుంది. మీరు ఉండగలరా?

Manager : One last but very important question. A personal assistant may have to stay back late in office sometimes. Can you do that? వన్ లాస్ట్ బట్ వెరి ఇంపార్టెంట్ క్వశ్చన్. ఎ పర్సనల్ అసిస్టెంట్ మే హేవ్ టు స్టే బాక్ లేట్ ఇన్ ఆఫీస్ సమ్‌టైమ్స్.

సీమా: అవునండి ఎప్పుడన్నా ఒకరోజు ఉండగలను సార్, ఎప్పుడూ ఉండలేను. నాకు ఒక చిన్న బిడ్డ ఉంది.

Seema : Only once in a while sir, not always. I have a small baby. ఓన్లీ వన్స్ ఇన్ ఎ వైల్ సర్, నాట్ ఆల్వేస్. ఐ హేవ్ ఎ స్మాల్ బేబి.

మేనేజర్: సరే ఇక చాలు మిసెస్ రావు. మీకు త్వరలోనే తెలియపరుస్తాము.

Manager : Alright, Mrs. Rao. That will do. We will let you know soon. ఆల్‌రైట్, మిసెస్ రావ్. దట్ విల్ డూ. వుయ్ విల్ లెట్ యు నో సూన్.

సీమా: ధన్యవాదాలండి.

Seema : Thank you sir. థ్యాంక్ యు సర్.

ఇల్లు ఇల్లు తిరిగి అమ్మకం — Door-to-Door Selling (డోర్-టు-డోర్ సెల్లింగ్)

(ఒక సేల్స్‌గర్ల్ ఒక ఇంటి కాలింగ్ బెల్ నొక్కుతుంది. ఆ ఇంటి గృహిణి తలుపులోంచి తొంగి చూస్తుంది.)

గృహిణి: ఆఁ, ఏమిటిది?

Housewife : Yes, what's it? ఎస్, వాట్స్ ఇట్?

సేల్స్‌గర్ల్: (నవ్వుతూ) నమస్కారం మేడమ్. నేను హెల్తీ హార్ట్స్ నుంచి రేవతి రావు. మా కంపెనీ ఒక బ్రేక్‌ఫాస్ట్ సీరియల్ (నాస్తా కోసం కార్న్‌ఫ్లాక్స్) విడుదల చేసింది. చాలా పుష్టికరం, రుచికరము అంతే కాక గుండెకు చాలా మంచిది.

Salesgirl : *(smiling pleasantly)* Good morning madam. I am Revati Rao from Healthy Hearts. Our company has brought out a breakfast cereal. It s very nourishing, delicious and good for heart. గుడ్ మార్నింగ్ మేడమ్. ఐ యామ్ రేవతి రావ్ ఫ్రమ్ హెల్దీ హార్ట్స్. అవర్ కంపెనీ హాస్ బ్రాట్ ఔట్ ఎ బ్రేక్‌ఫాస్ట్ సీరియల్. ఇట్స్ వెరి నరిషింగ్, డెలిషియస్ అండ్ గుడ్ ఫర్ హార్ట్.

గృహిణి: చూడండి ఇప్పుడు నాకు చాలా పనుంది.

Housewife : Look, I am very busy right now. లుక్, ఐ యామ్ వెరి బిజీ రైట్ నౌ.

సేల్స్‌గర్ల్: అవునండి నాకు తెలుసు. నాకు కాస్త టైము ఇవ్వండి. ఇది చూడండి, మా ప్రాడక్ట్ అమ్మకాన్ని పెంచేందుకు మేము చాలా తక్కువ ధర తీసుకుంటున్నాము. 750 గ్రా.ల డబ్బా 500 గ్రా. ధరలో అమ్ముతున్నాము. దానితోపాటు ఈ ఏర్ టైట్ డబ్బా 750 గ్రా.ల పేక్‌తో పూర్తిగా ఫ్రీ.

Salesgirl : I appreciate madam. But just spare a moment and please look here. For the product's promotion, we are offering a bargain price. You will get 750 grams for the price of 500 grams. Besides, this airtight container comes free with the 750 grams pack. ఐ అప్రిసియేట్ మేడమ్. బట్ జస్ట్ స్పేర్ ఎ మొమెంట్ అండ్ ప్లీస్ లుక్ హియర్. ఫర్ ది ప్రాడక్ట్స్ ప్రమోషన్, వుయ్ ఆర్ ఆఫరింగ్ ఎ బార్గెన్ ప్రైస్. యు విల్ గెట్ 750 గ్రా. ఫర్ ది ప్రైస్ ఆఫ్ 500 గ్రా. బిసైడ్స్, దిస్ ఏర్‌టైట్ కంటెయినర్ కమ్స్ ఫ్రీ విత్ ది 750 గ్రా. పేక్.

గృహిణి: ఎంత ధర?

Housewife : What is the price? వాట్ ఈస్ ద ప్రైస్?

సేల్స్‌గర్ల్: నలభై రూపాయలేనండి. దుకాణంలో ఇది యాభై రూపాయలు.

Salesgirl : Only forty rupees. At the counter, the same pack is selling for fifty rupees. ఓన్లీ ఫార్టీ రుపీస్. ఎట్ ది కౌంటర్, ది సేమ్ ప్యాక్ ఈస్ సెల్లింగ్ ఫర్ ఫిఫ్టీ రుపీస్.

గృహిణి: నలభై రూపాయలు చాలా ఎక్కువ.

Housewife: Forty rupees is too much. ఫార్టీ రుపీస్ ఈస్ టూ మచ్.

సేల్స్‌గర్ల్: నన్ను నమ్మండి మేడమ్, ఇది మా ఎకానమి ప్యాక్. ఇప్పుడు మీరు కొంటే ఈ రంగుల బాల్‌పెన్ మీకు ఎక్స్‌ట్రా గిఫ్ట్ (అధిక బహుమతి) గా దొరుకుతుంది.

Salesgirl : Believe me madam, it is our economy pack. And if you buy now, I will give these colourful ballpens as extra gifts to you. బిలీవ్ మి మేడమ్, ఇట్ ఈస్ అవర్ ఎకానమి ప్యాక్. అండ్ ఇఫ్ యు బై నౌ, ఐ విల్ గివ్ దీస్ కలర్‌ఫుల్ బాల్ పెన్స్ యాస్ ఎక్స్‌ట్రా గిఫ్ట్స్ టు యు.

గృహిణి: సరే, కాని నేను దీన్ని ఎప్పుడూ వాడలేదు.

Housewife : Well, I have never tried it before. వెల్, ఐ హావ్ నెవర్ ట్రైడ్ ఇట్ బిఫోర్.

సేల్స్‌గర్ల్: ఇదుగో కాస్త తిని చూడండి. మీ ఫ్యామిలీ వారు దీన్ని చాలా ఇష్టపడతారు. నిజంగా ఇది చాలా మంచిది. నేను ఇప్పుడు ఈ కాలనీలో 20 పేకెట్లు అమ్మాను.

Salesgirl : Here please taste it. Your family will love the taste. It is really very good. I have already sold 20 packs in the colony. హియర్ ప్లీస్ టేస్ట్ ఇట్. యువర్ ఫ్యామిలీ విల్ లౌ ద టేస్ట్. ఇట్ ఈస్ రియలీ వెరి గుడ్. ఐ హావ్ అల్‌రెడీ సోల్డ్ 20 ప్యాక్స్ ఇన్ ది కాలోనీ.

గృహిణి: సరే నేను దీన్ని తీసుకుంటాను.

Housewife : Alright, I'll take it. ఆల్‌రైట్, ఐ'ల్ టేక్ ఇట్.

సేల్స్‌గర్ల్: ఎన్ని ప్యాకెట్లు మేడమ్?

Salesgirl : How many packs, madam. హౌ మెనీ ప్యాక్స్, మేడమ్.

గృహిణి: కేవలం ఒకటే.

Housewife : Just one. జస్ట్ వన్.

సేల్స్‌గర్ల్: సరేనండి, కాస్త మీ పేరు చెప్పండి.

Salesgirl : Sure, madam. Your name, please. ష్యూర్, మేడమ్. యువర్ నేమ్, ప్లీస్.

గృహిణి: మోహినీ ప్రసాద్. నేను డబ్బులు తెస్తాను.

Housewife : Mohini Prasad. Let me get the money. మోహినీ ప్రసాద్. లెట్ మి గెట్ ద మనీ.

సేల్స్‌గర్ల్: ధన్యవాదాలు మేడం. మీకు ఈ రోజు శుభ దినం కావాలి మేడమ్. బై.

Salesgirl : Thank you. Have a good day madam. Bye. థ్యాంక్ యు. హ్యావ్ ఎ గుడ్ డే మేడమ్. బై.

ఆఫీసులో అమ్మకం — Selling in Offices (సెల్లింగ్ ఇన్ ఆఫీసెస్)

సేల్స్‌మెన్: *(రిసెప్షనిస్ట్‌తో)* గుడ్ ఆఫ్టర్‌నూన్ మేడమ్. నేను డి. శాస్త్రి న్యూలుక్ స్టేషనర్స్ అండ్ ప్రింటర్స్ నుంచి. నేను పర్చేస్ మేనేజర్‌ని చూడాలి.

Salesman : *(to Receptionist)* Good afternoon, madam. I am D. Shastri from Newlook Stationers and Printers. I want to see the Purchase Manager, please. గుడ్ ఆఫ్టర్-నూన్ మేడమ్. ఐ యామ్ డి. శాస్త్రి ఫ్రమ్ న్యూలుక్ స్టేషనరీస్ అండ్ ప్రింటర్స్. ఐ వాంట్ టు సీ ద పర్చేస్ మేనేజర్, ప్లీస్.

రిసెప్షనిస్ట్: మీరు అపాయింట్‌మెంట్ తీసుకున్నారా?

Receptionist : Do you have an appointment? డూ యూ హావ్ యాన్ అపాయింట్‌మెంట్?

సేల్స్‌మెన్: అవును మేడమ్.

Salesman : Yes madam. యస్ మేడమ్.

రిసెప్షనిస్ట్: *(ఇంటర్‌కామ్‌లో)* సర్, మి. డి. శాస్త్రి న్యూ లుక్ స్టేషనరీస్ అండ్ ప్రింటర్స్ నుంచి మిమ్మల్ని చూడాలంటున్నారు.

Receptionist : *(on the intercom)* Sir, Mr. D. Shastri from Newlook Stationers and Printers wants to see you. సర్, మి. డి. శాస్త్రి ఫ్రమ్ న్యూలుక్ స్టేషనరీస్ అండ్ ప్రింటర్స్ వాంట్స్ టు సీ యు.

మేనేజర్: ఆల్‌రైట్, అతన్ని లోపలికి పంపండి.

Manager : Alright, send him in. ఆల్‌రైట్, సెండ్ హిమ్ ఇన్.

రిసెప్షనిస్ట్: (సేల్స్‌మెన్‌తో) మీరు లోపలికి వెళ్ళండి.

Receptionist : *(to the salesman)* You can go in please. యు కెన్ గో ఇన్ ప్లీస్.

సేల్స్‌మెన్: ఆఫీసు ఎటువైపు మేడమ్?

Salesman : Which way is the office, madam? విచ్ వే ఈస్ ద ఆఫీస్, మేడమ్?

రిసెప్షనిస్ట్: నేరుగా వెళ్ళండి. ఎడమ వైపు రెండవ రూము.

Receptionist : Go straight. Third room on the left. గో స్ట్రైట్. థర్డ్ రూమ్ ఆన్ ద లెఫ్ట్.

సేల్స్‌మెన్: థ్యాంక్ యూ.

Salesman : Thank you. థ్యాంక్ యూ.

సేల్స్‌మెన్: (పర్చేస్ మేనేజర్‌తో) గుడ్ ఆఫ్టర్‌నూన్ సర్.

Salesman : *(to the Purchase Manager)* Good afternoon sir. గుడ్ ఆఫ్టర్‌నూన్ సర్.

మేనేజర్: గుడ్ ఆఫ్టర్‌నూన్, దయచేసి కూర్చోండి.

Manager : Good afternoon, please sit down. గుడ్ ఆఫ్టర్‌నూన్, ప్లీస్ సిట్ డౌన్.

సేల్స్‌మెన్: సర్ నేను డి. శాస్త్రి ఫ్రం న్యూలుక్ స్టేషనర్స్ అండ్ ప్రింటర్స్. మేము రకరకాలైన స్టేషనరీ సామాన్లు, ప్రింటింగ్ సర్వీసెస్ అందిస్తామండి.

Salesman : Sir, I am D. Shastri from Newlook Stationers and Printers. We provide all kinds of stationery and printing services. సర్, ఐ యామ్ డి. శాస్త్రి ఫ్రమ్ న్యూలుక్ స్టేషనరీస్ అండ్ ప్రింటర్స్. వుయ్ ప్రొవైడ్ ఆల్ కైండ్స్ ఆఫ్ స్టేషనరీ అండ్ ప్రింటింగ్ సర్వీసెస్.

మేనేజర్: మీరు శాంపుల్స్ తెచ్చారా?

Manager : Have you brought any samples? హేవ్ యు బ్రాట్ ఎనీ శాంపుల్స్?

సేల్స్‌మెన్: తెచ్చానండి. ఇవి స్టేషనరీ ఐటమ్‌లు, ఇవి కొన్ని కార్డులు, బ్రోచర్లు, వీటిని మేము ప్రింట్ చేశాము సార్. దయచేసి మేము వాడిన కాగితం, ప్రింటింగ్ క్వాలిటీ చూడండి.

Salesman : Yes sir. These are some stationery items and these are some cards and brochures printed by us. Kindly look at the quality of print and the paper used by us. యస్ సర్. దీస్ ఆర్ సమ్ స్టేషనరీ ఐటమ్స్ అండ్ దీస్ ఆర్ సమ్ కార్డ్స్ అండ్ బ్రోచర్స్ ప్రింటెడ్ బై అస్. కైండ్లీ లుక్ ఎట్ ది క్వాలిటి ఆఫ్ ప్రింట్ అండ్ ద పేపర్ యూస్డ్ బై అస్.

మేనేజర్: వాటి రేట్లెంత?

Manager : What are the rates? వాట్ ఆర్ ద రేట్స్?

సేల్స్‌మెన్: ఇదిగో రేట్ లిస్ట్.

Salesman : This is the rate list, sir. దిస్ ఈస్ ది రేట్ లిస్ట్, సర్.

మేనేజర్: డిస్కౌంట్ ఎంతిస్తారు?

Manager : What is the discount? వాట్ ఈస్ ద డిస్కౌంట్?

సేల్స్‌మెన్: ప్రతి వెయ్యి ఐటంల ఖరీదులో 10 శాతం డిస్కౌంట్ ఇస్తాము. మేము ప్రింటింగ్ రేట్లలో కూడా 10 శాతం డిస్కౌంట్ ఇవ్వగలం సార్.

Salesman : We offer 10% discount sir, on the purchase of 1000 items. I can also offer you 10% discount on the printing rates, sir. వుయ్ ఆఫర్ 10% డిస్కౌంట్ సర్, ఆన్ ది పర్చెస్ ఆఫ్ 1000 ఐటమ్స్. ఐ కెన్ ఆల్సో ఆఫర్ యు 10% డిస్కౌంట్ ఆన్ ది ప్రింటింగ్ రేట్స్, సర్.

మేనేజర్: మీ రేట్లు చాలా ఎక్కువ.

Manager : Your rates are quite high. యువర్ రేట్స్ ఆర్ క్వయిట్ హై.

సేల్స్‌మెన్: మా సామాన్ల క్వాలిటీ, సర్వీసు సర్. మేము స్టీల్ టాబ్స్ వాడుతామండి. ఇతరులు ఇనుము టాబ్స్ వాడుతారు. మేము మా ఫైళ్ళకు ఏ గ్రేడ్ ప్లాస్టిక్ వాడుతాము. రంగులు కూడా మావి చాలా బ్రైట్‌వి. దానితోపాటు మేము 80 జి.ఎస్.ఎం. పేపర్ వాడుతాము. ఇతరులు తక్కువ జి.ఎస్.ఎం. పేపర్‌ను వాడుతారు.

Salesman : We offer quality items and service, sir. We use steel tabs in place of iron ones used by other companies. We use A grade plastic in our files, offering a large variety in colours. Besides, we use 80 G.S.M. paper instead of 70 G.S.M. commonly used by others. వుయ్ ఆఫర్ క్వాలిటీ ఐటమ్స్ అండ్ సర్వీస్ సర్. వుయ్ యూస్ స్టీల్ టేబ్స్ ఇన్ ప్లేస్ ఆఫ్ ఐరన్ వన్స్ యూస్డ్ బై అదర్ కంపెనీస్. వుయ్ యూస్ ఏ గ్రేడ్ ప్లాస్టిక్ ఇన్ అవర్ ఫైల్స్, ఆఫరింగ్ ఎ లార్జ్ వెరైటి ఇన్ కలర్స్. బిసైడ్స్, వుయ్ యూస్ 80 జి.ఎస్.ఎం. పేపర్ ఇన్‌స్టెడ్ ఆఫ్ 70 జి.ఎస్.ఎం. కామన్‌లీ యూస్డ్ బై అదర్స్.

మేనేజర్: అయినా నేను రేట్లు ఎక్కువనే చెబుతాను.

Manager : Still, I find the rates very high. స్టిల్, ఐ ఫైన్డ్ ద రేట్స్ వెరి హై.

సేల్స్‌మెన్: అసలు సంగతేమంటే మేము మీ కంపెనీతో బిజినెస్ చేయాలనుకున్నాము. అందువల్ల మీ కోసం ఇంకా ఐదు శాతం డిస్కౌంట్ ఇవ్వగలం.

Salesman : Sir, actually we are very keen on doing business with your company. I can, therefore, offer an additional 5% discount specially for you. సర్, ఆక్చుయలీ వుయ్ ఆర్ వెరి కీన్ ఆన్ డూయింగ్ బిజినెస్ విత్ యువర్ కంపెనీ. ఐ కెన్, దేర్‌ఫోర్, ఆఫర్ యాన్ అడిషనల్ 5% డిస్కౌంట్ స్పెషలీ ఫర్ యు.

మేనేజర్: సరే మీరు మీ శాంపుల్స్, బ్రోచర్లను ఇక్కడ ఉంచి వెళ్ళండి. వచ్చే వారం ఫోన్‌లో నాతో మాట్లాడండి.

Manager : Alright. You can leave your brochures and samples here and call me next week. ఆల్‌రైట్. యు కెన్ లీవ్ యువర్ బ్రోచర్స్ అండ్ శాంపిల్స్ హియర్ అండ్ కాల్ మీ నెక్స్ట్ వీక్.

సేల్స్‌మెన్: చాలా మంచిదండి, చాలా ధన్యవాదాలు. గుడ్‌డే సార్.

Salesman : Fine sir, thank you very much and good day sir. ఫైన్ సర్, థ్యాంక్ యు వెరి మచ్ అండ్ గుడ్ డే. సర్.

కిట్టీ పార్టీ

Kitty Party (కిట్టీ పార్టీ)

(మీరా భార్గవ్ ఇంట్లో పార్టీ. మిసెస్ మెహతా, మిసెస్ శర్మా, సునితా, మిసెస్ దేశ్‌ముఖ్ మరియు కవితా అక్కడికి వస్తారు.)

మీరా: *(అతిథులతో)* హలో వెల్‌కం! దయచేసి అందరూ కూర్చోండి.

Meera : *(to the guests)* Hello, welcome! Please be seated. హలో, వెల్‌కమ్! ప్లీస్ బి సీటెడ్.

(మీరా స్నేహితురాలు దీప్తి మరో ఇద్దరు మహిళలతో వస్తుంది.)

దీప్తి: హాయ్ మీరా! ఎలాగున్నావు?

Dipti : Hi Meera! How are you? హాయ్ మీరా! హౌ ఆర్ యు?

మీరా: హాయ్! నేను బాగున్నాను. నువ్వెలాగున్నావు?

Meera : Hi! I am fine and you? హాయ్! ఐ యామ్ ఫైన్ అండ్ యు?

దీప్తి: బాగున్నాను. వీరితో కలువు, సుచేతా రావు, కళా ప్రసాద్, వీరు మన కొత్త మెంబర్లు.

Dipti : Fine. Here meet Sucheta Rao and Kala Prasad, our new members. ఫైన్. హియర్ మీట్ సుచేతా మెహ్రా అండ్ నమ్రతా సెన్, అవర్ న్యూ మెంబర్స్.

మీరా: హలో అండ్ వెల్‌కమ్!

Meera : Hello and Welcome! హలో అండ్ వెల్‌కమ్!

(ఇంకా కొంతమంది మహిళలు వచ్చి కూర్చుంటారు.)

మిసెస్ శేఖర్: *(మిసెస్ గోపాల్‌తో)* మీ శారీ చాలా అందంగా ఉంది మిసెస్ గోపాల్.

Mrs. Saxena : *(to Mrs. Gopal)* Your sari is very beautiful, Mrs. Gopal. యువర్ శారీ ఈస్ వెరి బ్యూటిఫుల్, మిసెస్ గోపాల్.

మిసెస్ గోపాల్: థ్యాంక్ యూ.

Mrs. Gopal : Thank you. థ్యాంక్ యూ.

మిసెస్ శేఖర్: ఇది ఎక్కడ కొన్నారు?

Mrs. Sekhar : Where did you buy it? వేర్ డిడ్ యు బై ఇట్?

మిసెస్ గోపాల్: మోహినీ సారీ పేలస్, గాంధీ నగర్ నుంచి.

Mrs. Gopal : Mohini Sari Palace, Gamdhi Nagar. మోహినీ సారీ పేలస్, లజపత్ నగర్.

మిసెస్ శేఖర్: దీని ఖరీదెంత?

Mrs. Sekhar : What is the price? వాట్ ఈస్ ది ప్రైస్?

మిసెస్ గోపాల్: తొమ్మిది వందల యాభై?

Mrs. Gopal : Nine hundred and fifty. నైన్ హండ్రెడ్ అండ్ ఫిఫ్టీ.

సుధా: *(దీప్తితో)* హలో దీప్తి, చాలా స్మార్ట్‌గా ఉన్నావు!

Sudha : *(to Dipti)* Hello Dipti, looking very smart! హలో దీప్తి, లుకింగ్ వెరి స్మార్ట్!

దీప్తి: థ్యాంక్ యూ.

Dipti : Thank you. థ్యాంక్ యూ.

సుధా: ఈ కొత్త హేర్‌స్టైల్ నీకు బాగా నప్పింది. ఎక్కడినుంచి కటింగ్ చేయించుకున్నావు?

Sudha : This new hairstyle is suiting you very much. Where do you go for cutting? దిస్ న్యూ హేర్‌స్టైల్ ఈస్ సూటింగ్ యు వెరి మచ్. వేర్ డు యు గో ఫర్ కటింగ్?

దీప్తి: షాహిదాస్ దగ్గర.

Dipti : At Shahida's. ఎట్ షాహిదా'స్.

సుధా: ఆమె దగ్గర చాలా ఎక్కువనుకుంటా?

Sudha : Isn't she expensive? ఈసన్ట్ షి ఎక్స్‌పెన్సివ్?

దీప్తి: అవును, అయితే పని బాగుంటుంది.

Dipti : Yes, but she is good. ఎస్, బట్ షి ఈస్ గుడ్.

సుధా: అదీ నిజమేలే.	**Sudha :** Yes, that's true. ఎస్, దట్స్ ట్రూ.
మిసెస్ మణి: అందరూ వచ్చారనుకుంటా. ఇక ప్రారంభిద్దామా?	**Mrs. Mani :** I think we all are here. Let us start. ఐ థింక్ వుయ్ ఆల్ ఆర్ హియర్. లెట్ అస్ స్టార్ట్.
దీప్తి: మిసెస్ నాయర్ రాలేదు. అయితే ఆమె కంట్రిబ్యూషన్ పంపేశారు.	**Dipti :** Mrs. Nayar hasn't come, but she has sent her contribution. మిసెస్ నాయర్ హాసన్ట్ కమ్, బట్ షి హాస్ సెంట్ హర్ కాంట్రిబ్యూషన్.
మిసెస్ మణి: సరేలే. సుధా నువ్వు డబ్బులన్నీ జమ చేస్తున్నావా?	**Mrs. Mani :** Alright. Sudha, are you making the collection? ఆల్‌రైట్. సుధా, ఆర్ యు మేకింగ్ ద కలెక్షన్?
సుధా: అవును. మనం 20 మెంబర్లము. ఒకరికి ఐదు వందల చొ॥న మొత్తం పది వేలు. ఇదిగో మీరా డబ్బులు తీసుకో.	**Sudha :** Yes I am. We are twenty members. Five hundred each makes ten thousand. Here Meera, take the money. యస్ ఐ యామ్. వుయ్ ఆర్ ట్వెంటీ మెంబర్స్. ఫైవ్ హండ్రెడ్ ఈచ్ మేక్స్ టెన్ థౌసండ్. హియర్ మీరా, టేక్ ద మనీ.
మీరా: థ్యాంక్యూ, ఇదిగో ఇప్పుడే వస్తున్నా.	**Meera :** Thank you. Please excuse me. థ్యాంక్ యు. ప్లీజ్ ఎక్స్‌క్యూస్ మి.

(లోపలికి వెళుతుంది.)

మిసెస్ మణి: సుధా, తర్వాతి కిట్టీ ఎవరు తీసుకున్నారు?	**Mrs. Mani :** Sudha, who has got the next kitty? సుధా, హూ హాస్ గాట్ ద నెక్స్ట్ కిట్టీ?
సుధా: మిసెస్ పురీది. లేడీస్ అందరూ కాస్త వినండి. తర్వాతి కిట్టీ పార్టీ మిసెస్ పురీ ఇంట్లో.	**Sudha :** Mrs. Puri. Ladies, attention please! The next party is at Mrs. Puri's house. మిసెస్ పురీ. లేడీస్, అటెన్షన్ ప్లీస్! ద నెక్స్ట్ పార్టీ ఈస్ ఎట్ మిసెస్ పురీస్ హౌస్.
దీప్తి: ఇక పదండి తంబోలా ఆడుదాం.	**Dipti :** Let us play Tambola now. లెట్ అస్ ప్లే తంబోలా నౌ.
సుధా: సరే. లేడీస్ దయచేసి తంబోలా కోసం మనిషికి తలా 20 రూపాయలు జమ చేయండి.	**Sudha :** Alright ladies, please contribute twenty rupees each for Tambola. ఆల్‌రైట్ లేడీస్, ప్లీజ్ కంట్రిబ్యూట్ ట్వెంటీ రుపీస్ ఈచ్ ఫర్ తంబోలా.

(ఆటంతా అయిపోయిన తర్వాత)

మీరా: లేడీస్ దయచేసి లంచ్ కోసం రండి.	**Meera :** Ladies, please come for lunch. లేడీస్, ప్లీస్ కమ్ ఫర్ లంచ్.
సుధా: మీరా, మీ బేక్డ్ వెజిటబుల్ చాలా టేస్టీగా ఉంది.	**Sudha :** Your baked vegetable is very tasty, Meera. యువర్ బేక్డ్ వెజిటబుల్ ఈస్ వెరి టేస్టీ, మీరా.
మీరా: ధన్యవాదాలు. నాకు మీ ఇంట్లోని కూరిన టమాటాలు చాలా బాగా (రుచిగా) ఉన్నాయి.	**Meera :** Thank you, I liked the stuffed tomatoes very much at your place. థ్యాంక్ యు, ఐ లైక్డ్ ద స్టఫ్‌డ్ టమోటోస్ వెరి మచ్ ఎట్ యువర్ ప్లేస్.
సుధా: మనం ఒకరిదగ్గర ఒకరం వీటిని తయారు చేసే రెసిపీని నేర్చుకుందాం.	**Sudha :** We will exchange the recipes. వుయ్ విల్ ఎక్స్‌ఛేంజ్ ద రెసిపీస్.
మీరా: ఖచ్చితంగా *(అతిథులతో)* ఇంకాస్త తీసుకోండి.	**Meera :** Yes sure. *(to guests)* Please have some more. యస్ ష్యూర్...ప్లీస్ హావ్ సమ్ మోర్.
మిసెస్ రావు : *(ప్రీతితో)* చాలా స్లిమ్‌గా (సన్నగా) ఉన్నావు ప్రీతీ.	**Mrs. Rao :** *(to Preeti)* Looking very slim, Preeti. లుకింగ్ వెరి స్లిమ్, ప్రీతీ.
ప్రీతి: థేంక్ యూ.	**Preeti :** Thank you. థ్యాంక్ యూ.
మిసెస్ రావు: డైటింగ్ ఏమన్నా చేస్తున్నావా ఏమిటి?	**Mrs. Rao :** Have you been dieting? హావ్ యు బీన్ డైటింగ్?
ప్రీతి: ఇది కాదు. కాని యోగా, కొన్ని వ్యాయామాలు చేయడం మెదలుపెట్టాను.	**Preeti :** Not really. But I have started some Yoga and exercise. నాట్ రియలి. బట్ ఐ హావ్ స్టార్టెడ్ సమ్ యోగా అండ్ ఎక్సర్‌సైజ్.

మిసెస్ రావు: అవును దానివల్ల చాలా మార్పు వస్తుంది. **Mrs. Rao :** Yes that is very effective. యస్ దట్ ఈస్ వెరి ఎఫెక్టివ్.

మిసెస్ మణి: (మిసెస్ సక్సేనాతో) నీకు మా పక్కింటి సింగ్ కుటుంబం గురించి తెలుసుగా? **Mrs. Mani :** *(to Mrs. Saxena)* Do you know Chandra our neighbours? డూ యు నో చంద్ర అవర్ నెయ్‌బర్స్?

మిసెస్ శేఖర్: అవును ఏమిటి? **Mrs. Sekhar :** Yes why? యస్ వై?

మిసెస్ మణి: నిన్న రాత్రి వాళ్ళింట్లో చాలా గోల జరిగింది. **Mrs. Mani :** There was a big scene at their place last night. దేర్ వాస్ ఎ బిగ్ సీన్ ఎట్ ధెయిర్ ప్లేస్ లాస్ట్ నైట్.

మిసెస్ శేఖర్: ఎందుకు-ఏమయింది? **Mrs. Sekhar :** Why, what happened? వై, వాట్ హేపెండ్?

మిసెస్ మణి: మేము అప్పుడే నిద్రకుపక్రమించాము. ఉన్నట్టుండి ఒకటే పెద్ద గోల వినిపించింది. మి. అండ్ మిసెస్ చంద్రన్ ఇద్దరూ ఒకరికొకరు గొడవ పెట్టుకుని అరుచుకోవడం మొదలుపెట్టారు. **Mrs. Mani :** We had hardly gone to sleep when we heard loud voices. Mr. and Mrs. Chandran were fighting and shouting at each other. వుయ్ హేడ్ హార్డ్‌లీ గాన్ టు స్లీప్ వెన్ వుయ్ హెర్డ్ లౌడ్ వాయిస్. మి. అండ్ మిసెస్ చంద్రన్ వెర్ ఫైటింగ్ అండ్ షౌటింగ్ ఎట్ ఈచ్ అదర్.

మిసెస్ శేఖర్: అసలేమయింది? **Mrs. Sekhar :** What was the matter? వాట్ వాస్ ద మేటర్?

మిసెస్ మణి: భగవంతుడికే తెలియాలి కాని అది మంచిది కాదు, కదా? **Mrs. Mani :** God knows but that's very bad, isn't it? గాడ్ నోస్ బట్ దట్స్ వెరి బాడ్, ఈసన్ట్ ఇట్?

మిసెస్ శేఖర్: అవును నిజమే. **Mrs. Sekhar :** Yes, of course. యస్, అఫ్ కోర్స్.

దీప్తి: (మీరాతో) ఈ కిట్టీ డబ్బులతో ఏమి తీసుకోబోతున్నావు? **Dipti :** *(to Meera)* What are you going to buy with the kitty money? వాట్ ఆర్ యు గోయింగ్ టు బై విత్ ద కిట్టీ మనీ?

మీరా: నేనింకా ఆలోచించలేదు. నువ్వేమి తీశావు? **Meera :** I haven't thought yet. What did you buy? ఐ హేవన్ట్ థాట్ యెట్. వాట్ డిడ్ యు బై?

దీప్తి: వాషింగ్ మిషన్. **Dipti :** Washing machine. వాషింగ్ మిషన్.

మీరా: ఏది? **Meera :** Which one? విచ్ వన్?

దీప్తి: విడియోకాన్. **Dipti :** Videocon. విడియోకాన్.

మీరా: అది బాగా పని చేస్తోందా? **Meera :** Is it working well? ఈస్ ఇట్ వర్కింగ్ వెల్?

దీప్తి: అవును చాలా బాగుంది. **Dipti :** Yes, very well. యస్, వెరి వెల్.

మీరా: దాన్ని చూడ్డానికి నేనొస్తాను. **Meera :** I will come to see it. ఐ విల్ కమ్ టు సీ ఇట్.

దీప్తి: తప్పకుండా. రేపు రారాదూ. **Dipti :** Yes, sure. Come tomorrow. యస్, ష్యూర్. కమ్ టుమారో.

మీరా: అలాగే. **Meera :** O.K. ఓ.కె.

మిసెస్ దేశ్‌ముఖ్: సరే మీరా. వస్తాను. చాలా ఆనందంగా కాలం గడిచింది, బై. **Mrs. Deshmukh :** O.K. Meera. We had a very nice time, bye. ఓ.కె. మీరా. వుయ్ హేడ్ ఎ వెరి నైస్ టైమ్, బై.

మీరా: థ్యాంక్యూ, దయచేసి మళ్ళీ రండి. **Meera :** Thank you, please come again. థాంక్ యూ, ప్లీస్ కమ్ ఎగైన్.

సుధా: మీరా, ధన్యవాదాలు చాలా రుచికరమైన లంచ్ ఇచ్చావు. మరి వస్తాను, బై. **Sudha :** O.K. Meera, thank you for the nice lunch, bye. ఓ.కె. మీరా, థాంక్ యు ఫర్ ద నైస్ లంచ్, బై.

సుధా: వచ్చినందుకు ధన్యవాదాలు, బై. **Sudha :** Thanks for coming, bye. థ్యాంక్స్ ఫర్ కమింగ్, బై.

దీప్తి: సరే మీరా నేను కూడా వెళ్ళొస్తాను. **Dipti :** O.K. Meera, I too will leave now. ఓ.కె. మీరా, ఐ టూ విల్ లీవ్ నౌ.

మీరా: ఏమిటి? కాస్త ఆగి వెళ్ళొచ్చుగా. **Meera :** Why? Stay for some time. వై? స్టే ఫర్ సమ్ టైమ్.

దీప్తి: లేదు, ట్యూషన్ నుంచి పిల్లలు వచ్చేసుంటారు. మళ్ళీ రేపు కలుద్దాం. **Dipti :** No, children must be back from tuition. See you tomorrow. నో, చిల్డ్రన్ మస్ట్ బి బాక్ ఫ్రమ్ ట్యూషన్. సీ యు టుమారో.

మీరా: సరే బై, మళ్ళీ కలుద్దాం. **Meera :** O.K. Bye, see you. ఓ.కె. బై, సీ యు.

బ్యాంకులో	At the Bank (ఎట్ ది బ్యాంక్)
గ్రాహకుడు: క్షమించండి. ఈ బ్యాంకులో నేనొక ఖాతా తెరవాలనుకుంటున్నాను.	**Customer :** Excuse me. I want to open an account here. ఎక్స్‌క్యూజ్ మీ. ఐ వాంట్ టు ఓపన్ యాన్ అకౌంట్ హియర్.
బ్యాంక్ కర్మచారి: దయచేసి ఆ కేబిన్‌కు వెళ్ళండి.	**Bank Employee :** Please go to that cabin. ప్లీస్ గో టు దట్ కేబిన్.
గ్రాహకుడు: నేను లోపలికి రావచ్చా?	**Customer :** May I come in? మే ఐ కమ్ ఇన్?
బ్యాంక్ ఆఫీసరు: రండి. నేను మీకు ఏమి సహాయ పడగలను?	**Bank Officer :** Yes please. What can I do for you? యస్ ప్లీస్. వాట్ కెన్ ఐ డు ఫర్ యు?
గ్రాహకుడు: ఇక్కడ నేనొక ఖాతా తెరవాలనుకుంటు న్నాను. ఒక సేవింగ్ ఖాతాకు ఎంత మినిమమ్ డిపాజిట్ చేయాలి?	**Customer :** I want to open an account here. What is the minimum deposit for a savings account? ఐ వాంట్ టు ఓపెన్ యాన్ అకౌంట్ హియర్. వాట్ ఈస్ ద మినిమమ్ డిపాజిట్ ఫార్ ఎ సేవింగ్స్ అకౌంట్?
బ్యాంక్ ఆఫీసరు: ఒక సాధారణ సేవింగ్స్ ఖాతాకు 500 రూపాయల డిపాజిట్‌తో తెరవవచ్చు. కాని చెక్‌బుక్ కూడా కావాలనుకుంటే మినిమమ్ డిపాజిట్ 1000 రూ.లు జమ చేయవలసి ఉంటుంది.	**Bank Officer :** You can open an ordinary savings account with a minimum deposit of five hundred rupees. But for a cheque book account, one needs to deposit one thousand rupees. యు కెన్ ఓపన్ యాన్ ఆర్డినరీ సేవింగ్స్ అకౌంట్ విత్ ఎ మినిమమ్ డిపాజిట్ ఆఫ్ ఫైవ్ హండ్రెడ్ రుపీస్. బట్ ఫర్ ఎ చెక్‌బుక్ అకౌంట్. నీడ్స్ టు డిపాజిట్ ఒన్ థౌసండ్ రుపీస్.
గ్రాహకుడు: వారానికెన్నిసార్లు మేము బ్యాంక్ నుండి డబ్బు తీసుకోవచ్చు?	**Customer :** How many times a week can we withdraw money? హౌ మెనీ టైమ్స్ ఎ వీక్ కెన్ వుయ్ విత్‌డ్రా మనీ?
బ్యాంక్ ఆఫీసరు: మా బ్యాంక్‌లో వారానికి రెండుసార్లు మాత్రమే.	**Bank Officer :** In our bank, not more than twice a week. ఇన్ అవర్ బ్యాంక్, నాట్ మోర్ దెన్ ట్వైస్ ఎ వీక్.
గ్రాహకుడు: సేవింగ్స్ ఖాతాలో వడ్డీ ఎంత శాతం దొరుకుతుంది?	**Customer :** What is the rate of interest on a savings account? వాట్ ఈస్ ద రేట్ ఆఫ్ ఇంటరెస్ట్ ఆన్ ఎ సేవింగ్స్ అకౌంట్?
బ్యాంక్ ఆఫీసరు: ఐదు శాతం.	**Bank Officer :** Four per cent. ఫోర్ పర్ సెంట్.
గ్రాహకుడు: సరే. ఇక్కడ ఒక ఖాతా కావాలి.	**Customer :** Alright. I want an account here. ఆల్‌రైట్. ఐ వాంట్ యాన్ అకౌంట్ హియర్.
బ్యాంక్ ఆఫీసరు: సరే. దయచేసి ఈ ఫారమ్ నింపండి. మీకు సింగిల్‌గానా లేక జాయింట్‌గా కావాలా?	**Bank Officer :** O.K. Fill up this form, please. Do you want it single or joint? ఓ.కె. ఫిల్ అప్ దిస్ ఫారమ్, ప్లీస్. డూ యు వాంట్ ఇట్ సింగిల్ ఆర్ జాయింట్?
గ్రాహకుడు: నాకు నా భార్యతోపాటు జాయింట్‌గా కావాలి.	**Customer :** I want it in a joint name with my wife. ఐ వాంట్ ఇట్ ఇన్ ఎ జాయింట్ నేమ్ విత్ మై వైఫ్.
బ్యాంక్ ఆఫీసరు: అప్పుడు మీరిద్దరూ ఇక్కడ చేవ్రాళ్ళు చెయ్యాలి. మీకు విట్‌నెస్ సైన్ చేసేవారు ఎవరినైనా తెలుసా?	**Bank Officer :** In that case, you both have to sign here. Do you know somebody to sign as witness? ఇన్ ద కేస్, యు బోత్ హావ్ టు సైన్ హియర్. డూ యు నో సమ్‌బడి టు సైన్ యాస్ విట్‌నెస్?
గ్రాహకుడు: ఆఁ తెలుసు. మా పక్కింటతను మిస్టర్ గణేశ్‌కు ఈ బ్యాంకులోనే అకౌంటుంది.	**Customer :** Yes, my neighbour, Mr. Ganesh has an account in this bank. యస్, మై నెయ్‌బర్, మిస్టర్ గణేశ్ హాస్ యాన్ అకౌంట్ ఇన్ దిస్ బ్యాంక్.
బ్యాంక్ ఆఫీసరు: సరే, ఆయన్ని ఇక్కడ సైన్ చేయమని చెప్పండి.	**Bank Officer :** Fine, please ask him to sign here. ఫైన్, ప్లీస్ ఆస్క్ హిమ్ టు సైన్ హియర్.
గ్రాహకుడు: తర్వాతేం చేయాలి?	**Customer :** And after that? అండ్ ఆఫ్టర్ దట్?

బ్యాంక్ ఆఫీసరు: మీకు మీ ఖాతా నెంబగు అందుతుంది. దాని తర్వాత మీకు వీలైనంత డబ్బును ఖాతాలో జమ చేయాలి. అదయిన తర్వాత మీకు చెక్-బుక్, పాస్-బుక్ అందుతుంది.

Bank Officer : Then you will get your account number. After that you will have to deposit the required amount in your account. Then you will be given the cheque-book as well as the pass-book. దెన్ యు విల్ గెట్ యువర్ అకౌంట్ నెంబర్. ఆఫ్టర్ దట్ యు విల్ హావ్ టు డిపాసిట్ ద రిక్వయిర్డ్ అమౌంట్ ఇన్ యువర్ అకౌంట్. దెన్ యు విల్ బి గివెన్ ద చెక్-బుక్ యాస్ వెల్ యాస్ ది పాస్-బుక్.

గ్రాహకుడు: చాలా ధన్యవాదాలండి.

Customer : Thank you very much. థ్యాంక్ యు వెరి మచ్.

మరో గ్రాహకుడు: నాకొక డ్రాఫ్ట్ కావాలండి.

Another Customer : I want a draft, please. ఐ వాంట్ ఏ డ్రాఫ్ట్, ప్లీస్.

బ్యాంక్ ఆఫీసరు: కౌంటర్ నెంబర్ మూడుకు వెళ్ళండి.

Bank Officer : Please go to counter number three. ప్లీస్ గో టు కౌంటర్ నంబర్ త్రీ.

గ్రాహకుడు: *(కౌంటర్‌లో)* నాకు ఒక డ్రాఫ్ట్ కావాలండి.

Customer : *(at the counter)* I want a draft, please. ఐ వాంట్ ఎ డ్రాఫ్ట్ ప్లీస్.

బ్యాంక్ ఆఫీసరు: మీకిక్కడ అకౌంటుందా?

Bank Officer : Do you have an account here. డూ యు హావ్ యాన్ అకౌంట్ హియర్.

గ్రాహకుడు: లేదు.

Customer : No. నో.

బ్యాంక్ ఆఫీసరు: ఈ ఫారాన్ని పూర్తిచేసి ఆరవ నెంబర్ కౌంటర్‌లో డబ్బు జమ చేయండి.

Bank Officer : Fill up this form and deposit the money at counter number six. ఫిల్ అప్ దిస్ ఫారమ్ అండ్ డిపాజిట్ ద మనీ ఎట్ కౌంటర్ నెంబర్ సిక్స్.

గ్రాహకుడు: ఎంత సేపు పడుతుంది?

Customer : How much time will it take? హౌ మచ్ టైమ్ విల్ ఇట్ టేక్?

బ్యాంక్ ఆఫీసరు: దాదాపు రెండు గంటలు పడుతుంది.

Bank Officer : About two hours. అబౌట్ టూ అవర్స్.

గ్రాహకుడు: దయచేసి కాస్త త్వరగా చేసివ్వండి.

Customer : Please try to make it early. ప్లీస్ ట్రై టు మేక్ ఇట్ ఎర్లీ.

బ్యాంక్ ఆఫీసరు: నేను ప్రయత్నిస్తాను.

Bank Officer : I will try. ఐ విల్ ట్రై.

గ్రాహకుడు: ధన్యవాదాలు.

Customer : Thank you. థ్యాంక్ యు.

మరో గ్రాహకుడు: ఈ చెక్కును క్యాష్ చేసుకోవాలండి.

Another Customer : I want to encash this cheque please. ఐ వాంట్ టు ఎన్‌కాష్ దిస్ చెక్ ప్లీస్.

బ్యాంక్ ఆఫీసరు: దయచేసి కౌంటర్ నెంబర్ ఆరుకి వెళ్ళండి.

Bank Officer : Counter number six, please. కౌంటర్ నెంబర్ సిక్స్, ప్లీస్.

మరో గ్రాహకుడు: ధన్యవాదాలు.

Another Customer : Thank you. థ్యాంక్ యు.

గ్రాహకుడు: నాకొక ఫిక్స్‌డ్ డిపాజిట్ అకౌంట్ కావాలి.

Customer : I want a fixed deposit acccount. ఐ వాంట్ ఎ ఫిక్స్‌డ్ డిపాజిట్ అకౌంట్.

ఆఫీసరు: ఎంత మొత్తానికి?

Officer : For what amount? ఫర్ వాట్ అమౌంట్?

గ్రాహకుడు: పదివేల రూపాయలకి.

Customer : For ten thousand rupees. ఫర్ టెన్ థౌసెండ్ రుపీస్.

ఆఫీసరు: మరి ఎన్ని సంవత్సరాలకు?

Officer : And, for how many years? అండ్, ఫర్ హౌ మెని ఇయర్స్?

గ్రాహకుడు: మూడు సంవత్సరాలు. వడ్డీ ఎంత?

Customer : For three years. What is the interest? ఫర్ త్రీ ఇయర్స్. వాట్ ఈస్ ద ఇంట్రెస్ట్?

ఆఫీసరు: దయచేసి ఈ ఛార్టు చదవండి.

Officer : Please study this chart. ప్లీస్ స్టడీ దిస్ చార్ట్.

గ్రాహకుడు: రికరింగ్ డిపాజిట్‌కి కాంపౌండ్ వడ్డీ ఉందా?

Customer : Is there compound interest for the recurring deposit? ఈస్ దేర్ కాంపౌండ్ ఇంట్రెస్ట్ ఫర్ ద రికరింగ్ డిపాజిట్?

ఆఫీసరు: దయచేసి ఛార్టులో చదవండి.

Officer : It is there in the chart, please. ఇట్ ఈస్ దేర్ ఇన్ ద ఛార్ట్, ప్లీస్.

యజమానుడు సెక్రెటరి	Boss and Secretary (బాస్ అండ్ సెక్రెటరి)
సెక్రెటరి: గుడ్ మార్నింగ్ సార్.	**Secretary :** Good morning sir. గుడ్ మార్నింగ్ సార్.
యజమాని: గుడ్ మార్నింగ్ టీనా. ఈ లెటర్ రాసి వెంటనే ఫ్యాక్స్ చెయ్యి.	**Boss :** Good morning Teena. Please take down this letter and fax it immediately. గుడ్ మార్నింగ్ టీనా. ప్లీస్ టేక్ డౌన్ దిస్ లెటర్ అండ్ ఫ్యాక్స్ ఇట్ ఇమీడియట్లీ.
సెక్రెటరి: సరే సార్. సార్, ఎన్.కె. ఇండస్ట్రీస్ మి. రామన్ గారితో ఈ రోజు పదకొండున్నరకి మీకు అపాయింట్‌మెంట్ ఉంది.	**Secretary :** O.K. sir, you have an apppointment with Mr. Raman of N.K. Industries at 11.30 today. ఓ.కె. సార్, యు హావ్ యాన్ అపాయింట్‌మెంట్ విత్ మి. రామన్ ఆఫ్ ఎన్.కె. ఇండస్ట్రీస్ ఎట్ 11.30 టుడే.
యజమాని: సరే నాకు పదకొండింటికి జ్ఞాపకం చెయ్యి.	**Boss :** Alright, remind me about it at eleven o'clock. ఆల్‌రైట్, రిమైండ్ మి ఎబౌట్ ఇట్ ఎట్ ఇలెవన్ ఓ'క్లాక్.
సెక్రెటరి: సరే సార్. ఇది వారి కంపెనీ లెటరు, ఇది మనమిచ్చిన జవాబు కాపీ.	**Secretary :** Yes sir. This is the letter from their company and a copy of the reply sent by us. ఎస్ సర్. దిస్ ఈస్ ది లెటర్ ఫ్రమ్ థెయిర్ కంపెని అండ్ కాపీ ఆఫ్ ద రిప్లై సెంట్ బై అస్.
యజమాని: సరే, దానికి సంబంధించిన ఫైలు కూడా పంపించు.	**Boss :** Alright, send me the concerned file. ఆల్‌రైట్, సెండ్ మి ద కన్సెర్న్‌డ్ ఫైల్.
సెక్రెటరి: ఇవి రెండు అప్లికేషన్లు. మి. సాహిల్ ఆరోగ్యం బాగులేదని రిపోర్టు. మిసెస్ చంద్రన్ తన లీవు పొడిగించమంటోంది.	**Secretary :** These are two applications. Mr. Sahil has reported sick and Mrs. Chandran has applied for an extension of her leave. దీస్ ఆర్ టూ అప్లికేషన్స్. మి. సాహిల్ హాస్ రిపోర్టెడ్ సిక్ అండ్ మిసెస్ చంద్రన్ హాస్ అప్లైడ్ ఫర్ యాన్ ఎక్స్‌టెన్షన్ ఆఫ్ హెర్ లీవ్.
యజమాని: ఎన్ని రోజులు?	**Boss :** How many days? హౌ మెనీ డేస్?
సెక్రెటరి: మూడు రోజులు, 25 నుండి 28వ తేది వరకు. ఇది ఎలక్ట్రీషియన్ బిల్లు. తర్వాత సార్, నేను ప్లంబర్‌ను పిలిపించాను. టాయిలెట్ ఫ్లష్ మళ్ళీ ఖరాబయిపోయింది.	**Secretary :** Three days, 25th to 28th. This is the electrician's bill. And also, I've sent for the plumber. The toilet flush is not working again. త్రీ డేస్, ట్వెంటీ ఫిఫ్త్ టు ట్వెంటీ ఎయిత్. దిస్ ఈస్ ద ఎలక్ట్రీషియన్స్ బిల్. అండ్ ఆల్సో, ఐ'వ్ సెంట్ ఫర్ ది ప్లంబర్. ద టాయిలెట్ ఫ్లష్ ఈస్ నాట్ వర్కింగ్ ఎగైన్.
యజమాని: సరే, నువ్వు మేఘ్‌రాజ్ అండ్ సన్స్‌కు రిమైండర్ పంపించావా?	**Boss :** O.K. Have you sent the reminder to Meghraj and Sons? ఓ.కె. హావ్ యు సెంట్ ద రిమైండర్ టు మేఘ్‌రాజ్ అండ్ సన్స్?
సెక్రెటరి: పంపాను సార్.	**Secretary :** Yes sir. యస్ సార్.

(ఫోన్ మోగుతుంది.)

సెక్రెటరి: హలో, విశాల్ ఇండస్ట్రీస్. దయచేసి కాస్త ఆగండి. సార్, స్టాండర్డ్ పబ్లిషర్స్ నుంచి మిసెస్ డిసోజా మాట్లాడుతోంది. ఈ మధ్యాహ్నం ఏ టైములోనైనా మిమ్మల్ని కలవాలంటోంది.	**Secretary :** Hello, Vishal Industries. Please hold on. Sir, this is Mrs. D'souza from Standard Publishers. She wants an appointment this afternoon. హలో, విశాల్ ఇండస్ట్రీస్. ప్లీస్ హోల్డ్ ఆన్...సర్, దిస్ ఈస్ మిసెస్ డి'సౌజా ఫ్రమ్ స్టాండర్డ్ పబ్లిషర్స్. షి వాంట్స్ యాన్ అపాయింట్‌మెంట్ దిస్ ఆఫ్టర్‌నూన్.
యజమాని: ఇంకేమన్నా అపాయింట్‌మెంట్ ఉందా?	**Boss :** Is there any other appointment? ఈస్ దేర్ ఎని అదర్ అపాయింట్‌మెంట్?
సెక్రెటరి: లేదు సార్.	**Secretary :** No sir. నో సర్.

యజమాని: సరే. ఆమెను నాలుగు గంటలకు పిలువు.

Boss : Alright. Call her at 4 o'clock. ఆల్‌రైట్. కాల్ హర్ ఎట్ 4 ఓ'క్లాక్.

సెక్రెటరి: సరే...మిసెస్ డిసౌజా మీరు ఈ రోజు మధ్యాహ్నం నాలుగు గంటలకు రావచ్చు.

Secretary : O.K. Mrs. D'souza, you can come at four o'clock this afternoon. ఓ.కె. మిసెస్ డి'సౌజా, యు కెన్ కమ్ ఎట్ ఫోర్ ఓ'క్లాక్ దిస్ ఆఫ్టర్‌నూన్.

యజమాని: మన కొత్త బ్రోచర్లు వచ్చాయా?

Boss : Have our new brochures arrived? హావ్ అవర్ న్యూ బ్రోచర్స్ అరైవ్డ్?

సెక్రెటరి: వచ్చాయి సార్. ఇది మనం వాటిని పంపిస్తున్న కంపెనీల లిస్టు.

Secretary : Yes sir. This is the list of the companies we are sending them to. యస్ సర్. దిస్ ఈస్ ది లిస్ట్ ఆఫ్ ది కంపెనీస్ వుయ్ ఆర్ సెండింగ్ దెమ్ టు.

యజమాని: ఈ రోజు తప్పకుండా ఫైల్ చేయకుండా బ్రోచర్లన్నీ పంపించెయ్యి. ఈ పేకెట్‌ని కొరియర్‌లో పంపించు.

Boss : O.K. Send all the brochures today without fail. Also send this packet by courier. ఓ.కె. సెండ్ ఆల్ ది బ్రోచర్స్ టుడే వితౌట్ ఫెయిల్. ఆల్సో సెండ్ దిస్ పాకెట్ బై కొరియర్.

సెక్రెటరి: సరే సార్.

Secretary : Yes sir. ఎస్ సార్.

సేల్స్‌మేన్ బాస్‌కు రిపోర్టివ్వడం

The Salesman Reporting to His Boss

(ద సేల్స్‌మేన్ రిపోర్టింగ్ టు హిస్ బాస్)

సేల్స్‌మెన్: గుడ్ ఈవినింగ్ సార్.

Salesman : Good evening sir. గుడ్ ఈవినింగ్ సార్.

బాస్: గుడ్ ఈవినింగ్ అమిత్. ఈ రోజు ఎలాగుంది?

Boss : Good evening Amit. How was the day today? గుడ్ ఈవినింగ్ అమిత్. హౌ వాస్ ద డే టుడే?

సేల్స్‌మెన్: చాలా బాగుంది. నేను ఈ రోజు షెడ్యూలు ప్రకారం వెళ్ళవలసిన కంపెనీలు, ఆఫీసులన్నిటికీ వెళ్ళొచ్చాను.

Salesman : Quite good, sir. I visited all the companies and offices scheduled for today. క్వయిట్ గుడ్, సర్. ఐ విసిటెడ్ ఆల్ ద కంపెనీస్ అండ్ ఆఫీసెస్ షెడ్యూల్డ్ ఫర్ టుడే.

బాస్: నువ్వు సావన్ ఎంటర్‌ప్రైజెస్‌లో రహమాన్‌గార్ని కలిసావా?

Boss : Did you meet Mr. Rahman in Sawan Enterprises? డిడ్ యు మీట్ మిస్టర్ రహమాన్ ఇన్ సావన్ ఎంటర్‌ప్రైజెస్?

సేల్స్‌మెన్: కలిసానండి. నేను ఆయనకి మీ రెఫరెన్స్ కూడా ఇచ్చాను.

Salesman : Yes sir. I gave him your reference. యస్ సర్. ఐ గేవ్ హిమ్ యువర్ రెఫరెన్స్.

బాస్: ఆయన రెస్పాన్స్ ఎలాగుంది?

Boss : How was his response? హౌ వాస్ హిస్ రెస్పాన్స్?

సేల్స్‌మెన్: చాలా పాజిటివ్. (బాగానే) ఉంది. ఆయన శాంపిల్స్, బ్రోచర్లు ఉంచమని తర్వాత వచ్చే వారం కలవమని కూడా చెప్పారు. ఆయన ఈ నెలాఖరు లోగా మనకు ఆర్డర్లు ఇస్తానని నమ్మకంగా కూడా చెప్పారు.

Salesman : Very positive. He asked me to leave the samples and brochures and to contact him next week. He has assured me that he'll place an order by the end of this month. వెరి పాసిటివ్. హి ఆస్క్‌డ్ మి టు లీవ్ ద శాంపిల్స్ అండ్ బ్రోచర్స్ అండ్ టు కాంటాక్ట్ హిమ్ నెక్స్‌ట్ వీక్. హి హాస్ అష్యూర్డ్ మి దట్ హి విల్ ప్లేస్ యాన్ ఆర్డర్ బై ది ఎండ్ ఆఫ్ దిస్ మంత్.

బాస్: వచ్చేవారం మి. రహమాన్‌ని తప్పకుండా కలువు.

Boss : Make it a point to see Mr. Rahman next week. మేక్ ఇట్ ఎ పాయింట్ టు సీ మి. రహమాన్ నెక్స్‌ట్ వీక్.

సేల్స్‌మెన్: ఖచ్చితంగా కలుస్తాను. సార్, మనకు రాజీవ్ ఇండస్ట్రీస్ నుండి 5 లక్షల రూపాయల ఆర్డర్ దొరికింది. కాని వారికి ఏడు దినాలలో డెలివరీ కావాలట.

Salesman : Definitely sir. Sir, we got an order of five lakhs from Rajeev Industries. But they want delivery within seven days. డెఫినెట్లీ సర్. సర్, వుయ్ గాట్ యాన్ ఆర్డర్ ఆఫ్ ఫైవ్ లాక్స్ ఫ్రమ్ రాజీవ్ ఇండస్ట్రీస్. బట్ దే వాంట్ డెలివరి విథిన్ సెవెన్ డేస్.

బాస్: అదే అరేంజ్ అవుతుందిలే. ఎన్.కె. ఇండస్ట్రీస్ సంగతేమైంది?

Boss : That can be arranged. What about N.K. Enterprises? దట్ కెన్ బి అరెంజ్డ్. వాట్ అబౌట్ ఎన్.కె. ఎంటర్‌ప్రైజెస్?

సేల్స్‌మెన్: వారి రెస్పాన్స్ అంత బాగులేదు సార్.

Salesman : Their response was a little lukewarm, sir. థెయిర్ రెస్పాన్స్ వాస్ ఎ లిటిల్ ల్యూక్‌వార్మ్, సార్.

బాస్: ఎందుకు?

Boss : Why? వై?

సేల్స్‌మెన్: క్రితంసారి వారికి సరైన టైముకి డెలివరి ఇవ్వలేదని కంప్లైన్ట్ చెప్పారు. వారు మన పేపరు క్వాలిటీ కూడా అంత సంతోషంగా లేదన్నారు.

Salesman : They complained that last time the delivery wasn't on time. They also seemed to be dissatisfied with the quality of our paper. దె కంప్లైన్డ్ దట్ లాస్ట్ టైమ్ ది డెలివరీ వాసన్ట్ ఆన్ టైమ్. దే ఆల్సో సీమ్డ్ టు బి డిస్‌శాటిస్‌ఫైడ్ విత్ ద క్వాలిటి ఆఫ్ అవర్ పేపర్.

బాస్: నువ్వు వారిని సర్దడానికి ప్రయత్నించలేదా?

Boss : Didn't you try to convince them? డిడన్ట్ యు ట్రై టు కన్విన్స్ దెమ్?

సేల్స్‌మెన్: చేశానండి. ఇకమీద డెలివరి సకాలంలో చేస్తామని ప్రామిస్ కూడా చేశాను. అంతేకాక ఇక పైన కాయితం కూడా క్వాలిటీది వాడతామని చెప్పాను. నేను పర్చేస్ మేనేజర్‌ను కూడా స్వయంగా కలిసాను.

Salesman : Yes sir, I did. I promised them on-time delivery in future. I also told them that we are offering better quality paper now. I spoke to the purchase manager myself. ఎస్ సర్, ఐ డిడ్. ఐ ప్రామిస్డ్ దెమ్ ఆన్-టైమ్ డెలివరి ఇన్ ఫ్యూచర్. ఐ ఆల్సో టోల్డ్ దెమ్ దట్ వుయ్ ఆర్ ఆఫరింగ్ బెటర్ క్వాలిటి పేపర్ నౌ. ఐ స్పోక్ టు ది పర్చేస్ మేనేజర్ మైసెల్ఫ్.

బాస్: తర్వాత?

Boss : Then? దెన్?

సేల్స్‌మెన్: దీని గురించి ఆలోచిస్తామని చెప్పారండి.

Salesman : He said he would think about it. హి సెడ్ హి వుడ్ థింక్ అబౌట్ ఇట్.

బాస్: సరే. రేపు మంచి క్వాలిటీ గల కొత్త పేపర్, స్టేషనరీతో వారిని మళ్ళీ కలువు. వారికి వ్రాతపూర్వకంగా క్షమాపణ లెటరు రాసి పంపు. ఇకపై ఇలాంటి కంప్లైంట్లు ఉండకుండా చూసుకుంటామని గట్టిగా చెప్పు.

Boss : Alright, tomorrow you go to them with the new samples of the improved quality of paper and stationery. Also send them a written apology that they won't have any complaint in future. ఆల్‌రైట్, టుమారో యు గో టు దెమ్ విత్ ది న్యూ శాంపిల్స్ ఆఫ్ డి ఇంప్రూవ్డ్ క్వాలిటీ ఆఫ్ పేపర్ అండ్ స్టేషనరీ. ఆల్సో సెండ్ దెమ్ ఎ రిటన్ అపాలజి దట్ దే వోన్ట్ హావ్ ఎని కంప్లైన్ట్ ఇన్ ఫ్యూచర్.

సేల్స్‌మెన్: సరే సార్, అలాగే చేస్తాను.

Salesman : Alright, I will do that. ఆల్‌రైట్, ఐ విల్ డూ దట్.

బాస్: ఇంకా ఈ రోజు ఏ యే కంపెనీలకు వెళ్ళావు?

Boss : Which other companies did you visit today? విచ్ అదర్ కంపెనీస్ డిడ్ యు విసిట్ టుడే?

సేల్స్‌మెన్: సర్, నేను రోహన్ ఎంటర్‌ప్రైజెస్ ఇంకా నవ్‌యుగ్ ఇండస్ట్రీస్‌కు వెళ్ళాను. నోయిడా లోని నేవల్ ఇండస్ట్రీస్‌లోని పర్చేస్ మేనేజర్ దగ్గర రేపటికి కలుసుకోవడానికి టైము తీసుకున్నాను. ఇది నేను వెళ్ళిన కంపెనీల లిస్టు. ఇక్కడి నుంచి మనకి ఆర్డర్లు కూడా దొరికాయి.

Salesman : I went to Rohan Enterprises and Navyug Industries. I have also got an appointment with the purchase manager of Naval Industries tomorrow. These are the details of all the places I visited today and the orders I have secured. ఐ వెంట్ టు రోహన్ ఎంటర్‌ప్రైసెస్ అండ్ నవ్‌యుగ్ ఇండస్ట్రీస్. ఐ హావ్ ఆల్సో గాట్ యాన్ అపాయింట్‌మెంట్ విత్ ద పర్చేస్ మేనేజర్ ఆఫ్ నావల్ ఇండస్ట్రీస్ టుమారో. దీస్ ఆర్ ద డిటైల్స్ ఆఫ్ ఆల్ ద ప్లేసెస్ ఐ విసిటెడ్ టుడే అండ్ ది ఆర్డర్స్ ఐ హావ్ సెక్యూర్డ్.

బాస్: (కాయితం చదువుతూ) చాలా మంచిది. రేపు ఎక్కడెక్కడికి వెళతావు?

Boss : *(looking at the paper)* Well done. Which areas will you cover tomorrow? వెల్ డన్. విచ్ ఏరియాస్ విల్ యు కవర్ టుమారో?

సేల్స్‌మెన్: సికింద్రాబాద్, సార్.

బాస్: రేపు మోహన్ ఎంటర్‌ప్రైజెస్‌కి తప్పకుండా వెళ్ళు. నా దగ్గరనుంచి మి. రాజేష్ మోహన్‌కు రెఫరెన్స్ లెటర్ కూడా తప్పకుండా తీసుకువెళ్ళు.

సేల్స్‌మెన్: మీకు ఆయన్ను ఎలా తెలుసు సార్?

బాస్: వారితో మాకు పాత బిజినెస్ రిలేషన్‌షిప్ ఉండేది. అదీ కాకుండా ఆయన నా స్నేహితుడు కూడా. ఆయన మనకు బిజినెస్ తప్పకుండా ఇస్తారు.

సేల్స్‌మెన్: చాలా మంచిది సార్. గుడ్ నైట్.

Salesman : Secunderabad, sir. సికింద్రాబాద్, సర్.

Boss : Make it a point to visit Mohan Enterprises tomorrow. Also take from me the reference letter for Mr. Rajesh Mohan. మేక్ ఇట్ ఎ అపాయింట్ టు విసిట్ మోహన్ ఎంటర్‌ప్రైసెస్ టుమారో. ఆల్సో టేక్ ఫ్రమ్ మి ద రెఫరెన్స్ లెటర్ ఫార్ మి. రాజేష్ మోహన్.

Salesman : In what capacity do you know him, sir? ఇన్ వాట్ కెపాసిటి డూ యు నో హిమ్, సర్?

Boss : We have old business relations. Besides, he is a personal friend. He will definitely give us business. వుయ్ హావ్ ఓల్డ్ బిజినెస్ రిలేషన్స్ బిసైడ్స్, హి ఈస్ ఎ పర్సొనల్ ఫ్రెండ్. హి విల్ డెఫనెట్లి గివ్ అస్ బిజినెస్.

Salesman : Alright sir. Good night. ఆల్‌రైట్ సర్. గుడ్ నైట్.

APPENDIX-I అనుబంధము-1

ఇంగ్లీషులో పద నిర్మాణము

WORD-BUILDING IN ENGLISH

1. క్రియలకు ముందు ance లేక ence ప్రత్యయమును జోడిస్తే భావవాచక సంజ్ఞలు తయారవుతాయి.

Admit (v) (అడ్మిట్) ప్రవేశించు	[-ance] Admittance (n) (అడ్మిటెన్స్) ప్రవేశం.
Utter (v) (అట్టర్) మాట్లాడు	[-ance] Utterance (n) (అటరెన్స్) ఉచ్చారణ
Grieve (v) (గ్రీవ్) శోకించడం	[-ance] Grievance (n) (గ్రీవియెన్స్) శోకము.
Guide (v) (గైడ్) మార్గం చూపించు	[-ance] Guidance (n) (గైడెన్స్) మార్గదర్శనము.
Interfere (v) (ఇంటర్‌ఫియర్) మధ్యలో తలదూర్చు	[-ence] Interference (n) (ఇంటర్‌ఫియరెన్స్) హస్తక్షేపము, జోక్యము
Differ (v) (డిఫర్) విభేదించు	[-ence] Difference (n) (డిఫరెన్స్) విభేదము.
Prefer (v) (ప్రిఫర్) ప్రాముఖ్యత	[-ence] Preference (n) (ప్రిఫరెన్స్) ప్రాముఖ్యము.
Occur (v) (అక్కర్) సంభవించు	[-ence] Occurrence (n) (అక్కరెన్స్) సంఘటన.

ఒకే విధంగా ఈ పదాల చివరన-ance లేదా-ence చేర్చాలి - depend, refer, indulge, reside లలో [-ence] ప్రత్యయము; contrive, endure, insure, observe లో [-ance] ప్రత్యయము చేరుతుంది.

2. అనేకసార్లు భావవాచక పదాలను తయారు చేయునపుడు -ment ప్రత్యయము (suffix) చేర్చబడుతుంది. ఉదాహరణకు improve నుండి improvement మొదలైనవి.

ఇప్పుడు క్రింద ఇవ్వబడిన క్రియలతో పాటు -ment చేర్చి క్రొత్త వాక్యాలను తయారుచేసి, వాటి అర్థాలను నిఘంటువు (డిక్షనరీ) లలో వెతకండి.

Achieve (అఛీవ్) పొందు	Announce (అనౌన్స్) ఘోషించు
Amuse (అమ్యూస్) ఆనందించు	State (స్టేట్) చెప్పు
Postpone (పోస్ట్‌పోన్) వాయిదా వేయు	Settle (సెటిల్) తీర్పు యిచ్చు
Move (మూవ్) కదలు	Measure (మెషర్) కొలుచు
Advertise (అడ్వర్టయిజ్) ప్రకటించు	Excite (ఎక్సయిట్) ఉత్తేజపడు

N.B.: పైన ఇవ్వబడిన వాక్యాలలో -ment చేర్చబడుతుంది. achieve + ment = achievement.

మినహాయింపు=(exception) - 1. క్రింద ఇవ్వబడిన వాక్యాలలో -ment కలపడంతో క్రియా వాక్యాల ఆఖరులో e అక్షరం లోపిస్తుంది.

Argue (ఆర్గ్యూ) తర్కించు Argue + ment = Argument.

3. Y అక్షరము ఆఖరున ఉన్న క్రియలకు ముందు ప్రత్యయము (suffix) చేర్చినపుడు y అక్షరం i గా మారుతుంది. క్రింది పట్టికలో ఉన్న వాటిని బాగా అభ్యాసం చేయండి :

Ally (v) (అలై) సహాయపడు	[-ance] Alliance (n) (అలయన్స్) సంబంధము, సహాయము
Carry (v) (కేరీ) తీసుకువెళ్ళు	[-age] Carriage (n) (కేరియేజ్) బరువు ఎత్తే బండి
Marry (v) (మేరీ) వివాహం చేయు	[-age] Marriage (n) (మేరేజ్) వివాహము
Envy (v) (ఎన్వీ) ఈర్ష్యపడు	[-ous] Envious (n) (ఎన్వియస్) ఈర్ష్యపడువాడు
Apply (v) (అప్లై) దరఖాస్తు చేయు	[-cation] Application (n) (అప్లికేషన్) దరఖాస్తు
Qualify (v) (క్వాలిఫై) అర్హుడగు	[-cation] Qualification (n) (క్వాలిఫికేషన్) అర్హత
Try (v) (ట్రై) ప్రయత్నించు	[-al] Trial (n) (ట్రైల్) ప్రయత్నము
Deny (v) (డినై) అంగీకరించకపోవు	[-al] Denial (n) (డినయల్) అనంగీకారము

కాని

betray (v) (బిట్రే) మోసము చేయు

betrayal (n) (బిట్రేయల్) మోసము - అవుతుంది.

4. అనేక చోట్ల భావవాచక సంజ్ఞలను -al ప్రత్యయము (suffix) చేర్చి తయారుచేస్తారు. ఉదా. : refuse + al = refusal నిరాకరణ. శబ్దానికి ఆఖరులో e వస్తే అది లోపము. (ఉదా. : (refusal లో refuse స్థానంలో e వున్నట్లు).

ఇప్పుడు క్రింద ఇవ్వబడిన పదాలలో -al ప్రత్యయాన్ని చేర్చి ఇంకా కొన్ని క్రొత్త పదాలను నిఘంటువులో వెతకండి.

Approve (స్వీకరించుట), arrive (రావటం, చేరటం), dispose (అమ్మటం), propose (ప్రస్తావించటం), betray (దగా చేయటం).

5. కొన్నిసార్లు విశేషణాలు కూడా -al ప్రత్యయము (suffix) చేర్చి తయారుచేయబడతాయి.

ఉదా. — centre + al = central (centre లో ఆఖరి e లోపిస్తుంది).

ఇప్పుడు క్రింద ఇవ్వబడిన విశేషణాలకు -al ప్రత్యయము చేర్చండి. నిఘంటువులలో వాటి అర్థాలను వెతకండి.

Continue (చేస్తూ ఉండు), fate (భాగ్యము), nature (ప్రకృతి), universe (విశ్వము), practice (అభ్యసించు).

6. చివరన Y వచ్చే విశేషణాలకు ముందు ప్రత్యయము (suffix) చేర్చితే y, i గా మారుతుంది.

Adj. విశేషణము	**Adv.** క్రియా విశేషణము	**Noun** నామము
Busy (బిజి) వ్యస్తము	busily (వ్యస్తముతో)	business (వ్యస్తమైన)
Easy (ఈజీ) సులభము	easily (సులభముగా)	easiness (సులభత్వము)
Heavy (హెవీ) భారము	heavily (భారముగా)	heaviness (భారమైన)
Happy (హాపీ) సంతోషము	happily (సంతోషముగా)	happiness (సంతోషమైన)
Lucky (లక్కీ) అదృష్టవంతుడు	luckily (అదృష్టముతో)	luckiness (అదృష్టమైన)
Ready (రెడీ) తయారు	readily (తయారుగా)	readiness (తయారుగా వుండు)
Steady (స్టడీ) స్థిరము	steadily (స్థిరముగా)	steadiness (స్థిరముగా వుండు)

మీకు అనుకోకుండా విశేషణాల నుంచి క్రియా విశేషణాలు, నామవాచకాలు తయారు చేయడం తెలిసాయి. ఇక స్వయంగా మీరు విశేషణాల నుంచి నామవాచకాలను తయారు చేయడం అభ్యసించవచ్చు.

7. క్రింద ఇవ్వబడిన ఉపసర్గలతో కొత్త పదాలను తయారు చేయడం అభ్యాసం చేయండి. వాటి అర్థాలను కూడా మననం చేయండి. తర్వాత వాటిని రాయండి.

in (= లేదు)	dependent	independent
	dependence	independence
	definite	indefinite
	justice	injustice
im (= లేదు)	practicable	impracticable
	possible	impossible
	proper	improper
	patience	impatience
	moral	immoral
	mortal	immortal
irr (= లేదు)	reversible	irreversible
	responsible	irresponsible
	removable	irremovable
il (= లేదు)	legible	illegible
mis (= చెడు)	deed	misdeed
	conduct	misconduct
	management	mismanagement

విరామ చిహ్నాలు, పెద్దక్షరాలు
PUNCTUATION AND CAPITAL LETTERS

ఒక పట్టణంలో ఓ మేయరు ఒకసారి ఒక స్కూలును తనిఖీ చేయడానికి వెళ్ళాడు. అక్కడ ఒక క్లాసులో Punctuation మరియు capital letters గురించిన పాఠం అప్పుడు చెప్పబడుతోంది. దానిని చూచి మేయరు చాలా కోపపడ్డాడు. "ఇలాంటి పనికిరాని చదువును మూర్ఖులు తప్పితే ఇంకెవ్వరూ చెప్పరు" అని అన్నాడు. ఉపాధ్యాయుడు కోపం తెచ్చుకోకుండా నల్లబల్ల మీద (blackboard) ఇలా రాసాడు—The Mayor says, "The teacher is a fool." 'ఉపాధ్యాయుడు మూర్ఖుడు' అన్న దాన్ని చూసిన మేయరు, చాలా సంతోషపడ్డాడు. అప్పుడు ఉపాధ్యాయుడు మేయరుతో ఇలా అన్నాడు - "నేను ఈ వాక్యాలను కేవలం punctuation, capital letters మార్చుతాను" — "The Mayor", says the teacher, "is a fool". దీని అర్థం, "మేయరు మూర్ఖుడు". ఈ వాక్యం యొక్క అర్థం పూర్తిగా మారిపోవడం చూచి మేయర్ చాలా సిగ్గుపడి, punctuation, capital letters యొక్క గొప్పతనాన్ని అంగీకరించాడు. మనం కూడా వాటి ప్రాముఖ్యతను ఇక్కడ తెలుసుకోవాలి.

Full Stop — విరామము (.) ప్రతి assertive మరియు imperative వాక్యము చివరన abbreviations మరియు initials తర్వాత వస్తుంది. ఉదాహరణకు :

(i) Alexander invaded India.
(ii) Sit down.
(iii) Shri S.N. Mishra is a prominent M.P. from Bihar.

Question Mark— ప్రశ్నార్థకము (?) ప్రతి interrogative వాక్యానికి చివరన అంటే—Have you seen the Taj?

Exclamation Mark— ఆశ్చర్యార్థకము (!) ప్రతి exclamatory వాక్యమునకు చివరన అంటే -

What a marvel the newspaper is!

Semicolon— సెమీకోలన్ (;) ఇది full stop యొక్క సగం విరామాన్ని సూచిస్తుంది. ఉదా :

Her mind was still untouched by any doubt as to what she ought to do; and she felt at rest in the assurance that Nala still loved her better than his own soul.

Colon— కోలన్ (:) ఇది semicolon కంటే ఎక్కువ విరామాన్ని సూచిస్తుంది. ఇది లెక్కింపును ప్రారంభించడానికి ఉపయోగ పడుతుంది. ఉదా :

These are the important rivers of India: the Indus, the Ganges, the Brahmaputra, the Godavari, the Krishna and the Cauvery.

Quotations or Inverted Commas— సూచకాలు (" ") సూచక పదాలు అంటే — Ram says, "Dev bowls well".

Apostrophe— పై కామా (') ఇది posssession లేక missing letter/letters కోసం ఉదా :

Mohan doesn't sit on his father's chair.

Comma— కామా (,) దీనివల్ల అనేక ఉపయోగాలు ఉన్నాయి. ఉదా :

(i) Yes, I know him.
(ii) Monday, 15th January. January 20, 2004.
(iii) Ravana, the king of Sri Lanka, kidnapped Sita, the wife of Rama.
(iv) Mohan, get me a glass of water. (సంబోధిత వ్యక్తి పేరు వేరు చేయడానికి).
(v) In the south, the Godavari, the Krishna and the Cauvery are the longest rivers. (and ద్వారా కలపని పదాలను వేరు చేయడానికి).
(vi) Light and fresh air are in abundance in villages, but they are shut out from the house. (Conjunction ద్వారా కలిపిన coordinate clauses ను వేరుచేయడానికి).
(vii) The teacher said, "Ice floats on water".
"Help me to get the Golden fleece," said Jason to Medra. (Direct speech ను main verb నుండి వేరు చేసేందుకు).

(viii) When he doesn't have any work in the off season, he idles away his time. (వాక్యాల ప్రారంభంలో వచ్చే adverb clause ను వేరుచేయడానికి).

(ix) Damayanti, that was the name of the Princess, entered the pavilion with a garland in her hands. (వాక్యం మధ్యలో వచ్చే parenthetical అంటే బ్రాకెట్లలో ఉంచే పదాలను వేరుచేయడానికి).

(x) The time being favourable, Buddha quietly slipped away from the palace. (nominative absolute ను వేరు చేసేందుకు).

(xi) The evil spirit, who had only been seen by Nala, disappeared from sight. (adjective clause ను main clause నుండి వేరుచేయడానికి).

(xii) Believing the words of the fox, the goat jumped into the well. (participle కు చెందిన లేదా adjective గా పని చేసే phrases ను వేరుచేయడానికి).

Capitals— ఇంగ్లీషులో capital లేక పెద్దక్షరాలకు క్రింది విధంగా ఉపయోగాలున్నాయి—

(i) వాక్యం ప్రారంభించే పద్ధతి. ఉదా.—India has produced many great men and women.

(ii) Proper noun చూపించే పద్ధతి.— It takes two hours to reach Meerut by train.

(iii) Title (ముఖ్యతను) చూపించేందుకు.—Alexander, The Great, invaded India.

(iv) Initials లేక పేరుకు ముందు అక్షరాల కోసం.—This article is from the pen of M.K. Gandhi.

(v) పరమాత్ముడు లేక భగవంతుడి పేరుకు సంబంధించిన సర్వనామాల కోసం.—My God and king, to thee I bow my head.

(vi) I అంటే నేను కొరకు, capital అక్షరాలు వాడేందుకు.—It was over nine years ago when I visited Hardwar.

(vii) Poetry ల ప్రతి పంక్తి (line) కి ముందు, ఉదా.—Now is the time to study hard; Work will bring its own reward; Then work, work, work!

(viii) Quotation marks లలోని వాక్యాలను ప్రారంభించేటప్పుడు, ఉదా.—I said to you, "I want your help."

సంక్షిప్త పదాలు
ABBREVIATIONS

abbr. — abbreviated, abbreviation
adj. — adjective, adjourned, adjustment
Advt. — Advertisement
A.M. — *ante meridiem* (before noon)
amt. — amount
ans. — answer
Apr. — April
Aug. — August

B.A. — Bachelor of Arts
B.B.C. — British Broadcasting Corporation
B.C. — Before Christ
B.Com. — Bachelor of Commerce
B.Sc. — Bachelor of Science
B.P. — Blood Pressure
B.O.A.C. — British Overseas Airways Corporation

Capt. — Captain
cf. — confer, compare
chap. — chapter
chq. — cheque
C.I.D. — Criminal Investigation Department
cm. — centimetre(s)
co. — company
c/o — care of
cp. — compare

D. — dollar
Dec. — December
deg. — degree(s)
dft. — draft
dict. — dictionary
dis. — discount, discoverer
D.Litt. — Doctor of Literature
D.L.O. — Dead Letter Office
do — ditto (the same as aforesaid)
D. Phil. — Doctor of Philosophy
dpt. — department
Dr. — debtor, doctor
D.C. — direct current, deputy commissioner

E.	East
E. and O.E.	Errors and Omissions Excepted
Ed.	editor, education
Eng.	England, English
Engr.	engineer
esp.	especially
Esq./Esqr.	esquire
Est.	established
E.T.	English Translation
etc.	*et cetera,* and the other
ex.	example
F. (Fahr)	Fahrenheit
f.	following
fam.	family
Feb.	February
fem.	feminine
ff.	folios (pl), following (pl)
Fig.	figure
f. o. r.	free on rail
ft.	foot, feet, fort
g.	gram
gaz.	gazette, gazetteer
Gen.	General
gen.	gender
G.P.O.	General Post Office
Gr.	Greek
H.	Hydrogen
h., hr.	hour
Hon.	Honourable
H.Q.	headquarters
I.A.	Indian Army
ib.	*ibid., ibidem,* in the same place
id.	idem, the same
i.e.	*id. est* (that is)
I.G.	Inspector General
inst.	instant, the present month
int.	interest, interior, interpreter
intro., introd.	introduction
inv.	invoice
ital.	italic
J.	Judge, Justice
Jan.	January
junc.	junction
kc.	kilocycle
kg.	kilogram
km.	kilometre
kw.	kilowatts

Lat.	Latin
lat.	latitude
lab.	laboratory
lang.	language
lb.	libra, pound
Lt.	Lieutenant
Lt.-Gen.	Lieutenant-General
Ltd.	Limited
Lt.-Gov.	Lieutenant Governor
mag.	magazine
Maj.	Major
Mar.	March
marg.	margin, marginal
mas., masc.	masculine
M.B.	Medicinae Baccalaureus, Bachelor of Medicine
M.D.	Medicinae Doctor, Doctor of Medicine
med.	medical, medicine, mediaeval
Messrs.	*Messieurs* (Fr.) Sirs, used as plural of Mr.
min.	minimum, minute
misc.	miscellaneous
ml.	millilitre
M.L.A.	Member of Legislative Assembly
M.L.C.	Member of Legislative Council
mm.	millimetre(s)
M.O.	Medical Officer, Money Order
morn.	morning
M.P.	Member of Parliament
m.p.h.	miles per hour
Mr.	Master, Mister
Mrs.	Mistress
M.S.	Manuscript(s), Master of Surgery
mth.	month
N.	North, Northern
n.	name
N.B., n.b.	*nota bene,* note well, or take notice
n.d.	no date, not dated
neg.	negative
No., no.	numero, in number
Nos. nos.	numbers (pl)
Nov.	November
O	Oxygen
ob.	obituary, died
obj.	object, objective
Oct.	October
off.	official
O.K.	Ol Korrect, all correct
o.p.	out of print

opp.	opposite
ord.	order, ordinary, ordinance
Oz.	ounce(s)
p.	page, pp. pages (pl)
P.C.	post-card
per cent.	per centum, by the hundred
Ph.D.	Doctor of Philosophy
plu., plur.	plural
P.M.	post meridiem (afternoon)
P.O.	Post Office
P.T.	physical training
P.T.O.	please turn over
P.W.D.	Public Works Department
Q.	query, question,
Q	queue
qr.	quarter
qt.	quantity
Rd.	road
Re.	Rupee
recd.	received
recpt.	receipt
ref.	reference
Rep.	representative, report, reporter
retd.	retired, returned
Regt.	Regiment
Rs.	Rupees
R.S.V.P.	*répondez s'll vous plait* (Fr.), reply if you please
S.	South, seconds
Sa., Sat.	Saturday
s.c.	small capital
s.d.	*sine die,* without a day (fixed)
SEATO	South-East Asia Treaty Organisation
Sec., Secy.	Secretary
sec.	second
Sep., Sept.,	September
sig.	signature
sing.	singular
Sq., sq.	square
St.	Street
st.	stone
sub., subj.	subject
T.B.	tuberculosis
tech.	technical, technology
tel.	telegraph
T.O.	turn over
tr.	translator, transpose
T.V.	television
U.S.A.	United States of America
U.S.S.R.	Union of Soviet Socialist Republic
U.	uranium, universal
U.D.C.	upper division clerk
U.K.	United Kingdom
U.P.	United Provinces, Uttar Pradesh
Vs.	versus, against
vb.	verb
vid.	vide, see
viz.	videlicet, namely
V.I.P.	Very Important Person
V.P.	Vice President
vt.	verb transitive
W.	West
Wed.	Wednesday
w.e.f.	with effect from
w.f.	wrong font
W.H.O.	World Health Organisation
wt.	weight
X	Roman numeral for ten
X., Xt.	Christ
Xm., Xmas.	Christmas
y. yr.	year
Y.M.C.A.	Young Men's Christian Association
Zn.	Zinc
&	and

సంఖ్యలు
NUMERALS

అంకె	తెలుగు ఉచ్చారణ	అంకె	లిపి	ఆంగ్ల ఉచ్చారణ	రోమన్ లిపి
1	ఒకటి	1	One	వన్	I
2	రెండు	2	Two	టు	II
3	మూడు	3	Three	త్రీ	III
4	నాలుగు	4	Four	ఫోర్	IV
5	ఐదు	5	Five	ఫైవ్	V
6	ఆరు	6	Six	సిక్స్	VI
7	ఏడు	7	Seven	సెవెన్	VII
8	ఎనిమిది	8	Eight	ఎయిట్	VIII
9	తొమ్మిది	9	Nine	నైన్	IX
10	పది	10	Ten	టెన్	X
11	పదకొండు	11	Eleven	లెవన్	XI
12	పన్నెండు	12	Twelve	ట్వెల్వ్	XII
13	పదమూడు	13	Thirteen	థర్టీన్	XIII
14	పద్నాలుగు	14	Fourteen	ఫోర్టీన్	XIV
15	పదహైదు	15	Fifteen	ఫిఫ్టీన్	XV
16	పదహారు	16	Sixteen	సిక్స్‌టీన్	XVI
17	పదిహేడు	17	Seventeen	సెవెంటీన్	XVII
18	పద్దెనిమిది	18	Eighteen	ఎయిటీన్	XVIII
19	పందొమ్మిది	19	Nineteen	నైన్‌టీన్	XIX
20	ఇరవై	20	Twenty	ట్వెంటీ	XX
21	ఇరవైఒకటి	21	Twenty one	ట్వెంటీ వన్	XXI
22	ఇరవైరెండు	22	Twenty two	ట్వెంటీ టు	XXII
23	ఇరవైమూడు	23	Twenty three	ట్వెంటీ త్రీ	XXIII
24	ఇరవైనాలుగు	24	Twenty four	ట్వెంటీ ఫోర్	XXIV
25	ఇరవైఐదు	25	Twenty five	ట్వెంటీ ఫైవ్	XXV
26	ఇరవైఆరు	26	Twenty six	ట్వెంటీ సిక్స్	XXVI
27	ఇరవైఏడు	27	Twenty seven	ట్వెంటీ సెవెన్	XXVII
28	ఇరవైఎనిమిది	28	Twenty eight	ట్వెంటీ ఎయిట్	XXVIII
29	ఇరవైతొమ్మిది	29	Twenty nine	ట్వెంటీ నైన్	XXIX
30	ముప్పై	30	Thirty	థర్టీ	XXX
31	ముప్పైఒకటి	31	Thirty one	థర్టీ వన్	XXXI
32	ముప్పైరెండు	32	Thirty two	థర్టీ టు	XXXII
33	ముప్పైమూడు	33	Thirty three	థర్టీ త్రీ	XXXIII
34	ముప్పైనాలుగు	34	Thirty four	థర్టీ ఫోర్	XXXIV
35	ముప్పైఐదు	35	Thirty five	థర్టీ ఫైవ్	XXXV
36	ముప్పైఆరు	36	Thirty six	థర్టీ సిక్స్	XXXVI
37	ముప్పైఏడు	37	Thirty seven	థర్టీ సెవెన్	XXXVII
38	ముప్పైఎనిమిది	38	Thirty eight	థర్టీ ఎయిట్	XXXVIII
39	ముప్పైతొమ్మిది	39	Thirty nine	థర్టీ నైన్	XXXIX
40	నలభై	40	Forty	ఫోర్టీ	XL
41	నలభైఒకటి	41	Forty one	ఫోర్టీ వన్	XLI
42	నలభైరెండు	42	Forty two	ఫోర్టీ టు	XLII
43	నలభైమూడు	43	Forty three	ఫోర్టీ త్రీ	XLIII
44	నలభైనాలుగు	44	Forty four	ఫోర్టీ ఫోర్	XLIV
45	నలభైఐదు	45	Forty five	ఫోర్టీ ఫైవ్	XLV
46	నలభైఆరు	46	Forty six	ఫోర్టీ సిక్స్	XLVI
47	నలభైఏడు	47	Forty seven	ఫోర్టీ సెవెన్	XLVII
48	నలభైఎనిమిది	48	Forty eight	ఫోర్టీ ఎయిట్	XLVIII
49	నలభైతొమ్మిది	49	Forty nine	ఫోర్టీ నైన్	XLIX
50	యాభై	50	Fifty	ఫిఫ్టీ	L
51	యాభైఒకటి	51	Fifty one	ఫిఫ్టీ వన్	LI
52	యాభైరెండు	52	Fifty two	ఫిఫ్టీ టు	LII
53	యాభైమూడు	53	Fifty three	ఫిఫ్టీ త్రీ	LIII
54	యాభైనాలుగు	54	Fifty four	ఫిఫ్టీ ఫోర్	LIV
55	యాభైఐదు	55	Fifty five	ఫిఫ్టీ ఫైవ్	LV
56	యాభైఆరు	56	Fifty six	ఫిఫ్టీ సిక్స్	LVI
57	యాభైఏడు	57	Fifty seven	ఫిఫ్టీ సెవెన్	LVII
58	యాభైఎనిమిది	58	Fifty eight	ఫిఫ్టీ ఎయిట్	LVIII
59	యాభైతొమ్మిది	59	Fifty nine	ఫిఫ్టీ నైన్	LIX
60	అరవై	60	Sixty	సిక్స్‌టీ	LX
61	అరవైఒకటి	61	Sixty one	సిక్స్‌టీ వన్	LXI
62	అరవైరెండు	62	Sixty two	సిక్స్‌టీ టు	LXII
63	అరవైమూడు	63	Sixty three	సిక్స్‌టీ త్రీ	LXIII
64	అరవైనాలుగు	64	Sixty four	సిక్స్‌టీ ఫోర్	LXIV
65	అరవైఐదు	65	Sixty five	సిక్స్‌టీ ఫైవ్	LXV
66	అరవైఆరు	66	Sixty six	సిక్స్‌టీ సిక్స్	LXVI
67	అరవైఏడు	67	Sixty seven	సిక్స్‌టీ సెవెన్	LXVII
68	అరవైఎనిమిది	68	Sixty eight	సిక్స్‌టీ ఎయిట్	LXVIII
69	అరవైతొమ్మిది	69	Sixty nine	సిక్స్‌టీ నైన్	LXIX
70	డెబ్భై	70	Seventy	సెవెన్‌టీ	LXX
71	డెబ్భైఒకటి	71	Seventy one	సెవెన్‌టీ వన్	LXXI
72	డెబ్భైరెండు	72	Seventy two	సెవెన్‌టీ టూ	LXXII
73	డెబ్భైమూడు	73	Seventy three	సెవెన్‌టీ త్రీ	LXXIII
74	డెబ్భైనాలుగు	74	Seventy four	సెవెన్‌టీ ఫోర్	LXXIV
75	డెబ్భైఐదు	75	Seventy five	సెవెన్‌టీ ఫైవ్	LXXV
76	డెబ్భైఆరు	76	Seventy six	సెవెన్‌టీ సిక్స్	LXXVI
77	డెబ్భైఏడు	77	Seventy seven	సెవెన్‌టీ సెవెన్	LXXVII
78	డబ్భైఎనిమిది	78	Seventy eight	సెవెన్‌టీ ఎయిట్	LXXVIII
79	డబ్భైతొమ్మిది	79	Seventy nine	సెవెన్‌టీ నైన్	LXXIX
80	ఎనభై	80	Eighty	ఎయిటీ	LXXX
81	ఎనభైఒకటి	81	Eighty one	ఎయిటీ వన్	LXXXI
82	ఎనభైరెండు	82	Eighty two	ఎయిటీ టు	LXXXII
83	ఎనభైమూడు	83	Eighty three	ఎయిటీ త్రీ	LXXXIII
84	ఎనభైనాలుగు	84	Eighty four	ఎయిటీ ఫోర్	LXXXIV
85	ఎనభైఐదు	85	Eighty five	ఎయిటీ ఫైవ్	LXXXV
86	ఎనభైఆరు	86	Eighty six	ఎయిటీ సిక్స్	LXXXVI
87	ఎనభైఏడు	87	Eighty seven	ఎయిటీ సెవెన్	LXXXVII
88	ఎనభైఎనిమిది	88	Eighty eight	ఎయిటీ ఎయిట్	LXXXVIII
89	ఎనభైతొమ్మిది	89	Eighty nine	ఎయిటీ నైన్	LXXXIX
90	తొంభై	90	Ninety	నైన్టీ	XC
91	తొంభైఒకటి	91	Ninety one	నైన్టీ వన్	XCI
92	తొంభైరెండు	92	Ninety two	నైన్టీ టు	XCII
93	తొంభైమూడు	93	Ninety three	నైన్టీ త్రీ	XCIII
94	తొంభైనాలుగు	94	Ninety four	నైన్టీ ఫోర్	XCIV
95	తొంభైఐదు	95	Ninety five	నైన్టీ ఫైవ్	XCV
96	తొంభైఆరు	96	Ninety six	నైన్టీ సిక్స్	XCVI
97	తొంభైఏడు	97	Ninety seven	నైన్టీ సెవెన్	XCVII
98	తొంభైఎనిమిది	98	Ninety eight	నైన్టీ ఎయిట్	XCVIII
99	తొంభైతొమ్మిది	99	Ninety nine	నైన్టీ నైన్	XCIX
100	వంద/నూరు	100	Hundred	హండ్రెడ్	C

తెలుగు ఉచ్చారణ		ఆంగ్ల ఉచ్చారణ			రోమన్
అంకె		అంకె	లిపి		లిపి
200	రెండు వందలు	200	Two Hundred	టు హండ్రెడ్	CC
300	మూడు వందలు	300	Three Hundred	త్రీ హండ్రెడ్	CCC
400	నాలుగు వందలు	400	Four Hundred	ఫోర్ హండ్రెడ్	CD
500	ఐదు వందలు	500	Five Hundred	ఫైవ్ హండ్రెడ్	D
600	ఆరు వందలు	600	Six Hundred	సిక్స్ హండ్రెడ్	DC
700	ఏడు వందలు	700	Seven Hundred	సెవెన్ హండ్రెడ్	DCC
800	ఎనిమిది వందలు	800	Eight Hundred	ఎయిట్ హండ్రెడ్	DCCC
900	తొమ్మిది వందలు	900	Nine Hundred	నైన్ హండ్రెడ్	CM
1,000	వెయ్యి	1,000	Thousand	థౌసెండ్	M
10,000	పది వేలు	10,000	Ten Thousand	టెన్ థౌసెండ్	I
1,00,000	లక్ష	1,00,000	Hundred Thousand	వన్ లాక్	X
10,00,000	పది లక్షలు	10,00,000	Million	మిలియన్	M
1,00,00,000	కోటి	1,00,00,000	Ten Million	టెన్ మిలియన్	—
10,00,00,000	పది కోట్లు	10,00,00,000	Hundred Million	హండ్రెడ్ మిలియన్	—
1,00,00,00,000	నూరు కోట్లు	1,00,00,00,000	Thousand Million	థౌసండ్ మిలియన్	—
10,00,00,00,000	వెయ్యి కోట్లు	10,00,00,00,000	Billion	బిలియన్	—

లెక్కింపు - క్రమవాచకము

మొదటి—First (ఫస్ట్)
రెండవ—Second (సెకెండ్)
మూడవ— Third (థర్డ్)
నాలుగవ— Fourth (ఫోర్త్)
ఐదవ— Fifth (ఫిఫ్త్)
ఆరవ—Sixth (సిక్స్త్)
ఏడవ—Seventh (సెవెన్త్)
ఎనిమిదవ—Eighth (ఎయిత్)
తొమ్మిదవ—Ninth (నైన్త్)
పదవ—Tenth (టెన్త్)

లెక్కింపు - గుణవాచకము

ఒకటి—Single (సింగిల్)
రెట్టింపు—Double (డబుల్)
మూడు రెట్లు—Threefold (త్రీ ఫోల్డ్)
నాలుగు రెట్లు—Four fold (ఫోర్ ఫోల్డ్)
ఐదు రెట్లు—Five fold (ఫైవ్ ఫోల్డ్)
ఆరు రెట్లు—Sixfold (సిక్స్ ఫోల్డ్)
ఏడు రెట్లు—Sevenfold (సెవెన్ ఫోల్డ్)
ఎనిమిది రెట్లు—Eightfold (ఎయిట్ ఫోల్డ్)
తొమ్మిది రెట్లు—Ninefold (నైన్ ఫోల్డ్)
పది రెట్లు—Tenfold (టెన్ ఫోల్డ్)

లెక్కింపు - దశాంశములు

1/2 సగము—Half (హాఫ్)
3/4 ముక్కాలు—Three-fourth (త్రీ-ఫోర్త్)
2/3 రెండింట మూడొంతులు—Two-third (టు-థర్డ్)
1/4 కాలు— One-fourth (వన్-ఫోర్త్)
1/5 ఐదవ వంతు—One-fifth (వన్-ఫిఫ్త్)
1/6 ఆరవ వంతు—One-sixth (వన్-సిక్స్త్)
1/7 ఏడవ వంతు—One-seventh (వన్-సెవెన్త్)
1/8 ఎనిమిదవ వంతు—One-eighth (వన్-ఎయిత్)
1/9 తొమ్మితవ వంతు—One-ninth (వన్-నైన్త్)
1/10 పదవ వంతు—One-tenth (వన్-టెన్త్)

DIRECT & INDIRECT SPEECH

"I don't know how to swim", said the monkey. ఈ వాక్యము పేరొందిన 'మొసలి-కోతి' కథలోనిది. ఇందులో కోతి చెప్పిన మాటను యథాతథంగా వ్రాసి వాటికి కొటేషన్ మార్క్స్ ('ఉద్ధరణ చిహ్నాలు') తగిలించారు. తర్వాత ఈ మాట కోతి అన్నది అని వ్రాశారు. ఇటువంటి వాక్యాలను direct speech అంటారు. దీన్ని గుర్తించాలంటే కొటేషన్ మార్కులు (inverted commas లేక quotation marks) అంటారు.

పై వాక్యాన్ని ఈ విధంగా కూడా అనవచ్చు - The monkey said that he didn't know how to swim. అటువంటి వాక్యాన్ని indirect speech అంటారు.

1. Ramaiah said to me, "I'm going to help you." 2. Ramaiah said to you, "I'm going to help you."
3. Ramaiah said to Shankar, "I'm going to help you."

Direct speech యొక్క ఈ మూడు వాక్యాలను indirect speech లో ఈ విధంగా వ్రాయవచ్చు.

1. Ramaiah told me that he was going to help me. 2. Ramaiah told you that he was going to help you.
3. Ramaiah told Shankar that he (Ramaiah) was going to help him (Shankar).

Indirect speech వ్రాసేటపుడు **(1)** quotation marks కు బయట subject యొక్క person నే ఆ person quotation marks కు లోపల వున్న subject కు కూడా యిస్తారు. పైన Ramaiah third person. అందుకని indirect speech లో 'I' ని 'he' గా మారుస్తారు. **(2)** quotation marks బయట object ఏ person లో ఉంటుందో అదే person quotation marks లోపల వున్న object కు యిస్తారు. పై మొదటి వాక్యంలో object, me first person లో వుంది. అందుకని quotation marks లో వున్న second person యొక్క object you ను first person అయిన me గా మార్చారు. ఈ విధంగా రెండులో you ను you మరియు మూడు లోని you ను he గా మార్చారు. **(3)** ఒక వేళ quotation marks బయట క్రియ past tense లో వుంటే లోపల వున్న present or future tense లోని క్రియను past tense కి, మరియు బయట వున్న said to ను told గా మారుస్తారు. పైన present continuous tense యొక్క am going to help ను was going to help గా మారుస్తారు.

పై వాక్యాల వలన స్పష్టమయ్యేది ఏమంటే వాక్యం past tense లో చెప్పబడితే indirect speech తయారుచేసేప్పుడు దిగువ తెలిపిన విషయాలను గుర్తుంచుకోవాలి.

(1) Quotation marks కు బయట వున్న ఏ subject పురుష (person) లో వుంటుందో అదే person, quotation marks లోపల వున్న subject కు అవుతుంది. పైన I, he గా మారినట్లు. కొన్ని చోట్ల మాత్రం దీనికి విపరీతంగా ఉంటుంది. (i) చూడండి. **(2)** బయట వున్న object ఏ పురుష (person) లో వుంటుందో లోపల వున్న object కు అదే person ను వాడతారు. (1) లో you కు me, (2) లో you కు you, (3) లో you కు him. ఇక (ii) చూడండి. **(3)** లోపల వున్న క్రియ లేక క్రియల present tense లేక future tense ను corresponding past tense లోకి మారుస్తారు. పైన am going to help ను was going to help గా మార్చినట్లు. **(4)** బయట వున్న said to ను told గా మారుస్తారు. **(5)** బయట వున్న said ను said గానే ఉంచుతారు.

1. Mahesh says, "I met the teacher on the way."
2. Rama says, "Bhatt writes well."
3. Ganesh says, "The train will arrive soon."
4. The teacher will say, "There is no school tomorrow."
5. My father will say to me, "You upset my plan."
6. The Government will say, "Exploitation in any form whatsoever shall be punishable."

ఈ వాక్యాల నుండి తెలిసినదేమంటే బయటి క్రియ (reporting verb) ను present tense లేక future tense అయితే indirect speech చెప్పేటప్పుడు ఈ క్రింది వాటిని జాగ్రత్తగా గమనించాలి.

i) బయటి subject ఏ person అయితే లోపల వున్న subject యొక్క person కూడా అదే అవుతుంది. 1. లో I, he అయినట్లు.

ii) లోపల subject you అయితే, లోపలి subject ను బయటి subject-కు అనురూపంగా మారుస్తారు. బయటి object ఏ person లో వుంటే అదే person లోపలి object కు ఉంటుంది. అయితే గమనించాల్సిందేమంటే లోపల subject, 'you' అయితే దానిని బయటి object కు అనుకూలంగా మారుస్తారు. 5 లో you-ను I గా మార్చినట్లు.

iii) లోపల వున్న క్రియ యొక్క tense ను మార్చకూడదు.

My teacher said, "The earth is round." యొక్క indirect speech, My teacher said that the earth is round. స్థిరమైన నిజములు మొ॥న సంబంధిత క్రియల tense ను మార్చకూడదు. person యొక్క నియమం వర్తిస్తుంది.

కొన్ని క్రియాపదాల మూడు రూపాలు
(3 FORMS OF SOME SELECTED VERBS)

ఇంగ్లీషులో క్రియలకు మూడు రూపాలుంటాయి. కాల సూచక పదాలకు వీటికి కొంత సంబంధం వుంది. విభిన్న కాలాలలో విభిన్న form వస్తాయి. ఇక్కడ కొన్ని క్రియల (forms) ను వర్గీకరించి వాటి మూడు రూపాలను మీ సౌకర్యం కోసం క్రింద చూప బడింది.

1. ఇంగ్లీషులో అనేక క్రియల II మరియు III forms రూపాలు ఒకేలా వుంటాయి. ఉదా. : allow II & III forms allowed ఇటువంటి క్రియలను ఒకటవ గ్రూపులో యిచ్చారు :-

I ఫారం **Present tense, Pronunciation & Meaning**	II ఫారం **Past Tense**	III ఫారం **Past Participle**
1. allow (అలౌ) అనుమతించు	allowed	allowed
2. appear (అప్పియర్) కనిపించు	appeared	appeared
3. build (బిల్డ్) నిర్మించు	built	built
4. borrow (బారో) అప్పు చేయు	borrowed	borrowed
5. boil (బాయిల్) మరుగు (వుడుకు)	boiled	boiled
6. burn (బర్న్) దహించు	burnt	burnt
7. catch (కేచ్) పట్టు	caught	caught
8. copy (కాపీ) నకలు చేయు	copied	copied
9. carry (కేరీ) తీసుకెళ్ళు	carried	carried
10. clean (క్లీన్) శుభ్రపరచు	cleaned	cleaned
11. climb (క్లైంబ్) ఎక్కు	climbed	climbed
12. close (క్లోజ్) మూసివేయు	closed	closed
13. cook (కుక్) వండు	cooked	cooked
14. care (కేర్) జాగ్రత్తపడు	cared	cared
15. cross (క్రాస్) దాటు	crossed	crossed
16. complete (కంప్లీట్) పూర్తిచేయు	completed	completed
17. dig (డిగ్) త్రవ్వు	dug	dug
18. deceive (డిసీవ్) మోసగించు	deceived	deceived
19. decorate (డెకొరేట్) అలంకరించు	decorated	decorated
20. die (డై) చనిపోవు	died	died
21. divide (డివైడ్) విడదీయు	divided	divided
22. earn (ఎర్న్) సంపాదించు	earned	earned
23. enter (ఎంటర్) లోపలికి	entered	entered
24. fight (ఫైట్) తగవులాడు	fought	fought
25. find (ఫైండ్) దొరకు	found	found
26. feed (ఫీడ్) తినిపించు	fed	fed
27. finish (ఫినిష్) పూర్తి చేయు	finished	finished
28. fear (ఫియర్) భయపడు	feared	feared
29. hand (హేంగ్) వ్రేలాడు	hung	hung
30. hang (హ్యాంగ్) ఉరితీయు	hanged	hanged

31. hold (హోల్డ్) పట్టుకొను	held	held
32. hire (హైర్) అద్దెకు తీసుకొను	hired	hired
33. hunt (హంట్) వేటాడు	hunted	hunted
34. iron (ఐరన్) ఇస్త్రీ చేయు	ironed	ironed
35. invite (ఇన్వైట్) ఆహ్వానించు	invited	invited
36. jump (జంప్) దుముకు	jumped	jumped
37. knock (నాక్) శబ్దం చేయు	knocked	knocked
38. kick (కిక్) తన్ను	kicked	kicked
39. lend (లెండ్) అప్పిచ్చు	lent	lent
40. lose (లూస్) పోగొట్టుకొను	lost	lost
41. light (లైట్) వెలిగించు	lighted/lit	lighted/lit
42. learn (లెర్న్) నేర్చుకొను	learnt/learned	learnt/learned
43. marry (మేరీ) పెండ్లి చేసుకొను	married	married
44. move (మూవ్) కదులు, జరుగు	moved	moved
45. open (ఓపెన్) తెరచు	opened	opened
46. obey (ఒబే) తెరచు	obeyed	obeyed
47. order (ఆర్డర్) ఆజ్ఞాపించు	ordered	ordered
48. pick (పిక్) తీసుకొను, ఏరుకొను	picked	picked
49. pray (ప్రే) ప్రార్థించు	prayed	prayed
50. pull (పుల్) లాగు	pulled	pulled
51. punish (పనిష్) దండించు	punished	punished
52. prepare (ప్రిపేర్) తయారుచేయు	prepared	prepared
53. plough (ప్లౌ) నాగలి పట్టు	ploughed	ploughed
54. please (ప్లీస్) దయచేసి	pleased	pleased
55. push (పుష్) త్రోయు	pushed	pushed
56. quarrel (క్వారల్) దెబ్బలాడు	quarrelled	quarrelled
57. rain (రెయిన్) వర్షించు	rained	rained
58. reach (రీచ్) చేరు	reached	reached
59. refuse (రెఫ్యూజ్) తిరస్కరించు	refused	refused
60. ruin (రూయిన్) పాడు చేయు	ruined	ruined
61. shine (షైన్) మెరుగు పెట్టు	shone	shone
62. sell (సెల్) అమ్ము	sold	sold
63. shoot (షూట్) కాల్చు	shot	shot
64. sleep (స్లీప్) నిద్రించు	slept	slept
65. sweep (స్వీప్) తుడుచు	swept	swept
66. smell (స్మెల్) వాసన	smelt/smelled	smelt/smelled
67. spend (స్పెండ్) గడుపు	spent	spent
68. thank (థాంక్) కృతజ్ఞత తెలుపు	thanked	thanked
69. tie (టై) కట్టు	tied	tied
70. test (టెస్ట్) పరీక్షించు	tested	tested
71. wait (వెయిట్) వేచి వుండు	waited	waited
72. work (వర్క్) పని చేయు	worked	worked

73. wish (విష్) అభిలషించు	wished	wished
74. win (విన్) గెలుచు	won	won
75. wind (వైండ్) చుట్టచుట్టు	wound	wound
76. weep (వీప్) ఏడ్చు	wept	wept
77. weigh (వెయ్) బరువు తూచు	weighed	weighed
78. wring (రింగ్) పండు	wrung	wrung
79. yield (యీల్డ్) ఉత్పాదన	yielded	yielded
80. yoke (యోక్) జత చేయు	yoked	yoked

2. కొన్ని క్రియల II మరియు III forms ఒకేలా వుండవు. III form లో ధాతువుకు 'en' లేక 'n' వచ్చి చేరుతుంది. ఉదా. :-'arise'లో 'arose' మరియు arisen. ఈ అన్నిటిలో beaten, broken, bitten మొదలైన రూపాలు III form లో అవుతుంది.

81. arise (ఎరైజ్) ఉదయించు	arose	arisen
82. beat (బీట్) కొట్టు	beat	beaten
83. break (బ్రేక్) విరుగగొట్టు	broke	broken
84. bite (బైట్) కరచు	bit	bitten
85. bear (బేర్) వహించు	bore	born
86. bear (బేర్) సహించు	bore	borne
87. be (is, am, are) (బి) ఉండు	was, were	been
88. choose (ఛూజ్) ఎంపిక చేయు	chose	chosen
89. drive (డ్రైవ్) అదిలించు/బండి నడుపు	drove	driven
90. draw (డ్రా) లాగు	drew	drawn
91. forget (ఫర్గెట్) మరపు	forgot	forgotten
92. fall (ఫాల్) పడు	fell	fallen
93. freeze (ఫ్రీజ్) గడ్డ కట్టు	froze	frozen
94. fly (ఫ్లై) ఎగురు	flew	flown
95. give (గివ్) ఇచ్చు	gave	given
96. grow (గ్రో) ఎదుగు	grew	grown
97. hide (హైడ్) దాగుకొను	hid	hidden
98. know (నో) తెలిసికొను	knew	known
99. lie (లై) పడుకొను	lay	lain
100. ride (రైడ్) స్వారీ చేయు	rode	ridden
101. rise (రైజ్) లేచు	rose	risen
102. see (సీ) చూచు	saw	seen
103. shake (షేక్) కదుపు	shook	shaken
104. steal (స్టీల్) దొంగిలించు	stole	stolen
105. speak (స్పీక్) మాట్లాడు	spoke	spoken
106. swear (స్వేర్) ప్రమాణము చేయు	swore	sworn
107. tear (టియర్) చింపు	tore	torn
108. take (టేక్) తీసికొను	took	taken
109. throw (త్రో) విసరు	threw	thrown
110. wake (వేక్) మెలకువ	woke	woken
111. wear (వేర్) ధరించు	wore	worn

112. weave (వీవ్) నేయు	wove	woven
113. write (రైట్) వ్రాయు	wrote	written

3. కొన్ని క్రియల II మరియు III forms ఒకేలా వుండవు. కాని II form లోని a III form లో u గా మారుతుంది. ఉదా. — drank మరియు rang ల III form drunk, rung గా మారుతాయి.

114. begin (బిగిన్) ప్రారంభించు	began	begun
115. drink (డ్రింక్) త్రాగు	drank	drunk
116. ring (రింగ్) గంటకొట్టు	rang	rung
117. run (రన్) పరుగెత్తు	ran	run
118. sink (సింక్) మునుగు	sank	sunk
119. sing (సింగ్) పాడు	sang	sung
120. spring (స్ప్రింగ్) దుముకు	sprang	sprung
121. swim (స్విమ్) ఈదు	swam	swum
122. shrink (ష్రింక్) కుంచించుకొను	shrank	shrunk

4. ఇంగ్లీషులో కొన్ని క్రియల 3 రూపాలు ఒకేలా వుంటాయి. ఇది చూడండి :-

(i) You bet now.	నువ్వు ఇప్పుడు పందెం వేస్తావు.
(ii) You bet yesterday.	నువ్వు నిన్న పందెం వేశావు.
(iii) You have bet.	నువ్వు పందెం వేసావు.

ఇటువంటి క్రియలను బాగా గుర్తుంచుకోండి. లేకుంటే సంభాషణలో తప్పు జరిగితే నలుగురిలో నవ్వులపాలవుతారు.

123. bet (బెట్) పందెము కాయు	bet	bet
124. bid (బిడ్) వేలము వేయు	bid	bid
125. burst (బర్స్ట్) పగిలిపోవు	burst	burst
126. cut (కట్) కత్తిరించు	cut	cut
127. cast (కాస్ట్) విసరు	cast	cast
128. cost (కాస్ట్) వెలకట్టు	cost	cost
129. hit (హిట్) కొట్టు	hit	hit
130. hurt (హర్ట్) గాయము	hurt	hurt
131. knit (నిట్) అల్లు	knit	knit
132. put (పుట్) ఉంచు, పెట్టు	put	put
133. rid (రిడ్) వదిలించుకొను	rid	rid
134. read* (రీడ్) చదువు	read*	read*
135. spit (స్పిట్) ఉమ్మివేయు	spit	spit

* read యొక్క మూడు ఫారములలోను వర్ణక్రమం ఒకేలా వుంటుంది. అందుకని ఈ క్రియను ఈ గ్రూపులో యిచ్చాము. దీని ఉచ్చారణ మూడు forms లో వరుసగా రీడ్, రెడ్, రెడ్ అని పలకాలి.

ముఖ్యమైన సమూహ వాచక పదాలు
(25 IMPORTANT COLLECTIVE PHRASES)

ప్రతి భాషకూ దాని పరంపరాగతమైన శబ్దావళి తయారవుతుంది. ఆ విధంగానే పదాలను ఉపయోగించవలసి ఉంటుంది. ఇక్కడ కొన్ని సమూహాత్మక తెలుగు పదాలకు ఇంగ్లీషులో పర్యాయ పదాలు ఇవ్వబడ్డాయి. ఇంగ్లీషు భాష ప్రకారం ఈ పదాలను నేర్చుకోండి. **'a bouquet of grapes'** కాదు, **bunch of grapes** అనాలి. ఇలాగే ఈ క్రింది పదాలను అభ్యసించండి.

1. తాళపు గుత్తి	A *bunch* (బంచ్) of keys.
2. ద్రాక్షపళ్ళ గుత్తి	A *bunch* (బంచ్) of grapes.
3. పువ్వుల గుత్తి	A *bouquet* (బొకే) of flowers.
4. కట్టెల మోపు	A *bundle* (బండిల్) of sticks.
5. ప్రజల గుంపు	A *crowd* (క్రౌడ్) of people.
6. పర్వత శ్రేణి	A *chain* (ఛెయిన్) of mountains.
7. గొర్రెల మంద	A *flock* (ఫ్లాక్) of sheep
8. పక్షుల గుంపు	A *flight* (ఫ్లైట్) of birds.
9. ద్వీప సమూహము	A *group* (గ్రోప్) of islands.
10. నక్షత్ర సముదాయము	A *galaxy* (గెలాక్సీ) of stars.
11. వృక్షముల తోపు	A *grove* (గ్రూవ్) of trees.
12. కార్మికుల జట్టు	A *gang* (గాంగ్) of labourers.
13. లేళ్ళ గుంపు	A *herd* (హెర్డ్)) of deer.
14. పందుల గుంపు	A *herd* (హెర్డ్) of swine.
15. తేనెటీగల గుంపు	A *hive* (హైవ్) of bees.
16. జంతువుల మంద/గుంపు	A *herd* (హెర్డ్) of cattle.
17. చెత్త కుప్ప	A *heap* (హీప్) of rubbish.
18. ఇసుక గుట్ట	A *heap* (హీప్) of stones or sand.
19. వేటకుక్కల మంద	A *pack* (పేక్) of hounds.
20. చెప్పుల జత	A *pair* (పెయిర్) of shoes.
21. సైనిక దళం	A *regiment* (రెజిమెంట్) of soldiers.
22. కొండల వరుస	A *range* (రేంజ్) of cliffs.
23. ఈగల గుంపు	A *swarm* (స్వార్మ్) of flies.
24. ఘటనా క్రమం	A *series* (సీరీస్) of events.
25. గుర్రముల దళం	A *troop* (ట్రూప్) of horses.

కొన్ని జంతువుల పిల్లల పేర్లు (YOUNG ONES OF SOME ANIMALS)

జంతువు	**పిల్ల**	**జంతువు**	**పిల్ల**
ass (యాస్) గాడిద	foal (ఫోల్)	horse (హార్స్) గుర్రం	colt (కోల్ట్)
cow (కౌ) ఆవు	calf (కాఫ్)	goat (గోట్) మేక	kid (కిడ్)
dog (డాగ్) కుక్క	puppy (పప్పి)	sheep (షీప్) గొర్రె	lamb (లేమ్)
hen (హెన్) కోడిపెట్ట	chicken (చికెన్)	wolf (వుల్ఫ్) తోడేలు	cub (కబ్)
bear (బేర్) ఎలుగుబంటి	cub (కబ్)	lion (లయన్) సింహం	cub (కబ్)
cat (కేట్) పిల్లి	kitten (కిట్టెన్)	tiger (టైగల్) పులి	cub (కబ్)
frog (ఫ్రాగ్) కప్ప	tadpole (టేడ్‌పోల్)		

40 జంతువుల అరుపులు

(40 IMPORTANT WORDS DENOTING THE CRIES OF ANIMALS)

తెలుగు భాషలో పశుపక్ష్యాదుల అరుపులకు కొన్ని ప్రత్యేక పదాలున్నాయి. ఉదా. : కిచకిచలాడు, సకిలించు, ఓండ్ర పెట్టు మొదలైనవి. ఇదే విధంగా ఇంగ్లీషులో కూడా వీటికి ప్రత్యేక పదాలున్నాయి, వాటిని అభ్యసించండి.

1. Asses bray. (యాసెస్ బ్రే) గాడిదలు ఓండ్ర పెడతాయి.
2. Bears growl. (బియర్స్ గ్రోల్) ఎలుగుబంట్లు గుర్రుమంటాయి.
3. Bees hum. (బిస్ హమ్) తేనెటీగలు ఘీంకారము చేస్తాయి.
4. Birds chirp. (బర్డ్స్ చర్ప్) పిచ్చుకలు కిచకిచలాడుతాయి.
5. Camels grunt. (కేమల్స్ గ్రంట్) ఒంటెలు ఘుర్ఘురించుతాయి.
6. Cats mew (క్యాట్స్ మ్యూ) పిల్లులు మ్యావ్ మ్యావ్ అంటాయి.
7. Cattle low (క్యాటిల్ లో) ఆవులు అంబా అంటాయి.
8. Cocks crow. (కాక్స్ క్రో) కోళ్ళు కొక్కొరొకో అంటాయి.
9. Crows caw. (క్రొవ్స్ కా) కాకులు కావు కావుమంటాయి.
10. Dogs bark. (డాగ్స్ బార్క్) కుక్కలు మొరుగుతాయి.
11. Doves coo. (డోవ్స్ కూ) పావురాలు కూ-కూ అంటాయి.
12. Ducks quack. (డక్స్ క్వాక్క్) బాతులు క్వాక్ క్వాక్ అంటాయి.
13. Elephants trumpet. (ఎలిఫెంట్స్ ట్రంపెట్) ఏనుగులు ఘీంకరిస్తాయి.
14. Flies buzz. (ఫ్లైస్ బజ్) ఈగలు ఘీంకారము చేస్తాయి.
15. Frogs croak. (ఫ్రాగ్స్ క్రోక్) కప్పలు బెకబెకమంటాయి.
16. Geese cackle. (గీస్ కాకల్) బాతులు కుడ కుడ అంటాయి.
17. Hawks scream. (హాక్స్ స్క్రీమ్) గ్రద్దలు కీచుమంటాయి.
18. Hens cackle. (హెన్స్ కాకల్) కోడిపెట్టలు కుక్కుక్ అంటాయి.
19. Horses neigh. (హార్సెస్ నెయ్) గుర్రము సకిలిస్తుంది.
20. Jackals howl. (జాకాల్స్ హవుల్) గుంటనక్కలు ఊళ పెడతాయి.
21. Kittens mew. (కిట్టెన్స్ మ్యూ) పిల్లి పిల్లలు మ్యావ్ మ్యావ్ అంటాయి.
22. Lambs bleat. (లామ్బ్స్ బ్లీట్) గొర్రెపిల్లలు బా-బా అంటాయి.
23. Lions roar. (లయన్స్ రోర్) సింహములు గర్జిస్తాయి.
24. Mice squeak. (మైస్ స్క్వీక్) చుంచులు కీచు కీచుమంటాయి.
25. Monkeys chatter. (మంకీస్ ఛాటర్) కోతులు కిచకిచమంటాయి.
26. Nightingales sing. (నైటింగేల్స్ సింగ్) బుల్ బుల్ పిట్టలు పాడుతాయి.
27. Owls hoot. (అవుల్స్ హూట్) గుడ్లగూబలు అరుస్తాయి.
28. Oxen low. (ఆక్సెన్ లో) ఎద్దులు రంకె వేస్తాయి.
29. Parrots talk. (పారట్స్ టాక్) చిలుకలు పలుకుతాయి.
30. Pigeons coo. (పిగెన్స్ కూ) పావురములు గుడగుడలాడుతాయి.
31. Pigs grunt. (పిగ్స్ గ్రంట్) పందులు గుర్రు గుర్రుమంటాయి.
32. Puppies yelp. (పప్పీస్ యెల్ప్) కుక్కపిల్లలు మొరుగుతాయి.
33. Sheep bleat. (షీప్ బ్లీట్) గొర్రెలు బాబా అంటాయి.
34. Snakes hiss. (స్నేక్స్ హిస్) పాములు బుసకొడతాయి.
35. Sparrows chirp. (స్పారోవ్స్ ఛిర్ప్) పిచ్చుకలు కిచకిచలాడుతాయి.

36. Swallows twitter. (స్వాలోస్ ట్విట్టర్) స్వాలో పక్షులు చహచహమంటాయి.
37. Swans cry. (స్వాన్స్ క్రై) బాతులు అరుస్తాయి.
38. Tigers roar. (టైగర్స్ రోర్) పులులు గాండ్రిస్తాయి.
39. Vultures scream. (వల్చర్స్ స్క్రీమ్) రాబందులు అరుస్తాయి.
40. Wolves yell. (వుల్వ్స్ యెల్) తోడేళ్ళు ఊళపెడతాయి.

ఎక్కువగా వింటున్నప్పటికీ అర్థంకాని కొన్ని పదాలు
(WORDS MOSTLY HEARD BUT NOT MOSTLY KNOWN)

మీరు గ్రామం, పట్టణం లేదా నగరంలో ఎక్కడ ఉంటున్నప్పటికీ ఆధునిక వ్యక్తిత్వాన్ని పెంపొందించుకోవాలి. భాషా పరంగా ఆధునికంగా ఉండాలి. మనం నిత్యజీవితంలో అనేక ఇంగ్లీషు పదాలు వింటుంటాము. వాడుతుంటాము కూడా. కాని విచిత్రమేమంటే కొన్ని పదాల అర్థాలు మనకు తెలియవు. అయినా ప్రయోగిస్తూనే వుంటాము. క్రింది పదాలను గమనించండి.

విజ్ఞానమునకు సంబంధించిన 10 పదాలు (Ten words about spheres of knowledge)

1. Anthropology (ఆంథ్రోపాలజీ) మానవుని భౌతిక, మనస్తత్త్వ విజ్ఞానము.
2. Archaeology (ఆర్కియాలజీ) చరిత్రకు పూర్వ యుగమునాటి వస్తువుల పరిశీలన; పురాతత్త్వ శాస్త్రము.
3. Astrology (అస్ట్రాలజీ) గ్రహములు, నక్షత్రముల అధ్యయనము - జ్యోతిష శాస్త్రము.
4. Entomology (ఎంటొమాలజీ) క్రిమి కీటకముల అధ్యయనము - క్రిమి విజ్ఞానము.
5. Etymology (ఎటిమాలజీ) పద రూప, అర్థ వివరణములు - భాషా శాస్త్ర విభాగము.
6. Geology (జియోలజీ) భూమి లోపలి నిర్మాణము, దాని అధ్యయనము.
7. Philology (ఫైలాలజీ) భాషా వికాసము, దాని అధ్యయనము - భాషా శాస్త్రము.
8. Psychology (సైకాలజీ) మానవుని మనస్సును గురించిన అధ్యయనము - మనస్తత్త్వ శాస్త్రము.
9. Radiology (రేడియాలజీ) ఎక్స్-కిరణముల అధ్యయనము - ఎక్స్-రే శాస్త్రము.
10. Sociology (సోషియాలజీ) మానవ సమాజ స్వభావమును, చట్టములను రూపొందించు శాస్త్రము-సమాజ శాస్త్రము.

పైన ఇవ్వబడిన వాక్యాలు మీకు వినేందుకు కఠినంగా ఉండవచ్చు. కాని ఒకసారి అర్థం చేసుకుంటే వీటి ప్రయోజనం మీకు తెలిసివస్తుంది.

వ్యక్తిత్వాన్ని తెలిపే 10 పదాలు (Ten words showing personality)

దిగువ కొన్ని పదాలున్నాయి. అవి వ్యక్తుల స్వభావాన్ని తెలుపుతాయి. ఇటువంటి లక్షణాలున్న వ్యక్తులతో మీకు పరిచయం ఉండే ఉంటుంది. వారిని గురించి మాట్లాడేప్పుడు ఈ పదాలను ఉపయోగించండి. మీ మిత్రులు డంగైపోతారు.

1. Blase (బ్లాస్) ప్రాపంచిక భోగములతో విసుగెత్తిన.
2. Dogmatic (డాగ్‌మాటిక్) పిడివాదము చేసే, మూర్ఖపు పట్టుదల గల వ్యక్తి.
3. Diffident (డిఫిడెంట్) ఆత్మవిశ్వాసము లేని, బిడియపడే స్వభావము.
4. Extrovert (ఎక్ట్రావెర్ట్) ఆత్మపరిశీలన చేసికొను అలవాటు లేనివాడు.
5. Gregarious (గ్రిగేరియస్) సంఘజీవనమునందు ఆసక్తి సలవాడు.
6. Inhibited (ఇన్హిబిటెడ్) ఇతరుల ముందు నోరువిప్పి చెప్పలేనివాడు.
7. Introvert (ఇంట్రావెర్ట్) తనలో తాను సంతోషపడువాడు, ఇతరులతో కలవలేనివాడు.
8. Quixotic (క్విక్జోటిక్) ఊహలతో మేడలు కట్టేవాడు, ఆచరణ యోగ్యము కాని ఆశయములు కలవాడు.
9. Sadistic (సాడిస్టిక్) ఇతరులను హింసించుట ద్వారా ఆనందము పొందువాడు.
10. Truculent (ట్రక్యులెంట్) జగడమాడెడు నిర్దాక్షిణ్యమైన చిత్తవృత్తి గలవాడు.

జీవన విధానం, కళలు మరియు వేదాంతములకు సంబంధించిన వాక్యాలు
(Theories about life, art & philosophy)

క్రింద కొన్ని మతా (ism)ల పేర్లు ఇవ్వబడ్డాయి. కొన్ని మీరు వినే ఉంటారు, కొన్ని విని వుండరు. వీటిని తెలుసుకొని మీ జ్ఞానాన్ని పెంచుకోండి.

1. **Altruism** (ఆల్ట్రుయిజమ్) పరోపకారవాదము - ప్రతి పని యితరుల మంచి కొరకు చేయడం.
2. **Atheism** (ఎథీయిజమ్) నాస్తిక వాదం - 'దేవుడు లేడు' అని వీరి నమ్మకం.
3. **Chauvinism** (ఛావనిజమ్) విదేశీయమై దురభిమాన పూరిత దేశభక్తి.
4. **Conservatism** (కన్సర్వేటిజమ్) పూర్వాచార పరాయణ వాదము.
5. **Liberalism** (లిబరలిజమ్) ఉదారవాదము - దేశం, ధర్మం మొ॥న విషయాలలో స్వతంత్ర విచారములు కలిగినది.
6. **Radicalism** (రేడికలిజమ్) పరివర్తన వాదము - హింసాత్మక పద్ధతిలో సర్వ శ్రేష్ఠమైన పరిపాలన చేయవచ్చునన్న వాదము.
7. **Realism** (రియలిజమ్) యథార్థవాదము - జాతికి ప్రత్యేక అస్తిత్వము కలదను భావము.
8. **Romanticism** (రొమాంటిసిజమ్) భావనాత్మకమైన వాదము - కల్పనా ప్రధానమైనది. సంగీత, సాహిత్యములకు సంబంధించినది.
9. **Skepticism** (స్కెప్టిసిజమ్) సంశయవాది. వివిధ మత సిద్ధాంతములందలి సత్యమును శంకించు, శూన్యవాదులు.
10. **Totalitarianism** (టోటలిటేరియనిజమ్) ఏకైక పక్షవాదము - దేశమే సర్వము. నాగరికులు ఏమీ కారు. ప్రజలు దేశము కోసమే అనే వాదము.

మనస్సు యొక్క పది అసాధారణ స్థితులు (Ten abnormal conditions of mind)

మీరు సంస్కారం గల జ్ఞానుల దగ్గర కూర్చున్నప్పుడు ఈ పదాలు మీ వార్తాలాపానికి శోభను పెంచుతాయి.

1. **Alexia** (అలెక్సియా) చదువులో అసమర్థత.
2. **Amnesia** (అమ్నీషియా) జ్ఞాపకం లేకపోవటం.
3. **Aphasia** (అఫేసియా) మెదడు వ్యాధి వలన మాట పోవుట.
4. **Dementia** (డిమెంషియా) చిత్త వైకల్యము.
5. **Dipsomania** (డిప్సోమేనియా) త్రాగుడు వ్యసనము.
6. **Hypochondria** (హైపోకాండ్రియా) ఆరోగ్యమును గూర్చి అకారణమైన దిగులు.
7. **Insomnia** (ఇన్‌సోమ్నియా) నిద్ర లేమి.
8. **Kleptomania** (క్లెప్టోమేనియా) అవసరము లేకున్నను చౌర్యమునకు ఉసికొల్పు.
9. **Megalomania** (మేగలోమేనియా) పిచ్చిగా ఆత్మస్తుతి చేసుకొను.
10. **Melancholia** (మెలన్‌కోలియా) ఆలోచనతో కూడిన విచారము.

వైద్యమునకు సంబంధించిన పది పదములు (Ten words about doctors' profession)

ఎవరైనా విశేషజ్ఞుడైన డాక్టరుతో పరామర్శిస్తున్నప్పుడు మీకు కూడా కొన్ని ప్రముఖ వ్యాధుల గురించిన వేరు-వేరు పదాల గురించి తెలిసుండాలి. ఈ పదాలు వినడానికి అపరిచితాలే కాని చాలా ప్రభావితం చూపుతాయి. వీటిని మెదడులో దింపండి, ఇతరుల దగ్గర మీ భాషా జ్ఞానాన్ని గురించి తెలుపుకోండి.

1. **Dermatologist** (డెర్మటాలజిస్ట్) చర్మరోగ నిపుణుడు.
2. **Gynaecologist** (గైనకాలజిస్ట్) స్త్రీరోగ విశేషజ్ఞుడు.
3. **Internist** ((ఇంటర్‌నిస్ట్) శరీరాంతర్భాగ వ్యాధుల నిపుణుడు.
4. **Obstetrician** (అబ్స్టెట్రీషియన్) ప్రసూతి వైద్య నిపుణుడు.
5. **Ophthalmologist** (ఆఫ్థల్మోలజిస్ట్) నేత్ర రోగ నిపుణుడు.
6. **Orthodontist** (ఆర్థోడెంటిస్ట్) దంతవైద్య నిపుణుడు, వంకర టింకర దంతములను సరి చేయువాడు.

7. Pathologist (పాథాలజిస్ట్) వ్యాధి విజ్ఞాన నిపుణుడు.
8. Paediatrician (పీడియాట్రిషన్) శిశు వైద్య నిపుణుడు.
9. Podiatrist (పోడియాట్రిస్ట్) కాళ్ళకు సంబంధించిన చిన్న చిన్న రోగముల నిపుణుడు.
10. Psychiatrist (సైకియాట్రిస్ట్) మానసిక వైద్య నిపుణుడు.

75 ప్రత్యామ్నాయ పదాలు
(75 ONE-WORD SUBSTITUTES)

"క్లుప్తత బుద్ధి యొక్క ఆత్మ" అని షేక్స్పియర్ అన్నాడు. ఈ వాక్యం భాషా విషయంలో మాత్రం ప్రత్యక్షర సత్యం. తెలుగులో పాల్కురికి సోమన "అల్పాక్షరముల ననల్పార్థంబు" అని చెప్పారు. తక్కువ మాటలలో ఎక్కువ అర్థాన్ని చెప్పటం పండితులకే సాధ్యమవుతుంది. ఒక్కోసారి రెండు మూడు వాక్యాలలో తెలిపే భావాన్ని ఒకే మాటలో తెలియపర్చవచ్చును. దిగువన అటువంటి పదాలను ఇచ్చారు. బాగా అభ్యసించండి.

1. **Abdicate** (అబ్డికేట్) **పదవీ త్యాగము**—To give up a throne voluntarily—పదవిని తనకు తాను వదలిపెట్టుట.
2. **Autobiography** (ఆటోబయోగ్రఫీ) **స్వీయ చరిత్ర**—Life story of a man written by himself—తనకు తాను వ్రాసిన స్వీయ చరిత్ర.
3. **Aggressor** (అగ్రెసర్) **ఆక్రమణదారుడు**—A person who attacks first—మొదట దాడి చేసినవాడు.
4. **Amateur** (అమెచ్యూర్) **ఔత్సాహికుడు**—One who pursues some art or sport as hobby—ఏదేని ఒక కళ లేక క్రీడను ఆత్మానందము కొరకు అభ్యసించువాడు.
5. **Arbitrator** (ఆర్బిట్రేటర్) **మధ్యవర్తి**—One appointed by two parties to settle disputes between them—ఇద్దరి మధ్య వివాదమును పరిష్కరించుటకు నియమితుడైన వ్యక్తి.
6. **Adolescence** (అడోలసెన్స్) **నూత్న యౌవనావస్థ**—Stage between boyhood and youth—బాల్యమునకు యౌవనమునకు మధ్యలో వున్న అవస్థ.
7. **Bibliophile** (బిబ్లియోఫిల్) **పుస్తక ప్రియుడు**—A great lover of books—గ్రంథములను ప్రేమించువాడు, గ్రంథ ప్రియుడు.
8. **Botany** (బోటనీ) **వృక్షశాస్త్రము**—The science of plant life—వృక్షములకు సంబంధించిన జ్ఞానశాస్త్రము.
9. **Bilingual** (బైలింగువల్) **ద్వి భాషీయ**—People who speak two languages—రెండు భాషలు మాట్లాడెడు, దుబాషి లేక ద్విభాషి.
10. **Catalogue** (కేటలాగ్) **పట్టిక**—A list of books—వివరణ పుస్తకము.
11. **Centenary** (సెంటినరి) **శతాబ్ది**—Celebration of a hundredth year—వంద సంవత్సరముల తర్వాత జరిపెడు ఉత్సవము.
12. **Colleague** (కొలీగ్) **సహోద్యోగి**—A co-worker or a fellow-worker in the same institution—ఒకే సంస్థలో తనతోపాటు పని చేస్తున్న వ్యక్తి.
13. **Contemporaries** (కాంటెంపరరీస్) **సమకాలీనులు**—Persons living in the same age—ఒకే సమయంలో (కాలంలో) నివసించు వ్యక్తులు.
14. **Credulous** (క్రెడ్యులస్) **తేలికగా నమ్మెడి స్వభావము గల**—A person who readily believes in whatever is told to him—ఎవరేమి చెప్పినా వెంటనే నమ్మేటటువంటి స్వభావము గలవాడు.
15. **Callous** (కేలస్) **కఠోరుడు**—A man devoid of kind feeling and sympathy—ఏ మాత్రం సానుభూతి, దయ లేనటువంటి కఠినాత్ముడు.
16. **Cosmopolitan** (కాస్మోపాలిటన్) **సర్వ నాగరికుడు**—A man who is broad and international in outlook—జాతీయ దృష్టి నధిగమించి సర్వ దేశములను ప్రేమించువాడు.
17. **Celibacy** (సెలిబసీ) **బ్రహ్మచర్యము**—To abstain from sex—సంసార సుఖమునకు దూరముగా నున్నవాడు.
18. **Deteriorate** (డిటీరియొరేట్) **క్షీణించు**—To go from bad to worse—చెడ్డ నుంచి మరింత చెడుగా నున్నవాడు.
19. **Democracy** (డెమొక్రసీ) **ప్రజాస్వామ్యము**—Government of the people, for the people, by the people—ప్రజా ప్రతినిధులు పరిపాలన చేయుట.

20. **Drawn** (డ్రాన్) సరిసమానము—A game or battle in which neither party wins—ఆటలు, యుద్ధము మొ॥న వాటిలో ఎవరూ గెలవక పోవడం.
21. **Egotist** (ఇగోటిస్ట్) **అహంకారి**—A person who always thinks of himself—ఎప్పుడూ తనను గూర్చి మాత్రమే ఆలోచించువాడు.
22. **Epidemic** (ఎపిడెమిక్) మహామారి—A disease, mainly contagious, and which spreads over huge area—ఎక్కువ ప్రాంతమునకు వ్యాపించెడు అంటువ్యాధి.
23. **Extempore** (ఎక్స్‌టెంపోర్) **ఆశువుగ**—A speech delivered without previous preparation—ముందు తయారు కాకుండా అప్పటికప్పుడు చెప్పిన ఉపన్యాసము.
24. **Etiquette** (ఎటికేట్) మర్యాద—Established manner or rules of conduct—సంప్రదాయము ప్రకారము పాటించ వలసిన మర్యాద.
25. **Epicure** (ఎపిక్యూర్) భోజనప్రియుడు—A person fond of refined enjoyment—భోజనమునందు మిక్కిలి ప్రీతి కల వాడు.
26. **Exonerate** (ఎక్సొనరేటు) దోష విముక్తి—To free a person of all blames in a case—అపవాదు నుండి విముక్తి.
27. **Eradicate** (ఇరాడికేట్) నిర్మూలనము చేయు—To root out an evil or a bad practice etc.—చెడ్డ లేక చెడ్డ అలవాటును సమూలంగా నాశనము చేయు.
28. **Fastidious** (ఫాస్టిడియస్) **అసంతుష్టిపరుడు**—A person difficult to please—సంతృప్తి పరచుట కష్టసాధ్యమైన.
29. **Fatalist** (ఫాటలిస్ట్) దైవాధీనుడు—A person who believes that all events are predetermined or subject to fate—అన్నిటికి దైవ నిర్ణయము కారణము అని నమ్మకము కలవాడు.
30. **Honorary** (ఆనరరీ) గౌరవార్థము—A post which doesn't carry any salary—డబ్బుతో నిమిత్తము లేకుండా గౌరవము కొరకు చేయు పని.
31. **Illegal** (ఇల్లీగల్) **అన్యాయము**—That which is against law—చట్ట విరుద్ధమైన పని.
32. **Illiterate** (ఇల్లిటరేట్) నిరక్షరాస్యుడు—A person who cannot read or write—చదవను, వ్రాయను నేర్వని వ్యక్తి.
33. **Hostility** (హాస్టిలిటీ) శత్రుత్వము—State of antagonism—ప్రతికూల భావము.
34. **Incorrigible** (ఇన్‌కారిజబుల్) భ్రష్టమైన—That which is past correction—సరిదిద్ద వీలుకానంతగా చెడిపోయిన.
35. **Irritable** (ఇరిటబుల్) ముంగోపి—A man who is easily irritated—శీఘ్రముగా కోపము తెచ్చుకొను వ్యక్తి.
36. **Irrelevant** (ఇరిలవెంట్) **అప్రస్తుతమైన**—Not to the point—సందర్భోచితము కాని.
37. **Invisible** (ఇన్విసిబుల్) **అగోచరమైన**—That which cannot be seen—చూడ శక్యము కాని.
38. **Inaudible** (ఇనాడిబుల్) వినబడని—That which cannot be heard—వినబడనటువంటి.
39. **Incredible** (ఇంక్రెడిబుల్) నమ్మదగని—That which cannot be believed—నమ్మ శక్యము కాని.
40. **Irreadable** (ఇరీడబుల్) చదువదగని—That which cannot be read—చదువుటకు వీలు కాని.
41. **Impracticable** (ఇంప్రాక్టికబుల్) **ఆచరణకు వీలు కాని**—That which cannot be practised—ఆచరణలో పెట్టుటకు వీలు కాని.
42. **Invincible** (ఇన్విన్సిబుల్) **అజేయమయిన**—That which cannot be conquered—జయింప శక్యము కాని.
43. **Indispensable** (ఇన్డిస్పెన్సబుల్) **అవశ్యకమయిన**—That which cannot be ignored—అనుల్లంఘనీయమైన.
44. **Inevitable** (ఇనెవిటబుల్) **అనివార్యమయిన**—That which cannot be avoided—తప్పనిసరయిన.
45. **Irrevocable** (ఇరివోకబుల్) **తిరుగులేని**—That which cannot be changed—వెనుకకు తీసుకొనుటకు వీలుకాని.
46. **Illicit** (ఇల్లిసిట్) నిషిద్ధమైన—A trade which is prohibited by law—చట్టముచే నిషేధింపబడిన వ్యాపారము.
47. **Insoluble** (ఇన్‌సాల్యుబుల్) పరిష్కరింపరాని—A problem which cannot be solved—పరిష్కారము లేని తగవు/సమస్య.
48. **Inflammable** (ఇన్‌ఫ్లేమబుల్) **సులభముగా మండెడు**—Liable to catch fire easily—త్వరితముగా మంట అందుకొను.
49. **Infanticide** (ఇన్ఫాంటిసైడ్) **శిశు హంతకుడు/శిశుహత్య**—Murderer of infants or killing of infants—చిన్న పిల్లలను చంపువాడు/చంపుట.

50. **Matricide** (మాట్రిసైడ్) మాతృ హంతకుడు/మాతృవధ—The murderer or murder of one's own mother—తల్లిని హత్య చేయువాడు/హత్య చేయుట.

51. **Monarchy** (మోనార్కీ) ప్రభుసత్తాక రాజ్యము—Government by one—సర్వ స్వతంత్ర ప్రభుసత్తాక రాజ్యము.

52. **Patricide** (పాట్రిసైడ్) పితృ హంతకుడు/పితృ వధ—The murderer or murder of one's own father—తండ్రిని చంపువాడు.

53. **Kidnap** (కిడ్నాప్) దొంగిలించు—To carry away a person forcibly—బలాత్కారముగా ఎత్తుకొని పోవు.

54. **Medieval** (మిడీవల్) మధ్య యుగపు—Belonging to the middle ages—మధ్య యుగమునకు సంబంధించిన.

55. **Matinee** (మేటనీ) మధ్యాహ్న ప్రదర్శనము—A cinema show which is held in the afternoon—మధ్యాహ్నము తర్వాత ప్రదర్శించు చలనచిత్రము.

56. **Notorious** (నొటోరియస్) కుఖ్యాతుడు—A man with evil reputation—చెడ్డతనములో పేరొందినవాడు.

57. **Manuscript** (మాన్యుస్క్రిప్ట్) వ్రాత ప్రతి—Handwritten pages of a literary work—ముద్రణ కోసం రచయిత తయారు చేసిన వ్రాత ప్రతి.

58. **Namesake** (నేమ్‌సేక్) ఒకే పేరు గల మనిషి/వస్తువు—Person having the same name—సరిగ్గా ఒకే రకం పేరు గల వ్యక్తి లేక వస్తువు.

59. **Novice** (నోవైస్) ప్రారంభకుడు—One who is new to some trade or profession—వ్యాపారము లేదా వృత్తిలో క్రొత్తవాడు.

60. **Omnipotent** (ఓమ్నిపొటెంట్) సర్వశక్తిమంతుడు—One who is all powerful—సర్వ సమర్థుడైనవాడు.

61. **Omnipresent** (ఓమ్నిప్రెసెంట్) సర్వవ్యాపకుడు—One who is present everywhere—సమస్త ప్రదేశములందును కనిపించువాడు.

62. **Optimist** (ఆప్టిమిస్ట్) ఆశావాది—One who looks at the bright side of a thing—ఆశాపూరిత జీవితదృక్పథము కలవాడు.

63. **Panacea** (పనేషియా) సర్వరోగ నివారిణి—A remedy for all diseases—సమస్త రోగములను పోగొట్టు ఔషధము.

64. **Polyandry** (పొలియాండ్రి) బహుభర్తృత్వము—Practice of having more than one husband at a time—ఏక కాలములో ఒకరికంటె ఎక్కువ భర్తలుండుట.

65. **Polygamy** (పొలిగామి) బహుపత్నీత్వము—Practice of having more than one wife at a time—ఏక కాలములో ఒకరికంటె ఎక్కువ భార్యలుండుట.

66. **Postmortem** (పోస్టు మార్టమ్) శవ పరీక్ష—Medical examination of a body held after death—మరణానంతరము చేయు శవ పరీక్ష.

67. **Pessimist** (పెసిమిస్ట్) నిరాశావాది—One who looks at the dark side of things—ప్రతి విషయమునందు చెడును మాత్రమే చూచువాడు.

68. **Postscript** (పోస్ట్‌స్క్రిప్ట్) తాజా కలం—Anything written in the letter after it has been signed—ఏదేని వ్రాసిన తర్వాత లేక సంతకము చేసిన తర్వాత చేర్చు వ్రాత.

69. **Red-tapism** (రెడ్-టేపిజమ్) లాంఛనములకు ఇచ్చెడి మర్యాద—Too much official formality—ప్రభుత్వ కార్యములలో లాంఛనప్రాయములైన మర్యాదలకు ఇచ్చెడి ప్రాధాన్యము.

70. **Synonyms** (సినోనిమ్స్) పర్యాయ పదములు—Words which have the same meaning—ఒకే అర్థము గల రెండు పదములు.

71. **Smuggler** (స్మగ్లర్) తస్కరుడు (దొంగ)—The importer or exporter of goods without paying customs duty—నిషిద్ధ వస్తువులను లేదా పన్ను కట్టకుండా విదేశముల నుండి వస్తువులను దొంగచాటుగా తరలించువాడు.

72. **Vegetarian** (వెజిటేరియన్) శాకాహారి—One who eats vegetables only—కేవలము కాయగూరలను మాత్రమే తినువాడు (గ్రుడ్లు, చేపలు, మాసము మొ॥న మాంసాహారమును తిననివాడు).

73. **Venial** (వినైల్) క్షమింపదగిన—A pardonable fault—క్షమించుటకు వీలైన అపరాధము.

74. **Veteran** (వెటరన్) ఆరితేరిన—A person possessing long experience of military service or of any occupation—వ్యవహారములలో ఆరితేరినవాడు.

75. **Zoology** (జూఆలజీ) జంతు శాస్త్రము—The science dealing with the life of animals—పశుపక్ష్యాదుల ఆహార విహారములకు సంబంధించిన విజ్ఞానము.

జంతువులతో పోల్చి చెప్పే జాతీయములు
(IDIOMATIC USE OF ANIMAL NAMES)

ఇంగ్లీషు భాషలో జంతువులతో అనేక జాతీయములు (నానుళ్ళు) ఉన్నాయి. క్రింది వాక్యాలు చదవండి.

నుడికారము (ఉచ్చారణతో) Phrases with Pronunciation	లాక్షణికార్థము Idiomatic Meaning	శబ్దార్థము Literal Meaning
1. A bear (ఎ బేర్)	సంస్కారము లేని వ్యక్తి	ఎలుగుబంటి
2. A cat (ఎ కాట్)	మంచి నడవడి లేని స్త్రీ	పిల్లి
3. A drone (ఎ డ్రోన్)	సోమరిపోతు	పోతు తేనెటీగ
4. A dotterel (ఎ డాటెరెల్)	మూఢ వ్యక్తి	ఇల్లంకి పిట్ట
5. A dog (ఎ డాగ్)	ద్వేషించదగిన వ్యక్తి	కుక్క
6. A fox (ఎ ఫాక్స్)	కపటము గల మనిషి	గుంట నక్క
7. A goose (ఎ గూస్)	మూర్ఖుడు	బాతు
8. A gull (ఎ గల్)	సులువుగా మోసపోయే మూర్ఖుడు	సముద్ర పక్షి
9. A lamb (ఎ లామ్)	నిరపాయకరమైన వ్యక్తి	గొఱ్ఱెపిల్ల
10. A monkey (ఎ మంకీ)	అనుకరణ చేసే వ్యక్తి	కోతి
11. A parrot (ఎ పారట్)	నేర్పిన మాటలే పల్లించువాడు	చిలుక
12. A pig (ఎ పిగ్)	బానపొట్ట గల వ్యక్తి	పంది
13. A scorpion (ఎ స్కార్పియన్)	విషపూరితమైన వ్యక్తి	తేలు
14. A viper (ఎ వైపర్)	ధూర్తుడు	విష సర్పము
15. A vixen (ఎ విక్సన్)	ధూర్త మహిళ	తోడేలు

మరి కొన్ని నానుళ్ళు కూడా గమనించండి :-

1. crocodile-tears (క్రొకొడైల్ టియర్స్)	దొంగ కన్నీళ్ళు, మొసలి కన్నీళ్ళు
2. dirt-cheap (డర్ట్ ఛీప్)	కారు చవక
3. dog-cheap (డాగ్ ఛీప్)	కోపంతో అరచుట
4. horse-laugh (హార్స్ లాఫ్)	పెద్దగా ధ్వని చేస్తూ నవ్వుట
5. hen-pecked (హెన్ పెక్డ్)	భార్య మాట జవదాటని వ్యక్తి
6. pig-headed (పిగ్ హెడెడ్)	మూర్ఖుడు/మూఢుడు
7. chicken-hearted (చికెన్ హార్టెడ్)	పిరికిపంద

వ్యతిరేకార్థక పదములు
(ANTONYMS OR WORDS OF OPPOSITE MEANING)

పదముల వ్యతిరేక పదములను తెలుసుకొనడం ద్వారా భావ వ్యక్తీకరణ మరింత ప్రభావవంతంగా వుంటుంది. కొన్ని పదాల ఉపసర్గ (Prefix) ను మార్చగానే అర్థం వ్యతిరేకమవుతుంది. దిగువ పదాలను ఆధ్యయనం చేయండి —

పదం, ఉచ్చారణ మరియు అర్థం Words, Pronunciation & Meaning	వ్యతిరేక పదం, ఉచ్చారణ అర్థం Opposite Words, Pronunciation & Meaning
ability (ఎబిలిటీ)సామర్థ్యం	inability (ఇనెబిలిటి) అసమర్థత
happy (హాపీ) సంతోషం	unhappy (అన్‌హాపీ) దుఃఖము
import (ఇంపోర్ట్) దిగుమతి	export (ఎక్స్‌పోర్ట్) ఎగుమతి

interior (ఇంటీరియర్) లోపలి | exterior (ఎక్స్‌టీరియర్) వెలుపలి
maximum (మాక్సిమమ్) అత్యధికము | minimum (మినిమమ్) అత్యల్పము
include (ఇంక్లూడ్) చేర్చుకొను | exclude (ఎక్స్‌క్లూడ్) తీసివేయు
junior (జూనియర్) చిన్న | senior (సీనియర్) పెద్ద
majority (మెజారిటీ) అధిక సంఖ్య | minority (మైనారిటీ) అల్ప సంఖ్య
optimist (ఆప్టిమిస్ట్) ఆశావాది | pessimist (పెసిమిస్ట్) నిరాశావాది
superior (సుపీరియర్) నాణ్యమైన | inferior (ఇన్ఫీరియర్) నాణ్యత లేని

అనేక పదాలకు వ్యతిరేక పదాలను తయారు చేయడానికి ఇతర పదాలను వెతుక్కోవలసివస్తుంది. అంటే భిన్న భిన్న పదాలుంటాయి. వాటి అర్థం పూర్తిగా భిన్నంగా వుంటుంది. దిగువ పదాలను చూడండి.

above (ఎబౌ) పైన | below (బిలో) క్రింద
accept (ఎక్సెప్ట్) స్వీకరించు | refuse (రెఫ్యూస్) తిరస్కరించు
acquire (అక్వైర్) సంపాదించు | lose (లూస్) పోగొట్టుకొను
ancient (ఏన్షియెంట్) ప్రాచీనము | modern (మోడర్న్) ఆధునికము
agree (అగ్రీ) అంగీకరించు | differ (డిఫర్) వ్యతిరేకించు
alive (అలైవ్) జీవించి వున్న | dead (డెడ్) చనిపోయిన
admire (అడ్మైర్) ప్రశంసించు | despise (డిస్పైజ్) నిందించు
barren (బారెన్) బంజరు | fertile (ఫెర్టైల్) పంటకు పనికివచ్చే
big (బిగ్) పెద్ద | small (స్మాల్) చిన్న
blunt (బ్లంట్) మొండి (పదును లేని) | sharp (షార్ప్) పదునైన
bold (బోల్డ్) సాహసి | timid (టిమిడ్) పిరికి
bright (బ్రైట్) ప్రకాశము | dim (డిమ్) మసక
broad (బ్రాడ్) వెడల్పయిన | narrow (నేరో) ఇరుకైన
civilised (సివిలైజ్డ్) నాగరికుడు | savage/barbaric (సేవేజ్/బార్బరిక్) అనాగరికుడు
care (కేర్) జాగ్రత్త | neglect (నెగ్లెక్ట్) నిర్లక్ష్యము
clean (క్లీన్) పరిశుభ్రము | dirty (డర్టీ) మురికి
confess (కన్ఫెస్) ఒప్పుకొను | deny (డినై) తిరస్కరించు
cool (కూల్) చల్లని | warm (వామ్) వెచ్చని
cruel (క్రూయల్) క్రూరమైన | merciful/kind (మెర్సిఫుల్/కైండ్) దయగల
domestic (డొమెస్టిక్) పెంపుడు | wild (వైల్డ్) ఆటవిక
difficult (డిఫికల్ట్) కఠినము | easy (ఈసీ) తేలికయిన
danger (డేంజర్) ప్రమాదము | safety (సేఫ్టీ) భద్రమయిన
dark (డార్క్) చీకటి | bright (బ్రైట్) ప్రకాశము
death (డెత్) మరణము | birth (బర్త్) జననము
debit (డెబిట్) అప్పు ఖాతా | credit (క్రెడిట్) జమ ఖాతా
early (ఎర్లీ) త్వరగా | late (లేట్) ఆలస్యము
earn (ఎర్న్) సంపాదించు | spend (స్పెండ్) ఖర్చుపెట్టు
empty (ఎంప్టీ) ఖాళీ | full (ఫుల్) నిండుగా వున్న
enjoy (ఎంజాయ్) ఆనందించు | suffer (సఫర్) బాధపడు
freedom (ఫ్రీడమ్) స్వాతంత్ర్యము | slavery (స్లేవరీ) దాసత్వము

fierce (ఫియర్స్) ఉగ్రమైన
false (ఫాల్స్) అబద్ధము
fat (ఫాట్) లావు
fine (ఫైన్) మేలి రకము
foolish (ఫూలిష్) మూర్ఖత
fresh (ఫ్రెష్) తాజా
fear (ఫియర్) భయము
guilty (గిల్టీ) దోషి
gain (గెయిన్) లాభము
good (గుడ్) మంచి
guide (గైడ్) మంచి
handsome (హ్యాండ్‌సమ్) అందమయిన
high (హై) ఎత్తు
humble (హంబుల్) వినయము
honour (ఆనర్) గౌరవము
joy (జాయ్) ఆనందము
knowledge (నాలెడ్జ్) జ్ఞానము
kind (కైండ్) దయ
lie (లై) అబద్ధము
little (లిటిల్) కొంచెము
masculine (మాస్క్యులిన్) పుంలింగము
make (మేక్) తయారుచేయు
natural (నేచురల్) ప్రాకృతికము
noise (నాయిస్) శబ్దము
oral (ఓరల్) మౌఖికము
pride/arrogance (ప్రైడ్/అరొగన్స్) అహంకారము
permanent (పర్మనెంట్) శాశ్వతము
presence (ప్రెసెన్స్) ఉపస్థితి
profit (ప్రాఫిట్) లాభము
prose (ప్రోస్) గద్యము
quick (క్విక్) వేగము
receive (రిసీవ్) తీసుకొను
reject (రిజెక్ట్) తిరస్కరించు
ripe (రైప్) పండిన
rough (రఫ్) గరకు
remember (రిమెంబర్) గుర్తుంచుకొను
rich (రిచ్) ధనవంతుడు
superior (సుపీరియర్) నాణ్యమైన
sharp (షార్ప్) గిరాకీ
thick (థిక్) దళసరి
tragedy (ట్రాజిడీ) దుఃఖాంతము
universal (యూనివర్సల్) సార్వజనీనము

gentle (జెంటిల్) సౌమ్యమైన
true (ట్రూ) నిజము
thin (థిన్) సన్నము
coarse (కోర్స్) చవుకబారు
wise (వైస్) తెలివైన
stale (స్టేల్) నిల్వయైన
courage (కరేజ్) సాహసము
innocent (ఇన్నొసెంట్) నిర్దోషి
loss (లాస్) నష్టము
bad (బాడ్) చెడ్డ
misguide (మిస్‌గైడ్) తప్పుదోవ పట్టించు
ugly (అగ్లీ) అందవికారమైన
low (లో) లోతు
proud/arrogant (ప్రౌడ్/ఆరోగంట్) గర్విష్ఠి
dishonour (డిసానర్) అగౌరవము
sorrow (సారో) విచారము
ignorance (ఇగ్నొరెన్స్) అజ్ఞానము
cruel (క్రూయల్) క్రూరము
truth (ట్రూత్) నిజము
much (మచ్) ఎక్కువ
feminine (ఫెమినైన్) స్త్రీలింగము
mar (మార్) నాశనము చేయు/break (బ్రేక్) విరుగగొట్టు
artificial (ఆర్టిఫిషియల్) కృతకము
silence (సైలెన్స్) నిశ్శబ్దము
written (రిటెన్) వ్రాత పూర్వకము
humility (హ్యూమిలిటి) వినమ్రత
temporary (టెంపొరరీ) తాత్కాలికము
absence (అబ్సెన్స్) అనుపస్థితి
loss (లాస్) నష్టము
poetry (పొయిట్రీ) పద్యము
slow (స్లో) నెమ్మది
give (గివ్) ఇచ్చు
accept (అక్సెప్ట్) స్వీకరించు
raw (రా) పచ్చిగా/పసిరి
smooth (స్మూత్) నున్నని
forget (ఫర్గెట్) మరచిపోవు
poor (పూర్) పేద
inferior (ఇన్ఫీరియర్) నాణ్యత లేని
dull (డల్) మందకొడి
thin (థిన్) పలుచని
comedy (కామెడీ) సుఖాంతము
particular (పర్టిక్యులర్) వ్యక్తిగత

victory (విక్టరీ) విజయము
wild (వైల్డ్) ఆటవిక
weak (వీక్) బలహీనము
wisdom (విస్‌డమ్) పరిజ్ఞానము
youth (యూత్) యువకుడు

defeat (డిఫీట్) పరాజయము
tame/domestic (టేమ్/డొమెస్టిక్) సాధువైన
strong (స్ట్రాంగ్) దృఢము
folly (ఫాలీ) మూర్ఖత్వము
aged (ఏజ్డ్) ముదుసలి

జాతీయతను తెలిపే పదాలు
(WORDS DENOTING NATIONALITY)

తెలుగులో వివిధ దేశాలలో నివసించే వారిని చైనీయులు, బర్మీయులు, అమెరికనులు, రష్యావారు అని అంటారు. వీరిని ఇంగ్లీషులో చైనీస్, బర్మీస్, అమెరికన్స్, రష్యన్స్ అంటారు. ఇంగ్లీషు నేర్చుకొనేవారు వివిధ దేశములు, ఆ దేశములందు నివసించే వారిని ఏమంటారో క్రింది పదముల ద్వారా తెలుసుకోవాలి.

దేశం **Countries**	నివాసి **Inhabitants**	దేశం **Countries**	నివాసి **Inhabitants**
America (అమెరికా)	American (అమెరికన్)	Iraq (ఇరాక్)	Iraqi (ఇరాకి)
Argentina (అర్జెంటీనా)	Argentine (అర్జెంటీన్)	Ireland (ఐర్లాండ్)	Irish (ఐరిష్)
Belgium (బెల్జియమ్)	Belgian (బెల్జియన్)	Israel (ఇజ్రాయిల్)	Israeli (ఇజ్రేలి)
Bhutan (భూటాన్)	Bhutanese (భూటానీస్)	Italy (ఇటలీ)	Italian (ఇటాలియన్)
Burma (బర్మా)	Burmese (బర్మీస్)	Kuwait (కువైట్)	Kuwaiti (కువైటి)
Canada (కెనడా)	Canadian (కెనడియన్)	Malaya (మలయా)	Malayan (మలేయన్)
Ceylon (సిలోన్)	Ceylonese (సిలోనీస్)	Morocco (మొరాకో)	Moroccan (మొరాక్కన్)
China (చీనా)	Chinese (చైనీస్)	Nepal (నేపాల్)	Nepalese (నేపాలీస్)
Egypt (ఈజిప్ట్)	Egyptian (ఈజిప్షియన్)	Pakistan (పాకిస్తాన్)	Pakistani (పాకిస్తాని)
England (ఇంగ్లాండ్)	English (ఇంగ్లీష్)	Pollan (పోలెండ్)	Pole (పోల్)
France (ఫ్రాన్స్)	French (ఫ్రెంచ్)	Russia (రష్యా)	Russian (రష్యన్)
Greece (గ్రీస్)	Greek (గ్రీక్)	Sweden (స్వీడన్)	Swede (స్వీడ్)
India (ఇండియా)	Indian (ఇండియన్)	Turkey (టర్కీ)	Turk (టర్క్)
		Yugoslavia (యుగోస్లావియా)	Yugoslav (యుగోస్లావ్స్)

కొన్ని ముఖ్యమైన నుడికారములు
(SOME IMPORTANT PHRASES)

కొన్ని నుడికారములు జంటపదములతో ఏర్పడతాయి. వీటిని ఉపయోగించేటప్పుడు యథాతథంగా వాడాలి. పదాలు వెనుక ముందు కాకూడదు. ఇటువంటి నుడికారముల ప్రయోగముతో భావ ప్రకటన మరింత విస్పష్టము అవుతుంది.

1. **Again and again**—(అగైన్ అండ్ అగైన్) - మాటి మాటికి.
   We shouldn't commit mistakes again and again—మనం మాటి-మాటికి తప్పులు చేయరాదు.
2. **Now and again**—(నౌ అండ్ ఎగైన్) - అప్పుడప్పుడు.
   Now and again a genius is born—ప్రతిభావంతులు అప్పుడప్పుడు జన్మిస్తారు.
3. **All in all**—(ఆల్ ఇన్ ఆల్) - మొత్తమంతా/మొత్తం.
   In his sister's marriage, Mohan was all in all—తన చెల్లెలు పెళ్ళికి మొత్తం ఖర్చులు మోహన్ చూశాడు.

4. **All and sundry**—(ఆల్ అండ్ సండ్రి) - **వ్యక్తిగతంగా మరియు సామూహికంగా వచ్చినవారు.**
All and sundry came to the meeting—అనేక మంది వ్యక్తిగతంగాను మరియు సామూహికంగా సభకు హాజరైనారు.

5. **Back and belty**—(బాక్ అండ్ బెల్టీ) - **కూడు గుడ్డ.**
The days have gone when the problems of a labourer concerned only back and belty—కార్మికులకు కూడు, గుడ్డ కోసం పాట్లు పడే రోజులు వెళ్ళిపోయాయి.

6. **Bag and Baggage** —(బ్యాగ్ అండ్ బ్యాగేజ్) - **మొత్తం సామాను (మూటా ముల్లె).**
The British left India in 1947 bag and baggage—బ్రిటిష్ వారు 1947 లో తమ మూటా ముల్లె (మొత్తం సామాను) తీసుకొని భారతదేశం వదలి వెళ్ళిపోయారు.

7. **Before and behind**—(బిఫోర్ అండ్ బిహైండ్) - **ముందుండి**
In World War II our soldiers fought before and behind—రెండవ ప్రపంచ యుద్ధంలో మన సైనికులు సరిహద్దులో ముందుండి యుద్ధం చేసారు.

8. **Betwixt and between**—(బిట్విక్స్ట్ అండ్ బిట్వీన్) **చెరిసగము**
Whatever they earn, they will share betwixt and between—వాళ్ళు సంపాదించిన దానిలో చెరిసగము తీసుకుంటారు.

9. **Bread and butter**—(బ్రెడ్ అండ్ బటర్) - **జీవనాధారము/బ్రతుకు తెరువు.**
One should be satisfied if one gets bread and butter these days—ఈ రోజుల్లో ఎవరికయినా బ్రతుకుతెరువు లభిస్తే దాంతో సంతోషపడటం మంచిది.

10. **Fetch and carry**—(ఫెచ్ అండ్ కారీ) - **సేవకుడుగ నుండు (ఎక్కువ హోదాలో వుండు).**
I'm content to fetch and carry, for uneasy lies the head that wears a crown—చిన్న తరహా ఉద్యోగిగా ఉండటమే నాకిష్టం. ఎందుకంటే హోదాలో వున్నవారికి నిద్ర కూడా ఉండదు.

11. **Goods and chattel**—(గూడ్స్ అండ్ ఛాటెల్) - **చరాస్తి.**
We bought goods and chatter when we migrated to India—మేము భారతదేశానికి వచ్చినపుడు చరాస్తి కొన్నాము.

12. **Chock-a-block** —(ఛోక్-ఎ-బ్లాక్) - **క్రిక్కిరిసిన, వంకర టింకర.**
Chock-a-block houses have made Indian cities ugly—వంకర టింకరగా కట్టిన ఇళ్ళతో భారతదేశపు పట్టణాలు అంద విహీనంగా వుంటాయి.

13. **Pick and choose**—(పిక్ అండ్ ఛూజ్) - **జాగ్రత్తగా ఎంపిక చేయు.**
We must pick and choose our career before it is too late—సమయం వున్నప్పుడు మన వృత్తిని జాగ్రత్తగా ఎంపిక చేసుకోవాలి.

14. **Every now and again**—(ఎవ్విరి నౌ అండ్ ఎగైన్) - **తరచు, మధ్య మధ్య.**
She comes to see me every now and again—ఆమె నన్ను చూడటానికి తరచు వస్తుంటుంది.

15. **See eye to eye**—(సీ ఐ టు ఐ) - **పూర్తిగా ఏకీభవించు**
He doesn't see eye to eye with me on many issues—అతను అనేక విషయాలలో నాతో పూర్తిగా ఏకీభవించడు.

16. **Face to face** —(ఫేస్-టు ఫేస్) - **ముఖాముఖీ.**
We have had a face to face talk, so now we can understand each other's point of view—మేము ముఖాముఖీ మాట్లాడుకున్నాము. దాని వల్ల ఒకరినొకరం అర్థం చేసుకోగలిగాము.

17. **Fair and square**—(ఫెయిర్ అండ్ స్క్వేర్) - **కల్లా కపటం లేకుండా.**
Let all our actions be fair and square—మన పనులన్నీ కల్లా కపటం లేకుండా ఉండాలి.

18. **Fee-faw-fum**—(ఫీ-ఫా-ఫమ్) - **పిల్లలను భయపెట్టే పొలి కేకలు.**
India is not to be cowed down by Pakistan's fee-faw-fum—పాకిస్తాను దేశము చేసే చిన్నపిల్లల పొలికేకలకు భారతదేశం భయపడదు.

19. **Flux and reflux**—(ఫ్లక్స్ అండ్ రిఫ్లక్స్) - **వాద వివాదము.**
There was a great flux and reflux in the drawing room—వరాండాలో చాలా సేపు వాద వివాదాలు జరిగాయి.

20. **Give and take**—(గివ్ అండ్ టేక్) - **ఇచ్చి పుచ్చుకొను.**
It's always give and take in life—జీవితంలో ఇచ్చి పుచ్చుకోవటం సహజం.

21. **Goody-goody**—(గూడి-గూడి) - **మంచితనము నటించు.**
The world is full of goody-goody people, but hardly a good man—ప్రపంచమంతా పైకి మంచి మనుషులతో నిండి ఉన్నట్లు కనబడుతుంది. కాని మంచి మనిషి అతి కష్టంమీద దొరుకుతాడు.

22. **Hand in hand**—(హ్యాండ్ ఇన్ హ్యాండ్) - **చేయి చేయి కలిపి.**
They walked hand in hand—వారు చేయి చేయి కలిపి (అనగా సద్భావముతో) నడిచారు.

23. **Haves and have-nots**—(హావ్స్ అండ్ హావ్-నాట్స్) - **ధనికులు, పేదలు.**
There has always been a conflict between the haves and have-nots—ఎప్పుడూ ధనికులు-బీదల మధ్య వివాదం జరుగుతూనే ఉంటుంది.

24. **Hodge-podge**—(హాజ్-పాజ్) - **అస్తవ్యస్తము/కదంబము.**
While trying his hand at cooking for the first time, he made a hodge-podge of everything—(మొదటి సారి వంట చేసే ప్రయత్నంలో అతడు మొత్తం వంట అస్తవ్యస్తం చేసాడు.

25. **Humpty-dumpty**—(హంప్టీ-డంప్టీ) - **కూలిపోయేటట్లు ఉండు.**
Capitalism is humpty-dumpty these days—సామ్రాజ్యవాదము ఇప్పుడు కూలిపోయేలా వుంది.

26. **Ins and outs**—(ఇన్స్ అండ్ ఔట్స్) - **అతి చిన్న విషయములను కూడా తెలిసికొనుట.**
He knows all the ins and outs of this profession—అతనికి ఈ వ్యాపారంలోని ప్రతి చిన్న విషయం కూడా తెలుసు.

27. **Law and order**—(లా అండ్ ఆర్డర్) - **శాంతి భద్రతలు.**
There cannot be any democracy without law and order—శాంతి భద్రతలు లేకుంటే ప్రజాస్వామ్యానికి మనుగడ లేదు.

28. **Off and on**—(ఆఫ్ అండ్ ఆన్) - **అప్పుడప్పుడు.**
He comes to your shop off and on—అతను మీ దుకాణానికి అప్పుడప్పుడు వస్తుంటాడు.

29. **Rain or shine**—(రెయిన్ ఆర్ షైన్) - **ఎండా వాన.**
Rain or shine, we must attend to our duties—ఎండయినా వానయినా మనం ఆఫీసుకి వెళ్ళితీరాలి.

30. **Really and truly**—(రియలి అండ్ ట్రూలీ) - **ముమ్మాటికీ, కచ్చితముగా.**
Really and truly, I'll do your work—కచ్చితంగా నేను నీ పని చేసిపెడతాను.

31. **Tit for tat**—(టిట్ ఫర్ టాట్) - **దెబ్బకు దెబ్బ.**
Tit for tat cannot end a dispute—దెబ్బకు దెబ్బ వివాదాన్ని పరిష్కరించదు.

32. **Tittle-tattle**—(టిటల్-టాటల్) - **ఉబుసుపోక కబుర్లు.**
We just waste time in tittle-tattle—ఉబుసుపోక కబుర్లతో మనకు సమయం నష్టమవుతుంది.

33. **Ups and downs**—(అప్స్ అండ్ డౌన్స్) - **ఒడిదుడుకులు.**
The great men rise through the ups and downs of life—మహాపురుషులు జీవితంలోని ఒడిదుడుకుల నుండి బయటకు నెట్టుకు వస్తారు.

తికమకలు పెట్టే పదాలు
(WORDS WHICH COMMONLY CONFUSE)

ఏ భాషలోనయినా సందర్భోచితమైన పదాలను వాడటం తప్పనిసరి. దీనికి భాషాజ్ఞానం ఎంతయినా అవసరం. పదాలను ఉపయోగించే ముందు వాటి అర్థాన్ని బాగా తెలుసుకోవాలి. కొన్ని పదాలు భిన్నంగా వున్నా వాటి అర్థాలు దాదాపు సమానంగా వుంటాయి. ఇటువంటి పదాలను మననం చేయండి. అవసరాన్నిబట్టి సరయిన పదాన్ని ప్రయోగించండి.

1. **admit**—(అడ్మిట్) - నిజమని అంగీకరించు
   confess—(కన్ఫెస్) - తప్పును ఒప్పుకొను
   (a) I *admit* that you are abler than I am—నీవు నాకంటే యోగ్యుడవని నేను అంగీకరిస్తున్నాను.
   (b) He *confessed* his guilt before the judge—అతను జడ్జి ముందు తన తప్పు ఒప్పుకున్నాడు.

2. **among**—(అమాంగ్) - ఇద్దరికంటె ఎక్కువ వ్యక్తుల మధ్య
   between—(బిట్వీన్) - వేర్వేరు వ్యక్తులు లేదా వస్తువుల మధ్య
   (a) The property was divided *among* four children—ఆస్తిని నలుగురు పిల్లలకు పంచారు.
   (b) The property was divided *between* two children—ఆస్తిని ఇద్దరి పిల్లలకు పంచారు.

3. **amount**—(అమౌంట్) - ఒక్కటొక్కటిగా లెక్కింప వీలు కాని
   number—(నంబర్) - ఒక్కటొక్కటిగా లెక్కింప వీలయిన
   (a) A large *amount* of rice was delivered to the store-house—స్టోరుకు బియ్యాన్ని ఎక్కువ మొత్తంలో యిచ్చారు.
   (b) A large *number* of bags of rice was delivered—బియ్యం బస్తాలు అనేకం యిచ్చారు.

4. **anxious**—(ఏంక్షస్) - ఆతురత
   eager—(ఈగర్) - కుతూహలము
   (a) We were *anxious* about his health—అతని ఆరోగ్యము గురించి మాకు ఆతురతగా ఉంది.
   (b) We are *eager* to see him healthy again—అతన్ని ఆరోగ్యంగా చూడాలని కుతూహలంగా వుంది.

5. **apt**—(అప్ట్) - ప్రవృత్తి (అలవాటు) (*adjective*)
   liable—(లయబుల్) - బాధ్యత గల (*adjective*)
   (a) He is *apt* to get into mischief—అల్లరి చేయటం అతని ప్రవృత్తి.
   (b) If you drive rashly, you are *liable* to a heavy fine—నువ్వు వేగంగా కారు నడిపితే జుర్మానాకు బాధ్యుడవవుతావు.

6. **artisan**—(ఆర్టిసాన్) - హస్తకళలో నిపుణుడు
   artist—(ఆర్టిస్ట్) - కళాకారుడు
   (a) That carpenter is a good *artisan*—ఆ వడ్రంగి కర్ర పనిలో మంచి నిపుణుడు.
   (b) Kalidas was a good *artist*—కాళిదాసు మంచి కళాకారుడు.

7. **as**—(యాజ్) - విధము
   like—(లైక్) - విధము/మాదిరి.
   (a) Do *as* I do, not *as* I say—(నేను చెప్పినట్లు కాక నేను ఏ విధంగా చేస్తానో ఆ విధంగా చేయి.
   (b) Try not to behave *like* a child—పిల్లల మాదిరి వ్యవహరించడానికి ప్రయత్నించకు.

8. **audience**—(ఆడియన్స్) - శ్రోతలు
   spectators —(స్పెక్టేటర్స్) - ప్రేక్షకులు
   (a) The speaker bored the *audience* with his long speech—తన పెద్ద ఉపన్యాసంతో వక్త శ్రోతలను విసుగెత్తించాడు.
   (b) The slow hockey game bored the *spectators*—మిక్కిలి నెమ్మదిగా ఆడిన హాకీ ఆట ప్రేక్షకులను విసుగెత్తించింది.

9. **better**—(బెటర్) - ఇదివరకటి కంటే మెరుగైన
   well—(వెల్) - సంపూర్ణ ఆరోగ్యము

(a) She is *better* today than she was a week ago—వారం రోజుల క్రితం కంటే ఆమె యిప్పుడు ఆరోగ్యంగా వుంది.

(b) In a month or two she will be quite *well*—ఒకటి రెండు నెలల్లో ఆమె పూర్తిగా కోలుకుంటుంది.

10. **both**—(బోత్) - ఇద్దరూ
each —(ఈచ్) - ప్రతి ఒక్కరూ

(a) *Both* the sisters are beautiful—అక్క చెల్లెళ్ళిద్దరూ అందంగా ఉంటారు.

(b) *Each* girl has a new book—ప్రతి ఒక్క బాలిక వద్ద కొత్త పుస్తకమున్నది.

11. **bring**—(బ్రింగ్) - తీసుకువచ్చు
take—(టేక్) - తీసుకు వెళ్ళు

(a) *Bring* a bread from the bazaar—బజారు నుండి బ్రెడ్ తీసుకు రా.

(b) *Take* your breakfast with you when you go to the school—బడికి వెళ్ళేటప్పుడు నీ టిఫిన్‌బాక్స్ తీసుకు వెళ్ళు.

12. **can**—(కెన్) - శారీరకంగా సమర్థుడు
may—(మే) - ఆజ్ఞ లేక అనుమతి అర్థంలో

(a) She is so weak that she *cannot* walk—ఆమె నడవలేనంత నీరసంగా ఉంది.

(b) *May* I come in—నేను లోపలికి రావచ్చునా?

13. **climate**—(క్లైమేట్) - శీతోష్ణత
weather—(వెదర్) - వాతావరణ స్థితి

(a) I like the *climate* of Shimla more than that of Dehradun—డెహ్రాడూన్ కంటే సిమ్లా శీతోష్ణ స్థితి నాకు బాగుంటుంది.

(b) The *weather* was stormy—వాతావరణం గాలి దుమారంగా వుంది.

14. **couple**—(కపుల్) - జత, జంట
pair—(పెయిర్) - జోడు, జత

(a) Two *couples* remained on dance floor—వేదిక మీద రెండు నర్తకుల జంటలు వున్నాయి.

(b) I have a new *pair* of shoes—నా దగ్గర రెండు జతల బూట్లు వున్నాయి.

15. **despise**—(డిస్‌పైస్) - తృణీకరించు[1]
detest—(డిటెస్ట్) - అసహ్యించు

(a) Some people *despise* the poor[2]—కొందరు బీదవాళ్ళను తృణీకరిస్తారు.

(b) I *detest* hot weather—ఎండంటే నాకు సరిపడదు.

16. **each other**—(ఈచ్ అదర్) - ఒకరిని ఒకరు
one another—(వన్ అనదర్) - ఒకరికొకరు

(a) Kavita and Savita have known *each other* for ten years—కవిత, సవిత పదేళ్ళ నుంచి ఒకరినొకరు ఎరుగుదురు.

(b) These four girls have known *one another* for ten years—ఈ నలుగురు బాలికలకు ఒకరికొకరు పదేళ్ళ నుంచి పరిచయముంది.

17. **former**—(ఫార్మర్) - ఇద్దరిలో మొదటి
latter—(లాటర్) ఇద్దరిలో రెండవ

(a) The *former* half of the film was dull—సినిమా మొదటి సగం డల్‌గా ఉంది.

(b) The *latter* half of the film was interesting—సినిమా రెండవ భాగం ఉల్లాసంగా ఉంది.

18. **habit**—(హాబిట్) - అలవాటు
custom—(కస్టమ్) - ఆచారము

(a) Gambling is a *habit* with him—అతనికి పేకాట ఆడే అలవాటుంది.

(b) It is a *custom* among Hindus to cremate the dead—హిందువులలో చనిపోయినవారిని కాల్చేసే ఆచారం వుంది.

19. **if**—(ఇఫ్) - అయిన ఎడల
whether—(వెదర్) - వికల్ప సూచక అవ్యయము

(a) She'll get through the examination *if* she works hard—ఆమె కష్టించి చదివినయెడల తప్పక పాసవుతుంది.

(b) She asked me *whether* I intended to go to cinema—ఆమె నన్ను సినిమా చూడాలనుకుంటున్నావా అని అడిగింది.

20. **if it was**—(ఇఫ్ ఇట్ వాస్) - అలా ఉన్నట్టయితే
if it were—(ఇఫ్ ఇట్ వర్) - అలా ఉండి ఉంటే

---

1. తృణీకరించు, అసహ్యించు రెండు మాటలు వేర్వేరు.
2. Poor పదం ఏకవచనంలోనూ, బహువచనంలోను ఒకేలా వుంటుంది.

(a) *If it was* there in the morning, it should be there now—అది ఉదయం అక్కడ ఉన్నట్టయితే ఇప్పుడు కూడా అక్కడే ఉంటుంది.

(b) *If* I *were* the Prime Minister of India, I would remove poverty—నేనం ప్రధాన మంత్రినయి ఉంటే బీదరికాన్ని రూపుమాపు తాను.

21. **in**—(ఇన్) - లోపల (కదలి ఉండదు)

into—(ఇన్టు) - లోపల (ఒక స్థలం నుండి మరో స్థలానికి కదలిక)

(a) The papers are *in* my drawer—కాగితాలు నా డ్రాయరులో వున్నాయి.

(b) You put the papers *into* my drawer—నువ్వు కాగితాలను నా డ్రాయరులో పెట్టు.

22. **learn**—(లెర్న్) - నేర్చుకొను

teach—(టీచ్) - బోధించు, నేర్పు

(a) They *learn* to read English—వాళ్ళు ఇంగ్లీషు చదవడం నేర్చుకుంటున్నారు.

(b) They *teach* English—వారు ఇంగ్లీషు నేర్పు తారు.

23. **leave**—(లీవ్) - వదలిపెట్టు (ముఖ్య క్రియ)

let—(లెట్) అనుమతించు (సహాయక క్రియ)

(a) *Leave* this room at once—వెంటనే గది ఖాళీ చేసి వెళ్ళు.

(b) *Let* me go now—నన్ను ఇప్పుడు వెళ్ళనియ్యి.

24. **legible**—(లెజిబుల్) - చదువుటకు వీలయిన

readable—(రీడబుల్) - చదువ తగిన

(a) Your handwriting is not *legible*—(నీ చేతి వ్రాత చదువుటకు వీలుగా లేదు.

(b) This book, being on technial subject, is not *readable*—సాంకేతిక విషయాల గురించిన ఈ పుస్తకం చదవ బుద్ధి కావటం లేదు.

25. **many**—(మెనీ) - అనేకమైన, పెక్కు

much—(మచ్) - హెచ్చు మొత్తము

(a) There were *many* students in the class—తరగతిలో అనేక మంది విద్యార్థులున్నారు.

(b) We haven't *much* milk—మా దగ్గర ఎక్కువ పాలు లేవు.

26. **may**—(మే) - జరుగవచ్చును (సంభావన) (Past tense) వర్తమానకాలము

might—(మైట్) - జరుగవచ్చును (సంభావన) (Past tense) భూతకాలము

(a) He *may* come today—ఆయన ఇవ్వాళ రావచ్చును.

(b) He *might* have come if you had written a letter—నీవు ఉత్తరం వ్రాసుంటే ఆయన వచ్చి వుండును.

27. **patron**—(పేట్రన్) - పోషకుడు

customer—(కస్టమర్) - ఖాతాదారుడు

(a) The artist thanked his *patrons* who eagerly awaited his paintings—కళాకారుడు తన చిత్ర ములకై కుతూహలంగా వేచి వుండే పోషకులకు కృతజ్ఞతలు తెలిపాడు.

(b) The shopkeeper attended his *customers*—కొట్టువాడు తన ఖాతాదారులకు సామాన్లు యిచ్చాడు.

28. **people**—(పీపుల్) - ప్రజలు (సంఘ రూపంలో ఉన్న వ్యక్తులు)

persons—(పెర్సన్స్) - వ్యక్తులు (వేర్వేరు వ్యక్తులు)

(a) The *people* of India were poor—భారతదేశపు ప్రజలు బీదవారు.

(b) Only thirteen *persons* remained in the cinema-hall after the interval—ఇంటర్వెల్ తర్వాత 13 గురు వ్యక్తులు మాత్రమే హాలులో ఉన్నారు.

29. **recruitment**—(రిక్రూట్‌మెంట్) - భర్తీ చేయు (*noun*).

employment—(ఎంప్లాయ్‌మెంట్)-ఉద్యోగము (*noun*)

(a) The *recruitment* of soldiers is going on—సైనికులమ భర్తీ చేసుకున్నారు.

(b) Suman is in search of *employment*—సుమన్ ఉద్యోగం వెతుకున్నాడు.

30. **rob**—(రాబ్) - ఇతరుల నుండి వస్తువులను బలవంతంగా లాగుకొనుట

steal—(స్టీల్) - దొంగిలించు

(a) The robbers *rob* wayfarers usually at night—సాధారణంగా దొంగలు రాత్రిపూట దోచుకుంటారు.

(b) Bad boys *steal* books of their class-fellows—చెడ్డ పిల్లలు తోటి విద్యార్థుల పుస్తకాలను దొంగిలిస్తారు.

31. **shall**—(షల్) - భవిష్యత్ కాలంలో I, we ల కూడా వచ్చే సహాయక క్రియ. ఉదా.: I, shall, we shall.
will—(విల్) - భవిష్యత్‌కాలంలో he, she, it, they, you లతో వచ్చే సహాయక క్రియ. ఉదా.: he will, they will; నిశ్చయంగా చెప్పేటప్పుడు shall, will తమలో తాము మారతాయి.
(a) I *will* reach in time—నేను సరిగ్గా సమయానికి చేరుకుంటాను.
(b) You *shall* not reach in time—నువ్వు సమయానికి రావు.

32. **state**—(స్టేట్) - వ్యక్తము చేయు
say—(సే) - చెప్పు
(a) Indian ambassador *stated* the terms for a cease-fire agreement—భారత రాయబారి యుద్ధమును ఆపటానికి నియమాలను వ్యక్తం చేసారు.
(b) You *say* that you won't complete the job—పని పూర్తి చేయలేనని చెబుతున్నావా?

33. **stay**—(స్టే) - నివసించు
stop—(స్టాప్) - నిలిపివేయు
(a) We *stayed* at the hotel for two days only—మేము హోటలులో రెండు రోజులు మాత్రమే ఉన్నాము.
(b) We *stopped* the work and returned home—మేము పని నిలిపివేసి ఇంటికి వెళ్ళిపోయాము.

34. **tender**—(టెండర్) - సమర్పించు, ఇచ్చు
give—(గివ్) - ఇచ్చు
(a) On the orders of his boss, he *tendered* an apology for his misbehavior—తన అధికారి ఆజ్ఞ మేరకు అతను తన దుష్ప్రవర్తనకు క్షమాపణ సమర్పించాడు.
(b) He *gave* testimony readily before the Jury—అతను న్యాయస్థానంలో స్వేచ్ఛాపూర్వకంగా ప్రమాణం చేసాడు.

35. **testimony**—(టెస్టిమొని) - సాక్ష్యము (మౌఖికంగా), ప్రమాణము
evidence—(ఎవిడెన్స్) - ప్రమాణము (లిఖితము లేక మౌఖికము)
(a) He readily gave *testimony* to the jury—న్యాయస్థానంలో అతను స్వయంగా సాక్ష్యం చూపించాడు.
(b) The defendant presented written *evidence* to prove that he was not present at the scene—ప్రతివాది ఆ సంఘటన జరిగినప్పుడు అక్కడ లేనని రుజువు చేసేందుకు వ్రాతపూర్వకమైన ప్రమాణము చూపించాడు.

36. **win**—(విన్) - ఆటలో గెలుపొందు
beat—(బీట్) - రెండవ ఆటగాణ్ణి ఓడించు
(a) Hurrah! We *won* the match—వాహ్! మేము మ్యాచ్ నెగ్గాము.
(b) I *beat* you while playing cards—నేను పేకాటలో నిన్ను ఓడిస్తాను.

ఇంగ్లీషులో అనేక పదాలు వాడుకలో వున్నాయి. వాటి ఉచ్చారణ ఒకేలా వుంటుంది. కాని వాటి అర్థం వేరు. బాగా చదువుకున్న వారు కూడా వీటి విషయంలో పొరబడుతుంటారు. మీరు ఇంగ్లీషులో ఎంత పండితులయినా ఈ తప్పులను సరి చేసుకోకపోతే నవ్వుల పాలవుతారు. ఈ పదాల అర్థ భేదం బాగా జ్ఞాపకముంచుకోండి.

37. **accept**—(అక్సెప్ట్) - స్వీకరించు (*verb*).
except—(ఎక్సెప్ట్) - మినహా (*prep*).
(a) He *accepted* my advice in this matter—ఈ విషయంలో అతను నా సలహా స్వీకరించారు.
(b) The entire staff *except* juniors has been called—చిన్న ఉద్యోగస్తులు మినహా తక్కిన ఉద్యోగులందరిని పిలిచారు.

38. **access**—(అక్సెస్) - సమీపించు (*noun*).
excess—(ఎక్సెస్) - అదనము/మితి మీరి (*noun*).
(a) He was a poor man and had no *access* to the higher authorities—అతను బీదవాడు. పెద్ద అధికారులను అతడు సమీపించలేడు.
(b) *Excess* of everything is bad—ఏదేని మితిమీరి ఉండుట మంచిది కాదు.

39. **adapt**—(అడాప్ట్) - అనుకూలముగా చేయు (*verb*).
adopt—(అడెప్ట్) - దత్తత చేసికొను (*verb*).

adept—(ఆడెప్ట్) నిపుణుడు *(adjective).*

(a) One must learn to *adapt* oneself to circumstances —ప్రతి వ్యక్తి తన్ను తాను పరిస్థితులకు అనుకూలంగా మార్చుకోవడం నేర్చుకోవాలి.

(b) He *adopted* a child from orphanage—అతడు అనాథాశ్రమము నుండి ఒక బిడ్డను దత్తత తీసుకున్నాడు.

(c) He is an *adept* carpenter—అతను నిపుణుడైన వడ్రంగి.

40. **addition**—(అడిషన్) - సంకలనము, చేర్పు *(noun)*
edition—(ఎడిషన్) - ప్రతి, ముద్రణము *(noun)*

(a) Some alterations and *additions* have been made in this book—ఈ పుస్తకంలో కొన్ని మార్పులు, చేర్పులు జరిగాయి.

(b) Third and latest *edition* of the Bhagavad Gita has been published—భగవద్గీత మూడవ మరియు కొత్త ప్రతి ప్రచురింపబడింది.

41. **adverse**—(ఎడ్వర్స్) - హానికరమైన, దురదృష్టకరమైన *(adjective)*
averse—(ఎవర్స్) - ఇష్టపడని *(adjective)*

(a) True friends never leave in *adverse* conditions—నిజమైన స్నేహితులు దురదృష్టకర పరిస్థితులలో వదలిపెట్టరు.

(b) In modern times, most of the students are *averse* to hard work—ఈ రోజుల్లో ఎక్కువ మంది విద్యార్థులు కష్టపడి చదవడానికి ఇష్టపడటం లేదు.

42. **affect**—(అఫెక్ట్) - ప్రభావితము చేయు *(verb)*
effect—(ఎఫెక్ట్) - ప్రభావము *(noun)*
effect—(ఎఫెక్ట్) - నిర్వహించు, సాధించు *(verb)*

(a) Your behaviour should *affect* others —నీ ప్రవర్తన ఇతరులను ప్రభావితము చేసేదిగా వుండాలి.

(b) His speech didn't produce any *effect* on the audience—అతని ఉపన్యాసము సభికులపై ఏ ప్రభావము చూపలేదు.

(c) The old rule is still in *effect*—పాత నియమము ఇప్పటికీ అమలులో వుంది.

43. **all ready**—(ఆల్ రెడీ) - అందరూ, అన్నీ సిద్ధము
already—(ఆల్‌రెడీ) - ముందు నుంచే

(a) We were *all ready* to go when the class-teacher arrived—టీచరు క్లాసులోకి వచ్చేటప్పటికి మేమందరమూ వెళ్ళడానికి సిద్ధంగా ఉన్నాము.

(b) We had *already* begun writing when the class-teacher arrived—ఉపాధ్యాయుడు తరగతిలోకి రాకముందే మేము వ్రాయడం ప్రారంభించాము.

44. **all together**—(ఆల్ టుగెదర్) - అందరూ కలసి
altogether—(ఆల్‌టుగెదర్) - పూర్తిగా, మొత్తముమీద

(a) The boys and girls sang *all together*—బాలబాలికలందరూ కలసి పాడారు.

(b) This was *altogether* strange for a person of my type—నా లాంటి వ్యక్తికి ఈ విషయం పూర్తిగా ఆశ్చర్యకరమైంది.

45. **all ways**—(ఆల్ వేస్) - అన్ని వైపులా, అన్ని విధాల
always—(అల్వేస్) - ఎల్లప్పుడు

(a) The scheme was in *all ways* acceptable to the masses—ఈ ప్రణాళిక అన్ని విధాల ప్రజలకు ఆమోద యోగ్యమైనది,

(b) *Always* help the poor—ఎల్లప్పుడూ బీదలకు సహాయం చేయి.

46. **altar**—(ఆల్టర్) - పూజా పీఠము *(noun)*
alter—(ఆల్టర్) - మార్పు *(verb)*

(a) He knelt before the *altar* had took a vow not to touch wine all his life—పూజాపీఠము ముందు జీవిత పర్యంతము మద్యము త్రాగనని ప్రతిజ్ఞ చేసాడు.

(b) I can't *alter* my plans now—నా పథకాలను ఇప్పుడు మార్పు చేయలేను.

47. **amend**—(అమెండ్) - సవరించు *(verb)*
emend—(ఎమెండ్) - పరిష్కరించు *(verb)*

(a) You must *amend* your ways—నీ ప్రవర్తనను మార్చుకోవాలి.

(b) Before publication, first part of the book had to be *emended*—పుస్తకం మొదటి భాగాన్ని ప్రచురించే ముందు దాన్ని పరిష్కరించాలి.

48. **alternate**—(ఆల్టర్‌నేట్) - పర్యాయము/రోజు విడచి రోజు *(adjective)*

alternative—(ఆల్టర్‌నేటివ్) - ప్రత్యామ్నాయము (*noun*)

(a) The doctor comes to see him on every *alternate* day—డాక్టరు రోజు విడచి రోజు అతన్ని చూడ్డానికి వస్తాడు.

(b) There was no other *alternative*, so I agreed to the terms—నాకు వేరే ప్రత్యామ్నాయము లేక షరతులన్నిటికీ అంగీకరించాను.

49. **bazaar**—(బజార్) - బజారు, మార్కెట్టు (*noun*)
bizarre—(బిజేర్) - వికారమైన (*adjective*)

(a) She went to *bazaar* for shopping—ఆమె వస్తువులు కొనడానికి బజారుకు వెళ్ళింది.

(b) She dresses in a *bizarre* manner—ఆమె వికృతంగా దుస్తులు ధరిస్తుంది.

50. **berth**—(బెర్త్) - నిద్రించే స్థలము/పడక (*noun*)
birth—(బర్త్) - జననము (*noun*)

(a) She got a *berth* reserved for herself in the Kalka Mail—ఆమె కాల్కా మెయిల్‌లో పడక రిజర్వు చేసుకొంది.

(b) What's your date of *birth*?—నీ జనన తేదీ ఏమిటి?

51. **beside**—(బిసైడ్) - దగ్గర (*preposition*).
besides—(బిసైడ్స్) -మరియు, అంతే కాక (*adverb*).

(a) He was sitting *beside* me—అతను నా దగ్గర కూర్చున్నాడు.

(b) The agents get commission *besides* their salary—ఏజెంట్లకు జీతముతో పాటు కమిషను కూడా లభిస్తుంది.

52. **boar**—(బోర్) - అడవి పంది (*noun*)
bore—(బోర్) - రంధ్రము చేయు (*verb*)

(a) The hunter shot a wild *boar*—వేటగాడు అడవిపందిని కాల్చాడు.

(b) They *bore* a hole in the soil to take out oil—ఆయిల్ తీయటానికి భూమిలో రంధ్రం చేశారు.

53. **born**—(బోర్న్) - జన్మించు (*verb*)
borne—(బోర్న్) - మోయు (*verb*)

(a) I don't know when I was *born*—నేను ఎప్పుడు పుట్టానో నాకు తెలియదు.

(b) We have *borne* our burdens with patience—మేము మా భారాన్ని ఓపిగ్గా మోసాము.

54. **breath**—(బ్రెత్) - శ్వాస (*noun*)
breathe—(బ్రీత్) - శ్వాస తీసుకొను (*verb*)
breadth—(బ్రెడ్త్) - వెడల్పు (*noun*)

(a) Before you dive in, take a deep *breath*—నీళ్ళలో దూకే ముందు దీర్ఘంగా శ్వాస తీయాలి.

(b) *Breathe* deeply in open air—ఆరుబయట దీర్ఘంగా శ్వాస తీసుకోవాలి.

(c) In a square, the *breadth* is equal to the length—చతురస్రంలో వెడల్పు, పొడవు సమానంగా ఉంటుంది.

55. **canvas**—(కాన్వస్) - ముతక గుడ్డ (కిత్త నారగుడ్డ) (*noun*)
canvass—(కాన్వాస్) - ఓట్లను ఆర్జించు (*verb*)

(a) *Canvas* bags are very strong—కిత్తనార గుడ్డ సంచులు దృఢంగా వుంటాయి.

(b) Students were *canvassing* for the Congress candidate—విద్యార్థులు కాంగ్రెసు అభ్యర్థికి ఓట్లు అడుగుతున్నారు.

56. **cease** —(సీజ్) - ముగియు, విరమించు (*verb*)
seize—(సీజ్) - స్వాధీనము చేసుకొను, పట్టుకొను (*verb*)

(a) At last the war has *ceased*—చివరికి యుద్ధం ముగిసింది.

(b) The policeman *seized* the stolen articles—పోలీసు దొంగ సామానులను పట్టుకొన్నాడు.

57. **cent**—(సెంట్) - నాణెము (*noun*)
scent—(సెంట్) - పరిమళము (*noun*)

(a) *Cent* is a small coin of America—సెంటు అమెరికాలోని ఒక చిన్న నాణెము.

(b) The *scent* of flowers is very pleasant—పువ్వుల పరిమళము ఆహ్లాదకరంగా వుంది.

58. **childish**—(చైల్డిష్) - కుర్రతనము (చెడ్డ అర్థంలో)
childlike—(చైల్డ్‌లైక్) - కల్ల కపటము లేని (మంచి అర్థములో)

(a) You have *childish* habits and are not yet mature—నీవన్నీ కుర్రతనపు చేష్టలు.

(b) We like his *childlike* habits—అతని శిశు స్వభావమంటే మాకిష్టం.

59. **choose**—(ఛూస్) - ఎన్నుకొను (*verb*)
chose—(ఛోస్) - ఎంపిక (*choose* క్రియ యొక్క భూత కాల రూపము) (*verb*)
(a) *Choose* what you want—నీకేం కావాలో ఎంచుకో.
(b) I finally *chose* singing for a career—నేను చివరికి సంగీతం వృత్తిగా ఎన్నుకున్నాను.

60. **cite**—(సైట్) - ఉదాహరించు (*verb*)
sight—(సైట్) - దృశ్యము (*noun*)
site—(సైట్) - స్థానము (*noun*)
(a) He was fond of *citing* from the Ramayana—అతనికి రామాయణం నుండి ఉదాహరించడం అంటే ఇష్టం.
(b) The Taj presents a pleasant *sight* in full moon—పౌర్ణమి రోజున తాజ్‌మహలు సుందర దృశ్యాన్ని ప్రసాదిస్తుంది.
(c) His father is looking for a *site* for his new shop—అతని తండ్రి కొత్త దుకాణం కోసం స్థలం వెదుకుతున్నాడు.

61. **comic**—(కామిక్) - ప్రహసనము (*adjective*)
comical—(కామికల్) -హాస్యాస్పదము (*adjective*)
(a) *Comic* scenes are put in a drama—నాటకంలో హాస్యకరమైన దృశ్యాలున్నాయి.
(b) The peculiar dress she wore gave her a *comical* appearance—విచిత్రమైన దుస్తులలో ఆమె హాస్యాస్పదంగా వుంది.

62. **complement**—(కాంప్లిమెంట్) - పూరకము (*noun*)
compliment—(కాంప్లిమెంట్) - మెచ్చుకోలు/పొగడ్త (*noun*)
compliment—(కాంప్లిమెంట్) - గౌరవించు (*noun*)
(a) This book is *complement* to that one—ఈ పుస్తకం ఆ పుస్తకానికి పూరకం.
(b) Her husband paid her a *compliment*—ఆమె పతి ఆమెను మెచ్చుకున్నాడు.
(c) Pay my *compliments* to your parents—మీ తల్లిదండ్రులకు నా ప్రణామములు తెలుపు.

63. **conscience**—(కాన్షెన్స్) - అంతరాత్మ (*noun*)
cautious—(కాషస్) - హెచ్చరిక/జాగ్రత్త (*adjective*)
conscious—(కాన్షియస్) - తెలిసిన (*adjective*)
(a) One should have a clear *conscience*—మనిషికి స్వచ్ఛమైన అంతరాత్మ వుండాలి.
(b) One should be extremely *cautious* while driving—బండిని నడిపేటప్పుడు చాలా జాగ్రత్తగా వుండాలి.
(c) He was *conscious* that he was being followed—తనని వెంబడిస్తున్నారని అతనికి తెలుసు.

64. **consistently**—(కన్సిస్టెంట్లీ) - అవిరుద్ధమైన (*adverb*)
constantly—(కాన్‌స్టంట్‌లీ) - ఎడతెగని (*adverb*)
(a) If you want to give advice to others, first act *consistently* with that yourself—ఇతరులకు బోధించే ముందు మీరు వాటిని ఆచరించి చూపించాలి.
(b) He *constantly* argued with me—అతను ఎడతెగకుండా నాతో వాదిస్తున్నాడు.

65. **continual**—(కంటిన్యుయల్ - తరచు (*adjective*)
continuous—(కంటిన్యుయస్) - నిర్విరామమైన (*adjective*)
(a) The teacher gave the class *continual* warning—ఉపాధ్యాయుడు తరగతిలో పిల్లల్ని మాటిమాటికి హెచ్చరిక చేసారు.
(b) We had *continuous* rain yesterday for many hours—నిన్న మా యింటి దగ్గర ఎడతెరిపి లేకుండా వర్షం కురిసింది.

66. **contract**—(కాంట్రాక్ట్) - ఒప్పందము (*noun*)
contract— (కంట్రాక్ట్) - ముడుచుకుపోవు (*verb*)
(a) He has signed a *contract* for going abroad—అతడు విదేశానికి వెళ్ళడానికి ఒప్పందంపై సంతకం చేసాడు.
(b) Some metals *contract* on cooling—కొన్ని లోహాలు చల్లబరిస్తే కుంచించుకుపోతాయి.

67. **course**—(కోర్స్) - పాఠ్యక్రమము, మార్గము (*noun*)
coarse—(కోర్స్) - నీచమైన, చవుకబారు (*adjective*)
(a) What is the *course* of your studies?—నీ తరగతిలో పాఠ్యక్రమము ఏమిటి?
(b) This cloth is very *coarse*—ఇది చవుకబారు గుడ్డ.

68. **credible**—(క్రెడిబుల్) - నమ్మదగిన *(adjective)*
creditable—(క్రెడిటబుల్) - ప్రశంసింప దగిన *(adjective)*
credulous—(క్రెడ్యులస్) - త్వరగా నమ్మెడి స్వభావం గల *(adjective)*

(a) The story does not appear *credible*—కథ నమ్మదగిన విధంగా లేదు.
(b) His success in the examination is *creditable*—పరీక్షలో ఉత్తీర్ణుడవటం నిజంగా ప్రశంసనీయము.
(c) Shiela is very *credulous.* She believes in what she is told—షీలా చాలా త్వరగా నమ్ముతుంది. ఎవరేం చెప్పినా వెంటనే నమ్మేస్తుంది.

69. **decease**—(డిసీజ్) - చావు *(noun)*
disease—(డిసీజ్) - రోగము *(noun)*

(a) The *deceased* person has been taken from the hospital—మరణించిన వ్యక్తిని ఆసుపత్రి నుండి తీసుకు వెళ్ళారు.
(b) That man died of an incurable *disease*—ఆ వ్యక్తి తిరుగులేని వ్యాధితో మరణించాడు.

70. **deference**—(డిఫరెన్స్) - స్మృతి *(noun)*
difference—(డిఫరెన్స్) - భేదము, తేడా *(noun)*

(a) In *deference* to his father's memory, we did not play yesterday—అతని తండ్రి స్మృత్యర్థం మేము నిన్న ఆట ఆడలేదు.
(b) There is *difference* of opinion on this subject—ఈ విషయమై అభిప్రాయ భేదాలు ఉన్నాయి.

71. **desert**—(డెజర్ట్) - ఎడారి *(noun)*
desert—(డెజర్ట్) - విడిచిపెట్టు *(verb)*
dessert—(డెసర్ట్) - భోజనానంతరము వడ్డించు పళ్ళు లేక తీపి వంటకములు *(noun)*

(a) Rajasthan is mostly a *desert*—రాజస్థానంలో ఎక్కువ శాతం ఎడారి ప్రాంతము.
(b) An ideal husband must not *desert* his wife—ఆదర్శవంతుడైన భర్త తన భార్యను విడిచిపెట్టకూడదు.
(c) The party was served with apples and fruit-cream as *dessert*—విందులో భోజనానంతరము ఆపిలు పళ్ళు, ఫ్రూట్ క్రీమును తినేందుకు పంచిపెట్టారు.

72. **disinterested**—(డిసింటరెస్టెడ్) - నిర్లిప్తముగా ఉండు *(adjective)*
uninterested—(అనింటరెస్టెడ్) - కుతూహలము లేకుండు *(adjective)*

(a) The judge must always be a *disinterested* party in a trial—వివాదాన్ని పరిష్కరించేటప్పుడు జడ్జి నిష్పక్షపాతంగా వుండాలి.
(b) I was *uninterested* in games, so I returned home early—నాకు ఆటలంటే ఇష్టం లేదు. అందు కని త్వరగా ఇంటికి వచ్చేసాను.

73. **dual**—(డ్యూయల్) - ద్వంద్వ, ద్వైతము *(adjective)*
duel—(డుయెల్) - ద్వంద్వ యుద్ధము *(noun)*

(a) Some persons have *dual* personality. They say something and do otherwise—కొందరు ద్వంద్వ వ్యక్తిత్వం కలిగి వుంటారు. వారు చెప్పేది ఒకటి, చేసేది మరొకటి.
(b) They fought a *duel* and one person was severely injured—వాళ్ళు ద్వంద్వ యుద్ధం చేశారు. వారిలో ఒకరు బాగా గాయపడ్డారు.

74. **eligible**—(ఎలిజిబుల్) - అర్హమైన *(adjective)*
illegible—(ఇల్లెజిబుల్) - అస్పష్టమైన *(adjective)*

(a) Only a graduate is *eligible* for this post — పట్టభద్రులు మాత్రమే ఈ ఉద్యోగానికి అర్హులు.
(b) Your handwriting is *illegible*—నీ చేవ్రాత అస్పష్టంగా వుంది. (చదవడానికి వీలుగా లేదు).

75. **expand**—(ఎక్స్పాండ్) - వ్యాకోచం పొందు *(verb)*
expend—(ఎక్స్పెండ్) - ఖర్చు చేయు *(verb)*

(a) As the work increases, we shall have to *expand* our office space—పని పెరిగిన కొద్దీ మన కార్యాలయాన్ని విస్తరింపచేయాలి.
(b) We shouldn't *expend* beyond our limit—మన స్తోమతను మించి ఖర్చు పెట్టకూడదు.

76. **fair**—(ఫెయిర్) - సంత, ప్రదర్శన స్థలము *(noun)*
fair—(ఫెయర్) - న్యాయము, ఉచితము *(adjective)*
fair—(ఫెయర్) - అందమైన *(adjective)*

(a) Many people attend the National Book *Fair*—నేషనల్ బుక్ ట్రస్ట్ పుస్తకాల సంతకు అనేక మంది హాజరయ్యారు.

(b) We must always play a *fair* game—మనము ఎల్లప్పుడూ న్యాయంగా ఆడాలి.

(c) She is *fair*-complexioned and *fair*-haired—ఆమె చర్మం తెల్లగాను, జుట్టు బూడిద రంగులోను ఉంటుంది.

77. **fare**—(ఫేర్) - కిరాయి, బాడుగ (*noun*)

fare—(ఫేర్) - ప్రగతి (*verb*)

(a) What is the rail *fare* from Delhi to Agra—ఢిల్లీ నుండి ఆగ్రాకు రైలులో వెళ్ళడానికి బాడుగ ఎంత?

(b) How did you *fare* in your examination—పరీక్షలో నీ ప్రగతి ఎలా వుంది?

78. **farther**—(ఫార్దర్) - దూరము (*adverb*)

further—(ఫర్దర్)-ఇంకా ముందు (*adverb*)

(a) Mumbai is *farther* from Delhi than Varanasi—ముంబయి బెనారసు కంటే ఢిల్లీకి దూరము.

(b) Proceed *further,* please—దయుంచి కొంచెం ముందుకు సాగండి.

79. **feel good**—(ఫీల్ గుడ్) - మంచిగా భావించు (*verb*)

feel well—(ఫీల్ వెల్) - ఆరోగ్యముగ నుండు (*verb*)

(a) She *feels* very *good* amidst her friends—తన స్నేహితురాళ్ళ మధ్య ఆమె ఆనందముగా వుంటుంది.

(b) She is *feeling well* now—ఆమె యిప్పుడు ఆరోగ్యకరంగా ఉంది.

80. **fewer**—(ఫ్యూయర్) - తక్కువ మనుషులు లేదా వస్తువులు (లెక్కింప గల) (*adjective*)

less—(లెస్) - తక్కువ వస్తువులు (*adjective*)

(a) The doctor attended *fewer* patients than last week—డాక్టరు గత వారంలో కంటె తక్కువ మంది రోగులను చూచాడు.

(b) I have *less* money in my pocket than you have—నీ దగ్గరకంటే నా జేబులో తక్కువ డబ్బు వుంది.

81. **floor**—(ఫ్లోర్) - నేల (*noun*)

flour—(ఫ్లోర్) - పిండి (*noun*)

(a) She is sitting on the *floor*—ఆమె నేల మీద కూర్చున్నది.

(b) We make chapatis (bread) of *flour*—మేము గోధుమ పిండితో చపాతీలు చేస్తాము.

82. **formally**—(ఫార్మల్లీ) - మర్యాదగా (*adverb*)

formerly—(ఫార్మర్లీ) - ఇదివరకటి (*adverb*)

(a) The letter was written *formally* by me—నేను మర్యాద కోసం ఉత్తరం వ్రాశాను.

(b) He was *formerly* a minister—ఆయన ఇది వరకు మంత్రిగా ఉండేవారు.

83. **forth**—(ఫోర్త్) - ముందుకు (*adverb*)

fourth—(ఫోర్త్) - నాలుగవ (*adjective*)

(a) They went *forth* like ancient warriors—వారు ప్రాచీనకాలపు యోద్ధలకు వలె ముందుకు సాగిపోయారు.

(b) The *fourth* of every month is our pay day—ప్రతి నెలలో నాలుగవ రోజున మాకు జీతాలు యిస్తారు.

84. **hair**—(హెయిర్) - వెంట్రుక (*noun*)

heir—(హేర్) - వారసుడు (*noun*)

hare —(హేర్) - కుందేలు (*noun*)

(a) The colour of Shiela's *hair* is golden—షీలా జుట్టు బంగారపు రంగులో వుంటుంది.

(b) The eldest prince is the *heir* to the throne—పెద్ద రాజకుమారుడు సింహాసనానికి వారసుడు.

(c) The *hare* runs very fast—కుందేలు వేగంగా పరిగెడుతుంది.

85. **hanged**—(హేంగ్డ్) - (మనిషిని) వ్రేలాడదీయు, ఉరి తీయు (*verb*)

hung—(హంగ్) - (ఏదేని వస్తువును) వ్రేలాడగట్టు (*verb*)

(a) The prisoner was *hanged* at dawn—ఖైదీని సూర్యోదయం అవుతూనే ఉరి తీస్తారు.

(b) The picture was *hung* on the wall—చిత్రపటం గోడకు వ్రేలాడగట్టబడి వుంది.

86. **holy**—(హోలీ) - పవిత్రమైన (*adjective*)

wholly—(హోల్లీ) - సంపూర్ణంగా (*adverb*)

(a) Diwali is our *holy* festival—దీపావళి మనకు పవిత్రమైన పండుగ.

(b) I *wholly* agree with your decision—నీ నిర్ణయంతో నేను సంపూర్ణంగా ఏకీభవిస్తాను.

87. **however**—(హౌఎవర్) - అయినప్పటికి

how ever—(హౌ ఎవర్) - ఏది ఏమయినను

(a) I don't recommend this book, *however,* you can read it—నేను ఈ పుస్తకాన్ని సిఫారసు చెయ్యను. అయినప్పటికీ దీన్ని నువ్వు చదువవచ్చు.

(b) I am certain that, *how ever* you decide to work, you will succeed—నువ్వు ఏ పని నిశ్చయించుకున్నా ఏది ఏమయినా సరే దాన్ని పూర్తి చేసి తీరుతావన్న నమ్మకం నాకుంది.

88. **its**—(ఇట్స్) - దీని (*pronoun*)

it's—(ఇట్స్) - అనగా It is - ఇది ఉన్నది

(a) The shed lost *its* roof—షెడ్డు యొక్క కప్పు పడిపోయింది.

(b) *It's* an old house—ఇది ఒక పాత యిల్లు.

89. **last**—(లాస్ట్) - ఆఖరి (*adjective*)

latest—(లేటెస్ట్) - అత్యాధునికము (*adjective*)

(a) *Last* date of admission is near. So we should hurry up—ప్రవేశమునకు ఆఖరి తేదీ దగ్గర పడుతోంది. ఇక త్వరపడాలి.

(b) The *latest* edition of the book is under-print—పుస్తకము యొక్క కొంగ్రొత్త సంపుటె ముద్రింపబడుతోంది.

90. **least**—(లీస్ట్) - తక్కువయిన/అందరిలోని చిన్న (*adjective*)

less—(లెస్) - తక్కువ/ఇద్దరిలో చిన్న (*adjective*)

(a) He walked the *least* distance of all—అతడు అందరికంటె తక్కువ దూరం నడిచాడు.

(b) Tea is *less* desirable for me than milk—నాకు పాలకంటే టీ తక్కువ యిష్టము.

91. **lightening**—(లైటెనింగ్) - తక్కువ చేయు

lightning—(లైట్నింగ్) - మెరుపు (*noun*)

lighting—(లైటింగ్) - దీపాలంకరణ (*noun*)

(a) He is *lightening* my burden—అతడు నా భారాన్ని తగ్గిస్తున్నాడు.

(b) Last night there was flash of *lightning* in the sky—నిన్న రాత్రి ఆకాశంలో మెరుపులు మెరిశాయి.

(c) There was good *lighting* arrangement at the marriage—వివాహంలో దీపాలంకరణ చాలా బాగుంది.

92. **loan**—(లోన్) - అప్పు (*noun*)

lend—(లెండ్) - అప్పు యిచ్చు (*verb*)

(a) The bank granted him a *loan* of five thousand rupees—బ్యాంకు అతనికి ఐదు వేల రూపాయలు అప్పు యిచ్చింది.

(b) *Lend* me some money—నాకు కొంత డబ్బు అప్పివ్వు.

93. **moral**—(మోరల్) - నడవడి (*noun*)

morale—(మొరేల్) - ఆత్మవిశ్వాసము (*noun*)

(a) He is man of good *moral*—అతను మంచి నడవడి గల వ్యక్తి.

(b) The *morale* of the troops on the front is very high—సరిహద్దులో వున్న సైనికుల ఆత్మ విశ్వాసం ఉన్నతంగా వుంది.

94. **most**—(మోస్ట్) - అత్యధిక (అందరికంటె ఎక్కువ) (*adjective*)

almost—(ఆల్‌మోస్ట్) -ఇంచుమించు (*adjective*)

(a) Mohan Das Gandhi was the *most* honest boy in the class—మోహన్ దాస్ గాంధీ తన తరగతిలోకెల్ల నిజాయితి గల బాలుడు.

(b) It's *almost* time to go for a walk—ఇది.ఇంచుమించు వాహ్యాళికి వెళ్ళే సమయం.

95. **notable**—(నోటబుల్) - గణనీయమైన (*adjective*)

notorious—(నొటోరియస్) - దుష్కీర్తి గల (*adjective*)

(a) August 15, 1947 is a *notable* day in the history of India—భారతదేశ చరిత్రలో 1947 ఆగస్టు 15 గణనీయమైన దినము.

(b) He is a *notorious* gambler—అతను దుష్కీర్తి గల జూదగాడు.

96. **once**—(వన్స్) - ఒకసారి (*adverb*)

one's—(వన్స్) - ఒక వ్యక్తి యొక్క (*pronoun*)

(a) I have been there *once*—నేను అక్కడికి ఒకసారి వెళ్ళొచ్చాను.

(b) One should obey *one's* conscience—మనిషి తన అంతరాత్మ ననుసరించి నడవాలి.

97. **ordinance**—(ఆర్డినెన్స్) - ఆదేశము (*noun*)

ordnance—(ఆర్డ్‌నెన్స్) - యుద్ధ సామగ్రి (*noun*)

(a) The President has issued an *ordinance* today—రాష్ట్రపతి ఒక ప్రత్యేక ఆదేశాన్ని విడుదల చేసారు.

(b) He is employed in the *ordnance* department—అతను యుద్ధ సామగ్రుల విభాగంలో పని చేస్తున్నాడు.

98. **passed**—(పాస్డ్) - గతించిన కాలము (*verb*) Pass యొక్క IInd మరియు IIIrd form

past—(పాస్ట్) - క్రిందటి (*adjective*)

(a) The month *passed* away very soon—ఈ నెల త్వరగా గడిచిపోయింది.

(b) The *past* month was very enjoyable—గత నెల చాలా ఆనందంగా గడిచింది.

99. **peace**—(పీస్) - శాంతి (*noun*)

piece—(పీస్) - ముక్క (*noun*)

(a) A treaty of *peace* was signed between two countries—రెండు దేశముల మధ్య శాంతి సంధి కుదిరింది.

(b) The teacher asked for a *piece* of chalk—ఉపాధ్యాయుడు సుద్దముక్క తీసుకు రమ్మన్నారు.

100. **persecute**—(పెర్సిక్యూట్) - పగబట్టి హింసించు (*verb*)

prosecute—(ప్రాసిక్యూట్) - అభియోగము తెచ్చు (*verb*)

(a) The jews were *persecuted* in Nazi Germany—నాజీ జర్మనులో యెహూదీ ప్రజలను పగబట్టి హింసించారు.

(b) Trespassers will be *prosecuted*—అతిక్రమణదారులను దండిస్తారు.

101. **personal**—(పర్సనల్) - వ్యక్తిగతము (*adjective*)

personnel—(పర్సనేల్) - సిబ్బంది (*noun*)

(a) It is my *personal* matter. Please don't interfere—ఇది నా స్వంత విషయం. దయుంచి నీవు కల్పించుకోకు.

(b) The officer maintained the morale of the *personnel* in his division—అధికారి తన విభాగంలోని సిబ్బంది ఆత్మస్థైర్యాన్ని పెంపొందించాడు.

102. **physic**—(ఫిజిక్) -వైద్యవృత్తి, మందు (old use) (*noun*)

physique—(ఫిజిక్) - శరీర నిర్మాణము (*noun*)

(a) No *physic* can cure the patient, if he is careless—రోగి నిర్లక్ష్యం చేస్తే ఏ మందూ పని చేయదు

(b) He has a fine *physique*—అతని శరీర సౌష్ఠవం అందంగా వుంటుంది.

103. **pore**—(పోర్) - రంధ్రము (*noun*)

pour—(పోర్) - పోయు, జారునట్లు (*verb*)

(a) Sweat comes out from the *pores* of the skin—చర్మపు రంధ్రాల నుండి చెమట బయటకు వస్తుంది.

(b) *Pour* some water in my glass—నా గ్లాసులో కొంచెం మంచినీళ్ళు పోయి.

104. **portable**—(పోర్టబుల్) - చేత్తో తీసుకువెళ్ళదగిన (*adjective*)

potable—(పోటబుల్) - త్రాగుటకు యోగ్యమైన (*adjective*)

(a) She has brought a *portable* television from Germany—అతను జర్మనీ నుండి చేత్తో తీసుకువెళ్ళదగిన టెలివిజన్ తీసుకు వచ్చాడు.

(b) Pond water is not *potable*—చెరువులో నీరు త్రాగేందుకు పనికిరావు.

105. **prescribe**—(ప్రిస్క్రైబ్) - రోగమునకు మందునిచ్చు

proscribe—(ప్రోస్క్రయిబ్) - దేశ బహిష్కరణము చేయు

(a) The doctor *prescribed* a very costly medicine—డాక్టరు ఖరీదైన మందు రాసిచ్చాడు.

(b) That man has been *proscribed* by law—ఆ వ్యక్తిని చట్టప్రకారం బహిష్కరించారు.

106. **president**—(ప్రెసిడెంట్) - రాష్ట్రపతి, అధ్యక్షుడు (*noun*)

precedent—(ప్రెసిడెంట్) - దృష్టాంతము (*noun*)

(a) The *President* of India has gone to England for two weeks—భారత రాష్ట్రపతి రెండు నెలల కోసం ఇంగ్లాండు వెళ్ళారు.

(b) She has set a good *precedent* for others to follow—ఆమె ఇతరుల కోసం మంచి ఆదర్శాన్ని నెలకొల్పింది.

107. **price**—(ప్రైస్) - వెల (*noun*)

prize—(ప్రైజ్) - బహుమతి (*noun*)

(a) The *price* of paper has gone up—కాగితం ధర పెరిగిపోయింది.

(b) Anil got the first *prize* in the race—పరుగు పందెంలో అనిల్‌కు మొదటి బహుమతి లభించింది.

108. **principal**—(ప్రిన్సిపల్) - విద్యాలయ ప్రధాన అధికారి (*noun*)

principle—(ప్రిన్సిపల్) - సిద్ధాంతము (*noun*)

(a) Who is the *principal* of your college?—మీ కాలేజి ప్రధానాధికారి ఎవరు?

(b) My uncle was a man of *principles*—మా బాబాయి సిద్ధాంతము గల వ్యక్తి.

109. **propose**—(ప్రపోజ్) - ప్రతిపాదించు (*verb*)

purpose—(పర్పస్) - ఉద్దేశము (*noun*)

(a) Let them *propose* the subject for their debate—ఉపన్యాసానికి విషయాన్ని వాళ్ళనే ప్రతిపాదించనీ.

(b) I had come with a *purpose* to see you—నేను నిన్ను చూడాలన్న ఉద్దేశంతో వచ్చాను.

110. **rain**—(రెయిన్) - వర్షించు (*verb*)

reign—(రైన్) - పాలన (*verb*)

rein—(రైన్) - కళ్ళెము (*noun*)

(a) It's *raining*—వాన కురుస్తోంది.

(b) The queen *reigned* over England—రాణి ఇంగ్లండును పరిపాలించింది.

(c) When the *reins* were pulled tightly, the horse stopped—కళ్ళెమును గట్టిగా లాగితే గుర్రం ఆగిపోయింది.

111. **recollect**—(రికలెక్ట్) - మరచిన విషయాన్ని జ్ఞప్తికి తెచ్చుకొను (*verb*)

remember—(రిమెంబర్) - గుర్తుంచుకొను (*verb*)

(a) I often *recollect* my childhood and feel amused—నేను తరచు నా బాల్యాన్ని జ్ఞప్తికి తెచ్చుకొని ఆనందిస్తాను.

(b) I *remember* my lesson everyday—నేను ప్రతిరోజు నా పాఠాన్ని గుర్తు చేసుకుంటాను.

112. **respectable**—(రెస్పెక్టబుల్) - గౌరవింపదగిన (*adjective*)

respectful—(రెస్పెక్ట్‌ఫుల్) - వినయము గల (*adjective*)

respective —(రెస్పెక్టివ్) - తమ తమ (*adjective*)

(a) Our boss is a *respectable* gentleman—మన అధికారి గౌరవింపదగిన వ్యక్తి.

(b) You should be *respectful* to your parents—నీవు తల్లితండ్రుల యెడ వినయముగా ఉండాలి.

(c) After the lecture was over, the students returned to their *respective* classes—ఉపన్యాసం పూర్తి కాగానే విద్యార్థులు తమ తమ తరగతులకు వెళ్ళారు.

113. **root**—(రూట్) - వేరు, మూలము (*noun*)

route—(రూట్) - మార్గము (*noun*)

(a) Love of money is the *root* of all evils—ధనాశ సమస్త దుష్కార్యములకు మూలము.

(b) What is the railway *route* between Delhi and Mumbai?—ఢిల్లీ నుండి ముంబయికి రైలు ఏ మార్గంలో వెడుతుంది?

114. **rout**—(రవుట్) - పరాజయము (*noun*)

riot—(రయొట్) - అల్లరి (*noun*)

(a) The morale of the enemy was very low, because of its *rout*—పరాజయంతో శత్రువు యొక్క మనోనిబ్బరం సన్నగిల్లింది.

(b) There is a great disturbance in the town because of the Hindu-Muslim *riot*—హిందూ-ముస్లిమ్‌ల కారణంగా పట్టణంలో అశాంతి చెలరేగింది.

115. **shoot**—(షూట్) - రెమ్మ (*noun*)

shoot—(షూట్) - గాయపర్చు, వేగముగా విసరు, వేటాడు (*verb*)

(a) A *shoot* has sprung up from the plant—చెట్టు నుండి ఒక రెమ్మ రాలింది.

(b) That man has gone to *shoot* duck—ఆ మనిషి బాతులను వేటాడడానికి వెళ్ళాడు.

116. **sole**—(సోల్) - చెప్పు, జోడు మొదలైన వాని అడుగు భాగము (*noun*)

soul—(సోల్) - ఆత్మ (*noun*)

(a) Get the *sole* of the shoe changed—జోడు అడుగు భాగాన్ని మార్పించు.

(b) A good *soul* goes to heaven—మంచి ఆత్మ స్వర్గానికి వెడుతుంది.

117. **stationary**—(స్టేషనరీ) - స్థిరము, కదలిక లేని (*adjective*)

stationery—(స్టేషనరీ) వ్రాత పరికరములు (*noun*)

(a) The sun is *stationary*—సూర్యుడు స్థిరముగా వుంటాడు.

(b) He deals in *stationery*—అతడు వ్రాత పరికరములు (కాగితం, పెన్ను, మొ॥నవి) అమ్ముతాడు.

118. **table**—(టేబుల్) - మేజా బల్ల (*noun*)

table—(టేబుల్) - పట్టిక (*noun*)

(a) There is a book on the *table*—మేజా బల్ల మీద ఒక పుస్తకం ఉంది.

(b) There is a *table* in chapter six of this book—పుస్తకం ఆరో అధ్యాయంలో ఒక పట్టిక వుంది.

119. **tasteful**—(టేస్ట్‌ఫుల్) - అభిరుచి గల (*adjective*)

tasty—(టేస్టీ) - రుచికరమైన (*adjective*)

(a) The house of our madam was decorated in a *tasteful* manner—మా ఉపాధ్యాయుని యిల్లు అభిరుచికి అనుగుణంగా అలంకరించారు.

(b) Our madam served us very *tasty* meals—మా మేడమ్ రుచికరమైన భోజనం పెట్టింది.

120. **two**—(టు) - రెండు *(adjective)*
to—(టు) - ఆ వేపు *(preposition)*
too—(టూ) - కూడా, మరింత *(adverb)*
(a) There are *two* sides of everything—ప్రతి వస్తువుకు రెండు ప్రక్కలుంటాయి.
(b) Come *to* me, I'll advise you—నా దగ్గరికి రా, సలహా యిస్తాను.
(c) She is *too* weak to walk—ఆమె మరింత నీరసంగా వుంది, కనీసం నడవలేని స్థితిలో వుంది.

121. **uninterested**—(అన్ఇంట్రెస్టెడ్) - అనాసక్తమైన *(adjective)*
disinterested—(డిస్ఇంటరెస్టెడ్) నిరాసక్తమైన *(adjective)*
(a) I am *uninterested* in inactive games—నేను నిష్క్రియ ఆటలపై రుచి పెట్టుకోను.
(b) Let us ask any *disinterested* man to settle our dispute—మేము మా వ్యవహాన్ని తీర్చడానికి ఎవరైనా నిష్పక్షపాతంగా ఉండే వ్యక్తికి చెప్పాలి.

122. **valuable**—(వాల్యుబుల్) - బహుమూల్యమైన *(adjective)*
invaluable—(ఇన్వాల్యుబుల్) - అమూల్యమైన *(adjective)*.
(a) This is a *valuable* manuscript—ఇది విలువైన వ్రాత ప్రతి.
(b) Kohinoor is an *invaluable* diamond—కోహినూరు అమూల్యమైన వజ్రము.

123. **whose**—(హూస్) - ఎవరియొక్క
who's—(హూస్) - ఎవరిది? *(who is)*
(a) *Whose* pen is this?—ఇది ఎవరి పెన్ను?
(b) *Who's* at the door?—గుమ్మం దగ్గర ఎవరున్నారు?

పదాలను ఉపయోగించడంలో సామాన్యంగా జరిగే తప్పులు
(COMMON ERRORS IN THE USE OF WORDS)

ఇంగ్లీషు మాట్లాడేప్పుడు మనమందరము కొన్ని తప్పులు చేస్తుంటాము. ఏ వృత్తిలో వున్నా, ఏ పదవిలో వున్నా, ఏ వయసులో వున్నా మీరు కూడా ఈ తప్పులు చేయవచ్చును. కాబట్టి అలా జరగకుండా ఉండేందుకు మీ సౌకర్యం కోసం దిగువ రెండు కాలములలో తప్పు, ఒప్పులను ఇచ్చారు. బాగా మననం చేయండి.

	తప్పు (Incorrect)	ఒప్పు (Correct)
1.	My *hairs are* black.	My *hair is* black.
2.	I need a *blotting*.	I need a *blotting paper*.
3.	He works better than *me*.	He works better than *I*.
4.	I *availed* of the opportunity.	I *availed myself* of the opportunity.
5.	The two brothers are quarrelling with *one another*.	The two brothers are quarrelling with *each other*.
6.	He is guitly. Isn't *it*?	He is guilty. Isn't *he*?
7.	I beg *you leave*.	I beg *leave of you*.
8.	He is *more cleverer* than his brother.	He is *cleverer* than his brother.
9.	*The Gold* is a precious metal.	*Gold* is a precious metal.
10.	She has *got* headache.	She has *got a* headache.
11.	Stop *to write*.	Stop *writing*.
12.	It *is raining* for four hours.	It *has been raining* for four hours.
13.	I live *in* Gandhi Nagar *at* Vijayawada.	I live *at* Gandhi Nagar *in* Vijayawada.
14.	Work hard *lest* you *may not* fail.	Work hard *lest* you *should* fail.
15.	The boy is *neither* fool *or* lazy.	The boy is *neither* fool *nor* lazy.

పైన మొదటి కాలమ్‌లో 15 తప్పు వాక్యాలున్నాయి. కుడివైపు కాలములో సరయిన వాక్యాలున్నాయి. వీటిలో విభిన్న రకాల దోషాలున్నాయి. ఇంగ్లీషు భాషను నేర్చుకొనే ప్రతి వ్యక్తీ వీటిని జాగ్రత్తగా గుర్తుంచుకోవాలి. ఇంగ్లీషుభాష ఒక విశాలమైన భాష. అందువల్ల ఇందులో శబ్ద ప్రయోగ క్షేత్రం కూడా వ్యాపకంగా ఉండటం స్వభావికమే.

తెలుగు కూడా సంపన్నమైన పూర్ణభాష. ఇందులోను ఇంగ్లీషులో వలె భాష నేర్చుకొనేవారికి తెలియని పదాలెన్నో వున్నాయి. కాని తెలుగువారికి తెలుగు మాతృభాష అయినందువల్ల వాటిని గురించి పట్టించుకోకుండానే దోషం లేకుండా ప్రద ప్రయోగం చేస్తారు.

ఇప్పుడు పై పదిహేను వాక్యాలను గమనించండి. మొదటి కాలమ్‌లోని పదాలు సరయినవిగానే కనిపిస్తాయి. కాని రెండవ కాలములోని వాక్యాలను చదివినపుడు కొంచెం మీరు ఆలోచనలో పడతారు. అప్పుడు అక్కడ మరచిన పదాలు గుర్తుకొస్తాయి. ఒక్కొక్కప్పుడు ఆ రెండవ వాక్యం ఎలా సరైనదో మీకు అర్థం కూడా కాదు.

అయినా మీరు కంగారుపడనవసరం లేదు. తప్పులు లేకుండా ఏ భాషనూ నేర్చుకోడానికి వీలుపడదు. "సర్వోత్తమంగా భాషను ఏ ప్రయత్నమూ, సాధనా లేకుండా నేర్చుకోవడం ప్రపంచంలోనే వీలుపడని పని. ఇది హిమాలయ పర్వతాన్ని ఎక్కినంత కష్టతరమైన పని. అయినా దాన్ని కూడా మీరు మెల్ల మెల్లగా ఎక్కడం ప్రారంభిస్తే, దాని శిఖరాగ్రాన్ని చేరుకోగలుగుతారు."

మీరు అందుకు తయారుగా ఉన్నారనే మా భావన. ఇక రండి ఒక్కొక్క అడుగు ముందుకేద్దాం.

నామవాచకాల వాడుకలో దోషాలు
(ERRORS IN THE USE OF NOUNS)

(1) Scenery, issue, hair, furniture, machinery, fruit, (b) poor, rich, bread, work పదాలు ఏకవచనంలో (singular form) ఉంటాయి.

	తప్పు (Incorrect)	ఒప్పు (Correct)
1.	The *sceneries* of Shimla *are* very charming.	The *scenery* of Shimla *is* very charming.
2.	Sarla has no *issues.*	Sarla has no *issue.*
3.	She had gone to buy *fruits.*	She had gone to buy *fruit.*
4.	Her *hairs are* jet black.	Her *hair is* jet black.
5.	The mother feeds the *poors.*	The mother feeds the *poor.*
6.	I told *these* news to my father.	I told *this* news to my father.
7.	The fleet *were* destroyed by the enemy.	The fleet *was* destroyed by the enemy.
8.	These buildings are made of *bricks* and *stones.*	These buildings are made of *brick* and *stone.*
9.	I have no more *breads* to give to the beggars.	I have no more *bread* to give to the beggars.
10.	I'll go to the town on *feet.*	I'll go to the town on *foot.*
11.	All her *furnitures have* been sold.	All her *furniture has* been sold.
12.	The *machineries are* not functioning properly.	The *machinery is* not functioning properly.
13.	I have *many works* to do.	I have *much work* to do.

(2) Advice, mischief, abuse, alphabet—ఈ పదాలు singular లోనే వుంటాయి. advices మొ॥న విధంగా బహువచనంలో వుండవు - వాటి ప్రయోగం ఇలా ఉంటుంది—pieces of advice.

	Incorrect	Correct
14.	The teacher gave us many *advices.*	The teacher gave us many *pieces of advice.*
15.	My younger brother did many *mischiefs.*	My younger brother did many *acts of mischief.*

16. The boys were shouting *abuses*.	The boys were shouting *words of abuse*.
17. I have learnt the *alphabets*.	I have learnt the *letters of the alphabet*.

(3) Rupee, dozen, mile, year, foot ఇవి సంఖ్యావాచక పదాల (numeral) తర్వాత వస్తాయి. ఇవి సదా ఏకవచనంలో (singular) ప్రయోగింపబడతాయి. ఉదా.:—five rupee note, కాని five rupees note కాదు.

18. I have a five *rupees* note.	I have a five *rupee* note.
19. We bought two *dozens* pencils.	We bought two *dozen* pencils.
20. He ran in a two *miles* race.	He ran in a two *mile* race.
21. Abida is a ten *years* old girl.	Abida is a ten *year* old girl.
22. It's a three *feet rule.*	It's a three *foot rule.*

(4) Vegetables (కూరగాయలు), spectacles (కళ్ళజోడు), trousers (ప్యాంటు లేక నిక్కరు), Himalayas (హిమాలయాలు), people (ప్రజలు), orders (ఆదేశము), repairs (మరమ్మత్తు)—ఈ పదాలు ఎల్లప్పుడూ బహువచనంలోనే (plural) ప్రయోగింపబడతాయి. ఏకవచనంలో (singular) కాదు.

23. I had gone to buy *vegetable.*	I had gone to buy *vegetables.*
24. The road is closed for *repair.*	The road is closed for *repairs.*
25. The judge passed *order* for his release.	The judge passed *orders* for his release.
26. Very few *peoples* are hard-working.	Very few *people* are hard-working.
27. His *spectacle is* very expensive.	His *spectacles are* very expensive.
28. The *scissor is* blunt.	The *scissors are* blunt.
29. Your *trouser is* not loose.	Your *trousers are* not loose.
30. The *Himalaya is* the highest *mountain.*	The *Himalayas are* the highest *mountains.*

(5) Fish (చేప లేక చేపలు), deer (లేడి), sheep (గొర్రె), cattle (పశువు) ఈ పదాలు బహువచనంలో కూడా, ఏకవచన రూపంగానే (singular) లో వాడబడతాయి.

31. The fisherman catches many *fishes* in the pond.	The fisherman catches many *fish* in the pond.
32. I saw many *sheeps* and *deers* in the jungle.	I saw many *sheep* and *deer* in the jungle.
33. The *cattles are* returning to the village.	The *cattle is* returning to the village.

(6) Gentry (పెద్ద మనుష్యులు) పదము ఎప్పుడూ బహువచనంలో ప్రయోగింపబడుతుంది.

34. The gentry of the town *has* been invited.	The gentry of the town *have* been invited.

అనేక పర్యాయాలు కొందరు అసంపూర్ణ వాక్యాలు పలుకుతారు. ఇటువంటి వాక్యాలవలన నలుగురిలో నవ్వులపాలయ్యే ప్రమాదముంది. అటువంటి తప్పులు జరుగకుండా జాగ్రత్త పడండి.

35. This is not my *copy.*	This is not my *copy-book.*
36. Bring some *blotting* from the office.	Bring some *blotting paper* from the office.
37. She lives in the *boarding.*	She lives in the *boarding house.*
38. Please put your *sign* here.	Please put your *signature* here.

పూర్తిగా లేని డిక్షనరీలాగే మనం సంభాషణ మరియు వ్రాతలో వ్యర్థ పదాలనుండి కూడా జాగ్రత్త వహించాలి—

39. Your servant is a *coward boy.*	Your servant is a *coward.*
40. She is my *cousin sister.*	She is my *cousin.*

సర్వనామముల వాడుకలో దోషాలు

(ERRORS IN THE USE OF PRONOUNS)

తప్పు (Incorrect)	ఒప్పు (Correct)
41. It is *me.*	It is *I.*
42. *I, you* and *he* will go to Kolkata tomorrow.	*You, he* and *I* will go to Kolkata tomorrow.
43. You are wiser than *me.*	You are wiser than *I.*
44. Let her and *I* do this work.	Let her and *me* do this work.
45. *One* should do *his* duty.	*One* should do *one's* duty.
46. *Everyone* must do *their* best.	*Everyone* must do *his* best.
47. *Every man* and boy is busy with *their* work.	*Every man* and boy is busy with *his* work.
48. These *two* sisters love *one another.*	These *two* sisters love *each other.*
49. These *three* sisters love *each other.*	These *three* sisters love *one another.*
50. *Neither* Kanta *nor* Abida *are* in the class.	*Neither* Kanta *nor* Abida *is* in the class.
51. *Neither you nor I are* lucky.	*Neither of us is* lucky.
52. She has studied *neither* of these ten books.	She has studied *none* of these ten books.
53. *Who* is this *for*?	*For whom* is this?
54. *Who* are you expecting now?	*Whom* are you expecting now?
55. Say *whom* you think will get the prize.	Say *who* you think will get the prize.
56. *Who* do you think we met?	*Whom* do you think we met?
57. I am *enjoying* now.	I am *enjoying myself* now.
58. Jasbir *hid* behind the wall.	Jasbir *hid herself* behind the wall.
59. They *resigned* to the will of God.	They *resigned themselves* to the will of God.
60. We *applied* heart and soul to the task before us.	We *applied our* heart and soul to the task before us.
61. *Which* is cleverer, Rajiv or Rakesh?	*Who* is cleverer, Rajiv or Rakesh?
62. Please bring *mine* pen.	Please bring *my* pen.
63. This pen is *my.*	This pen is *mine.*
64. I do not like *any* of these two books.	I do not like *either* of these two books.
65. I like *not any* of these two books.	I like *neither* of these two books.

(1) నేను, నువ్వు మరియు అతడు ఈ పదాలు ఒకే సారి ప్రయోగింపబడినప్పుడు అవి ఈ క్రమంలో వస్తాయి - you (నువ్వు), he (అతడు) మరియు I (నేను).

(2) Let తో పాటు him, her మరియు me *(Pronoun)* వస్తాయి. he, she, I కాదు.

(3) Everyone, every man పదముల తర్వాత సంబంధ కారకమైన his లేక her వస్తుంది their కాదు. కాని one *(Pronoun)* తర్వాత one's వస్తుంది. his, her లేక their కాదు.

(4) ఇద్దరు వ్యక్తులకు each other వస్తుంది. ముగ్గురు లేక అంతకు మించినపుడు one another వాడాలి.

(5) Neither-nor తో పాటు *singular* క్రియ (is మొ॥నవి) వస్తాయి. ఈ పదం ఇద్దరు వ్యక్తులకు అన్న అర్థంలో వాడబడు తుంది.

(6) అనేక వస్తువుల మధ్య 'ఏమి లేదు' అన్న అర్థంలో (none) వస్తుంది. neither కాదు.

(7) Enjoy, hid, resign, apply, avail, absent—క్రియల తర్వాత himself, herself, themselves, yourself, myself, ourselves మొ॥నవి వస్తాయి.

(8) My మరియు mine అర్థం నా యొక్క, your మరియు yours అర్థం నీ యొక్క, our మరియు ours ల అర్థం మా యొక్క. కాని ప్రయోగంలో (a) my, your, our అన్నవి వీటి తర్వాత ఏదేని నామవాచకం *(Noun)* వచ్చినప్పుడు ఉదా.: — my pen, your father, our mother; (b) ఈ సర్వనామముల తర్వాత సంజ్ఞావాచక శబ్దం లేనప్పుడు తరచు mine, yours, ours మొ॥నవి జోడింపబడతాయి.

విశేషణాల వాడుకలో తప్పులు

(ERRORS IN THE USE OF ADJECTIVES)

తప్పు (Incorrect)	ఒప్పు (Correct)
66. You are *more stronger* than I.	You are *stronger* than I.
67. She is growing *weak* and *weak* everyday.	She is growing *weaker* and *weaker* everyday.
68. Mohan is *elder* than Salim.	Mohan is *older* than Salim.
69. Delhi is *older* than other cities in India.	Delhi is the *oldest* city in India.
70. Mumbai is *further* from Delhi than Amritsar.	Mumbai is *farther* from Delhi than Amritsar.
71. *Have* you *any* ink?	*Do you have some* ink?
72. *Have* she *much* books?	*Does she have many* books?
73. Lila was her *oldest* daughter.	Lila was her *eldest* daughter.
74. Lila was the *eldest* of the two sisters.	Lila was the *elder* of the two sisters.
75. He is the *youngest* and *most* intelligent of my two sons.	He is *younger* and *more* intelligent of my two sons.
76. I visited many *worthseeing places.*	I visited many *places worthseeing.*
77. I told you the *last* news.	I told you the *latest* news.
78. You are junior *than I.*	You are junior *to me.*
79. I have *less* worries than Mohan.	I have *fewer* worries than Mohan.
80. No *less* than fifty persons died of cholera.	No *fewer* than fifty persons died of cholera.
81. This is *the worst* of the two.	This is *worse* of the two.
82. After lunch we had no *farther* talk.	After lunch we had no *further* talk.
83. He wasted *his all* wealth.	He wasted *all his* wealth.
84. I prefer cycling *more than* walking.	I prefer cycling *to* walking.
85. I am *more stronger* than he.	I am *stronger* than he.
86. He is *the weakest* boy of the two.	He is *the weaker* boy of the two.
87. I have got *few* books.	I have got *a few* books.

(1) Elder మరియు older ఈ రెండింటి అర్థం ఇద్దరిలో పెద్ద. కాని elder సంబంధీకులకే వాడబడుతుంది. elder brother, elder sister. వ్యక్తులు లేదా వస్తువులు భిన్న భిన్నమైతే older వస్తుంది. ఉదా.: Mohan is older than Salim.

(2) Eldest, oldest రెండింటి యొక్క అర్థం - అందరికంటె పెద్దదయిన. elder కు వలె eldest కూడా సంబంధీకులకే వాడబడుతుంది.

(3) Further (తర్వాతి) farther (దూరం) ముందరి ఈ పదముల అర్థం బాగా తెలుసుకొని వాడాలి.

(4) Many సంఖ్యావాచక విశేషము. Many books (అనేక పుస్తకాలు), much పరిమాణమును తెలుపుతుంది. ఉదా. : much water (ఎక్కువ నీరు).

(5) విశేషణాలు మూడు అవస్థ (three degrees) లను జాగ్రత్తగా సమయానుకూలంగా వాడాలి.

(6) Many కి వలె few కూడా సంఖ్యావాచకమే. Much కి వలె less కూడా పరిమాణ వాచకము. వీటి ఉపయోగం జాగ్రత్తగా తెలుసుకోండి.

క్రియా పదాల వాడుకలో దోషాలు
(ERRORS IN THE USE OF VERBS)

	తప్పు (Incorrect)	ఒప్పు (Correct)
88.	Her father told me that honesty *was* the best policy.	Her father told me that honesty *is* the best policy.
89.	The cashier-cum-accountant *have* come.	The cashier-cum-accountant *has* come.
90.	The cashier and the accountant *has* come.	The cashier and the accountant *have* come.
91.	*Can* I come in, sir?	*May* I come in, sir?
92.	I'm so weak that I *may not* walk.	I'm so weak that I *cannot* walk.
93.	Tell me why *are you* abusing him.	Tell me why *you are* abusing him.
94.	Pushpa *as well as* her other sisters *are* beautiful.	Pushpa *as well as* her other sisters *is* beautiful.
95.	I *am* ill for *two* weeks.	I *have been* ill for *two* weeks.
96.	The ship *was drowned.*	The ship *sank.*
97.	He *has stole* a pen.	He *has stolen* a pen.
98.	Dhulip *sung* well.	Dhulip *sang* well.
99.	Mohammed has often *beat* me in tennis.	Mohammed has often *beaten* me in tennis.
100.	I *laid* in bed till eight in the morning.	I *lay* in bed till eight in the morning.
101.	I *will* be drowned and nobody *shall* save me.	I *shall* be drowned and nobody *will* save me.
102.	You *will* leave this place at once.	You *shall* leave this place at once.
103.	We *shall* not accept defeat.	We *will* not accept defeat.
104.	I should learn to ride if I *buy* a cycle.	I should learn to ride if I *bought* a cycle.
105.	I never *have,* and I never *will* do it.	I *have* never *done,* and I *will* never do it.
106.	Neither he *came* nor he *wrote.*	Neither *did* he *come* nor *did* he *write.*
107.	Seldom I go to the hills.	Seldom *do* I go to the hills.
108.	This food is hard to *be digested.*	This food is hard to *digest.*
109.	He ordered *to withdraw the army.*	He ordered *his army to withdraw.*
110.	Each and every father *love their* children.	Each and every father *loves his* children.

(1) Can మరియు may ల అర్థం జరుగవచ్చు. కాని can వాడుక శక్తిని తెలిపే అర్థంలోను, may ను ఆదేశం ఇచ్చేటపుడు వాడతారు. 91, 92 వాక్యాలు చూడండి.

(2) As well as కు ముందు కర్త ఏకవచనంలో వుంటే క్రియ కూడా ఏకవచనంలోనే ఉంటుంది. - 94వ వాక్యం చూడండి.

(3) వాక్యం why టౌంII న శబ్దాలతో Indirect form లో వుంటే 'why are you' స్థానంలో 'why you are' వస్తుంది. - 93వ వాక్యం గమనించండి.

(4) Drown మరియు sink రెండింటికి అర్థం మునుగుట. కాని జీవం వున్న వాటికి drown, జడములకు sink వస్తుంది. ఉదా. :-96, 101 వాక్యాలు చూడండి.

(5) సామాన్య భవిష్యత్‌కాలం తెలిపేందుకు I, we తో పాటు shall, he. she, they మరియు you తో will వస్తాయి. ఉదా.: చూడండి వాక్యం 101. కాని దృఢ నిశ్చయం తెలిపేటప్పుడు లేదా ఆదేశించేప్పుడు తారుమారు అవుతాయి. I, we తో will మరియు he, she, they, you తో shall వస్తుంది. చూడండి వాక్యాలు : 102, 103.

(6) Shall యొక్క past tense రూపం should. ఏ వాక్యంలో should ఈ అర్థంలో ప్రయోగింపబడుతుందో ఆ వాక్యంలో రెండవ క్రియ కూడా past tense లోనే వుంటుంది. చూడండి వాక్యం 104.

(7) Neither, seldom వ్యతిరేకార్థక (negative) పదం. వాక్యంలో వీటిని వాడినప్పుడు (ఇతర negative వాక్యాలకు వలె) do, did ప్రయోగింపబడుతాయి. చూడండి వాక్యాలు - 106, 107.

(8) 110 వాక్యంలో his children అని ఎందుకు వచ్చింది? their children అని ఎందుకు రాలేదు? (His, father తో సంబంధించినది. Children తో కాదు. అందుచేత his సరయినదే).

క్రియా విశేషణాల వాడుకలో దోషాలు
(ERRORS IN THE USE OF ADVERBS)

తప్పు **(Incorrect)**	ఒప్పు **(Correct)**
111. I play basket-ball *good.*	I play basket-ball *well.*
112. I am *very* much *sorry.*	I am *very* sorry.
113. It is *much* cold today.	1t is *very* cold today.
114. The horse is *too* tired.	The horse is *yery* tired.
115. This girl is *very* poor *to* pay her dues.	This girl is *too* poor *to* pay her dues.
116. She is *too* weak *for* walk.	She is *too* weak *to* walk.
117. I am *too* pleased.	I am *much* pleased.
118. We *slowly walked.*	We *walked slowly.*
119. We should *only* fear God.	We should fear God *only.* .
120. This house is *enough large* for them.	This house is *large enough* for them.
121. He doesn't know *to* swim.	He doesn't know *how to* swim.
122. I don't know *to* do it.	I don't know *how to* do it.
123. Don't run *fastly.*	Don't run *fast.*
124. She is not *clever* to do it.	She is not *clever enough* to do it.
125. He explained *clearly* his *case.*	He explained his *case clearly.*
126. You have done it very *quick.*	You have done it very *quickly.*
127. It's *too* hot.	It's *very* hot.
128. It's *very* hot to play tennis.	It's *too* hot to play tennis.
129. Poona is *known* for its figs.	Poona is *well known* for its figs.
130. I went *directly* to school.	I went *direct* to school.
131. I feel *comparatively better* today.	I feel *better* today.
132. He runs *fastly.*	He runs *fast.*
133. The child walks *slow.*	The child walks *slowly.*
134. I am *very* delighted to see you.	I am *much* delighted to see you.
135. He is now *too strong* to walk.	He is now *strong enough* to walk.

(1) Well *(adverb)* స్థానంలో good *(adjective)* ప్రయోగం మంచిది కాదు. వాక్యం 111 చూడండి.

(2) Too, very రెండింటి అర్థం - ఎక్కువ. కాని (a) too తర్వాత సంబంధిత (relative) పదం to కలుస్తుంది. ఉదా. : She *is too* weak *to* walk (ఆమె నడవడానికి కూడా వీలులేనంత నీరసంగా ఉంది) చూడండి వాక్యం -116. (b) సామాన్యంగా చాలా పదాల అర్థంలో very లేక much జోడింపబడుతుంది. వాక్యాలు 117, 127 చూడండి.

(3) Slowly, clearly మొ॥న క్రియా విశేషణాలన్నీ ఎప్పుడూ క్రియ తర్వాత వస్తాయి. చూడండి 118, 125 పదాలు.

(4) కొందరు 'comparatively better' అంటారు. కొంచెం ఆలోచించండి. better లో బాగుండు అనే అర్థం ఉండగా comparatively అని ఎందుకు? చూడండి వాక్యం 131.

(5) 135 వ వాక్యం ఎందుకు తప్పయినదో ఆలోచించండి—He is now *too* strong *to* walk. (ఈ వాక్యం తప్పవడానికి కారణం ఏమిటంటే ఇందులో అతను అంత శక్తిమంతుడు అయినప్పటికీ లేచి తిరుగలేడు. అర్థం దీనికి వ్యతిరేకం, అందువల్ల too strong స్థానంలో strong enough ఉండాలి.

సముచ్చయాల వాడుకలో తప్పులు
(ERRORS IN THE USE OF CONJUNCTIONS)

	తప్పు (Incorrect)	ఒప్పు (Correct)
136.	*Though* he works hard *but* he is weak.	*Though* he works hard *yet* he is weak.
137.	The teacher asked *that why* I was late.	The teacher asked *why* I was late.
138.	Wait here *till* I *do not* come.	Wait here *till* I come.
139.	*No sooner* we reached the station, the train started.	*No sooner did* we reach the station, *than* the train started.
140.	*Not only* he *abused* me *but also* beat me.	*Not only did* he *abuse* me *but* beat me *also*.
141.	We had *hardly* gone out *before* it began to rain.	We had *hardly* gone out *when* it began to rain.
142.	Run fast *lest* you *should not* be late.	Run fast *lest* you *should* be late.
143.	*As* Satish is fat *so* he walks slowly.	*As* Satish is fat, he walks slowly.
144.	I doubt *that* she will pass this year.	I doubt *whether* she will pass this year.
145.	*When* I reached there, *then* it was raining.	*When* I reached there, it was raining.
146.	*Although* he is poor, *but* he is honest.	*Although* he is poor, *yet* he is honest.
147.	Wait here *until* I *do not* come.	Wait here *till* I come.
148.	*Unless* you *do not* try, you will never succeed.	*Unless* you try, you will never succeed.
149.	There is no *such* country *which* you mention.	There is no *such* country *as* you mention.
150.	He had *scarcely* reached the station *than* the train started.	He had *scarcely* reached the station *when* the train started.

(1) కొన్ని సముచ్చయాలు ఒకేసారి వాడబడతాయి. చూడండి though—yet; no sooner—than; not only—but also; hardly—when; lest—should; although—yet; such—as మరియు scarcely—when మొదలైనవి. (though మొ॥న వాటిలో yet మాత్రమే వస్తుంది. but కాదు).

(2) No sooner, not only వ్యతిరేకార్థక పదాలు *(negative)*. అందుచేత do, did వీటి తర్వాత వస్తాయి. చూడండి వాక్యాలు 139, 140.

(3) Lest 'అలా అని కాదు'. కాబట్టి Lest తర్వాత should వస్తుంది. should not కాదు. చూడండి వాక్యం 142.

(4) As తర్వాత సంబంధ పదం (relative) రూపంలో so రాదు. చూడండి వాక్యం 143.

(5) ఇంగ్లీషులో when కు ముందు then రాదు. చూడండి వాక్యం 145.

విభక్త్యర్థక పదాల వాడుకలో తప్పులు

(ERRORS IN THE USE OF PREPOSITIONS)

తప్పు (Incorrect)	ఒప్పు (Correct)
(i) ఎటువంటి సంబంధ సూచకం రాదు	
151. My mother loves *with* me.	My mother loves me.
152. He reached *at* the station.	He reached the station.
153. He ordered *for* my dismissal.	He ordered my dismissal.
154. Rajiv married *with* your cousin.	Rajiv married your cousin.
155. Amitabh entered *into* the room.	Amitabh entered the room.
(ii) by ప్రయోగం	
156. What is the time *in* your watch?	What is the time *by* your watch?
157. They went to Varanasi *in* train.	They went to Varanasi *by* train.
158. She was killed *with* a robber.	She was killed *by* a robber.
(iii) with ప్రయోగం	
159. He is angry *upon* me.	He is angry *with* me
160. Are you angry *on* her?	Are you angry *with* her.
161. My principal is pleased *from* me.	My principal is pleased *with* me.
162. Wash your face *in* water.	Wash your face *with* water.
163. The dacoit was killed *by* a sword.	The dacoit was killed *with* a sword.
164. Compare Akbar *to* Rana Pratap.	Compare Akbar *with* Rana Pratap.
165. She covered her face *by* her shawl.	She covered her face *with* her shawl.
(iv) at ప్రయోగం	
166. Open your book *on* page ten.	Open your book *at* page ten.
167. Ram lives in Secunderabad.	Ram lives *at* Secunderabad.
168. Why did you laugh *on* the beggar?	Why did you laugh *at* the beggar?
169. Who is knocking *on* the door?	Who is knocking *at* the door?
170. The train arrived *on* the platform.	The train arrived *at* the platform.
(v) on ప్రయోగం	
171. We go to school *by* foot.	We go to school *on* foot.
172. We congratulate you *for* your success.	We congratulate you *on* your success.
173. The rioters set the house *to* fire.	The rioters set the house *on* fire.
174. The house was built *over* the ground.	The house was built *on* the ground.
175. Father spent a lot of money *at* her wedding.	Father spent a lot of money *on* her wedding.

(vi) to ప్రయోగం

176. Vimal was married *with* Shyam.	Vimal was married *to* Shyam.
177. You are very kind *on* me.	You are very kind *to* me.
178. We should pray God everyday.	We should pray *to* God everyday.
179. I won't listen what you say.	I won't listen *to* what you say.
180. I object *at* your statement.	I object *to* your statement.

(vii) in ప్రయోగం

181. Swatantra Kumari lives *at* Mumbai.	Swatantra Kumari lives *in* Mumbai.
182. He was walking *into* the garden.	He was walking *in* the garden.
183. Please write *with* ink.	Please write *in* ink.
184. I have no faith *upon* your story.	I have no faith *in* your story.
185. The rain will cease *after* a little while.	The rain will cease *in* a little while.

(viii) into ప్రయోగం

186. Divide the cake *in* five parts.	Divide the cake *into* five parts.
187. Please look *in* the matter.	Please look *into* the matter.
188. She jumped *in* the river.	She jumped *into* the river.
189. I fear that she might fall *in* the hands of robbers.	I fear that she might fall *into* the hands of robbers.
190. Translate this passage *in* Hindi.	Translate this passage *into* Hindi.

(ix) of ప్రయోగం

191 She died *from* plague.	She died *of* plague.
192. We are proud *on* our country.	We are proud *of* our country.
193. The child is afraid *from* you.	The child is afraid *of* you.
194. Hamida is not jealous *to* Abdul.	Hamida is not jealous *of* Abdul.
195. We should take care *for* our books.	We should take care *of* our books.
196. He died *from* hunger.	He died *of* hunger.

(x) from ప్రయోగం

197. My shirt is different *to* yours.	My shirt is different *from* yours.
198. His mother prevented him *of* going to cinema.	His mother prevented him *from* going to cinema.
199. I commenced work *since* 14th July.	I commenced work *from* 14th July.
200. He hindered me *to* do this.	He hindered me *from* doing this.

(xi) for ప్రయోగం

201. He won't be there *before* four months.	He won't be there *for* four months.
202. The employer blames her *of* carelessness.	The employer blames her *for* carelessness.

203.	Three scholarships are competed.	Three scholarships are competed *for*.
204.	Free meals should be provided *with* the poor children.	Free meals should be provided *for* the poor children.
205.	Who cares *of* you?	Who cares *for* you?

(xii) between , among, since, up, against ప్రయోగం

206.	Distribute the fruit *among* Kamla and Vimla.	Distribute the fruit *between* Kamla and Vimla.
207.	Divide this money *between* these girls.	Divide this money *among* these girls.
208.	Rakesh has been absent from college *from* last Monday.	Rakesh has been absent from college *since* last Monday.
209.	He tore *away* the bills.	He tore *up* the bills.
210.	The English fought *with* the Russians.	The English fought *against* the Russians.

సంబంధ సూచకాలు (prepositions) క్రియలతో పాటు ఎందుకు వాడబడతాయి అంటే ఇంగ్లీషు భాషలో వీటి వాడుక ఇలాగే వుంటుంది. ఇందులో తర్క-వితర్కాలకు తావు లేదు. కాబట్టి మంచి ఇంగ్లీషు మాట్లాడాలనుకునేవారు వీటి ప్రయోగాన్ని బాగా నేర్చుకోవాలి.

తెలుగులో కూడా కారక చిహ్నాలు ఉపయోగంలో ఉన్నాయి, వీటిని ఈ రోజుల్లో శుద్ధాలుగా పరిగణింపబడుతున్నాయి. ఇది అన్ని భాషల్లోనూ ఎక్కువ తక్కువగా ఉంటాయి, కాని వాటిని అనివార్యంగా తెలుసుకొని ఉపయోగించాలి.

A, an the విభక్తి సూచక పదాల వాడుకలో తప్పులు (ERRORS IN THE USE OF ARTICLES)

	తప్పు (Incorrect)	ఒప్పు (Correct)
(i)	the ప్రయోగం	
211.	*The* Delhi is the capital of India.	Delhi is the capital of India.
212.	She met me in *the* Faiz Bazaar.	She met me in Faiz Bazaar.
213.	He has failed in *the* English.	He has failed in English.
214.	She was suffering from *the* typhoid.	She was suffering from typhoid.
215.	*The* union is strength.	Union is strength.
(ii)	ఇటువంటి పదములకు ముందు the చేరుతుంది.	
216.	This is *a* best player I have ever met.	This is *the* best player I have ever met.
217.	Ganga flows into Bay of Bengal.	*The* Ganga flows into *the* Bay of Bengal.
218.	Rose is sweetest of all flowers.	*The* rose is *the* sweetest of all *the* flowers.
219.	Rich are happy but poor are unhappy.	*The* rich are happy but *the* poor are unhappy.
220.	Ramayana and Mahabharata are epics of India.	*The* Ramayana and *the* Mahabharata are *the* epics of India.

1. వ్యక్తులు లేదా స్థలాలను తెలిపే నామవాచకాలు (Delhi, Faiz Bazaar, English language), ద్రవ్య వాచక పదాలు (gold, silver మొ॥న), భావాత్మక పదాలు (union, honesty) మరియు వ్యాధుల పేర్లతో పాటు the ప్రయోగింప బడదు.

2. విశేషణాల మూడో రూపంలో పర్వతాలు, నదులు, సముద్రాలు మొ॥న పేర్ల (the Ganga, the Himalayas) కు ముందు, పుస్తకముల పేర్లకు (the Ramayana, the Mahabharata) ముందు, నామవాచకాలకు బదులు వచ్చే విశేషణాలకు (the rich, the poor మొ॥నవి) ముందు the వస్తుంది. ఏదేని వస్తువు లేదా వ్యక్తిపై వైశిష్ట్యం తీసుకు రావాలనుకుంటే అక్కడ (the rose, the flower, the epic) the వస్తుంది.

(iii) ఇటువంటి స్థితిలో a రాదు.

221. *A* man is mortal.	Man is mortal.
222. Your sister is in *a* trouble.	Your sister is in trouble.
223. He made *a* rapid progress.	He made rapid progress.
224. There is *a* vast scope for improvement.	There is vast scope for improvement.
225. He writes *a* good poetry.	He writes good poetry.

3. 221 వ వాక్యంలో ఏ మనిషి (a man) మాట కాదు - పూర్తి మనుష్య జాతికి సంబంధించినది కాబట్టి 'a' రాదు. 222 లో trouble సంఖ్యా వాచకం కాదు. కాబట్టి 'a' రాదు. ఇదే విధంగా భావాత్మక, ద్రవ్య వాచక నామవాచకాలకు ముందు సాధారణంగా a లేక an చేరదు.

(iv) సాధారణంగా జాతి నామవాచకాలకు ముందు 'a' చేరుతుంది.

తప్పు **(Incorrect)**	ఒప్పు **(Correct)**
226. Don't make noise.	Don't make *a* noise.
227. The English are brave nation.	The English are *a* brave nation.
228. I got headache.	I got *a* headache.
229. Your words are not worth penny.	Your words are not worth *a* penny.
230. He is on European.	He is *a* European.

(v) ఏ పదాల ప్రారంభంలో అచ్చు (vowel) వుంటుందో లేక అచ్చు ఉచ్చారణ ఉంటుందో ఆ పదానికి ముందు an వస్తుంది.

231. She was not *a* Indian.	She was not *an* Indian.
232. Please buy *a* umbrella from the bazaar.	Please buy *an* umbrella from the bazaar.
233. I'll finish with my work in *a* hour.	I'll finish with my work in *an* hour.
234. He was *a* M.L.A .	He was *an* M.L.A.
235. She is *a* M.A.	She is *an* M.A.

4. a మరియు an సమానమైన articles. (a) ఏ పదాలు ప్రారంభంలో హల్లు (consonant) ఉంటుందో అక్కడ a వస్తుంది. మరియు (b) ఏ పదాల ప్రారంభంలో అచ్చు (vowel) ఉంటుందో అక్కడ an వస్తుంది. ఉదా.:-
a : a book, a nation, a noise మొదలైనవి.
an : an Indian, an umbrella, an apple మొదలైనవి.

5. an వాడుకలో కొన్ని వికల్పాలు ఉన్నాయి. ఇంగ్లీషులో కొన్ని పదాల మొదటి అక్షరాలు అనుచ్చారితములు (silent) గా ఉంటాయి. ఉదా. :- hour, (అవర్), honour (ఆనర్), honest (ఆనెస్ట్).
ఇటువంటి పదాల ముందు an వస్తుంది. a కాదు. ఉదా.: an hour, an honour, an honest మొదలైనవి.

6. an వాడుక ఇంతటితో ఆగదు. కొన్ని సంక్షిప్త పదాలను (short form) చూడండి—M.A., M.L.A. ఇప్పుడు ఆలోచించండి. వీటికి ముందు a వస్తుందా లేక an వస్తుందా? M.A., M.L.A. రెండింటిలోనూ M ఉచ్చారణ em అన్న విధంగా vowel (అచ్చు) మాదిరి ఉంటుంది. కాబట్టి an M.A. మరియు an M.L.A. అవుతుంది. చూడండి వాక్యాలు - 234, 235.

7. ఇప్పుడు 230 వాక్యం చూడండి. 'a European' సరయినది ఎలా అవుతుంది? an hour లో మాదిరి యూరోపియన్‌లో E silent. ఇందులో u ఉచ్చారణ (Solid) ఉంటుంది. తెలుగులోని 'యూ' లాగ ఉంటుంది. ఇది కూడా సరైనది కాదు.

చివరగా మీతో ఒక మాట చెప్పాలి. మీరు వ్యవహారంలో వచ్చే ఇటువంటి సాధారణ దోషాలు రాకుండా జాగ్రత్త పడాలి. భాష విషయంలో సరిగా మాట్లాడాలి అన్న పట్టుదల మనసులో వుంటే తప్పులు వాటి అంతట అవే దూరమవుతాయి.

మా శుభాశయాలు మీకెప్పుడూ ఉంటాయి.

ఇంగ్లీషులో పద నిర్మాణము
(WORD-BUILDING IN ENGLISH)

ఇంగ్లీషులో పదాలు రెండు రకాలు - సాధారణము (Simple) మరియు ఉత్పాదిత (Derived).

(a) సాధారణ పదాలను ప్రాతిపదికము (Primitive) లు అని కూడా అంటారు. అటువంటి పదాలను విడదీయలేము. man, good, fear మొదలైనవి.

(b) వ్యుత్పత్తి ద్వారా తయారయిన పదాలను వ్యుత్పన్నములు (Derived లేక Derivative) అంటారు. ఇవి నాలుగు విధాలుగా తయారవుతాయి.

(i) సాధారణ శబ్దాన్ని కొంచెం మార్పు చేసి, ఇటువంటి వాటిని ప్రారంభిక వ్యుత్పన్నములు (Primary Derivative) అంటారు. ఉదా. :- hot నుంచి heat, tale నుంచి tell, full నుంచి fill మొదలైనవి.

(ii) సాధారణ పదాలకు ముందు ఉపసర్గను చేర్చి - wise కు ముందు an చేర్చి, unwise, side కు ముందు out చేర్చి outside లేక in చేర్చి inside మొ॥నవి.

(iii) సాధారణ పదములకు ముందు ప్రత్యయమును; man తర్వాత hood చేర్చగా manhood, good తర్వాత ness చేర్చగా goodness, fear తర్వాత less చేర్చగా fearless మొ॥న పదాలు.

(iv) ఒక పదానికి మరొక పదాన్ని జోడించిన వాటిని సంయుక్త పదములు (compound words) అంటారు ఉదా.: footpath, midday, sometimes మొ॥న పదాలు.
దిగువ నాలుగు రకాల శబ్దాల విస్తృత వివరణ ఉంది. వీటిని అభ్యసించి మీ శబ్దజ్ఞానాన్ని (Vocabulary) ని వృద్ధి చేసుకోండి.

1. ప్రారంభిక వ్యుత్పన్నములు (Primary Derivative) శబ్దాలు చాలా విధాలుగా తయారవుతాయి.

(i) **క్రియాపదములను, నామవాచకములుగా మార్చుట —**

క్రియ	**ఉచ్చారణ**	**అర్థం**	**నామవాచకం**	**ఉచ్చారణ**	**అర్థం**
feed	ఫీడ్	భోజనము చేయు	food	ఫుడ్	ఆహారము
die	డై	చనిపోవు	death	డెత్	చావు
strike	స్ట్రైక్	దెబ్బ కొట్టు	stroke	స్ట్రోక్	దెబ్బ

write	రైట్	వ్రాయు	writ	రిట్	లేఖ
speak	స్పీక్	మాట్లాడు	speech	స్పీచ్	ఉపన్యాసము
believe	బిలీవ్	నమ్ము	belief	బిలీఫ్	నమ్మకము
break	బ్రేక్	అతిక్రమించు	breach	బ్రీచ్	అతిక్రమణ

(ii) విశేషణాలను నామవాచకములుగా మార్చుట—

క్రియ	ఉచ్చారణ	అర్థం	నామవాచకం	ఉచ్చారణ	అర్థం
grave	గ్రేవ్	గంభీరము	grief	గ్రీఫ్	విచారము
proud	ప్రౌడ్	గర్వము గల	pride	ప్రైడ్	గర్వము
hot	హాట్	వేడియైన	heat	హీట్	వేడి

(iii) నామవాచకములను విశేషణములుగా మార్చుట—

నామవాచకం	ఉచ్చారణ	అర్థం	క్రియ	ఉచ్చారణ	అర్థం
wisdom	విజ్‌డమ్	బుద్ధి	wise	వైజ్	బుద్ధిమంతుడు
milk	మిల్క్	పాలు	milch	మిల్చ్	పాలిచ్చెడి

(iv) నామవాచకములను క్రియాపదములుగా మార్చుట—

నామవాచకం	ఉచ్చారణ	అర్థం	క్రియ	ఉచ్చారణ	అర్థం
blood	బ్లడ్	రక్తము	bleed	బ్లీడ్	రక్తము కారు
gold	గోల్డ్	బంగారం	gild	గిల్డ్	బంగారము పోతపోయు
tale	టేల్	కథ	tell	టెల్	చెప్పు
food	ఫుడ్	ఆహారము	feed	ఫీడ్	అన్నము పెట్టు
wreath	రీథ్	మాల (దండ)	wreathe	రీద్	దండ వేయు
cloth	క్లాత్	గుడ్డ	clothe	క్లోత్	బట్టలు వేసుకొను
bath	బాత్	స్నానము	bathe	బేత్	స్నానము చేయు
breath	బ్రేత్	శ్వాస	breathe	బ్రీత్	శ్వాసించు

(v) విశేషణాలను క్రియాపదాలుగా మార్చుట—

విశేషణము	ఉచ్చారణ	అర్థం	క్రియ	ఉచ్చారణ	అర్థం
full	ఫుల్	సంపూర్ణము	fill	ఫిల్	నింపు
grave	గ్రేవ్	గంభీరము	grieve	గ్రీవ్	దుఃఖించు
frosty	ఫ్రాస్టీ	చల్లని	frost	ఫ్రాస్ట్	చల్లన చేయు
hale	హేల్	ఆరోగ్యము	heal	హీల్	నయమగు
half	ఆఫ్	సగము	halve	హావ్	రెండు భాగములు చేయు
beautiful	బ్యూటిఫుల్	అందమైన	beautify	బ్యూటిఫై	అందము చేయు
striking	స్ట్రైకింగ్	ఆకర్షణీయమైన	strike	స్ట్రైక్	ఆకర్షించు
flattering	ఫ్లాటరింగ్	అనుచిత ప్రశంస	flatter	ఫ్లాటర్	అనుచితముగ ప్రశంసించు
killing	కిల్లింగ్	ప్రమాదకరమైన	kill	కిల్	చంపు
permissible	పర్మిసిబుల్	అనుమతింపదగిన	permit	పర్మిట్	అనుమతించు
penal	పీనల్	దండింపదగిన	penalise	పీనలైజ్	దండించు

2. ఇంగ్లీషులో ఆంగ్లో సాక్సన్, లాటిన్, ఫ్రెంచ్ మరియు గ్రీక్ భాషా పదాలు వాడుకలో వున్నాయి. వాటి ఉపసర్గలు (prefix) భిన్నంగా ఉంటాయి. వాటిని పరిచయం చేసుకోండి.

ప్రముఖమైన ఇంగ్లీషు, ఫ్రెంచ్, లాటిన్ మరియు గ్రీకు ఉపసర్గలు (Prefixes)

ఉపసర్గ	అర్థం	ఉదాహరణ
A-	కాని, లేకుండా, శూన్యం	*a*shore, *a*way, *a*pathy
Ab-	కాని, దూరము, వేరుగ ఆ-	*ab*normal
Ad-	సం-, అది-	*ad*here, *ad*vocate
After-	తర్వాత, పశ్చాత్	*after*wards, *after*growth
Al-	సర్వము-, పూర్ణము-	*Al*mighty, *al*most, *al*together
Amphi-	రెండును, ఇద్దరు	*amphi*bious, *amphi*theatre
An-	లేకుండా	*an*archy
Ana-	కాని, పైన, పునః	*ana*lyse, *ana*tomy
Ant-, Anti-	విరుద్ధము, విరోధి, ప్రతి	*ant*agonist, *anti*pathy
Ante-	ముందుగ, పూర్వము	*ante*cedent, *ante*date, *ante* meridiem
Arch-, Archi-	మొదటి, ముఖ్యమైన, ప్రముఖమైన	*arch*bishop, *archi*tect
Auto-	స్వ, ఆత్మీయ	*auto*vehicle, *auto*biography, *auto*graph
Bi-	రెండు, ఇద్దరు	*bi*nocular, *bi*lingual, *bi*centenary
By-	ఉప-	*by*election, *by*name, *by*law, *by*path, *by*product
Circum-	గుండ్రటి వస్తువును గురించి	*circum*ference, *circum*navigation, *circum*scribe
Circu-	నలువైపుల	*circu*s, *circu*lar, *circu*it
Contra-	విరుద్ధము, ప్రతి	*contra*dict, *contra*band
Counter-	విరుద్ధము, ప్రతి	*counter*act, *counter*balance, *counter*feit, *counter*foil
Contro-	విరుద్ధము, ప్రతి	*contro*versy, *contro*vert
De-	క్రింద, అప, అవ	*de*scend, *de*fame, *de*crease
Demi-	సగము, అర్థ	*demi*god, *demi*structure
Dia-	ద్వారా	*dia*logue, *dia*meter
Dis-	వ్యతిరేకార్థకంలో	*dis*order, *dis*obey, *dis*grace
E-	ఫ్రెంచి భాషకు చెందిన ధ్వని	*e*state, *e*squire, *e*special
Em-, En-	లో, లోపల	*em*bark, *en*list
Epi-	పైన, కాని	*epi*taph, *epi*logue, *epi*dermis
Ex-	ముందు, తిరిగి, బయట	*ex*-student, *ex*-minister, *ex*clude
Extra-	అతిరిక్తము	*extra*ordinary, *extra*judicial
Fore-	పూర్వ-, అగ్ర, భావి	*fore*see, *fore*warn. *fore*word, *fore*thought
Gain-	విరుద్ధము	*gain*say

Hetero-	వి-, కు, చెడ్డ అర్థంలో	*hetero*dox, *hetero*geneous
Homo-	మనుష్య, సమ	*homo*geneous, *homo*sexual
Homoeo-	సమానమైన, అటువంటి	*homoeo*pathy
Hyper-	అతిరిక్త, అధికం	*hyper*sensitivity, *hyper*tension
In-	లేదు, లో	*in*convenience, *in*clude, *in*ward
Inter-, Intro-	అంతర్, మధ్యలో	*inter*national, *inter*continent, *intro*duce
Mal,_Male-	చెడ్డ, పాడయిన, కు	*mal*treatment, *mal*content, *male*factor, *male*diction
Mid-	మధ్యన	*mid*night, *mid*wife
Mis-	దుర్-, దుష్, చెడ్డ, పాడయిన	*mis*fortune, *mis*use, *mis*behaviour
Non-	లేదు, వ్యతిరేకార్థకం, నిర్-	*non*sense, *non*payment
Off-	వేరుగ	*off*shoot, *off*shore
On-	పైన, మీద	*on*looker
Out-	బయట	*out*side, *out*come, *out*cast
Over-	పైన	*over*coat, *over*done, *over*look
Para-	బయట	*para*phrase, *para*-psychology
Post-	తర్వాత, వెనుక	*post*dated, *post*script
Pre-	ముందు, పూర్వము	*pre*arrange, *pre*caution, *pre*dict
Re-	తిరిగి, మరల	*re*set, *re*sound, *re*tract, *re*arrange
Sub-	ఉప	*sub*heading, *sub*-editor, *sub*branch
Super-	అతి, అధికం	*super*natural, *super*power, *super*man
Sur-		*sur*pass, *sur*charge, *sur*plus
Tele-	దూరం	*tele*phone, *tele*vision, *tele*graph
Trans-	అధిగమించి, దాటు	*trans*form, *trans*port
Un-	వ్యతిరేకార్థము	*un*wise, *un*ripe, *un*able
Vice-	ఉప	*vice*-chancellor, *vice*-principal
Wel-	మంచి, సు	*wel*come, *wel*done, *wel*fare
With-	వెనుక	*with*stand, *with*draw

3. ఉపసర్గలకు వలెనే ఆంగ్లో సాక్సన్, లాటిన్, ఫ్రెంచి మరియు గ్రీకు ప్రత్యయములు (suffixes) వాడుకలో వస్తాయి. వాటిని కూడా తెలుసుకోండి.

ముఖ్యమైన ఇంగ్లీషు, ఫ్రెంచ్, లాటిన్ మరియు గ్రీకు ప్రత్యయాలు (Suffixes)

ఉపసర్గ	అర్థము మరియు వ్యాఖ్య	ఉదాహరణ
-able, -ible	యోగ్యమైన (సంస్కృతంలో 'అణీయ'కు సమానమైన - ఆదర్ + అణయ = ఆదరణీయ)	respect*able*, port*able*, service*able*, resist*ible*, revers*ible*
-acy	స్థితిని తెలిపే భావవాచక	suprem*acy*
-age	స్థితిని తెలుపు	bond*age*
-archy	తంత్రము, శాసనము	hier*archy*, mon*archy*
-ary	దీనితో విశేషణము, నామవాచకములను తయారు చేస్తారు	arbitr*ary*, diction*ary*, exempl*ary*

-cide	హత్య, హంతకుడు	geno*cide*, homi*cide*
-cracy	తంత్రము (గ్రీకు భాషా పదము)	demo*cracy*, pluto*cracy*
-craft	కళ, కౌశలం	wood*craft*, book*craft*
-crat	ఏదేని తంత్రములో సభ్యుడు, సమర్థ చేయువాడు	demo*crat*, pluto*crat*, bureau*crat*
-cule	చిన్న, లేక చిన్నతనాన్ని సూచించు	mole*cule*, animal*cule*
-dom	శ్రేణి, స్థితి, ప్రదేశాన్ని సూచించు	free*dom*, king*dom*, bore*dom*
-ed	నామవాచకాన్ని విశేషణంగా చేయడానికి	tail*ed*, feather*ed*
-ee	కర్మవాచక నామవాచకాలను చేయుటకు	trust*ee*, employ*ee*, pay*ee*
-en	(i) చిన్నతనాన్ని సూచించే	chick*en*
	(ii) స్త్రీలింగమును తెలిపే	vix*en*
	(iii) బహువచనార్థంలో	ox*en*
	(iv) నామవాచకాలను విశేషణాలుగా మార్చుటకు	gold*en*, wood*en*
	(v) విశేషణాలను క్రియలుగా చేయడానికి	deep*en*, moist*en*
-er, -or	(i) విశేషణాలను క్రియలుగా చేయడానికి	preach*er*, teach*er*, sail*or*
	(ii) తులనాత్మక విశేషణమును చేసే	great*er*, bigg*er*
-ess	స్త్రీ బోధక నామవాచకంలో	princ*ess*, govern*ess*
-et	కర్తృ కారకం చేయడంలో	proph*et*, po*et*
-ette	లఘుత్వాన్ని తెలిపే పాత ఇంగ్లీషు	cigar*ette*
-fold	రెట్టింపు, సంఖ్యావాచకాలకు	mani*fold*, four*fold*, ten*fold*
-ful	కలవాడు-కలిగిన-పూర్ణుడు	delight*ful*, cheer*ful*, grace*ful*
-hood	అవస్థను తెలిపే	child*hood*, boy*hood*
-ian	వ్యక్తి వాచక నామవాచకాలను విశేషణాలుగా మార్పు చేయడానికి	Christ*ian*, Arab*ian*, Ind*ian*
-il	విశేషములను తయారుచేసే	civ*il*, utens*il*
-ing	(i) ఉన్నారు, ఉన్నాడు, ఉన్నది	kill*ing*, read*ing*
	(ii) క్రియాత్మక నామవాచకాలను చేసే	(mass) kill*ing*
-ion	భావ వాచక నామవాచకం తయారు చేసేందుకు	relig*ion*, tens*ion*, opin*ion*
-ise	నామవాచకం తయారు చేయడంలో	franch*ise*, exerc*ise*
-ish	నామవాచకాన్ని విశేణంగా మార్చేందుకు	blu*ish*, child*ish*, boy*ish*
-ism	(i) ప్రత్యేక స్థితిని తెలుపు	ego*ism*, hero*ism*
	(ii) వాది, అనుయాయి	Commun*ism*, Capital*ism*, Naz*ism*
-ist	(i) కర్తృవాచకాలను చేసేందుకు	novel*ist*, art*ist*
	(ii) వాది, అనుయాయి	Commun*ist*, impression*ist*
-ite	'సంబంధించినవి' అన్న అర్థంలో	Israel*ite*
-ive	ప్రవృత్తిని తెలిపే	act*ive*, pass*ive*
-kin	చిన్న అనే అర్థంలో	lamb*kin*
-ling	చిన్న అనే అర్థంలో	duck*ling*
-less	రహిత లేక లేని	guilt*less*, home*less*
-let	చిన్న అనే అర్థంలో	leaf*let*
-ly	వంటి-విధమైన	home*ly*, man*ly*, wicked*ly*
-ment	క్రియను నామవాచకంగా చేయడానికి	establish*ment*, nourish*ment*
-most	చరమ స్థితిని సూచించేది	top*most*, super*most*, inner*most*

-ness	విశేషణాలను భావవాచక నామవాచకాలుగా చేసేందుకు	good*ness*, kind*ness*, sweet*ness*
-ock	చిన్న అనే అర్థంలో	bull*ock*, hill*ock*
-ouo	బహుళ, -ఆత్మక, -యుక్త, -సంహిత	relig*ious*, glor*ious*
-red	అవస్థ; స్థితి	hat*red*
-right	పూర్తిగా సర్వము	out*right*
-ry	ఏదేని పనియొక్క పరిణామమును తెలిపే	poet*ry*, slave*ry*
-se	విశేషణం నుండి సకర్మక క్రియను చేసే	(clean శుభ్ర) clean*se*
-ship	భావ వాచక నామవాచకం తయారు చేసేందుకు	friend*ship*, *hardship*
-some	నామవాచకములను లేదా క్రియలను విశేషణంగా మార్చేందుకు	whole*some*, hand*some*, trouble*some*
-th	(i) నామవాచకాలలో భౌతిక స్థితిని తెలిపే	streng*th*, bread*th*
	(ii) సంఖ్యలతో -వ (2-వ) తెలిపే అర్థంలో	ten*th*, four*th*
-tor	క్రియలను కర్తృవాచక నామవాచకాలుగా మార్చేందుకు	conduc*tor*, crea*tor*, trai*tor*
-ty	నామవాచకాలు చేసేందుకు	digni*ty*, priori*ty*, seniori*ty*
-ule	హీనత, చిన్నతనాన్ని తెలిపే	glob*ule*, gran*ule*, pust*ule*
-ward	వైపు, ప్రక్క	way*ward*, home*ward*
-way	అవస్థ, స్థితి, దిక్కు సూచించే	straight*way*
-y	(i) భావవాచక నామవాచకం చేసేందుకు	famil*y*, memor*y*
	(ii) -యుక్త, -రహిత, విశేషణంగా చేసేందుకు	might*y*, dirt*y*
	(iii) నామవాచక అర్థంలో	arm*y*, deput*y*, treat*y*

4. సంయుక్త పదాలు (Compound Words) ఇవి అనేక రకాలు—(a) సంయుక్త నామవాచకము, (b) సంయుక్త విశేషణము, (c) సంయుక్త క్రియ.

(a) సంయుక్త నామవాచకాలు (Compound Nouns)

(i) నామవాచకానికి ముందు నామవాచకాన్ని కలిపినప్పుడు సంయుక్త నామవాచకాలు ఏర్పడుతాయి. ఉదా.:-

రెండు పదాలు	సంయుక్త పదాలు	అర్థం
foot + path	foot-path	కాలి బాట
mother + land	mother-land	మాతృభూమి
fountain + pen	fountain-pen	ఊట కలము
sun + beam	sun-beam	సూర్యకిరణము
sun + shade	sun-shade	ఎండకు కాపాడే పైకప్పు

(ii) నామవాచకానికి ముందున్న నామవాచకాన్ని తెలిపే ఇతర పదాన్ని కలిపితే కొత్త సంయుక్తపదం తయారవుతుంది. ఉదా.:

రెండు పదాలు	సంయుక్త పదాలు	అర్థం
he + goat	he-goat	మేకపోతు
she + wolf	she-wolf	ఆడ తోడేలు
blotting + paper	blotting-paper	అద్దుడుకాగితం
looking + glass	looking-glass	అద్దము
spend + thrift	spend-thrift	మిత వ్యయి
mid + day	mid-day	మధ్యాహ్నము
gentle + man	gentle-man	సజ్జనుడు

(b) సంయుక్త విశేషణాలు (Compound Adjectives)

రెండు పదాలు	సంయుక్త పదాలు	అర్థం
child + like	child-like	పిల్లలకు వలె
life + long	life-long	జీవిత పర్యంతం
home + made	home-made	ఇంట్లో తయారయిన
out + spread	out-spread	బయట వ్యాపించిన
out + come	out-come	ఫలితము
bare + foot	bare-foot	ఉత్త కాళ్ళతో

(c) సంయుక్త క్రియాపదాలు (Compound Verbs)

రెండు పదాలు	సంయుక్త పదాలు	అర్థం
back + bite	back-bite	పితూరీలు చెప్పు
full + fill	ful-fil	పూర్తి చేయు
put + on	put-on*	ధరించు
switch + off	switch-off*	విద్యుత్తును ఆపు
switch + on	switch-on*	ప్రసరింపచేయు

* సంయుక్త పదాలుగా ఏర్పడినప్పటికీ వేర్వేరుగా ఉంటాయి.

పదకోశవము (TWO-WORD VERBS)

(A)

Act for—మరొక స్థానంలో వారి పని చేయుట
The senior clerk was asked to *act for* head clerk when he went on leave.

Act upon—1. ప్రభావము చూపు
Heat *acts upon* bodies and causes them to expand.
2. నమ్మకముంచు, నమ్మకముంచి పని చేయు
Acting upon a witness' evidence, the police caught the thief.

Agree with—ఉపయోగకరమైన, యోగ్యమైన
Oil does not *agree with* my stomach.

Answer for—బాధ్యుడగు
Every man must *answer for* his actions to God.

Ask after—ఎవరేని వ్యక్తిని గురించి పరామర్శ చేయుట
He was *asking after* you when I met him this morning.

Ask for—అడుగు
You can *ask for* anything you need.

Attend on—సేవ, సత్కారము చేయు
Acting as a good hostess she *attended on* her guests well.

(B)

Back out—ఆడిన మాట తప్పు
He had promised me two hundred rupees but later he *backed out* from his words.

Back up—ఏకీభవించు, సమ్మతి తెలుపు
Let us all *back up* his demands.

Be off—వెళ్ళిపోవు
I'll *be off* to the railway station now.

Be on—జరుగుచుండు
The concert will *be on* till nine p.m.

Be over—పూర్తి అగు (సమయం)
After the picture will *be over* we will go home.

Be up—1. సమాప్తము (సమయము)
Time is going to *be up*, hand over your answer copies.
2. పడక మీదనుండి లేచు
He will *be up* at five in the morning.

Bear down—బలవంతముగా పెకలించు, అణగద్రొక్కు
The dictator *bore down* all opposition./The president *bore down* all dissent.

Bear on—సంబంధించి యుండు
Does this book *bear on* the same subject as that?

Bear out—నిరూపించి యుండు
If the evidence *bears out* the charge, Mahesh will be convicted for armed robbery.

Bear with—నిరూపించు, ఆధారము ఇచ్చు
It is very difficult to *bear with* Rani's bad temper.

Beat back—వెనుకకు తగ్గు
The flames *beat back* the firemen.

Beat off—దాడిని ధైర్యంగా ఎదుర్కొను, దాడి చేసిన వానిని తిరుగగొట్టు
In the battle of Waterloo, the British *beat off* Napoleon.

Believe in—విశ్వసించు
I do not *believe in* astrology

Bid fair—మంచి లక్షణములు కల
His coaching has been so good that he *bids fair* to win the race.

Bind over—న్యాయ సంబంధమైన
The man was *bound over* by the court not to indulge in any criminal activity for at least six months.

Blow down—తుఫాను వలన పడు
The storm last night *blew down* many big trees.

Blow out—ఆర్పివేయు
On her birthday, she *blew out* fifteen candles on her cake.

Blow over—నష్టము కలుగకుండా వెళ్ళిపోవు లేదా నశించు
We hope that this crisis will *blow over* and be forgotten.

Blow up—1. ప్రేలుడు/ప్రేలగొట్టు
The retreating army *blew up* all the bridges.

2. అకస్మాత్తుగా కోపించు

I did not understand why he *blew up* at my answer.

Border upon—దగ్గర వుండు

His ranting *bordered upon* madness.

Break away— తన్ను తాను బంధవిముక్తి చేసుకొని పారిపోవు

The horseman tried to hold horse by the bridle, but the horse *broke away*.

Break down—1. మరమ్మత్తు వలన ఆగిపోవు (యంత్రములు), ఆగిపోవు

Our car *broke down* on the way to Bangalore.

2. భావావేశముతో రోదించు

She *broke down* at his departure.

3. విశ్లేషించు, వేర్వేరు పట్టికలు తయారు చేయు

If you *break down* the figures, you will find out your mistake.

Break in—1. (గుర్రమునకు) నేర్పు

How much time will you need to *break in* this horse?

2. (తలుపులు) బలవంతముగా తెరచు

We had to *break in* the room when there was no response from her.

Break into—దొంగతనముగా లేక బలవంతముగా లోపలికి దూరు

The thieves *broke into* the bank and stole the money from its lockers.

Break loose—1. విడిపోవు, విచ్చుకొను

During the storm, the boat *broke loose* from its anchor and was washed away by strong current.

2. పరిగెత్తు

The buffalo *broke loose* the rope and ran away.

Break off—అకస్మాత్తుగా ఆగిపోవు, చంపు

She was saying something, but *broke off* as she saw him.

Break out—అకస్మాత్తుగా మొదలగు

No one could tell the police how the fire *broke out*.

Break up—1. తగవులాటను ఆపు

He intervened to *break up the* quarrel.

2. చెల్లాచెదరు అగు, చేయు

The police resorted to a lathi-charge to *break up* the crowd.

Break off—స్నేహం చెడిపోవు/చెడగొట్టు

Vijay and Arun were close friends, but they seem to have *broken off* now.

Bring about—తయారు చేయు, సంఘటించు

The new government *brought about* many reforms.

Bring forward—ప్రస్తావించు

The proposal he *brought forward* did not seem practical.

Bring in—ఏకత్రితముచేయు, అమ్మకంలో సంపాదన, తెచ్చు

How much does your monthly sale *bring in*?

Bring off—కఠినమైన, అసాధ్యమైనది సాధించు

The touring Indian cricket team in England *brought off* a spectacular victory.

Bring on—పుట్టించు

Dirt often *brings on* diseases.

Bring out—బయటకు/వెలుపలకు తీయు

War *brings out* the worst in people.

Bring to—స్ఫురణకు తెచ్చు, తెలివికి తెచ్చు

The unconscious man was *brought to* consciousness by a passer-by through artificial respiration.

Bring under—అణచివేయు, అధికారము చెలాయించు

The king *brought under* the rebels and established peace in his kingdom.

Bring up—(పిల్లలను) పోషించు

Anil was *brought up* by his uncle.

Brush off—అనాగరికంగా వెడలగొట్టు

As he became irritating, she had to *brush him off*.

Buckle to—పనిలో నిమగ్నమగు

With his examinations round the corner, Ramesh has to *buckle to* at once.

Build up—పెంచు

You need a good tonic to *build up* your strength after your recent illness.

Burn down—మాడి నశించు లేక అంతమగు

The house was completely *burnt down* in the great fire in the city.

(C)

Call at—1. ఇంటి దగ్గర కలియుటకు వెళ్ళు

I *called at* my friend's place to inquire about his health.

2. ఆగు

This ship does not *call at* Cochin.

Call for—1. తీసుకు వెళ్ళుటకు వచ్చు

The washerman *called for* the wash.

2. ఆవశ్యకమగు

Good painting *calls for* a great skill.

Call off—రద్దు చేయు

I had to *call off* the party because of my wife's illness.

Call on—కలియుటకు వెళ్ళు

The visiting Australian prime minister *called on* the president.

Care for—1. బాగుండు, ఇష్టపడు

Would you *care for* a cup of tea?

2. కాపలా కాయు, పోషించు

Mother Teresa *cared for* many an orphan.

Carry on—జరుగుతూ ఉండు, పని చేస్తూ ఉండు

Despite the accident, they *carried on* with the show.

Carry out—పూర్తి చేయు, ఆజ్ఞను పాలించు

My secretary *carries out* her duties very efficiently.

Carry through—పని పూర్తి చేయు

It required lot of effort for the engineers to *carry through* the building construction.

Catch on—అర్థమగు

When he explained his plan, I *caught on* to his motive.

Catch up—మరొకరితో సమానమగు స్థాయికి చేరు

He ran so fast that it was difficult to *catch up* with him.

Cave in—క్రింద పడు, చొచ్చుకు పోవు

On account of a major earthquake recently, the outer wall of our house *caved in*.

Change hands—(ఆస్తి, ఇల్లు మొ॥న) చేతులు మారు

This house has *changed hands* twice during the last ten years.

Check out—(హోటలు) విడిచిపెట్టు

He was caught before he could *check out* without paying the bill.

Check up—ఆరా తీయు, పరీక్షించు

Please *check up* if he is at home or not.

Clear off—పారిపోవు

I went to see who had thrown the stone, but the boys had *cleared off.*

Clear out—వెళ్ళిపోవు

His impudence infuriated me so much that I asked him to *clear out* of my house.

Close down—శాశ్వతంగా మూసివేయు

On account of a slump in the market, he had to *close down* his shop.

Close up—తాత్కాలికంగా మూసివేయు

He *closed up* the shop for the day and went home.

Come about—సంఘటించు, జరుగు

You have grown so thin! How did this *come about*?

Come along—ప్రగతి సాధించు

How is your book *coming along*?

Come by—సంపాదించు/ప్రాప్తించు

Initially he was not doing very well, but now he has *come by* a fantastic contract.

Come into—వారసత్వం

He will *come into* the estate on his father's death.

Come of—పరిణామము తెలియు

Nothing *came of* his proposal.

Come off—ఘటించు

When does the concert *come off*?

Come out—జరుగు, తెలియు

It *comes out* that she was aware of the starting facts all the time.

Come round—1. క్రమ-క్రమంగా ఆరోగ్యము బాగగు

My friend was seriously ill for some days, but is now *coming round.*

2. అంగీకరించు

He was strongly opposed to the idea of going to Tank Bund for picnic, but after a lot of persuasion he *come round* to others' wishes.

Come through—సఫలత పొందు

As I've studied hard for the examination I am quite confident that I'll *come through.*

Come to—1. తెలివిలోకి వచ్చు

He *came to* after a long period of unconsciousness.

2. (బిల్) తయారు చేయు

How much does the bill *come to*?

Come upon—సంయోగవశాత్తు పొందు, చూపు

While wandering through the jungle, I *came upon* a strange bird.

Cook up—కథలు అల్లు

As he feared beating he *cooked up* a story to explain his absence.

Correspond to—సామాన్లు చూపు

The bird's wing *corresponds to* the man's arm.

Cry out—అరచు/కేకలు వేయు

She *cried out* for help when she saw a car speeding towards her child.

Count in—లెక్కలో వేసుకొను

If you are planning to make a trip to Shimla, you can *count* me *in*.

Count on—నమ్మకముంచు

You can always *count on* my help.

Count out—లెక్కలోకి వేసుకొనక

If you are planning any mischief, please *count* me *out*.

Cover for—ఇతరుల పనికి బాధ్యత వహించు

Go and take your coffee break, I'll *cover for* you untill you return.

Cross out—కోసివేయు, కొట్టివేయు

She *crossed out* his name from invitees' list.

Cut down—కొలత తగ్గించు

If you want to reduce your weight, you must *cut down* on starchy and oily food.

Cut in—మధ్యలో మాట్లాడు

Don't *cut in* while I am speaking to someone.

Cut off—మధ్యలో ఆగు, ఆపుచేయు

Our army *cut off* the enemy's escape route.

Cut out—తీసివేయు

You can safely *cut out* the last paragraph of this article.

Cut short—వేళకు ముందే నిలిపివేయు/ఆపివేయు

The meeting was *cut short* as the chief speaker suddenly fell ill

Cut up—1. దుఃఖించు

He was greatly *cut up* by his failure in the examination.

2. కఠినముగా విమర్శించు, చిన్నదిగా చేయు

The reviewers mercilessly *cut up* his autobiographical novel.

(D)

Dash off—1. ఎక్కడికైనా

The horse *dashed off* down the street.

2. తొందరలో వ్రాయు

He *dashed off* three letters in half an hour.

Dawn on—అర్థమగు

It only later *dawned on* me that he was all this while pulling my leg.

Deal in—వ్యాపారము చేయు

My friend *deals in* ready-made garments.

Deal out—పంచిపెట్టు

Viswanath is famous for *dealing out* equal justice to all.

Deal with— 1. ఎవరితోనయినా వ్యాపారము చేయు

I've had bad experience with him. I won't *deal with* him any further.

2. సంబంధించు

This book *deals with* foreign policy matters.

Deliver from—రక్షించు

Oh God, *deliver* us *from* evil!

Die away—తక్కువగు, నశించు

After a while, the sounds *died away*.

Die down—నష్టపడు/నష్టము కలుగు

After a while, the noise *died down*.

Die off—నష్టమగు

As the civilisation advanced, many backward tribes *died off*.

Die out—నష్టము

As the night advanced, the fire *died out*.

Dip into—పుస్తకంలోని పుటలను అటునిటు త్రిప్పు; తీయు

I have not read this book; I have only *dipped into* it./I had to *dip into* my savings to buy a motor cycle.

Dish out—త్వరగా ప్రశంసించు, నిందించు లేదా విమర్శించు, వెలుపలికి తీయు

The flattery he *dishes out* would turn anyone's head./Everybody, please *dish out* Rs. 10 each for this trip.

Dispense with—ఏ ఇతర మనిషి లేకుండా పని పూర్తి చేయుట

You can easily *dispense with* his services.

Dispose of—అమ్మివేయు

The rich man *disposed of* all his property and became a sadhu.

Do for—ఏదేని వస్తువు స్థానంలో పనికివచ్చు.

This plot of land is fairly large and will *do for* a playground.

Do over—మరల చేయు

You will have to *do over* this sum, as you have made a mistake.

Do up—గదిని పద్ధతిగా ఉంచు

If you *do up* this place, it will look beautiful.

Do without—ఏదేని వస్తువు లేకుండా పని పూర్తి చేయు

We will have to *do without* many facilities at this village.

Draw back—వెనుకకు తగ్గు, మాట తప్పు

I cannot *draw back* from my promise.

Draw in—లోపలికి ముడుచుకొను

The cat *drew in* its paws and curled up on the floor.

Draw near—దగ్గరికి వచ్చు

As winter *draws near*, people start wearing woollen clothes.

Draw on—సమీపమునకు వచ్చు

As the time of the concert *drew on*, the audience got anxious.

Draw out—ఎవరినయినా వారి ఆలోచనను చెప్పేందుకు సిద్ధం చేయు

He was reluctant to comment on Anil's behaviour, but in the end, I managed to *draw* him *out*.

Draw toward—ఎవరిచేతనైనా ఆకర్షింపబడు

Kumar finds Asha very charming and feels *drawn towards* her.

Draw up—తయారు చేయు

Let us *draw up* a list of all the people we want to invite.

Drive at—లక్ష్యము చేయు

I listened to his rambling talk and could not make out what he was *driving at*.

Drop in—ఊరికే కలిసికొను

I *dropped in* on Prakash on my way to market.

Drop out—వదిలిపెట్టు

Arun *dropped out* of the medical course as he found it very laborious.

Dwell on—ఏదేని విషయంపై ఎక్కువ సేపు మాట్లాడు

In his speech, he *dwelt on* the importance of prompt action.

(E)

Eat into—తుప్పు పట్టు, తినివేయు

Rust *eats into* iron.

Egg on—ప్రోత్సహించు (సాధారణంగా చెడ్డ పనులకు)

He is a well-behaved boy, but he was *egged on* by Kumar to fight with Ashok.

Enlarge on—ఏదేని విషయంపై పెద్దగా వ్యాఖ్యానించు

The lawyer *enlarged upon* this part of the evidence and treated it as of great importance.

Explain away—తప్పుడు వివరణ యిచ్చు, వంకపెట్టు

Although he was at fault, yet he tried to *explain away* his mistake.

(F)

Fall back—వెనుకకు మరలు

When our army charged, the enemy *fell back*.

Fall behind—వెనుకబడు, ప్రగతి లేకపోవు

On account of a prolonged illness, she *fell behind* in her studies.

Fall flat—ఆకర్షణ లేకపోవు

Although she is an accomplished dancer, her performance last week *fell flat*.

Fall for—ఆకర్షింపబడు

Usha *fell for* the pretty sari displayed in a window shop.

Fall in—వరుసలో నిలబడు

The captain ordered the soldiers to *fall in*.

Fall off—తక్కువగు

On account of the heavy snowfall, attendance at the evening class has *fallen off* considerably.

Fall on—దాడి చేయు

The angry mob *fell on* the running thief.

Fall out—తగవులాడు

Anil and Sunil were good friends, but now they seem to have *fallen out*.

Fall through—ఏదేని పనిని పూర్తి చేయలేకపోవు, మధ్యలో వదలిపెట్టు

We had been planning to go to Nainital this summer, but for want of money, the programme *fell through*.

Fall under—పరిధిలోకి వచ్చు

This entire district *falls under* my jurisdiction.

Feel for—సానుభూతి చూపు

I deeply *feel for* you in your suffering.

Feel like—కోరిక కలిగి వుండు

I *feel like* taking a long walk.

Figure on—ఊహించు, గుర్తించు

I had *figured on* your attending the meeting.

Figure out—అర్థం చేసుకొను, విడమరచి చెప్పు, తెలిసికొను

His lecture was long and boring and I couldn't *figure out* what he was driving at.

Figure up—లెక్క వేయు, ఉజ్జాయింపు

Have you *figured up* the cost of this entire project?

Fill in—ఇతరుల స్థానము తీసుకొను

As the principal was on leave, the vice-principal *filled in* for him.

Fill out—ఫారము నింపు

For the marketing management examination, the candidates had to *fill out* several forms.

Fit out—సామగ్రిని అలంకరించు

Today, she is very busy *fitting out* her house for the big party.

Fix up—మరమ్మత్తు చేయు, సరి చేయు

We decided to *fix up* the old house ourselves.

Flare up—ఆకస్మాత్తుగా కోపపడు

It is immature to *flare up* on trifles.

Fly at—హఠాత్తుగా కోపము ప్రకటించు

I asked him to lend me five rupees and at once he *flew at* me.

Fly off—త్వరగా చేయు

He was slightly late so he *flew off* to the railway station in the hope of catching the train.

Fly open—వేగంగా తెరచుకొను

Suddenly the door *flew open* and he ran out.

Fly out—త్వరగా బయటకు పరిగెత్తు

As the fire spread, all the people *flew out* of the burning house.

Follow suit—అనుకరించు

She asked the speaker a probing question and gradually everyone *followed* the *suit.*

Fool around—సరససల్లాపము చేయు

Stop *fooling around* and get to work.

Fool away—వ్యర్థంగా పోగొట్టు

Don't *fool away* your time like this.

Front for—పరోక్షంగా మరొకరికి ప్రతినిధిత్వము చేయు

The chairman is the real boss in this company but the general manager *fronts for* him.

(G)

Get about—తిరుగు, అటునిటు వెళ్ళు

For the last two months, he was bedridden on account of typhoid. Now he is *getting about* again.

Get across—అర్థం చేసుకొను

At last, I was able to *get across* my point.

Get ahead—ముందుకు పోవు, అభివృద్ధి చెందు

Unless you work hard, how will you *get ahead* of others in studies?

Get along—1. నలుగురిలో కలిసిపోవు

She is highly sociable and can *get along* with everybody.

2. అభివృద్ధి పొందు

How is Mr. Rao *getting along* in his new job?

Get around—తప్పించుకొను

He tried to *get around* the policeman's inquiries.

Get at—కష్టముతో సంపాదించు

Our enquiry's object is to *get at* the truth.

Get away—తప్పించుకు పారిపోవు

Despite vigilance of the policeman the thief *got away.*

Get back—తిరిగి వచ్చు

He has just *got back* from his tour after two months.

Get by—కష్టపడి చేయు

You will have to somehow *get by* with this work.

Get down—ఏదేని వాహనం నుండి దిగు, ప్రారంభించు

Let us *get down* at the next stop.

The exams are approaching fast. Let's *get down* to studies.

Get off—బస్సు లేక మోటారుకారు నుండి దిగు

We have to *get off* the bus at the next stop.

Get on—1. బస్ లేక మోటారు వాహనం ఎక్కు

I saw him *get on* to the bus at the last stop.

2. ప్రగతి సాధించు

Ashok is quite industrious and sure to *get on* in the world.

Get over—రోగము నుండి విముక్తి పొందు

Have you *got over* your cold?

Get round—ఎవరినైనా సంతోషపెట్టి అంగీకరింప చేయు

I'm sure he'll somehow *get round* the money-lender for a loan.

Get through—పూర్తి చేయు

When will you *get through* with your work?

Get to—చేరు

Balrampur is a remote village in Madhya Pradesh and very difficult to *get to.*

Get up—ప్రక్కలోనుంచి లేక కుర్చీలోంచి నిలబడు

He *got up* from his seat to receive me.

Give away—1. పంచిపెట్టు

The chief guest *gave away* the prizes.

2. రహస్యము బయట పెట్టు

He *gave away* Ram's name as he had drawn teacher's cartoon.

Give in—ఓటమిని అంగీకరించకపోవుట

He knew he was losing the match, but he refused to *give in*.

Give off—బయటకు విసరు

Some gases *give off* a pungent smell.

Give out—తెలియజేయు

He *gave out* that he had got nominated on the Welfare Board.

Give up—ఓటమిని అంగీకరించు

When he realised that he would not be able to win the race, he *gave up*.

Give way—విరుచుకుపడు

Ashok kept on kicking the door vigorously and finally it *gave way*.

Gloss over—తప్పును కప్పిపుచ్చు

In Ram Chandra's biography, the writer has *glossed over* many of his shortcomings.

Go around—సరిపోవు

I am afraid we do not have enough chairs to *go around*.

Go back—మాట తప్పు

He promised to lend me his history notes but now he has *gone back* on his word.

Go down—విశ్వసించు

Your story is highly unconvincing and will not go *down* with the authorities.

Go for—దాడి చేయు

The boys *went for* the poor dog with stone.

Go off—ఢామ్మని ప్రేలు

The gun *went off* with a loud bang.

Go on—1. జరుగు, చేయు

What's *going on* here?

2. చేస్తూ వుండు

Jaya *went on* reading and did not pay attention to her friends.

Go out—ఆరిపోవు

The lights *went out* as Sanjeev entered the room.

Go over—స్మరించు, గుర్తి చేసికొను

I *went over* the events of the day as I lay in bed at night.

Go over this chapter again and again until you have learnt it thoroughly.

Go through—కష్టపడు, సహించు

You will never know what she *went through* to give her children good education.

Go upon—ఏదేని ఆధారముతో నడచు

Is this the principal you always *go upon*?

Go with—సరిపోవు

A blue cardigan will not *go with* a green sari.

Go without—ఏదేని వస్తువు లేకుండా కాలక్షేపము చేయు

How long can you *go without* food?

Go wrong—పాడగు, చెడిపోవు

What has *gone wrong* with your car?

Grow upon—అలవాటగు

The habit of taking drugs is *growing upon* college boys.

(H)

Hand down—కోర్టులో శిక్ష వినిపించు

The judge *handed down* his verdict in the case.

Hand in—ఇచ్చివేయు

Time is up, please *hand in* the answer books.

Hand out—పంచిపెట్టు

The examiner *handed out* the question papers to the candidates.

Hand over—అప్పగించు

The retiring sales engineer *handed over* the charge to the new engineer.

Hang about—ఏదేని స్థానము చుట్టూ తిరుగాడటం

A suspicious-looking man was seen *hanging about* the house last night.

Hang around—పని లేకుండా వ్యక్తి లేక ఒక స్థానం చుట్టూ తిరుగాడు

I have often seen him *hanging around* her house?

Hang back—వెనుక ఉండు

I asked him to receive the chief guest, but he *hung back*.

Hang on—వ్రేలాడు, వ్రేలబడి ఉండి

Hang on to the rope lest you should fall down.

Hang up—టెలిఫోనును క్రింద పెట్టు

I rang him up but as soon as he heard my voice, he *hung up*.

Hang upon—శ్రద్ధగా విను

The audience *hung upon* every word of the distinguished speaker.

Happen on—అకస్మాత్తుగా కనపడు

During my Himalayan trek, I *happened on* a tiger in a forest.

Have on—ధరించు

What sari did she *have on* when you saw her?

Hear of—వార్త తెలిసికొను

Have you *heard of* the bus accident at Okhla in which ten persons got killed.

Hit opon—సంయోగవశాత్తు తెలిసికొను

To begin with I tried quite a bit and finally by sheer luck I *hit upon* the right solution.

Hold forth—ఎక్కువ సేపు ఉపన్యసించు

He *held forth* on his favourite topic for one full hour.

Hold good—ఇంకా సాగించు

The promise I made you last week still *holds good.*

Hold off—నిర్ణయం తీసుకొను

Everybody in the office is wondering why Mr. Rao is *holding off* his decision.

Hold on—గట్టిగా పట్టుకొను

Hold on to the rope, lest you should fall down.

Hold out—ప్రతీకారము కలుగు

Despite massive strength of the enemies, our soldiers *held out* to the last.

Hold over—ఆలస్యము చేయు

In view of the fresh evidence available, the judge has decided to *hold over* the case till the next month.

Hold still—స్థిరముగా ఉండు

How can I take your photograph if you do not *hold still*?

Hold together—కలిసి ఉండు

This chair is so rickety that it will not *hold together* if you sit on it.

Hold true—నిజమగు

Newton's Law of Gravitation will always *hold true* on earth.

Hold up —1. ఆలస్యము చేయు, ఆపు చేయు

Your late arrival has *help up* the work.

2. దోపిడి చేయు

Two armed robbers *held up* the bank.

Hunt for—వెదకు

What were you *hunting for* in the newspaper?

Hunt up—కష్టపడి వెదకు

I am *hunting up* material for my new book on politicking in India.

(I)

Inquire after—కుశలము అడుగు

Since last week Ashok had not been feeling well, so I went to his place to *inquire after* him.

Introduce into—క్రొత్తవిషయాన్ని మధ్యలో తీసుకు వచ్చు

He *introduced into* the debate a fresh approach.

Issue from—ఏదేని స్థానము లేదా వస్తువు నుండి బయటకు వచ్చు

Water *issued from a* small crack in the stream.

(J)

Join in—పాల్గొను, పంచుకొను

At first he kept aloof from our games, but later *joined in.*

Join with—పాలు పంచుకొను

I'll *join with* you in the expenses of the trip.

Join up—సైన్యములో చేరు

When the war was declared, the government appealed to all young men to *join up.*

Jump at—కుతూహలముతో అంగీకరించు

When I suggested that we could go for picnic tomorrow, he *jumped at* the proposal.

Jump to—తొందరపాటుగా నిర్ణయము చేయు

Don't be hasty in judging him and *jumping to* the conclusion that he is hostile to you.

(K)

Keep at—చేస్తూ వుండు

If he only *keeps at* his work, he will soon finish with it.

Keep back—దాచు, గుప్తముగా వుంచు

I won't *keep back* anything from you.

Keep away—దూరముగా వుంచు

We should advise our children to *keep away* from bad company.

Keep house—ఇంటిని సరిదిద్దు, ఇల్లు చక్కబెట్టు

He wants his wife only to *keep house* and not work in an office.

Keep off—దూరముగా వుంచు

The curtains will *keep off* the mosquitoes.

Keep on—చేస్తూ వుండు, నడుస్తూ వుండు

It was a long journey and he was tired, but he *kept on going*.

Keep out—బయట వుంచు

The woollen cloths are warm enough to *keep out* the cold.

Keep to—1. చేస్తూ వుండు, జరుగుతూ వుండు

Unless you *keep to* the job you are doing, you will never be able to finish with it.

2. మాట అమలు చేయు

You must learn to *keep to* your word.

Keep together—వెంట వుండు

I asked my children to *keep together* in the crowd.

Keep up—అభివృద్ధిని అలాగే జరుగనిచ్చు

India must *keep up* with the development and progress in the world of science.

Knock down—క్రింద పడవేయు

The boxer struck his opponent a heavy blow and *knocked* him *down*.

Knock off—పని ఆపుచేయు

He did not take long to *knock off* the work.

Knock out—పూర్తిగా ఓడిపోవు

A heavy blow on the nose by his opponent *knocked out* the boxer.

Knuckle under—ఓటమి అంగీకరించు

We thought it would be a tough bout, but it was not long before one of the boxers was *knuckling under*.

(L)

Lay about—నాలుగు వైపుల బాదు/కొట్టు

As the watchman spotted a man stealing watches from a shop, he *laid about* him with his cane.

Lay down—రాజీనామా చేయు

After ten long years, he *laid down* the chairmanship of the company.

Lay off—తాత్కాలికముగా పని నుండి తొలగించు

If the sales continue to fall like this, we may have to *lay off* one or two people.

Lay on—గట్టిగా కొట్టు

Taking up a stick, he caught the mischievous boy and *laid on* vigorously.

Lay open—రహస్యము బట్టబయలు చేయు

I shall not rest till I've *laid open* the whole conspiracy.

Lay out—రచించు. కల్పన చేయు, రూపము దిద్దు

The garden was *laid out* by an expert.

Lay up—భావి కాలములో ఉపయోగించడానికి సేకరించు

The squirrel was busy *laying up* nuts.

Leave alone—స్నేహం వదలిపెట్టు

How can you *leave* me *alone* in my hard times?

Leave out—విడిచిపెట్టు

It will be unfair to *leave* him *out* of the picnic programme.

Let down—నిరాశపెట్టు, ద్రోహము చేయు

I was counting on your help, but you *let* me *down*.

Let off—విడిచిపెట్టు

You must prepare hard. Interviewers won't *let* you *off* so easily.

Let on—చెప్పివేయు

Don't *let on* to Dev that we are going to a movie tonight.

Let out—అద్దెకు యిచ్చు

As I am hard up nowadays, I had to *let out* a portion of my house.

Let up—తక్కువ గల

If the rain *lets up*, we will go to the market.

Light on—సంయోగవశాత్తు తెలియు

While wandering in the jungle the boys suddenly *lighted on* a secret cave.

Live on—ఏదేని వస్తువుపై ఆధారపడు

Squirrels *live on* nuts.

Look after—జాగ్రత్తపడు, సరి చూడు

Will you please *look after* the house in my absence?

Look for—వెదకు

I *looked for* my lost watch everywhere in the house, but couldn't find it.

Look in—కొద్ది సమయము కోసం కలుసుకునేందుకు వెళ్ళు

Do *look in* after dinner if you are free.

Look into—పరీక్ష చేయు, నిరీక్ష చేయు
Have the police *looked into* the matter relating to theft at your house?

Look out—సావధానముగా నుండి
Look out, there is a car coming.

Look over—ఊరక చూచు
The examiner was *looking over* the students' answer papers.

Look up—1. అర్థము లేక సందర్భము వెదకు
Suresh *looked up* the word in the dictionary as he did not know its meaning.
2. పెరుగు(దల)
Prices of cooking oil are *looking up.*

(M)

Make after—వెనుక పరిగెట్టు
The policeman *made after* the thief very fast.

Make believe—విశ్వసించుటకు భూమికను తయారు చేయు
Arun *made believe* that he was sick to take a leave from school.

Make clear—తెలియజెప్పు, వివరణ యిచ్చు
The teacher *made clear* to me my mistake.

Make faces—మూతి వంకర చేయు/వెక్కిరించు
Stop *making faces* at me.

Make for—ఏదో ప్రక్కకు వెళ్ళు/దాగుకొను
The thief entered the house and *made for* the safe.

Make good—పదవిలో ఉన్నతి పొందు
He, being a hard worker, is sure to *make good* in that new job.

Make of—అర్థం చేసికోగలుగు
I cannot *make* anything *of* this statement.

Make merry—విలాసముగా గడుపు
As we have now an unexpected holiday, so let us *make merry.*

Make out—కష్టము మీద అర్థము చేసికొను
Can you *make out* his handwriting?

Make over—1. కట్టబెట్టు/పంచిపెట్టు
He has *made over* all his property to his son.
2. మరమ్మత్తు చేయు
She is an efficient housewife and *makes over* all her old clothes.

Make room—చోటు చేయు
I cannot *make room* for anything more in this trunk.

Make sense—సార్థకమగు
How can you be so foolish in dealing with your clients? It doesn't *make sense* to me.

Make towards—ఏదేని ప్రక్కకు వెళ్ళు
The swimmer *made towards* the right bank of the river.

Make up—తయారు చేయు, రచించు, కల్పన చేయు
Don't *make up* such silly excuses for your absence yesterday.

Make way—త్రోవ యిచ్చు
The crowd hurriedly *made way* for the leader as he arrived.

Mix up—గడబిడ చేయు/మోసము చేయు
As they were introduced to me in a hurry, I *mixed up* their names and called him by the wrong name.

(O)

Occur to—భావించు
As I always considered him an honest person, it never *occurred to* me that he was lying.

Offend against—ఇతరులను నొప్పించునట్లు
There was nothing in his speech to *offend against* good taste.

(P)

Pack off—త్వరగా పంపివేయు/వెళ్ళగొట్టు
As he was getting on my nerves I *packed* him *off.*

Palm off—మోసము చేయు
He tried to *palm off* a forged hundred-rupee note on me.

Part with—ఇచ్చివేయు
Nobody likes to *part with* one's property.

Pass away—చనిపోవు
Kumar's father *passed away* yesterday.

Pass for—అర్థము చేసికొను
Our villagers being largely illiterate he *passes for* a learned man in our village.

Pass out—తెలివి తప్పు
She could not bear the sight of accident and *passed out.*

Pass over—ధ్యాస లేకపోవు
I *passed over* many candidates before I could choose this one.

Pay attention—దృష్టి సలుపు/నిలుపు
The teacher asked the student to *pay attention* to him.

Pay off—లెక్క కట్టిచ్చి పంపివేయు
He was not happy with his servant, so he *paid* him *off*.

Pick on—ఏడిపించు, జగడము పెట్టుకొను
The quarrelsome boy always *picked on* fights with small children.

Pick out—ఏరుకొను, ఇష్టపడు
Anil spent a long time *picking out* a nice gift for Anita.

Pick up—కొంచెము జ్ఞానము సంపాదించు
The children don't take long to *pick up* what they see around.

Play down—గొప్పదాన్ని తగ్గింపు చేయు
Some newspapers *played down* the significance of disturbances in Poland.

Play off—ఒకరితోనొకరు దెబ్బలాడు
The crooked man *played off* the two friends against each other for his own benefit.

Play on—1. వాయించు
Can you *play on* a violin?
2. పదములను తెలివిగా ఉపయోగించు
His skill to *play on* words make him a very forceful speaker.

Play with—ఆటలాడు
It is dangerous to *play with* fire.

Prevail over—ప్రభావము చూపు
None of these considerations *prevailed over* his prejudices.

Prevail with—అంగీకరింప చేయు
He is a difficult person. So, I found it difficult to *prevail with* him.

Proceed against—ఇతరులమీద అధికారముగా ఫిర్యాదు చేయు
I have decided to *proceed against* him in a court of law.

Provide against—చెడ్డ రోజుల నిమిత్తం ఏర్పాటు చేయు
A wise man takes care to *provide against* emergencies.

Pull in—వచ్చు
The coolies started running towards the train as it *pulled in.*

Pull out—వెళ్ళిపోవు, బయటకు వచ్చు
At the guard's signal, the train *pulled out* of the station.

Pull through—మిగిలిపోవు/బయటపడు
Although he was seriously ill and doctors had given up hope, he *pulled through.*

Pull together—సమ్మతించు, కలిసి పనిచేయు
The partners of Adarsh Enterprises have been fighting together. If they manage to *pull together*, they'll succeed.

Pull up—ఆగు
The taxi *pulled up* at the entrance of the hotel.

Push off—బయలుదేరు, పనిచేయు
I'm getting quite late, so I must *push off* now.

Push on—కష్టంమీద ముందుకు వెళ్ళు
He was exhausted and ill, but he *pushed on.*

Put across—తెలియజెప్పు, స్వీకరించు
He put *across his* arguments very eloquently and convincingly.

Put away—సరయిన స్థానములో వుంచు
The workmen *put away* their tools and left the factory.

Put down—అణచివేయు
The army easily *put down* the revolt.

Put forward—ప్రస్తావించు, ముందుంచు
He *put forward* his suggestions for our consideration.

Put off—నిలుపు చేయు/నిలుపుదల
The match had to be *put off* because of bad weather.

Put on—1. దుస్తులు ధరించు
She *put on her best dress* for the party.
2. చూపించు/కవబరచు
Don't *put on* as if you don't know anything.

Put out — 1. ఆర్పివేయు
He *put out* the light and went to sleep.
2. కష్టము కలిగించు
You should take care not to *put out* people by your irresponsible behaviour.
3. ప్రచురించు
The party *put out* a pamphlet to explain its economic policy.

Put right—మరమ్మతు చేయు
Ask the carpenter to *put right* this broken table.

Put together—జోడించు, ప్రోగు చేయు
The child took the watch apart, but could't *put* it *together* again.

Put up—వాసము, నివసించు

Where should I *put up* in Mumbai?

(R)

Rail against—ఫిర్యాదు

It is useless *railing against* your master's orders.

Rail at—ఫిర్యాదు చేయు

He has always *railed at* his parents for not understanding him.

Rake up—పాత తగవును మరల మొదలుపెట్టు

Please do not *rake up* old quarrels at this critical juncture.

Rank with—సమానముగా వుండు

There is scarcely any poet who can *rank with* Kalidas.

Reason with—తర్కించు, తెలియజెప్పుటకు ప్రయత్నించు

I had to *reason* hard *with* him for my proposal's acceptance.

Reckon on—నమ్మకముంచు

I was *reckoning on* her presence at the function.

Reflect on—చెడ్డ ప్రభావము పడు

Your misconduct will *reflect on* your character.

Relate to—సంబంధించు

Please get me the file that *relates to* this matter.

Resort to—సహాయము తీసుకొను

As the crowd became unruly, the police had to *resort to* lathi-charge.

Rest on—ఆధారము వుంచు

His whole theory *rests on* a wrong assumption.

Ride out—తుఫాను నుండి తప్పించుకొని బయటపడు

Fortunately our ship *rode out* the storm.

Root out—పెరికి వేయు, సమూలముగా నాశనము చేయు

The government is determined to *root out* corruption.

Rout out—బలవంతముగా బయటకు తీయు

I *routed* him *out* of bed early in the morning.

Rule out—తీసివేయు, అంగీకరింపకపోవు

The police has *ruled out* the possibility of sabotage in this train accident.

Run across—సంయోగవశాత్తు లభించు లేక పొందు

I was quite surprised to *run across* him in the market.

Run after—వెనుకకు పరిగెత్తు

Running after money does not speak well of you.

Run against—ఎన్నికలలో ఎదురుగా నిలబడు

She *ran against* her husband in the municipal elections.

Run down—కించపరుచు

Certain malicious reviewers will *run down* even the best book ever written.

Run errands—సందేశము చేర్చు

Ramesh is of obliging nature and *runs errands* for all the neighbours.

Run for—ఎన్నికలలో పోటీ చేయు

He *ran for* presidentship in the college elections.

Run into—1. సంయోగవశాత్తు కలియు

I *ran into* an old friend yesterday at the cinema hall.

2. తెలివి తక్కువతనం వల్ల మీద వేసికొను

If you spend your money so recklessly, you will soon *run into* debt.

Run out—పూర్తి అగు, సమాప్తి అగు

We were afraid that we might *run out* of our food supply at the excursion.

Run over—బండి క్రింద పడు

The unlucky dog was *run over* by a car.

Run short of—సమాప్తమగు

If we *run short of* food, we will get more from some restaurant.

Run through—త్వరగా చూచు/అవలోకించు

I had to *run through the* book in an hour.

(S)

Search out—వెతికి వెలితీయు

Our aim in this inquiry is to *search out* the truth.

See about—ఏర్పాటు చేయు

I am badly tied up with other things. So you will have to *see about* the catering arrangements at the party.

See off—వీడ్కోలు ఇచ్చు

I went to the airport to *see off* my friend who left for U.S.A. last night.

See through—1. కష్టములున్నను పని పూర్తి చేయు
He *saw through* the entire job by himself.
2. రహస్యము తెలిసికొను
He was trying to be clever, but I *saw through* his trick.

See to—బాధ్యత తీసుకొను
Will you please *see to* the catering arrangements for the function?

Seek out—కష్టముమీద వెలికి తీయు
Ramesh and Vikas have gone to the nearby woods to *seek out* the place of rabbits.

Sell out—యాజమాన్యమును అమ్మివేయు
He *sold out* his business as he could not make a profit.

Send away—ఎవరినైనా బలవంతముగా పంపివేయు/ వెడలగొట్టు
He was becoming a nuisance, so I had to *send* him *away.*

Send for—పిలుపు పంపు
She has fallen unconscious. Please *send for* a doctor immediately.

Send word—సందేశము పంపు
He *sent word* to me that he would come in a week's time.

Serve out—పూర్తి సమయము వరకు పని చేయు
The apprentice has *served out* his period of apprenticeship, so he is due for an increment.

Serve up—వడ్డించు
She *served up* a tasty meal.

Set about—పని మొదలుపెట్టు
As your examination is near, you should *set about* your work without delay.

Set apart—సురక్షితముగా ఉంచు
One day in the week is *set apart* as the rest day.

Set aside—ప్రక్కన పెట్టు/కొట్టివేయు
The Supreme Court *set aside* the verdict of the High Court in Bihari Lal case.

Set down—నోటు చేసుకొను
The Magistrate *set down* in writing the witness' statement.

Set forth—ప్రస్తావించు, నివేదించు
He *set forth* his views with clarity and force.

Set in—మొదలగు, మొదలు పెట్టు
Just as I was about to go out, the rain *set in.*

Set off—బయలు వెడలు
As we have to go a long distance, we will *set off* early in the morning.

Set up—ఏర్పాటు చేయు
The state government has *set up* a new auditorium at Gandhi Chowk to encourage performing arts.

Set upon—దాడి చేయు
As the poor old beggar approached the corner house, two dogs *set upon* him.

Set out—బయలు వెడలు
He *set out* on his travels.

Set to—పని మొదలుపెట్టు
You have a lot to do, so you should *set to* work at once.

Settle down—శాశ్వతముగా నివాసముండు
After retirement now I have *settled down* in Vijayawada.

Settle on—కష్టముమీద నిర్ణయమునకు వచ్చు
Finally, she *settled on* a blue sari.

Show off—ప్రదర్శించు (ఆడంబరముతో)
She went to the party as she was quite keen to *show off* her new dress.

Show up—1. వచ్చి చేరు
I have been waiting for him for more than an hour, but he has not yet *shown up.*
2. రహస్యము బట్టబయలగు
If he provokes me further, I will have to *show* him *up.*

Shut in—లోపల బంధించు
As night came, the shepherd *shut* his flock of sheep *in.*

Shut off—యంత్రమును ఆపు చేయు/నిలిపివేయు
There appeared to be some trouble with his car, so he *shut off* its engine.

Shut up—బలవంతముగా నోరు మూయించు
As the boy was chattering a lot, the teacher asked him to *shut up.*

Side with—ఒక వైపు మొగ్గు, వత్తాసు పలుకు
No matter what happens, I will always *side with* you.

Sit out—ముగిసే వరకు కూర్చొని వుండు
I *sat out* his long lecture.

Sit up—లేచి నిలబడు

The poor old man was too weak to *sit up.*

Sleep off—నిద్రపోయి అలసట తీర్చుకొను

I was exhausted after the day's work, so I decided to *sleep off* my fatigue.

Slow down—నెమ్మది నెమ్మదిగా వేగము తగ్గించు

The train *slowed down* as it approached the station.

Smart under—అవమానము సహించు

The clerk was *smarting under* the officer's rebuke.

Snap at—ఔత్సుక్యముతో స్వీకరించు

He *snapped at* the offer I made to him.

Speak up—గట్టిగా మాట్లాడు

As the audience could not hear the speaker, it requested him to *speak up.*

Spell out—విడమరచి చెప్పు

He *spelt out* his treking plan in detail and asked me to accompany him.

Stamp out—అణచివేయు

The government tried its best to *stamp out* the rebellion.

Stand against—ప్రతీకారము తీర్చుకొను

Parashuram was so powerful that no king could *stand against* him.

Stand by—వేచి వుండు

Please *stand by* for an important announcement.

Stand for —1. ప్రాతినిధ్యము వహించు

The stars in the American flag *stand for* fifty states.

2. ఎన్నికలలో పోటీ చేయు

My uncle *stood for* chairmanship of the Municipality.

3. సహించు (ఓపికపట్టు)

I will not *stand for* such a rude behaviour.

Stand out—ధ్యానము నాకర్షించు

She *stood out* in the crowd because of her beauty.

Stand up—సహించు

How can you *stand up* to such tremendous pressure of work?

Start for—బయలుదేరు

When did he *start for* Mumbai?

Stay up—ఆగియుండు/నిలచియుండు

I had to finish with some work last night, so I *stayed up* till one o'clock.

Stay with—ఎవరితోనయినా కలిసి యుండు

When you come to Mumbai, please *stay with* me.

Step down—పదవిని వదలిపెట్టు

Next month our company's president will *step down* in favour of his son.

Step up—వేగము పెంచు

I *stepped up* the speed of my car.

Stick around—అదే స్థానములో వుండు

After dinner we requested our guest to *stick around* for the movie on the TV.

Stick at—సంకోచించు

He will *stick at* nothing to fulfil his ends.

Stick by—సహాయ పడు/తోడు ఉండు

Stick by your friends in their difficulty.

Stick out—వెలుపలికి తీయు

I went to the doctor with a stomach complaint and he asked me to *stick out* my tongue.

Stick to—ఒకే మాట మీద నిలబడు

Despite interrogation he *stuck to* his story till the end.

Stir up—ప్రేరేపించు, రేకెత్తించు

He tried to *stir up* trouble between the management and the workers.

Stop short—హఠాత్తుగా ఆగు

He was talking about Naresh, but suddenly *stopped short* as he saw him coming.

Strike down—అన్యాయమని కొట్టివేయు

The court *struck down* the government's ordinance as unconstitutional.

Strike off—(పట్టిక నుండి పేరు) తీసివేయు

At the last moment, something came into her mind and she *struck off* his name from the list of invitees.

Strike up—సంగీతము మొదలుపెట్టు

At the end of the programme, the band *struck up* the national anthem.

Strike work—సమ్మె చేయు

The factory workers *struck work* to demand higher wages.

Subscribe to—ఆలోచన/సిద్ధాంతమును అంగీకరించు

Do you *subscribe to* the philosophy of Karma?

Subsist on—జీవితాన్ని అర్పించు
The sadhu *subsisted on* nuts and roots for many weeks.

Succeed to—ఎవరితర్వాతనైనా సింహాసనము పొందు
The prince will *succeed to* the throne on the king's death.

Sue for—కోర్టులో అధికారము అడుగు
As he developed after-operation complication, he *sued* the Rao Nursing Home *for* damages to the extent of ten thousand rupees.

(T)

Take after—సమానముగా కనిపించు
She has *taken after* her mother.

Take apart—భాగములు విడదీయు/యంత్రమును విప్పు
Can you *take apart* a watch?

Take down—వ్రాసుకొను
Take down carefully whatever I say.

Take for—అర్థము చేసుకొను
I *took* him *for* a doctor.

Take in—మోసము చేయు/మోసపడు
He tried to play a trick on me, but I couldn't be *taken in.*

Take off—1. బట్టలు విప్పు
He *took off* his coat.
2. ఎగిరిపోవు
We watched the plane *take off.*

Take on—ఉద్యోగమిచ్చు
They are *taking on* many new workers at that factory.

Take over—1. బాధ్యతను వహించు
After the Chairman retired, the Managing Director *took over* as the new Chairman.
2. అధికారమును శాసించు
They defeated the enemy and *took over* the fort.

Take place—జరుగు
Where did the meeting *take place*?

Take to—ఆకర్షింపబడు
I *took to* Anil right from the very beginning.

Take turns—వంతులవారీగా పనిచేయు
During the trip Jeevan and I *took turns* at car driving.

Take up—చదువు మొదలుపెట్టు
After completing school he *took up* mechanical engineering.

Talk back—మర్యాద లేకుండా జవాబిచ్చు
It is very rude to *talk back* to your elders.

Talk over—విశ్లేషణ చేయు
The committee is *talking over* our report.

Talk shop—తన పని గురించి మాట్లాడు
The two lawyers always *talk shop.*

Taste of—అటువంటి రుచిగల
This coffee is no good—it *tastes of* kerosene.

Tear down—క్రింద పడవేయు/పాడు చేయు
They brought bulldozers to *tear down* the building.

Tell against—వ్యతిరేకముగా వ్యవహరించు
The new evidence relating to this case *tells against* the accused.

Tell off—బుద్ధి చెప్పు
The headmaster *told off* the rowdy student.

Tell on—చాడీలు చెప్పు
It is unfair to *tell on* others.

Tell upon—ప్రభావము చూపు
You must not work so hard. It will *tell upon* your health.

Think of—నిర్ణయము తెలుపు
What did you *think of* the movie?

Think out—ఆలోచించి ప్రణాళిక తయారు చేయు
They will have to *think out* some good idea to produce this kind of advertisement.

Think up—ఆలోచించి చెప్పు, కల్పించి చెప్పు
You will have to *think up* a good excuse for the delay.

Throw out—బయటకు వెడలుగొట్టు
He was making a nuisance of himself, so he was *thrown out* of the lecture hall.

Throw up—రాజీనామా ఇచ్చు
Why have you *thrown up* your job?

Tide over—తట్టుకొని నిలబడగలుగు
Will this amount enable you to *ride over* your financial difficulties?

Touch at—అతి కొద్ది సమయమునకై ఆగు
The Rajdhani Express between Delhi and Mumbai *touches at* Baroda.

Touch on—క్లుప్తముగా చెప్పు
Your lecture was illuminating but did not *touch on* the problem of casteism in the country.

Touch up—కొంచెము సరి చేయు

The photographer *touched up* my photograph.

Trade in—బదులుగా ఇచ్చి పుచ్చుకొను

I *traded in* my old car for a new one.

Trade on—లాభము పొందు

I *traded on* his good nature to help me out of my financial difficulties.

Trifle with—హేళన చేయు

It is cruel *to trifle with* anybody's feelings.

Trump up—కల్పించి చెప్పు (కట్టు కథలు)

The story you have *trumped up* is not at all convincing.

Try on—ధరించి చూచు

The tailor asked me to *try on* the coat.

Try out—పరీక్ష కోసం నడిపి చూడు

You should *try out* that TV set before you finally buy it.

Turn about—ముఖము చాటు చేసుకొను

The moment she saw him coming she *turned about.*

Turn against—ఎవరికైనా ఎదురుగా నిలబడు

We have been such good friends and I had no idea that he would *turn against* me.

Turn around—పూర్తిగా తిరుగు

Being a novice, he could not *turn around* the car in the narrow lane.

Turn aside—మార్గము నుండి తప్పుకొను

Never *turn aside* from the path of truth.

Turn away—త్రిప్పి పంపు

He has *turned away* three applicants for the new post of purchase-officer.

Turn back—వెనుకకు తగ్గు

Please *turn back* from the edge of the water.

Turn down—1. అంగీకరించక పోవు

I'm counting a lot on this, so please do not *turn down* my request.

2. తగ్గించు

Please *turn down* the volume of the radio.

Turn in—ప్రస్తావించు, వ్రాయు

He *turned in* his answer paper and came out of the examination hall.

Turn on—పని చేయు

Please *turn on* the light.

Turn out—1. ఉత్పత్తి చేయు

How many cars does this factory *turn out* everyday?

2. నిరూపించు

To begin with he looked like any other carpenter, but later he *turned out* to be a very talented one.

Turn tail—పారిపోవు

The enemy had to *turn tail* as it could not hold against the massive attack of our army.

Turn up—1. అకస్మాత్తుగా వచ్చు

Everybody was surprised to see him *turn up* at the meeting.

2. క్రొత్తగా తెలియు

Some interesting facts have *turned up* during the inquiry.

(U)

Used to—అలవాటు కలుగు

I am quite *used to* driving in crowded places.

Use up—ఉపయోగించి సమాప్తి చేయు

Have you *used up* all the paper I had given you?

(W)

Wade into—దాడి చేయు

Ram could not tolerate Shyam's insulting remark. He *waded into* him and knocked him down.

Wade through—పెద్ద పనిని తీసుకొను

Today I have to *wade through* a lot of correspondence.

Wait for—వేచి యుండు

I'll *wait for* you at my office till you come.

Wait on—సేవ చేయు, వడ్డించు

She *waited on* us efficiently.

Wash out—ఉతికి పోగొట్టు

Can this stain be *washed out.*

Watch over—కాపలా కాయు, రక్షణ చేయు

The dog faithfully *watched over* his master's sleeping child.

Wear off—వెలిసి పోవు

This colour will *wear off* soon.

Wear out—పాడయిపోవు, పనికి రాకుండా పోవు

Constant use will *wear out* any machine.

While away—కాలాన్ని వృధా చేయు

Get to work. Don't *while away* your time in trifles.

Wind up—1. మూసివేయు, ఆఖరు చేయు

Recurring losses compelled him to *wind up* his business.

2. గడియారమునకు కీ ఇచ్చు

I *wound up* my watch when I went to bed.

Wink at—చూసీ చూడనట్లుండు

I can *wink at* his faults no longer.

Work away—పని చేస్తూ వుండు

He is a hardworking man. He can *work away* at his job for hours at a stretch.

Work into—కష్టము మీద లోపలికి దూరు

The miner's drill *worked into* the hard rock.

Work open—ఏదో ఒక విధముగా తెరచు

I had lost my suitcase's key, but somehow I managed to *work* it *open*.

Work out—జవాబు వెదకి తీయు/సమస్యను పరిష్కరించు

Could you *work out* that problem?

Work up—ప్రేరేపించు

Why are you so *worked up*?

(Y)

Yield to—స్వీకరించు, ఒప్పుకొను

It took me long to persuade him to *yield to* my request.

IDIOMS & PHRASES

(A)

Abounding in—నిండుగ, సమృద్ధిగ

Sea *abounds in* all kinds of animals.

Above all—ముఖ్యముగా, ప్రత్యేకించి

Above all, don't mention this to Hari.

Abreast with—కబురు తెలుసుకొను

He keeps himself *abreast with* the latest developments in the world of science.

Absent-minded person—మతిమరుపు మనిషి

Our professor is a very *absent-minded person.*

Accessary to—తోడ్పడు

This man was *accessary to* the crime.

Affect ignorance—ఏమీ తెలియనట్లు చూపు

You cannot *affect ignorance* of the law and escape punishment.

Aghast at—అవాక్కయిపోవు, నిశ్చేష్టులగు

As she entered the hospital, she looked *aghast at* the bed of the wounded.

Agreeable to—ఇష్టపడు/అనుకూలముగా వుండు

He being very fussy, the plan was not agreeable to his wishes.

Alive to—వివరము తెలిసికొను, సిద్ధముగా నుండు

He is not at all *alive to* the current economic problems.

All at once—అకస్మాత్తుగా

All at once the sky became dark and it began to rain.

All moonshine—పూర్తిగా అబద్ధము, కల్పిత కథలు

What you are saying is *all moonshine.*

All of a sudden—హఠాత్తుగా

All of a sudden the walls of the room started shaking.

All the same—అయినప్పటికీ

Although your agreements appear convincing, *all the same* it will not happen.

Animal spirits—అకతాయి ప్రకృతి

Young children are by nature full of *animal spirits.*

Apple of discord—దెబ్బలాడుటకు కారణము

Ever since their father's death, this property has been an *apple of discord* between the two brothers.

Apple of one's eye—మిక్కిలి యిష్టమయిన

His lovely little daughter is the *apple of his eye.*

Ask for something—నష్టము లేదా ఆపద కొని తెచ్చుకొను

Now you are complaining about the cut in your salary. You had *asked for it* by regularly coming late.

At all—కొంచెము కూడా

He told me that he did not have any money *at all.*

At daggers drawn—శత్రుత్వము కలుగు

Once upon a time they were friends, but now they are *at daggers drawn* over the issue of money.

At large—బంధ విముక్తుడగు, పట్టుబడకుండా ఉండు

A convict, who had escaped from prison last month, is still *at large.*

At once—వెంటనే, తక్షణం
The boss was furious over secretary's mistake and asked him to come to his room *at once.*

At the eleventh hour—ఆఖరి క్షణంలో, తుది ఘడియలలో
The mob was getting out of control, but *at the eleventh hour* the police arrived and averted a riot.

At times—అప్పుడప్పుడు
At times she feels a little better, but then again relapses into her old condition.

Aware of—తెలిసి ఉండు
I was not *aware of* his intentions.

(B)

Back out of—మాట తప్పు
He *backed out of* the promise he had given me.

Backstairs influence—దొంగచాటు, అక్రమమైన మార్గములో
He managed to get the job through *backstairs influence.*

Bad blood—శత్రుత్వము, విరోధము
There is *bad blood* between the two neighbours.

Be a party to something—పక్షము వహించు, సమ్మతించు
I disagree with your proposals, so I won't *be a party to* this agreement.

Be all ears—శ్రద్ధగా విను
The children were *all ears* as I began to tell the story of Alibaba.

Be beside oneself—ఉద్వేగము ఉప్పొంగు, అణచుకోలేని విచారము
She was *beside herself* with grief when she heard about her son's death.

Be born with a silver spoon in one's mouth—ధనవంతుల ఇంటిలో జన్మించు
Pandit Nehru was *born with a silver spoon in his mouth.*

Be bound to—నిశ్చయముగా
We are *bound to* be late if you don't hurry up.

Be bound for—ఏదేని నిశ్చిత ప్రదేశమునకు వెళ్ళు
This ship is *bound for* London.

Be ill at ease—బాధపడు, కష్టపడు
The whole night mosquitoes kept on biting him and he was quite *ill at ease.*

Be in the way—దారికొట్టు/అడ్డపడు
Is this chair *in your way*?

Be no more—చనిపోవు
Since her husband is *no more*, she feels quite lost.

Be off—వెళ్ళు/వెడలిపోవు
I was tired of his chattering and asked him to *be off.*

Be out of the question—అసంభవము
Without oxygen life is *out of question.*

Be under age—యుక్తవయస్కుడు కాకపోవు
You cannot vote as you are *under age.*

Be upto something—ఏదేని పని చేయడంలో నిమగ్నమగు
These boys have suspicious movements. I am sure they are *upto something.*

Be well-off—ధనవంతుడగు
They own a house and a car, so they certainly are *well-off.*

Be worth its weight in gold—అత్యంత విలువైన/మిక్కిలి వెలగల
In the desert, a bottle of water is *worth its weight in gold.*

Bear down upon—దాడిచేయు (టాంకులు మొ॥నవాటితో)
Our warship *bore down upon* the enemy convoy.

Beast of burden—మోత తీసుకెళ్ళు జంతువులు
Mules are used as *beasts of burden* by the Indian army.

Beast of prey—వేటాడే జంతువులు
A tiger is a *beast of prey.*

Beat about the bush—డొంకతిరుగుడు మాటలు
Come to the point. Don't *beat about the bush.*

Beck and call—పిలిచినప్పుడు హాజరగు
You cannot expect me to be at your *beck and call* everytime.

Bed of roses—ఆహ్లాదకరమైన, బాదరబందీ లేకుండా
Life is no *bed of roses.*

Beggar description—వర్ణించడానికి వీలుకాని
Her beauty *beggared description.*

Behind the scenes—తెర మాటున/వెనుకచాటున
The leaders had been discussing *behind the scenes* for long, and finally they arrived at an agreement.

Bent on—చేయుటకు సిద్ధపడు, ఉద్యుక్తుడగు
I am sure the two boys are *bent on* some mischief.

Better half—భార్య/అర్ధాంగి
His *better half* takes good care of him.

Bide his time—తగిన సమయము కొరకు శాంతముగా వేచివుండు

The hunter *bided his time* till the tiger approached the pond for a drink.

Big deal—తనను గురించి గొప్పగా ఆలోచించడం (నిజానికి కాదు)

You think you can beat me! A *big deal*!

Bird's eye view—విహంగ దృష్టి

We had a *bird's eye view* of the city from the plane.

Birds of a feather—ఒకే స్వభావము గల వ్యక్తులు

Birds of a feather tend to flock together.

Black sheep—పేరు చెడిన వ్యక్తి

Ramesh is the *black sheep* of the family.

Blind alley—ముందుకు వెళ్ళుటకు వీలుకాని దారి

They had to turn back as they had entered a *blind alley.*

Blind to—గ్రుడ్డిగా పనిచేయు/ప్రవర్తించు

He is *blind to* his son's actions.

Blow one's own trumpet—తన గురించి గొప్పలు చెప్పుకొను

Blowing one's own trumpet speaks of ill breeding.

Blow one's top—మిక్కిలి కోపముగా నుండు

Ram has not been caring for his studies at all. Naturally, his father had to *blow his top.*

Blue stocking—సాహిత్యకారుడు, పాండిత్య స్త్రీ

She has made a name for herself in society as a *blue stocking.*

Body and soul—మనసా వాచా, శ్రద్ధగా

He gave himself body and soul to the pursuit of learning.

Boil down—సారాంశము

It all *boils down* to a clear case of murder.

Bolt upright—తిన్నగా నేరుగా

As he was suddenly awakened by a passing procession's noise he got up and sat *bolt upright.*

Bosom friend—ప్రాణ స్నేహితుడు

Arun and Anil are *bosom friends.*

Brazen-faced fellow—అనాగరిక మనిషి

I cannot stand that *brazen-faced fellow.*

Break cover—దాగున్న ప్రదేశము నుండి బయటకువచ్చు

The enemy resumed heavy firing as the soldiers *broke cover.*

Break in—బలవంతముగా దూరు/జొరబడు

The thief quietly *broke in* when everyone was asleep.

Break the ice—నిశ్శబ్దాన్ని భంగపరచు

They sat in awkward silence till I *broke the ice.*

Break the news—వార్తను తెలుపు

Ram had drowned and somebody had to *break the* sad *news* to his family somehow.

Breathe one's last—చనిపోవు

The nation plunged into grief as the beloved leader Pandit Nehru *breathed his last.*

Bring to light—రహస్యము బట్టబయలు చేయు

The C.I.D. *brought to light* a hideous conspiracy to assassinate the police chief.

Bring to the hammer—వేలము వేయు

As he went bankrupt, all his goods were *brought to the hummer.*

Broad daylight—పట్టపగలు

Yesterday the bank near our house was robbed in *broad daylight.*

Brown study—ఆలోచనల్లో నిమగ్నమగు

Shyam is in the habit of getting into *brown study.*

Build castles in the air—గాలిలో మేడలు కట్టు

Be content with what you have. There is no point in *building castles in the air.*

Burning question—రగులుతున్న ప్రశ్న

In the world today, issue of Iraq is a *burning question.*

Burn the candle at both ends—తన శక్తి మించి డబ్బులు ఖర్చు పెట్టు/అధిక వ్యయము చేయు

If you *burn the candle at both ends* like this, you will soon land up in the hospital.

Bury the hatchet—ద్వేషాన్ని మరచి స్నేహం చేయు

The two warring nations reached a truce and at last *buried the hatchet.*

By and by—నెమ్మది-నెమ్మదిగా

By and by people began to come into the lecture hall.

By heart—కంఠస్థము

I know many passages from Shakespeare *by heart.*

By himself—ఒంటరిగా

I have often seen him walking all *by himself* in the woods.

By the way—ఊరకనే/మాటిమాటికి

By the way, are you married?

(C)

Call a spade a spade—స్పష్టముగా చెప్పు/కల్లా కపటము లేకుండా చెప్పు

I am not rude but at the same time, I don't hesitate to *call a spade a spade.*

Call to order—సభ/ఉపన్యాసమును ఆరంభించు

The chairman *called* the meeting *to order.*

Capital crime—మరణదండన విధించేంత అపరాధము

Murder is a *capital crime.*

Capital idea—మంచి పథకం

Going on a picnic this Sunday is a *capital idea.*

Capital punishment—మరణదండన

The murderer was awarded *capital punishment.*

Carry one's point—వైరము తొలగు

In the beginning, Mohan was slightly vague in his speech but gradually he succeeded in *carrying his point.*

Carry the day—పేరొందు

The opener scored a century and *carried the day.*

Cast about for—వేచియుండు

He will *cast about for* an opportunity to take revenge on you.

Catch one's eye—దృష్టిని ఆకర్షించు

I could not *catch his eye,* else I would have greeted him.

Chicken-hearted fellow—పిరికి మనిషి

A *chicken-hearted man* like you will never make a soldier.

Clear off—వెళ్ళు, పారిపోవు

Don't bother me? *Clear off!*

Close-fisted man—లోభి, పిసినారి

Although having lot of money, he is a *close-fisted man.*

Close shave—వెంట్రుకవాసిలో తప్పిపోవు

My car was just about to dash against the lamp post. It was quite a *close shave.*

Cock and bull story—కట్టుకథ

Who would believe such a *cock and bull story*?

Cold-blooded murder—హీనమైన/దారుణ హత్య

Karan had committed a *cold-blooded murder,* so the judge didn't show any mercy in awarding death sentence.

Cold feet—భయపడిపోవు

At the sight of his opponent he got *cold feet.*

Cold reception—పైపై సత్కారము (ఉత్తుత్తి మాటలు)

I wonder why she gave him such a *cold reception.*

Cold shoulder—ఎవరికైనా అయిష్టముగా అనిపించు

He tried to talk to her, but she gave him the *cold shoulder.*

Come of age—వయస్కుడగు

Now that you have *come of age,* you should take you own decisions.

Come off it—అయిష్టమైన అలవాటును విడిచిపెట్టు

Come off it don't start with that boasting again.

Come to an end—సమాప్తమగు

It was such a boring film that I thought it would never *come to an end.*

Come to light—తెలియవచ్చు

The conspiracy *came to light* at the right time and plotters were arrested.

Come up to—సరిసమానమగు

The profit from this deal with M/s Renuka Enterprises has not *come up to* my expectations.

Come up with—ఉత్తమ ఆలోచనలు గల

I must say you have *come up with* an excellent idea.

Commanding view—ఎత్తునుండి కనబడే దృశ్యము

Come, we can go up and get a *commanding view* of the harbour from the hill top.

Confirmed bachelor—అజన్మ బ్రహ్మచారి

Is he going to marry late or is he a *confirmed bachelor*?

Corresponding to—సంబంధించిన

While digging in the field the other day, I found an old coin *corresponding to* the one shown in this picture.

Cover a lot of ground—సవిస్తారముగా చెప్పు

In his very first lecture the professor *covered a lot of ground.*

Creature comforts—ఐహిక సంపదలు/శారీరకముగా సుఖమునిచ్చే సదుపాయములు

He, being rich, would equip his mansion with all *creature comforts.*

Crocodile tears—మొసలి కన్నీళ్ళు (కృత్రిమ)

He shed *crocodile tears* at the loss incurred by his friend.

Crux of a problem—సమస్య యొక్క ముఖ్యభాగము

The *crux of the problem* is how we are going to raise the funds we require for this project.

Cry over spilt milk—అనవసరంగా విచారించు

In the beginning only I had told you that was a bad bargain. It is no use *crying over spilt milk* now.

Curtain lecture—ఏకాంతములో భార్య-భర్తను వేధించు

The hen-pecked husband had to endure a *curtain lecture* every night.

Cut a sorry figure—పని చేయలేకపోవు

When asked to make a speech he *cut a sorry figure.*

Cut out for—యోగ్యుడగు

Vikas is not *cut out for* army.

Cut to the quick—రహస్యమును విప్పే మాట తెలుపు

Your reproaches *cut him to the quick.*

(D)

Dance attendance on one—చుట్టూ తిరుగాడు

He *danced attendance on her* all the time, but she ignored him.

Day in, day out—రోజు-రోజు, ఎల్ల వేళలా

He worked *day in, day out* to pass his C.A. Examination.

Dead against—పూర్తిగా వ్యతిరేకము

Her mother is *dead against* her acting in the films.

Dead letter—1. తప్పు చిరునామా వల్ల తపాలా కార్యాలయంలోనే ఉండిపోయిన ఉత్తరం

As there was no address on the letter it went to the *dead letter* office.

2. అమలుపరచలేని చట్టం

Several enactments still on the statute book are now a *dead letter.*

Dead loss—పూరించలేని నష్టం

He invested quite a lot of money in paper business but it proved to be a *dead loss.*

Dead of night—అర్ధరాత్రిలో

The thief entered the house at *dead of night.*

Dead silence—చీమ చిటుక్కుమనే శబ్దము

There was *dead silence* in the deserted house.

Dead tired—బాగా అలసిపోయిన

Having walked four miles I felt *dead tired* and immediately fell asleep.

Dish something out—చాకచక్యముగా విమర్శించు

He is a glib talker and very good at *dishing out* flattery.

Do a city—నగరములోని ఆకర్షణీయమైన స్థలములు చూచు

While I *do the city* you can relax in the hotel and watch the television.

Do away with—వాశనము చేయు

The murderer seems to have *done away with* the body.

Done to death—చచ్చువరకు కొట్టు

The poor man was *done to death* by repeated lathi blows on the head.

Do well—పురోగమించు, కీర్తి కలుగు

He is *doing* quite *well* in his new business.

Dog-eared book—గుర్తు కోసం పుటల కొసలు మడిచిన పుస్తకం

This *dog-eared book* suggests that you have read it carefully and marked the important pages.

Down and out—హతోత్సాహము

He was without money and without food. In short, just *down and out.*

Draw out a person—ఎవరైనా వ్యక్తినుంచి అతని ఇష్టానికి విరుద్ధంగా చాకచక్యంగా వివరములు తెలుసుకొను

For a long time, he was reluctant to say anything, but in the end I managed to *draw him out.*

Draw a line—నీతిని తయారు చేయు, నిర్ణయించు

I can at the most give you one thousand rupees. And then I must *draw a line.*

Drop a line—చిన్న ఉత్తరం వ్రాయు

As soon as I get to Mumbai, I'll *drop* you a *line.*

Drop a subject—ఏదేని విషయంపై చర్చ నిలుపుచేయు

We don't seem to agree, so let us *drop the subject.*

Drop in on—కలియుటకు వెళ్ళు

Do *drop in on* me whenever you have the time.

Drop out of—వదిలివేయు

He had to *drop out of* the race when his car broke down.

Dutch courage—త్రాగుడు వలన వచ్చిన శూరత్వము

He showed a lot of *Dutch courage,* but got frightened as the drink wore off.

(E)

Ease someone out—నియమానుసారము ఉద్యోగము నుండి తీసివేయు

After the two companies merged, a number of their officers had to be *eased out.*

Easy come, easy go—కష్టపడకుండా పొందు/ఖర్చయి పోవు

He inherited great wealth but spent it all foolishly. It was a case of *easy come, easy go.*

Eat humble pie—గర్వము వదులు, వినయముగా మారు

He used to boast about his intelligence. Now with such bad examination results he has to *eat the humble pie.*

Eat one's words—మాట వెనుకకు తీసుకొను

He was vehemently insisting on his point, but finally had to *eat his words,* when the truth came out.

Eat out—హోటలులో భోజనము చేయు/బయట భోజనము చేయు

When you *eat out,* what restaurant do you generally go to?

Elbow room—పని చేసేందుకు స్వాతంత్ర్యము

He is a go-getter and needs just *elbow room* to succeed.

Err on the safe side—తప్పయినప్పటికీ స్వీకరించు/నష్టము కలుగని విధంగా

To *err on the safe side,* I gave him fifty-five when he asked seventy pieces.

Escape notice—దృష్టి తగలని/పడని

I read this copy very carefully, but don't know how this mistake *escaped* my *notice.*

Escape one's lips—నోరు జారు/మాట్లాడు

Never let that abusive word *escape your lips* again.

Every now and then—ఎల్లప్పుడూ/ఎక్కువగా

We are very good friends and visit each other *every now and then.*

(F)

Fast living—విలాసమైన జీవితము

Rich man's children generally like *fast living.*

Feather one's nest—అక్రమముగా ధనార్జన చేసియుంచు

The corrupt people are always busy *feathering their nests.*

Fed up with—విసుగు చెందు

I am *fed up with* this daily drudgery.

Feel up to—తన్ను యోగ్యునిగా భావించు

Do you *feel up to* writing letters after a hard working day?

Fellow feeling—సోదరభావం, ఆత్మీయత

One should have *fellow feelings* for all.

Few and far between—అతి స్వల్పము

His visits to our place are now *few and far between.*

Fight shy of—దాటవేయు/తప్పించుకొను

I *fight shy of* air travel as it makes me sick.

Fill one in—వివరములు తెలుపు

As Ramesh could not attend the meeting he asked me to *fill him in.*

Fish out of water—అనిష్టమైన స్థితిలో పదుగురి మధ్య ఉండు

I felt like a *fish out of water* in the company of those scientists.

Flowery style—అలంకారిక భాషాశైలి

Flowery style is not suited to every kind of writing.

Fly in the face of—కావాలని తప్పుడు పని చేయు

Why should you recklessly *fly in the face of* danger?

Fly off at a tangent—మధ్యలో అసంగతమైన మాట చెప్పు

Stick to the point. Don't *fly off at a tangent.*

For good—శాశ్వతముగ, ఎప్పటికీ

He proposes to leave India *for good.*

For long—ఎక్కువ సమయానికి

I cannot go on with this boring *work for long.*

Force one's hand—మనసులో మాట బయట పెట్టించుటకు బలవంతపెట్టు

I *forced his hand* to learn the real motive behind his plan.

Forty winks—లిప్తపాటు నిద్రపోవు

After lunch I must have my *forty winks.*

Fill in for—ఏ స్థానములోనయినా భర్తీ అగు

Our manager has not been keeping well. So, I have *filled in for* him.

For the time being—కొంత సేపటికి/తాత్కాలికముగా
For the time being I am staying at a hotel, but I propose to rent a flat shortly.

Freelance—ఉద్యోగము చేయని పాత్రికేయుడు
He is a *freelance* and contributes to several papers and magazines.

French leave—చెప్పకుండా గైరు హాజరగు
The boss is angry with him for taking *French leave.*

Fresh lease of life—పునర్జీవించు/మళ్ళీ బ్రతుకు
The heart patient was almost dying. But now through the relentless efforts of the doctor, he has got a *fresh lease of life.*

Fringe benefits—జీతము లేకుండా ఇతరత్రా లభించే లాభములు
His salary is small, but he gets good *fringe benefits.*

Face up to—అప్రియమైన విషయాన్ని అంగీకరించు
You have to *face up to* the fact that you are not capable of handling this job.

Fair play—న్యాయమైన ఆట
I know him well and can count on his sense of *fair play.*

Fair sex—స్త్రీ జాతి
She was the only representative of the *fair sex* at the meeting.

Fair weather friend—కష్టములో ఆదుకొను మిత్రుడు
Most of the people you are associating with these days are just *fair weather friends.*

Fall a prey to—మోసపోవు
The innocent man *fell a prey* to the designs of the cheat.

Fall back upon—దేనినైనా ఆసరా చేసుకొను
If I don't do well as a businessman, I'll have to *fall back upon* my old profession of journalism.

Fall behind in—వెనుకబడు
He fell ill and had to miss his college for a month. As a result, he *fell behind in* his studies.

Fall foul of—ఎవరితోనైనా వైరము పెట్టుకొను
If this new clerk continues with his criticism like this, he will soon *fall foul of* the manager.

Fall in with—సమ్మతించు, ఆచరించు
He found my plan very profitable and so readily *fell in with* it.

Fall out of use—ప్రయోగము నశించు/వాడుక తగ్గు
As a language grows, new words are added and many old ones *fall out of use.*

Fall out with—దెబ్బలాడు
It is indeed sad to see that you have *fallen out with* your best friend.

Fall to one's lot—అదృష్టములో
I *fell to my lot* to become a writer.

Fall to work—పని మొదలుపెట్టు
He *fell to work* with enthusiasm and completed the job in an hour.

Family likeness—కుటుంబములో సమానత్వము
There is a *family likeness* between the two cousins.

Family tree—వంశ వృక్షము/వంశమును తెలుపు పట్టిక
Our *family tree* is rooted in the eighteenth century.

Fan the flame—చెడ్డ పనికి ప్రోత్సహించు
Although outwardly he professed loyalty, in secret he was *fanning the flame* of sedition.

Fancy price—అత్యంత వెలయైన/మిక్కిలి ధర గల
He has recently bought an imported TV set at a *fancy price.*

(G)

Gain ground—నెమ్మదినెమ్మదిగా ప్రగతి సాధించు
India lost the first two matches, but began to *gain ground* gradually.

Game is not worth the candle—కష్టమునకు తగినంత ఫలితము లేని
If you have to send your article to a dozen editors to get it published, I must say that the *game is not worth the candle.*

Get ahead of—ముందుకు పోవు
Ram has *got ahead of* Shyam in mathematics.

Get all dolled up—ఆడంబరముగా అలంకరించుకొను
She *gets all dolled up* when she gets ready to go to the parties.

Get along with—కలుపుగోలుతనము
He has the knack for *getting along with* all sorts of people.

Get away with—చెడు పని చేసి దండన తప్పించుకొను
You can't cheat me like that and *get away with* it.

Get by heart—కంఠస్థము చేయు/జ్ఞాపకముంచుకొను
Have you *got* the whole poem *by heart*?

Get down to—గంభీరముగా పని మొదలుపెట్టు
Now as we have had an hour's rest, let us *get down to* business.

Get even with—పగ తీర్చుకొను
The other day Arun made a fool of Anil. And now Anil wants to *get even with* him.

Get hold of—విషయమును అర్థం చేసుకొను
I was quite far from the stage and couldn't *get hold of* what the speaker was saying.

Get into a soup—ఝంఝాటములో పడు
You will *get into a soup* if you neglect your studies like this.

Get into the swing of things—కొత్త పరిస్థితులకు అనుగుణంగా
Many of the Indian students don't take long to *get into the swing of things* in the U.S.A.

Get on one's nerves—విసుగు కలిగించు
She talks so much that she *gets on my nerves.*

Get on with—1. పని మొదలుపెట్టు
Get on with your work.
2. తోడు వుండు
Naresh and I *get on with* each other quite well.

Get out of—బయటకు వెళ్ళు/దృష్టి నుండి తప్పుకొను
Sita is a very affectionate mother and does not let her children *get out of* her sight.

Get out of line—క్రమశిక్షణ పాడు చేయు
The headmaster warned unruly Gopal that he would be expelled if he *got out of line* in future.

Get rid of—వదిలించుకొను
Don't ask what all I had to do to *get rid of* a bore like Vinay.

Get the better of—విజయము సాధించు, చంపు
He easily *got the better of* her in the argument.

Get the sack—ఉద్యోగము నుండి తొలగింపబడు
He is thoroughly incompetent and I know that one day he will *get the sack.*

Get the upper hand—ప్రాముఖ్యము పొందు, దెబ్బ కొట్టు
It was a keenly fought match, but in the end I *got the upper hand.*

Get through with—పని పూర్తి చేయు
When will you *get through with* your homework?

Get wind of—రహస్యము ఛేదించు
There was a well-guarded conspiracy, but somehow the government *got wind of* it.

Get word—వార్త లభించు
I *got word* that my brother had suddenly become ill.

Gift of the gab—సంభాషణ కళ/వాక్చాతుర్యము
He has a *gift of the gab* and can hold his audience spellbound.

Give a break—అవకాశమిచ్చు
Considering the fact that it was his first offence, the judge *gave* him *a break* and let him off only with a warning.

Give a piece of mind—వేధించు/కసరుకొను
He is so negligent in his work that I had to *give* him *a piece of my mind.*

Give a ring—టెలిఫోను చేయు
I'll *give* you *a ring* as soon as I get there.

Give a wide berth—దాటవేయు, దూరముగా ఉంచు
He is not to be trusted. You should always *give* him *a wide berth.*

Give chapter and verse—రుజువు చూపు
I can *give* you *chapter and verse* for every statement I am making.

Give currency to—వ్యాకోచించు, వ్యాపకమగు
Many new words in English have *got currency* of late.

Give into—ఒప్పుకొను, సమ్మతించు
He *gave into* her wishes.

Give quarter—సానుభూతి చూపు
The conqueror *gave* no *quarter* to the defeated.

Give the go by—మరచిపోవు, దాటించు
There are many old religious practices to which we have now *given the go by.*

Give the slip—మస్కా కొట్టి పారిపోవు
As the thief saw the policeman he *gave him the slip* by getting into a nearby lane.

Given to—వ్యసనమగు
I was sorry to see that he was *given to* heavy drinking.

Go a long way—చాలావరకు ఉపయోగపడు
This amount will *go a long way* in defraying your trip's expenses.

Go hand-in-hand—చేయి చేయి కలిపి
Going hand-in-hand with this expansion programme of the company is a massive plan of modernisation.

Go in for—ఇష్టపడు

What sports do you *go in for*?

Go off the deep end—తొందరపాటులో ఏదో ఒకటి చేయు

Think with a cool mind. There is no need to *go off the deep end* and act foolishly.

Go through the channels—సరయిన పంథాలో

You will have to *go through the channels* if you want your representation for promotion to be considered.

Go through fire and water—ఎటువంటి అపాయాన్నయినా ఎదుర్కొను

A patriot is ready to *go through fire and water* to serve his motherland.

Go through with—ఏదేని పనిని చివరవరకు చేస్తూండు

Do you have the determination enough to *go through with* this job?

Go to law—చట్టము యొక్క సహాయము తీసుకొను

In the western countries, people *go to law* on very petty issues.

Go to rack and ruin—నాశనమైపోవు

The government must do something to save this sick sugar mill from *going to rack and ruin.*

Go to town—ఏదేని పనిని శ్రద్ధగా చేయు

The interior decorator *went to town* on my flat and made it like a palace.

Go without saying—స్పష్టమగు

It *goes without saying* that honesty pays in the long run.

Going concern—బాగా జరుగుతున్న వ్యాపారం

He has expanded his business and it is now a *going concern.*

Golden mean—మధ్య మార్గం

We shall not go to the extremes, rather find a *golden mean* between the two.

Golden opportunity—మిక్కిలి అనుకూలమైన స్థితి, సువర్ణావకాశము

It was a *golden opportunity* for me to show my mettle.

Good deal—ఎక్కువ మొత్తంలో

This sofa set has cost me a *good deal* of money.

Good hand—1. కుశలుడు, ప్రవీణుడు

She is quite a *good hand* at knitting.

2. మంచి దస్తూరి

You have a *good hand.*

Good humour—ప్రసన్నచిత్తుడగు

He has got a promotion today, so he is in *good humour.*

Good offices—సహకారముతో

This dispute between the two countries can be resolved only through the *good offices* of Irrigation Ministers.

Green room—నేపథ్యము, నటకులు, రంగు పూసుకొని వేషము వేసుకొను గది

After the play was over, I went to the *green room* to see the hero.

Grow grey—ఒకే పనిలో జీవితమంతా గడుపు

Prasad began working at the age of twenty, and has *grown grey* in the same office.

Grow out of—వయసు పెరగటంతోపాటు ఏదైనా అలవాటు వదలిపోవు

As a child he used to stutter, but now has *grown out of* it.

(H)

Hall mark—నైపుణ్యమునకు చిహ్నము

He is generally a good painter, but Batik painting is one of his *hall marks.*

Hammer and tongs—బిగ్గరగా

The opposition went for the government's policies *hammer and tongs.*

Hang by a thread—పరిస్థితి చాలా నాజూకుగా వుంది (ప్రమాదకరంగా)

Naresh has been badly injured in the train accident and he is still *hanging by a thread.*

Hang fire—ఆలస్యమగు

This matter had been *hanging fire* for more than a month.

Hard-boiled—వ్యాపారములో ఏమాత్రం దయలేని వాడు

He is a *hard-boiled* businessman.

Hard of hearing—తక్కువ వినపడు

You will have to speak a little louder, as Mr. Rao is *hard of hearing.*

Hard up—డబ్బుకు ఇబ్బంది పడు

Ever since he has left his job, he has been quite *hard up.*

Haul over the coals—కసరుకొను

The boss *hauled him over the coals* for his insubordination.

Have a brush with—వాదులాట జరుగు

Our union's president *had a brush with* the

general secretary in a meeting last week.

Have a finger in the pie—ఏదేని విషయమై కుతూహలము చూపు

Why should you be so interested in what he is being paid? Do you *have a finger in the pie*?

Have a mind—రాజీపడు, మనసుపడు

He can be very funny if he *has a mind.*

Have a thing at one's finger tips—సంపూర్ణ జ్ఞానం

He has the Maratha history *at his finger tips.*

Have an easy time of it—వ్యర్థ కాలయాపన

As long as Mr. Rao was there as the manager, the staff *had an easy time of it,* but now things have changed.

Have another guess coming—తప్పుగా భావించు

If you think I'll be with you in this mischief, you have *another guess coming.*

Have been to—ఎక్కడికైనా వెళ్ళి రావడం

Have you *been to* Mumbai of late.

Have clean hands—నిర్దోషిత్వము

You can't suspect him of taking bribery. I am sure his *hands are clean.*

Have in hand—చేతిలో ఏదో ఒక పని వుండు

What job do you *have in hand* at present?

Have it out with—తగవులాడు

I am sure he has cheated me, and I am going to *have it out with* him.

Have an eye on a thing—ఇతర వస్తువులపై దృష్టి వుంచు/పెట్టు

Be content with what you have. Don't *have an eye on others' things.*

Have one's hands full—ఏదైనా పనిలో నిమగ్నమగు

Please do not ask me to do anything more, my *hands are* already *full*.

Have one's heart set on—మిక్కిలి కోరిక వుంచు

Ever since he had heard of accounts of the U.S.A. from his brother, he has *his heart set on* going abroad.

Have one's way—తన మాటే చెప్పు/ఆలోచించు

Little children must *have their way* in everything.

Have the right ring—సరిగ్గా సరిపోయినట్టి

The statesman's speech about the problem *had the right ring* about it.

Have too many irons in the fire—ఏక కాలంలో అనేక పనులు చేయు

Beware of your health breaking down under the strain of overwork; I think you *have too many irons in the fire.*

Help oneself to—స్వయముగా తీసుకొను

Please *help yourself to* whatever you would like to have.

Hen-pecked husband—భార్యాలోలుడు/పత్నీవ్రతుడు

Prakash is known among his friends as an *hen-pecked husband.*

Herculean task— మిక్కిలి కఠినమైన కార్యము

Preparing such a big report in such a short time was indeed a *herculean task.*

Hide one's light under a bushel—గుణములను దాచియుంచు

To keep such a learned man in his present obscure position is like *hiding his light under a bushel.*

High and low—అన్ని చోట్ల/సమస్తమందు

I searched for my pen *high and low.*

High-flown style—గ్రాంథిక భాష

He has a *high-flown style* which does not cater to masses.

High living—విలాస జీవితము

Many diseases are brought on by *high living.*

High noon—మిట్ట మధ్యాహ్నము

At *high noon* during summer in Delhi, people generally keep indoors.

High time—సరయిన సమయము

It is *high time* to get up.

Hit it off—కలిసి మెలసి

She and her husband do not seem to *hit it off.*

Hit the nail on the head—సూటిగా విషయము చెప్పు

The reviewer hit *the nail on the head* when he wrote that the main shortcoming of the book was the author's ignorance of the subject.

Hold on to—గట్టిగా పట్టుకొని వుండు

He *held on to* the rope for fear of falling.

Hold one's own—తన స్థానాన్ని నిలబెట్టుకొను

Will you be able to *hold your own* in front of a great player like him?

Hold one's tongue—మౌనముగా వుండు

She talked so much that I had to ask her to *hold her tongue.*

Hold out against—ప్రతీకారము పెంచుకొను

Although our force was small we *held out against*

a large number of enemies.

Husband one's resources—కష్ట సమయమునకై దాచి వుంచు (సామగ్రి)

We were careful to *husband our resources* for our journey across the desert.

Hush money—లంచము

A lot of *hush money* passed between the minister and his favourite business house.

(I)

Idle compliment—అబద్ధపు పొగడ్త

Although he praised my work yet I knew it was an *idle compliment.*

In a bad way—ఆరోగ్యము క్షీణించు

Rajiv had an accident yesterday and now he is *in a bad way.*

In a body—అందరూ కలిసి

The boys went *in a body* to the headmaster to request him to declare a holiday on account of their winning a cricket match.

In a fair way—మంచి అవకాశమున్న

The doctor thinks that Ramesh is *in a fair way* to recovery.

In a fix—సందిగ్ధములో పడు

I could not decide whether to leave or stay. I was *in a fix.*

In a mess—కష్టములో పడు

Do your work properly, else you'll get *in a mess.*

In a person's good books—ఎవరికైనా ప్రియమగు

Ram is a bright boy and naturally *in his teacher's good books.*

In a temper—కోపములో పడు

The boss seems to be *in a temper* today.

In a word—సంక్షిప్తముగా

In a word he doesn't care for your company.

In an instant—ఒకే క్షణములో

In an instant the panther leapt onto its prey.

In all—అందరూ కలిసి

In all there were thirty students in the class.

In a bad taste—అప్రియమగు

You should not have criticised him so viciously. It was *in a bad taste.*

In course of time—సమయము గడిచిన కొలది

In course of time the little boy grew into a fine young man.

In keeping with—అనుకూలము

I knew he would help you. This is *in keeping with* his character.

In one's element—అనుకూల పరిస్థితిలో ఉండు

Everyone at the party laughed at his jokes and I could see that he was *in his element.*

In one's line—వృత్తిననుసరించి

He writes quite well. After all this is *in his line.*

In one's teens—కిశోరావస్థలో వుండు

Some girls get married while still *in their teens.*

In the air—గాలి వార్తను ప్రచారము చేయు

It's *in the air* that he is going to become a minister.

In the chair—సభాపతి స్థానములో

Who was *in the chair* at the meeting?

In the doldrums—అభివృద్ధి నిలిచిపోవు

On account of trade recession his business is *in the doldrums* for more than a year.

In the same boat—సమాన పరిస్థితిలో ఉన్న

Don't get worked up about financial problems. We are *in the same boat.*

In time—సమయానికి

Did you reach office *in time*?

In the long run—చివరికి

You will find that he proves to be your best friend *in the long run.*

In the van—అందరికంటె ముందు

Kalidas will always be *in the van* of Sanskrit poets.

In vain—వ్యర్థమగు

All efforts of the doctor went *in vain* and the patient could not be saved.

Ins and outs—సంపూర్ణ వివరములు/లోగుట్టు

Only Prakash knows the *ins and outs* of this affair.

Iron hand—కాఠిన్యము

The despots usually rule their kingdom with an *iron hand.*

Iron will—బలీయమైన కోరిక

Sardar Patel is known as a man of an *iron will.*

(J)

Jack of all trades—అన్ని పనులు చేయు వ్యక్తి

Anand is a *jack of all trades* and master of none.

Jail bird—మాటిమాటికి జైలుకి వెళ్ళే నేరస్థుడు

He being a notorious *jail bird* the judge did not show any mercy to him.

Join in with—పాల్గొను

We requested him to *join in with* us, but he preferred to act independently.

Jaundiced eye—ముందే తెలుసుకొను/పూర్వదృష్టి

Don't look at the proposal with a *jaundiced eye.*

Jump to a conclusion—పూర్వాపరములు ఆలోచించకుండా

Don't *jump to the conclusion* that Ravi does not care for you only because he could not help you this time.

Just the thing—అక్షరాలా సరయిన పని

You are being critical but in my opinion Arun's appointment to this post is *just the thing.*

(K)

Keep a thing to oneself—రహస్యము తెలుపకుండు

I knew he did not mean what he was saying, so I *kept the whole thing to myself.*

Keep an eye on—కాపలా కాయు

Please *keep an eye on* my suitcase while I buy my ticket.

Keep body and soul together—ప్రాణముతో ఉండు

His income is just enough to *keep* his *body and soul together.*

Keep company with—సహవాసము చేయు

If you *keep company with* bad people, you will automatically acquire bad habits.

Keep good time—సరయిన సమయము చెప్పు

My watch always *keeps good time.*

Keep in mind—గుర్తుంచుకొను

Please *keep in mind* that you promised to phone her this evening.

Keep in the dark—చెప్పక దాచివుంచు

Why did you *keep me in dark* about your illness.

Keep in touch with—సంపర్కము కలిగి వుండు

He promised to *keep in touch with* us while he was abroad.

Keep late hours— ఎక్కువసేపు మేలుకొను

If you *keep late hours,* you will ruin your health.

Keep on with—ఒకే పని చేస్తూ వుండు

I asked him to check these proofs and he has *kept on with* it for the last four hours.

Keep one's head—కష్టసమయములో ధైర్యముగా వుండు

When I saw a thief enter the room I *kept my head* and bolted the door from outside.

Keep out of the way—దూరముగా వుంచు

Keep selfish people like Govind *out of the way.*

Keep pace with—అదే వేగముతో

Jeewan is really fast in Mathematics. I cannot *keep pace with* him.

Keep someone at arm's length—దగ్గరకు రానివ్వకుండు

He is a cheat, so I take care to *keep him at arm's length.*

Keep the wolf from the door—దారిద్ర్యముతో సంఘర్షించు

The poor man found it hard to *keep the wolf from the door.*

Keep to the house—ఇంటినుండి బయటకు కదలక

He had not been keeping well of late, so *he keeps to the house.*

Keep track of—గుర్తు చేసుకొను

We are going to *keep track of* all our expenses while we are in the U.S.A.

Keep up with—అదే వేగముతో నడచు

Ram walks so fast that it is difficult to *keep up with* him.

Kick a habit—అలవాటు వదలిపెట్టు

He used to be quite a heavy smoker. I wonder how come he has *kicked this habit.*

Kick something around—ఏదేని విషయముపై విచారించు

They will first *kick around* with many proposals and then finally settle on one.

Kill two birds with one stone—ఒకే సమయములో రెండు పనులు చేయు

While in Vijayawada I'll call on a friend and also do some shopping. Thus I'll *kill two birds with one stone.*

Knock off—ఏదైనా పనిని పూర్తి చేయు

You have been working since morning—now *knock it off.*

Know by sight—రూపం గుర్తుంచుకొను

Although I haven't been introduced to our new neighbour, yet I *know* him *by sight.*

Knowing look—భావగర్భితమైన చూపు

He gave me a *knowing look,* when I said I was busy in the evening.

(L)

Laid up with—అనారోగ్యముతో మంచముపట్టు

He was out in the rain yesterday and now is *laid up with* cold and fever.

Lame excuse—కుంటి సాకు

Whenever Virendra is late for office, he gives some or the other *lame excuse.*

Land on one's feet—ప్రమాదము నుండి బయటపడు

It was dangerous dive in the air, but he finally *landed on his feet.*

Laugh in one's sleeve—లోలోపల నవ్వుకొను

He was wearing a funny dress at the party. And everyone was *laughing in his sleeve.*

Laughing stock—వేళాకోళము పాలయ్యే

He talked nonsense and made himself the *laughing stock* at the party.

Lay bare—రహస్యము బయట పెట్టు

I can't rest until I've *laid bare* this conspiracy.

Lay down the law—అధికారము చలాయించు

In his house, his wife *lays down the law.*

Lay hands on—బలవంతముగా పట్టుకొను

The bandit *laid hands on* the poor travellers.

Lay one's hand on—అవసరమైన వస్తువు లభించు

I hope I'm lucky to *lay my hand on* the history book, I'm looking for.

Lay oneself open to—తన్ను తాను అపాయమునకు గురి చేయు

Fault finders *lay themselves open to* attack if they make a sip anywhere.

Lay up for a rainy day—అత్యవసర స్థితికి దాచి వుంచు

Don't spend your money so lavishly. You should *lay up something* for a rainy day.

Lay waste—నాశనము చేయు

During the World War II, many cities in Europe were *laid waste* by continuous bombardment.

Lead a charmed life—పెద్ద పెద్ద ఆపదల నుండి బయటపడు

I wonder how he has come out unscathed from this dangerous mission. He seems to be *leading a charmed life.*

Lead a person a dance—అవసరమునకు మించి ఇతరులను ఇబ్బంది పెట్టు

Why don't you pay him dues instead of *leading him a dance*?

Lead by the nose—ఇతరులను తన అధికారములో ఉంచుకొను

He is quite a hen-pecked husband and is *led by the nose* by his wife.

Leading question—జవాబు ప్రశ్నలోనే ఉంది

The lawyer asked the witness many a *leading question.*

Leave in the lurch—కష్టములో స్నేహము వదలు

He stood by me as long as all was well, but *left me in the lurch* the moment he sensed danger.

Leave much to be desired—సంతోషముగా లేకపోవు

The arangements they made for the function *left much to be desired.*

Leave the beaten track—రాసినదాన్నే రాయకుండా

This author has *left the beaten track* and suggested a fresh look on the age-old problem of casteism.

Leave to oneself—ఒంటరిగా వదలిపెట్టు

At times I prefer to be *left to myself.*

Left-handed compliment—వ్యతిరేకార్థము వచ్చే పొగడ్త

It is no *left-handed compliment.* You really acted very well.

Legal tender—ప్రభుత్వపు అనుమతి పొందిన

Thousand rupee notes are now *legal tender.*

Lend a hand—సహాయము చేయు

Let us all *lend* him a *hand* in carrying these books to the basement.

Lend one's ear—దీక్షగా విను

Friends, *lend* me *your ears.*

Let bygones be bygones—జరిగినదానిని మరచిపోవు

We are now friends, so *let bygones be bygones.*

Let fly—వేగముగా విసరు

The boy *let fly* a stone in the direction of the dog.

Let go of—వదలిపెట్టు

Don't *let go of* the rope until I tell you.

Let loose—వదులుగా వుంచు

The dogs were *let loose* on the running thief.

Let the cat out of the bag—రహస్యము విప్పు

Ramesh let the *cat out of the bag* when he said Renu was just pretending to be ill because she did not want to go to school.

Let the grass under your feet—పనిలో ఆలస్యము చేయు

Do this work quickly; don't *let the grass grow under your feet.*

Lie in one's power—సమర్థుడగు

I will do whatever *lies in my power* to get you the job.

Lie in wait for—కాచుకొని యుండు

The tiger hid and *lay in wait for* its prey.

Light-fingered gentry—జేబు దొంగ

As he reached his trousers' pocket for his wallet, he realised that he had fallen a victim to the *light-fingered gentry.*

Light reading—నవల మొ॥కాలక్షేప సాహిత్యము చదువుట

I think I'll do some *light reading* during the train journey to pass time.

Light sleeper—వెంటనే నిద్ర లేచే వ్యక్తి

I am a *light sleeper* and even a slight sound can wake me up.

Lion's share—ఎక్కువ భాగం వాటా తీసుకొను

The *lion's share* of his profit was appropriated by his financier.

Little by little—నెమ్మది నెమ్మదిగా

His health is improving, but *little by little.*

Live from hand to mouth—కష్టము మీద జీవనము సాగించు

Majority of Indian population *lives from hand to mouth.*

Live it up—విలాస జీవితము గడుపు

The rich man's son went to America and *lived it up.*

Live up to—మాట నిలబెట్టు/చెప్పిన ప్రకారము చేయు

Kuldip had great expectations of his son but he did not *live up to* them.

Long and short—సంక్షిప్తముగ/క్లుప్తముగ

The *long and short* of what I have to say to you is that you are inefficient.

Long-winded—దీర్ఘ ఉపన్యాసము

The audience visibly appeared bored with his *long-winded* speech.

Look a gift horse in the mouth—బహుమతిని విమర్శించు

You should not say that the book Mohan has gifted you is rubbish. It is improper to *look a gift horse in the mouth.*

Look back on—స్మరించు, జ్ఞప్తికి తెచ్చుకొను

It is usually pleasant to *look back on* the childhood memories.

Look daggers at someone—ఇతరులను కోపముగా చూచు

What have I done? Why are you *looking daggers at me*?

Look down upon—ద్వేషించు

We should not *look down upon* him just because he is poor.

Look every inch—సరిగా అనిపించు/సరియగు

He *looks every inch* a king.

Look forward to—కుతూహలముతో ఎదురు చూచు

We are all *looking forward to* your visit to Mumbai.

Look out for—వెదకుచుండు

I am on the *look out for* a good second-hand car.

Look up to—గౌరవించు

When Gandhiji was alive, everybody used to *look up to* him.

Lord over someone—పరిపాలన చేయు

Try to be independent. Don't let others *lord over you.*

Lose ground—వెనుకబడు

To begin with he was ahead of others in the race; but later he *lost ground.*

Lose heart—ధైర్యము సడలు

Don't *lose heart,* everything will be all right in due course.

Lose one's cool—కోపము తెచ్చుకొను/శాంతము పోవు

One should not *lose one's cool* even in the most difficult situation.

Lose one's head—వినయము పోవు, సంయమన పోవు

You are of course in a fix but still you must not *lose your head.*

Lose one's touch—పూర్వపు నైపుణ్యము

I'm afraid I will not be able to play well anymore; I seem to have *lost my touch.*

Lose one's way—త్రోవ మరచు, దారి తప్పు

We had gone for hunting, but while returning, *lost our way* in the woods.

(M)

Maiden name—పెళ్ళయిన స్త్రీయొక్క కన్యగా ఉన్నప్పటి పేరు

What is the *maiden name* of Mrs. Rao?

Maiden speech—మొదటి ఉపన్యాసము

The new M.P. of our area promised to bring electricity in our town in his *maiden speech.*

Make a clean breast of something—సర్వము (సమస్తము తెలియజెప్పు)

The accused *made a clean breast of everything.*

Make a hash—గడబిడ చేయు, మోసము చేయు

Don't meddle in my cooking. You will *make a hash* of everything.

Make a mountain of a molehill—గోరంతలు కొండం తలు చేసి చెప్పు

This job will not take you more than a few minutes. So don't *make a mountain of a molehill.*

Make a living—జీవనము సాగించు

In India, it is difficult to *make a living* as an artist.

Make a point—ఏదేని పని నిశ్చిత రూపములో తయారు చేయడం

I *make it a point* of buying a new book every month.

Make a virtue of necessity—అనిష్టమైన పనిని తప్పని సరియై చేయుట, కాని బాధ్యతను గుర్తు చేయు

Knowing that the landlord was about to drive him out, he vacated the house himself. Thus *making a virtue of necessity.*

Make an example of—ఉదాహరణనిచ్చు, కలియు

I must *make an example of* behaving in the same rude manner as he does with others.

Make amends for—నష్టాన్ని పూరించడం

By his good deed today, he had *made amends for* past misbehaviour.

Make away with—దొంగచాటుగా పారిపోవడం

The thief *made away with* a thousand rupees.

Make believe—నమ్మకము కలిగించు

The little girl *made believe* that she was a princess.

Make bold to—ధైర్య, సాహసములతో కూడిన పని చేయు

We *made bold to* call directly on the minister to present our memorandum of demands.

Make both ends meet—ఆదాయంతో రోజులు గడుపు

In a poor country like India, a lot of people find it difficult to *make both ends meet.*

Make common cause with—ఏదేని పనిలో ఇతరులకు సహాయపడు

I will *make common cause with* you in your efforts to eradicate the evil of casteism from the country.

Make fun of—ఇతరులను అవహేళనము చేయు

Anita had made a very funny hairdo for the party and everybody *made fun of* it.

Make hay while the sun shines—అనుకూల పరిస్థితి వలన లాభముపొందు

When business was good, he worked hard and made money; he believes in *making hay while the sun shines.*

Make it up with—రాజీపడు

I had quarrelled with Ram yesterday, but now I have *made it up with* him.

Make light of—పెద్దగా ప్రాముఖ్యము ఇవ్వక

Although Naresh had committed a serious mistake in the ledger, yet he tried to *make light of* it.

Make much ado about nothing—చిన్న విషయానికే పెద్ద గోలచేయు

I am only five minutes late, so don't *make much ado about nothing.*

Make much of—ఎక్కువ విలువనిచ్చు

Every mother *makes much of* her children.

Make neither head nor tail—ఏమీ అర్థం కాకపోవడం

He was so confused that I could *make neither head nor tail* of what he said.

Make no bones about—ఏదేని విషయాన్ని స్పష్టంగా చెప్పడం

She *made no bones about* her distaste for mathematics.

Make off with—దొంగతనంగా తీసుకొనివెళ్ళు

The thief *made off with* a thousand rupees.

Make one fire—సాహసమైన పనిచేయు

I am amazed at your capacity for hard work and I wonder what *makes you fire.*

Make his mark—చెడు పనులతోటే పేరు తెచ్చుకొను
It did not take him long to *make his mark* at the college.

Make one's mouth water—నోట్లో నీరూరు/నోరూరు
As I was hungry, the sight of cakes *made my mouth water.*

Make one's way—వ్యతిరేక పరిస్థితిలో నెమ్మది నెమ్మదిగా ముందుకు సాగు
I *made my way* through the great crowd.

Make oneself at home—స్వంత ఇల్లే అనుకొని సంకోచము లేకుండా ఉండు
Please *make yourself at home*; there is no need to be formal.

Make oneself scarce—వెళ్ళిపోవు, కనబడకుండు
Don't trouble me. *Make yourself scarce.*

Make short of—త్వరగా పూర్తి చేయు
Our lawyer was quite smart and *made short of* the defence counsel's arguments

Make the best of—ఉన్న దానితో తృప్తిపడు
If we cannot find a larger apartment, we will continue living here and *make the best of* what we have.

Make the best of a bad bargain—నిరాశాజనకమైన స్థితుల్లో వీలయినంత లాభం పొందు
As the cloth was little damaged I got it very cheap; thus *making the best of a bad bargain.*

Make up for—నష్టము పూరించు
You will have to *make up for* the loss you have caused.

Make up one's mind—ఆలోచించి పని మొదలుపెట్టు
Have you *made up your mind* about my proposal to go to Shimla this summer?

Make up to—కాకాపట్టు
Ramkrishna has been *making up to* the manager in the hope of a promotion.

Man in a thousand—వేలలో ఒక్కడు
I like Ramesh very much; in my opinion he is a *man in a thousand.*

Man in the street—సాధారణ వ్యక్తి/ప్రతినిధి
The critics praised him as a great author but the *man in the street* did not think much of him.

Man of letters—సాహితీవేత్త
He started writing at a very young age and is now an acknowledged *man of letters.*

Man of parts—అనేక గుణములుగల వ్యక్తి (ప్రవీణుడు)
He is a singer, a dancer and a musician; in short, a *man of parts.*

Man of straw—ఏ మాత్రము సామర్థ్యము లేని వ్యక్తి
Gulzar is a *man of straw.* You cannot possibly rely on him.

Meet one half way—రాజీ పడు
I cannot accept, but I am prepared to *meet you half way.*

Middle age—40 నుండి 60 ఏండ్ల వయస్సు
Although he is *middle-aged* yet he looks quite young.

Milk of human kindness—కరుణ స్వభావం
She is full of the *milk of human kindness.*

Mind one's own business—ఇతరుల పనిలో తల దూర్చని, తన పనినే చేసుకొను
Mind your own business; don't interfere in my personal affairs.

Miss the boat—అవకాశము పోగొట్టుకొను
It was a golden opportunity for him to make a profit, but choosy as he is, he *missed the boat.*

Moot point—వివాదగ్రస్తమైన విషయం
Whether school children should be given sex education or not is a *moot point.*

Move heaven and earth—ఏదేని పని కోసం ఎక్కువ ప్రయత్నము చేయు
He will *move heaven and earth* to find out about the murderer.

(N)

Naked eye—ఏ ఉపకరణం సహాయమూ లేకుండా చూడగలుగు
You cannot look straight at the sun at noon with *naked eye.*

Narrow escape—వెంట్రుకవాసిలో తప్పిపోవు
No sooner did we run out of the burning house than it collapsed. It was indeed a *narrow escape.*

Never mind—ఫరవాలేదు, బాధపడవద్దు
Never mind, if you cannot arrange for the books I had asked for.

Next to nothing—ఇంచుమించు ఏమీ లేదు
The children have eaten the entire loaf of bread and there is *next to nothing* left.

Nine days' wonder—కొద్ది రోజులు మాత్రమే ఆకర్షణీయంగా వుండే క్రొత్త వస్తువు

Many a scientific inventions have proved just *nine days' wonders.*

Nip in the bud—మొగ్గగా ఉన్నప్పుడే/మొదట్లోనే నాశనం చేయు

The government *nipped* the revolt *in the bud.*

No love lost between—మాటలు చెడిపోవు/వైరము కలుగు

Although Mr. Sharma and Mr. Verma do not quarrel openly, there is *no love lost between* them.

No matter—ఏది ఏమయినప్పటికీ

No matter where the thief tries to hide, the police will find him out.

Not fit to hold a candle—తక్కువ స్థాయికి చెందిన

Most of the English dramatists are *not* even *fit to hold a candle* to Shakespeare.

Not on your life—ఎట్టి పరిస్థితులలోను కాదు

I asked Ashok if he was interested in joining politics and he retorted: "*not on your life*".

Not worth his salt—ఎందుకూ పనికిరాని వ్యక్తి

I had employed him as he had brought good certificates, but I soon found out that he was really *not worth his salt.*

Now and then—అప్పుడప్పుడు

I don't often fall ill, but *now and then* I do catch cold.

Null and void— వ్యర్థము/వృథా

This offer is open for six months, after which it will become *null and void.*

(O)

Of a piece—సాదృశ్యమైన, సమానమైన

Rama and Shayama are *of a piece* in their general conduct.

Of late—ఈ మధ్య, ఈ రోజుల్లో

Of late many girls have started dressing like boys.

Off and on—అప్పుడప్పుడు, లెక్క లేకుండా

He drops in *off and on* for a chat with me.

Off one's head—బుద్ధి నశించు, బుద్ధి లేకుండా

How can you say I won't help you? Are you *off your head*?.

Oily tongue—కాకాపట్టు భాష

I have seen many people falling prey to his *oily tongue.*

On edge—కుతూహలంతో గాభరాపడు

Expecting his examination result any moment, he was *on an edge* throughout.

On one's guard—హెచ్చరిక/జాగ్రత్తగా వుండు

He tried to trick me, but I was *on my guard.*

On one's last legs—పూర్తయ్యేందుకు తయారుగా వుండు

This hotel project is *on its last legs* now.

On purpose—కావాలని, ప్రత్యేకించి

I suspect he made that mistake *on purpose.*

On the alert—జాగ్రత్తగా వుండు, సర్వసన్నద్ధముగా ఉండు

The commander asked the guards to be *on the alert.*

On the double—ఒక్కసారిగా, వెంటనే

Double up to your quarter soldiers.

On the eve of—ఏదేని పని దగ్గరపడినప్పుడు

On the eve of his marriage, he fell ill.

On the look out—హెచ్చరిక/జాగ్రత్తగా వుండు

The police inspector asked all the constables to be *on the look out* for the thief.

On the spot—తక్షణము, వెనువెంటనే

During police firing, one man died *on the spot.*

On the wane—ప్రభావము తగ్గిపోవు

The British Empire's influence is now *on the wane.*

On the whole—మొత్తముమీద

I have slight doubts about certain things, but *on the whole,* I agree with you.

On time—సమయానికి

Did you reach office *on time* today?

Once and for all—నిశ్చయముగా ఆఖరిసారి

I am warning you *once and for all* to mend your ways.

Once in a while—అప్పుడప్పుడు

Earlier I used to watch a film every Sunday, but now I go only *once in a while.*

Once upon a time—ప్రాచీనకాలములో, ఒకానొకప్పుడు

Once upon a time there was a king, who was very powerful.

One and all—అందరూ

The soldiers *one and all* were drunk.

Open fire—తుపాకీలు పేల్చడం మొదలుపెట్టు

As the enemy approached, we *opened fire.*

Open-handed man—డబ్బును ఉదారంగా ఖర్చు పెట్టేవాడు

He is an *open-handed man* and will certainly help you with money.

Open-hearted man—మంచి మనసు కలవాడు

He is an *open-hearted man* and liked by all.

Open mind—ఏదేని విషయమై నిర్ణయము కాకపోవటం

I have an *open mind* on this question.

Open one's mind—తన ఉద్దేశ్యమును తెలుపు

She *opened her mind* to me and told me that she was in love with him.

Open question—నిర్ణయము కాని విషయం

Whether the government will accept opposition's proposal or not is an *open question.*

Open secret—అందరికీ తెలిసిపోయిన రహస్యం

It is an *open secret* that this film star is bald and wears a wig.

Order of the day—ఏదేని విషయం/పని ప్రాచుర్యం పొందడం

Nowadays jeans are the *order of the day* among youth.

Out and out—సంపూర్ణముగా

He is *out and out* a docile character.

Out at elbows—పేద, బీదవాడు

He has suffered heavy losses in business and is now *out at elbows.*

Out of breath—అలసిపోవు, పగర్చు

He ran very fast and was *out of breath* when he reached here.

Out of date—పాత

Double-breasted coats are now *out of date.*

Out of doors—ఇంటి బయట

One must spend some time *out of doors* everyday.

Out of favour—కోపము తెచ్చుకొను/అనిష్టత గలుగు

Mr. Sharma, once a great favourite of our boss, now seems to be *out of favour* with him.

Out of hand—ఆలస్యము లేకుండా, తక్షణము

If you do this job *out of hand*, you will be free in the evening.

Out of one's mind—పిచ్చివాడగు

You are shouting and screaming as if you are *out of your mind.*

Out of order—పనిచేయని (యంత్రము)

I had to take a taxi because my car was *out of order.*

Out of pocket—డబ్బు లేకపోవు

I'm sorry I cannot lend you any money as I am *out of pocket* myself.

Out of sight, out of mind—ఏదేని పనిని ఎదురుగా లేకపోవడంచేత మరచిపోవు

Even when I was in Mumbai, I remembered you always. It was not a question of *out of sight, out of mind.*

Out of sorts—ఆరోగ్యం సరిగా లేకపోవు

I feel *out of sorts* today.

Out of step—అసంబద్ధమైన

Your remark is quite *out of step* in what we are discussing.

Out of temper—కోపము తెచ్చుకొను

Be on your guard, the boss seems to be *out of temper today.*

Over and over—మాటిమాటికి

He is such a dull boy that I have to explain to him the same thing *over and over.*

Over head and ears—త్రికరణశుద్ధిగా (ప్రేమించడంలో)

He is *over head and ears* in love with her.

Over night—రాత్రి వేళ

It's quite late. Why don't you stay here *over night*?

Over and above—ఇంతే కాకుండా

Over and above this consideration, there is another I wish to mention.

Over one's head—అర్థం కాకపోవు

The speech of chairman was so pedantic that it went *over the heads* of the audience.

(P)

Part and parcel—దానిదే ఒక భాగమైన

Every person is *part and parcel* of the society.

Passing strange—మిక్కిలి ఆశ్చర్యకరమైన

Rakesh has turned out to be spy for the enemy! It's *passing strange.*

Pay one back in his own coin—ఎలా అంటే అలా

Don't play tricks on him, otherwise he will *pay you back in your own coin.*

Pick a lock—తాళం చెవి లేకుండా తాళం తీయు

The burglar *picked the lock* and broke into the house.

Pick a quarrel with—ఎవరితోనైనా వైరము తెచ్చుకొను

The soldier was furious over his insulting remark and was determined to *pick a quarrel* with the sailor.

Pick holes—దోషము సరి చేయు

Scientists tried to *pick holes* in his theory.

Pick pocket—జేబు కత్తిరించు

A young boy was arrested by the police for *picking* a man's *pocket.*

Pick up the tale—ఇతరుల బిల్లు చెల్లించు

When he went abroad to attend an international conference, his company *picked up the tale.*

Pin something on—ఇతరులను బాధ్యులుగా చేయు

Despite his best efforts, the public prosecutor could not *pin the robbery on* the accused.

Pink of condition—మంచి ఆరోగ్యము కలుగు

If you want to make a name as an athlete you must be in the *pink of condition.*

Piping hot—మిక్కిలి వేడియైన/తాజాయైన

I always prefer to have my tea *piping hot.*

Play a trick on—ఇతరులను హేళన చేయు

The boys tried to *play a trick on* the professor, but he was too clever for them.

Play fast and loose with—పని పూర్తి చేయాలన్న బాధ్యత లేని

You promised to stitch my shirt by today. But you haven't. How can you *play fast and loose with* your promises like this.

Play second fiddle—తక్కువ స్థానాన్ని స్వీకరించు

He always *plays second fiddle.*

Play something by the ear—అంచనా వేయు/అంచనా ప్రకారం పని చేయు

As I did not know much of subject, I decided to *play it by the ear* rather than show my ignorance by asking a lot of questions.

Play the game—నియమానుసారం చేయు

Whatever you do, always *play the game.*

Play truant—పారిపోవు

Playing truant is a bad practice among school children which should be checked at a proper stage.

Play up to—మస్కా కొట్టు

Ravi *plays up to* every girl he meets.

Plume oneself on—డంబములు పలుకు

Vikas always *plumes himself on* his record in mathematics.

Poket an insult—అవమానమును సహించి మిన్నకుండు

A debtor, unbale to pay, has to often *pocket insults* from his creditor.

Poet laureate—రాజ కవి, ఆస్థాన కవి

Wordsworth was the *poet laureate* for England during the early nineteenth century.

Point blank—తక్షణము, వెనువెంటనే

When I asked him to loan me 200 rupees, he refused *point blank.*

Poison the mind—ఎవరి మనసునైనా పాడు చేయు/చాడీలు చెప్పు

Ramesh tried to *poison my mind* against Umesh.

Pros and cons—ఏదేని సమస్యయొక్క పరస్పర విరోధములైన విషయాలు

Don't pester me about your appointment. I shall take a decision only after weighing the *pros and cons* of the matter.

Provide against a rainy day—గడ్డు కాలం కోసం దాచి వుంచు

Wise men save to *provide against a rainy day.*

Pull one's punches—మెత్తగా ఆలోచించు

When I complained to the neighbour about his vicious dog, I did not *pull any punches.*

Pull one's weight—బాధ్యత వహించు

If you do not *pull your weight*, you will be sacked.

Pull oneself together—తనమీద అదుపు వుంచు

You can't go on weeping like this over bad results. *Pull yourself together.*

Pull well with—కలిసిమెలిసి పనిచేయు

I resigned my job because I could not *pull well with* my ill-tempered boss.

Put a spoke in one's wheel—అభివృద్ధిలో అవరోధం

Babu Ram was getting on well in business till Lala Ram opened a rival establishment and thus *put a spoke in his wheel.*

Put down in black and white—రాసివుంచు/అక్షరాలా

I am not lying The evidence is here in *black and white.*

Put it to one—నిర్ణయము/అభిప్రాయము కోసం ముందుంచు

I *put it to you,* is it wise to squander money like this.

Put on trial—కేసు వేయు.

Although Ram hadn't stolen any money, he was *put on trial.*

Put one out on his guard—ఎవరినయినా హెచ్చరించు

As the robber saw the watchman, he *put his* accomplice *on his guard.*

Put one out of countenance—సిగ్గుపడేట్లు చేయు

My friendly response to his hostile attitude *put him out of countenance.*

Put one's foot down—గట్టిగా వద్దను/నిక్కచ్చిగా వలదను

I did not mind my son spending some money on clothes, but when he asked for a hundred rupees for a new tie, I had to *put my foot down.*

Put one's foot in it—పెద్ద తప్పు చేయు

He *put his foot in it* when he addressed the chief guest by the wrong name.

Put one's hand to a thing—ఏదైనా పనిని చేత బుచ్చుకొను

Once you *put your hand to this job*, you won't find it very difficult.

Put one's shoulder to the wheel—స్వయంగా బాగా ప్రయాసపడు

It was a very tough job to be handled by one person, but he *put his shoulder to the wheel.*

Put something by for a rainy day—ఆదా చేయు

Don't be in a hurry to spend all your money; *put something by for a rainy day.*

Put the cart before the horse—ఏదైనా పనిని తల క్రిందులుగా చేయు

How can you prepare the plan before you have got the loan sanctioned. It's like putting the *cart before the horse.*

Put the screw—బలవంతముగా ఆపు

Unless you *put the screw* on your extravagant expenditure, you'll be in debt soon.

Put things ship shape—సరిగా పరీక్ష చేయు

Clean the room and *put everything ship shape.*

Put to bed—నిద్రపుచ్చు

She *put* her children *to bed.*

Put to flight—పారద్రోలు

During the 1971 war, the Indian Army put up a tremendous show and *put* the enemy *to flight.*

Put to sea—సముద్ర ప్రయాణం ఆరంభించు

That ship will be *put to sea* tomorrow.

Put to shame—సిగ్గుపడునట్లు చేయు

I had been unfair to him, but he *put* me *to shame* by his generous behaviour.

Put to sword—హత్య చేయు

Nadir Shah *put* many innocent Indians *to sword.*

Put up to—ప్రేరేపించు

Who *put* you *up to* this mischief?

Put up with—సహించు

How do you *put up with* that kind of noise whole day?

(Q)

Quarrel with one's bread and butter—ఎక్కడయితే భుక్తి జరుగుతుందో అక్కడి అధికారితో తగవులాడు

Giving it back to your superiors is just like *quarrelling with your bread and butter.*

Queer fish—అస్థిరమైన వ్యక్తి

You never know how he might behave. He's a *queer fish.*

Quick of understanding—తెలివయిన వ్యక్తి

I didn't think much of him, but he was *quick of understanding* and easily grasped the subject.

Quite a few—ఎక్కువ మంది/అనేకం

Quite a few students were absent in our class today.

(R)

Rack one's brains—ఎక్కువ ఆలోచించు

I *racked my brains* over this algebra problem for two hours, but could not find a solution.

Racy style—విలక్షణమైన శైలి

He writes in a *racy style.*

Read between the lines—వ్యంగ్యార్థము చేసికొను

His speech was very simple, but if you *read between the lines* you can find it was full of biting criticism.

Read upon—వివరములు ప్రోగు చేయు

I am *reading upon* Canada as I shall be shortly visiting it.

Ready money—నగదు సొమ్ము

Do you have *ready money* to make the payment?

Ready pen—త్వరగా వ్రాయగల సమర్థత

A journalist has to have a *ready pen.*

Real estate—ఇళ్ళు మొ॥న స్థిరాస్థి
The most safe investment these days is the one in the *real estate.*

Red letter day—స్వర్ణ దినం
15 August 1947 is a *red letter day* in Indian history.

Red tape—కార్యాలయ పనులలో అలక్ష్యపరచుట
The *red tape* of government thwarts many a promising project.

Rest on one's laurels—ఇంకా పేరు కోసం ప్రాకులాడక పోవు
It's a great achievement to have secured a first position in university, but you must not *rest on your laurels.*

Rest on one's oars—కొంచెం పేరు వచ్చాక ప్రయత్నము నిలిపివేయు
Don't *rest on your oars* until you've reached the top.

Ride a hobby—తనకిష్టమైన విషయాన్నే మాటి మాటికి చెప్పు
I tried to converse with him on various subjects, but he kept *riding his hobby.*

Right hand man—ముఖ్యమైన మనిషి, కుడి భుజం వంటి వ్యక్తి
Ram Prashad is minister's *right hand man*, so you can't displease him.

Right here—ఇదే స్థానంలో
See me *right here* at this shop after half an hour.

Right now—ఈ క్షణంలోనే, తక్షణమే
Let us do it *right now.*

Rise like a phoenix from its ashes—నాశనమైన వస్తువు పునర్జీవితమగు
Many times the tyrant stamped out revolt in his kingdom, but it kept on *rising like a phoenix from its ashes.*

Rise to the occasion—ప్రత్యేక పరిస్థితిని ఎదుర్కొను
During the Chinese aggression, many people *rose to the occasion* and raised crores of rupees for war efforts.

Roaring business—బాగా జరుగుతున్న వ్యాపారం
Till yesterday he was a small time shopkeeper. But ever since he has started with book trade, he has been doing *roaring business.*

Rough guess—ఉజ్జాయింపు, ఒకపాటి ఊహ
At a *rough guess,* I would say there were about fifty people at Shyam's party.

Round dozen—పూర్తిగా ఒక డజను (12)
This man has a *round dozen* of children.

Rule of thumb—యోగ్యత కాకుండా అనుభవం ఆధారంగా పని చేయు
He is an efficient mechanic, although he does the job only by *rule of thumb.*

Rule the roost—ఇతరులపై అధికారము చలాయించు
I don't like Ashok. He always tries to *rule the roost.*

Ruling passion—జీవితములో ముఖ్యమైన ఉద్దేశ్యం
Love of money has been the *ruling passion* of his life.

Run away with—1. కొట్టుకు పోవు
If you let your feelings *run away with* your judgement, you won't make a good judge.
2. ఒకే భావంతో పట్టుకు కూర్చోవడం
Don't *run away with* the notion that I do not want to succeed.

Run in the blood—కుటుంబంలో వంశపారంపర్యమగు
Acting *runs in* Kapoor family's blood.

Run of good luck—అనుకూలమైన అదృష్టము
In the beginning, he had a *run of good luck* and made a big profit, but has been suffering losses now.

Run on a bank—ప్రజల తరఫున బ్యాంకు నుండి వెంటనే డబ్బు తీసుకోవాలనే కోరిక
There was a *run on the bank* as the rumour spread that it was being closed down.

Run out of—సమాప్తమగు
We *ran out of* petrol on our way to Vijayawada.

Run riot—నిరంకుశ ప్రవర్తన
The poet's imagination has *run riot* in this poem.

(S)

Scot free—తప్పించుకు పోవు
As the police could not collect enough evidence against the robber, he went *scot free.*

Search me—నాకు తెలియదు
"Why did she get so angry suddenly?" *search me.*

Seasoned food—మసాలాతో కూడిన భోజనం

Seasoned food is tasty, but not good for digestion.

See how the land lies—చుట్టుప్రక్కల పరిస్థితిని అంచనా వేయు

We'll attack the enemy at night after seeing *how the land lies.*

See how the wind blows—పరిస్థితిని అంచనా వేయు

We might launch the product in the market next month after *seeing how the wind blows.*

See the light—ప్రచురింపబడు

He says he has written a book. But if he has, it is yet to *see the light.*

See through coloured spectacles—భ్రమగా వ్యవహరించు, సంపూర్ణ దృష్టి

If you couldn't do well in the hockey tournament, you should not lose heart. Don't *see through coloured spectacles.*

Send one about one's business—ఎవరైనా అసభ్యకరంగా వెళ్ళగొట్టు

As the salesman started getting on my nerves, I *sent him about his business.*

Serve one right—తగిన శిక్ష లభించు

He was trying to push Sanjay but fell himself. It *served him right.*

Set a scheme on foot—ప్రణాళిక మొదలుపెట్టు

After we had worked out all the details, we *set the scheme on foot.*

Set at defiance—లెక్క లేకపోవు

He set the law of land *at defiance* and landed up in jail.

Set at liberty—వదలిపెట్టు

As the police could not prove the case against the prisoner, he was *set at liberty.*

Set eyes on—చూచు

While wandering in the woods yesterday I happened to *set my eyes on* a strange sight.

Set one on his legs again—కష్టములో వున్న వ్యక్తికి సహాయము చేసి అతనిని తిరిగి నిలబెట్టు

After he sustained serious losses in his business, I gave him a loan to *set him on his legs again.*

Set one's face against—గట్టిగా విరోధము ప్రకటించు

They tried their best to draw him in the conspiracy, but he *set his face against* it.

Set one's heart on—మిక్కిలిగా అభిలషించు

My son has *set his heart* on going abroad for higher studies.

Set one's house in order—తమ పనిని సరయిన పద్ధతిలో ఏర్పాటు చేయు

Ever since Lal Singh's son has taken over the business, he has *set the house in order.*

Set one's teeth—కష్టమును సహించాలని నిర్ణయించు

I know I had to suffer hardship, but I had *set my teeth* and determined not to give up.

Set one's teeth on edges—ద్వేషమును రగుల్చు

His disgusting behaviour *set my teeth on edges.*

Set sail—సముద్ర యానము ఆరంభించు

Let us go on board, the ship is about to *set sail.*

Set store in—ఎక్కువ విలువనిచ్చు

You don't seem to *set store in* his advice.

Settle an account—దెబ్బలాడు

I have to *settle an account* with Ram.

Sharp practice—ప్రామాణికము కాని వ్యవహారము

It is said that he has made good money through *sharp practice.*

Shooting star—ఉల్క

Have you ever seen a *shooting star*?

Short cut—దగ్గరి త్రోవ, అడ్డదారి

This lane is a *short cut* to my house.

Show a bold front—లేచి వ్యతిరేకత తెలుపు

You only have to show a *bold front* and he will yield to your demand.

Show fight—దెబ్బలాటకు సిద్ధమగు

A bully is a coward, and he will back out if you *show fight.*

Shut one's mouth—ఇతరుల నోరు మూయించు

You can easily *shut his mouth* if you remind him of his foolish behaviour in the last party.

Sick bed—రోగి పడుకొనే పడక

How did you get into *sick bed*? Till yesterday, you were alright.

Sick leave—అనారోగ్యము వలన తీసుకున్న శలవు

I am on *sick leave* for the last one week.

Side issue—గౌణ ప్రసంగము

We'll take up the *side issues* after we are through with the main problem.

Side line—ముఖ్యమైన పని ఇతరమైన పని

We are mainly dealers in ready-made garments, but sale of hosiery items is our *side line.*

Sight seeing—దృశ్యములను చూచు

During our halt in Chennai we went *sight seeing.*

Single blessedness—బ్రహ్మచర్యము

Why should I marry? I don't want to give up the state of *single blessedness.*

Sink money—ఏదేని వ్యాపారములో డబ్బు పెట్టుబడి పెడుతూ వుండడం

He has *sunk* in a lot of *money* in a business of precious stones and nothing has come out of it.

Sink or swim—చెయ్యి, లేకపోతే చావు

Whatever be the situation, I will never leave you. We shall *sink or swim* together.

Sit up with—కూర్చునే ఉండు

As her husband was ill, she *sat up with* him throughout the night.

Skin of one's teeth—వెంట్రుక వాసిలో తప్పిపోవు

When the ship sank, everybody drowned except Vimal, who managed to escape with the *skin of his teeth.*

Sleeping partner—వ్యాపారములో రోజువారీ పనులలో పాలుపంచుకోనటువంటి భాగస్వామి

I told him that I could invest some money in a joint venture with him, but as I was busy with my own affairs, I could only be a *sleeping partner.*

Slip of the pen—వ్రాయటంలో జరిగిన చిన్న దోషం/పొరపాటు

It was just a *slip af the pen* when I wrote 'boot' instead of 'foot'.

Slip of the tongue—మాట్లాడటంలో చిన్న పొరపాటు

I didn't mean to hurt you. It was just a *slip of the tongue.*

Slip through one's fingers—చేయి జారిపోవు

Had you been a little careful, this golden opportunity would not have *slipped through your fingers.*

Small arms—పిస్తోలు మొ॥న ఆయుధములు

Illegal distribution of *small arms* has given a fillip to crime in our area.

Small fry—చిన్న, లెక్కలోకి రాని

I have a factory of my own, but as compared to a big industrialist like you, I am only a *small fry.*

Small hours—సూర్యోదయానికి ముందు సమయం

As I had to catch a flight, I got up in *the small hours* of the morning.

Small talk—ఉత్తుత్తి కబుర్లు

We passed a pleasant hour in *small talk.*

Snake in the grass—చాప క్రింది నీరు/గడ్డిచాటు పాము

Don't ever trust Mohan. He is a *snake in the grass.*

So far—ఇప్పటివరకు

So far I have completed only five chapters of this book.

Sound a person—ఏదేని విషయం గురించి ముందే తెలియు

I learn you have been *sounded for* the general manager's post.

Sound beating—చావ బాదు

The teacher caught on to Gopal's mischief and gave him a *sound beating.*

Sour grapes—పుల్లని ద్రాక్ష

The fox tried her best to reach the grapes but couldn't. Finally she said that *grapes were sour.*

Sow one's wild oats—యువకుడుగా ఉన్నప్పుడు వ్యర్థ జీవితము గడుపు

After *sowing his wild oats* he has now got a job and finally settled down.

Spare time—విరామ సమయం, ఖాళీ సమయం

In my *spare time*, I prefer to read.

Speak extempore—ఏ సందర్భంలో నయినా ముందుగా తయారు కాకుండా ఉపన్యాసం యిచ్చు

Although he *spoke extempore*, it was a fine speech.

Speak for itself—స్వయంగా చెప్పు

I am not exaggerating by praising him. His work *speaks for itself.*

Speak for one—ఎవరి తరఫునైనా మాట్లాడు

As he was too shy to put forward his case I had to *speak for him.*

Speak of one in high terms—మిక్కిలి ప్రశంసించు

You speak of him in *high terms.* But does he deserve so much praise?

Speak one's mind—స్పష్టముగా చెప్పు

Since you have asked for my candid opinion, I shall *speak my mind.*

Speak volumes—నిజముగా నిరూపించు

It *speaks volumes* for her love for him that she left her home to marry him.

Speak well for—మంచి భావము తీయు

The neatness of his writing *speaks well for* him.

Spin a yarn—కథ చెప్పు

Are you telling the truth or just *spinning a yarn*?

Split hairs—అతి స్వల్పమైన తేడా తీయు

You should not *split hairs,* but take a broad view of the matter.

Spur of the moment—తక్షణం

On the *spur of the moment*, we decided to go to Shimla for vacation.

Stand in another man's shoes—ఇతరుల స్థానంలో

In his absence, I have to *stand in his shoes.*

Stand in good stead—బాగా పనికివచ్చు

His regular habit of saving *stood him in good stead* in difficult times.

Stand on ceremony with—శిష్టాచారమును ఆచరించు

Please be at ease, you don't have to *stand on ceremony with* me.

Stand one's ground—తన మాటమీదే నిలబడు

He put forth many objections to my proposal but I *stood my ground.*

Stand a chance—సంభావన కలుగు

Although the rival cricket team was quite good, it did not *stand a chance* of beating us.

Stand out against—ఓటమిని అంగీకరింపకపోవు

We tried our best to take him along for the expedition, but he *stood against* all our efforts.

Stand to reason—తెలివికి అనుకూలముగా

It *stands to reason* that he would side with you.

Stand up for—గట్టిగా అడుగు, కోర్కెను నొక్కి వ్యక్తము చేయు

If you yourself don't *stand up for* your rights, no one else will do it for you.

Standing joke—ఎప్పటికీ అపహాస్యమైన విషయం

His so-called skill at horse riding has become a *standing joke* after his fall from the horse the other day.

Standing orders—ఎప్పుడూ అనుసరించవలసిన నియమము

Our *standing orders* are to answer all letters the same day.

Stare one in the face—ఏదేని ఆపద వచ్చి పడు

During his trek across the desert, he ran out of water supply and death *stared him in the face.*

Steer clear of—దూరముగా వుండు

Why do you get involved with bad characters? You should *steer clear* of them.

Stick at nothing—ఏ పని చేయడానికైనా నిస్సంకోచముగా వుండు

He is so ambitious that he will *stick at nothing* to get ahead of others.

Stick up for—పక్షము వహించు

If anybody criticises you in the meeting, I'll *stick up for* you.

Stone deaf—పుట్టు చెవిటి/అసలు వినపడని వ్యక్తి

My grandmother was already hard of hearing but, of late, she has become *stone deaf.*

Stone's throw—దగ్గరలో, సమీపములో

The railway station is just at a *stone's throw* from our house.

Strain every nerve—మిక్కిలి ప్రయత్నము చేయు

Although he *strained every nerve* to get audience's attention, nobody listened to him.

Strait-laced person—సంకుచిత మనస్తత్వము గల వ్యక్తి

His ideas are too liberal for a *strait-laced person* like his father.

Strike a bargain—బేరము కుదురు

The fruit seller was asking for eight rupees for one kilogram of grapes. But, I managed to *strike a bargain* and got them for six only.

Strike while the iron is hot—అవసరము కలిగినప్పుడు లాభము పొందు

Now that prices are rising, let us sell our stocks. We should *strike while the iron is hot.*

Strong language—కోపముతో కూడిన భాష

Don't use such *strong language* in the company of ladies.

Sum and substance—మొత్తము మీద, సారాంశము

The *sum and substance* of my argument is that it is now too late to do anything.

Swallow the habit—ప్రయోజనము నుండి వంచితు డగు

Election time promises are made to catch votes and many illiterate and ignorant men *swallow the bait.*

Swan song—ఆఖరి ఉపన్యాసం, సంభాషణ

Mr. Pronob Ghoshal, a leading communist leader, issued a statement to the press during his serious illness, which proved to be his *swan song.*

Sworn enemies—బద్ధ శత్రువులు

Nothing can bring these two *sworn enemies* together.

(T)

Take a fancy—బాగా ఇష్టమగు

Although there is nothing outstanding about this bedsheet, yet I have *taken a fancy* to it.

Take a leap in the dark—పరిణామమును లెక్క చేయ కుండా అపాయకరమైన పని చేయు

You took a *leap in the dark* by going into partnership with a dishonest person like Kuldip.

Take advantage of—లాభము పొందు

I *took advantage of* the sale at "Babulal and Company" and bought some cheap shirts.

Take by storm—మిక్కిలి ప్రభావము చూపు

Runa Laila, melodious singer, *took* the audience *by storm.*

Take into account—లెక్కలోకి తీసుకొను

In judging his performance in the examination, you should also *take into account* the fact that he was ill for a month.

Take it easy—మిక్కిలి విచారించక/తేలికగా భావించు

The test is still quite far. So, *take it easy.*

Take it ill—చెడ్డగా భావించు

I hope you will not *take it ill* if I tell you the truth.

Take one on his word—ఇతరులు చెప్పిన దాన్ని విశ్వసించు

Taking him on his word I put in Rs. 10,000 in sugar business.

Take one's time—త్వరగా చేయకపోవు

I am in no hurry to go out. You *take your time.*

Take oneself off—వెళ్ళిపోవు

Munnu, don't trouble me. *Take yourself off.*

Take sides—ఇద్దరి దెబ్బలాటలో ఒకరి పక్షము మాట్లాడు

I would not like to *take sides* in this quarrel.

Take someone by surprise—ఆశ్చర్యచకితము చేయు

I didn't know he could sing so well. He *took me by surprise* that day.

Take someone for—తప్పుగా భావించు

He resembles you so much that I *took him for* your brother.

Take stock—పరిస్థితిని అంచనా వేయు

It is time for us to *take stock* of the situation before we take any further steps.

Take the air—ఆరుబయట తిరుగు

To improve your health, you should *take the air* every morning.

Take the bull by the horns—కష్టమును ధైర్యముగా ఎదుర్కొను

Finally he decided to take the *bull by the horns* and ask his boss for a promotion.

Take the law into one's hands—తన చేతోనే ఎవరి నైనా అలంకరించు

Even if he is guilty, you can't *take law in your hands* and beat him like this.

Take time off—శలవు తీసుకొను

Since I was not feeling well, I *took* two *days off* last week.

Take to heart—మనసులో బాధపడు

She has *taken* her father's death *to heart.*

Tell to one's face—ముఖంమీద విరోధము ప్రకటించు

Do you have the courage to *tell him to his face* that he is a fool?

Take to one's heels—పారిపోవు

As the thief heard policemen's whistle, he *took to his heels.*

Take to pieces—భాగములను విడదీయు,పాడు చేయు

Only yesterday I bought Raja this toy train and today he has *taken it to pieces.*

Take to task—వేధించు

Mother *took* Naresh *to task* for his idleness.

Take aback—ఆశ్చర్య చకితుడగు

I was *taken aback* at a strange sight in the jungle.

Taken up with—ఖాళీ లేకపోవు, ఏదో ఒక పని చేయు

My time is *taken up with* a lot of household jobs.

Take upon oneself—బాధ్యత తీసుకొను

I *took upon myself* to look after Gopal's ailing father.

Tell time—గడియారములో సమయం ఎంతో తెలుపు

My son could *tell time* when he was only four years old.

Tell two things/persons apart—రెండు వస్తువులు/వ్యక్తుల మధ్య భేదము తెలిసికొను

The two brothers look so much alike that no one can *tell them apart.*

Through and through—సంపూర్ణముగా/పూర్తిగా

I was caught in the rain yesterday and by the time I reached home, I was wet *through and through.*

Through thick and thin—వ్యతిరేక పరిస్థితులలో

The two friends stayed together *through thick and thin.*

Throw away money—గ్రుడ్డిగా ఖర్చు చేయు

If you *throw away money* like this, you will soon be on the streets.

Throw cold water upon—ఉత్సాహమును చంపు

I was eager to set up a business in precious stones, but he *threw cold water upon* my enthusiasm by pointing out its minus points.

Throw dust in one's eyes—కళ్ళలో దుమ్ము కొట్టు, మోసము చేయు

He outlined a grand plan and asked for a loan for it, but I knew he was trying to throw *dust in my eyes.*

Throw oneself on—ఎవరినైనా ప్రార్థించు

He knew I could help him out of the tight corner, so he *threw himself on* my mercy.

Throw persons together—ప్రజలను ఏకత్రితము చేయు

The purpose of my party is to *throw persons* of like interests *together.*

Time after time—మాటి-మాటికి

He applied for a professor's job *time after time* but could not succeed.

Time hangs heavy—కష్టముమీద కాలము గడుపు

Time hangs heavy on my hands on a holiday.

To a man—అందరికందరు

They rose *to a man* and left the room agitatedly.

To and fro—ముందు వెనుక

Preoccupied with his emotional problems, he walked *to and fro* about the room in a pensive mood.

Turn away from—నివృత్తము చేయు, పోగొట్టు

I tried to *turn* them *away from* their evil purpose, but was unsuccessful.

Turn over a new leaf—క్రొత్త జీవితము ప్రారంభించు

He gave up his bad habits and *turned over a new leaf.*

Turn the tables—ఎవరిదైనా గరిష్ఠతను తగ్గించు

He was ahead of me in the terminal examination, but I *turned the tables* on him in the annual examination.

Turn up one's nose at—తక్కువగా భావించు

He is so poor that he hardly gets anything to eat, and yet he *turns up his nose* at the idea of working for a living.

(U)

Under a cloud—సంశయాస్పదులగు

After his misbehaviour on the field in India, Boycott is *under a cloud.*

Up in arms—దెబ్బలాటకు సిద్ధమగు

In Afghanistan many Pathans are *up in arms* against the Russians.

Up-to-date—ఆధునిక, నవీన

He is very careful to keep up with *up-to-date* fashions.

Ups and downs of life—జీవితంలోని ఎగుడు దిగుళ్ళు

I have had my share of *ups and downs of life.*

(W)

Wash one's hands of—బాధ్యతను సమాప్తము చేయు

I don't think anything is going to come off your programme of going for a trek, so I *wash my hands of* it.

Waste one's breath—నిరర్థకంగా ప్రయత్నం చేయు

Don't argue with Harish any longer. You are only *wasting your breath.*

Watch out for—దృష్టి వుంచు, జాగ్రత్తగా గమనించు

One thief went inside while the other waited outside near the gate to *watch out for* the police.

What not—ఇత్యాది, లెక్క లేనన్ని

She went to the market on a shopping spree and bought shirts, socks, ties and *what not.*

What's what—ఏ పరిస్థితిలో ఏది ఉచితము

He is an intelligent person and knows *what's what.*

Wheels within wheels—క్లిష్టమైన పనిని మరింత క్లిష్టము చేయు

To begin with, I thought I could tackle this job, but then I found that there were *wheels within wheels.*

Wide awake—పూర్తిగా మెలకువ ఉన్న

I thought Manmohan was asleep. But as I talked of the plan for a film, he got up *wide awake.*

Wide of the mark—లక్ష్యము చెడిపోవు, జారిపోవు

His argument sounds impressive, but is *wide of the mark.*

With might and main—బలమంతా ఉపయోగించి

They pushed the huge rock *with might and main* and cleared the way.

With bated breath—ఎంతో కుతూహలంతో

They all waited *with bated breath* for the election results.

Within an ace—ఇంచుమించు

He was *within an ace* of being killed by the tiger.

Wolf in sheep's clothing—మైత్రిని నటించే కపటవ్యక్తి

Beware of Suresh. He is a *wolf in sheep's clothing.*

World of good—మంచి ప్రభావము కలుగు

This ayurvedic medicine has done me a *world of good* to my stomach problem.

Worn out—రహస్యమును భేదించు

The spy pretended to be his friend and tried to *worn* his secret *out* of him.

Worship the rising sun—కొత్తగా అధికారములోకి వచ్చిన వారికి గౌరవమిచ్చు

The newly appointed manager has taken over and the staff has been *worshipping the rising sun.*

వర్గీకృత శబ్దావళి
CLASSIFIED VOCABULARY

శరీరావయవాలు
(PARTS OF THE BODY)

మొద్దుబారిన—**Dens serotinous** (డెన్స్ సెరోటినస్)
ఉంగరపు వ్రేలు—**Ring finger** (రింగ్ ఫింగర్)
కాలి బొటనవ్రేలు—**Toe** (టో)
వ్రేలు—**Finger** (ఫింగర్)
చేతి బొటనవ్రేలు—**Thumb** (థంబ్)
కన్ను—**Eye** (ఐ)
పేగు—**Intestine** (ఇంటస్‌టైన్)
ఉపాస్థి—**Cartilage** (కార్టిలాజ్)
పెదవి—**Lip** (లిప్)
మడమ—**Heel** (హీల్)
భుజము—**Shoulder** (షోల్డర్)
కణత—**Temple** (టెంపుల్)
నడుము—**Waist** (వెయిస్ట్)
చెవి గూబ—**Eardrum** (ఇయర్‌డ్రమ్)
మణికట్టు—**Wrist** (రిస్ట్)
చెవి—**Ear** (ఇయర్)
చిటికెనవ్రేలు—**Little finger** (లిటిల్ ఫింగర్)
చంక—**Armpit** (ఆర్మ్ పిట్)
మోచేయి—**Elbow** (ఎల్‌బో)
పుర్రె—**Skull** (స్కల్)
మెడ—**Neck** (నెక్)
గర్భము—**Womb** (వూమ్బ్)
గర్భాశయము—**Uterus** (యుటెరస్)
బుగ్గ మీసాలు—**Whiskers** (విస్కర్స్)
గొంతు—**Throat** (త్రోట్)
చెక్కిళ్ళు—**Cheeks** (ఛీక్స్)
గుదము—**Anus** (ఆనస్)
మూత్రపిండము—**Kidney** (కిడ్నీ)
ఒడి—**Lap** (లాప్)
మోకాలు—**Knee** (నీ)
చర్మము—**Skin** (స్కిన్)
కుచాగ్రము—**Nipple** (నిప్పల్)
పిఱుదు—**Rump** (రంప్)
ముఖము—**Face** (ఫేస్)

ఱొమ్ము—**Chest** (ఛెస్ట్)
రొమ్ము, స్తనము—**Breast** (బ్రెస్ట్)
కడుపు, ఉదరము—**Stomach** (స్టమక్)
దవడ—**Jaw** (జా)
తొడ—**Thigh** (థై)
కాలేయము—**Liver** (లివర్)
నాలుక—**Tongue** (టంగ్)
తల కొప్పు—**Bun** (లాక్)
కీలు—**Ankle** (ఆంకిల్)
కీలు—**Joint** (జాయింట్)
గడ్డము—**Chin** (ఛిన్)
చూపుడువ్రేలు—**Index finger** (ఇండెక్స్ ఫింగర్)
అరికాలు—**Sole** (సోల్)
అంగిలి—**Palate** (పాలెట్)
పంది మొ॥వాటి ముట్టె—**Snout** (స్నౌట్)
దవడ పళ్ళు—**Molar teeth** (మోలార్ టీత్)
గడ్డపు వెంట్రుకలు—**Beard** (బియర్డ్)
పన్ను—**Tooth** (టూత్)
మెదడు—**Brain** (బ్రెయిన్)
ధమని (శుద్ధ రక్తనాళము)—**Artery** (ఆర్టరీ)
గోరు—**Nail** (నెయిల్)
ముక్కుపుట—**Nostril** (నాస్ట్రిల్)
నరము—**Vein** (వెయిన్)
ముక్కు—**Nose** (నోస్)
నాడి—**Pulse** (పల్స్)
నాభి—**Navel** (నేవల్)
గొంతు—**Gullet** (గల్లెట్)
కంటి రెప్ప—**Eyelid** (ఐలిడ్)
పక్క ఎముక—**Rib** (రిబ్)
గుల్మము—**Spleen** (స్ప్లీన్)
పిక్క—**Calf** (కాఫ్)
పిత్తము—**Bile** (బైల్)
వీపు—**Back** (బ్యాక్)
పొట్ట—**Belly** (బెల్లీ)
పొట్ట (లోపలి) —**Stomach** (స్టమక్)
పొత్తి కడుపు—**Abdomen** (అబ్డామన్)

కనుగ్రుడ్డు—Eyeball (ఐబాల్)
కండరము—Muscle (మజిల్)
పాదము—Foot (ఫుట్)
ఊపిరితిత్తి—Lung (లంగ్)
ప్రక్క గూడు—Armpit (ఆర్మ్‌పిట్)
రెప్ప వెంట్రుక—Eyelash (ఐలాష్)
వెంట్రుక—Hair (హేర్)
చేయి—Arm (ఆర్మ్)
భగము—Vagina (వేజిన)
భగ నాసము—Glans clitoris (గ్లాన్స్ క్లిటోరిస్)
గర్భస్థ పిండము—Embryo (ఎంబ్రియో)
భ్రుకుటి—Eyebrow (ఐబ్రో)
నడిమి వ్రేలు—Middle-finger (మిడిల్ ఫింగర్)
పంటి చిగురు—Gum (గమ్)
మెదడు—Brain (బ్రైన్)
పిడికిలి—Fist (ఫిస్ట్)
నోరు—Mouth (మౌత్)
మూత్ర సంచి—Urinary bladder (యూరినరీ బ్లాడర్)
మీసము—Moustache (ముస్టాక్)
యోని—Vagina (వెజినా)
నరము—Nerve (నర్వ్)
రంధ్రము—Pore (పోర్)
నడుము—Lock (లాక్)
నుదురు—Forehead (ఫోర్‌హెడ్)
ఉమ్మి నీరు—Saliva (సలైవ)
లింగము—Penis (పెనిస్)
రక్తము—Blood (బ్లడ్)
శ్వాసనాళము—Trachea (ట్రాచియా)
శిశ్న గ్రంథి—Glans penis (గ్లాన్స్ పెనిస్)
మొండెము, శరీరము—Trunk (ట్రంక్)
ఎముక—Bone (బోన్)
అరచేయి—Palm (పామ్)
మెడ కొంకులు—Collar-bone (కాలర్ బోన్)
గుండె—Heart (హార్ట్)
హృత్కోశము—Pericardium (పెరికార్డియమ్)
చేయి—Hand (హాండ్)

జబ్బులు శరీర స్థితి
(AILMENTS & BODY CONDITIONS)

అజీర్తి—Indigestion (ఇన్‌డైజెషన్)
గ్రుడ్డి—Blind (బ్లైయిండ్)
హ్రస్వదృష్టి—Shortsightedness (షార్ట్ సైటెడ్‌నెస్)
పులుపు—Acidity (అసిడిటి)
అతిసారము—Diarrhoea (డయేరియా)
కొరుకు రోగము—Syphilis (సిఫిలిస్)
వరిబీజము—Hernia (హెర్నియా)
కన్నీరు—Tears (టియర్స్)
గజ్జి—Eczema (ఎగ్జిమా)
చర్మరోగము—Yawn (యాన్)
మనుష్యుని ఎత్తు—Stature (స్టేచర్)
డోకు (వాంతి)—Vomit (వొమిట్)
కామెర్లు—Jaundice (జాండిస్)
విషజ్వరము—Typhus (టైఫస్)
రొమ్ము పడిసెము (శ్వాసకోశపు జబ్బు)—Bronchitis (బ్రోంకైటిస్)
ఒంటి కన్ను—One-eyed (వన్ ఐడ్)
గూని—Hunchback (హంచ్‌బాక్)
కుష్ఠు—Leprosy (లెప్రసి)
మలబద్ధము—Constipation (కాన్‌స్టిపేషన్)
పురుగు—Worm (వర్మ్)
కొరింత దగ్గు—Measles (మీసిల్స్)
గజ్జి—Scabies (స్కాబిస్)
దగ్గు—Cough (కాఫ్)
దురద—Itch (ఇచ్)
రక్తహీనము—Anaemia (అనీమియా)
రక్తస్రావము—Bleeding (బ్లీడింగ్)
కీళ్ళనొప్పులు—Rheumatism (రుమటిసమ్)
గర్భస్రావము—Abortion (అబార్షన్)
కొరుకు వ్యాధి—Syphilis (సిఫిలిస్)
గొంతుక నొప్పి—Sore throat (సోర్ త్రోట్)
గొంతు రాపుడు—Hoarseness (హోర్స్‌నెస్)
గవదకాయ—Tonsil (టాన్‌సిల్)
గడ్డ—Tumour (ట్యూమర్)
గ్రంథి—Gland (గ్లాండ్)
మూగ—Dumb (డంబ్)
బట్టతల—Bald (బాల్డ్)
గాయము—Wound (వూండ్)
తల త్రిప్పుట—Giddiness (గిడ్డినెస్)
అమిత బలుపు—Obesity (ఒబేసిటి)
దెబ్బ తగిలిన—Hurt (హర్ట్)
తుమ్ము—Sneezing (స్నీజింగ్)
పుట్టకురుపు—Cancer (కాన్సర్)
మహోదరము—Dropsy (డ్రాప్సి)
పడిసెము, జలుబు—Coryza (కోరిజ)

చలిజ్వరము—Ague (ఎగ్యు)
ఆవులింత—Yawning (యానింగ్)
జ్వరము—Fever (ఫీవర్)
చలి—Chill (ఛిల్)
ఎక్కిళ్ళు—Belching (బెల్‌చింగ్)
ఆరోగ్యము—Health (హెల్త్)
ఉమ్మి—Spittle (స్పిటిల్)
ఉబ్బసము—Asthma (ఆస్థ్మా)
నొప్పి—Pain (పెయిన్)
తలనొప్పి—Headache (హెడేక్)
కడుపు నొప్పి—Stomachache (స్టమక్ఏక్)
విరేచనము—Loose-stool, motion (లూస్-స్టూల్, మోషన్)
నులిపురుగు—Ringworm (రింగ్‌వర్మ్)
బక్కపలచ—Lean (లీన్)
మనోభావము—Psychosis (సైకోసిస్)
దూరదృష్టి—Long-sightedness (లాంగ్-సైటెడ్‌నెస్)
శ్వాసనాళ శోషము—Bronchitis (బ్రాంకయిటస్)
మూర్ఛరోగము—Epitaxis (ఎపిటెక్సిస్)
బెణుకు—Sprain (స్ప్రెయిన్)
నరాల వ్యాధి—Narcolepsy (నార్‌కోలెప్సి)
నిద్ర—Sleep (స్లీప్)
నిద్రలేమి—Insomnia (ఇన్‌సోమ్నియా)
రాయి—Stone (స్టోన్)
చెమట—Sweat (స్వెట్)
పిచ్చి—Mad (మాడ్)
పిచ్చెక్కిన—Lunacy (ల్యూనసి)
చీము—Pus (పస్)
రక్తవిరేచనాలు—Dysentery (డిసెంట్రీ)
కుసుమరోగము—Leucorrhoea (ల్యుకోరియా)
దాహము—Thirst (థర్‌స్ట్)
ప్లేగు వ్యాధి—Plague (ప్లేగ్)
మొటిమ—Pimple (పింపుల్)
కురుపు—Boil (బాయిల్)
కఫము—Phlegm (ఫ్లెమ్)
మూల వ్యాధి—Piles (పైల్స్)
బహుమూత్ర రోగము—Diabetes (డయాబిటిస్)
పుండు—Sore (సోర్)
మరుగుజ్జు—Dwarf (డ్వార్ఫ్)
నాడీ వ్రణము—Fistula (ఫిస్ట్యులా)
ఆకలి లేమి—Lack of appetite (లాక్ ఆఫ్ అపెటైట్)
పట్టుకొను—Griping (గ్రిప్పింగ్)
మలబంధము—Constipation (కాన్‌స్టిపేషన్)
మొటిమ/పులిపిరికాయ—Wart (వార్ట్)
మహమ్మారి—Plague (ప్లేగ్)
మూర్ఛరోగము—Epilepsy (ఎపిలెప్సీ)
మొటిమ—Acne (ఆక్నె)
మూత్రము—Urine (యూరిన్)
కంటిపొర—Cataract (కాటరాక్ట్)
విషజ్వరము—Typhoid (టైఫాయిడ్)
పిత్తాశయ వ్యాధి—Hepatitis (హెపటైటిస్)
యోనిమీద పొర జబ్బు—Hymen vaginale (హైమన్ వాజినేల్)
ఉమ్మి—Saliva (సలైవ)
వడదెబ్బ—Sunstroke (సన్‌స్ట్రోక్)
మలము—Stool (స్టూల్)
రక్తహీనత—Anaemia (అనీమియా)
క్షయ వ్యాధి—Tuberculosis (ట్యూబర్‌కలోసిస్)
రోగము—Disease (డిసీస్)
కుంటి—Lame (లేమ్)
డింగీ జ్వరము—Dengue (డెంగూ)
విషజ్వరము—Influenza (ఇన్‌ఫ్లుయెంజా)
మశూచి—Small-pox (స్మాల్-పాక్స్)
బొల్లి—Leucoderma (ల్యూకొడెర్మ)
శ్వాస—Breath (బ్రెత్)
వాపు—Swelling (స్వెల్లింగ్)
పుట్టుపాప—Albino (అల్బినో)
సెగ వ్యాధి (లైంగిక వ్యాధి)—Gonorrhoea (గనేరియా)
అతిసారము, నీళ్ళ విరేచనముల వ్యాధి—Diarrhoea (డయేరియా)
స్వరము—Voice (వాయిస్)
ఆరోగ్యమైన—Healthy (హెల్దీ)
ఎక్కిళ్ళు—Hiccup (హిక్కప్)
కలరా—Cholera (కలరా)
గుండె—Heart (హార్ట్)
హృదయ వ్యాధి—Pericarditis (పెరికార్‌డైటిస్)
క్షయ వ్యాధి—Consumption (కన్‌సంప్షన్)
అరుచి—Anorexia (అనొరెక్సియా)

దుస్తులు మొ॥నవి
(DRESSES)

లోపల ముతక కుట్టుగుడ్డ—Lining (లైనింగ్)
చేయి—Sleeve (స్లీవ్)
లోపల వేసుకునే దుస్తులు—Bodice (బాడిస్)
టోపీ—Hat (హాట్)

ఉన్ని—Wool (ఊల్)
గుడ్డ—Cloth (క్లాత్)
వేసుకునే గుడ్డలు—Clothes (క్లాత్స్)
పట్టీ—Belt (బెల్ట్)
చొక్కా—Shirt (షర్ట్)
చొక్కా గుడ్డ—Shirting (షర్టింగ్)
దుప్పటి—Blanket (బ్లాంకెట్)
టోపీ—Cap (క్యాప్)
కాష్మీరీ తొడుగు—Cashmere (కాష్మీరి)
జరీ బుటాల గుడ్డ—Diaper brocade (డయపర్ బ్రొకేడ్)
అంచు—Border (బార్డర్)
నార గుడ్డ—Canvas (కాన్వాస్)
కోటు—Coat (కోట్)
సూటు—Suit (సూట్)
పరుపు—Mattress (మాట్రెస్)
మఫ్లర్ (తలచుట్ట గుడ్డ)—Muffler (మఫ్లర్)
షరాయి—Suspenders (సస్పెండర్స్)
చొక్కా—Skirt (స్కర్ట్)
ముసుగు—Veil (వెయిల్)
దుప్పటి—Sheet (షీట్)
చీటిగుడ్డ—Chintz (ఛీంట్జ్)
మేజోళ్ళు—Socks (సాక్స్)
నేతలోనే బుటాలు వచ్చే సెల్లా—Damask (డమాస్క్)
పలుచటి గుడ్డ—Gauze (గాజ్)
లోబట్ట—Underwear (అండర్‌వేర్)
అంచు—Drill (డ్రిల్)
జేబు—Pocket (పాకెట్)
కత్తిరింపు—Trimming (ట్రిమ్మింగ్)
తలకు కట్టే గుడ్డ—Scarf (స్కార్ఫ్)
లేసులు—Laces (లేసెస్)
దారము—Thread (థ్రెడ్)
తువ్వాలు—Towel (టవల్)
చేతి తొడుగులు—Gloves (గ్లౌవ్స్)
శాలువ—Shawl (షాల్)
లేసు—Lace (లేస్)
పొడవు లాగు—Trousers, Pant (ట్రౌసర్స్, ప్యాంట్)
పైజామా—Pyjama (పైజామా)
జాకెట్—Jacket (జాకెట్)
ఫ్లానల్—Flannel (ఫ్లానల్)
పట్టీ—Tape (టేప్)
బొత్తాము—Button (బటన్)
పెద్ద కోటు—Chester, Overcoat (ఛెస్టర్, ఓవర్‌కోట్)
మఖమలు—Velvet (వెల్వెట్)
అంచు—Border (బార్డర్)
ఇంటిలో వాడే గుడ్డలు—Linen (లినన్)
పొడవు మేజోళ్ళు—Stockings (స్టాకింగ్స్)
నీరంటని గుడ్డ—Oil-cloth (ఆయిల్-క్లాత్)
మెత్త, పఱుపు—Quilt (క్విల్ట్)
కుట్టుట—Darning (డార్నింగ్)
దూది—Cotton (కాటన్)
జేబు రుమాలు—Handkerchief (హాండ్‌కర్ఛీఫ్)
పట్టు—Silk (సిల్క్)
గౌను—Gown (గౌన్)
లాంగ్‌క్లాత్—Longcloth (లాంగ్‌క్లాత్)
లంగా—Long skirt (లాంగ్ స్కర్ట్)
సమ దుస్తులు—Uniform (యూనిఫారమ్)
సగంవరకు కోటు—Waist-coat (వెయిస్ట్-కోట్)
రోమపు గుడ్డ—Serge (సర్జ్)
మఖమల్—Satin (సాటిన్)
తలపాగ—Turban (టర్బన్)
నూలు—Yarn (యార్న్)
సూటు బట్ట—Suiting (సూటింగ్)
ముదురు రంగు—Bright colour (బ్రైట్ కలర్)
పలుచ రంగు—Light colour (లైట్ కలర్)

సంబంధ బాంధవ్యాలు (RELATIONS)

అతిథి—Guest (గెస్ట్)
అధ్యాపకుడు—Teacher (టీచర్)
అమ్మ—Mother (మదర్)
కిరాయిదారు—Tenant (టెనెంట్)
భార్య—Mistress (మిస్ట్రెస్)
ఉపాధ్యాయుడు—Preceptor (ప్రిసెప్టర్)
వాడకందారు—Customer (కస్టమర్)
మామ/బాబాయి/పెదనాన్న—Uncle (అంకుల్)
అత్త/పిన్ని/పెద్దమ్మ—Aunt (ఆంట్)
శిష్యులు—Disciple (డిసైపిల్)
కామందు—Landlord (ల్యాండ్‌లార్డ్)
మఱదలు/వదిన—Sister-in-law (సిస్టర్-ఇన్-లా)
దత్తత తీసుకున్న కూతురు—Adopted doughter (అడాప్టెడ్ డాటర్)
దత్తత తీసుకున్న కొడుకు—Adopted son (అడాప్టెడ్ సన్)
తాతయ్య—Grandfather (గ్రాండ్‌ఫాదర్)
అమ్మమ్మ/నాయనమ్మ—Grandmother (గ్రాండ్‌మదర్)
అల్లుడు—Son-in-law (సన్-ఇన్-లా)

మిత్రుడు—Friend (ఫ్రెండ్)
తాతయ్య (తల్లికి తండ్రి)—Maternal-grandfather (మెటర్నల్ గ్రాండ్‌ఫాదర్)
అమ్మమ్మ—Maternal-grandmother (మెటర్నల్ గ్రాండ్ మదర్)
భర్త—Husband (హస్బెండ్)
భార్య—Wife (వైఫ్)
కోడలు—Daughter-in-law (డాటర్-ఇన్-లా)
తండ్రి—Father (ఫాదర్)
కుమారుడు—Son (సన్)
కుమార్తె—Daughter (డాటర్)
ప్రేమ, అనురాగం—Love, Affection (లవ్ అఫెక్షన్)
ప్రేమికుడు—Lover (లవర్)
సోదరి—Sister (సిస్టర్)
మామ కొడుకు/భార్య తమ్ముడు—Brother-in-law (బ్రదర్-ఇన్-లా)
మామ కొడుకు, అన్న కొడుకు—Nephew (నెఫ్యూ)
తమ్ముని కొడుకు, అన్న కొడుకు—Niece (నీస్)
సోదరుడు—Brother (బ్రదర్)
మేనమామ—Maternal uncle (మెటర్నల్ అంకల్)
మేనమామ భార్య—Maternal aunt (మెటర్నల్ ఆంట్)
వాడకందారు—Client (క్లయింట్)
పిన్ని, పెద్దమ్మ—Mother's sister (మదర్స్ సిస్టర్)
ఉంపుడుకత్తె—Concubine, keep, mistress (సాంక్యుబైన్, కెప్ట్, మిస్ట్రెస్)
రోగి—Patient (పేషంట్)
వారసుడు—Heir (హేర్)
విద్యార్థి—Pupil (ఫ్యూపిల్)
స్వంతము—Own (ఓన్)
మామగారు—Father-in-law (ఫాదర్-ఇన్-లా)
అత్తగారు—Mother-in-law (మదర్-ఇన్-లా)
బంధువు—Relation (రిలేషన్)
సంబంధి—Relative (రిలేటివ్)
సవతి కూతురు—Step-daughter (స్టెప్-డాటర్)
సవతి కొడుకు—Step-son (స్టెప్-సన్)
సవతి తండ్రి—Step-father (స్టెప్-ఫాదర్)
సవతితల్లి కూతురు—Step-sister (స్టెప్-సిస్టర్)
సవతితల్లి కొడుకు—Step-brother (స్టెప్ బ్రదర్)

ఇంటి సామగ్రి (HOUSEHOLD ARTICLES)

అలమార—Almirah (అల్మైరా)
అలమార—Cupboard (కప్‌బోర్డ్)
రోలు—Mortar (రోలు)
నిప్పు—Cinder (సిండర్)
పొయ్యి—Hearth (హర్త్)
కుట్టునపుడు బొటనవ్రేలి తొడుగు—Thimble (థింబుల్)
కుట్టు మిషనులో భాగము—Bobbin (బాబిన్)
ఇస్త్రీ పెట్టె—Iron (ఐరన్)
ఇంధనము—Fuel (ఫ్యూయల్)
కటాహము—Cauldron (కాల్‌డ్రన్)
దుప్పటి—Blanket (బ్లాంకెట్)
గరిటె—Ladle (లేడిల్)
చిన్న డబ్బా—Canister (కేనిస్టర్)
దువ్వెన—Comb (కోంబ్)
కుర్చీ—Chair (ఛెయిర్)
ముళ్ళ గరిటె—Fork (ఫోర్క్)
గరాట—Funnel (ఫనెల్)
జాడీ—Jar (జార్)
పేస్ట్రీ బోర్డు—Pastry-board (పేస్ట్రీ-బోర్డ్)
చాప—Mat (మాట్)
గరిటె—Spoon (స్పూన్)
జల్లెడ—Sieve (సీవ్)
పక్క దుప్పటి—Bed-sheet (బెడ్-షీట్)
తాళంచెవి—Key (కీ)
మంచము—Cot (కాట్)
పటకాఋ—Tong (టాంగ్)
పొగ గొట్టము—Chimney (చిమ్నీ)
పొయ్యి—Stove (స్టవ్)
కరెంటు పొయ్యి—Electric-stove (ఎలెక్ట్రిక్-స్టవ్)
కఱ్ఱ—Stick (స్టిక్)
గొడుగు—Umbrella (అంబ్రెల్లా)
చిన్న పెట్టె—Attache, Case) (అటాచి, కేసు)
సాలె గూడు—Cobweb (కాబ్‌వెబ్)
తుఋము—Grate (గ్రేట్)
చీపురు—Broom (బ్రూమ్)
ఊయల—Swing (స్వింగ్)
వడ్డింపు తట్ట—Tray (ట్రే)
బుట్ట—Basket (బాస్కెట్)
పెట్టె—Box (బాక్స్)
మూకుడు—Bowl (బౌల్)
తలగడ—Pillow (పిల్లో)
తలగడ తొడుగు—Pillow-cover (పిల్లో-కవర్)
త్రాసు—Balance (బ్యాలన్స్)
చిన్న పళ్ళెము—Saucer (సాసర్)
తీగ—Wire (వైర్)

తాళము—Lock (లాక్)
ఇనప్పెట్టె—Safe (సేఫ్)
పొయ్యి—Oven (ఓవన్)
పళ్ళెము—Plate (ప్లేట్)
అద్దము—Mirror (మిర్రర్)
అగ్గిపెట్టె—Match-box (మాచ్-బాక్స్)
అగ్గి పుల్ల—Match-stick (మాచ్-స్టిక్)
పండ్లు గుచ్చుడు పుల్ల—Toothpick (టూత్‌పిక్)
పండ్ల పొడి—Tooth-powder (టూత్-పౌడర్)
దారము—Thread (త్రెడ్)
ధూప కలశము—Censer (సెన్సర్)
కుళాయి—Tap (టాప్)
పడక—Bed (బెడ్)
పల్లకి—Palanquin (పాలకిన్)
కాళ్ళు తుడిచే పట్ట—Door-mat (డోర్-మాట్)
ఉమ్మి వేసుకునే పాత్ర—Spittoon (స్పిటూన్)
కోపా/కప్పు—Cup (కప్)
కొమ్మల దీపపు సెమ్మె—Chandelier (కాండెలియెర్)
పూల కుండీ—Flower-vase (ఫ్లవర్-వాస్)
పిల్లల తోపుడు బండి—Perambulator (పెరాంబులేటర్)
వత్తి—Wick (విక్)
కుండ, పాత్ర—Pot, Container, Utensils
(పాట్, కంటైనర్, యుటెన్సియల్)
బొత్తాము—Button (బటన్)
మంచు పెట్టె—Ice-box (ఐస్ బాక్స్)
బాల్టీ—Bucket (బకెట్)
బ్రష్—Brush (బ్రష్)
పూరీల కట్టె—Rolling pin (రోలింగ్ పిన్)
సీసా—Bottle (బాటల్)
సంచి—Sack (సాక్)
కవ్వము—Churner (చర్నర్)
బాలీసు, పొడవాటి తలగడ—Bolster (బోల్‌స్టర్)
చిలుకు—Churn (ఛర్న్)
కిరసనాయిలు—Kerosene oil (కెరోసిన్ ఆయిల్)
రోకలి—Pestle (పేసల్)
బల్ల—Table (టేబుల్)
మైనపు వత్తి—Candle (కాండిల్)
పాత్ర—Dish (డిష్)
బొంత—Quilt (క్విల్ట్)
త్రాడు—Rope (రోప్)
దారము—String (స్ట్రింగ్)
బూడిద—Ash (ఆష్)
బల్ల సొరుగు—Table desk (టేబుల్ డెస్క్)
పేనా—Pen (పెన్)
దీపము—Lamp (లాంప్)
గుండు గిన్నె—Bowl (బౌల్)
బట్టలు వ్రేలాడదీసే అలమారీ—Wardrobe (వార్డ్‌రోబ్)
చిన్న సీసా—Phial (ఫియల్)
పెట్టె—Box (బాక్స్)
పోక కత్తెర—Nut cracker (నట్ క్రాకర్)
అల్లిక సూది—Knitting needle (నిట్టింగ్ నీడిల్)
సబ్బు—Soap (సోప్)
సబ్బు పెట్టె—Soap-case (సోప్-కేస్)
మంజూష—Casket (కాస్కెట్)
కూజా—Flagon (ఫ్లెగన్)
సూది—Needle (నీడిల్)
పట్టుకారు—Pincers (పిన్సర్స్)
హుక్కా—Hubble-Bubble/Hookah
(హుండల్-బబల్/హుక్కా)

అలంకరణలు, నగలు
(ORNAMENTS AND JEWELS)

ఉంగరము—Ring (రింగ్)
కంకణము—Bracelet (బ్రేస్‌లెట్)
గొలుసు—Chain (ఛెయిన్)
పమిట పిన్ను—Brooch (బ్రూచ్)
ముక్కర—Nose-pin (నోస్-పిన్)
చెవి కమ్మలు—Tops (టాప్స్)
గోమేధికం—Zircon (జిర్‌కోన్)
వెండి—Silver (సిల్వర్)
పిన్ను—Clip (క్లిప్)
గాజు—Bangle (బాంగల్)
నగలు—Jewellery (జ్యూయెలరీ)
తలబిళ్ళ—Head-locket (హెడ్-లాకెట్)
పతకము—Medal (మెడల్)
చెవి దిద్దు—Ear stud (ఇయర్ స్టడ్)
కంకణము—Wristlet (రిస్ట్‌లెట్)
ముక్కుపుడక—Nose-ring (నోస్-రింగ్)
నీలము—Sapphire (సఫైర్)
పచ్చ—Emerald (ఎమరాల్డ్)
వడ్డాణం—Belt (బెల్ట్)
కడియము—Anklet (ఆంక్లెట్)
టొపాజ్—Topaz (టొపాజ్)

విమలకము (రాయి)—Opal (ఒపల్)
వైడూర్యము—Turquoise (టర్క్వాయిస్)
వంకి (బాహు కవచము)—Armer (ఆర్మ్ లెట్)
తల పిన్ను—Hair-pin (హెయిర్-పిన్)
క్వార్ట్జ్—Quartz (క్వార్ట్జ్)
కెంపు—Ruby (రూబి)
హారము, దండ—Necklace, Garland (నెక్లెస్, గార్లెండ్)
కిరీటము—Tiara, Crown (టియరా, క్రౌన్)
పగడము—Coral (కోరల్)
ముత్యము—Pearl (పెర్ల్)
ముత్యపు చిప్ప—Mother of pearl (మదర్ ఆఫ్ పెర్ల్)
వైడూర్య రత్నము—Cat's eye (క్యాట్స్ ఐ)
వజ్రము—Diamond (డయమండ్)

సంగీత వాయిద్యాలు (MUSICAL INSTRUMENTS)

గిటార్—Guitar (గిటార్)
గంట—Bell (బెల్)
ఒక విధమైన వీణ—Harp (హార్ప్)
తాళం—Cymbal (సింబల్)
తంబుర—Tambourine (తంబురిన్)
చిన్న డోలు—Drumet (డ్రమెట్)
డోలు—Drum (డ్రమ్)
మొగుడు పలక—Tomtom (టామ్‌టామ్)
కంజిర—Tabor (టబోర్)
క్లారియన్—Clarion (క్లారియన్)
ఢంకా—Drum (డ్రమ్)
పియానో—Piano (పియానో)
బాంజో—Banjo (బాంజో)
వాయులీనము—Violin (వాయొలిన్)
పిల్లనగ్రోవి—Flute (ఫ్లూట్)
మోర్సింగ్ వాద్యము—Mouth-organ (మౌత్-ఆర్గన్)
తిత్తి ఊదుడు వాద్యము—Bagpipe (బాగ్‌పైప్)
మోర్సింగ్ వాద్యము—Jew's harp (జూవ్స్ హార్ప్)
క్లారినెట్—Clarionet (క్లారియొనెట్)
శంఖు—Conch (కోంచ్)
సరోద్—Sarod (సరోద్)
సితార్—Sitar (సితార్)
తుతారా (బాకా)—Bugle (బ్యూగల్)
ఈల—Whistle (విసల్)
హార్మోనియమ్—Harmonium (హార్మోనియమ్)

ధాన్యము, తినుబండారాలు (CEREALS AND EATABLES)

ఊరగాయ—Pickle (పికిల్)
ధాన్యము—Grain (గ్రెయిన్)
కంది పప్పు—Pigeon pea (పిజియన్ పీ)
పాల గుండ—Arrowroot (అరోరూట్)
పిండి—Flour (ఫ్లోర్)
మిఠాయి (బూరెలు)—Comfit (కంఫిట్)
మినుములు—Phaseolies mungo (ఫలియోలిస్ ముంగొ)
కూర—Curry (కరి)
కాఫీ—Coffee (కాఫీ)
ఖైమా—Minced meat (మిన్స్‌డ్ మీట్)
ఐస్ క్రీమ్—Ice-cream, Kulfi (ఐస్-క్రీమ్, కుల్ఫీ)
గోరు చిక్కుళ్ళు—Cluster bean (క్లస్టర్ బీన్)
గోధుమ—Wheat (వీట్)
తేట వెన్న—Clarified butter, Ghee (క్లారిఫైడ్ బటర్, ఘీ)
పెద్ద పఠాణీ—Field pea (ఫీల్డ్ పీ)
పచ్చడి—Sauce (సాస్)
పప్పు ధాన్యము—Gram (గ్రామ్)
చపాతీ—Chapati (చపాతీ)
బియ్యము, అన్నము—Rice (రైస్)
తేయాకు, టీ—Tea (టీ)
అటుకులు—Beaten paddy (బీటెన్ పాడీ)
పంచదార—Sugar (షుగర్)
తవుడు—Bran (బ్రాన్)
జున్ను—Cheese (ఛీస్)
కాయ ధాన్యము—Millet (మిల్లెట్)
తినుబండారాలు—Snacks (స్నాక్స్)
జొన్న—Oat (ఓట్)
జొన్న అన్నము—Oat-meal (ఓట్-మీల్)
బార్లీ—Barley (బార్లి)
పెద్ద జొన్న (ముతక)—Great millet (గ్రేట్ మిల్లెట్)
చారు—Broth (బ్రాత్)
కూరగాయలు—Vegetable (వెజిటబుల్)
పెద్ద ఆవాలు—Sesame (సిసామి)
నూనె—Oil (ఆయిల్)
పులుసు—Gruel (గ్రూయల్)
పెరుగు—Curd (కర్డ్)
పప్పు ధాన్యాలు—Pulse (పల్స్)
మధ్యాహ్న భోజనం—Lunch (లంచ్)

పాలు—Milk (పాలు)
వడ్లు, ధాన్యము—Paddy (పాడీ)
టొమాటో తొక్కు—Tomato ketchup/sauce (టొమాటో కెచప్/సాస్)
జున్ను—Cheese (చీస్)
నాన్‌రొట్టె—Loaf (లోఫ్)
గసగసాలు—Poppy (పాపి)
తుమ్మ జిగురు—Gum acacia (గమ్ అకేసియా)
మంచు గడ్డ—Ice (ఐస్)
తెల్ల జొన్నలు—Pearl millet (పెర్ల్ మిల్లెట్)
బిస్కత్తులు—Biscuit (బిస్కట్)
ధాన్యపు కంకి—Corn-ear (కార్న్ ఇయర్)
విందు—Feast (ఫీస్ట్)
ఆహారము—Food (ఫుడ్)
మొక్కజొన్న—Maize (మెయిజ్)
వెన్న—Butter (బటర్)
బఠాణీ—Pea (పీ)
మజ్జిగ విరిగిన నీరు—Whey (వే)
మీగడ—Cream (క్రీమ్)
ఆకు కూర—Lentil (లెంటిల్)
మాంసము—Meat (మీట్)
ఎద్దు మాంసము—Beef (బీఫ్)
మేక మాంసము—Mutton (మటన్)
పంది మాంసము—Pork (పోర్క్)
మిఠాయి—Sweetmeat (స్వీట్‌మీట్)
చక్కెర మిఠాయి—Sugar-candy (షుగర్-కేండీ)
మురబ్బా, తేనెలో ఊరిన ఫలాలు—Murabba, Conserve (మురబ్బా, కన్సర్వ్)
మరమరాలు (బొరుగులు)—Puffed rice (పఫ్డ్ రైస్)
సీమ చిక్కుడు—Kidney-bean (కిడ్నీ-బీన్)
మైదా పిండి—Maida (మైదా)
ఒక దినుసు గోధుమ—Buck-wheat (బక్-వీట్)
ఆవాలు—Mustard (మస్టర్డ్)
రాత్రి భోజనము—Dinner (డిన్నర్)
ఆముదాలు—Castor-seed (కేస్టర్ సీడ్)
నాన్‌రొట్టె—Bread (బ్రెడ్)
పిండి చేసిన పంచదార—Loaf-sugar (లోఫ్-షుగర్)
తీపి పాకము—Syrup (సిరప్)
చక్కెర జీరా—Treacle (ట్రీకల్)
ద్రాక్షరసము—Wine (వైన్)
తేనె—Honey (తేనె)
ఆవ నూనె—Mustard Oil (మస్టర్డ్ ఆయిల్)
పులిసిన ద్రాక్షసారము—Vinegar (వినెగార్)
గోధుమ రవ్వ—Semolina (సెమొలిన)
తెల్ల ఆవాలు—White mustard (వైట్ మస్టర్డ్)

సుగంధ ద్రవ్యాలు (SPICES)

ముసాబరము (అగరు)—Aloe (అలోస్)
కొత్తిమిరి వంటి ఆకు—Parsley (పార్స్లీ)
సీమ సోంపు (కేకు విత్తనాలు)—Caraway (కరావె)
వాము—Thymol (థిమోల్)
అల్లము—Ginger (జింజర్)
అవిసె గింజలు—Linseed (లిన్సీడ్)
ఉసిరిక—Phyllanthus emblica (ఫిలెంతస్ ఎంబ్లికా)
ఏలక—Cardamom (కార్డమమ్)
తాంబూలములో వేయు కవిలి—Catechu (కటెచు)
కర్పూరము—Camphor (కామ్ఫర్)
రజత నత్రితము—Nitre (నైట్ర్)
నైజెల్లా (కలేంజి)—Nigella (నైజిల్లా)
కస్తూరి—Musk (మస్క్)
పాలుతుత్తము—Vitriol (విట్రియల్)
మిరియాలు—Black pepper (బ్లాక్ పెప్పర్)
పటిక—Pseudo-alum (స్యూడో ఆలమ్)
పసుపు—Saffron (శాఫ్రన్)
మత్తు పదార్థము—Cocain (కొకెయిన్)
నురుగు (పులుపు)—Yeast (యీస్ట్)
గసగసాలు—Poppy seed (పాపీ సీడ్)
చందనము—Sandal (శాండల్)
నేల వేము—Chiratta (చిరెట్టా)
జాజికాయ—Nutmeg (నట్మెగ్)
జాపత్రి—Mace (మేస్)
జీలకర్ర—Cumin seed (క్యుమిన్ సీడ్)
నువ్వులు—Niger (నైజర్)
తులసి—Basil, sacred basil (బెసిల్, సేక్రేడ్ బేసిల్)
మైలుతుత్తము—Cassia (కాసియా)
దాల్చిన చెక్క—Cinnamon (సిన్నమన్)
ధనియాలు—Coriander seed (కోరియాండర్ సీడ్)
ఉప్పు—Salt (సాల్ట్)
పొదీనా—Menthol (మెంథాల్)
చవఋ వేరు—Indian madder (ఇండియన్ మేడర్)
మాచికాయ—Gall-nut (గాల్-నట్)
ఎర్ర మిరియాలు—Red pepper, chilli (రెడ్ పెప్పర్, చిల్లీ)
యష్టి మధుకము అనే ఔషధి—Liquorice (లిక్వొరిస్)

లవంగము—Clove (క్లోవ్)
కేసరము, కుంకుమ పువ్వు—Meadow saffron (మెడో సాఫ్రన్)
సీకాయ—Origanum (ఆరిగానమ్)
పెట్లుప్పు—Saltpetre (సాల్ట్‌పీటర్)
క్షారము—Alkali (ఆల్కలి)
మురుదారుసింగు అను ఔషధి—Litharge (లిథార్జ్)
గర్భ కేసరము—Pistil (పిస్టిల్)
వక్క—Betel-nut (బీటల్-నట్)
నేల తంగేడు—Senna (సెన్నా)
శొంఠి—Dry ginger (డ్రై జింజర్)
సోను గింజలు—Aniseed (అనిసీడ్)
సగ్గుబియ్యము—Sago (సాగో)
పసుపు—Turmeric (టర్మరిక్)
కరక్కాయ—Myrobalan (మైరొబలన్)
ఇంగువ—Asafoetida (అసఫోటిడ)

ఖనిజములు
(MINERALS)

కురువింద రాయి—Cornelian (కర్‌నీలియన్)
అభ్రకము—Mica (మైకా)
సూదంటురాయి—Touchstone (టచ్‌స్టోన్)
బొగ్గు—Coal (కోల్)
ఇనుప ఖనిజము—Iron-ore (ఐరన్-ఓర్)
సుద్ద—Chalk (ఛాక్)
గంధకము—Sulphur (సల్ఫర్)
జేగురు మన్ను—Red ochre (రెడ్ ఓకర్)
చెకుముకి రాయి—Flint (ఫ్లింట్)
వెండి—Silver (సిల్వర్)
తుత్తునాగము—Zinc (జింక్)
రాగి—Copper (కాపర్)
మైలుతుత్తము—Blue vitriol (బ్లూ విట్రియాల్)
సత్తు—Grey tin (గ్రే టిన్)
నైట్రాన్—Nitron (నైట్రాన్)
ఉక్కు—Steel (స్టీల్)
పాదరసము—Mercury (మెర్క్యూరి)
బిటుమెన్—Bitumen (బిట్యుమెన్)
తెల్ల రాగి—Grey copper (గ్రే కాపర్)
కిరసనాయిల్—Kerosene oil (కెరోసిన్ ఆయిల్)
తగరము—Tin (టిన్)
పసుపుపచ్చ మన్ను—Yellow ochre (యల్లో ఆకర్)
ఇనుము—Iron (ఐరన్)
రాతి నూనె—Rock oil (రాక్ ఆయిల్)
స్టేటైట్—Steatite (స్టేటైట్)
సౌవీరము, సర్మా—Antimony (ఆంటిమొని)
పాషాణము—Arsenic (అర్సెనిక్)
చవుడు మన్ను—Fuller's earth (ఫుల్లర్స్ ఎర్త్)
తెల్ల అల్లం—Muscovite (మస్కొ వైట్)
సున్నపు గుల్ల—Shale (షెల్)
ఇంగిలీకము—Cinnabar (సిన్నబర్)
సీసము—Lead (లెడ్)
పింగాణి—Plastic-clay (ప్లాస్టిక్-క్లే)
తెల్ల సీసము—White lead (వైట్ లెడ్)
సబ్బు రాయి—Soap stone (సోప్ స్టోన్)
పాలరాయి—Marble (మార్బుల్)
తాళకము, సింధూరము—Orpiment (ఆర్‌పిమెంట్)

వృక్షములు-వాటి భాగములు
(TREES AND THEIR PARTS)

పురుగు—Germ (జెర్మ్)
జామ—Guava (గోవా)
అశోక వృక్షము—Polyalthia (పొల్యాల్తియా)
మామిడి—Mango (మాంగో)
చింత—Tamarind (టామరిండ్)
అంటు తొక్కు—Graft (గ్రాఫ్ట్)
మొగ్గ—Bud (బడ్)
దుంప—Bulb (బల్బ్)
కొయ్య, కర్ర—Wood (వుడ్)
ముల్లు—Thorn (థార్న్)
రాయి—Stone (స్టోన్)
గుజ్జు—Pulp (పల్ప్)
జిగురు—Gum (గమ్)
పైన్—Pine (పైన్)
బెరడు—Bark (బార్క్)
చర్మము—Skin (స్కిన్)
పీచు—Coir (కాయిర్)
వేరు—Root (రూట్)
గర్భ కేసరము—Pistil (పిస్టిల్)
పుప్పొడి—Conifer (కనిఫెర్)
తాడి—Palm (పామ్)
శాఖ—Branch (బ్రాంచ్)
కాడ—Stem (స్టెమ్)
నార—Fibre (ఫైబర్)
పుప్పొడి—Pollen (పోలన్)

పుప్పొడి కణము—Pollen-grain (పోలెన్ గ్రెయిన్)
పుప్పొడి గొట్టము—Pollen-tube (పోలెన్-ట్యూబ్)
ఆకు—Leaf (లీఫ్)
పత్ర కంద—Bubil (బుబిల్)
కింజల్కము, పురుష పత్రము—Stamen (స్టామెన్)
నేల వెంబడి పోవు వేరు—Rootstalk (రూట్ స్టాల్క్)
పువ్వు—Flower (ఫ్లవర్)
మఱ్ఱి—Banyan (బనియన్)
నల్ల తుమ్మ—Acacia arabica (అకేసియా అరబికా)
విత్తనము—Seed (సీడ్)
వెదురు—Bamboo (బాంబూ)
కొండరావి—Birch (బిర్చ్)
రసము—Juice (జ్యూస్)
నార—Fibre (ఫైబర్)
శాఖ—Branch (బ్రాంచ్)
తమాల వృక్షము—Cypress (సిప్రస్)
టేకు—Teak (టీక్)
సిరస్—Abbizzia labbek (అబ్బిజియ లబ్బెక్)
నాగజెముడు—Cactus (కాక్టస్)

పువ్వులు, పండ్లు, కూరగాయలు (FLOWERS, FRUITS, DRY FRUITS & VEGETABLES)

బాదాము వంటి అడవి కాయ—Chestnut (ఛెస్ట్‌నట్)
అల్లం—Ginger (జింజర్)
అనాస—Pineapple (పైన్‌ఆపిల్)
దానిమ్మ—Pomegranate (పామెగ్రనేట్)
జామ—Guava (గోవ)
అలూచ—Plum (ప్లమ్)
ద్రాక్ష—Grape (గ్రేప్)
అత్తి—Fig (ఫిగ్)
మామిడి—Mango (మాంగో)
దొండ పండు—Peach (పీచ్)
బంగాళా దుంప—Potato (పొటాటొ)
సీమరేగు—Bokhara plum (బొకారొ ప్లమ్)
చింతపండు—Tamarind (టామరిండ్)
చెఱకుగడ—Sugarcane (షుగర్‌కేన్)
దోసకాయ—Cucumber (కుకుంబర్)
పనసపండు—Jack-fruit (జాక్-ఫ్రూట్)
గుమ్మడి—Pumpkin (పంప్‌కిన్)
కమరఖ్—Carambola (కరంబోలా)
గన్నేరు—Oleander (ఒలియాండర్)
పద్మము, తామరపువ్వు—Lotus (లోటస్)
లిల్లీ—Lily (లిల్లీ)
కాకరకాయ—Bitter gourd (బిట్టర్ గోర్డ్)
జీడిపప్పు—Cashewnut (కాషునట్)
ఎఱ్ఱ గుమ్మడి—Red pumpkin gourd (రెడ్ పంప్‌కిన్ గోర్డ్)
ఎండు ద్రాక్ష—Currant (కుర్రన్ట్)
పుట్టగొడుగు—Mushroom (మష్‌రూమ్)
మొగలి—Pandanus (పాండమస్)
అరటి—Banana (బనానా)
దోసకాయ—Cucurbit gourd (కుకుర్‌బిట్ గోర్డ్)
ఖర్జూరము—Date (డేట్)
కిర్ణీ (దోసజాతి)—Musk melon (మస్క్ మిలన్)
నిమ్మ—Lime (లైమ్)
బలుసుకాయ—Sour cherry (సోర్ చెరీ)
జల్దారు పండు—Apricot (ఎప్రికాట్)
పెద్ద నిమ్మకాయ—Citron (సిట్రన్)
ఎర్ర ముల్లంగి—Carrot (కారట్)
నూల్‌కోల్—Knolkhol (నూల్‌కోల్)
చామంతి పువ్వు—Chrysanthemum (క్రిసాంథిమమ్)
లజ్జావతి—Touch-me-not (టచ్-మి-నాట్)
చిన్న సీమ పువ్వు—Daisy (డైయిసీ)
గులాబి—Rose (రోస్)
బీజ కోశము—Boll (బోల్)
బంతి పువ్వు—Marigold (మెరిగోల్డ్)
గడ్డి—Grass (గ్రాస్)
ఒక రకం దొండ—Luffa (లుఫా)
నక్కదోసకాయ—Colocesia antiquorum (కొలొసెసియ అంటికోరమ్)
పొట్లకాయ—Snake gourd (స్నేక్ గోర్డ్)
సన్నజాజి—Jasmine (జాస్‌మిన్)
చంపకము—Magnolia (మగ్‌నోలియా)
ఆనప, సొర—Luffa gourd (లుఫ గార్డ్)
సరుగుడు—Pinus gerardiana (పైనస్ గెరార్డియాన)
సపోటా—Sapodilla (సపోడిల్ల)
బీటు దుంప—Sugar beet (షుగర్ బీట్)

ఆకుకూర—Amaranthus (అమరాంథస్)
కంద—Amorphophallus campanulatus (అమొర్ఫొఫలస్ కంపానులటస్)
అడవి ఆపిల్—Crab apple (క్రాబ్ ఆపిల్)
అడవి ఆకుకూర—Prickly amaranth (ప్రిక్లి అమరంత్)
జపానీ ప్లమ్—Japanese plum (జపనీస్ ప్లమ్)
నల్ల నేరేడు—Black berry (బ్లాక్ బెర్రీ)
ఆలివ్—Olive (ఆలివ్)
పొగాకు—Tobacco (టుబాకో)
పుచ్చకాయ—Water melon (వాటర్ మెలన్)
చెఱకు—Cane (కేన్)
వసనాభివంటి విషమూలిక—Belladona (బెల్లడోనా)
కొత్తిమెర—Coriander (కొరియాండర్)
నార్సిసెస్)—Narcissus (నార్సిసస్)
నాగదాళి—Prickly pear (ప్రిక్లీ పియర్)
నాగమణి పువ్వు—Cobra flower (కోబ్రా ఫ్లవర్)
కొబ్బరి—Coconut (కోకోనట్)
నారింజ—Orange (ఆరంజ్)
నిమ్మ—Lemon (లెమన్)
గోగునార—Hemp (హెంప్)
బొప్పాయి—Papaya (పప్పాయ)
ముద్ద క్యాబేజి—Brassica-campestrice (బాస్సికా-కాంపెట్రిస్)
పరవల్ అనే దొండజాతి కూరగాయ—Trichosanthes dioica (ట్రికొసాంతస్ డియొయిక)
కొండ బొప్పాయి—Mountain papaya (మౌంటెన్ పప్పాయ)
పోక (వక్క)—Betel (బీటల్)
ఆకుకూర—Spinach (స్పినాక్)
రాండియా డ్యుయెంటోరమ్—Randia duentorum (రాండియ డ్యుయెంటోరమ్)
పిస్తా—Pistachio (పిస్టాషియొ)
పుదీన—Mint (మిన్ట్)
గసగసాలు—Poppy (జొప్పి)
ఉల్లిపాయ—Onion (ఆనియన్)
కాలిఫ్లవర్ (పువ్వు)—Cauliflower (కాలిఫ్లవర్)
ఫాల్సా—Grawia asiatica (గ్రావియ ఏషియాటిక)
ఒక జాతి పువ్వులు—Lilac (లిలాక్)
పైరస్ మాలస్ పండు—Pyrus malus (పైరస్ మాలస్)
బాదామ్—Almond (ఆల్మండ్)
స్వీట్ వయొలెట్—Sweet violet (స్వీట్ వయొలెట్)
క్యాబేజి—Cabbage (క్యాబేజ్)
గోంగూర—Sisal-hemp (సీసల్-హెంప్)
వంకాయ—Brinjal (బ్రింజాల్)
బెండకాయ—Lady's finger (లేడీస్ ఫింగర్)
ధాన్యపు కంకి—Corn-ear (కార్న్ ఇయర్)
బఠాణి—Pea (పీ)
ఉమ్మెత్త వంటి మొక్క—Night shade (నైట్ షేడ్)
యురైల్ ఫోరెక్స్—Euryle forex (యురైల్ ఫోరెక్స్)
చీనీ పండు—Malta (మాల్టా)
మిరపకాయ—Chilli (ఛిల్లి)
చెర్రీ పండు—Sweet cherry (స్వీట్ ఛెర్రి)
పెద్ద ద్రాక్ష—Raisin (రైజిన్)
వేరుశనగ—Groundnut (గ్రౌండ్‌నట్)
ఎర్ర ముల్లంగి—Raddish (రాడిష్)
చీనీ పండు—Mosambi (మొసంబి)
కందగడ్డ—Yam (యామ్)
ప్రత్తి—Cotton (కాటన్)
వెల్లుల్లి—Garlic (గర్లిక్)
లీచీ పండు (పర్వతప్రదేశంలో దొరికే పండు)—Lichi (లీచి)
చిలగడ దుంప—Sweet Potato (స్వీట్ పొటాటొ)
పీచ్ పండు—Peach (పీచ్)
సీతాఫలము—Custard Apple (కస్టర్డ్ ఆపిల్)
టర్నిప్ దుంప—Turnip (టర్నిప్)
బ్రహ్మదారువు—Mulberry (మల్బెరీ)
గోగు, అగిసె—Flax (ఫ్లాక్)
సరస ఫలం—Berry (బెర్రీ)
లెట్యూస్ ఆకుకూర—Lettuce (లెట్యూస్)
సగ్గుబియ్యము—Sago (సాగో)
సింఘూడ అనే బురదలో పండే గడ్డ—Water nut (వాటర్ నట్)
బీన్స్—Bean (బీన్స్)
ఆపిల్—Apple (ఆపిల్)
ఆరంజి పండు—Orange (ఆరంజ్)
బూరుగ దూది—Silk-cotton (సిల్క్ కాటన్)

భవనాలు అందులో భాగాలు (BUILDINGS AND THEIR PARTS)

అటక—Attic (ఆటిక్)
అనాథ శరణాలయం—Orphanage (ఆర్ఫనేజ్)
గూడు—Niche (నిచ్)
పొయ్యి—Hearth (హార్త్)
ఆస్పత్రి—Hospital (హాస్పిటల్)
లోగిలి—Courtyard (కోర్టుయార్డ్)
భవనము—Building (బిల్డింగ్)
గది—Room (రూమ్)
కసాయి అంగడి—Slaughter-house (స్లాటర్-హౌస్)

కర్మాగారం—Factory (ఫ్యాక్టరి)
చూరు—Cornice (కార్నిస్)
కోట—Fort (ఫోర్ట్)
ఆధారము—Bracket (బ్రాకెట్)
పెంకు—Tile (టైల్)
ధాన్యాగారం—Granary (గ్రానరి)
కిటికి—Window (విండో)
మేకు—Peg (పెగ్)
ఖండము—Storey (స్టోరీ)
ప్రేక్షకులు కూర్చునేచోటు, వసార—Gallery (గ్యాలరి)
క్రైస్తవ మందిరం—Church (చర్చ్)
గోపురము—Dome (డోమ్)
వేదిక—Platform (ప్లాట్‌ఫారమ్)/ Parapet (పారాపెట్)
పక్షి గూడు—Aviary (ఏవియరీ)
జంతు ప్రదర్శనశాల—Zoo (జూ)
సుంక వసూలు కేంద్రము—Octroi-post (అక్ట్రాయ్-పోస్ట్)
ద్వారబంధము, గడప—Door-frame (డోర్-ఫ్రేమ్)
మేడ పైభాగము—Terrace (టెర్రస్)
కడ్డీ—Bar (బార్)
పై కప్పు—Roof (రూఫ్)
లోకప్పు—Ceiling (సీలింగ్)
షెడ్డు—Shed (షెడ్)
అల్లిక తడిక, కిటికీ—Lattice (లాటిస్)
కంబి ఎలుగు—Railing (రైలింగ్)
గొలుసు—Chain (ఛెయిన్)
చూచేందుకు చిన్న రంధ్రము—Peep-hole (పీప్ హోల్)
చిన్న ఇల్లు—Cottage (కాటేజ్)
భూగర్భ గది—Underground cell (అండర్‌గ్రౌండ్ సెల్)
తలుపు—Door (డోర్)
కార్యాలయము—Office (ఆఫీస్)
గడప—Door-sill (డోర్-సిల్)
దూలము—Beam (బీమ్)
పొగ గొట్టము—Chimney (ఛిమ్నీ)
మురికినీటి గొట్టము—Drain (డ్రైన్)
పునాది—Foundation (ఫౌండేషన్)
మరుగుదొడ్డి—Latrine (లెట్రిన్)
టికెట్ కార్యాలయము—Booking office (బుకింగ్ ఆఫీస్)
రాయి—Stone (స్టోన్)
పఠన మందిరం—Reading room/Study room (రీడింగ్ రూమ్/స్టడీ రూమ్)
మురుగు కాలువ—Gutter (గట్టర్)
గచ్చు—Plaster (ప్లాస్టర్)
పిచ్చాసుపత్రి—Lunatic asylum (ల్యునాటిక్ అసైలమ్)
గ్రంథాలయము—Library (లైబ్రెరీ)
మూత్రశాల—Urinal (యూరినల్)
నేల—Floor (ఫ్లోర్)
జల ఊట—Fountain (ఫౌంటెన్)
నేల—Plinth (ప్లైంత్)
గడ్డమంచు ఫ్యాక్టరి—Ice Factory (ఐస్ ఫ్యాక్టరి)
ఇంటిముందు కారాపేచోటు—Portico/Attic (పోర్టికో/ఆటిక్)
వరండా—Verandah (వరండా)
అతిథులు కూర్చునే గది—Sitting room/Drawing-room (సిటింగ్ రూమ్/డ్రాయింగ్-రూమ్)
బంగళా—Bungalow (బంగ్లో)
సామాన్ల గది—Store room (స్టోర్ రూమ్)
ఇల్లు—House (హౌస్)
వేదిక—Dais (డయాస్)
మఠము—Cloister (క్లాయిస్టర్)
దేవాలయము—Temple (టెంపుల్)
మసీదు—Mosque (మాస్క్)
రాజభవనము—Palace (పేలెస్)
కళాశాల—College (కాలేజ్)
గోపురము—Steeple (స్టీపుల్)
బురుజుపై గోడ—Battlement (బాటల్‌మెంట్)
కమాను—Arch (ఆర్చ్)
ప్రయోగశాల—Laboratory (లేబొరేటరీ)
వంట గది—Kitchen (కిచెన్)
పై కిటికి—Ventilator (వెంటిలేటర్)
బడి—School (స్కూలు)
గరిడీశాల—Gymnasium (జిమ్నాషియమ్)
విశ్వవిద్యాలయం—University (యూనివర్సిటీ)
ఇంటి వాసము—Rafter (రాఫ్టర్)
పడకగది—Bedroom (బెడ్‌రూమ్)
సత్రము—Inn (ఇన్)
స్నాన గది—Bathroom (బాత్‌రూమ్)
సినిమా హాలు—Picture-hall (పిక్చర్‌హాల్) Theatre (థియేటర్)
సిమెంట్—Cement (సిమెంట్)
మెట్లు—Stairs (స్టైర్స్)
బారకీచులు—Barrack (బ్యారక్)

పరికరాలు
(TOOLS)

అంపము—Saw (సా)
అమరిక—Clamp (క్లాంప్)
మగ్గము—Loom (లూమ్)
క్షౌరపు కత్తి—Razor (రేజర్)
దిక్సూచి—Compass (కంపాస్)
పాఱ—Spade (స్పేడ్)
గొడ్డలి—Axe (యాక్స్)
కత్తెర—Scissors (సిజర్స్)
గానుగ—Oil mill (ఆయిల్-మిల్)
పంచదార మిల్లు—Sugar mill (షుగర్ మిల్)
మూలమట్టము(శోధన)—Trying-angle (ట్రైయింగ్ యాంగిల్)
కొలబద్ద—Gauge (గేజ్)
చిత్రిక, బాడిస—Bead plane (బీడ్ ప్లేన్)
పెద్ద ఆకురాయి—Rasp (రాస్ప్)
బాకు—Dagger (డాగర్)
సన్న ఉలి—Cold chisel (కోల్డ్ ఛిసిల్)
వెడల్పు ఉలి—Stone chisel (స్టోన్ ఛిసిల్)
కదురు—Awl (ఆల్)
తెడ్డు—Oar (ఒర్)
త్రాసు—Balance (బ్యాలన్స్)
కొక్కెము—Bagging hook (బాగింగ్ హుక్)
కత్తిరించు సాధనము—Pruning shear (ప్రూనింగ్ షీర్)
సమతలము చేయు చిత్రిక—Tooling plane (టూలింగ్ ప్లేన్)
ఇరుసు—Axis (యాక్సిస్)
కొడవలి—Sickle (సికిల్)
రెండువేపుల పదునుగల ఆయుధము—Lancet (లాన్‌సెట్)
దాగలి (కంసాలి ఆయుధం)—Anvil (యాన్‌విల్)
చుక్కాని—Rudder (రడ్డర్)
సరిచేసే మట్టము—Rebate plane (రిబేట్ ప్లేన్)
విభాజిని—Divider (డివైడర్)
సారా మట్టము—Spirit-level (స్పిరిట్-లెవల్)
పిచికారి సూది—Syringe (సిరెంజ్)
మర—Screw (స్క్రూ)
మరబిగించు ఆయుధం—Screw driver (స్క్రూ డ్రైవర్)
పీట, వెడల్పు దిమ్మ—Cleat (క్లీట్)
అడ్డు కర్ర—Bar-shear (బార్-షేర్)
పార—Spade (స్పేడ్)
ఫర్మిక (చెప్పులు కుట్టే ఆయుధం)—Last (లాస్ట్)
కర్రు—Colter (కోల్టర్)
ఊదరగొట్టము—Blowpipe (బ్లోపైప్)
బర్మా—Auger (ఆగర్)
బర్మా (సన్నని)—Drill (డ్రిల్)
చేపలు పట్టే సన్నటి కర్ర—Fishing-rod (ఫిషింగ్-రాడ్)
కొయ్య బండ—Stock and dies (స్టాక్ అండ్ డైస్)
మెలి చిత్రిక, బాడిస—Smoothing plane (స్మూతింగ్ ప్లేన్)
పటకారు—Vice (వైస్)
సూది మొన—Needle-point (నీడిల్-పాయింట్)
సారా బట్టీ—Still (స్టిల్)
కొలిమి తిత్తి—Bellows (బెల్లోస్)
మీట—Lever (లీవర్)
పరీక్షించు తలము—Trying plane (ట్రైయింగ్ ప్లేన్)
జాక్ ప్లేన్—Jack plane (జాక్ ప్లేన్)
ఆకురాయి—File (ఫైల్)
కుంట కర్ర—Dibble (డిబిల్)
లంగరు—Anchor (యాంకర్)
కొమ్ము—Horn (హార్న్)
త్రాడు కట్టిన సీసపు గుండి—Plumbine (ప్లమ్‌బైన్)
శంఖాకారము—Cone (కోన్)
కీలక యంత్రము—Spanner (స్పానర్)
సుత్తి—Hammer (హేమర్)
అరక, హలము —Plough (ప్లవ్)
అరక పాలు—Ploughshare (ప్లవ్ షేర్)
చేతి పనిముట్టు—Hand vice (హాండ్ డివైస్)

యుద్ధ సంబంధము
(WARFARE)

అణుబాంబు—Atom bomb (ఆటం బాంబ్)
సేనలో బలవంత చేర్పు—Conscription (కాన్‌స్క్రిప్షన్)
దురాక్రమణ—Aggression (అగ్రెషన్)
దాడి—Attack (అటాక్)
కవచము—Armour (ఆర్‌మర్)
తుపాకి గుండు—Cartridge (కార్ట్రిడ్జ్)
కోట మూత—Fortification (ఫోర్టిఫికేషన్)
గొయ్యి (ట్రెంచి)—Trench (ట్రెంచ్)
దొంగచాటు యుద్ధము—Guerilla warfare
(గొరిల్లా వార్‌ఫేర్)
మందుగుండు—Ammunition (అమ్యూనిషన్)

తుపాకి గుండు—**Bullet** (బుల్లెట్)
గాస్ ముసుగు—**Gas-mask** (గాస్ మాస్క్)
అంతర్యుద్ధము—**Civil-war** (సివిల్-వార్)
అశ్వదళం—**Cavalry** (కేవల్రి)
బంధించు—**Siege** (సీజ్)
నౌకాదళము—**Navy** (నేవి)
యుద్ధ నౌక—**Battleship** (బాటిల్‌షిప్)
ఫిరంగి—**Cannon** (కానన్)
ఫిరంగి గుండు—**Cannon-ball** (కానన్-బాల్)
ప్రేలుడు బాంబు—**Explosive-bomb** (ఎక్స్‌ప్లోసివ్-బాంబ్)
అడ్డు పెట్టు—**Blockade** (బ్లేకేడ్)
జలాంతర్గామి—**Submarine** (సబ్‌మెరైన్)
అణు యుద్ధము—**Atomic warfare** (అటామిక్ వార్‌ఫేర్)
పశుబలం—**Brute force** (బ్రూట్ ఫోర్స్)
టార్పెడో పడవ—**Torpedo boat** (టార్పెడో బోట్)
భూసేన—**Land force** (ల్యాండ్ ఫోర్స్)
సాహస యాత్ర—**Expedition** (ఎక్స్‌పెడిషన్)
బాంబు—**Bomb** (బాంబ్)
బాంబులు కురిపించుట—**Bombardment** (బొంబార్డ్‌మెంట్)
తుపాకి మందు—**Gunpowder** (గన్‌పౌడర్)
తుపాకి మందు ఉంచు అర—**Magazine** (మ్యాగజైన్)
సామగ్రి—**Provisions** (ప్రొవిషన్స్)
మనఃస్థైర్యము—**Morale** (మోరేల్)
పోరాటము, యుద్ధము—**Battle, war** (బ్యాటిల్, వార్)
ఆయుధ సామగ్రి—**Armaments** (అర్మమెంట్స్)
వ్యూహము—**Strategy** (స్ట్రాటజీ)
కాల్పుల విరమణ—**Cease-fire** (సీజ్-ఫైర్)
యుద్ధ ఖైదీలు—**Prisoners of war** (ప్రిజనర్స్ ఆఫ్ వార్)
యుద్ధ మంత్రి—**War minister** (వార్ మినిస్టర్)
ఉద్యమం—**Campaign** (కాంపెయిన్)
రక్తపాతం—**Bloodshed** (బ్లడ్‌షెడ్)
సైన్యంలో భర్తీ చేయటం—**Recruitment** (రెక్రూట్‌మెంట్
రక్షణ—**Defence** (డిఫెన్స్)
రక్షణ మంత్రిత్వశాఖ—**Defence ministry** డిఫెన్స్ మినిస్ట్రీ)
రక్షణ నిధి—**Defence fund** (డిఫెన్స్ ఫండ్)
రక్షణ సేవ—**Defence service** (రక్షణ సర్వీస్)
పోరాట దళం—**Combatants** (కంబెటన్ట్స్)
కయ్యానికి కాలుదువ్వే దేశం—**Belligerent nation** (బెలిగరెంట్ నేషన్)
మర తుపాకి—**Machine-gun** (మెషిన్ గన్)
పోరాట విమానం—**Fighter plane** (ఫైటర్ ప్లేన్)
సిపాయి తిరుగుబాటు—**Mutiny** (మ్యూటినీ)
విమాన విధ్వంసక ఫిరంగులు—**Anti-aircraft gun** (యాంటి ఎర్‌క్రాఫ్ట్ గన్)
విధ్వంసక నౌక—**Destroyer** (డెస్ట్రాయర్)
ఒప్పందం—**Treaty** (ట్రీటీ)
ఆక్సిలరీ దళం—**Auxiliary force** (ఆక్సిలరి ఫోర్స్)
సైన్యము, సైనికులు—**Army, trcops** (ఆర్మి, ట్రూప్స్)
యుద్ధ చర్యలు—**Operation** (ఆపరేషన్)
మనఃస్థైర్యము పోగొట్టు—**Demoralization** (డిమోరలైజేషన్)
ప్రధాన సైన్యాధ్యక్షులు—**Commander-in-chief** (కమాండర్ ఇన్ ఛీఫ్)
ఫీల్డ్ మార్షల్—**Field-marshal** (ఫీల్డ్ మార్షల్)
శత్రువు—**Enemy** (ఎనిమి)
ప్రచ్ఛన్న యుద్ధము—**Cold war** (కోల్డ్ వార్)

వృత్తులు, ఉద్యోగాలు (PROFESSIONS & OCCUPATIONS)

పత్రికలు అమ్మేవాడు—**Newspaper vendor** (న్యూస్‌పేపర్ వెండర్)
ఉపాధ్యాయుడు—**Teacher** (టీచర్)
ఇంజనీరు—**Engineer** (ఇంజినీర్)
పాలమ్మి—**Milkman** (మిల్క్‌మేన్)
పాలమ్మి, గొల్ల—**Milkmaid** (మిల్క్‌మెయిడ్)
మందులిచ్చువాడు—**Compounder** (కంపౌండర్)
నవలా రచయిత—**Novelist** (నావెలిస్ట్)
కవి—**Poet** (పొయెట్)
కసాయివాడు—**Butcher** (బుచర్)
కళాకారుడు—**Artist** (ఆర్టిస్ట్)
వృత్తి పనివాడు—**Artisan** (ఆర్టిసన్)
కారు నడుపువాడు—**Chauffeur** (ఛాఫియర్)
రైతు—**Farmer** (ఫార్మర్)
కుమ్మరి—**Potter** (పాటర్)
గడ్డి అమ్ము వాడు—**Green vendcr** (గ్రీన్ వెండర్)
కూలివాడు—**Coolie** (కూలి)
బండివాడు—**Coachman** (కోచ్‌మన్)
కోశాధికారి—**Treasurer** (ట్రెజరర్)
టర్నర్ (ఇనుము కంసాలి)—**Turner** (టర్నర్)
చిల్లర వర్తకుడు—**Retailer** (రిటెయిలర్)
గద్య లేఖకుడు—**Prose-writer** (ప్రోస్-రైటర్)
అత్తరు వర్తకుడు—**Perfumer** (పర్‌ఫ్యూమర్)
బంట్రోతు—**Peon** (ప్యూన్)
రచయిత—**Authcr** (ఆథర్)
చిత్ర కళాకారుడు—**Artist, painter** (ఆర్టిస్ట్, పెయింటర్)
టీకాలు వేయువాడు—**Vaccinator** (వ్యాక్సినేటర్)

కాపలాదారు—Watchman (వాచ్‌మన్)
శస్త్ర చికిత్సకుడు—Surgeon (సర్జన్)
భూస్వామి—Landlord (లాండ్‌లార్డ్)
మంత్రగాడు—Magician (మెజిషియన్)
పుస్తకములు కుట్టువాడు—Book-binder (బుక్ బైండర్)
నేత పనివాడు—Weaver (వీవర్)
పాదరక్షలు కుట్టువాడు—Shoemaker (షూమేకర్)
నగల వర్తకుడు—Jeweller (జ్యూయెలర్)
కూర్పు చేయువాడు—Compositor (కంపోజిటర్)
కంచరి (ఇత్తడి పాత్ర పనివాడు)—Brasier (బ్రేసియర్)
కాంట్రాక్టుదారుడు—Contractor (కాంట్రాక్టర్)
వైద్యుడు—Doctor (డాక్టర్)
తపాలావాడు—Postman (పోస్ట్‌మన్)
తబలా వాయించువాడు—Tabla player (తబలా ప్లేయర్)
తమలపాకులు అమ్ము వాడు—Betel-seller (బీటిల్-సెల్లర్)
గమండ్లవాడు—Oilman (ఆయిల్‌మెన్)
దర్జీ—Tailor (టెయిలర్)
దళారి—Broker (బ్రోకర్)
మందులమ్ము వాడు—Druggist (డ్రగిస్ట్)/Chemist (కెమిస్ట్)
మంత్రసాని—Midwife (మిడ్‌వైఫ్)
దంత వైద్యుడు—Dentist (డెంటిస్ట్)
దుకాణదారు—Shopkeeper (షాప్‌కీపర్)
వార్తాహరుడు—Messenger (మెసెంజర్)
నర్సు—Nurse (నర్స్)
దూదేకులవాడు—Carder (కార్డర్)
చాకలివాడు—Washerman (వాషర్‌మెన్)
చాకలిది—Washerwoman (వాషర్‌ఉమెన్)
డ్రాఫ్ట్స్‌మెన్—Draftsman (డ్రాఫ్ట్స్‌మెన్)
నృత్య కళాకారుడు—Dancer (డాన్సర్)
నాటకాలు వేయువాడు—Dramatist (డ్రమెటిస్ట్)
రొట్టెలు చేయువాడు—Baker (బేకర్)
తనిఖీదారు—Inspector (ఇన్స్‌పెక్టర్)
వేలంవేయువాడు—Auctioneer (ఆక్షనీర్)
పరీక్షకుడు—Examiner (ఎగ్జామినర్)
మత బోధకుడు—Priest (ప్రీస్ట్)
పోలీసు (రక్షకుడు)—Constable (కాన్‌స్టబుల్)
ప్రకాశకుడు—Publisher (పబ్లిషర్)
మేనేజరు (పని జరిపించువాడు)—Manager (మేనేజర్)
వీథులు తిరిగి అమ్మే వాడు—Hawker (హాకర్)
ఛాయాచిత్రకారుడు—Photographer (ఫొటోగ్రాఫర్)
వడ్రంగి—Carpenter (కార్పెంటర్)
బట్టల దుకాణదారు—Draper (డ్రేపర్)
కండక్టర్—Conductor (కండక్టర్)
విత్తనాలు అమ్ము వాడు—Seedsman (సీడ్స్‌మన్)
వడ్డించువాడు—Butler (బట్లర్)
చేపలు పట్టేవాడు—Fisherman (ఫిషర్‌మన్)
నడుపువాడు (తోలువాడు)—Operator (ఆపరేటర్)
శుభ్రపరిచేవాడు—Cleaner (క్లీనర్)
పడవ నడిపేవాడు—Boatman (బోట్‌మెన్)
నీళ్ళు తెచ్చువాడు—Water carrier (వాటర్ కారియర్)
నావికుడు—Sailor (సెయిలర్)
బరువు మోసేవాడు—Carrier (కారియర్)
యజమాని—Proprietor (ప్రొప్రైటర్)
తోటమాలి—Gardener (గార్డనర్)
ఎనామల్ పూత వేసేవాడు—Enameller (ఎనామిలర్)
యంత్ర మరమత్తుదారు—Mechanic (మెకానిక్)
ఏజెంటు—Agent (ఏజెంట్)
ముద్రణకారుడు—Printer (ప్రింటర్)
గుమాస్తా—Clerk (క్లర్క్)
ఊడ్చేవాడు—Sweeper (స్వీపర్)
చెప్పులు కుట్టువాడు—Cobbler (కాబ్లర్)
మందుల వ్యాపారి—Chemist (కెమిస్ట్)
వంటవాడు—Cook (కుక్)
పూతకుడు—Mason (మేసన్)
రాజకీయవేత్త—Politician (పాలిటీషియన్)
డబ్బు చెల్లించువాడు—Cashier (కాషియర్)
రైల్లో టికెట్ తనిఖీ చేసేవాడు—Train Ticket Examiner, T.T.E. (ట్రైన్ టికెట్ ఎగ్జామినర్, టి.టి.ఇ.)
రంగులమ్ము వాడు—Inkman (ఇంక్‌మెన్)
రంగులద్దువాడు—Dyer (డైయర్)
రచయిత—Writer (రైటర్)
ఇనుము పనివాడు (కమ్మరి)—Blacksmith (బ్లాక్‌స్మిత్)
వకీలు—Advocate (అడ్వకేట్)
వైద్యుడు—Physician (ఫిజిషియన్)
శిల్పకుడు—Artisan (ఆర్టిసన్)
అధ్యాపకుడు—Teacher (టీచర్)
మెరుగు పెట్టేవాడు—Glazier (గ్లేజియర్)
సంగీతజ్ఞుడు—Musician (మ్యుజీషియన్)
వరుడు—Groom (గ్రూమ్)
శానిటరీ ఇన్స్‌పెక్టర్—Sanitary Inspector (శానిటరీ ఇన్స్‌పెక్టర్)
స్వర్ణకారుడు—Goldsmith (గోల్డ్‌స్మిత్)

వ్యాపారి—Merchant (మర్చంట్)
శిల్పి—Sculptor (స్కల్ప్టర్)
సంపాదకుడు—Editor (ఎడిటర్)
మంగలి—Barber (బార్బర్)
రొట్టెలు, బిస్కత్తులు చేసేవాడు—Confectioner (కన్ఫెక్షనర్)/ Halwai (హల్వాయి)
హోటలు పనివాడు, వడ్డించువాడు—Waiter (వెయిటర్)

వ్యాపారము (BUSINESS)

ద్రవ్యోల్బణము—Inflation (ఇన్ఫ్లేషన్)
తర్వాత తేది బిల్లు—After date bill (ఆఫ్టర్ డేట్ బిల్)
జతపరుస్తున్న ఉత్తరం—Forwarding letter (ఫార్వర్డింగ్ లెటర్)
ముందుగా పిలుపు పంపుట—Call in advance (కాల్ ఇన్ అడ్వాన్స్)
ముందు ముగించే ఖాతాలు—Advances accounts (అడ్వాన్స్ అకౌంట్స్)
స్థిరమైన పెట్టుబడి—Fixed capital (ఫిక్స్డ్ కేపిటల్)
ఎవరైనా డబ్బు చేసుకొనే చెక్—Open cheque (ఓపెన్ చెక్)
చెల్లించగల స్తోమత—Paying capacity (పేయింగ్ కెపాసిటి)
అధికారాన్ని ఇస్తున్న ఉత్తరం—Letter of authorisation (లెటర్ ఆఫ్ ఆథరైజేషన్)
అనుమతించిన పెట్టుబడి—Authorised capital (ఆథరైజ్డ్ కేపిటల్)
వృత్తి ప్రమాద పైకము—Occupation money (ఆక్యుపేషన్ మని)
అసంపాదితము—Unearned (అన్ఎర్న్డ్)
నిర్బంధ నిల్వలు—Compulsory reserve (కంపల్సరీ రిజర్వ్)
ధృవపరచటం—Endorsement (ఎండార్స్మెంట్)
ఆమోదం పొందిన ద్రవ్యం—Approved currency (అప్రూవ్డ్ కరెన్సీ)
వసూలు కాని ఋణం—Bad debt (బాడ్ డెట్)
వసూలుకాని అప్పు ఖాతా—Bad debt account (బాడ్ డెట్ అకౌంట్)
ఆర్థిక వ్యవస్థ—Economy (ఎకానమి)
స్వల్పకాల పరిమితి అప్పు—Short-term credit (షార్ట్-టర్మ్ క్రెడిట్)
అవిలంబ అప్పు—Demand loan (డిమాండ్ లోన్)
అవిలంబ ధర—Call rate (కాల్ రేట్)
నికరాదాయం—Net income (నెట్ ఇన్కమ్)
అప్పు సేకరణ—Floating debt (ఫ్లోటింగ్ డెట్)
ఉత్తర్వు చెక్కు—Order cheque (ఆర్డర్ చెక్)
అత్యవసర ఋణం—Emergency credit (ఎమర్జెన్సీ క్రెడిట్)
అదాయం—Income (ఇన్కమ్)
ప్రారంభ ఖాతా—Initial account (ఇనిషియల్ అకౌంట్)
రికరింగ్ డిపాజిట్—Recurring deposit (రికరింగ్ డిపాజిట్)
ఔద్యోగిక బ్యాంక్—Industrial bank (ఇండస్ట్రియల్ బ్యాంక్)
సగటు—Average (ఆవరేజ్)
సగటు రేటు—Average rate (ఆవరేజ్ రేటు)
సగటు దూరము—Average distance (ఆవరేజ్ డిస్టెన్స్)
వసూలు బిల్లు—Bill of collection (బిల్ ఆఫ్ కలెక్షన్)
రద్దు చేసిన అప్పు—Suspended debt (సస్పెండెడ్ డెట్)
ఆ తర్వాత తేదీ గల చెక్కు—Post-dated cheque (పోస్ట్డేటెడ్ చెక్)
ఖాతాకు జమ—Credit deposit (క్రెడిట్ డిపాజిట్)
పరపతి పత్రము—Letter of credit (లెటర్ ఆఫ్ క్రెడిట్)
పరపతి మీద అమ్మకం—Sale on credit (సేల్ ఆన్ క్రెడిట్)
పరపతి ఖాతా—Credit account (క్రెడిట్ అకౌంట్)
పరపతి—Credit (క్రెడిట్)
వాడకందారు—Consumer (కన్స్యూమర్)
వాడకందారీ సరుకులు—Consumer's goods (కన్స్యూమర్స్ గూడ్స్)
దినసరి చిత్తు ఖాతా—Rough day-book (రఫ్ డే-బుక్)
కనీస ధర—Bottom price (బాటమ్ ప్రైస్)
సంపాదన—Earning (ఎర్నింగ్)
సేకరణ—Floatation (ఫ్లోటేషన్)
మిగిలిన బాకీ—Loan balance (లోన్ బాలన్స్)
అప్పుకు అప్పుదార్లు—Debtors for loan (డెట్టర్స్ ఫర్ లోన్)
అప్పుకు పెట్టుబడివార్లు—Creditors for loan (క్రెడిటర్స్ ఫర్ లోన్)
ఉద్యోగి—Employee (ఎంప్లాయి)
కాగితం మీద జీతం—Paper scale (పేపర్ స్కేల్)
కాగితం కరెన్సీ—Paper currency (పేపర్ కరెన్సీ)
కర్మాగారం—Factory (ఫాక్టరీ)
ఉద్యోగం—Job (జాబ్)
పని జరిపేందుకు పెట్టుబడి—Working capital (వర్కింగ్ కాపిటల్)
కొంత గడువుకు పైకము—Time money (టైమ్ మనీ)
ధర—Price (ప్రైస్)
ధరల పట్టీ—Price list (ప్రైస్ లిస్ట్)
మొత్తం సంపాదన—Gross earning (గ్రాస్ ఎర్నింగ్)
మొత్తం నష్టం—Gross loss (గ్రాస్ లాస్)
బ్యాంక్ ధ్రువీకరణ—Bank endorsement (బ్యాంక్ ఎండార్స్మెంట్)
డబ్బులిచ్చువాడు—Cashier (క్యాషియర్)
నిలువ వున్న పరపతి—Standing credit (స్టాండింగ్ క్రెడిట్)

చాలా కాలం చెల్లించని బిల్లు—Overdue bill (ఓవర్‌డ్యూ బిల్)
ఖర్చుల బిల్లు—Bill of costs (బిల్ ఆఫ్ కాస్ట్స్)
ఖర్చులకు పరపతిదార్లు—Creditors for expenses (క్రెడిటర్స్ ఫర్ ఎక్స్‌పెన్సెస్)
పరపతి పుస్తకం—Credit book (క్రెడిట్ బుక్)
పుస్తకంలో నిలువ—Book deposit (బుక్ డిపాజిట్)
పుస్తకంలో చూపిన అప్పు —Book debt (బుక్ డెట్)
నికరాదాయం—Net income (నెట్ ఇన్‌కమ్)
చిన్న ఖాతాల పుస్తకం—Petty cash book (పెట్టీ కాష్ బుక్)
డబ్బు సూచించకుండా వ్రాసిన చెక్కు—Blank cheque (బ్లాంక్ చెక్)
(వస్తువులను) తెచ్చి అందించటం—Open delivery (of goods) (ఓపెన్ డెలివరి ఆఫ్ గూడ్స్)
చిల్లర లెడ్జరు—Loose leaf ledger (లూస్ లీఫ్ లెడ్జర్)
కనబడని ఎక్స్‌ఛేంజ్—Lost bill of exchange (లాస్ట్ బిల్ ఆఫ్ ఎక్స్‌ఛేంజ్)
అమ్మకాల లెడ్జరు—Sales ledger (సేల్స్ లెడ్జర్)
ఖాతాదార్ల ఖాతా—Costomer's account (కస్టమర్స్ అకౌంట్)
ఎగుడు దిగుళ్ళు—Fluctuation (ఫ్లక్చుయేషన్)
ఆవర్త పరపతి—Revolving credit (రివాల్వింగ్ క్రెడిట్)
ఇతర ఖర్చులు—Floating charge (ఫ్లోటింగ్ చార్జ్)
నిరంతర పరపతి—Running credit (రన్నింగ్ క్రెడిట్)
ప్రస్తుత అప్పు—Current loan (కరెంట్ లోన్)
వెంటనే జమా—Current deposit (కరెంట్ డిపాజిట్)
కరెంట్ అకౌంట్—Current account (కరెంట్ అకౌంట్)
ఛార్టర్డ్ అకౌంటంట్—Chartered accountant (ఛార్టర్డ్ అకౌంటెంట్)
ఇచ్చివేసిన బిల్లు—Discharged bill (డిస్‌ఛార్జ్‌డ్ బిల్)
ఇచ్చేసిన అప్పు—Discharged loan (డిస్‌చార్జ్‌డ్ లోన్)
చెక్కు జమా—Cheque deposit (చెక్ డిపాజిట్)
జమ—Crediting (క్రెడిటింగ్)
జమచేసిన పుస్తకం—Paying-in-book (పేయింగ్-ఇన్-బుక్)
జమ ఖాత పుస్తకం—Deposit ledger (ఢిపాజిట్ లెడ్జరు)
తాకట్టుపెట్టిన బిల్లు—Bill as security (బిల్ యాస్ సెక్యూరిటి)
డబ్బు చెల్లించేందుకు రసీదు—Pay-in-slip (పే-ఇన్-స్లిప్)
పరపతి పత్రం—Credit note (క్రెడిట్ నోట్)
బ్యాంక్ ఆఫ్ డిపాజిట్—Bank of deposit (బ్యాంక్ ఆఫ్ డిపాజిట్)
జమచేసిన నగదు—Deposit currency (డిపాజిట్ కరెన్సీ)
జమచేసిన మొత్తం—Deposit amount (డిపాజిట్ అమౌంట్)
జమ రిజిస్టరు—Deposit register (డిపాజిట్ రిజిస్టర్)
జమ ఖాతా—Deposit account (డిపాజిట్ అకౌంట్)
నకిలీ నోటు—Forged note (ఫోర్జ్‌డ్ నోట్)
చెల్లీ చెల్లని నోటు—Risk note (రిస్క్ నోట్)
ముద్రణశాల విలువ—Mint par (మింట్ పార్)
పుస్తకాల్లో ఖాతా బదలాయింపు—Book transfer (బుక్ ట్రాన్స్‌ఫర్)
అరుగుదల, తరుగుదల—Wear and tear (వేర్ అండ్ టేర్)
మునిగిన అప్పు—Bad debt (బాడ్ డెట్)
కోరికపై నగదు పరపతి—Demand cash credit (డిమాండ్ కాష్ క్రెడిట్)
టోకు అమ్మకం మార్కెట్టు—Wholesale market (హోల్‌సేల్ మార్కెట్)
చూడగానే చెల్లించవలసిన బిల్లు—Bill payable at sight (బిల్ పేయబుల్ ఎట్ సైట్)
చెక్కు ధర—Cheque rate (చెక్ రేట్)
చూచిన తర్వాత చెల్లించవలసిన బిల్లు—Bill payable after sight (బిల్ పేయబుల్ ఆఫ్టర్ సైట్)
దావా మొత్తము—Claimed amount (క్లెయిమ్డ్ అమౌంట్)
దివాలాతనం—Bankruptcy (బ్యాంక్‌రప్సీ)
దివాలా (తీసినవాడు)—Bankrupt (బ్యాంక్‌రప్ట్)
దుకాణం—Shop (షాప్)
నికర నగదు—Hard currency (హార్డ్ కరెన్సీ)
డబ్బు ఇబ్బంది—Tight money (టైట్ మనీ)
ఖర్చులు—Charges (ఛార్జెస్)
చెల్లించవలసిన బిల్లు—Bill payable (బిల్ పేయబుల్)
చెల్లించవలసిన బ్యాంక్ డ్రాఫ్ట్—Payable bank draft (పేయబుల్ బ్యాంక్ డ్రాఫ్ట్)
దేశీయ బ్యాంక్—Indigenous bank (ఇండిజినస్ బ్యాంక్)
ధనాదేశం—Draft (డ్రాఫ్ట్)
నగదు—Cash (క్యాష్)
నగదు పరపతి—Cash credit (క్యాష్ క్రెడిట్)
నగదు జమా—Cash deposit (క్యాష్ డిపాజిట్)
నగదు చెల్లింపు—Cash payment (క్యాష్ పేమెంట్)
నగదు రసీదు—Cash memo (క్యాష్ మెమొ)
నగదు తగ్గింపు—Cash discount (క్యాష్ డిస్‌కౌంట్)
నగదు విలువ—Cash value (క్యాష్ వాల్యు)
నగదు దానం—Cash imprest (క్యాష్ ఇంప్రెస్ట్)
నగదు చెల్లింపు ఉత్తర్వు—Cash order (క్యాష్ ఆర్డర్)
తక్కువ మిగులుతున్న ఖాతా—Debit account (డెబిట్ అకౌంట్)
తరుగు మిగులు—Debit balance (డెబిట్ బాలెన్స్)
తీసివేసుకున్న మొత్తం—Withdrawn amount (విత్‌డ్రాన్ అమౌంట్)
ఉత్పత్తి—Outturn (ఔట్‌టర్న్)
క్లియరింగ్ ఏజంట్—Clearing agent (క్లియరింగ్ ఏజంట్)
నిధి—Fund (ఫండ్)
ఫండింగ్ అప్పు—Funding loan (ఫండింగ్ లోన్)
పని ఖర్చుల లెడ్జరు—Job cost ledger (జాబ్ కాస్ట్ లెడ్జర్)

నిర్ణీత ధర—Fixed rate (ఫిక్స్‌డ్ రేట్)
కేటాయించిన నిధి—Allotted fund (అలాటెడ్ ఫండ్)
నిర్ణీత కర్చులు—Fixed charges (ఫిక్స్‌డ్ చార్జస్)
తయారీదార్లు—Maker's brand (మేకర్స్ బ్రాండ్)
ఎగుమతి—Export (ఎక్స్‌పోర్ట్)
ఎగుమతి పరపతి—Export credit (ఎక్స్‌పోర్ట్ క్రెడిట్)
ఎగుమతి సుంకము—Export duty (ఎక్స్‌పోర్ట్ డ్యూటి)
సాఫీగా ఉన్న బిల్లు—Clean bill (క్లీన్ బిల్)
వదులుకున్న దివాలాదారుడు—Discharged bankrupt (డిస్‌ఛార్జ్‌డ్ బాన్‌క్రప్ట్)
పూర్తి చేయని ఖాతా—Suspense account (సస్పెన్స్ అకౌంట్)
నికర ఆదాయపు ఖాతా—Net revenue account (రెవెన్యూ అకౌంట్)
నికర ఉత్పత్తి—Net production (నెట్ ప్రొడక్షన్)
నికర ఆదాయం—Net earning (నెట్ ఎర్నింగ్)
నికర అమ్మకాలు—Net selling, sale (నెట్ సెల్లింగ్, సేల్)
చెక్కు రిజిస్టరు—Check register (చెక్ రిజిస్టర్)
గడువు పూర్తయ్యే తారీఖు—Date of maturity (డేట్ ఆఫ్ మెచ్యూరిటీ)
హద్దుగల భాగస్వామి—Limited partner (లిమిటెడ్ పార్ట్‌నర్)
పత్రము—Letter card (లెటర్ కార్డ్)
పరిమితం చేసే సుంకం—Restrictive duty (రిస్ట్రిక్టివ్ డ్యూటీ)
హామీ పత్రము—Letter of guarantee (లెటర్ ఆఫ్ గ్యారంటీ)
కర్చు—Charge (చార్జ్)
పత్రాలు చూపి నగదు పొందటం—Cash against documents (కాష్ అగైన్‌స్ట్ డాక్యుమెంట్స్)
పత్రాల బిల్లు—Documentary bill (డాక్యుమెంటరీ బిల్)
పొందవలసిన బిల్లు—Bill receivable (బిల్ రిసీవబుల్)
రసీదులు, చెల్లింపు ఖాతాలు—Receipts and payments account (రిసిప్ట్స్ అండ్ పేమెంట్స్ అకౌంట్స్)
రసీదులు—Receipts (రిసిప్ట్స్)
దరఖాస్తు—Application (అప్లికేషన్)
ఇచ్చిన లెక్క—Account rendered (అకౌంట్ రెండర్డ్)
గడువు ముగిసిన చెక్కు—Stale cheque (స్టేల్ చెక్)
మూల పెట్టుబడి—Capital (కాపిటల్)
మూల పెట్టుబడి రిజర్వు నిధి—Capital reserve fund (కాపిటల్ రిజర్వు ఫండ్)
పెట్టుబడి విలువ—Capitalised value (కాపిటలైజ్డ్ వాల్యు)
పెట్టుబడి లాభం—Capitalised profit (కాపిటలైజ్డ్ ప్రాఫిట్)
మూల పెట్టుబడి—Capital outflow (కాపిటల్ ఔట్‌ఫ్లో)
మూల పెట్టుబడి నగదు ఖాతా—Capital and revenue account (కాపిటల్ అండ్ రెవిన్యూ అకౌంట్)
మూల పెట్టుబడి మొత్తాలు—Capital sums (కాపిటల్ సమ్స్)
మూలపెట్టుబడి లాభం—Capital profit (కాపిటల్ ప్రాఫిట్)
పెట్టుబడిదారు—Capitalist (కాపిటలిస్ట్)
మూల పెట్టుబడిపై ఆదాయం—Return on capital (రిటర్న్ ఆన్ కాపిటల్)
పెట్టుబడిలో ఆస్తి—Capital asset (కాపిటల్ అసెట్)
పెట్టుబడి మార్కెట్టు—Capital market (కాపిటల్ మార్కెట్)
పెట్టుబడి ఖాతా—Capital account (కాపిటల్ అకౌంట్)
డబ్బు వసూలు—Floating money (ఫ్లోటింగ్ మనీ)
చిల్లర ధర—Retail price (రిటైల్ ప్రైస్)
బకాయిలు—Arrears (అరియర్స్)
బకాయిలు కోరటం—Call in arrears (కాల్ ఇన్ అరియర్స్)
సమ తూకం—Balancing (బ్యాలెన్సింగ్)
సేవింగ్ జమ—Saving deposit (సేవింగ్ డిపాజిట్)
తగ్గింపు—Discount (డిస్కౌంట్)
తగ్గింపుల ఖాతా—Discount account (డిస్కౌంట్ అకౌంట్)
తగ్గింపుల మార్పిడి—Exchange at discount (ఎక్స్‌ఛేంజ్ ఎట్ డిస్కౌంట్)
ఖాతా పుస్తకం—Account book (అకౌంట్ బుక్)
నిల్వ—Balance (బ్యాలెన్స్)
నిల్వ తీయడం—Balancing (బ్యాలెన్సింగ్)
సరుకు/మార్కెట్—Commodity market (కమోడిటి మార్కెట్)
మార్కెట్ ధర—Market price (మార్కెట్ ప్రైస్)
బయటి ఊరి చెక్కు—Outstation cheque (ఔట్‌స్టేషన్ చెక్)
వ్యాపారంలో నిల్వ—Stock in trade (స్టాక్ ఇన్ ట్రేడ్)
అమ్మకాల ఖాతా—Sales account (సేల్స్ అకౌంట్)
అమ్మకపు బిల్లు—Bill of sale (బిల్ ఆఫ్ సేల్)
ఉచితంగా/ఖర్చు లేకుండా—Free of charge (ఫ్రీ ఆఫ్ ఛార్జ్)
గడువు తీరిన అప్పు—Expired loan (ఎక్స్‌పైర్డ్ లోన్)
భీమా—Insurance (ఇన్‌ష్యూరెన్స్)
ధృవపరచేవారు—Endorser (ఎన్‌డోర్సర్)
ధృవపరచిన చెక్—Endorsed cheque (ఎన్‌డోర్స్‌డ్ చెక్)
ఆటంకం లేని అప్పు—Clean loan (క్లీన్ లోన్)
కాలనిర్ణయం లేని అప్పు—Morning loan (మార్నింగ్ లోన్)
బ్యాంకు చెల్లింపు—Banker's payment (బ్యాంకర్స్ పేమెంట్)
బ్యాంకు ఆదేశం—Banker's order (బ్యాంకర్స్ ఆర్డర్)
బ్యాంకు అడ్వాన్స్—Banker's advance (బ్యాంకర్స్ అడ్వాన్స్)
బ్యాంకు పరపతి—Bank credit (బ్యాంక్ క్రెడిట్)
బ్యాంకు ధర—Bank rate (బ్యాంక్ రేట్)
బ్యాంకు ధరలను లెక్క కట్టటం—Manipulation of bank rate (మానిపులేషన్ ఆఫ్ బ్యాంక్ రేట్)
బ్యాంకు ఖర్చు—Bank charge (బ్యాంక్ ఛార్జ్)
బ్యాంకర్ మదుపు—Banker's mortgage (బ్యాంకర్స్ మార్ట్‌గేజ్)
బ్యాంకు నగదు—Bank cash (బ్యాంక్ క్యాష్)
బ్యాంకు ఖాతా—Bank account (బ్యాంక్ అకౌంట్)

బ్యాంకు పిలుపు—Bank call (బ్యాంక్ కాల్)
బ్యాంకు వారి వ్యవస్థ—Banking structure
(బ్యాంకింగ్ స్ట్రక్చర్)
బ్యాంకు వారి అప్పు—Banking debt (బ్యాంకింగ్ డెట్)
బ్యాంకు వారి హామీ—Banker's security
(బ్యాంకర్స్ సెక్యూరిటి)
భాగస్వామి—Partner (పార్ట్‌నర్)
దృఢ విపణి—Firm market (ఫర్మ్ మార్కెట్)
మందకొడి తనం—Bearish tendency (బేరిష్ టెండెన్సి)
మధ్యవర్తి—Arbitrator (ఆర్బిట్రేటర్)
విపణి—Market (మార్కెట్)
గట్టిగా అడగడం—Demand (డిమాండ్)
కోరికపై తిరిగి చెల్లించే ఋణం—Demand loan
(డిమాండ్ లోన్)
డిమాండ్ డ్రాఫ్ట్—Demand draft (డిమాండ్ డ్రాఫ్ట్)
డిమాండ్ పత్రము, ఇండెంటు—Demand note, indent
(డిమాండ్ నోట్, ఇండెంట్)
పిలుపు నోటీసు—Call notice (కాల్ నోటీస్)
గౌరవ భత్యము—Payment for honour
(పేమెంట్ ఫర్ ఆనర్)
సరుకులు—Goods (గూడ్స్)
తీసుకు వెళ్ళే బరువు—Freight (ఫ్రయిట్)
నిల్వ పరిమితి—Stock limit (స్టాక్ లిమిట్)
సరుకుల ఖాతా—Goods cash book (గూడ్స్ కష్ బుక్)
నిల్వ ఖాతా—Stock account (స్టాక్ అకౌంట్)
యజమాని, నియోజకుడు—Employer (ఎంప్లాయర్)
ముగిసే ఋణం—Terminable loan (టర్మినబుల్ లోన్)
నిర్ణీత డిపాజిట్—Fixed deposit (ఫిక్స్‌డ్ డిపాజిట్)
మిశ్రిత భాగస్వామ్య బ్యాంక్—Joint stock bank
(జాయింట్ స్టాక్ బ్యాంక్)
పరిహారము—Compensation (కాంపెన్సేషన్)
తేదీ తర్వాత చెల్లించవలసిన బిల్లు—Bill payable after
date (బిల్ పేయబుల్ ఆఫ్టర్ డేట్)
ముద్ర, డబ్బు—Currency, money (కరెన్సీ, మనీ)
ముద్ర విలువ పెరగడం—Deflation of currency
(డిఫ్లేషన్ ఆఫ్ కరన్సీ)
స్టాంప్ డ్యూటీ—Stamp duty (స్టాంప్ డ్యూటీ)
ముద్ర బదలాయింపు—Currency transfer
(కరెన్సీ ట్రాన్స్‌ఫర్)
ద్రవ్య పద్ధతి—Monetary system (మానిటరీ సిస్టమ్)
ముద్ర విలువ తగ్గడం—Depreciation of currency
(డిప్రీసియేషన్ ఆఫ్ కరెన్సీ)
ముద్ర మార్పిడి—Currency exchange (కరెన్సీ ఎక్స్‌ఛేంజ్)
అధిక ముద్ర—Inflation of currency (ఇన్‌ఫ్లేషన్ ఆఫ్ కరన్సీ)
తరుగు—Depreciation (డిప్రిసియేషన్)
తరుగు ఖాతా—Depreciation account
(డిప్రిసియేషన్ అకౌంట్)
ప్రయాణీకుల పరపతి పత్రము—Traveller's letter of credit
(ట్రావెలర్స్ లెటర్ ఆఫ్ క్రెడిట్)
ప్రజల డబ్బు—Public finance (పబ్లిక్ ఫైనాన్స్)
మొత్తము—Amount (అమౌంట్)
పరపతి పత్రము—Credit paper (క్రెడిట్ పేపర్)
డబ్బు విపణి—Money market (మనీ మార్కెట్)
క్రాస్ చేసిన చెక్కు—Crossed cheque (క్రాస్డ్ చెక్)
ఉచిత రైలు ప్రయాణం—Free on rail, F.O.R.
(ఫ్రీ ఆన్ రైల్, ఎఫ్.ఓ.ఆర్.)
ప్రారంభ నిల్వ—Opening balance (ఓపెనింగ్ బ్యాలెన్స్)
లెక్క పుస్తకం—Cash book (క్యాష్ బుక్)
నగదు నిల్వ—Cash balance (క్యాష్ బ్యాలన్స్)
నగదు ఖాతా—Cash account (క్యాష్ అకౌంట్)
నగదు సూచి—Cash scroll (క్యాష్ స్క్రోల్)
నిలుపుదల చేస్తున్న నోటీసు—Notice of stoppage
(నోటీస్ ఆఫ్ స్టాపేజ్)
బోనసు—Bonus (బోనస్)
ఖాతా—Account (అకౌంట్)
ఖాతా మరియు నిల్వ—Account and balance
(అకౌంట్ అండ్ బ్యాలెన్స్)
ఖాతాదారు—Accountant (అకౌంటెంట్)
ఖాతా నిర్వహణ—Maintenance of account
(మెయింటెనెన్స్ ఆఫ్ అకౌంట్)
ఖాతా సంవత్సరం—Accounting year (అకౌంటింగ్ ఇయర్)
ఖాతాలు—Accountancy (అకౌంటెన్సీ)
అప్పిచ్చువాడు—Creditor (క్రెడిటర్)
డబ్బు లేక తిరిగి వచ్చిన చెక్—Returned cheque
(రిటర్న్‌డ్ చెక్)
వ్యక్తిగత ఖాతా—Individual account
(ఇండివిజువల్ అకౌంట్)
ముఖపత్రము—Covering letter (కవరింగ్ లెటర్)
వ్యాపార సరుకు—Merchandise (మర్చండైజ్)
వ్యాపారి—Merchant (మర్చంట్)
వ్యాపార లావాదేవీ—Trade creditor (ట్రేడ్ క్రెడిటర్)
వ్యాపార పెట్టుబడి—Trading capital (ట్రేడింగ్ క్యాపిటల్)
వాణిజ్య బ్యాంకు—Commercial bank (కమర్షియల్ బ్యాంక్)
వాణిజ్య ఖాతా—Commercial account (కమర్షియల్ అకౌంట్)
స్వేచ్ఛా విపణి—Free market (ఫ్రీ మార్కెట్)
వార్షిక నిధి—Annuity fund (అన్యుయిటి ఫండ్)
వార్షిక లాభం—Annual profit (అన్యుయల్ ప్రాఫిట్)

వార్షిక ఖాతా—Annual account (ఆన్యుయల్ ఖాతా)
వార్షిక తిరుగుదల—Annual return (ఆన్యుయల్ రిటర్న్)
వార్షిక వేతనం—Annual pay (ఆన్యుయల్ పే)
వార్షిక నికర లాభం—Annual net profit
(ఆన్యుయల్ నెట్ ప్రాఫిట్)
వార్షిక పద్ధతి—Annuity system (ఆన్యుయిటి సిస్టమ్)
అమ్మకాల ఖాతా—Sales account (సేల్స్ అకౌంట్)
అభివృద్ధి ఖర్చులు—Development expenses
(డెవలప్‌మెంట్ ఎక్స్‌పెన్సెస్)
అమ్మకందారు—Salesman (సేల్స్‌మెన్)
ద్రవ్యం—Finance (ఫైనాన్స్)
ద్రవ్య పరంగా తప్పనిసరి—Financial obligation
(ఫైనాన్షియల్ ఆబ్లిగేషన్)
ద్రవ్యపర శిక్ష—Financial penalty (ఫైనాన్షియల్ పెనాల్టీ)
పెట్టుబడిదారు—Financer (ఫైనాన్సర్)
పెట్టుబడి బ్యాంకు—Financial bank (ఫైనాన్షియల్ బ్యాంక్)
పెట్టుబడి భాగస్వామి—Financing partner
(ఫైనాన్సింగ్ పార్ట్నర్)
వృత్తీయ అప్పులు—Financial liability
(ఫైనాన్షియల్ లయబిలిటి)
ఆర్థిక అదుపు—Financial control (ఫైనాన్షియల్ కంట్రోల్)
ఆర్థిక నిర్వహణ—Financial management
(ఫైనాన్షియల్ మేనేజ్‌మెంట్)
ఆర్థిక నివేదిక—Financial reporting (ఫైనాన్షియల్ రిపోర్టింగ్)
ఆర్థిక లావాదేవి—Financial transaction
(ఫైనాన్షియల్ ట్రాన్సాక్షన్)
ఆర్థిక సంవత్సరం—Financial year (ఫైనాన్షియల్ ఇయర్)
ఆర్థిక పట్టిక—Financial statement (ఫైనాన్షియల్ స్టేట్‌మెంట్)
ఆర్థిక సలహా—Financial advice (ఫైనాన్షియల్ అడ్వైస్)
ఆర్థిక మెమొరాండం—Financial memorandum
(ఫైనాన్షియల్ మెమొరాండం)
విదేశీ మారకం—Foreign exchange (ఫారిన్ ఎక్స్ఛేంజ్)
మారకం—Exchange (ఎక్స్ఛేంజ్)
మారకపు ధర—Exchange rate (ఎక్స్ఛేంజ్ రేట్)
మారకపు అదుపు—Exchange control (ఎక్స్ఛేంజ్ కంట్రోల్)
మారకపు పత్రం—Letter of exchange
(లెటర్ ఆఫ్ ఎక్స్ఛేంజ్)
మారకపు బ్యాంకు—Exchange bank (ఎక్స్ఛేంజ్ బ్యాంక్)
ఉత్పత్తి ప్రక్రియ—Manufacturing process
(మానుఫాక్చరింగ్ ప్రాసెస్)
నిర్దిష్ట సుంకం—Specific duty (స్పెసిఫిక్ డ్యూటి)
వేతనం—Pay (పే)
చెల్లుబడి కాలం—Validity period (వ్యాలిడిటి పీరియడ్)
సుంకం చెల్లించిన ధర—Duty paid price
(డ్యూటీ పెయిడ్ ప్రైస్)
సుంకం విధించవలసిన సరుకు—Dutiable goods
(డ్యూటియబుల్ గూడ్స్)
మారకపు విలువ—Stock exchange (స్టాక్ ఎక్స్ఛేంజ్)
ఉపయోగ పెట్టుబడి—Active capital (ఆక్టివ్ క్యాపిటల్)
సంఘటిత నిధి—Consolidated fund (కన్సాలిడేటెడ్ ఫండ్)
నగదు బదలాయింపుచేయుట—Cash transfer clearing
(క్యాష్ ట్రాన్స్‌ఫర్ క్లియరింగ్)
సంయుక్త ఖాతా—Joint account (జాయింట్ అకౌంట్)
వ్యక్తిగత చెల్లింపు—Payable to self (పేయబుల్ టు సెల్ఫ్)
ప్రజల ఖాతా—Public account (పబ్లిక్ అకౌంట్)
ప్రజల పరపతి—Public credit (పబ్లిక్ క్రెడిట్)
బులియన్ మారకం—Bullion exchange
(బులియన్ ఎక్స్ఛేంజ్)
స్వీకృత ఖాతాలు—Accounts stated (అకౌంట్స్ స్టేటెడ్)
సహకార బ్యాంకు—Cooperative bank (కోఆపరేటివ్ బ్యాంక్)
సమ్మతి పత్రము—Letter of consent (లెటర్ ఆఫ్ కన్‌సెంట్)
షరతుతో ఋణం—Tied loan (టైడ్ లోన్)
సహాయక లేఖకుడు—Assistant accountant
(అసిస్టెంట్ అకౌంటెంట్)
బిల్లుపై పరపతి—Bill of credit (బిల్ ఆఫ్ క్రెడిట్)
వడ్డీ వ్యాపారి—Moneylender (మనీలెండర్)
సుహృద్భావ ఖాతా—Goodwill account
(గుడ్‌విల్ అకౌంట్)
నష్టము—Loss (లాస్)
ఖాతా ముగింపు—Closing of account
(క్లోసింగ్ ఆఫ్ అకౌంట్)
బిల్లు—Bill (బిల్)
బిల్లును విరమించుకోవటం—Retirement of bill
(రిటైర్‌మెంట్ ఆఫ్ బిల్)
బిల్లు చెల్లింపు—Clearing a bill (క్లియరింగ్ ఎ బిల్)
బిల్లు దళారి—Bill broker (బిల్ బ్రోకర్)
సామాన్య బిల్లు—Bill journal (బిల్ జర్నల్)
నష్టపరిహారం కోరు—Claim for compensation
(క్లైమ్ ఫార్ కాంపన్‌సేషన్)
అప్పు—Loan (లోన్)
అప్పు ఖాతా—Debt account (డెట్ అకౌంట్)

కాగిత సంబంధితం
(STATIONERY)

ఉల్లిపొర కాగితం—Tracing paper (ట్రేసింగ్ పేపర్)
వార్తా పత్రిక—Newspaper (న్యూస్‌పేపర్)
వాలు, కూర్చుండు—Perch (పెర్చ్)
అలమారి—Almirah (అలమార)
మరో ప్రతి—Counterfoil (కౌంటర్‌ఫాయిల్)
వాలు కుర్చీ—Easy-chair (ఈజి-చెయిర్)

గుండు సూది—Pin (పిన్)
గుండుసూదుల మెత్త—Pin-cushion (పిన్-కుషన్)
కలము—Pen (పెన్)
కాగితం—Paper (పేపర్)
పేపర్ కత్తి—Paper-cutter (పేపర్-కటర్)
పేపర్ ఒత్తుడు—Paper-weight (పేపర్-వెయిట్)
మూత—Cork (కార్క్)
లావు పేపరు—Card (కార్డ్)
నల్ల సిరా—Black ink (బ్లాక్ ఇంక్)
పదకోశము—Dictionary (డిక్షనరి)
మైనపు రంగు—Crayon (క్రెయాన్)
రిజిస్టరు—Register (రిజిస్టర్)
జిగురు—Gum (గమ్)
క్లిప్—Clip (క్లిప్)
పొడుగు బల్ల—Bench (బెంచ్)
రంధ్రము చేయు మిషను—Punching machine (పంచింగ్ మెషిన్)
లావు దబ్బళము—Bodkin (బాడ్‌కిన్)
రంధ్రిక—Punch (పంచ్)
పాళి—Nib (నిబ్)
చిన్న పుస్తకము—Pocket-book (పాకెట్-బుక్)
తపాలా బిళ్ళ—Postage stamp (పోస్టేజ్ స్టాంప్)
రశీదు బిళ్ళ—Revenue stamp (రెవెన్యూ స్టాంప్)
బల్ల—Table (టేబుల్)
కాయితం కట్టే దారం—Tag (టాగ్)
డ్రాయింగ్ పిన్ను—Drawing pin (డ్రాయింగ్ పిన్)
తీగ—Wire (వైర్)
ఎత్తు పీట—Stool (స్టూల్)
సిరాబుడ్డి—Inkpot (ఇంక్‌పాట్)
దినపత్రిక—Daily paper (డైలీ పేపర్)
కార్బన్ కాగితం—Carbon paper (కార్బన్ పేపర్)
కాపీ పెన్సిలు—Copying pencil (కాపీయింగ్ పెన్సిల్)
పటం—Map (మ్యాప్)
ఆహ్వాన పత్రిక—Invitation card (ఇన్విటేషన్ కార్డ్)
నీలపు-నల్ల సిరా—Blue-black ink (బ్లూ-బ్లాక్ ఇంక్)
నీలి సిరా—Blue ink (బ్లూ ఇంక్)
విభాజిని—Divider (డివైడర్)
ఈక కలం—Quill pen (క్విల్ పెన్)
పిలుపు గంట—Call-bell (కాల్-బెల్)
పెన్సిలు—Pencil (పెన్సిల్)
తపాలా కార్డు—Postcard (పోస్ట్-కార్డ్)
ఫైలు—File (ఫైల్)
పట్టీ—Tape (టేప్)
అడ్రసు కార్డు—Visiting card (విజిటింగ్ కార్డ్)
మాస పత్రిక—Monthly magazine (మంత్లీ మాగజైన్)
ముద్ర—Seal (సీల్)
పలుచటి బట్ట (సన్నటి)—Tracing cloth (ట్రేసింగ్ క్లాత్)
తుడిచే రబ్బరు—Eraser (ఇరేసర్)
రబ్బరు ముద్ర—Rubber stamp (రబ్బర్ స్టాంప్)
చిత్తు బుట్ట—Waste-paper basket (వేస్ట్ పేపర్ బాస్కెట్)
రసీదు పుస్తకం—Receipt-book (రిసీట్-బుక్)
రూళ్ళ కర్ర—Ruler (రూలర్)
సిరా—Ink (ఇంక్)
సిరా అద్దుడు పెట్టె—Inkpad (ఇంక్‌పాడ్)
పాకింగ్ కాయితం—Packing paper (పేకింగ్ పేపర్)
సీలు వేసే లక్క—Sealing-wax (సీలింగ్-వేక్స్)
వ్రాసుకునే అట్ట—Writing pad (రైటింగ్ పాడ్)
కవరు—Envelope (ఎన్వలప్)
లెక్కపుస్తకం—Ledger (లెడ్జరు)
జిగురు—Glue (గ్లూ)
తెల్ల కాగితం—Blank-paper (బ్లాంక్ పేపర్)
వారపత్రిక—Weekly-paper (వీక్లీ-పేపర్)
అద్దుడు కాగితం—Blotting-paper (బ్లాటింగ్-పేపర్)
పిడి—Holder (హోల్డర్)

జంతువులు
(ANIMALS)

ఒంటె—Camel (కేమెల్)
కస్తూరి మృగము—Musk-deer (మస్క్ డీర్)
కంగారు—Kangaroo (కంగారూ)
కుక్క—Dog (డాగ్)
ఆడ కుక్క—Bitch (బిచ్)
కంచర గాడిద—Mule (మ్యూల్)
కుందేలు—Rabbit (రాబిట్)
సీమ కుందేలు—Hare (హేర్)
డెక్క—Hoop (హూప్)
గాడిద—Ass (యాస్)
ఆవు—Cow (కౌ)
ఉడత—Squirrel (స్క్విరిల్)
ఖడ్గమృగము—Rhinoceros (రైనోసెరెస్)
చారల గుఱ్ఱం—Zebra (జీబ్రా)
గుఱ్ఱము—Horse (హార్స్)
ఆడ గుఱ్ఱము—Mare (మేర్)
గుఱ్ఱపు పిల్ల—Colt (కోల్ట్)

చిఱుత పులి—Panther (పాంథర్)
పుట్టనుండి పీల్చి చీమలను తినే జంతువు—Ant eater (యాంట్ ఈటర్)
ఎలుక—Mouse (మౌస్)
చుంచెలుక—Mole (మోల్)
అడవి పంది—Boar (బోర్)
జిరాఫి—Giraffe (జిరాఫి)
చిన్న కుక్క—Spaniel (స్పానియల్)
గుర్రపు పిల్ల—Pony (పోనీ)
చిఱుత పులి—Leopard (లెపార్డ్)
ముంగిస—Mongoose (మంగూస్)
తోక—Tail (టెయిల్)
జంతువు—Beast (బీస్ట్)
కాలి గోళ్ళు—Claw (క్లా)
ఆంబోతు—Sire (సైర్)
కుక్కపిల్ల—Puppy (పప్పి)
మేకపోతు—He-goat (హి-గోట్)
మేక—She-goat (షి-గోట్)
మేకపిల్ల—Kid (కిడ్)
దూడ—Calf (కాఫ్)
పెయ్య దూడ—She-calf (షి-కాఫ్)
పిల్లి—Cat (క్యాట్)
పిల్లిపిల్ల—Kitten (కిట్టెన్)
కోతి—Monkey (మంకి)
మనిషికోతి—Chimpanzee (ఛింపాంజి)
పులి—Tiger (టైగర్)
దుప్పి—Stag (స్టాగ్)
ఆడ కణితి—Hind (హింద్)
ఎద్దు—Ox (ఆక్స్)
ఎలుగుబంటి—Bear (బేర్)
తోడేలు—Wolf (ఉల్ఫ్)
గొఱ్ఱె—Sheep (షీప్)
ఆడ గొఱ్ఱె—Ewe (యూ)
గొఱ్ఱెపిల్ల—Lamb (లాంబ్)
గేదె—Buffalo (బఫెలో)
పొట్టేలు—Ram (రామ్)
గొఱ్ఱె—Kid (కిడ్)
చిట్టెలుక—Rat (ర్యాట్)
నక్క—Fox (ఫాక్స్)
దుమ్మల గుంట—Hyena (హైనా)
పెద్ద కోతి—Ape (ఏప్)
వేట కుక్క—Hound (హౌండ్)
ఎద్దు—Bull (బుల్)
ముళ్ళపంది—Porcupine (పార్క్యుపైన్)
గుంటనక్క—Jackal (జాకాల్)
సింహము—Lion (లయన్)
కొమ్ము—Horn (కొమ్ము)
పంది—Pig (పిగ్) Swine (స్వైన్)
జింక—Deer (డీర్)
జింకపిల్ల—Fawn (ఫాన్)
ఏనుగు—Elephant (ఎలిఫెంట్)

పురుగులు, కీటకాలు (WORMS & INSECTS)

కొండచిలువ—Boa (బొవ్)
తాబేలు—Turtle (టర్టిల్)
వానపాము—Earthworm (ఎర్త్‌వర్మ్)
త్రాచుపాము—Cobra (కోబ్రా)
నల్లి—Bug (బగ్)
మిడిపాము—Adder (అడ్డర్)
రెక్క పురుగు—Beetle (బీటిల్)
నత్త—Snail (స్నెయిల్)
చీడ—Body-lice (బాడీ-లైస్)
బల్లి—Lizard (లిజర్డ్)
విషము—Poison (పాయిసన్)
కోఱలు—Fangs (ఫాంగ్స్)
మిణుగురు బూచి—Glowworm (గ్లోవర్మ్)
పేలు—Lice (లైస్)
జలగ—Leech (లీచ్)
పెద్ద మిడత—Cricket (క్రికెట్)
చిన్న మిడత—Grass-hopper (గ్రాస్-హోపర్)
మిడతల దండు—Locust (లోకస్ట్)
కందిరీగ—Wasp (వాస్ప్)
సీతాకోక చిలుక—Butterfly (బటర్‌ఫ్లై)
నీటి ఏనుగు—Hippopotamus (హిప్పొపొటమస్)
చెదపురుగు—Termite (టర్మైట్)
నాగుపాము—Cobra (కోబ్రా)
సన్న దోమ—Flea (ఫ్లీ)
పడగ—Hood (హూండ్)
తేలు—Scorpion (స్కార్పియన్)
ఈగ—Fly (ఫ్లై)
సాలెపురుగు—Spider (స్పైడర్)
సాలె గూడు—Web (వెబ్)
మొసలి—Crocodile (క్రోకొడైల్)
దోమ—Mosquito (మస్కిటో)
చేప—Fish (ఫిష్)
తేనెటీగ—Honey-bee (హనీ-బీ)

ఈగ—**Bee** (బీ)
పెద్ద రొయ్య—**Lobster** (లోబ్‌స్టర్)
ఎలుక పేను—**Rat flea** (ర్యాట్ ఫ్లీ)
కప్ప—**Frog** (ఫ్రాగ్)
బోదురుకప్ప—**Tadpole** (టాడ్‌పోల్)
పుట్టు పురుగు—**Silk-worm** (సిల్క్-వర్మ్)
పట్టు కాయ (గూడు)—**Cocoon** (కొకూన్)
ఈరు (పేను గ్రుడ్డు)—**Nit** (నిట్)
ఈల్ చేప—**Eel** (ఈల్)
సొర చేప—**Shark** (షార్క్)
పాము—**Snake** (స్నేక్)
ముత్యపు చిప్ప—**Oyster** (ఆయిస్టర్)

పక్షులు
(BIRDS)

పిచ్చుక—**Swallow** (స్వాలో)
గుడ్లగూబ—**Owl** (ఔల్)
చెకుముకి పిట్ట (కంసాలి పిట్ట)—**Woodpecker** (వుడ్‌పెకర్)
పావురము—**Pigeon** (పిజియన్)
గ్రద్ద—**Raven** (రేవెన్)
కోయిల—**Cuckoo** (కుకూ)
కాకి—**Crow** (క్రో)
డేగ—**Eagle** (ఈగల్)
రాబందు—**Vulture** (వల్చర్)
గోరింక—**Sparrow** (స్పారో)
గబ్బిలము—**Bat** (బ్యాట్)
గ్రద్ద—**Kite** (కైట్)
కోడిపిల్ల—**Chicken** (ఛికెన్)
చకోరము, కౌంజు—**Partridge** (పార్ట్రిజ్)
చిలుక—**Parrot** (పారట్)
కొండకాటిగాడు అను పక్షి—**Magpie** (మాగ్‌పై)
రెక్క—**Wing** (వింగ్)
ఈక—**Feather** (ఫెదర్)
పావురము—**Dove** (డొవ్)
ఆడ బాతు—**Drake** (డ్రేక్)
పిల్ల బాతు—**Duckling** (డక్‌లింగ్)
బాతు—**Duck** (డక్)
బుల్‌బుల్ పిట్ట—**Nightingale** (నైటింగేల్)
గిజిగాడు—**Weaver bird** (వీవర్ బర్డ్)
పూరేడు, బుర్ర పిట్ట—**Quail** (క్వెయిల్)
గ్రద్ద—**Hawk** (హాక్)
కోడి పుంజు—**Cock** (కాక్)
కోడి పెట్ట—**Hen** (హెన్)
కోడి పిల్ల—**Chicken** (ఛికెన్)
మగ నెమలి—**Peacock** (పీకాక్)
ఆడ నెమలి—**Peahen** (పీహెన్)
పాడెడు పిట్ట—**Lark** (లార్క్)
కొంగ—**Crane** (క్రేన్)
హంస—**Swan** (స్వాన్)

Some Difficult Words Commonly Misspelt

Correct	Incorrect
Absorption	absorpshun, absorpsion
abundant	abundent, aboundant
abyss	abiss, abis
access	acces
accident	accidant
acquaintance	acquintance
advertisement	advertismant, advertisement
aerial	airial, aireal
aggregate	aggregat, agregrate
alcohol	alchohol, alkohal
altar	altre
aluminium	alluminium, allumminium
amateur	amature, ameture
analysis	analisis, analises
appropriate	appropriat, apropriate
aquatic	acquatic
ascertain	assertain, asertain
ascetic	asetic, aestik
autumn	autamn, autum
Balloon	baloon, ballon
banana	bannana
banquet	bankuet, banquette
barrier	berrier, barriar
beneficent	beneficient, benificent
bequeath	bequethe, bequith
besiege	besige, beseege
bouquet	bokuet, bequett
buoyant	boyant, bouyant
Calendar	calender, calandar
calumny	calumni, calamny
candour	candoar, cander
canvas	canvass
canvass	canvas
career	carrier
carcass	carcas, carcese
catalogue	catalog, catalaug
certain	sertain, certen
chew	choo, cheu
coffee	cofee, coffe
coincide	concide, conecide
commission	comission, commison
committee	comittee
Decease (death)	disease, dicease
disease (ill-health)	decease, dicease
deceive	decieve, deceeve
defendant	defendent
depth	deapth
descendant	discendant
desperate	desparate, disperate
detector	detecter
develop	develope, devalop
diamond	daimond
director	directer
discipline	descipline
Element	eliment, elemant
elementary	elimentary, elementory
embarrassed	embarassed
endeavour	endevour, endeavur
entrance	enterance
Fascinate	facinate, fashinat
fibre	fiber
fiery	firy, firey
forfeit	forfit
fusion	fushion
furniture	farniture, furnetur

Correct	Incorrect
Gaiety	gayty, gaity
galloping	gallopping, galopping
gorgeous	gorgeus, gorgias
Hammer	hammar, hamer
handicraft	handecraft
hindrance	hinderance, hindrence
humour	humor (American), humar
hygiene	hygeine, higiene
Illiterate	illitrate, illetrate
indigenous	indigenus, indeginous
influential	influensial, influntial
ingenious	ingeneaus, inginious
ingenuous	inginuous
irresistible	irrestable
Jealous	jelous, zelus
jester	jestor
jugglery	juglery, jugglary
Kerosene	kerosin, kerosine
knack	nack
Laboratory	labrartory, laboratery
language	languege
leopard	lepard, leppard
library	liberary, librery
licence (noun)	license
license (verb)	licence
lieutenant	leftenant, leiutenant
lily	lilly
limited	limitid
literary	litrary
livelihood	livlihood, livelyhood
lustre	luster, lustar
Maintenance	maintainance
manageable	managable, managible
manoeuvre	manover, manour
marvellous	marvelous, marvellus
millionaire	millioner
miscellaneous	misellaneous, miscellenous
mischief	meschief
modelled	modled, moddled
moustache	moustashe, mustance
mystery	mystry, mistery
Nasal	nazal
necessity	nescity, necesity
neighbour	naghbour, neighber
noticeable	noticable, notiseable
Obedient	obidient, obdiant
occasion	occesion, ocasion
occurred	occured
occurrence	occurance
odour	odor, oder
offence	offense
offensive	offensev
offered	offerrd
offering	offerring
omelette	omlette, oumlet
omitted	ometted, ommitted
opportunity	oppurtunity, oportunity
orator	orater, oratar
Parallel	paralel
parlour	parler
persuade	pursuade, parsuade

Correct	Incorrect
philosophy	phylosophy
physique	physic
persuasion	persuation
pleasant	plesant, plesent
professor	proffessor, professer
profession	proffession, profesion
proprietor	propritor, propriter
prominent	prominant
Quinine	quinin
quotation	quotetion, quottation
Rabbit	rabit, rabitt
railing	railling, relling
realm	relm, rilm
receipt	receit, reciept
recur	recurr
recurred	recured
recurrence	recurrence, recurrance
referred	refered
reference	referrence
regrettable	regretable, regretteble
relieve	releive, relive
removable	removeable
repetition	repeatition, repitition
Salutary	salutory
saviour	savior, saviur
scholar	scholer, skolare
scissors	sissors, scisors
separate	separat, saparate
several	severel, sevarel
shield	sheild, shild
shyly	shily, shiely
smoky	smokey
sombre	somber
sovereignty	sovereinty
spectre	spector, specter
sufficient	sufficent
summary	summury, sumary
superintendent	superintandant
susceptible	suseptible, susesptible
Technique	technic
tolerance	tolerence
tranquillity	tranquilitey, tranquilty
transferred	transfered
tributary	tributory, tributery
tuition	tution
Unintelligible	uninteligeble
unmistakable	unmistakeable
utterance	utterence
Vaccinate	vaxinate, veccinate
Vacillate	vascilate, vacillate
valley	valey, velley
veil	vail
ventilator	vantilatar, ventilater
verandah	varanda, varandah
victuals	victuels
vigorous	vigorus, vigorus
visitor	visiter, visitar
Wield	weild, wilde
wilful	willful, wilfull
woollen	wollen, woolen
Yawn	yan, yaun
yearn	yern

■ Technical terms

Correct	Incorrect	Correct	Incorrect	Correct	Incorrect
algebra	algabra	dynamo	dinomo	oxygen	oxigen
arithmetic	arithmatic	eclipse	eclypse	peninsula	pennisula
adjacent	adjcent	electricity	elektricity	parliament	parleament
ambiguous	ambigous	equilibrium	equilibriam	plateau	plato
apparatus	aparatus	executive	exeketive	positive	posetive
artillery	artillary	expedition	expidition	percentage	percentege
barley	barly	formulae	formuli	phenomenon	phenomenun
barometer	barometre	governor	governer	phosphorus	phosforus
circumference	circumferance	government	governmant	quotient	quoshent
carnivorous	carnivrous	hypothesis	hipothisis	route	rute
corollary	corolary	insect	insact	revenue	ravenue
chocolate	chokolate	lens	lensce, lense	season	seeson
compass	compas	liquid	lequid	sepoy	sepoi
conqueror	conqerer	league	leegue	science	sience
column	colum	mammal	mamal	secretary	secretery
concave	conkave	mathematics	mathametics	subtraction	subtrection
convex	conveks	machinery	machinary	sulphur	sulpher
cocoa	coco	metre	mitter	temperate	tamperate
cyclone	syklone	mercury	mercary	theoretical	theoreticle
cylinder	cylindar	mineral	minarel	triangle	trangle
diagonal	digonal	microscope	microskope	tobacco	tobaco
diagram	digram	neutral	netural	veins	vains
decimal	decimale	negative	negetive	vacuum	vaccum

■ Proper nouns

Correct	Incorrect	Correct	Incorrect	Correct	Incorrect
Alexander	Alexendar	Buddhism	Budhism	Guinea	Gunea
Andes	Andis	Buenos Aires	Bonus Aeres	John	Jhon
Antarctic	Antratic	Caesar	Ceaser	Mediterranean	Maditeranion
Arctic	Arktic	Calcutta	Calcatta	Muhammad	Mohammad
Atlantic	Atlantik	Delhi	Dehli	Napoleon	Napolian
Bombay	Bombai	Egypt	Egipt	Philip	Phillip
Buddha	Budha	Europe	Erope	Switzerland	Swizerland
Buddhist	Budhist	European	Europian	Scotch	Scoch

■ Words which are erroneously combined

Correct	Incorrect	Correct	Incorrect	Correct	Incorrect
all right	alright	at least	atleast	some one	someone
all round	alround	in spite of	inspite of	some time	sometime
at once	atonce	per cent	percent	uptill	uptil

■ Words which are erroneously divided

Correct	Incorrect	Correct	Incorrect	Correct	Incorrect
anyhow	any how	into	in to	sometimes	some times
anything	any thing	instead of	in stead of	somebody	some body
almost	all most	madman	mad man	schoolboy	school boy
already	all ready	more over	moreover	somehow	some how
anybody	any body	nobody	no body	together	to gether
afterwards	after wards	newspaper	news paper	today	to day
cannot	can not	nowadays	now-a-days	tomorrow	to morrow
everybody	every body	ourselves	our selves	utmost	ut most
everywhere	every where	otherwise	other wise	welfare	well fare
elesewhere	else where	outside	out side	welcome	well come

Currencies around the World

Country	Currency
Afghanistan	afghani (100 puls)
Albania	lek (100 qindarka)
Algeria	dinar (100 centimes)
Andorra	franc (Fr) and peseta (Sp)
Angola	kwanza (100 lwei)
Antigua & Barbuda	dollar (100 cents)
Argentina	peso (100 centavos)
Australia	dollar (100 cents)
Austria	schilling (100 groschen)
Bahamas	dollar (100 cents)
Bahrain	dinar (1000 fils)
Bangladesh	taka (100 paisa)
Barbados	dollar (100 cents)
Belgium	franc (100 centimes)
Belize	dollar (100 cents)
Benin	franc
Bermuda (UK)	dollar (100 cents)
Bhutan	ngultrum (100 chhetrum)
Bolivia	peso (100 centavos)
Botswana	pula (100 100 thebe)
Brazil	real (100 centavos)
Brunei	dollar (100 sen)
Bulgaria	lev (100 stotinki)
Burkina Faso	franc
Burma	kyat (100 pyas)
Burundi	franc
Cameroon	franc
Canada	dollar (100 cents)
Cape Verde Islands	escudo
Central African Republic	franc
Chad	franc
Chile	peso (100 centavos)
China: People's Republic	yuan (10 chiao; 100 fen)
Colombia	peso (100 centavos)
Comoros	franc (100 centimes)
Congo	franc
Costa Rica	colon (100 céntimos)
Cuba	peso (100 centavos)
Cyprus	pound (1000 mils)
Czechoslovakia	koruna (100 haléru)
Denmark	krone (100 öre)
Djibouti	franc (100 centimes)
Dominica	dollar (100 cents)

Country	Currency
Dominican Republic	peso (100 centavos)
Ecuador	dollar (100 cents)
Egypt	pound (100 piastres, 1000 millimes)
El Salvador	colon (100 cetavos)
Equatorial Guinea	franc
Ethiopia	birr (100 cents)
Fiji	dollar (100 cents)
Finland	markka (100 penniä)
France	franc (100 centimes)
French Guiana	franc
Gabon	franc
Gambia	dalasi (100 bututs)
Germany	deutsche mark (100 pfennig)
Ghana	cedi (100 pesewas)
Gibraltar	pound (100 pence)
Greece	euro (100 cents)
Grenada	dollar (100 cents)
Guatemala	quetzal (100 centavos)
Guinea	franc (100 centimes)
Guinea-Bissau	franc
Guyana	dollar (100 cents)
Haiti	gourde (100 centimes)
Honduras	lempira (100 centavos)
Hong Kong	dollar (100 cents)
Hungary	forint (100 filler)
Iceland	krona (100 aurar)
India	rupee (100 paise)
Indonesia	rupiah (100 sen)
Iran	rial (100 dinars)
Iraq	dinar (1000 fils)
Ireland, Rep. of	pound (100 pence)
Israel	shekel (100 agora)
Italy	lira (100 centesimi)
Ivory Coast	franc
Jamaica	dollar (100 cents)
Japan	yen
Jordan	dinar (1000 fils)
Kampuchea (Cambodia)	riel (100 cents)
Kenya	schilling (100 cents)
Kiribati	dollar
Korea, North	won (100 jeon)
Korea, South	won (100 jeon)
Kuwait	dinar (1000 fils)

Country	Currency
Laos	kip (100 ats)
Lebanon	pound (100 piastres)
Lesotho	loti
Liberia	dollar (100 cents)
Libya	dinar (1000 dirhams)
Liechtenstein	franc (Swiss)
Luxembourg	franc (100 centimes)
Macau (Portugal)	pataca (100 avos)
Madagascar	franc
Malawi	kwacha (100 tambala)
Malaysia	dollar (100 cents)
Maldives, Rep. of	rupee (100 laris)
Mali	franc
Malta	pound (100 cents, 1000 mils)
Mauritania	ouguiya (5 khoums)
Mauritius	rupee (100 cents)
Mexico	peso (100 centavos)
Monaco	franc (Fr)
Mongolian People's Republic	tugrik (100 mongo)
Morocco	dirham (100 centimes)
Mozambique	metical
Namibia	rand
Nauru	dollar (Australian) (100 cents)
Nepal	rupee (100 pice)
Netherlands	guilder (100 cents)
New Zealand	dollar (100 cents)
Nicaragua	cordoba (100 centavos)
Niger	franc
Nigeria	naira (100 kobo)
Norway	krone (100 ore)
Oman	rial (Omani) (1000 baiza)
Pakistan	rupee (100 paisas)
Panama	balboa (100 cents)
Paraguay	guarani (100 centimes)
Peru	sol (100 centavos)
Philippines	peso (100 centavos)
Poland	zloty (100 groszy)
Portugal	escudo (100 centavos)
Qatar	riyal (100 dirhams)
Romania	leu (100 bani)
Russia	rouble (100 copecks)
Rwanda	franc
St Christopher-Nevis	dollar (100 cents)
St Lucia	dollar (100 cents)
St Vincent & the Grenadines	dollar (100 cents)
San Marino	lira (Italian)
São Tomé & Príncipe	dobra
Saudi Arabia	riyal (20 qursh)
Senegal	franc
Sierra Leone	leone (100 cents)
Singapore	dollar (100 cents)
Solomon Islands	dollar
Somali Democratic Republic	shilling (100 cents)
South Africa	rand (100 cents)
Spain	peseta (100 centimos)
Sri Lanka	rupee (100 cents)
Sudan	dinar (100 dirham)
Suriname	guilder (100 cents)
Swaziland	lilangeni (pl. emalangeni) (100 cents)
Sweden	krona (100 öre)
Switzerland	franc (100 centimes)
Syria	pound (100 piastres)
Taiwan	dollar (100 cents)
Tanzania	shilling (100 cents)
Thailand	baht (100 stangs)
Togo	franc
Tonga	pa'anga (100 seniti)
Trinidad & Tobago	dollar (100 cents)
Tunisia	dinar (1000 millimes)
Turkey	lira (100 kurus)
Tuvalu	dollar (Aust.)
Uganda	shilling (100 cents)
United Arab Emirates	dirham (100 fils)
United Kingdom	pound sterling (100 pence)
Uruguay	peso (100 centésimos)
Vanuatu	vatu
Vatican City State	lira
Venezuela	bolivar (100 centimos)
Vietnam	dông (100 Xu)
Western Samoa	tala (100 sene)
Yemen, North (Arab Rep.)	riyal (40 bogaches)
Yemen, South (PDR)	dinar (1000 fils)
Yugoslavia	dinar (100 paras)
Zaire	zaire (100 makuta [sing likuta], 10,000 sengi)
Zambia	kwacha
Zimbabwe	dollar (100 cents)

ఉత్తరములు వ్రాయుట
(LETTER-WRITING)

సార్థకమైన ఉత్తరములు వ్రాయుటకు కొన్ని నియమాలు, సూచనలు

మీరు ఉత్తరం ఎవరికి వ్రాస్తున్నప్పటికీ, అందులోని విషయం ఏదయినప్పటికీ, దిగువ తెలిపిన విషయాలను జ్ఞాపకం వుంచుకుంటే మంచి ఉత్తరములు వ్రాయగలుగుతారు.

1. దగ్గరి బంధువులు, స్నేహితులు, పరిచితులకు ఉత్తరం వ్రాయవలసివస్తే స్వయంగా మీ దస్తూరితోనే వ్రాయండి. మీ చేతివ్రాత బాగుండకపోతే టైపు చేయించవచ్చును.

2. ఉత్తరం కుడివైపున పై భాగంలో మీ చిరునామాను వ్రాయండి :

   4-97, 2nd Cross, Begampet,
   Hyderabad-500 004

3. చిరునామా క్రింద తారీఖు వెయ్యండి. దిగువ తెలిపిన ఏ పద్ధతిలోనయినా తేదీ వ్రాయవచ్చును :

   5th October, 2005 | Friday, 4th October 2005
   October 5, 2005 | 5.10.2005

4. ఉత్తరాన్ని ఎలా ప్రారంభించాలి? **(How to start a letter?)**
   ఉత్తరం యొక్క ప్రారంభానికి చాలా ప్రాముఖ్యత వుంటుంది. మీరు ఎవరికి ఉత్తరం వ్రాస్తున్నారో వారిని సంబోధించాలి. ఈ సంబోధన మీరు ఉత్తరం వ్రాసే అవతలి వ్యక్తినిబట్టి వుంటుంది. విభిన్న వ్యక్తులతు వివిధ సంబోధనలుంటాయి. ఎక్కువగా వాడుకలోని సంబోధనలను దిగువ వ్రాసారు :

   - తల్లి-దండ్రులకు, తమకంటె పద్దవారికి :
     My dear father/papa/uncle, | Dear aunt/mother/mummy,
   - పెద్దలు పిల్లలకు :
     My dear Umesh, | Dear Renu,
     My dear son, | My dear daughter, Sapna,
   - అన్న-చెల్లెళ్ళు, స్నేహితుల మధ్య :
     My dear brother/sister, | My dear sister, Pushpa,
     My dear Anand, | My dear friend, Anand,
   - మీకంటె పెద్ద అధికారులు, పరిశ్రమల యజమానులకు :
     Sir, | Dear Sirs, | Dear Mr. Ramesh

5. ఉత్తరంలోని ముఖ్య విషయము **(Body of the letter)**
   ముఖ్యంగా దీనిని మూడు భాగాలుగా విభజించవచ్చును. మొదట ఉత్తరం ఎందుకు వ్రాస్తున్నది వివరించండి. తర్వాత సందేశమును వ్రాయండి. చివరన పెద్ద-చిన్నలను బట్టి అభివాదము/ఆశీర్వచనము తెలుపుతూ ముగించండి :

   - సందర్భము (Reference) :
     I have just received your letter.
   - సందేశము (Message) :
     Meet Mr. Doshi and give him the money.
   - ముగింపు (End) :
     Please give my best regards/love/wishes to...

6. ఉత్తరాన్ని ఎలా ముగించాలి? **(How to close a letter?)**
మీరు ఎవరికి ఉత్తరం వ్రాస్తున్నారో, దాన్నిబట్టి ఉత్తరం ముగించే విధానం కూడా వుంటుంది. చివరన సంతకం పెట్టటాన్ని Subscription అంటారు. ఉత్తరం వ్రాసేవారిని బట్టి వేర్వేరు Subscriptions వుంటాయి. చివరన సంతకం పెట్టాలి.

- తల్లి-దండ్రి లేదా పెద్దలకు :
  Affectionately yours, Yours affectionately, Your affectionate son/daughter/nephew/niece.
- తల్లి-దండ్రి, పినతండ్రి మొ॥న పెద్దలు పిల్లలకు :
  Affectionately yours, Yours affectionately, Your affectionate father/uncle/mother/aunt,
- స్నేహితులకు :
  Sincerely yours, Yours sincerely, Yours very sincerely,
- తమకంటె పెద్ద అధికారులకు, వ్యాపార సంస్థల యజమానులకు :
  Yours faithfully,
- సోదరీ-సోదరుల మధ్య :
  Your loving brother, Your loving sister,

7. ఉత్తరం పూర్తయిన తరువాత ఏదయినా మరచిన విషయం గుర్తుకు వస్తే దిగువన S.P. (post-script) అని వ్రాసి మీరు వ్రాయవలసింది వ్రాయండి.

8. మొత్తానికి స్పష్టంగా, క్లుప్తంగా, మీ సందేశాన్ని తెలిపే భాషలో వ్రాయాలి. ఉత్తరం చదివే వాని స్థాయికి తగినట్టుండాలి. సరయిన సమయంలో ఉత్తరం వ్రాసినప్పుడే దాని విలువ కనబడుతుంది. వేళకు మీ ఉత్తరం అందేలా వ్రాయండి.

1. శుభాకాంక్షలు తెలిపే ఉత్తరాలు (Letters of Greetings)

శుభాకాంక్షలు తెలిపే ఉత్తరాల ముఖ్యోద్దేశం ఏమిటంటే ఇతరుల సంతోషంలో పాలు పంచుకోవటం, మీ ఆనందాన్ని వ్యక్తపరచటం. ఇటువంటి ఉత్తరాల వలన ఉత్తరోత్తరా వ్యక్తిగత/సామాజిక సంబంధాలను మెరుగుపరచుకోవటం జరుగుతుంది. మర్యాదపూర్వకంగా, క్లుప్తంగా వున్నా ఇందులో ఎంత ఆత్మీయత వ్యక్తపరిస్తే అంత ఫలితం వుంటుంది. వీటిల్లో భాష గ్రాంథికం కాక వ్యావహారికంగా వుండాలి. ఉత్తరాన్ని చదువుతుంటే మీరు పాఠకుని ఎదుట వుండి సంతోషాన్ని వ్యక్తపరిచినట్లే వుండాలి.

ఆనందాన్ని వ్యక్తపరుస్తూ ఉత్తరాన్ని ప్రారంభించండి :

1. I was pleasantly surprised to know.....
2. Please accept my heartiest greetings on the eve of.....
3. Please accept my best wishes on this happy occasion.
4. My wife and kids join me in expressing our warmest greetings on the occasion of...

అభినందనలు తెలిపి, మంచి భవిష్యత్తుకై శుభాకాంక్షలను తెలపండి :

5. May this occasion bring you all happiness and prosperity!
6. May everyday of your future be as pleasant and auspicious as this day!
7. May God grant you every success in the coming year!
8. I wish this day to be as happy and gay as lily in May!

వ్యక్తిగతంగా కార్యక్రమానికి హాజరు కాలేకపోయినందుకు విచారాన్ని వ్యక్తం చెయ్యండి :

9. I would have joined you so happily in the celebrations but for my urgent visit on official business.
10. I regret my absence on this happy day owing to my illness.
11. How eager I am to be with you but my family occupation prevents me from doing so.

ఏదేని బహుమతి పంపుతున్నట్లు సూచనాప్రాయంగా తెలపండి :

12. But you will soon receive a gift as a token of my affection for you on this happy occasion.
13. I hope you like the small gift/bouquet I sent to you today to convey my warm feelings.

మరల శుభాకాంక్షలు తెలుపుతూ ఉత్తరాన్ని ముగించండి :

14. Once again I convey my sincerest greetings on this auspicious occasion.
15. Wishing you all the best in life.
16. Looking forward to hearing more from you.

Sample Letter

My dear .....

Please accept my heartiest greetings on the eve of New Year. (2) May God grant you every success in the coming years! (7) I regret absence on this happy day owing to my illness. (10) But you will soon receive a gift as a token of my affection for you on this happy occasion. (12)

Yours sincerely,

2. అభినందలు తెలిపే ఉత్తరాలు (Letters of Congratulations)

మామూలుగా అభినందనను తెలిపే ఉత్తరాలు, శుభాకాంక్షలను తెలిపే ఉత్తరాలకంటే భిన్నంగా వుంటాయి. వ్యక్తిగతమైన అభిమానం, ఆత్మీయత వీటిలో ఎక్కువ వుంటాయి. ఎవరేని వ్యక్తి యొక్క వ్యక్తిగత విజయాలను పురస్కరించుకొని ఈ అభినందన ఉత్తరములను వ్రాయాలి. ఉత్తరం అందుకొనేవారికి భవిష్యత్తును గురించి ఆశీస్సులను కూడా తెలపాలి.

ఉత్తరంలో మొదట ఆనందాన్ని వ్యక్తపరచాలి :

1. I am so happy to know.....
2. We are thrilled to hear from our mutual friend....
3. My heart is filled with joy to learn about.....
4. My happiness knew no bound the other day when I came to know about.....
5. I was beside myself with joy the other day when I came to know about.....

మధురమైన వాక్యాలలో అభినందన తెలపండి :

6. Please accept my heartiest congratulations on.....
7. My wife joins me in congratulating you/your son.....on your/your son's grand success.
8. It is really a splendid achievement and we are all proud of you.
9. I am delighted to learn at your realizing your cherished ambition.

ఉజ్వల భవిష్యత్తు కోసం శుభాకాంక్షలు వ్యక్తం చెయ్యండి :

10. Your grand success will make you bask in the glory of the fortune's smile all through your life.
11. May God continue to grant you similar successes all through your life.
12. I am sure you would bring great laurels to your profession.
13. Having attained the firm footing in your life, I am sure you would go very far on the path of achievements.

భావి కార్యక్రమాలను గురించి వివరంగా అడుగుతూ మీ ఆత్మీయతను తెలియపరచండి :

14. Do you plan to celebrate the occasion?
15. When are you intending to join.....?
16. Do you plan to go abroad for higher studies?

మరోసారి అభినందనలు/శుభాకాంక్షలు తెలుపుతూ, వారి విజయాన్ని కొనియాడుతూ ఉత్తరాన్ని ముగించండి :

17. Once again I congratulate you on your well-deserved success.
18. Your success is a fitting reward of your merit/painstaking labour.
19. God has duly rewarded your sincere efforts.
20. Accept once again my felicitations on this grand occasion.

Sample Letter

My dear .....

I was beside myself with joy the other day when I came to know about your topping the list of the successful candidates in the Civil Services Examination. (5) It is really a splendid achievement and we are all proud of you. (8) May God continue to grant you similar successes all through your life. (11) Do you plan to celebrate the occasion? (14) Your success is a fitting reward of your merit/painstaking labour. (18)

Yours sincerely,

3. సానుభూతిని తెలిపే ఉత్తరాలు (Letters of Sympathy)

కష్ట సమయాలలో యితరులకు సానుభూతిని తెలిపే ఉత్తరాలను ముఖ్యంగా నాలుగు రకాలుగా విభజించ వచ్చును. ఆర్థిక నష్టం, దుర్ఘటన, అనారోగ్యం, పరీక్ష లేక ఉద్యోగాదులలో విఫలత, సంతాప సూచక ఉత్తరాలలోకంటె ఇందులో భావుకత కొంచెం తక్కువ వుంటుంది. ప్రాణహానికంటే పై తెలిపిన నష్టాల దుఃఖం కొంచెం తక్కువ. కాని పాఠకునికి ఉత్తరం వ్రాసేవాని సానుభూతి అర్థమయ్యేలా వుండాలి.

సమాచారం అందగానే విచారం కలిగినట్లు ఉత్తరం ప్రారంభించండి :

1. I am extremely sorry to hear of the fire that ravaged your factory on 10th May.
2. I was much distressed to learn about the theft committed in your house last Monday.
3. I was extremely worried to know about your illness the other day by our mutual friend.
4. It was with profound shock that I learnt about your car accident from the newspaper.
5. I was quite disturbed to know about your supercession in service.
6. It was with great sadness that I learnt from the newspaper about your failure in the examination.

మరింత నష్టం సంభవించనందుకు సంతోషం వ్యక్తం చెయ్యండి :

7. However, it is a matter of great relief that the damage caused was not major.
8. At the same time, I am quite relieved to know that the loss is not much.
9. But I am sure the regular treatment will make you get rid of it in no time.
10. But I feel greatly relieved to know that you are physically safe
11. Do not worry, if you could not get your promotion this time, you may get it next year.
12. Success and failure are a part of life and should be taken in stride.

ఉత్తరం చదివేవాని తప్పు లేదన్న భావన మీకు కలిగినట్లు వ్రాయండి :

13. Do not get upset about it as I am told it was insured.
14. I am glad that the police is hotly pursuing the case with some useful clues.
15. Take full rest and follow the doctor's instructions. You will get well soon.
16. Success or failure are a matter of luck. Do not lose your heart and work hard with redoubled vigour. Success shall be yours.

మీ తరఫునుండి సహాయాన్ని అందజేయగలరని తెలపండి :

17. I know some important personnel in the Insurance company. I will speak to them.
18. Please do not hesitate in asking any financial help from me in case you need.
19. Why don't you come to my place for the convalescence. We'll have good time.
20. Henceforth, be careful in driving and also get your car brakes thoroughly checked.
21. Sincere efforts always bring reward, so continue trying.

మరలా విచారాన్ని వెలిబుచ్చండి :

22. You have all my sympathies on this unfortunate incident.
23. I feel greatly concerned about your loss.
24. Please convey my heart-felt sympathies to your entire family.
25. May you recover speedily.
26. May God grant you your well-deserved success next time.

Sample Letter

My dear .....

I was extremely sorry to hear of the fire that ravaged your factory on 10th May. (1) However, it is a matter of great relief that the damage caused was not major. (7) Do not get upset about it as I am told it was insured. (13) I know some important personnel in the Insurance company. I will speak to them. (17) You have all my sympathies on this unfortunate incident. (22)

Yours sincerely,

4. క్షమాపణ తెలిపే ఉత్తరాలు (Letters of Regret)

ఆహ్వానము అందుకొని అందులో తెలిపిన కార్యక్రమానికి వెళ్ళలేకపోయినప్పుడు ఆ సందర్భంలో వ్యక్తిగతంగా సంతోషములో పాలుపంచుకోలేకపోయినందుకు విచారాన్ని వ్యక్తపరచండి.

మొదట్లో ఆహ్వానానికి కృతజ్ఞతలు తెల్పండి :

1. Thanks a lot for your kind invitation to attend.....
2. I was extremely happy to receive your letter of invitation to attend.....
3. It was so kind of you to have remembered me on the occasion of.....
4. It was an honour to have received your courteous invitation letter.

ఆహ్వానమునకు హాజరు కాలేనందుకు విచారాన్ని వ్యక్తం చెయ్యండి :

5. I would have been so much delighted to be with you but.....
6. I was thrilled to receive your invitation and was looking forward to meeting you all but owing to.....
7. I regret to inform you that in spite of my ardent wish I would not be able to make it for reasons beyond my control.
8. We were all very keen to participate in..... but.....
9. I have much pleasure in accepting your invitation but deeply regret having to refuse owing to a previous engagement.

దిగువ ఇచ్చిన వాక్యాలలో సరయిన వాక్యాన్ని జోడించండి :

10. Unfortunately I am not well.
11. Owing to my urgent business trip abroad, I would not be able to attend it.
12. .....but I am preoccupied with the arrival of guests on the same dates.
13. .....but I am going out on the same dates to attend my sister's wedding.

శుభ సందర్భాన్ని పురస్కరించుకొని శుభాకాంక్షలు తెలపండి :

14. Nevertheless I convey my heartiest good wishes for the happy occasion.
15. All the same, let me congratulate you most heartily on this happy event of your life.
16. My family joins me in wishing you all the best.
17. Best wishes for this grand event of your life.

ఆఖరున అనుపస్థితికి తిరిగి క్షమాపణ వేడుకోండి :

18. How I wish I would have reached there. I hope you would appreciate my position.
19. I do hope you would accept my sincere apologies for my absence.
20. You can't imagine how perturbed I am at not being able to make it.
21. I sincerely regret the disappointment I am causing to you.

Sample Letter

My dear .....

It was an honour to have received your courteous invitation letter. (4) I would have been so much delighted to be with you. (5) but unfortunately, I am not well. (10) I sincerely regret the disappointment I am causing to you. (21) Nevertheless, I convey my heartiest good wishes for the happy occasion. (14)

Sincerely yours,

5. శలవు దరఖాస్తులు (Leave Applications)

ఇవి చిన్నవిగా అసలు విషయాన్ని స్పష్టంగా తెలిపేలా వుంటాయి. ఐడి నుండి లేదా కార్యాలయం నుండి శలవు తీసుకోవాలన్నా వీటిని వ్రాయాలి. ఇటువంటి వాటిలో సంబంధిత అధికారులను గౌరవ పుర స్సరంగా సంబోధించాలి. శలవు ఎందుకు కోరుతున్నదీ కారణాన్ని స్పష్టంగా వ్రాయాలి.

మొదట కారణాన్ని స్పష్టంగా వ్రాయండి :

1. Respectfully I beg to state that I have been suffering from fever since.....
2. With due respect, I wish to bring to your kind notice that my niece is getting married on.....
3. I submit that I have to attend an interview at..... on.....
4. I have to state that I am having a very important work to do on.....

తదుపరి శలవు కోరండి :

5. Therefore, I request you to grant me leave for.....days.
6. Hence, you are requested to grant me leave of absence for....
7. I, therefore, request you to grant me leave for.....to enable me to attend to this work.

చివరన కృతజ్ఞతలు తెలుపుతూ ముగించండి :

8. I shall be highly grateful.
9. I shall be much obliged to you.

Sample Letter

Sir,

Respectfully I beg to state that I have been suffering from fever since last night. (1) Therefore, I request you to grant me leave for three days. (5) I shall be much obliged to you. (9)

Thanking you,

Yours faithfully,

6. ధన్యవాదములు తెలిపే ఉత్తరాలు (Letters of Thanks)

కృతజ్ఞతను వ్యక్తపరచటమే ధన్యవాదములను తెలిపి ఉత్తరాల ముఖ్యోద్దేశ్యము. ఏదేని ఉత్సవము లేదా విశేష కార్యక్రమములలో బహుమతులనిచ్చినవారికి, శుభాకాంక్షలు తెలిపినవారికి బదులు వ్రాయటమే ఈ ఉత్తరం. మామూలు జవాబు వ్రాసినట్లుగా కాక కృతజ్ఞతా భావం పుట్టిపడేలా వుండాలి. ఇవి చిన్నవే అయినా, ముందు ముందు వారితో సత్సంబంధాలు పెంపొందటానికి ఎంతో దోహదంచేస్తాయి.

ధన్యవాదములు తెల్పుతూ కృతజ్ఞతను వెల్లడించండి :

1. I thank you from the core of my heart for your letter/sending me the gift, etc.
2. I express my profound gratitude for your having cared to remember me/send me the beautiful gift, etc.
3. It was very kind of you to have.....
4. Thanks a lot for.....(your letter/beautiful gift, etc.). Indeed I am grateful.

బహుమతి/ఉత్తరం యొక్క గొప్పదనాన్ని చర్చించండి :

5. Your letter/gift is the most precious possession that I have.
6. Your sentiments expressed through the letter/gift have really boosted my morale.
7. Your letter/gift has really strengthened our bonds of affection.
8. The exquisite gift/warm feelingful letter was most befitting the occasion.

మరల ధన్యవాదములు తెలుపుతూ ఉత్తరాన్ని ముగించండి :

9. Thank you once again for your kind letter/gift.
10. Very many thanks for caring to remember me.
11. Thanks a lot for the letter/gift, although your personal presence would have made quite a difference.
12. Thanks again. We are looking forward to meeting you soon.

Sample Letter

My dear .....

I thank you from the core of my heart for your letter/sending me the gift. (1) Your letter/gift is the most precious possession that I have. (5) Very many thanks for caring to remember me. (10)

Yours sincerely,

7. సంతాప సూచక ఉత్తరాలు (Letters of Condolence)

పరిచితులు బంధువులు, స్నేహితులకు లేక వారి ఇంట్లో ఏదేని దుర్ఘటన జరిగినప్పుడు యిటువంటి ఉత్తరం వ్రాయాలి. దుఃఖాన్ని వ్యక్తపరచటమే వీటి ముఖ్యోద్దేశము. ఇవి చిన్నవిగా వుంటాయి. సంతాప వార్త అందిన వెంటనే దీనిని వ్రాయాలి. ఊరికే మర్యాద కోసరం కాకుండా, యదార్థంగా వుండాలి. మరణించిన వాని మంచి గుణాలను గౌరవపూర్వకంగా లేక స్నేహ పురస్సరంగా కాని కొనియాడాలి.

సమాచారం అందినట్లు విషాదాన్ని తెలపండి :

1. It was with deep regret that we learnt the shocking news of the passing away of.....
2. I was greatly saddened to know about.....from the newspaper/telephone call/letter.
3. I was rudely shocked to know about the sudden demise.....from.....
4. I was profoundly distressed to learn about the sudden demise of.....

చనిపోయిన వాని సద్గుణములను ఉటంకించండి :

5. He was such a lovable person.
6. In his death in the prime of life, God has snatched a bright jewel from our midst.
7. His sociable nature and cultural refinement would keep him alive in the hearts of his admirers.
8. His death has caused a grievous loss not only to your family but to all of us.
9. He was a source of strength and inspiration to many of his fellow beings.
10. His remarkable achievements would transcend his memory beyond his physical death.
11. Some of his pioneering work will go a long way to benefit many future generations.

మళ్ళీ ఒకసారి దుఃఖాన్ని వ్యక్తం చేస్తూ ఉత్తరాన్ని ముగించండి :

12. Please accept my sincerest condolences on the demise of your....
13. May God grant you enough courage and forbearance to withstand this shock.
14. May his/her soul rest in peace in heaven and guide you for years to come.
15. We express our most sincere sympathy to you in your great bereavement.
16. We hope that the tree he has planted thrives well to provide protection to his family.

Sample Letter

My dear .....

It was with deep regret that we learnt the heart-rending news of the passing away of your father. (1) His death has caused a grievous loss not only to your family but to all of us. (8) We express our most sincere sympathy to you in your great bereavement. (15) May God grant you enough courage and forbearance to withstand this shock. (13)

Yours sincerely,

8. ప్రేమ లేఖలు (Love Letters)

ప్రేమ లేఖలు ముఖ్యంగా రెండు రకాలు. భార్యా-భర్తల మధ్య ఒక రకం, ప్రేయసీ-ప్రియుల మధ్య రెండవ రకం ఉత్తరాలు నడుస్తాయి. మొదటి రకం ఉత్తరాలలో ప్రేమతో పాటు కుటుంబ విషయాలు కూడా వుంటాయి. రెండో రకం వాటిలో ప్రేమ, భావుకత, ఊహ, కాల్పనిక జగత్తుకు సంబంధించిన మాటలు దొర్లుతాయి. వీటికి ఒక హద్దు వుండదు. అందుచేత వీటికి నియమాలు చెప్పటం కష్టం.

ప్రేమ ఒలికే శబ్దాలతో ప్రారంభించండి :

1. Your loving letter this morning has come like a ray of sunshine.
2. Your sweet letter has sunken me in the sweet fragrance of our love.
3. Your letter has flooded me with sheer happiness.
4. Your affectionate letter has scattered the depression I was enveloped in.

మామూలు మాటలు వ్రాయండి :

5. Everything is fine here except that I miss you so badly.
6. Has our little daughter, (write her name) recovered from flu?
7. Nights really stretch to no end in your absence.
8. Is all well at home?

మరల ప్రేమ కలిగే మాటలు వ్రాయండి :

9. I am dying to meet you.
10. Once again I must tell you how deeply do I love you.
11. Write back soon as your letters provide me a great emotional support.
12. I am counting the days when I will meet you.

ప్రశంసిస్తూ, మధురమైన మాటలతో ముగించండి :

13. You are the sweetest dream of my life.
14. Your memory keeps me radiant.
15. I am desperately waiting to meet you, my sweetheart!
16. You are the greatest thing that happened to my life.

Sample Letter

Dearest .....

Your sweet letter has sunken me in the sweet fragrance of our love. (2) Everything is fine here except that I miss you so badly. (5) Write back soon as your letters provide me a great emotional support. (11) You are the greatest thing that happened to my life. (16)

Love.

Yours ever,

9. ఆహ్వానము తెలిపే ఉత్తరాలు (Letters of Invitation)

ఉత్సాహము, ఆనందము, గౌరవము మొ॥నవన్నీ ఈ ఉత్తరంలో వ్యక్తం కావాలి. ఆహ్వానాన్ని చదవగానే అవతలి వ్యక్తికి ఎంతో గౌరవమిచ్చి సాధరంగా పిలుస్తున్నట్లు అనిపించాలి. ఇందులో కార్యక్రమము లేక ఉత్సవము ఎక్కడ, ఎన్ని గంటలకు జరిగేది; ఎక్కడ సమావేశం కావలసింది వ్రాయాలి.

ఎందుకు ఆహ్వానిస్తున్నది, తారీఖు, సమయం, స్థలం మొ॥న వివరాలను ముందు వ్రాయండి :

1. It is with great pleasure that I inform you that (I am/my son is getting engaged on 16th May, 2006 at Taj Palace's Crystal Room at 6 p.m.)
2. This is to bring to your kind notice that.....
3. Most respectfully, I inform you that.....
4. I am pleased to inform you that.....

ఇప్పుడు వ్యక్తిగతంగా ఆహ్వానించండి :

5. I request you to kindly come with your family to grace the occasion.
6. I would be delighted if you could spare sometime from your busy schedule to attend the above mentioned function/celebration.
7. It would be a great pleasure to have you among the guests.
8. Please do come with your family at the appointed place and time.

తప్పక రావలసిందని మరోసారి పిలుపు వ్రాయండి :

9. You know how important is your presence on this occasion for us. So, please do come.
10. I am sure you would not disappoint us.
11. I would be greatly honoured if you could come on this occasion.
12. My whole family is very eagerly awaiting your arrival.

Sample Letter

My dear .....

It is with great pleasure that I inform you that my son is getting engaged on 16th May, 2005 at Taj Palace's Crystal Room at 6 p.m. (1). I request you to kindly come with your family to grace the occasion (5). My whole family is very eagerly awaiting your arrival (12).

Yours sincerely,

10. విద్యా సంబంధమైన ఉత్తరాలు/దరఖాస్తులు
(Letters and Applications on Educational Matters)

తల్లి-దండ్రులు, ఉపాధ్యాయుల మధ్య తరచు ఉత్తరాలు వ్రాయవలసి వస్తూంటుంది. సాధారణంగా యివన్నీ విద్యా విషయకాలే. టి.సి.లు, మార్కుల జాబితాలు లేదా పిల్లల చదువు, ఫీజులు నిమిత్తమై వీటిని వ్రాయాలి. వీటిలో భాష మర్యాదగా వుంటుంది.

మొదట్లో ఉత్తరం ఎందుకు వ్రాస్తున్నదీ స్పష్టం చెయ్యండి :

1. This is to bring to your kind notice that I am leaving the town and I want to have my son's transfer certificate from your reputed school/college, etc.
2. I have been watching my son's studies and find him to be still quite weak in mathematics.
3. I am deeply pained to learn from my son about the callous attitude of some of the teachers towards students.
4. Since my daughter.....a student of your school, class.....wishes to compete for the science talent competition, I should be grateful if you could issue the relevant certificates.

చివరలో కృతజ్ఞతలు తెలుపుతూ ఉత్తరాన్ని ముగించండి :

5. Kindly arrange to issue the certificate at your earliest. Thank you.
6. I would be grateful if some special attention is given to my son.....
7. You are requested to send the relevant certificates by.....(give date)
8. I again request to get the needful done at your end.

Sample Letter

Dear Sir (or Madam),

Since my daughter Neeta, a student of class XI in your school, wishes to compete for the science talent competition, I would be grateful if you could issue relevant certificates (4). I again request you to get the needful done at your end (8).

Yours sincerely,

11. వైవాహిక ప్రకటనలకు జవాబులు
(Replies to Matrimonial Advertisements)

ఈనాడు పెద్ద పెద్ద పట్టణాలలో పత్రికల ద్వారానే వివాహ సంబంధాలు కుదురుతున్నాయంటే ఆశ్చర్యం లేదు. ఇటువంటి ప్రకటనలను పరీక్షగా చదువుతారు. వివాహ ప్రకటనలకు జవాబులిచ్చేటప్పుడు ప్రకటన పూర్తి వివరాలను తెలియపరచాలి. ఇందులో వరుడు/వధువు సంపూర్ణ వివరాలు. కుటుంబం, ఆర్థిక స్థితి-గతులు, ఫోటో పంపమన్న అభ్యర్థన, తిరిగి జవాబు కోసం ఎదురు చూస్తున్నట్లు వ్రాయాలి.

మొదట్లో ప్రకటన చదివినట్లు సూచించండి :

1. In response to your matrimonial advertisement published in the (newspaper's name and date) I furnish hereunder the relevant particulars about my daughter/son.
2. This is in reference to your matrimonial advertisement published in (name of the newspaper) on.....(date) that I give below the details of my daughter/son and my family.
3. I have seen your recent advertisement for a suitable bridegroom/bride for your daughter/son and would like to furnish the following particulars about myself/my son or daughter.

పిదప వరుడు/వధువు యొక్క వివరాలు వ్రాయండి :

4. Name, age, education, appearance and earnings.
5. Brothers, sisters and their description.
6. Parents and their description.
7. Caste/sub-caste or community details.

ఉత్తరాన్ని యిలా ముగించండి :

8. In case you are interested, please send to me more details about the boy/girl along with his/her one recent photograph.
9. If you require more information, I would feel great pleasure to furnish it.
10. If you have belief in astrology, we will send the horoscope also.
11. Since we want marriage at the earliest, a prompt reply shall be highly appreciated.

Sample Letter

Dear Sir.....

In response to your matrimonial advertisement published in the *Hindustan Times* on 20th April, 2005, I furnish hereunder the relevant particulars of my daughter. (give the relevant details) (1). If you have belief in astrology, we will send the horoscope also (10). Since we want marriage at the earliest, a prompt reply shall be highly appreciated (11).

Yours sincerely,

12. వివాహ ప్రకటనలకు బదులుగా వచ్చిన ఉత్తరాలకు జవాబులు (Letters to the Responses Received from Matrimonial Ads)

ఇటువంటి ఉత్తరాలను చాలా జాగ్రత్తగా ఆలోచించి వ్రాయాలి. ఎందుకంటే ఈ ఉత్తరాలవల్ల మీ అభీష్టం నెరవేరనున్నది. ఇంకా ఏ ఏ వివరాలు మీకు కావాలో స్పష్టంగా వివరంగా వ్రాయండి. ఇవి దాదాపు వ్యాపారపు ఉత్తరాలవలె వుంటాయి. ఇందులో ముఖ్యమైన విషయాలే వుంటాయి.

ఉత్తరం అందుకున్నట్లు తెలుపుతూ, ప్రకటనకు జవాబు యిచ్చినందుకు సంతోషాన్ని తెలపండి :

1. I was delighted to receive your letter in reply to our ad in the newspaper.
2. Received your letter soliciting further enquiry into our likely matrimonial alliance.

తరువాత జవాబులో కోరిన వివరాలను తెల్పండి :

3. My sister's post graduate degree is in Economics from Gujarat University.
4. At present, my daughter is teaching in St. Zavier's convent school.
5. Enclosed photograph is a recent shot of.....(name) my sister.

ఇంకా ఏమైనా అనుమానాలుంటే చెబుతూ మీరు తెలుసుకోవలసిన విషయాలుంటే ప్రశ్నించండి :

6. Should you have any further query, I would be most willing to satisfy it. When is Amit coming for holidays?
7. I hope this satisfies your query. Kindly care to send a recently shot photograph of Amit too.
8. If you need ask anything still, we can meet at Classic Gold Hotel between 14th and 16th instant, where I shall be staying during my next visit to Ahmedabad.

భవిష్యత్తులో మధురమైన సంబంధాలు నెలకొంటాయన్న భావాన్ని వ్యక్తం చేస్తూ, ఉత్తరాన్ని ముగించండి :

9. Hope to see our proposal to fruition soon.
10. May we ever be tied in this delicate bond of relationship.
11. Looking forward to our coming meeting.

Sample Letter

Dear Mr. ......

I was delighted to receive your letter in reply to our ad in the newspaper (1). At present, my daughter is teaching in St. Zavier's convent school (2). I hope this satisfies your query. Kindly care to send a recently shot photograph of Amit too (7). Looking forward to our coming meeting (11).

Yours truly,

13. కుటుంబ సంబంధ లేఖలు (సమాన వయస్కుల మధ్య)
Family Letters : (Between Equals)

కుటుంబ సంబంధ ఉత్తరాలను కూడా ఓ క్రమంలో విభజించలేము. వీటికి హద్దులుండవు. వీటిలో వ్యక్తిగత విషయాలు మొదలుకొని సాంఘిక దురాచారాల వరకు వీటిల్లోని విషయాలు అనంతం కావచ్చు. కాని వీటిలో స్నేహశీలత ముఖ్యంగా పుట్టిపడుతుంది. ఇవి సాధారణంగా పెద్దవిగా వుంటాయి. వీటిలో వ్యవహారిక భాషగా కూడా ఉపయోగించవచ్చు.

ఉత్తరం వ్రాయటానికి గల కారణాన్ని సాదరంగా వ్రాయండి :

1. It was indeed a great pleasure to have received your letter.
2. I received your letter and was delighted to go through its contents.
3. Received your letter after ages.
4. So at long last you cared to remember me!

వ్యక్తిగత/కుటుంబ సంబంధ విషయాలు తెలపండి :

5. Of late I have not been keeping in good health.
6. Father is now better but his movements are somewhat restricted.
7. After the cataract operation, mother's eyesight has improved considerably.
8. Pappoo secured 86% marks and IVth rank in his annual exams.
9. The other day my wife met your cousin at Sheela's marriage.

ఆత్మీయతను వ్యక్తం చేసే వాక్యాలు వ్రాయండి :

10. What about your tea-addiction, still going 20 cups strong a day?
11. How are you getting along in your new affair. Any help needed?
12. Are you really so busy as not to be able to correspond frequently?
13. When are you going to marry – in old age?

తిరిగి కలుసుకుంటామన్న ఆకాంక్షను వ్యక్తం చేస్తూ ముగించండి :

14. Hoping to meet you in the Dushera vacation.
15. I hope you would be coming over to this side at Rahul's marriage. Then we will meet.

Sample Letter

Dear Ramesh,

So, at long last you cared to remember me! (4). Of late I have not been keeping in good health (5). What about your tea-addiction, still going 20 cups strong a day? (10). I hope you would be coming over to this side at Rahul's marriage. Then we will meet (15).

With loving regards,

Yours affectionately,

14. కుటుంబ సంబంధ లేఖలు (పిన్నలకు పెద్దలు)
Family Letters : (From Elders to Youngsters)

పిల్లలకు వ్రాసే పెద్దల ఉత్తరాలలో ఆత్మీయతతోపాటు, కొంత అధికారం, దర్పం, చిన్నవారి భావి జీవితం బంగరు బాట కావాలన్న ఆశ కూడా వ్యక్తం అవుతుంటాయి. ఇటువంటి ఉత్తరాలకు కూడా హద్దులు వుండవు. ఆయా అవసరాలనుబట్టి చిన్నవిగా లేక పెద్దవిగా వుంటాయి.

ఆదరంగా ఉత్తరం వ్రాస్తున్న కారణం తెలపండి :

1. I was happy to receive your letter the other day.
2. It is surprising that since last one month, you haven't cared to drop even a single letter to us.
3. The photographs sent by you are really marvellous. We were delighted to see them.
4. Mr. Shukla met me yesterday and told me about his meeting with you on 10th instant.

వ్యక్తిగత/కుటుంబ సంబంధ సమాచారం వ్రాయండి :

5. Ramesh's competitive exams would start from 21st October.
6. Your Sushma aunty expired on September 9 last. She was unwell for sometime.
7. Since Reeta's marriage has been fixed on 9th January, I expect you to be here at least a week earlier to help me in the arrangements.
8. Your nephew Bittoo is unhappy as you didn't send him the promised watch.

పాఠకుని కుశలం అడగండి :

9. How are you doing in your new assignment. Is it really taxing?
10. I hope you are taking proper care of your health.
11. Tell Asha that I miss delicious *dosa* prepared by her.
12. How is Pintoo in his studies?

తిరిగి కలుసుకుంటామన్న ఆశ వ్యక్తం చేస్తూ ముగించండి :

13. I hope you would be punctual in your letter-writing to us and would come on Dushera.
14. Be careful about your health in this rainy season and continue writing letters.
15. Apply for your leave well in advance so that you are in time for Reeta's marriage.
16. More when we meet.

Sample Letter

My dear Ram,

It is surprising that since last one month, you haven't cared to drop even a single letter to us (2). Since Reeta's marriage has been fixed on 9th January, I expect you to be here at least a week earlier to help me in the arrangements (7). I hope you are taking proper care of your health (10). More when we meet (16).

Yours affectionately,

15. కుటుంబ సంబంధ ఉత్తరాలు (పిన్నలు పెద్దలకు)
Family Letters : (From Youngsters to Elders)

పెద్దలకు వ్రాసే ఉత్తరాలలో స్నేహ భావంతో గౌరవం ఎక్కువ వ్యక్తం చెయ్యాలి. ఇవి కూడా ఆయా వ్యక్తుల పరిస్థితులనుబట్టి చిన్న లేక పెద్దవిగా వుంటాయి.

గౌరవపూర్వకంగా ఉత్తరం వ్రాస్తున్న కారణం తెలపండి :

1. I was very happy to receive your letter after a long while.
2. I was thrilled to receive the sweets sent by Mummy with Mrs. Joshi.

3. Have you people completely forgotten me? No letters!
4. I am writing this letter to ask you to send Rs. 250/- for my fees at your earliest.

వ్యక్తిగత/కుటుంబ విషయాలను ఉల్లేఖించండి :

5. You will be glad to know that I have been selected in the debating group going to U.S.A. for one month.
6. This year owing to extra-classes in Dushera holidays, I won't be able to come.
7. Tell Mohan Dada that I need a tennis racket as I have been selected in the college Tennis team.
8. Asha wants to go to her parents, place at Diwali. She will go only if you permit.

పాఠకుని కుశలము గురించి వ్రాయండి :

9. Is Mummy o.k.? How is her arthritis?
10. I hope your blood-pressure must now be under control.
11. Has Seema aunty returned from Hardwar?
12. Would Munna be going to watch the cricket test match at Motera ground?

త్వరలో కలుసుకుంటామన్న ఆశాభావంతో ఉత్తరాన్ని ముగించండి :

13. I hope to come for 10 days in Christmas vacation.
14. I might be there by this month end for a day.
15. Hope to talk to you over phone when I go to *mamaji's* place.
16. More when we meet.

Sample Letter

Respected Brother,

I was very happy to receive your letter after a long while (1). You will be glad to know that I have been selected in the debating group going to U.S.A. for one month (5). Is *mummy* o.k.? How is her arthritis? (9) More when we meet (16).

With regards to elders and love to youngsters.

Yours affectionately,

16. ఉద్యోగం/ఇంటర్వ్యూ మొ॥న వాటికి మీకు అందిన ఉత్తరాలకు బదులు (Letters Supplementing the Queries Arising out of Your Receiving the Appointment/Interview Letters)

ఇవి సాధారణంగా చిన్నవిగా వుంటాయి. ఇందులో ఎక్కువ విషయాలు వుండవు. ఇందులోనూ కల్పన లుండవు. ఇటువంటి ఉత్తరాలను కంగారుగా వ్రాయకూడదు. భాష పొల్లుపోకుండా సరిగ్గా, స్పష్టంగా వుండాలి.

మీ అభ్యర్థనకు జవాబు లభించినందుకు సంతోషాన్ని వ్యక్తపరుస్తూ ఉత్తరాన్ని ప్రారంభించండి :

1. I was glad to receive your query in response to my application.
2. Delighted to receive the questionnaire sent by your office.
3. Extremely pleased to get a favourable response from your side.

ముఖ్య విషయాన్ని స్పష్టీకరిస్తూ, మీ సమస్యను విశదపరచండి :

4. But your letter does not mention anything about the T.A., I am entitled to receive for travelling to attend the interview.
5. There appears to be some discrepancy between the grade given in the ad and the one given in your letter.
6. Owing to my illness, I won't be able to attend the interview on the scheduled date. Could I get a date fifteen days later than the scheduled one.

చివరిలో ఆ కంపెనీ పని చేయటానికి ఉత్సుకతను సూచిస్తూ, గౌరవపూర్వకంగా ఉత్తరాన్ని ముగించండి :

7. Avidly awaiting the interview date/answer to my query.
8. Looking forward to a bright future in your esteemed organisation.
9. I hope you would kindly care to send the required clarifications on the mentioned points to enable me to attend the interview/or join the concern.

Sample Letter

Sir,

I was glad to receive your query in response to my application (1). But your letter does not mention anything about the travelling allowance. I am entitled to receive for travelling to attend the interview (4). Avidly awaiting the interview date (7).

Yours faithfully,

17. ఉద్యోగం కోసం దరఖాస్తులు (Job Applications)

ఉద్యోగం మొ॥న వాటికోసం వ్రాస్తే దరఖాస్తులతో భాష సరళంగా మీరు అడిగే విషయం స్పష్టంగా తెలిసేలా వుండాలి. ఇటువంటి వాటిని సాధారణంగా అపరిచితమైన వ్యక్తికి వ్రాయటం జరుగుతుంది. పాఠకుని దయ, సానుభూతులపైన మీ విజయం ఆధారపడి వుంటుంది. ఇటువంటి ఉత్తరాలు చిన్నవిగా వుంటాయి. కాని, వ్యక్తిగత విషయాలు కూడా వ్రాయాలి కాబట్టి యివి పెద్దవి కూడా కావచ్చు.

ఉద్యోగం గురించి మీకెలా తెలిసిందో చెబుతూ ఉత్తరాన్ని ప్రారంభించండి :

1. I have come to know through some reliable sources that you have a vacancy for the post of.....in your renowned organisation.
2. I came to know from your advertisement published in *The Times of India* on.....that you have vacancy for the post of.....in your esteemed organisation.
3. Being given to understand by your advertisement as appeared in....

ఉద్యోగం కోసం మీరు అర్థించండి :

4. Since I meet all the required qualifications and experience conditions, I wish to offer my candidature for the same and supply hereunder my details relevant to the job.
5. In response to the aforementioned advertisement, I wish to offer my candidature for the same and supply hereunder my particulars relevant to the job.
6. As I possess the requisite qualification, I beg to offer my services for the same.

మీ అర్హతలను తెలుపుతూ మీకు అవకాశాన్ని కల్పించమని కోరండి :

7. I assure you, Sir, that, if selected, I shall do my work most conscientiously.
8. In case, you select me I assure you that I will do my work very sincerely.
9. If given appointment, I am sure I will prove to be an asset for your organisation.
10. If you favour me with an appointment, I shall do my best to work to the entire satisfaction of my superiors.

ఇపుడు మీ విద్య, అనుభవము మొ॥న పూర్తి వివరాలు యివ్వండి :

Name, Address, Date of Birth, Educational Qualifications, Experience, Extra-curricular Activities, etc.

Sample Letter

Sir

I came to know from your advertisement published in *The Times of India* of 8th December, 2004 that you have a vacancy for the post of Administrative Officer in your esteemed organisation (2). Since I meet all the required qualifications and experience conditions, I wish to offer my candidature for the same and supply hereunder my details relevant to the job (4). I assure you, Sir, that, if selected, I shall do my work most conscientiously (7).

Name : Date of Birth :
Address : Qualification :
Experience : Extra-curricular Activities :

Yours faithfully,

18. పిర్యాదుల ఉత్తరాలు (Letters of Complaints)

ఏదేని విషయమై సాధారణంగా ప్రభుత్వ కార్యాలయం లేదా అధికారికి వీటిని వ్రాయవలసి వస్తుంది. ఇందులో మీ కష్టాలన్నిటినీ వివరిస్తూ, తార్కికంగా పిర్యాదు చేయాలి. కఠిన పదజాలంతో పిర్యాదు చేసాక, ఆ కార్యాలయం యొక్క యోగ్యతను కూడా కొంచెం పొగడండి.

పాఠకునికి గౌరవాన్నిస్తూ మీ కష్ట-నష్టాల గురించి ఉటంకించండి :

1. It is with great agony that I wish to bring to your kind notice the callousness shown by some employee of your Department.
2. I am pained to draw your attention to the following lapse committed by your men.

మీ సమస్యను వివరించండి :

3. For the last fifteen days.....(mention the cause) and in spite of my several reminders, no action has been taken by your men.
4. In spite of my repeated oral complaints and your department's oral assurances, no concrete action has been taken yet to solve this problem.
5. It is indeed regretting that your department has turned a deaf ear to our written complaint followed by several reminders.

సంబంధిత అధికారి/కార్యాలయాన్ని పొగడుతూ, మీ సమస్యను తీర్చవలసిందిగా కోరండి :

6. It is really surprising that such an efficient department as that of yours is not heeding to our complaints. Please get the needful done without any further loss of time.
7. It is difficult to believe that such thing should have happened under your efficient control. Please get the needful done at the earliest.
8. I can hardly believe that a department like yours which is reputed for its efficiency should be taking so much time in doing the needful.

మీ పిర్యాదు త్వరలోనే దూరం కాగలదన్న ఆశాభావాన్ని వ్యక్తం చేస్తూ ముగించండి :

9. I have every hope that you will take a prompt action and oblige.
10. I feel confident of receiving a favourable and helpful reply.

Sample Letter

Dear Sir,

It is with great agony that I wish to bring to your kind notice the callousness shown by your department's personnel (1). For the last fifteen days, my phone is lying dead and in spite of several reminders no action has been taken yet by your men (3). It is really surprising that such an efficient department as that of yours is not heeding to our complaints. Please get the needful done without any further loss of time (6).

I have every hope that you will take a prompt action and oblige (9).

Yours faithfully,

19. హోటలులో వసతి కోసం దరఖాస్తు
(Letters of Enquiry Regarding Hotel Accommodation)

> ఇవి పూర్తిగా వ్యాపారాత్మకంగా వుంటాయి. ఎందుకంటే పాఠకునికి మీరెవరో అసలు తెలియదు. అందుచేత ముఖ్య విషయాలను తెలుపుతూ క్లుప్తంగా వుండాలి. కాని వసతి ఎన్ని రోజులు కావాలి, ఏ తారీఖు నుండి ఏ తారీఖు వరకు ఎటువంటి గది కావలసిందీ సవివరంగా వ్రాయాలి.

మొదట మీ కార్యక్రమమును గురించి వివరంగా వ్రాయాలి :

1. I shall be coming by the Gujarat Mail and arrive at your hotel around 5.30 A.M.
2. I want you to book an A.C. room for me from 17th to 20th October, both inclusive.
3. Book a single-bedded and sea-facing room in your hotel between 17th and 20th October from your time of check-in and check-out.

మీకు ఏదయినా ప్రత్యేకమయిన ఏర్పాటు కావలిస్తే తెలియపరచాలి :

4. Please collect all my mails reaching your hotel before my arrival on the 17th of October, morning.
5. Please make sure I get an air-conditioned room.
6. Please arrange a taxi to take me out around 10.30 A.M., the same day, i.e., 17th October.

ఇప్పుడు హోటలును ప్రశంసిస్తూ ఉత్తరాన్ని ముగించాలి :

7. I am sure this visit shall also be as comfortable as it was the last time.
8. You are an added attraction for me to visit your city.
9. Looking forward to a comfortable stay in your hotel.

Sample Letter

Hotel Taj
Hyderabad.

Dear Sirs,

I want to book an A.C. room for me from the 17th to 20th October both inclusive (2). Please collect all my mails reaching your hotel before my arrival on the 17th of October morning (4). Please arrange a taxi to take me out around 10.30 A.M., the same day, i.e., 17th October. (6).

Looking forward to a comfortable stay in your hotel (9).

Yours truly,

20. బ్యాంకులకు వ్రాసే ఉత్తరము (Letters to Banks)

ఈ రోజుల్లో మనకు బ్యాంకులతో అధిక సంబంధాలు ఏర్పడుతున్నాయి. ఏ కారణాల వల్ల బ్యాంకు వారికి ఉత్తరాలు వ్రాయడం జరుగుతుందంటే - కొత్త ఖాతా కోసం, ఓవర్‌డ్రాఫ్ట్‌ల కోసం, ఏదైనా చెక్ తప్పిపోయినట్లయితే దాని గురించి వారికి తెలపడం వంటివి. ఈ ఉత్తరాలు వ్రాయడంలో ప్రత్యేకతను వహించాలి. ఎటువంటి సందేహమూ లేకుండా ఉండాలి.

ఉత్తరాన్ని దేని గురించి వ్రాస్తున్నారో స్పష్టీకరిస్తూ ప్రారంభించండి :

1. I have recently moved into this town and opened a general store at the address given above. On the recommendation of my friend, Vinamra, I wish to open a current account with your bank.
2. I have been recently posted to (.....) from (.....). I am interested in opening a savings account in your bank.
3. With the approach of Diwali, we expect a big increase in the sales of our shop/company. As we have just entered this field, the wholesale dealers are unwilling to give us the credit facility. Therefore, we have to request for overdraft for Rs. .....
4. I wish to inform you that I have been transferred to (.....). This being the case, it will not be possible for me to continue my account with your bank in future. Hence, I request you to close my account.
5. This is with reference to my personal discussion with you regarding overdraft. I, therefore, now request for allowing me to overdraw on my account (No......) up to Rs. 3000/- between 1st January, 2005 and 1st July, 2005.
6. I am writing to ask you to stop payment of cheque (No......Amount.....) payable to M/s. Kataria Motors Ltd., Ahmedabad as this cheque has been lost in the post.

ఇప్పుడు విషయాన్ని ఉదహరిస్తూ, మీ రెఫరీ **(Referee)**, లేక గ్యారంటీదారు **(Guarantor)** గురించి వివరించి, మీరు తెలుసుకోవలసిన సంగతిని తెలపండి :

7. Please send me the necessary form and also let me know if any referee is required for opening a new account.
8. I will provide references should you require them.
9. We have debentures worth Rs. ..... which we are prepared to deposit as security.
10. As I have no investments to offer as security, I would be grateful if you could make an advance against my personal security.
11. As our past commitments regarding overdrafts have always been honoured, hence, we find nothing for you to turn down our proposal.

ఇప్పుడు వారి నుంచి ఆశాజనకమైన జవాబు కోసం ఎదురు చూస్తున్నట్లు ప్రకటిస్తూ ముగించండి :

12. I shall be grateful for an early reply.
13. Hoping for a favourable reply.
14. We shall highly appreciate a sympathetic response to our above request.
15. We shall be grateful if you could grant the overdraft asked for.
16. We would be highly thankful, if you could accede to our request.

Sample Letter

Dear Sir,

I have recently moved into this town and opened a general store at the address given above. On the recommendation of my friend, Vinamra, I wish to open a current account with your bank (1). Please send me the necessary form and also let me know if any referee is required for opening a new account (7). I shall be grateful for an early reply (12).

Yours faithfully,

21. ఇన్సూరెన్స్ కంపెనీకి ఉత్తరం
(Letters to an Insurance Company)

ఇవి కూడా వ్యాపార సంబంధ ఉత్తరాల శ్రేణికి చెందుతాయి. వీటిలో వివరాలు పూర్తిగా వుండాలి. ఎందుకంటే ఈ రోజుల్లో భీమాలకు సంబంధించిన విషయాలు మన మధ్య బాగా జరుగుతున్నాయి అందువల్ల కంపెనీ లేక వ్యక్తిగత భీమాలు గురించి ఉత్తరాలు వ్రాయడంలో ఎక్కువ ప్రాముఖ్యతను యివ్వాలి.

భీమా సంబంధ విషయాన్ని స్పష్టంగా వివరిస్తూ, ఎవరికి భీమా చేయాలో మొ॥న వివరాలన్నీ వ్రాయండి :

1. I want to have my life insurance policy for the sum of Rs......
2. I want to get my car insured by your company for Rs. 1 lakh.
3. I wish to have the householder's insurance policy covering both building and contents in the sum of (give the cost of the building) and (the cost of the contents) respectively.

ఆ కంపెనీ ఇస్తున్న సౌకర్యాలను గూర్చి వివరణ అడగండి :

4. We wish to take out insurance cover against loss of cash on our factory/shop premises by fire, theft or burglary.
5. What rebate or concession do you offer on an insurance policy for Rs. 2 lakh?
6. Is there any loan facility after a fixed period in the policy you offer?
7. What modes of premium payments do you offer?

మీ ఉత్తరానికి త్వరలో జవాబు లభిస్తుందనే ఆశయంతో ఉత్తరాన్ని ముగించండి :

8. I am sorry to report an accident to (mention the property insured). We estimate replacement cost of the damaged property at (give the amount).
9. I regret to report that a fire broke out in our factory stores last night. We estimate the damage to the stores at about (give the amount).
10. We regret to report that our employee (give name of the employee) has sustained serious injuries while doing his work. Doctors estimate that it will take him about a month to be fit to work again.

క్లెయిమ్ విషయమై వ్రాయండి :

11. Please arrange for your representative to call at our factory premises and let me know your instructions regarding the claim.
12. Should your representative visit to inspect the damaged property, please let me know the day of his visit.
13. We, therefore, wish to make a claim under the policy (give the name of the policy) and shall be glad if you send us the necessary claim form.

ముందు ఏమి చేయవలసిందీ తెలపమని వ్రాయండి :

14. I hope you would care to send me an early reply.
15. Please answer this letter as soon as possible.
16. An early reply to my query shall be greatly appreciated.
17. Please send me particulars of your terms and conditions for the policy along with a proposal form, if required.
18. Please quote your terms and conditions for providing the required cover.

Sample Letter

Dear Sir,

I want to get my car insured by your company for Rs. 1 lakh (2). What modes of premium payments do you offer? (7) Please send me particulars of your terms and conditions for the policy along with a proposal form, if required (17). An early reply to my query shall be greatly appreciated (16).

Yours faithfully,

22. ఫిర్యాదుల ఉత్తరాలు (వ్యాపారం)
(Letters of Complaints : Business)

మీరు ఏదో కంపెనీ తయారుచేసిన వస్తువును కొన్నపుడు, అది బాగా పని చేయనప్పుడు యిటువంటి ఉత్తరం వ్రాయవలసి వస్తుంది. వీటిలో, వస్తువును కొన్న తారీఖు, స్థలం, దుకాణం పేరు మొ॥న వాటి పూర్తి వివరాలు వ్రాయాలి. తర్వాత మీ ఫిర్యాదును సరళమైన భాషలో స్పష్టంగా వ్రాయాలి.

పాఠకుని (కంపెనీ) ద్వారా తయారయిన వస్తువు, కొన్న వివరాలు ముందు వ్రాయాలి :

1. On .....(day) I bought from.....(place) an instant geyser manufactured by your renowned concern.
2. Your salesmen delivered the (name the product) on .....(date), one instant geyser we had ordered.
3. I was shocked to find the instant geyser purchased on .....(date) at (place) by us did not function well.

ఇపుడు కంపెనీ సామర్థ్యాన్ని ప్రశ్నిస్తూ మీ ఫిర్యాదును వ్రాయండి :

4. It is a matter of shame for your esteemed organisation to have brought out such products in the market without proper quality control.
5. It is shocking to find the appliance having faulty wiring system.
6. I am sorry to point out the defect in the geyser....(write your complaint).

మీ ఫిర్యాదును గురించి శ్రద్ధ తీసుకుంటారని, వెంటనే తగు సలహాను యిస్తారని ఆశిస్తూ ముగించండి :

7. I am confident that a reputed concern like that of yours can ill afford to lose your reputation and shall get the needful done at the earliest.
8. I hope you would send your salesman/woman to replace the mentioned product of yours.
9. Need I remind you that such product should be lifted/replaced without much fuss.

Sample Letter

(Name of the concern and its
concerned officer)

Dear Sir,

On 10.4.05, I bought from the Diplomatic Store, an instant geyser manufactured by your reputed concern (1). It is shocking to find the appliance having faulty wiring system (5). I am confident that a reputed concern like that of yours can ill afford to lose your reputation and shall get the needful done at the earliest (7).

Yours faithfully,

23. క్షమాపణలు తెలిపే ఉత్తరాలు (Letters of Apology)

మనమంతా ఏదో ఒక తప్పు ఎప్పుడో ఒకప్పుడు చేస్తాము. తన తప్పును అంగీకరించటమే నాగరిక మానవుని కర్తవ్యము. క్షమించమని తెలియపరచటం ద్వారా తప్పును సరిదిద్దుకోవచ్చును. తెలిసి చెయ్యకపోయినా తమవల్ల యితరులకు కలిగిన కష్టానికి సంజాయిషీ యివ్వటంలో తప్పు లేదు. ఇటువంటి ఉత్తరాలను వెంటనే నిష్కల్మష భావంతో వ్రాయాలి.

క్షమాపణ ఎందుకు కోరుతున్నదీ ముందు వివరించండి :

1. My son informed me that my cat had eaten away your chickens.
2. My wife told me about our driver's ramming my car into your boundary wall.

తర్వాత క్షమాపణ వేడుకోండి :

3. I am extremely sorry to know about it and render my sincere apologies.
4. I apologise deeply for the inconvenience caused to you.
5. My sincere apologies.

పిదప మీకు తెలియక ఆ తప్పు జరిగినట్లు చెప్పి, వ్యక్తిగతంగా మీరు ఆ నష్టాన్ని భర్తీ చేస్తారని చెప్పండి

6. Although it happened inadvertently, yet I am prepared to compensate for your this loss.
7. I wish I were there to prevent it. Anyway, you can penalise me as you want.
8. Kindly care to inform me the loss you have incurred owing to (name the culprit)....this negligence.

ఇంకెప్పుడూ ఇటివంటి తప్పిదము జరుగదని విశ్వాసాన్ని కల్పించండి :

9. I promise that in future I shall be extra-vigilant to see it does not happen again.
10. I have admonished my.....and he will be careful in future.
11. I assure you that such things will never happen in future.

చివరిలో మరల క్షమాపణ కోరుతూ ఉత్తరాన్ని ముగించండి :

12. In the end, I again ask for your forgiveness.
13. Once again with profound apologies.
14. Repeatedly, I express my profuse apologies.

Sample Letter

Dear Sir,

My wife told me about our driver's ramming my car into your boundary wall (2). My sincere apologies (5). Although it happened inadvertently, yet I am prepared to compensate for your this loss (6). I assure you that such things will never happen in future (11). Once again with profound apologies (13).

Yours sincerely,

24. కార్యాలయ సంబంధిత ఉత్తరాలు (Letters on Official Matters)

మీరు పని చేస్తున్న కార్యాలయంలో ఆఫీసు పనిమీద ఉత్తరం మీకు వ్రాయవలసి రావచ్చు. మీ ఇంక్రిమెంటు మొదలుకొని వ్యక్తిగత కష్టముల వరకు విషయాలు యిందులో వుండవచ్చు.

మొదట మీరు ఏ పదవిలో, ఏ పని నిర్వహిస్తున్నదీ వ్రాయండి :

1. As your honoured self knows, I am working in.....department in the capacity of a junior clerk.
2. For the last twenty years, I am the.....(position) in the factory.
3. I am officiating in the capacity of .....for the last two years.

ఇప్పుడు ఉత్తరం వ్రాయటానికి గల కారణం తెలపండి :

4. Now I have been transferred to.....
5. Owing to my domestic problems, I request you to change.....
6. On account of my health problems, I would not be able to.....
7. Owing to my.....(reason), I cannot function in the same position anymore.
8. On health grounds, I have been advised to leave this city.
9. My family duties have constrained me to seek my transfer.

తర్వాత మీ సలహాను సూచిస్తూ ముఖ్య విషయాన్ని తెల్పండి :

10. Looking at such a changed situation, I won't be able to work in the present position.
11. As such, I request you to change my working/shift hours.
12. In the light of the above, I request you to transfer me to.....(section) or place.

మీ సలహా లేదా కష్టాలను గురించి దయతో ఆలోచించవలసిందని ప్రార్థిస్తూ ఉత్తరాన్ని పూర్తి చేయండి :

13. Hence, I request you to expedite/order my desired transfer to.....
14. You are, therefore, requested to release me at the earliest.
15. I pray you to consider my case sympathetically.
16. In view of my loyalty and past performance, I am sure you would condescend to grant me the desired wish.
17. I am sure to get a sympathetic response from your side to my this genuine problem.
18. With earnest hope, I crave your special sympathy in my case.

Sample Letter

Sir,

As your honoured self knows, I am working in the Sales department in the capacity of a junior clerk (1). Owing to my domestic problems, I request you to change my place of working (5). In the light of the above, I pray you to transfer me to Purchase department (12). In view of my loyalty and past performance, I am sure you would condescend to grant me the desired wish (16).

Yours faithfully,

25. ఇంటి యజమాని కిరాయిదారుకు
(Letters from the Landlord to the Tenant)

ఈ నాటి నాగరిక జీవనంలో ఇళ్ళు అద్దెకు యిచ్చి పుచ్చుకోవటాలు సహజం. కాబట్టి యజమాని కిరాయిదారుల మధ్య ఉత్తర ప్రత్యుత్తరాలు జరిగే అవకాశం వుంది. ఇందులో ఇతరులకు బాధ కలిగించని భాష వాడాలి. సమస్యను స్పష్టంగా తెలియజెప్పాలి.

మొదట మీ ఫిర్యాదును గురించి లేక కిరాయిదారు నుండి వచ్చిన ఉత్తరానికి జవాబును ప్రస్తావించండి :

1. I feel constrained to inform you that due to recent increase in the house-tax, I have been left with no alternative but to increase the house rent by Rs. 50/- per month, w.e.f., the first of next month.
2. It has come to my notice that your children make so much noise when they play causing disturbance to other tenants.
3. I am in receipt of your letter regarding the leaking of the roof of your house.
4. I have noted your complaint about the rent payment receipts.

ఫిర్యాదును వివరించండి లేక కిరాయిదారు జాబుకు జవాబు వ్రాయండి :

5. I hope you will not mind this increase in rent as I have retired from service recently and my only source of income is the house rent received from you.
6. I am sure you will give the necessary instructions to your children in this connection.
7. I like to assure you that we are arranging for the necessary repairs at the earliest.
8. The receipts in question will be issued on the coming Monday.

కిరాయిదారు సహకారం లభిస్తుందని ఆశను వ్యక్తం చేస్తూ ముగించండి :

9. I hope you won't find this increase burdensome.
10. I hope you will be able to understand and appreciate my point of view.
11. I expect you to bear with me for a few days only.
12. I am sure you will extend your co-operation as always.

Sample Letter

Dear Sir.

I am in receipt of your letter regarding the leaking of the roof of your house (3). I like to assure you that we are arranging for the necessary repairs at the earliest (7). I expect you to bear with me for a few days only (11).

Yours sincerely,

26. కిరాయిదారు ఇంటి యజమానికి
(Letters from the Tenant to the Landlord)

మొదట మీ ఫిర్యాదును లేక యజమాని నుండి వచ్చిన జాబుకు బదులు వ్రాయండి :

1. I have to inform you that the roof of the house we are occupying leaks during rains, causing great inconvenience to our family.
2. I am sorry to point out that despite several reminders, you haven't issued the rent payment receipts for the last three months.
3. Please refer to your letter regarding increase in the rent of the house we are occupying.
4. We have noted your complaint regarding our carelessness in switching off the light at the main gate.

మీ ఫిర్యాదును వివరించటానికి యజమాని జాబుకు జవాబు వ్రాయండి :

5. Hence, you are requested to get the necessary repairs done at the earliest.
6. I, therefore, request you to issue the above mentioned receipts without any further delay.
7. I regret to write that whatever cogent reason you may have for increasing the house rent but my financial means don't permit me to pay a higher rent.
8. Rest assured that we will be careful in future regarding switching off the light at the main gate.

యజమానితో సత్సంబంధాలు వుండగలవన్న ఆశను వ్యక్తం చేస్తూ ముగించండి :

9. I hope you will understand our problem and co-operate.
10. Hoping for a favourable reply.
11. I am sure you will appreciate my financial problem and withdraw your rent increase proposal.
12. We are sure that this assurance is enough to set to rest all your doubts in this regard.

Sample Letter

Dear Sir,

I am sorry to point out that despite several reminders you haven't issued the rent payment receipts for the last three months (2). I, therefore, request you to issue the above mentioned receipts without any further delay (6). Hoping for a favourable relpy (10).

Yours sincerely,

Rapidex Educational Audio Tutorial on YouTube

https://www.youtube.com/watch?v=lmOZX7831W8&t=868s

Introduction

మిత్రులారా, రాపిడెక్స్ ఇంగ్లీష్ స్పీకింగ్ కోర్సు తోపాటు, ఈ సి.డి. మరియు దీని వ్రాతప్రతి, మీకు మాతరఫునుండి ఒక కానుక. ఈ సి.డి. మీకు ఇంగ్లీషు పదాల ప్రొనౌన్సియేషన్ (ఉచ్ఛారణ) నేర్పడంతో పాటు, ఇంగ్లీషు ఎలా మాట్లాడాలో కూడా తెలియజేస్తుంది, దీనిద్వారా మీరు చదువుతూ, వింటూ కూడా ఇంగ్లీషు నేర్చుకోగలుగుతారు. అలా ఇది మీ వ్యక్తిత్వ వికాసానికి కూడా దోహదం చేస్తుంది.

వ్రాయడానికి, చదవడానికి మధ్య ఎంతో వ్యత్యాసం ఉంటుంది. రాసిన పదాలను మనం పలికేటప్పుడు, విడివిడిగా రాసిన పదాలను మనం విడివిడిగా పలకం. పదాలను కూడపలికేటప్పుడు, ఒక ప్రవాహంలా లేదా ధారలా పలుకుతాం. అంటే వాటిని ఒక ఐడియా గ్రూప్ (Idea Group) లేదా కొన్ని పదాల సమూహంలా విడగొట్టి చదువుతాం. ఉదాహరణకు:

I am working hard. అనే వాక్యాన్ని నెమ్మదిగా పలకాలంటే ఐ యామ్ వర్కింగ్ హార్డ్ అంటాం, కానీ కలిపి గబగబా మాట్లాడేటప్పుడు, అయామ్ వర్కింగ్గార్డ్ అంటాం.

ఇక్కడ ఐ యామ్ కలిసి అయామ్ అవుతుంది. అలాగే వర్కింగ్ హార్డ్ మధ్య ఉన్న ఖాళీ కూడా పోతుంది.

అలాగే,
Are you going to the market?
ఆర్ యు గోయింగ్ టు ద మార్కెట్?
ఆర్యు గోయింగ్ టుదమార్కెట్?

అలాగే,
I shall speak English.
ఐ షల్ స్పీక్ ఇంగ్లీష్.
ఐషల్ స్పీకింగ్లీష్.

కనుక మిత్రులారా, పదాలను కూడపలికేటప్పుడు, ఒక ప్రవాహంలా లేదా ధారలా పలుకడం, లేదా వాటిని ఒక ఐడియా గ్రూప్ (Idea Group) లా పలకడం మొదలు పెట్టండి. ఇలా ఐడియా గ్రూప్ (Idea Group) లా చదవడం, వినడం మొదలు పెడితే, ఇంగ్లీష్ అర్థం చేసుకోవడం చాలా తేలికౌతుంది.

అయితే మరి, మన అభ్యాసాన్ని ప్రారంభిద్దామా!

మిత్రులారా, 1 నుండి 6 వరకు ఉన్న ఎక్సర్‌సైజస్‌లో కొన్ని ఉపయోగకరమైన వాక్యాలను ఇస్తున్నాం. వాటిని ఉపయోగించి, ఇంకా పుస్తకంలోని ఇతర వాక్యాలను ప్రయోగంలోకి తెచ్చుకోవడం ద్వారా మీరు, ఇంగ్లీషును అనర్గళంగా మాట్లాడ్డంలో తప్పక సఫలీకృతులు కాగలుగుతారు. అయితే మరి రండి ప్రారంభిద్దాం.

Exercise-1

శుభాకాంక్షలతో ఉత్సాహాన్ని పెంచడం అనేది ఒక సాటిలేని టానిక్‌లాంటిది. దీనివల్ల సానుకూల దృక్పథం, వ్యక్తిత్వ వికాసాలకు తోడ్పాటు లభిస్తుంది. ఫలితంగా ఆనందకరమైన వాతావరణం ఏర్పడుతుంది. అందరూ మనల్ని ప్రేమిస్తారు. కనుక మిత్రులారా, మన కుటుంబ సభ్యులకు, తెల్సిన వారికి, ఆప్తులకు విభిన్న సందర్భాల్లో చెప్పాల్సిన శుభాకాంక్షలు, అభినందనలు, మెచ్చుకోలు వాక్యాలు ఈ విధంగా ఉంటాయి.

మీకు అంతా శుభం చేకూరాలని మా ఆకాంక్ష	Wish you best of luck! విష్ యు బెస్ట్ ఆఫ్ లక్.
మీ ప్రయాణం సుఖంగా జరగాలని మా ఆకాంక్ష	Wish you a happy journey! విష్ యు హ్యాపి జర్నీ.
నూతన సంవత్సర శుభాకాంక్షలు	Wish you a happy new year! విష్ యు హ్యాపి న్యూ ఇయర్.
దీపావళి శుభాకాంక్షలు!	Happy Diwali! హ్యాపి దీపావళి.
జన్మదిన శుభాకాంక్షలు!	Happy birthday! హ్యాపి బర్త్ డే.
పెళ్ళి రోజు శుభాకాంక్షలు!	Happy wedding anniversary! హ్యాపి వెడ్డింగ్ ఏనివర్సరీ.
ఏదైనా సాధించినప్పుడు శుభాకాంక్షలు చెప్పడానికి	Congratulations! కంగ్రాచులేషన్స్.
స్నేహితులకు లేదా చిన్నవారిని మెచ్చుకునేటప్పుడు	Well done! Keep it up! వెల్ డన్! కీప్ ఇట్ అప్.

దయచేసి గుర్తుంచుకోండి:

నూతన సంవత్సర, పండుగలప్పుడు చెప్పే అభినందనలకు బదులుగా చెప్పండి	Thank you, same to you. థ్యాంక్యు, సేమ్ టు యు
మిగతా అన్ని శుభాకాంక్షలకు బదులుగా కేవలం చెప్పండి	Thank you. థ్యాంక్యు

ఫ్రెండ్స్, నాలుకతో పాటు అనేక ఇతర శరీర భాగాలు, మెదడూ కలిసి పనిచేసినప్పుడు శబ్దం వెలువడుతుంది, మనం ఏదైనా మాట్లాడగలుగుతాం. దాన్నే మనం ఆర్గాన్స్ ఆఫ్ స్పీచ్ (Organs of speech) అంటాం. ఈ భాగాలన్నింటి సహకారం, అభ్యాసం ఆంగ్లంలో మాట్లాడేందుకు అత్యంత ఆవశ్యకం. ఈ కారణంగానే, మనసులో చదుకోవడం లేదా రాయడం ద్వారా మీరు ఇంగ్లీషు నేర్చుకోలేక పోతారు. Organs of speech కు మంచి అభ్యాసం జరగాలంటే, ఇంగ్లీషును పైకి చదవడం, మాట్లాడ్డం చాలా ముఖ్యం.

అన్ని వాక్యాలను శ్రద్ధగా వినండి, టేపును రివైండు చేసి, ఉచ్చారణను మరలా పలకండి, వాక్యాలను సరైన రీతిలో చెప్పడాన్ని అభ్యసించండి. సందర్భాన్ని బట్టి సరైన పదాలను వాడండి. తర్వాతి ఎక్సర్‌సైజుల్లో చెప్పబోయే వాక్యాలను శ్రద్ధగా వినండి.

Exercise-2

నేటి యాంత్రిక యుగంలో మనం మరమనుషుల్లా (రోబోల్లా) వ్యవహరించలేం. మనం మనుషులం కనుక మనకు కొన్ని భావాలు, అనుభూతులు ఉంటాయి. అయితే, ప్రపంచంలో ప్రతిదీ, మనం అనుకున్నట్టు జరగదు. ఒక్కోసారి అలా అనుకోనివి జరిగినపుడు మనం ఆశ్చర్యపోతుంటాం, దుఃఖానికి గురౌతూ ఉంటాం. మరి మిత్రులారా, ఏదైనా అనుకోని సంఘటనను చూసినపుడు లేదా విన్నపుడు, మీ మనోభావాలను, సంభ్రమాన్ని ఇలా వ్యక్తం చేయండి:

ఓరి దేవుడా!	Oh my God! ఓ మై గాడ్!
చాలా బాధాకరమైన విషయం	How sad! హౌ శాడ్ How terrible! హౌ టెరిబుల్!
ఎంత సిగ్గుచేటు!	What a shame! వాట్ ఎ షేమ్!
ఇలాంటిది వినడం చాలా బాధగా ఉంది!	I'm sorry to hear that! ఐ యామ్ సారీ టు హియర్ దట్!
చాలాకాలానికి హఠాత్తుగా ఎవరైనా స్నేహితుడు కల్సినపుడు	Hello Deepak, what a surprise! హలో దీపక్, వాట్ ఎ సర్‌ప్రైజ్

ముందు మీరు ఈ రాపిడెక్స్ ఇంగ్లీష్ స్పీకింగ్ కోర్సును చదవడం ద్వారా, పెద్దగా ఉచ్చరించడం ద్వారా అభ్యసించండి. తర్వాత నెమ్మదిగా స్నేహితులతో మాట్లాడ్డం మొదలు పెట్టండి. ఒక స్థాయికి వచ్చాక, ఏ మాత్రం అవకాశం దొరికినా, ఇతరులతో కూడా సంకోచపడకుండా, తెలుగు మధ్యలో ఇంగ్లీషు పదాలను, వాక్యాలనూ ప్రయోగించడం అలవాటు చేసుకోండి. అలా అంచెలంచెలుగా మీరు ఇంగ్లీషు మాట్లాడ్డంలో నిపుణతను సాధించి, త్వరలోనే అనర్గళంగా మాట్లాడగలుగుతారు.

అన్ని వాక్యాలనూ జాగ్రత్తగా విని, మరలా వాటిని పునరభ్యసించండి.

Exercise-3

మిత్రులారా, సంబంధాలు అనేవి, ఇతరులతో మనం ప్రేమగా, వినమ్రంగా, హృదయపూర్వకంగా మంచిగా ప్రవర్తించినపుడే ఏర్పడతాయి, కలకాలం నిలిచి ఉంటాయి. కనుక, ఎవరితోనైనా మనం సందర్భాన్ని బట్టి, వినమ్రంగా ఈ విధంగా మాట్లాడ్డం అలవాటు చేసుకోవాలి.

మీ మాట వినమని ఎవరినైనా కోరాలంటే, అనండి	Listen please. లిజన్ ప్లీజ్.
మీ దగ్గరకు పిలవాలంటే, అనండి	Please come here. ప్లీజ్ కమ్ హియర్.
పనిని త్వరగా పూర్తి చేయమని కోరాలంటే, అనండి	Hurry up please. హర్రీ అప్ ప్లీజ్.
ఎవరి మద్దతునైనా కోరాలంటే, అనండి	Please help me. ప్లీజ్ హెల్ప్ మి.
లేదా	Please do me a favcur. ప్లీజ్ డు మి ఎ ఫేవర్.
మీ వైపునుండి ఏదైనా పొరపాటు జరిగిందనుకోండి, అనండి	Please forgive me. ప్లీజ్ ఫర్‌గివ్ మి.
అతిథులను మీ ఇంట్లోకి ఆహ్వానించేటపుడు, అనండి	Welcome, please come in. వెల్ కం, ప్లీజ్ కమ్ ఇన్.
కుర్చీ చూపిస్తూ కుర్చోమని చెప్పడానికి, అనండి	Please have a seat. ప్లీజ్ హేవ్ ఎ సీట్.

ఎవరికైనా వీడ్కోలు చెప్పేటప్పుడు, అనండి — Please keep in touch. ప్లీజ్ కీప్ ఇన్ టచ్.

ఎవరైనా చెప్పింది సరిగా బోధపడనప్పుడు, అనండి — Beg your pardon. బెగ్ యువర్ పార్డాన్.

నీళ్ళలో దిగి, చేతులు, కాళ్ళూ ఆడిస్తే గానీ ఈదడం రాదు... అలాగే పడిపోతామన్న భయం లేకపోతే సైకిలు తొక్కడం కూడా రాదు.

ఇచ్చిన వాక్యాలను అభ్యసించడానికి, మరోసారి వినండి, ఉచ్ఛరించండి

Exercise-4

మిత్రులారా, ప్రాణం ఉంటేనే ప్రపంచం ఉంటుందంటారు. ఆరోగ్యవంతమైన శరీరం, ఆరోగ్యవంతమైన మనసు పరిపూర్ణమైన వ్యక్తిత్వానికి చిహ్నాలు. అయితే, ఎన్ని ప్రయత్నాలు చేసినప్పటికీ, మనం చిన్న చిన్న శారీరక ఇబ్బందులను ఎదుర్కొంటూనే ఉంటాం. అలాంటి సందర్భాల్లో మన భావాలను మనం ఎలా వ్యక్తం చేస్తామో, ఈ ఎక్సర్‌సైజ్ ద్వారా తెలుసుకుందాం రండి.

తలనొప్పిగా ఉన్నప్పుడు చెప్పండి — I have a headache. ఐ హేవ్ ఎ హెడేక్.

కడుపులో నొప్పిగా ఉన్నప్పుడు చెప్పండి — I have a stomachache. ఐ హేవ్ ఎ స్టమకేక్.

అలసిపోయినప్పుడు చెప్పండి — I am very tired. ఐ యామ్ వెరీ టైర్డ్.

సుస్తిగా అనిపించినప్పుడు చెప్పండి — I am not feeling well. ఐ యామ్ నాట్ ఫీలింగ్ వెల్.

కాస్త నయంగా ఉంది అన్నప్పుడు చెప్పండి — I am feeling better. ఐ యామ్ ఫీలింగ్ బెటర్.

పూర్తిగా నయమైనప్పుడు చెప్పండి — I am perfectly all right. ఐ యామ్ పర్ఫెక్ట్‌లీ ఆల్‌రైట్.

మీ స్నేహితుని తల్లికి ఇప్పుడు ఎలా ఉందో తెలుసుకోవడానికి అడగండి — How is your mother now? హౌ ఈజ్ యువర్ మదర్ నౌ?

అప్పుడు తన జవాబు ఇలా ఉండొచ్చు — She is fine, thank you. షి ఈజ్ ఫైన్, థ్యాంక్యూ.

ఒక వేళ వాళ్ళమ్మ ఇంకా కోలుకోలేదనుకోండి, తన జవాబు ఇలా ఉండొచ్చు. — She is still not well. షి ఈజ్ స్టిల్ నాట్ వెల్.

జీవితంలో అభ్యాసం అనేది ఎంతో విశిష్టమైనది. ఇంగ్లీషు స్పీకింగును మీరు మాట్లాడకుండా ఎలా నేర్చుకోగలుగుతారు? క్రికెట్ ఆడకుండా ఒక గొప్ప క్రికెటర్ కావడం సాధ్యమౌతుందా? పరుగు తీయడంలో సాధన చేయకుండా ఒక గొప్ప పరుగు వీరుడిగా పేరు తెచ్చుకోవడం అసాధ్యం.

రండి, మరోసారి అభ్యాసం చేద్దాం

Exercise-5

మిత్రులారా, వైవిధ్యం అనేది మన జీవితంలో అనివార్యమైన విషయం. మనం కూడా, ఒకే రకమైన పరిస్థితుల్లో, ప్రతి సారీ ఒకే రకమైన పాత్రను పోషించకపోతూ ఉండొచ్చు. వేరువేరు సందర్భాల్లో, వేరు వేరు వాతావరణాల్లో మనలను మనం ఉంచుకుని లేదా ఊహించుకుని, మన మనోభావాలను వ్యక్తం చేస్తూ ఉంటాం. అయితే మరి రండి, కొన్ని ఉపయోగకరమైన వాక్యాలను నేర్చుకుని, రోజువారి జీవితంలో వాటిని ఆత్మవిశ్వాసంతో వాడదాం.

ఎవరి దృష్టినైనా ఆకర్షించేందుకు,

తుమ్ము వచ్చినప్పుడు లేదా పదిమందిలోనుండి లేచి అవతలకి వెళ్ళాల్సినప్పుడు ఇలా చెప్పాలని గుర్తుంచుకోండి — Excuse me. ఎక్స్‌క్యూజ్ మి.

రెస్టారెంటు, హోటలు లేదా పార్టీలో వెయిటరుకు టిప్ ఇచ్చేటప్పుడు ఇలా చెప్పండి — Keep the change. కీప్ ద ఛేంజ్.

ఎవరినైనా నిశ్శబ్దంగా ఉండమని చెప్పడానికి, అనండి — Please keep quiet. ప్లీజ్ కీప్ క్వయిట్

మంచి మనసుతో మీరు చేసిన సహాయానికి కృతజ్ఞతలు అని చెప్పాలంటే, ఇలా చెప్పండి — Thank you, that's very kind of you. థ్యాంక్యూ, దట్స్ వెరీ కైండ్ ఆఫ్ యు.

ఎవరు ధన్యవాదాలు చెప్పినా, ఇలా బదులివ్వండి — You are welcome. యు ఆర్ వెల్కమ్.

దాహంగా ఉండి, మంచినీళ్ళు అడగాలన్నప్పుడు ఇలా అడగండి — Get me a glass of water please. గెట్ మి ఎ గ్లాస్ ఆఫ్ వాటర్ ప్లీజ్.

ఏ విషయంలోనైనా విచారం వ్యక్తం చేయాలంటే ఇలా అనండి — Oh! I am really sorry. ఓ ఐ యామ్ రియల్లీ సారీ.

ఎవరి అనారోగ్యం పట్లనైనా విచారం వ్యక్తం చేయాలంటే ఇలా అనండి — I'm really sorry to hear about the illness. ఓ! ఐ యామ్ రియల్లీ సారీ టు హియర్ అబౌట్ ద ఇల్నెస్.

మీరు ఎక్కడికైనా ఆలస్యంగా చేరుకున్నప్పుడు ఈ రకంగా మీ విచారం వ్యక్తం చేయండి — I am sorry for being late. ఐ యామ్ సారీ ఫర్ బీయింగ్ లేట్.

లేదా — I am sorry to have kept you waiting. ఐ యామ్ సారీ టు హేవ్ కెప్ట్ యు వెయిటింగ్.

ఇలా ఎవరైనా మీతో చెప్పినప్పుడు మీరు ఇలా అనాలి — That's all right . దట్స్ ఆల్ రైట్.

ఫ్రెండ్స్, చక్కగా పాటలు పాడకుండానే ఎవరైనా గొప్ప గాయకులు కాగలరా చెప్పండి?

నిర్దేశాలతో పాటు, వాక్యాలను శ్రద్ధగా వినండి. వాక్యాలను శ్రద్ధగా విని, ఉచ్చారణను లేదా పలికే విధానాన్ని గుర్తుంచుకుని, మళ్లీ పలకండి. అవసరాన్ని బట్టి సి.డి.ని మరోసారి రివైండ్ చేసి, మరలా వినండి, ఉచ్చరించండి.

Exercise-6

మిత్రులారా, మనం సర్వజ్ఞులం కాదు కదా. కనుక ఎన్నో సందర్భాల్లో మనకు తెల్సిన వాళ్ళనీ, తెలియని వాళ్ళనీ కూడా ఎన్నో అడగాల్సి వస్తుంటుంది. యితరులు మనల్ని ఏదైనా అడిగినప్పుడు వాళ్ళకి జవాబు యివ్వాల్సి వస్తుంది. ఈ ఎక్సర్‌సైజులో యిచ్చిన ప్రత్యేకమైన వాక్యాలు వాటికే ఉదాహరణలు:

ఎవరినైనా కల్సినప్పుడు వారి యోగక్షేమాలను యిలా అడగండి — Hello! How are you? హెలో! హౌ ఆర్ యు?

అలా మిమ్మల్ని ఎవరైనా అడిగినప్పుడు ఇలా జవాబు యివ్వండి — Fine, thank you, and you? ఫైన్, థ్యాంక్యూ, అండ్ యు?

పోస్ట్‌మాన్‌ను మీ కుటుంబ సభ్యులనుండిగానీ స్నేహితులనుండిగానీ ఉత్తరాలు వచ్చాయా అని అడగాలంటే యిలా అడగండి — Is there any letter for me? ఈజ్ దేర్ ఎనీ లెటర్ ఫర్ మి?

ఉత్తరం పోస్ట్ చేయమని మీరు ఎవరికైతే ఉత్తరం యిచ్చారో, ఆ వ్యక్తి ఆ ఉత్తరం పోస్టు చేసిందీ లేనిదీ తెల్సుకోవాలనుకున్నప్పుడు ఇలా అడగండి — Did you post my letter? డిడ్ యు పోస్ట్ మై లెటర్?

ఏదైనా పుస్తకం దొరకనప్పుడు పక్క వ్యక్తిని మీరు యిలా అడగవచ్చు — Did you see my book anywhere? డిడ్ యు సీ మై బుక్ ఎనివేర్?

తన వద్ద ఉంటే ఆ వ్యక్తి ఇలా చెప్తాడు — Yes, here it is. యెస్, హియర్ ఇట్ ఈజ్.

ఒకవేళ తన వద్ద లేదనుకోండి, ఆ వ్యక్తి జవాబు ఇలా ఉంటుంది — No I didn't. నో, ఐ డిన్ట్.

ఎవరినైనా (నీనాను) రోజంతా చూడలేదు. మీ స్నేహితురాల్ని, నువ్వేమన్నా చూశావా అని అడగాలనుకుంటే, యిలా అడగాలి — Have you seen Neena today? హేవ్ యు సీన్ నీనా టుడే?

తన జవాబు యిలా ఉండొచ్చు — Yes, she is in the library. ఎస్, షి ఈజ్ ఇన్ ద లైబ్రరీ.

లేదా — No, I didn't see her. నో, ఐ డిన్ట్ సీ హర్.

కొత్త వ్యక్తి గురించి మీ అంకుల్‌ని అడగాలంటే, ఇలా అడగాలి — Uncle, who is he? అంకుల్ హూ ఈజ్ హి?

ఇతను కొత్తగా అద్దెకొచ్చినతను అన్నది ఆయన జవాబైతే యిలా చెప్తారు — He is our new tenant. హి ఈజ్ అవర్ న్యూ టెనెంట్.

దుకాణదారుడికి ఏదైనా వస్తువుని చూపిస్తూ అదేంటని అడగాలంటే, ఇలా అడగాలి — What is this? వాట్ ఈజ్ దిస్?

అది వీడియో గేమ్ అనుకోండి, అతని జవాబు ఇలా ఉంటుంది — This is a video game. దిస్ ఈజ్ ఎ వీడియో గేమ్.

ఎవరి వయస్సైనా ఎంత అని అడగాలంటే ఇలా అడగాలి — How old are you? హౌ ఓల్డ్ ఆర్ యు?

ఈ ప్రశ్న ఎవరైనా మిమ్మల్ని అడిగినప్పుడు మీరు యిలా జవాబు చెప్పొచ్చు (మీ వయసు ఎంత అయితే అంత చెప్పొచ్చు)
I am twenty-five.
ఐ యామ్ ట్వెంటీ ఫైవ్.

ఏ ప్రదేశమైనా ఎంత దూరం అని అడగాలంటే యిలా అడగండి
How far is it?
హౌ ఫార్ ఈజ్ ఇట్?

ఈ ప్రశ్న ఎవరైనా మిమ్మల్ని అడిగితే మీరు ఇలా చెప్పండి (లేదా ఎంత దూరమైతే అంత)
About five kilometres.
ఎబౌట్ ఫైవ్ కిలోమీటర్స్.

టైమ్ ఎంత అని అడగాలంటే అనాలీ
What is the time please? వాట్ ఈజ్ ద టైమ్ ప్లీజ్?

ఎవరైనా మిమ్మల్ని టైమ్ అడిగితే చెప్పండి (లేదా ఎంతైతే అంత)
Ten past four.
టన్ పాస్ట్ ఫోర్.

ఎందుకు ఆలస్యం అయింది అని అడగాలంటే ఇలా అడగాలి
Why are you late?
వై ఆర్ యు లేట్?

యిదే ప్రశ్న మిమ్మల్ని అడిగినప్పుడు మీరు యిలా చెప్పొచ్చు
I missed my bus.
ఐ మిస్డ్ మై బస్.

ఎవరినైనా పెన్ అడగాలంటే యిలా అడగాలి
May I barrow your pen please?
మే ఐ బారో యువర్ పెన్ ప్లీజ్?

ఎవరైనా మిమ్మల్ని పెన్ అడిగితే యిలా చెప్పండి
Yes, why not. ఎస్ , వై నాట్.

ఒకవేళ ఎవరి అనుమతినైనా కోరాలంటే, వాళ్ళను యిలా అడగండి

మీరు సిగరెట్ తాగాలనుకోండీ, యిలా అడగండి
May I smoke here? మే ఐ స్మోక్ హియర్?

ఎవరి టెలిఫోన్‌లోనైనా ఫోన్ చేయాల్సి వచ్చినప్పుడు, యిలా అడగండి
May I use your phone please?
మే ఐ యూజ్ యువర్ ఫోన్ ప్లీజ్?

ఎవరి గదిలోకైనా వెళ్ళాలంటే, యిలా అడగండి
May I come in please?మే ఐ కమ్ ఇన్ ప్లీజ్?

ఒక వేళ మీరు బైటకు వెళ్ళాలంటే, యిలా అడగండి
May I go now? మే ఐ గో నౌ?

ఎవరైనా మిమ్మల్ని అనుమతి కోరి, మీరు అనుమతినిచ్చే స్థితిలో ఉంటే యిలా చెప్పొచ్చు
Yes, of course. ఎస్, అఫ్‌కోర్స్.

లేదా
Yes, please. ఎస్, ప్లీజ్.

ఒకవేళ అనుమతి యివ్వకూడదు అనుకుంటే యిలా చెప్పొచ్చు
Sorry, you can't. సారీ, యు కాంట్.

ఇప్పుడు సి.డి.ని రీవైండ్ చేసి, అన్ని వాక్యాలను మళ్ళీ విని అభ్యాసం చేయండి. సంగీత స్వర ప్రవాహంలా, ఇంగ్లీషు అనర్గళంగా మాట్లాడ్డం వచ్చేవరకు అభ్యాసం ఆపబోనని ప్రతిజ్ఞ చేయండి, సంకల్పం చేసుకోండి.

ఫ్రెండ్స్, ఇంగ్లీషులో సంభాషణ లేదా కన్వర్సేషన్, ఈ ప్రక్రియలో తర్వాతి మెట్టు. ఇందులో ఇద్దరు లేదా అంత కంటే ఎక్కువ మంది, ఒకరి తర్వాత ఒకరుగా వాక్యాలను ప్రయోగిస్తూ పోతారు. ఇంగ్లీషులో మంచి వక్త కావడానికి ఇంతకంటే ఏం కావాలి, అవునా?

మరి రండి, వేరు వేరు సందర్భాల్లో జరిగే సంభాషణ ఎలా ఉంటుందో విందాం.

Conversation-1: Page No. 177 of the book

మిత్రులారా, మనం ప్రతిరోజూ ఎవరో ఒక అపరిచిత వ్యక్తిని కలుస్తూనే ఉంటాం... అప్పుడు ఒకరికొకరం పరిచయం చేసుకుంటాం కదా... మరైతే రండి ఇలాంటి పరిచయ వాక్యాలు ఎలా ఉంటాయో చూద్దాం...

Raghav : Excuse me, May I sit here please? — ఎక్స్‌క్యూజ్ మి, మే ఐ సిట్ హియర్ ప్లీజ్?

Sudhir : Yes please. — ఎస్ ప్లీజ్

Raghav : Thank you. I am Raghav. — థ్యాంక్యు, ఐ యామ్ రాఘవ్

Sudhir : Hello, I am Sudhir. — హలో ఐ యామ్ సుధీర్

Raghav : What do you do Mr. Sudhir? — వాట్ డు యు డు మిస్టర్ సుధీర్?

Sudhir : I am a sales representative in Mega Electricals. What about you? — ఐ యామ్ ఎ సేల్స్‌మన్ ఇన్ మెగా ఎలెక్ట్రికల్స్, వాట్ ఎబౌట్ యు?

Raghav: I am an accountant in the Bank of India. — ఐ యామ్ యాన్ ఎకౌంటెంట్ ఇన్ ద బ్యాంక్ ఆఫ్ ఇండియా

Sudhir : Where are you from? — వేర్ ఆర్ యు ఫ్రమ్?

Raghav : I am from Mumbai. But now I am settled in Vijayawada. And you? — ఐ యామ్ ఫ్రమ్ ముంబయ్. బట్ నౌ ఐ యామ్ సెటల్డ్ ఇన్ విజయవాడ. అండ్ యు?

Sudhir : I am from Vijayawada itself. — అయామ్ ఫ్రమ్ విజయవాడ ఇట్‌సెల్ఫ్.

Raghav : Oh, I see! My stop. O.K. Bye Sudhir. — ఓ, ఐసీ! మై స్టాప్. ఓ.కె. బై సుధీర్.

Sudhir : Bye — బై

(వీళ్ళు మళ్ళీ కల్సుకున్నప్పుడు సంభాషణ యిలా ఉంటుంది)

Sudhir : Hello Raghav! Nice to see you again. How are you? — హలో రాఘవ్! నైస్ టు సీ యు ఎగైన్. హౌ ఆర్ యు?

Raghav : Hello Sudhir, I am fine, thank you, and you? — హలో సుధీర్, ఐ యామ్ ఫైన్, థ్యాంక్యు, అండ్ యు?

Sudhir : Fine, Here, meet my wife Seeta, my son Rohit and my daughter Neha. — ఫైన్. హియర్, మీట్ మై వైఫ్ సీత, మై సన్ రోహిత్ అండ్ మై డాటర్ నేహ.

Raghav : Hello Mrs. Sudhir! Hello children! My wife Shefali and my daughter Soumya. — హలో, మిసెస్ సుధీర్! హలో చిల్డ్రన్! మై వైఫ్ శెఫాలి అండ్ మై డాటర్ సౌమ్య.

Sudhir : Hello — హలో

Seeta : *(to Shefali)* Hello Shefali! — (శెఫాలీతో) హలో శెఫాలి.

Shefali : Hello Seeta. — హలో సీత.

Seeta : Do you work Shefali? — డు యు వర్క్, శెఫాలీ?

Shefali : No, I am a housewife. What about you? — నో, ఐయామ్ ఎ హౌస్ వైఫ్. వాట్ ఎబౌట్ యు?

Seeta : I teach in a school. — ఐ టీచ్ ఇన్ ఎ స్కూల్

Shefali : Which school? — విచ్ స్కూల్?

Seeta : Nehru Public School. — నెహ్రూ పబ్లిక్ స్కూల్.

Shefali : Oh, I see. Where do you live Seeta? — ఓ, ఐ సీ, వేర్ డూ యు లివ్ సీత?

Seeta : In Mandapeta, and you? — ఇన్ మండపేట, అండ్ యు?

Shefali : We are in Santapeta. Please drop in some time. — వి ఆర్ ఇన్ సంతపేట. ప్లీజ్ డ్రాప్ ఇన్ సమ్ టైమ్.

Seeta : Sure, you too. — షూర్, యు టూ.

Conversation-2: Page No. 183 of the book

మిత్రులారా, తెలియని దారిలో వెళ్ళేటప్పుడు, అనేక సార్లు, ఇతరులను అడుగుతూ పోతూంటాం అని మీకూ తెల్సు... మరైతే రండి యిక్కడ రోహిత్ ఒకతన్ని ఏం అడుగుతున్నాడో అతనేం చెబుతున్నాడో విందాం...

Rohit : Excuse me. Could you tell me the way to the Express Building please? — ఎక్స్‌క్యూజ్ మి, కుడ్ యు టెల్ మి ద వే టు ఎక్స్‌ప్రెస్ బిల్డింగ్ ప్లీజ్?

The man : Yes, go straight, take the first left turn, and keep walking. You will reach Domalguda Road. The Express Building is on that Road. — ఎస్, గో స్ట్రెయిట్, టేక్ ద ఫస్ట్ లెఫ్ట్ టర్న్, అండ్ కీప్ వాకింగ్. యు విల్ రీచ్ దోమల్ గూడ రోడ్. ద ఎక్స్‌ప్రెస్ బిల్డింగ్ ఈజ్ ఆన్ దట్ రోడ్.

Rohit : Thank you. — థ్యాంక్యు.

Rohit : *(to a lady)* Excuse me, madam. From where can I get a bus to Tankband? — (ఒక లేడీతో) ఎక్స్‌క్యూజ్ మి, మాడమ్. ఫ్రమ్ వేర్ ఐ గెట్ ఎ బస్ టు ట్యాంక్ బండ్?

Lady : From that bus stop near the bridge. — ఫ్రమ్ దట్ బస్ స్టాప్ నియర్ ద బ్రిడ్జ్

Rohit : Thank you. — థ్యాంక్యు

Rohit : Is this bus going to Santapeta? — ఈజ్ దిస్ బస్ గోయింగ్ టు సంతపేట?

Conductor : Yes. Get in fast. — ఎస్, గెటిన్ ఫాస్ట్.

Rohit : *(to a passenger)* Would you please tell me when we reach Santapeta? — (ప్యాసింజర్‌తో) వుడ్ యు ప్లీజ్ టెల్ మి వెన్ వి రీచ్ సంతపేట?

Passenger : Yes, I will. — ఎస్, ఐ విల్.

Rohit : Can I get a bus to Kattela Mandi from there? — కెన్ ఐ గెట్ ఎ బస్ టు కట్టెల మండి ఫ్రమ్ దేర్?

Passenger : Yes, easily. — ఎస్, ఈజీలీ

Rohit : Oh, thank you. — ఓ, థ్యాంక్యు

Conversation-3: Page No. 206 of the book

కాలేజీల్లో చదివే అమ్మాయిలూ, అబ్బాయిలూ కలివిడిగా తిరుగుతూ ఇంగ్లీషులో మాట్లాడుకోవడం యిప్పుడు ఫ్యాషన్. మరి రండి అలాంటి ఓ సంభాషణ విందాం...

Sumit : Hi Reena! — హాయ్ రీనా!

Reena : Hi! How are you? — హాయ్! హౌ ఆర్ యు?

Sumit : Fine and you? — ఫైన్ అండ్ యు?

Reena : Fine, thanks. — ఫైన్, థ్యాంక్స్.

Sumit : Where are you going? — వేర్ ఆర్ యు గోయింగ్?

Reena : Actually I am free in this period. I was just wondering what to do. — యాక్చువల్లీ ఐ యామ్ ఫ్రీ ఇన్ దిస్ పీరియడ్. ఐ వాజ్ జస్ట్ వండరింగ్ వాట్ టు డు

Sumit : I am going to the canteen. Can you join? — ఐ యామ్ గోయింగ్ టు ద క్యాంటీన్. క్యాన్ యు జాయిన్?

Reena : O.K. — ఓ.కె.

Sumit : What do you like, coke or something else? — వాట్ డు యు లైక్, కోక్ ఆర్ సమ్‌థింగ్ ఎల్స్?

Reena : Coke is fine. — కోక్ ఈజ్ ఫైన్.

Sumit : Here you are. — హియర్ యు ఆర్.

Reena : Thanks. — థ్యాంక్స్.

Sumit : Where do you live, Reena? — వేర్ డు యు లివ్, రీనా?

Reena : In Town Hall and you? — ఇన్ టౌన్ హాల్ అండ్ యు?

Sumit : In Siripuram. Are you mostly free in the fifth period? — ఇన్ సిరిపురం. ఆర్ యు మోస్ట్‌లీ ఫ్రీ ఇన్ ద ఫిఫ్త్ పీరియడ్?

Reena : Yes, mostly, except on Fridays, when we have tutorials. I have to go now. Thanks for the coke, Sumit. — ఎస్, మోస్ట్‌లీ, ఎక్సెప్ట్ ఆన్ ఫ్రైడేస్, వెన్ వి హ్యావ్ ట్యుటోరియల్. ఐ హేవ్ టు గో నౌ. థ్యాంక్స్ ఫర్ ద కోక్, సుమిత్.

Sumit : Bye, see you. — బై, సీ యు.

(వాళ్ళు రెండో సారి కలుసుకున్నప్పుడు సంభాషణ యిలా ఉంటుంది)

Sumit : Hi Reena, coming from the library?	హాయ్ రీనా, కమింగ్ ఫ్రమ్ ద లైబ్రరీ?
Reena : Yes, How are you?	ఎస్, హౌ ఆర్ యు?
Sumit : Fine, Reena, what are you doing this Sunday?	ఫైన్, రీనా. వాట్ ఆర్ యు డూయింగ్ దిస్ సండే?
Reena : Nothing special. Why?	నథింగ్ స్పెషల్. వై?
Sumit : We friends are planning to see a movie. Want to join us?	వీ ఫ్రెండ్స్ ఆర్ ప్లానింగ్ టు సీ ఎ మూవీ. వాంట్ టు జాయిన్ అస్?
Reena : Which movie?	విచ్ మూవీ?
Sumit : We haven't decided yet, Maybe the new English movie on Abhilash.	వీ హేవంట్ డిసైడెడ్ యెట్, మే బీద న్యూ ఇంగ్లీష్ మూవీ ఆన్ అభిలాష్..
Reena : How many persons are going there?	హౌమెనీ పర్సన్స్ ఆర్ గోయింగ్ దేర్?
Sumit : Five, two boys and three girls. Mona is also coming.	ఫైవ్, టూ బాయిస్ అండ్ త్రీ గర్ల్స్. మోనా ఈజ్ ఆల్సో కమింగ్.
Reena : O.K., Can I bring a friend along?	ఓ.కె., కెన్ ఐ బ్రింగ్ ఎ ఫ్రెండ్ ఎలాంగ్?
Sumit : Yes, of course.	ఎస్, ఆఫ్‌కోర్స్.
Reena : How much for the ticket?	హౌ మచ్ ఫర్ ద టికెట్?
Sumit : I'll take the money after we buy the tickets.	ఐ విల్ టేక్ ద మనీ ఆఫ్టర్ వీ బై ద టికెట్స్.
Reena : Fine, see you soon. Bye Sumit.	ఫైన్, సీ యు సూన్. బై సుమిత్.
Sumit : Bye, Reena.	బై, రీనా.

Conversation-4: Page No. 213 of the book

శాస్త్ర విజ్ఞాన ప్రగతితో ఇప్పుడు రకరకాల మెషీన్లు, గాడ్జెట్స్ వంటివి వాడకంలో వచ్చేశాయి. కాలం గడిచే కొద్దీ ఆ యంత్రాల్లో సమస్యలూ వస్తుంటాయి మరి. ఈ ఎక్సర్‌సైజులో పాడైన మిక్సర్ గురించి ఒక యువతి ఫిర్యాదు చేస్తోంది. మరి వినండి ఆ సంభాషణ...

Salesman : Good morning, madam. Can I help you?	గుడ్ మార్నింగ్, మాడమ్. కెన్ ఐ హెల్ప్ యు?
Customer : Yes, I have a complaint.	ఎస్, ఐ హేవ్ ఎ కంప్లైయింట్.
Salesman : Yes, please.	ఎస్, ప్లీజ్.
Customer : I bought this mixer grinder from your shop. It doesn't work properly.	ఐ బాట్ దిస్ మిక్సర్ గ్రైండర్ ఫ్రమ్ యువర్ షాప్. ఇట్ డజ్ నాట్ వర్క్ ప్రాపర్లీ.

Salesman : Let me see, What is the problem, madam?	లెట్ మి సీ, వాట్ ఈజ్ ద ప్రాబ్లమ్, మాడమ్?
Customer : The grinder makes too much noise and doesn't grind anything fine. And the blender doesn't mix anything properly.	ద గ్రైండర్ మేక్స్ టూ మచ్ నాయిస్ అండ్ డజ్ నాట్ గ్రైండ్ ఎనీథింగ్ ఫైన్. అండ్ ద బ్లెండర్ డజ్ నాట్ మిక్స్ ఎనీథింగ్ ప్రాపర్లీ.
Salesman : I see. Does it have a guarantee?	ఐ సీ. డజ్ ఇట్ హేవ్ ఎ గ్యారంటీ?
Customer : Yes, one year.	ఎస్, వన్ ఇయర్.
Salesman : Do you have the receipt please?	డు యు హేవ్ ద రిసీట్ ప్లీజ్?
Customer : Yes here it is.	ఎస్, హియర్ ఇట్ ఈజ్.
Salesman : All right madam. Leave the machine with us. I will send it to the company's workshop for repair.	ఆల్‌రైట్ మాడమ్. లీవ్ ద మెషీన్ విత్ అజ్. ఐ విల్ సెండ్ ఇట్ టు ది కంపెనీస్ వర్క్‌షాప్ ఫర్ రిపెయిర్.
Customer : Can't you change the piece or refund the money?	కాంట్ యు ఛేంజ్ ద పీస్ ఆర్ రిఫండ్ ద మనీ?
Salesman : We will change the piece if the fault can't be repaired. But we can't refund the money.	వి విల్ ఛేంజ్ ద పీస్ ఇఫ్ ద ఫాల్ట్ కెనాట్ బి రిపెయర్డ్. బట్ వి కెనాట్ రిఫండ్ ద మనీ.
Customer : When should I come back?	వెన్ షుడ్ ఐ కమ్ బ్యాక్?
Salesman : Next Wednesday.	నెక్స్ట్ వెడ్నెస్ డే.
Customer : All right. Thank you.	ఆల్‌రైట్. థ్యాంక్యు.

Conversation-5: Page No. 230 of the book.

మంచి ఉద్యోగాన్ని వెతుక్కునే వారు, ఈ రోజుల్లో అనర్గళంగా ఇంగ్లీష్ మాట్లాడ్డం అవసరం, తప్పదు. మరి రండి ఒక ఇంటర్‌వ్యూలో సంభాషణ ఎలా ఉంటుందో విని నేర్చుకుందాం...

Candidate : May I come in sir?	మే ఐ కం ఇన్ సర్?
Interviewer : Yes, please.	ఎస్, ప్లీజ్.
Candidate : Good morning, sir.	గుడ్ మార్నింగ్, సర్.
Interviewer : Good morning! Please sit down.	గుడ్ మార్నింగ్! ప్లీజ్ సిట్‌డౌన్
Candidate : Thank you.	థ్యాంక్యు.
Interviewer : What is your name?	వాట్ ఈజ్ యువర్ నేమ్?
Candidate : Seema Rao.	సీమా రావు.

Interviewer : Married or unmarried?

మ్యారీడ్ ఆర్ అన్‌మ్యారీడ్?

Candidate : Married.

మ్యారీడ్.

Interviewer : You have applied for the post of a personal assistant. Right?

యు హేవ్ అప్లయిడ్ ఫర్ ద పోస్ట్ ఆఫ్ ఎ పర్సనల్ అసిస్టెంట్. రైట్?

Candidate : Yes, sir.

ఎస్, సర్.

Interviewer : What are your qualifications?

వాట్ ఆర్ యువర్ క్వాలిఫికేషన్స్?

Candidate : I am B.Sc. I have also done a diploma in typing and shorthand, and a secretarial course from the Govt. Polytechnic, Hyderabad.

ఐ యామ్ బి.ఎస్‌సి. ఐ హేవ్ ఆల్సో డన్ ఎ డిప్లొమా ఇన్ టైపింగ్ అండ్ షార్ట్‌హాండ్, అండ్ ఎ సెక్రెటేరియల్ కోర్స్ ఫ్రమ్ ద గవర్నమెంట్ పాలిటెక్నిక్, హైదరాబాద్.

Interviewer : What is your speed in typing and shorthand?

వాటీజ్ యువర్ స్పీడ్ ఇన్ టైపింగ్ అండ్ షార్ట్‌హాండ్?

Candidate : Typing is fifty and shorthand is hundred words per minute.

టైపింగ్ ఈజ్ ఫిఫ్టీ అండ్ షార్ట్‌హాండ్ ఈజ్ హండ్రెడ్ వర్డ్స్ పర్ మినిట్.

Interviewer : Are you computer friendly?

ఆర్ యు కంప్యూటర్ ఫ్రెండ్లీ?

Candidate : Yes, I can do the word processing on it.

ఎస్, ఐ కెన్ డూ ద వర్డ్ ప్రాసెసింగ్ ఆన్ ఇట్.

Interviewer : Have you worked in an office before?

హేవ్ యు వర్క్‌డ్ ఇన్ ఎనీ కంపెనీ?

Candidate : Yes, I have worked as a P.A. to the manager in J.K. Industries.

ఎస్, ఐ హేవ్ వర్క్‌డ్ యాజ్ ఎ పి.ఎ. టు ద మ్యానేజర్ ఇన్ జె.కె. ఇండస్ట్రీస్.

Interviewer : Have you left them?

హేవ్ యు లెఫ్ట్ దెమ్?

Candidate : No. But I am looking for a change now.

నో. బట్ ఐ యామ్ లుకింగ్ ఫర్ ఎ ఛేంజ్ నౌ.

Interviewer : Why?

వై?

Candidate : The place is very far. Besides, the salary is not enough.

ద ప్లేస్ ఈజ్ వెరీ ఫార్. బిసైడ్స్, ద శాలరీ ఈజ్ నాట్ ఎనఫ్.

Interviewer : What is your present salary?

వాటీజ్ యువర్ ప్రెజెంట్ శాలరీ?

Candidate : Forty one hundred rupees per month.

ఫార్టీ వన్ హండ్రెడ్ రూపీస్ పర్ మంత్.

Interviewer : What salary do you expect?

వాట్ శాలరీ డు యు ఎక్స్‌పెక్ట్?

Candidate : Around five thousand rupees.

ఎరౌండ్ త్రీ థౌజండ్ రూపీస్.

Interviewer : Can you communicate in English fluently? కెన్ యు కమ్యునికేట్ ఇన్ ఇంగ్లీష్ ఫ్లూయంట్లీ?

Candidate : Of course, I can. అఫ్‌కోర్స్, ఐ కెన్.

Interviewer : One last but very important question. A personal assistant may have to stay back late in office sometimes. Can you do that? ఒన్ లాస్ట్ బట్ వెరీ ఇంపార్టెంట్ క్వశ్చన్. ఎ పర్సనల్ అసిస్టెంట్ మే హేవ్ టు స్టే బ్యాక్ లేట్ ఇన్ ఆఫీస్ సమ్‌టైమ్స్. కెన్యు డూ దట్?

Candidate : Only once in a while sir, not always, I have a small baby. ఓన్లి వన్స్ ఇన్ ఎ వైల్ సర్, నాట్ ఆల్వేస్, ఐ హేవ్ ఎ స్మాల్ బేబీ.

Interviewer : All right, Mrs. Seema Rao. That will do. We will let you know soon. ఆల్‌రైట్, మిసెస్ సీమా రావ్.దట్ విల్ డూ. వి విల్ లెట్ యు నో సూన్.

Candidate : Thank you, sir. థ్యాంక్యు, సర్.

Conversation-6: Page No. 239 of the book

మోడ్రెన్ ఆఫీసులో బాసు, సెక్రెటరీలు ఇంగ్లీషులోనే మాట్లాడుకుంటారు... ఐతే మరి రండి, ఈ కంపెనీలో ఒకే సమయంలో అనేక పనులు అంటే మల్టీ టాస్కింగ్ ఎలా అవుతుందో చూద్దాం...

Secretary : Good morning, sir, గుడ్ మార్నింగ్, సర్.

Boss : Good morning, Jaya, Please take this letter and fax it immediately. గుడ్ మార్నింగ్ జయ. ప్లీజ్ టేక్ దిస్ లెటర్ అండ్ ఫ్యాక్స్ ఇట్ ఇమ్మీడియెట్లీ.

Secretary : O.K. sir. You have an appointment with Mr. Mehta of N.K. Industries at 11.30 today. ఓ.కె. సర్ . యు హేవ్ యాన్ అపాయింట్‌మెంట్ విత్ మిస్టర్ మెహతా ఆఫ్ ఎన్.కె. ఇండస్ట్రీస్ అట్ 11.30 టుడే

Boss : All right, remind me about it at 11 O'clock. ఆల్‌రైట్, రిమైండ్ మి ఎబౌట్ ఇట్ అట్ 11 ఓ క్లాక్.

Secretary : Yes sir. this is the letter from their company and a copy of the reply sent by us. ఎస్ సర్. దిసీస్ ద లెటర్ ఫ్రమ్ దెయిర్ కంపెనీ అండ్ ఎ కాపీ ఆఫ్ ద రిప్లై సెంట్ బై అజ్.

Boss : All right, send me the concerned file. ఆల్‌రైట్, సెండ్ మి ద కన్సండ్ ఫైల్.

Secretary : These are two applications. Mrs. Sahil has reported sick and Mr. Chowdhary has applied for an extension of her leave. దీజ్ ఆర్ టూ అప్లికేషన్స్. మిసెస్ సాహిల్ హాజ్ రిపోర్టెడ్ సిక్ అండ్ మిసెస్ చౌధరి హాజ్ అప్లయిడ్ ఫర్ యాన్ ఎక్స్‌టెన్షన్ ఆఫ్ హర్ లీవ్.

Boss : How many days? హౌ మెనీ డేస్?

Secretary : Three days, 25th to 27th of April. త్రీ డేస్, 25th టు 27th ఏప్రిల్.

Boss : Anything else?

ఎనీథింగ్ ఎల్స్?

Secretary : This is the electrician's bill. And I've called the plumber also. The toilet flush is not working again.

దిసీజ్ ద ఎలక్ట్రిషియన్స్ బిల్. అండ్ ఐ హేవ్ కాల్డ్ ద ప్లబంర్ ఆల్సో. ద టాయ్లెట్ ఫ్లష్ ఈజ్ నాట్ వర్కింగ్ ఎగైన్.

Boss : Have you sent the reminder to Meghraj and Sons?

హేవ్ యు సెంట్ ద రిమైండర్ టు మేఘరాజ్ అండ్ సన్స్?

Secretary : Yes sir.

ఎస్ సర్.

Secretary : Hello, Mrs. D'souza. Please hold on *(to the boss)* Sir, this is Mrs. D'souza from Pustak Mahal Publishers. She wants an appointment, this afternoon.

హలో, మిసెస్ డిసోజా. ప్లీజ్ హోల్డ్ ఆన్. (బాస్‌తో) సర్, దిసీజ్ మిసెస్ డిసోజా ఫ్రమ్ పుస్తక్ మహల్ పబ్లిషర్స్. షి వాంట్స్ యాన్ అపాయింట్‌మెంట్ దిస్ ఆఫ్టర్‌నూన్.

Boss : Is there any other appointment?

ఈజ్ దేర్ ఎనీ అదర్ అపాయింట్‌మెంట్?

Secretary : No sir.

నో సర్.

Boss : All right. Call her at 4 O'clock.

ఆల్‌రైట్. కాల్ హర్ ఎట్ 4 ఓ క్లాక్.

Secretary : O.K. Mrs. D'souza, you can come at 4 O'clock.

ఓ.కె. మిసెస్ డిసోజా, యు కెన్ కమ్ ఎట్ 4 ఓ క్లాక్.

Boss : Have our new brochures arrived?

హేవ్ అవర్ న్యూ బ్రోషర్స్ ఎరైవ్డ్?

Secretary : Yes sir. This is the list of the companies, we are sending them to.

ఎస్ సర్. దిసీజ్ ద లిస్ట్ ఆఫ్ ద కంపెనీస్, వి ఆర్ సెండింగ్ దెమ్ టు.

Boss : O.K. Send all the brochures today without fail. Also send this packet by courier.

ఓ.కె. సెండ్ ఆల్ ద బ్రోషర్స్ టుడే వితవుట్ ఫెయిల్. ఆల్సో సెండ్ దిస్ ప్యాకెట్ బై కొరియర్.

Secretary : Yes sir.

ఎస్ సర్.

Conversation-7: Page No. 222 of the book.

మిత్రులారా, ఈ రోజుల్లో భార్యా భర్తలిద్దరూ ఉద్యోగాలు చేస్తున్నారు... పిల్లల చదువులు కూడా ఇంగ్లీష్ మీడియంలోనే జరుగుతున్నాయి... అలాంటప్పుడు భార్యాభర్తలిద్దరికీ ఇంగ్లీష్‌లో మాట్లాడ్డం రావాలి... ఆ ఉద్దేశంతోనే రాహుల్ అనే అతను తనకు కాబోయే భార్య రేణుతో ఇంగ్లీషులో మాట్లాడ్డం ద్వారా తనకి ఇంగ్లీష్ వచ్చో లేదో తెలుసుకోవాలని అనుకుంటాడు.

Rahul : Which college did you attend?

విచ్ కాలేజ్ డిడ్ యు అటెండ్?

Renu : Layola College.

లయోలా కాలేజ్

Rahul : What were your subjects?

వాట్ వర్ యువర్ సబ్జెక్ట్స్?

Renu : History, Economics and English.

హిస్టరీ, ఎకనామిక్స్ అండ్ ఇంగ్లీష్

Rahul : What are your hobbies?

వాట్ ఆర్ యువర్ హాబీస్?

Renu : Cooking and designing clothes. In my spare time, I also read novels and listen to music.

కుకింగ్ అండ్ డిజైనింగ్ క్లాత్స్. ఇన్ మై స్పేర్ టైమ్ ఐ ఆల్సో రీడ్ నావెల్స్ అండ్ లిజన్ టు మ్యూజిక్.

Rahul : What type of music?	వాట్ టైప్ ఆఫ్ మ్యూజిక్?
Renu : Light film songs and ghazals.	లైట్ ఫిలిం సాంగ్స్ అండ్ గజల్స్.
Rahul : What are your expectations from a husband?	వాట్ ఆర్ యువర్ ఎక్స్‌పెక్టేషన్స్ ఫ్రమ్ ఎ హజ్‌బెండ్?
Renu : He should be loving, caring and understanding.	హీ షుడ్ బి లవింగ్, కేరింగ్ అండ్ అండర్‌స్టాండింగ్.
Rahul : Do you want to work after marriage?	డు యు వాంట్ టు వర్క్ ఆఫ్టర్ మ్యారేజ్?
Renu : That depends on my in-laws and the circumstances after marriage.	దట్ డిపెండ్స్ ఆన్ మై ఇన్-లాస్ అండ్ ద సర్‌కమ్స్‌టెన్సస్ ఆఫ్టర్ మ్యారేజ్.
Rahul : One last but very important question. Being the only son. I'll always stay with my parents. Can you adjust in the joint family?	ఒన్ లాస్ట్ బట్ ఇంపార్టెంట్ క్వెశ్చన్. బీయింగ్ ద ఓన్లీ సన్, ఐ విల్ ఆల్వేస్ స్టే విత్ మై పేరెంట్స్. కెన్ యు అడ్జస్ట్ ఇన్ ద జాయింట్ ఫ్యామిలీ?
Renu : Yes sure.	ఎస్ సర్.
Rahul : Now you too can ask me whatever you want.	నౌ యు టూ కెన్ ఆస్క్ మి వాటెవర్ యు వాంట్.
Renu : I would also like to know about your expectations from your wife.	ఐ వుడ్ ఆల్సో లైక్ టు నో ఎబౌట్ యువర్ ఎక్స్‌పెక్టేషన్స్ ఫ్రమ్ యువర్ వైఫ్.
Rahul : I want her to be my true friend and life partner.	ఐ వాంట్ హర్ టు బి మై ట్రూ ఫ్రెండ్ అండ్ లైఫ్ పార్ట్‌నర్.

ഇതേ സംഭാഷണം നാം സാധാരണ ഗതിയിൽ പറയുന്നത് ഇങ്ങനെയാവും.

ఈ కన్వర్సేషన్‌కు తెలుగు meaning లు మీరు book లోని conversation section (page no. 177 to 242) లో చూడవచ్చు.

మిత్రులారా, నూరు శాతం సరైన పద ప్రయోగం, ఖచ్చితమైన ఉచ్చారణ అన్న వలలో ఇరికించి, ధారాళంగా ఇంగ్లీషులో మాట్లాడే మీ దారికి మేము అడ్డుగోడగా నిలవాలను కోవడం లేదు. ఒకసారి మీరు ధారళంగా ఇంగ్లీషు మాట్లాడ్డం మొదలు పెట్టాక, సమయం, సందర్భాన్ని బట్టి మంచి మంచి పదాలను ఎలా వాడాలో తెలియజేయాలన్నది మా ఉద్దేశం.

అభ్యాసం మరియు రోల్ ప్లే కోసం మీరు మీ స్నేహితుల మద్దతు తీసుకోండి. మీరు సంతృప్తి చెందే వరకు అలా ప్రాక్టీస్ చేస్తూనే ఉండండి. కొంత సమయం తర్వాత, మీరు మీ రోల్‌ను మార్చుకుని మళ్ళీ రోల్ ప్లే చేయండి.

Please revise and repeat.
Refer to page no. 177 to 242 for Telugu meaning of these conversations.